AF889325

स्वत:च्या कार्यक्षेत्रातील कौशल्याचे मनोज्ञ आविष्कार, उत्कंठा वाढवणारे, धक्कादायक शेवट.

– द टाइम्स

तणावपूर्ण आणि पकड घेणारे.

– बुक्स

खळबळजनक, अप्रतिम.

– लॉस एंजेलिस टाइम्स

उत्कंठा वाढवत नेणारा चित्तथरारक शेवट... रेखीव व्यक्तिरेखा... वर्तनामागील मानसशास्त्राचे सुस्पष्ट दर्शन... वाचक पुस्तक खालीच ठेवू शकणार नाहीत!

– पब्लिशर्स वीकली

क्रिटिकल मास

मूळ लेखक
स्टीव्ह मार्टिनी

अनुवाद
सुदर्शन आठवले

मेहता पब्लिशिंग हाऊस

✆ +91 020-24476924 / 24460313

Email : info@mehtapublishinghouse.com
production@mehtapublishinghouse.com
sales@mehtapublishinghouse.com

Website : www.mehtapublishinghouse.com

CRITICAL MASS by STEVE MARTINI

Translated into Marathi Language by Sudarshan Athavale

क्रिटिकल मास / अनुवादित कादंबरी

अनुवाद : सुदर्शन आठवले
१०३/एफ, ईशा गार्डन, महेश विद्यालयासमोर, गांधी भवनामागे, पुणे - ४११०३८.

मराठी अनुवादाचे व प्रकाशनाचे हक्क मेहता पब्लिशिंग हाऊस, पुणे.

प्रकाशक : सुनील अनिल मेहता, मेहता पब्लिशिंग हाऊस,
१९४१, सदाशिव पेठ, माडीवाले कॉलनी, पुणे - ४११०३०.

मुद्रक : मुद्रा, ३८३ नारायण पेठ, पुणे - ४११०३०.

मुखपृष्ठ : चंद्रमोहन कुलकर्णी

प्रथमावृत्ती : सप्टेंबर, २०१५

किंमत : ₹ ४८०/-

ISBN 9788184988307

अण्वस्त्रांच्या प्रसारामुळे उद्‌भवणाऱ्या भयंकर धोक्यांचा
सामना करण्यासाठी नि:स्वार्थी वृत्तीने बहुमूल्य काम
करणाऱ्या स्त्री-पुरुष संशोधक व शास्त्रज्ञ यांना;
आणि विशेषकरून अशक्यप्राय अशा अडचणी पार करून
या प्राणघातक राक्षसाला रोखून धरणाऱ्या रशियातील
त्या लोकांना;
हे पुस्तक समर्पित...

"हिरोशिमात अजूनही काही ठिकाणी फुटपाथवर आणि इमारतींच्या भिंतींवर माणसांच्या सावल्या वाटाव्यात अशा काळ्या आकृत्या उमटलेल्या दिसतात. तुम्हाला माहिती आहे त्या कुठून आल्यात? तिथे अमेरिकेने अणूबाँबचा स्फोट केला, त्या वेळी काही माणसं फुटपाथवर पडली, काही भिंतींचा आसरा घेऊन उभी राहिली. त्यांची शरीरे तिथेच, जागच्या जागी जळून खाक झाली. शरीरांचे काहीही अवशेष उरले नाहीत; उरले ते त्या राखेचे पूर्ण शरीराच्या आकाराचे कायमचे डाग. आज इतक्या वर्षांनंतरही ते तसेच राहिले आहेत. आज या काळ्या सावल्यांकडे जर कोणी अलिप्तपणे, केवळ इतिहासाच्या खुणा म्हणून बघून पुढे जात असेल, तर त्यांना खरोखरच 'कोरडे पाषाण' म्हटले पाहिजे!"

पूर्वरंग

केप फ्लॅटरी आणि वान दी फ्युकाची सामुद्रधुनी यांच्या पश्चिमेकडील सागर

नाव 'डान्सिंग लेडी' (नर्तिका) असलं तरी, आता त्या जहाजाच्या मूळ सौंदर्याचा लवलेशही उरला नव्हता. ते केवळ ६३ फूट लांबीचे, लोखंडाचे गंजलेले धूड उरले होते. जखमातून पाझरणाऱ्या रक्तासारख्या लालसर गंजाचे जागोजागी घट्ट झालेले ओघळ त्याच्या विद्रूपतेत भर घालत होते, त्याची दुरवस्था दर्शवीत होते.

जहाजाची नाळ आणि त्याचे वर उचलले गेलेले तोंड व्हँकुव्हर बेटाच्या पश्चिमेकडच्या काळ्याशार पाण्यातून सात नॉटिकल मैल वेगाने मार्ग काढीत चालले होते. हवा खराब होत चालली होती, हे घोंघावणाऱ्या वाऱ्याच्या वाढत्या वेगावरून आणि समुद्राच्या उंचावणाऱ्या लाटांवरून स्पष्ट दिसत होते. उंच लाटेवर आरूढ होत आणि तिच्या पाठोपाठच्या खोल गर्तेत कोसळत जहाज कसेबसे मार्गक्रमण करीत होते. लाटा जहाजाला ज्या प्रकारे हेलपाटत होत्या ते पाहून जहाजाचा कप्तान स्किपर नॉर्डक्विस्ट, त्याचा मुलगा बेन आणि दोन वेळच्या जेवणाच्या मजुरीवर काम करणारा आणखी एकच खलाशी; अशा जहाजावर असलेल्या मोजक्या तिघांच्या चेहऱ्यावर घोर चिंता पसरली होती.

ते एक बळकट बांधणीचे, दोन इंजिनांचे, खोल समुद्रात मासेमारी करता येईल असे ट्रॉलर पद्धतीचे ताकदवान जहाज होते. त्याच्या सर्वांत मागच्या भागात एका प्रचंड मोठ्या चक्राला गुंडाळून ठेवलेली मासेमारीची जाळी तेवढी सोडली, तर त्या

कुरूप जहाजात लक्षवेधक असे काहीही नव्हते. समुद्रात प्रवास करणाऱ्या इतर शंभर जहाजांसारखेच तेही एक अतिसामान्य जहाज होते. आकाशातून जहाजांची टेहळणी करणाऱ्या विमानांनाही त्याची दखल घ्यावीशी वाटली नसती. त्यांनी या जहाजाची निवड करण्याचे हेच एक महत्त्वाचे कारण होते.

जहाजाच्या शिडाच्या हालचालीला लागणारे तेल बरेच ठिकाणी गळते आहे, दोनापैकी एक इंजीन आवश्यक त्या तपासणीवाचूनच हजार तासांहून जास्त काळ चालले आहे – हे आणि असे इतर अनेक दोष नॉर्डक्विस्टसारख्या अनुभवी, तरबेज कप्तानाच्या लक्षात येत नव्हते; असे मुळीच नव्हते, पण त्या अत्यावश्यक दुरुस्त्यांसाठीही त्याच्याकडे पैसे नव्हते. रोज हाडे गोठवणाऱ्या थंडीत, शिडावर बर्फ झेलीत अठरा-अठरा तास काम करूनही त्याला रोजच्या जेवणाची भ्रांत पडत होती; त्याच्या बायकोवर अन्नछत्रातून जेवण आणण्याची पाळी आली होती. या जहाजासाठी घेतलेल्या कर्जाचे हप्ते साचले होते. धंद्यातल्या या डबघाईला जबाबदार होते अमेरिकन सरकार, जे व्हँकुव्हरच्या पश्चिमेकडील समुद्रात घुसून बेकायदेशीर आणि वारेमाप मासेमारी करणाऱ्या कॅनडियन मच्छीमारांविरुद्ध काहीही कारवाई करीत नव्हते. त्या अतिक्रमण करणाऱ्या चोरांनी नैऋत्येकडच्या पाण्यातील सामन मासे तर खलास केले होतेच; इतरही कुठले मासे बाकी ठेवले नव्हते. सरकारी अधिकारी या अतिक्रमणाकडे कानाडोळा करीत होते. त्यांचे कान आणि डोळे उघडायला लागणारा पैशांचा खणखणाट करणे नार्डक्विस्ट आणि त्याचे अनेक सहकारी मासेमार यांना शक्य नव्हते. सरकारला परिस्थितीची जाणीव करून द्यावी, जाग आणावी यासाठी सरकारविरुद्ध, शासकीय धोरणांविरुद्ध काही असंतुष्टांनी मोहिमा उघडल्या होत्या, संघटनाही उभ्या केल्या होत्या. परंतु त्यांच्या वर्गण्या भरून त्यांच्यात सामील होणेही नॉर्डक्विस्टसारख्या गरिबांना परवडणारे नव्हते.

वाऱ्याच्या वाढत्या जोराला, वेगाला, लाटांच्या वाढत्या उंचीला आणि खवळलेल्या समुद्राला तोंड देता-देता जहाजाची इंजिने थकत आहेत, हे जहाजाच्या कमी-कमी होणाऱ्या वेगावरून नॉर्डक्विस्टच्या ध्यानात येऊ लागले. उंचावर असलेल्या काचेच्या केबिनमध्ये जहाजाच्या चक्रासमोर उभे राहून उसळत्या लाटांत जहाज स्थिर ठेवणे त्याला कठीण जाऊ लागले. लाटांची उंची त्याच्या नजरेच्या पातळीइतकी वाढली. हवा अधिकाधिकच बिघडत होती. सागराच्या उन्मत्त होत चाललेल्या लाटा, 'डान्सिंग लेडी'ला त्यांच्याबरोबर तांडव करायला भाग पाडीत होत्या.

खालच्या बाजूला, जहाजाच्या अग्रभागी उभा राहून, दुर्बिणीतून पश्चिम क्षितिजाकडे पाहत असलेला त्याचा मुलगा बेन त्याला दिसत होता. एकदम दुर्बीण दूर करून, मागे वळून, आपल्याकडे तोंड करून, काहीतरी अचाट अफाट पाहिल्याचा आविर्भाव करीत, हातवारे करीत, जोराने ओरडत तो आपले लक्ष कोणत्या

महाभयानक संकटाकडे वेधीत आहे, हे नॉर्डक्विस्टच्या लक्षात यायला वेळ लागला नाही.

३० फूट उंचीची एक महाकाय लाट एखाद्या डोंगरासारखी त्यांच्या जहाजावर चाल करून येत होती. नॉर्डक्विस्टने क्षणाचाही विलंब न करता जहाजाचे चक्र गरागरा उजवीकडे फिरवले. ३० वर्षांच्या त्याच्या अनुभवापुढे त्या प्रचंड लाटेचे काही चालले नाही. तिची धडक जहाजाच्या पुढच्या निमुळत्या तोंडाऐवजी, क्षणार्धात काटकोनात वळलेल्या जहाजाच्या लांबलचक बाजूने झेलली. जहाज त्या धडकेने हादरले, लाटेत हेलपाटले; पण ती पार झाल्यावर सावरले.

बेन मात्र त्या धक्क्याने डेकवर फेकला गेला, तो सटपटला; पण प्रत्यक्ष मृत्यू समोर ठाकला असतानाही त्याच्याशी धीराने सामना करणाऱ्या आपल्या बापाच्या असाधारण कौशल्याचे, अचूक प्रसंगावधानाचे, अतुलनीय सामर्थ्याचे त्याला आश्चर्य आणि कौतुक वाटले. त्याच्याबद्दलच्या अभिमानाने त्याचा ऊर भरून आला.

* * *

'इस्व्हानिया' हे जहाज एकेकाळी रशियातील मासेमारी करणाऱ्या जहाजांच्या एका अग्रगण्य समजल्या जाणाऱ्या ताफ्यात होते, यावर विश्वास बसणार नाही अशी त्याची आजची स्थिती होती. आदल्या वर्षीच ते ताफ्यातून वगळून बाद केले गेले होते, पण रशियात सध्या कोणतीच गोष्ट वेळेवर होत नव्हती, सर्वच बाबतीत चालढकल केली जात होती. त्यामुळे भंगारात जाण्यापूर्वी, कदाचित अखेरच्या प्रवासासाठी ते जराजर्जर जहाज बाहेर पडले होते. बेरिंग समुद्र पार करून, अल्युशियन बेटे आणि गल्फ ऑफ अलास्का यांना वळसा घालून कॅनडाच्या किनाऱ्याकिनाऱ्याने ते अमेरिकेच्या हद्दीत पोचले होते. वाटेत कॅनडाच्या किनाऱ्यावरील प्रिन्स रुपर्ट या बंदरात थांबून जुन्यापुराण्या फर्निचरचा एक मोठा गठ्ठा जहाजावर घेतला गेला होता. ते सोडल्यास डेकच्या मागचीपुढची सामान ठेवण्याची जागा रिकामीच होती आणि ते फर्निचर डेकवरच सहज दिसेल असे, उघड्यावर ठेवले होते. वाटेत कुठल्याही बंदरावर सरकारी अधिकाऱ्यांनी, समुद्रावर गस्त घालणाऱ्या संरक्षकदलाच्या जहाजांनी अडवले तर त्यांना दाखवण्यासाठीच तो माल जहाजावर चढवण्यात आला होता. अमेरिकेच्या हद्दीत शिरण्याचे सबळ कारण देता यावे यासाठी त्याच्या कागदपत्रांवर कॅलिफोर्नियातील ऑकलंड या शहरामधील एक पत्ता नोंदवला होता. अर्थात जहाजाच्या कप्तानाचा त्या पत्त्यावर जाण्याचा कोणताही इरादा नव्हता. जहाजाच्या तळात दडवलेला 'खास' माल पोचवायला ते जहाज एवढा आटापिटा करून, इतक्या लांबवर आले होते. तो माल योग्य ठिकाणी पोचला की, हे फर्निचरचे बेगडी ओझे समुद्राच्या तळाशीच जाणार होते. 'विहित

कार्यभाग' यशस्वीपणे पार पडला की, ते जहाज थेट बँकॉकला जाऊन तेथील जहाजांच्या स्मशानात चिरनिद्रा घेणार होते.

सुकाणू धरलेल्या खलाशाने किनाऱ्याच्या पाच अंशात जहाज वळवून प्रवास चालू ठेवला होता. कप्तान यूरी व्हॅलेन्टोक दुर्बिणीतून दूरवरचा वेध घेत होता. लाटांचा जोर पाहून त्याला त्याच्या म्हाताऱ्या जहाजाची काळजी वाटू लागली. लाटांचा जोर इतका होता की, प्रत्येक लाटेबरोबर जहाजात पाणी शिरत होते आणि निरनिराळ्या ठिकाणच्या गळतीमुळे ते सगळे वेगाने जहाजाच्या तळाशी साठत होते. ते उपसण्यासाठी पंप होते; पण ते किती काळ तग धरतील याविषयी यूरीला शंकाच होती. दुर्बिणीच्या पल्ल्यात काही म्हणजे काही दिसत नव्हते. त्यात पाऊस सुरू झाला. पावसाचे टपोरे थेंब बंदुकीच्या गोळ्यांसारखे कप्तानाच्या केबिनच्या काचेवर आपटू लागले. काचेवरील पाणी बाजूला सारणाऱ्या दोन वायपर्सपैकी एकच कसाबसा चालत होता. त्यामुळे काचेवर पाणी साचून बाहेरचे दिसणेही अशक्य झाले; इतके की, यूरीला त्याच्याच जहाजाचे पुढचे टोक पाहायला अवघड जात होते. जहाजाची रडारयंत्रणा तर जहाज जेव्हा रशियातील व्हिडिव्होस्टॉक बंदरातून बाहेर पडले तेव्हापासूनच काम करीत नव्हती. त्यामुळे एक-दोनदा तर त्यांची अन्य जहाजाशी टक्कर होता होता वाचली होती. आता तर पावसाने थोड्या अंतरावरचेही दिसणे मुश्कील झाले होते. त्यामुळे त्यांनी जहाजाचा भोंगा वाजवतच ठेवला होता. आपल्या जहाजाच्या या स्थितीचा विचार करताना यूरीला तिची तुलना त्याच्या रशियाच्या सद्य:स्थितीशी केल्यावाचून राहावत नव्हते – पूर्ण बिघडलेली आणि दुरुस्त करायला लागणाऱ्या पैशांची चणचण असलेली!

यूरी व्हॅलेन्टोककडे जहाजावरील त्या 'खास' मालासंबंधीचे एक खास 'चलन' होते. हे चलन फक्त आणीबाणीच्या प्रसंगी; म्हणजे समजा जहाज तपासणीसाठी एखाद्या बंदरात अडवले गेलेच तर वापरायचे होते. ते 'चलन' खोटे होते. अधिकाऱ्यांना तो 'माल' गवसल्यास यूरीने 'हे काय आहे हे मला माहितीच नाही', असा दावा करून, चक्क हात वर करण्याची त्याला आज्ञा देण्यात आली होती. अर्थात त्या 'माला'चे खरे स्वरूप पाहता त्याचे सोंग अमेरिकन अधिकाऱ्यांसमोर कितपत चालेल याची त्याला शंकाच होती. ते आपल्याला सुखासुखी सोडणार नाहीत. कदाचित चौकशीनंतर आपली रवानगी तुरुंगातही होऊ शकेल, या संकटांसाठी त्याने मनाची तयारीही केली होती. रशियातील तुरुंगापेक्षा अमेरिकेतील तुरुंग जरा बरे, कमी त्रासदायक असावेत असा आशावादही त्याने मनाशी बाळगला होता.

त्याने टेबलावर पसरलेल्या नकाशावर लक्ष केंद्रित केले. बराच वेळ त्यात डोके घालून जहाजाच्या सांप्रतच्या स्थानाचा अंदाज घेतला. त्याचे अनुभवी गणित त्याला असे सांगत होते की, तो वान दी फ्युकाच्या सामुद्रधुनीच्या पश्चिमेकडे होता.

तिथून तो सुमारे ११०-११२ नॉटिकल मैल गेला, तर त्याला प्यूजेटच्या खाडीपलीकडच्या अमेरिकेतील सीॲटल या शहरापर्यंत पोचता येणार होते.

यूरी व्हॅलेन्टोक त्याच्या दीर्घ सागरी कारकिर्दीत अमेरिकेत कधीच आला नव्हता. पण त्याच्या मित्रांपैकी काही अगदी नुकतेच येऊन गेलेले होते आणि त्यातल्या काहींची जहाजे 'इस्व्हानिया'सारखीच मरायला टेकलेली, भंगार म्हणून जाहीर झालेली होती. मात्र त्याचे ते मित्र रशियात परतले मात्र नव्हते. अलीकडे रशियन मच्छीमार जहाजांनी ही प्रथाच पाडली होती की, अमेरिकेच्या सागरी सीमेवर पोचायचे. जहाजावरील परदेशी आयातीचे सर्व सोपस्कार पार पाडून अधिकारी एकदा जहाजावरून उतरले की, कप्तानासकट; जहाजावरील सर्व जणांनी बंदरात उतरायचे. मग नंतर कुणीही जहाजावर परतायचे नाही. कुठल्यातरी गावा-शहरात लांडीलबाडीने अनधिकृत प्रवेश मिळवून तेथेच नव्या भूमीवर, एका नव्या आयुष्याला प्रारंभ करायचा; आपले नशीब आजमावायचे. भंगार जहाजाची विल्हेवाट लावायची जबाबदारीही अमेरिकनांवरच सोडून द्यायची. आपल्यावरील जोखमीची कामगिरी एकदा पार पडली की, आपणही त्याच मार्गाचा अवलंब करावा असा विचार व्हॅलेन्टोकच्या मनात मूळ धरू लागला.

'इस्व्हानिया'च्या पूर्वेला चार मैल अंतरावर नॉर्डक्विस्ट त्याच्या 'डान्सिंग लेडी'चे खवळलेल्या सागरात चाललेले 'पर्जन्यनृत्य' पाहत होता. जहाजाचे चक्र त्याने त्याच्या बळकट हातात सांभाळले होते. लाटांबरोबर वर-खाली होणाऱ्या जहाजात स्वत:चा तोल राखून उभे राहायला तिघांनाही अतीव कष्ट पडत होते.

'छे, डोळ्यात बोट घातलं तरी काही दिसत नाही!' बेन जुन्यापुराण्या फुरुनो कंपनीच्या रडाराच्या पडद्यावर चेहरा जवळपास चिकटवूनच त्यांना हवे असलेले जहाज कुठे लुकलुकते आहे का, ते पाहण्याचा वृथा प्रयत्न करीत होता. "कसं समजायचं, आपण कुठे आहोत आणि ते कुठे आहे?" तो पार वैतागून गेला होता.

"पहा, पहा, दिसेल." नॉर्डक्विस्ट एका बाजूला जहाजाहूनही उंच लाटांचा सामना करीत मुलाला सूचना देत होता. वारा, पाऊस आणि समुद्र यांची अशी काही जबरदस्त युती झाली होती की, त्यात त्यांचे जहाज एखाद्या काडीसारखे भेलकांडत जात होते.

लाट आली की, रडारावर हिरव्या रंगाची रेघ वेगाने वर जायची आणि लाटेबरोबर खालीही यायची. "या लाटा इतक्या उंच उंच व्हायला लागल्या आहेत की काही दिसेनासं झालं आहे. ते जहाज समोरून येऊन धडकल्यावरच कळेल आपल्याला!" बेनने वडिलांबरोबर बऱ्याच सफरी केल्या होत्या, पण अशा भयंकर पावसाचा व लाटांचा सामना त्याने कधीच केला नव्हता.

जहाजाशी टक्कर होण्याची भीती नॉर्डक्विस्टच्या मनालाही शिवून गेली होती, पण तिचा उच्चार बेनच्याच तोंडून झाला, याचे त्याला बरे वाटले. पण त्या क्षणी टकरीपेक्षा तो पाठोपाठ येणाऱ्या लाटांच्या आक्रमणापासून जहाजाचे रक्षण करायच्या काळजीत होता. एखाद्या जीवघेण्या लाटेने धडक दिल्यावर जहाज परत जागेवर न येण्याची खूपच शक्यता होती. समुद्रात मृत्यू हजार रूपांनी आणि मार्गांनी येऊ शकतो हे त्याला चांगलेच ठाऊक होते.

''काही म्हणजे काही दिसत नाही,'' बेनने परत तक्रार केली. ''समजा, ते दिसलं, भेटलं तरी या अशा जीवघेण्या पावसाच्या, लाटांच्या थैमानात आपण तो 'माल' त्या जहाजावरून आपल्या जहाजावर कसा आणणार आहोत?''

'हे बघ, आपण एका वेळी एक अडचण सोडवू या!' नॉर्डक्विस्टने घड्याळाकडे नजर टाकीत खिशातून एक छोटी, साधारण खिशातल्या कॅलक्युलेटरएवढी एक वस्तू बाहेर काढली. चाकावर एका हाताची पकड कायम ठेवून, दातांनी त्याने त्या वस्तूतून तीनएक इंच लांबीची अँटेना खेचून बाहेर काढली आणि दोन बटणे दाबली. ती वस्तू म्हणजे कोणत्याही स्थानाचे अक्षांश-रेखांश दाखवणारे 'जीपीएस' (ग्लोबल पोझिशनिंग सॅटेलाइट) नावाचे उपकरण होते. ते अगदी अचूक; शंभर टक्के विश्वासार्ह नव्हते. इतर जहाजांवर त्यापेक्षा चांगली, संगणकांना जोडलेली उपकरणे असत, परंतु चूकही काही हजार फुटांपेक्षा जास्त झाली नसती. त्यावरील अक्षांश-रेखांशाप्रमाणे, त्यांना भेटायला येणारे रशियन जहाज ठरल्या वेळेला निघून, ठरल्या मार्गाने प्रवास करीत आले असेल, आणि या वादळात भरकटले, हरवले नसेल तर ते त्यांच्यापासून पाव-अर्ध्या मैलांपेक्षा फार दूर नसणार होते.

त्या जहाजाशी रेडिओसंपर्क साधणे शहाणपणाचे ठरले नसते. समुद्रातील इतर जहाजांना, विशेषत: किनारा संरक्षक दलाच्या जहाजांना, त्या दोन्ही जहाजांची उपस्थिती लक्षात येणे धोकादायक होते. किनारा संरक्षक दलाच्या जहाजांना किनाऱ्यापासून २०० मैलांपर्यंतच्या भागात गस्त घालायचे अधिकार होते. त्यांच्या जहाजांवर अत्याधुनिक साधने, उपकरणे तर होतीच, शिवाय मदतीला विमानेही तैनात होती. अमली पदार्थांची तस्करी आणि इतर देशातील बिकट परिस्थितीला कंटाळून अमेरिकेत स्थायिक होण्याच्या इराद्याने घुसू पाहणाऱ्यांची चोरटी आयात, यांवर त्यांचे करडे लक्ष होते. ऐन समुद्रात एकमेकांना भेटू पाहणारी अशी दोन 'प्रेक्षणीय' जहाजे त्यांचे लक्ष्य नक्कीच झाली असती. म्हणूनच 'माल' रशियन जहाजाने कुठे आणि कसा पाण्यात सोडायचा; नॉर्डक्विस्टने तो पाण्यातून त्याच्या जहाजावर कसा घ्यायचा याची पद्धत अगदी तपशीलवार, अत्यंत काटेकोरपणे ठरवून देण्यात आलेली होती. प्रश्न एवढाच होता की, असा निसर्गाचा कोप झालेल्या बिकट परिस्थितीत त्याची अंमलबजावणी कशी करायची? असे कित्येक

वर्षांत न झालेले प्रचंड वादळ नेमके आजच होईल याची त्या ठरवणाऱ्यांनाच काय; कुणालाच कल्पना नव्हती.

त्याच्या आकडेमोडीप्रमाणे व्हॅलेन्टोक त्यांच्या गुप्त 'गळाभेटी'च्या ठरलेल्या जागेच्या आसपास पोचलेला होता. आपल्या जहाजावरील जोखमीचा 'माल' जितक्या लवकर आपल्यापासून दूर, लांब जाईल तितक्या लवकर त्याला ते हवे होते. जरुरीपेक्षा थोडाही अधिक वेळ तो जवळ बाळगण्याची त्याची तयारी नव्हती. तो घेऊन जाण्यासाठी त्याला स्वप्नातही कल्पना करता येणार नाही इतके पैसे देऊ केले गेले होते. म्हणूनच केवळ त्याने तो माल त्याच्या जहाजातून नेऊन अमेरिकनांच्या ताब्यात देण्याचे हे जोखमीचे, धाडसी काम स्वीकारले होते. आता तो माल जहाजावरून खाली सोडण्याचे त्याने ठरवले होते. तो कसा शोधायचा हा प्रश्न तो अमेरिकनांवर सोडणार होता. 'त्यांच्या प्रश्नाचे उत्तर तेच शोधतील, मी कशाला त्याची आणि त्या शहाण्या अमेरिकनांची काळजी करू?' असा विचार करून त्याने जहाजाचा वेग कमी करण्याची आज्ञा दिली.

त्याच्या लोकांनी जहाजाच्या पाठीमागच्या बाजूच्या तळातल्या सामान साठवण्याच्या जागेवरील आच्छादन दूर केले, माल उचलण्याची क्रेन जवळ आणून उभी केली. काम जरा अवघड, कौशल्याचे होते. व्हलेन्टोकने आपल्या एका हुशार खलाशाला देखरेखीसाठी उभे केले. त्याच्यावर त्या 'ऑपरेशन'ची जबाबदारी सोपवून, स्वत: उंचावरच्या केबिनमधून त्यांचे निरीक्षण करू लागला. क्रेनचा हूक खाली सोडला गेला. व्हॅलेन्टोकला कामगारांचे आवाज ऐकू येत नव्हते; पण त्यांची लगबग दिसत होती. मुख्य खलाशी खाली वाकून हातवारे करून सूचना देत होता. माल घेऊन हूक वर येईपर्यंत व्हॅलेन्टोकच्या जिवात जीव नव्हता. जरा जरी चूक झाली असती तरी ती फार महागात पडली असती. दोन-तीन मिनिटेच, पण त्याने श्वास रोखून धरला होता. हूक हळूहळू वर येऊ लागला. त्याला अडकलेले, मासेमारीच्या जाळ्यात गुंडाळलेले एक गलेलठ्ठ गाठोडे दिसू लागले. ते न बुडता, पाण्यावर तरंगत राहावे यासाठी शंकूच्या आकाराच्या तीन भडक भगव्या रंगाच्या 'बॉइज्'ना ते बांधलेले होते. तीन ताणांनी एकत्र बांधलेले, ते जाळीतले 'पार्सल' शिंकाळ्यासारखे दिसत होते. ते वर वर येऊ लागले. जाळीच्या आत किंतानात – पाणी जाऊ न देणाऱ्या कापडात – गुंडाळलेली वस्तू दिसत होती. आकाराने प्रचंड मोठी नसली तरी ती जड होती हे दोरांना बसणाऱ्या ताणावरून स्पष्ट लक्षात येत होते. अर्थात याहून कितीतरी जड सामान उचलण्याची क्षमता असणाऱ्या क्रेनसाठी ते वजन काहीच नव्हते. गाठोडे पुरेसे वर आल्यावर क्रेन काळजीपूर्वक जहाजाच्या बाहेरच्या बाजूला वळवण्यात येऊ लागली. गाठोडे जहाज सोडून पाण्यावर पोचले तशी

क्रेनने ते हळूहळू खाली सोडायला सुरुवात केली. काही क्षणांतच 'माल' पाण्यात शिरला. त्याला बांधलेला दोर जहाजाच्या कडेच्या हूकला बांधण्यात आला.

श्वास रोखून त्या सर्व कृतीकडे पाहणाऱ्या व्हॅलेन्टोकने सुटकेचा निःश्वास सोडला; तोच त्याला जहाजाच्या पुढील टोकाकडून, खलाशांच्या जिवाच्या आकांताने मारलेल्या आरोळ्या ऐकू येऊ लागल्या. तो गर्रकन वळला. त्याच क्षणी आकाशात विजेचा प्रचंड मोठा कडकडाट झाला, त्याच विजेच्या लखलखाटात त्याला मागच्या बाजूने चाल करून येणारी एक पर्वतप्राय लाट दिसली. त्या लाटेपलीकडे त्याच्याच जहाजासारखे, त्याच आकाराचे दुसरे एक जहाजही त्याच्या सराईत नजरेने टिपले. त्या जहाजाच्या वरच्या केबिनच्या काचा विजेच्या चमचमणाऱ्या प्रकाशात उजळून निघाल्या; त्यावरून ते जहाज अगदी जवळ येऊन पोचले आहे हे त्याला कळले. पण त्याच प्रकाशात चमकणाऱ्या हिरव्या-पांढऱ्या लाटेच्या रूपातला अजस्त्र शत्रू जास्त खतरनाक होता. त्यामुळेच ते जहाज नजरेआड करत, व्हॅलेन्टोकने जहाज नव्वद अंश कोनात वळवण्याची आज्ञा बेंबीच्या देठापासून ओरडत दिली. सुकाणू धरणाऱ्यानेही तत्परतेने आज्ञेचे पालन केले. पण जहाज पूर्ण नव्वद अंशातून फिरण्याआधीच लाटेने त्याला निमुळत्या तोंडापाशी गाठले. लाट जहाजाच्या सर्वांत वरील केबिनपर्यंत पोचली आणि इतक्या जोराने आपटली की, केबिनच्या काचा तडकून त्यांचा चक्काचूर झाला.

जहाजावरील सर्व लोक, साधनसामग्री, यंत्रे, उपकरणे लाटेच्या तडाख्यात सापडली. धबधबा कोसळावा तशी ती लाट जहाजावर कोसळली आणि सगळेच्या सगळे, जहाजाच्या तळाशी जमलेल्या त्या हजारो टन पाण्यात पडले.

व्हॅलेन्टोक दोन्ही हातांनी कठडा घट्ट पकडून, बोटे लाकडात रुतवून प्रयत्नपूर्वक जागेवर खिळून राहिल्याने फेकला गेला नाही. श्वास रोखून तो ती जीवघेणी लाट ओसरण्याची वाट पाहत राहिला. त्याला क्षण युगांसारखे भासले, फुप्फुसे जळत आहेत असे वाटले, पण – पण – ती लाट ओसरलीच नाही. त्यालाच काय, सर्वच खलाश्यांना आणि त्याच्या जहाजाला जलसमाधी मिळाली.

नॉर्डक्विस्ट विस्फारलेल्या डोळ्यांनी समोर घडणारे थरारनाट्य, प्रत्यक्ष मृत्यूचे तांडव पाहत राहिला. त्याच्या नजरेदेखत काही क्षणांपूर्वी अचानक समोर अवतरलेले ते जहाज उलटले होते. एका क्षणापूर्वी विजेच्या लखलखाटामुळे दिसलेल्या केबिनऐवजी आता, जहाजाच्या तळातले दोन विराट पंखे पाण्यावर दिसू लागले होते. ज्याला गाठण्यासाठी तो जिवाचा आटापिटा करीत होता, त्या 'माल' घेऊन आलेल्या रशियन जहाजाला त्याच्या डोळ्यांदेखत समुद्र आपल्या कराल दाढेखाली चिरडून, गिळून टाकीत होता.

नॉर्डक्विस्टचे पाय लटपटत होते, पण तो जागेवरच खिळून राहिला होता. भिजलेल्या अवस्थेत, एवढ्या गारव्यात कुडकुडत असतानाही त्याच्या कपाळावर घामाचे थेंब जमले होते.

पण तो भानावर आला, त्याची 'डान्सिंग लेडी'ही लाटांबरोबर हिंदळत होती. डेकवर गोंधळ माजला होता. डेकवर ठेवलेला लाकडी फर्निचरचा गठ्ठा जहाजाच्या हेलकाव्याने पाण्यात पडला होता हे त्याच्या लक्षात आणून देण्यासाठी सगळे खलाशी आरडाओरडा करीत होते. त्याने तातडीने जहाज जागेवर उभे केले, खलाशी तो गठ्ठा वर घेण्याचे काम करू लागले. तो विचार करू लागला – 'आपले जहाज, आपला जीव आणि आपल्या मुलाचा जीव वाचवणे जितके महत्त्वाचे आहे, तितकेच आपले सर्व आर्थिक प्रश्न सोडवणारा या कामाचा प्रचंड मोबदला पदरात पाडून घेण्यासाठी रशियन जहाजावरील 'माल' मिळवणेही महत्त्वाचे आहे.' जहाजाचे चक्र धरलेली त्याची बोटे पांढरी पडली होती. रशियन जहाजाची फिकीर करायची गरज नसली तरी 'माल' मिळायलाच हवा होता. एका जागेवर उभ्या केलेल्या जहाजातून त्याची नजर आता तो 'माल' शोधू लागली.

उलटे झालेले रशियन जहाज लाटांबरोबर वर-खाली होत होते. त्याच्या जरा बाजूलाच भगव्या रंगाचे काहीतरी दिसत होते. नीट पाहिल्यावर नॉर्डक्विस्टचे डोळे चमकले. ते बॉइज् आहेत, हे त्याच्या चाणाक्ष नजरेने अचूक हेरले. क्षणात ते पाण्यावर यायचे, क्षणात खाली जाऊन दिसेनासे व्हायचे. नॉर्डक्विस्टने बेनला हाक मारली आणि त्याचे लक्ष त्या भगव्या बॉइजूकडे वेधले आणि विचारले, "दिसलं तुला?"

बुडणारे जहाज बेननेही पाहिले होते. तो म्हणाला, "होय. आपण त्यांच्या मदतीला जायला हवे?"

"का कशाला?" नॉर्डक्विस्टच्या उलट प्रश्नाचे बेनला आश्चर्य वाटले.

"कोणी जिवंत असण्याची शक्यता असू शकेल."

"अशक्य आहे ते!"

"तुम्ही इतक्या खातरीपूर्वक कसं सांगू शकता?"

"अरे, जरा विचार कर. अशा परिस्थितीत तू राहिला असतास का जिवंत?"

त्या प्रश्नाचे उत्तर बेनलाही माहीत होते, पण तरीही माणुसकी विसरायला तो तयार नव्हता.

"तरी जवळ जाऊन पाहायला काय हरकत आहे?"

"का? मनाचं समाधान म्हणून?"

"आपण जर त्यांच्या जागी असतो तर...."

"पण आपण नाही आहोत तिथे! त्या रशियनांनी नाहीतरी जिवाचा धोका

पत्करलाच होता...'' रशियनांबद्दल नॉर्डक्विस्टच्या मनात चांगलाच राग होता. मागच्या वर्षी एकदा नव्हे; दोनदा रशियन ट्रॉलर्सनी त्याच्या जहाजाला पळवून लावून माशांचा भल्यामोठ्या साठ्यापासून त्याला वंचित केले होते. त्याला माघार घेणे भागच पडले होते, कारण त्यांच्या वाटेत येणाऱ्या जहाजाला खलास करायला ते जंगी ट्रॉलर्स मागेपुढे पाहत नसत.

''भलत्या भानगडीत पडू नकोस. तिकडे ठेवलेली ती पेटी उघड आणि त्यातले बटण दाब.'' त्याने बेनला बजावले.

ती एक जुनाट हिरव्या रंगाची पेटी होती. त्यात पूर्वी रशियन लष्कर वापरत असलेला एक सबसॉनिक ट्रान्सरिसीव्हर होता. त्याचे बटण दाबले की, त्याच्याशी जोडलेल्या ट्रान्समीटरमधील भोंगा शंभर मैलांहून अधिक अंतरावरूनही त्या रिसीव्हरद्वारे ऐकू येत असे आणि मग त्या आवाजाचा माग काढीत त्या ट्रान्समीटरपर्यंत पोचता येत असे. जो माल रशियन जहाज 'डान्सिंग लेडी'वर पोचवणार होते त्यात त्या रिसीव्हरला जोडलेला ट्रान्समीटर ठेवलेला होता. जहाजे जर सहजगत्या भेटू शकली नाहीत तरी याच्या साहाय्याने मालाचे ठिकाण शोधण्याचा हा हमखास उपाय होता. त्याचे आणखी एक उपयुक्त वैशिष्ट्य हे होते की, त्यातील संदेश समुद्रावरील दळणवळणातल्या नेहमीच्या वापरातल्या ध्वनिलहरींना पकडता येत नसे. जहाज शोधायला चार दिवस लागले तरीही काळजी नव्हती, कारण मालाला बांधलेल्या बॉइज्ची रचना अशी करण्यात आली होती; जेणेकरून ते चार दिवसांपर्यंत तरंगत राहू शकतील.

बेनने पेटी उघडून बटण दाबले मात्र, भोंग्याचा कानठळ्या बसवणारा आवाज घुमला. बेनने दुसरे बटण दाबून तो थांबवला. बाप-लेकांनी एकमेकांकडे पाहिले. आवाज अगदी जवळून येत होता. माल जवळच होता; पाण्यात पडलेला होता. ते भगव्या रंगाचे पाण्यावर दिसणारे बॉइज् – तोच माल होता! दोघांनी त्या बॉइज्कडे आणि मग एकमेकांकडे पाहिले. त्या गंभीर परिस्थितीतही त्यांच्या चेहऱ्यावर हलकेसे स्मित पसरले.

नॉर्डक्विस्टने जहाज त्या भगव्या बॉइज्च्या दिशेने हाकारले. लाटांच्या माऱ्यात जहाज सांभाळून, ते बॉइज् जहाजाच्या खाली न येऊ देता त्यांच्यापर्यंत पोचणे हे अवघड आणि धोक्याचे काम होते. जरा जरी चूक झाली असती तर त्यांनाही रशियन जहाजाच्या भेटीला जावे लागले असते.

''बेन, क्रेनपाशी जा, लवकर...'' बेन केबिनचे दार उघडून त्वरेने खाली क्रेनकडे गेला तसे नॉर्डक्विस्टने इंजिनांचा वेग अगदी कमी – अस्थिर समुद्रात जहाज स्थिर राहायला आवश्यक तेवढाच केला. आता त्याला जहाजाची दिशा, जागा अगदी थोडीही बदलणे शक्य होणार होते. बॉइज्च्या बाजूला जहाज नेऊन

क्रेनच्या साहाय्याने गाठोडे उचलायचे होते. संधी हुकली आणि ते दृष्टीच्या टप्प्याबाहेर गेले, तर परत शोधणे कठीण गेले असते. कदाचित परत ट्रान्सरिसीव्हर सुरू करावा लागला असता. ते त्याला शक्यतोवर टाळायचे होते. कारण त्यांना बजावण्यात आले होते की, किनारा संरक्षक दलाच्या जहाजांची नाही, तरी 'किलर सब्ज' या नावाने ओळखल्या जाणाऱ्या अमेरिकन पाणबुड्यांची संदेशयंत्रणा तो आवाज ऐकू शकते. त्या पाणबुड्या रशियन जहाजांची तस्करी रोखण्यासाठीच मुख्यत्वे तैनात करण्यात आल्या होत्या. त्यांना संशय येऊ देणे फारच घातक होते.

भगव्या बॉइज् दृष्टिपथात ठेवत नॉर्डक्विस्ट जहाज हाकारत होता. त्यांच्या खाली दहा-पंधरा फुटांवर जाळ्यात बांधलेला 'माल' असणार, याची त्याला कल्पना होती; पण त्याचा आकार, वजन यांबद्दल त्याला काहीच माहिती नव्हती. त्याची क्रेन खूपच लहान, कमी क्षमतेची होती. त्याला क्रेन त्या बॉइज्च्या जास्तीत जास्त जवळ न्यायची होती. बेन पाण्यात दिसणाऱ्या बॉइज्च्या खाली काही दिसते का, ते पाहण्यासाठी क्रेनजवळ ओणवा झाला होता. तो उठला. त्याने जहाजाच्या वेगाचा अंदाज घेऊन क्रेनचा हूक त्या बॉइज्च्या दिशेने, त्यात अडकावा या बेताने फेकला. तो अडकला की नाही, हे त्याने क्रेनची चेन वर ओढून पाहिले. दोन-तीन प्रयत्न फसले. चौथ्या वेळी चेन जड लागली आणि जहाज चक्क त्या बाजूला जरासे कललेही. 'वजन चांगलेच जास्त असावे' नॉर्डक्विस्टने मनाशी अंदाज बांधला. त्याचवेळी जहाज जरासे वळले आणि त्याबरोबर चेनला अडकलेले गाठोडेही पाण्यात हेलकावले. निम्मे काम झाले होते. 'माल' अडकला होता. बेन आणि जहाजावरील सहकारी कार्लोस क्रेनचे हँडल फिरवीत तो वर ओढू लागल्याबरोबर चेनमधून जोराचा आवाज येऊ लागला. चेन ज्या ड्रमभोवती गुंडाळली जात होती त्या ड्रममधून धूरही येऊ लागला. क्रेनला वजन पेलत नव्हते. बेन आणि कार्लोस दोघे पूर्ण जोर लावून हँडल फिरवीत राहिले.

नॉर्डक्विस्ट वरून पाहत होता. लाटेने जहाज हालले तर गाठोडेही जोराने हालत-हालत वर येत होते. क्रेनने तग धरावी अशी मनोमन प्रार्थना करीत तो जहाजाची स्थिती सांभाळत होता. सुदैवाने लाटांच्या जोराची दिशा अनुकूल होती. त्यामुळे एका बाजूला वाढलेले वजन जहाज स्थिर राखायला मदतच करीत होते. जाळ्यातून आतले किंतान दिसू लागले. गाठोडे पाण्याच्या वर आले.

तेवढ्यात जहाज जोरात हालले. गाठोडे दूर जाते आहे असे पाहिल्यावर बेन धास्तावला. त्याने विचार न करता दोन्ही हातांची कव घालून ते पकडले आणि डेकवर ओढून घेतले. कार्लोसने चेन सोडली आणि गाठोडे धाडकन डेकवर कोसळले. तिथल्या लाकडाच्या फळ्या तुटल्या, पाणी डेकवर वाहू लागले.

किंतान फाटले होते. तशाच स्थितीत ते गाठोडे जहाजाच्या हेलकाव्यांबरोबर

डेकच्या एका टोकापासून दुसऱ्या टोकापर्यंत घरंगळू लागले. फाटलेल्या आवरणामधून साधारण संत्र्याच्या आकाराचा एक धातूचा गोल बाहेर पडला. तो जास्तच वेगाने जहाजाच्या दोन टोकांवर आदळू लागला. त्या आदळण्याचा आवाज नॉर्डक्विस्टच्या कानात पोचत होता. त्यावरून तो खूप जड असावा हे कळत होते. तो गोल काय आहे, कसला आहे हे कुणालाच माहीत नव्हते, पण नॉर्डक्विस्ट अंदाज लढवू शकत होता. हे काम देणाऱ्यांनी त्याला ज्या अनेक गोष्टी सांगितल्या होत्या त्यावरून त्या गोलापासून लांब आणि सावध राहाणेच योग्य असे त्याला वाटले. म्हणूनच बेनने तो हातांनी थांबवण्याचा प्रयत्न सुरू केल्यावर तो ओरडून त्याला त्यापासून दूर राहायला सांगू लागला.

"बेन, त्याच्यापासून लांब रहा, हात लावू नकोस त्याला," हे सांगण्यासाठी त्याने केबिनमधल्या कर्ण्याचाही उपयोग केला.

बेनने वडिलांचा इशारा ऐकून त्यांच्याकडे मान वर करून पाहिले. ज्यासाठी एवढा अट्टाहास केला, वादळवारा, लाटा यांचा सामना केला, ते रशियन जहाज सुदैवाने दिसले. ते बुडले; पण त्यातला 'माल' सुखरूप हाती लागला. आता तो हातातून सुटला, तर ते त्याला सहन होणार नव्हते. त्याने हिरिरीने झडप घातली आणि तो गोल हातात कवटाळला; त्याचवेळी त्याच्यामागे धावणाऱ्या कार्लोसचेही हात त्यावर पडले. दोघे तो हातात सांभाळीत होते आणि वरून नॉर्डक्विस्ट "नको, सोड," असे जिवाच्या आकांताने ओरडत होता.

तो गोल बेनने हातात घेतल्यावर कार्लोसने आपले हात बाजूला घेतले. त्याच्या हाताला चमकणारा, चांदीसारखा रंग लागला होता. ते पाहून बेनने स्वतःचे हात पाहिले तर त्यावरही चांदीचा वर्ख लागला होता. त्यांच्या आजूबाजूलाही पावडरसारखे काहीतरी उडत असलेले त्यांना दिसले. ते वाऱ्यावर उडत, पसरत पसरत दूरवर पोचत होते. एवढा जड, वर्ख लावलेला, हवेत काहीतरी उत्सर्जित करणारा, अजब, जादूचा वाटावा असा गोल पदार्थ त्यांनी कोणीच यापूर्वी कधीच पाहिला नव्हता.

नॉर्डक्विस्ट वरून बेनचे ते अघोरी साहस पाहत होता, त्याचा वासलेला जबडा मिटत नव्हता – त्यात आश्चर्य नव्हते, तर आत्यंतिक भीती होती. जे घडायला नको ते घडले होते. का कोण जाणे, त्याचे मन त्याला सांगत होते की, त्याचा मुलगा त्याला परत कधीच भेटणार नाही!!

फ्रायडे हार्बर, वॉशिंग्टन

तिशी ओलांडून दोनच वर्षे झाली होती, पण तिला तिच्या आयुष्याचा उबग आला होता. तिला बदल हवा होता! स्वस्थता, शांतता, एकांत हवा होता!

ती लॉस एंजेलिसमध्ये राहत होती. तेथे निसर्ग होता, पण माणसांची उदंड गर्दी होती, प्रचंड गजबजाट होता. लिंकनने निसर्गात रमणाऱ्या देवदूतांचा उल्लेख केलेला तिला माहीत होता, पण त्या पंखांच्या देवदूतांनाही एकत्र कोंबून तेथे उष्णता आणि प्रदूषित हवा सोडल्यास, तेही एकमेकांचे पंख कापल्यावाचून राहणार नाहीत हे तिला अनुभवाने कळले होते.

दोन वर्षांपूर्वीच तिने तेथील मरिना डेल रे या निसर्गरम्य; पण अत्यंत गजबजलेल्या प्रतिष्ठित भागातील तिची सदनिका, त्यातील फर्निचरसकट विकून टाकली आणि ती मोकळीढाकळी होऊन तिला हव्या तशा आयुष्याच्या शोधात बाहेर पडली. गाडीत बसली आणि तिने खुष्कीच्या मार्गाने उत्तर दिशेला कूच केले. तीन आठवडे ती हिंडत राहिली, तिने निरनिराळी गावे पाहिली. जिथे गेली तिथली लोकसंख्या जाणून घेतली, तिथल्या गर्दीचा अनुभव घेतला. प्रवास करता करता समुद्रकिनारा आला, जमीन संपली. ती एका फेरी बोटीत बसली आणि फेरीच्या पहिल्या मुक्कामाला उतरली. फेरी पुढे गेली, पण ती तिथेच राहिली. ते गाव पाहिल्यावर तिला जाणवले की, तेच तिच्या 'स्वप्नातले गाव' होते, तीच तिच्या 'मनोरथांची नगरी' होती.

त्या नगरीचे नाव होते, फ्रायडे हार्बर. वॉशिंग्टन राज्यातील ॲनाकोर्टीस या

शहरापासून दीड तासांच्या अंतरावर वसलेले, सॅन वान बेटसमूहातील एक छोटेसे टुमदार गाव. तिथली स्वच्छ हवा, सुखद शांतता पाहून परग्रहावर आल्यासारखे वाटे. लोक म्हणत, ते गाव म्हणजे अमेरिकेच्या पूर्वेकडील तीन सर्वांत मोठ्या बेटांपैकी एक – मॅसेच्युसेट्स राज्यातील मार्था वाइनयार्ड या बेटाची लहान आवृत्ती आहे. जोसलीनला त्यावर विश्वास ठेवणे भाग होते, कारण तिने मार्था वाइनयार्ड कधी पाहिलेच नव्हते. तिला भावली ती तिथली शांतता, लोकांचे सौजन्य. लोक स्नेहशील होते. 'आपण बरं आपलं काम बरं,' हा त्यांचा खाक्या जोसलीनला पसंत पडला. लोकांनी तिला सहजपणे त्यांच्यात सामावून घेतले. आपोआपच ती तिथली 'स्थानिक' बनली. एका आठवड्याच्या आतच किराणामालाच्या दुकानातील विक्रेते तिला नावाने ओळखू लागले, रस्त्यात हसतमुखाने शुभेच्छा देणारे बरेच वाढले.

एक-दोन महिन्यातच तिने वॉशिंग्टन राज्यातील वकिलीची सनद मिळवली आणि स्वत:चे एक छोटेसे, छानसे ऑफिस थाटून दारावर पाटी झळकवली :

जोसलीन कोल
ॲटर्नी ॲट लॉ

ती गावात रुळली. लोकांशी ओळख वाढली तसे तिला काही लोक 'जोस' या नावानेही ओळखू, संबोधू लागले. तिने ऑफिस उघडले, पण धंदा मात्र फारच मंद होता. अशिलांची वानवाच होती. काही अमली पदार्थांच्या संदर्भातल्या केसेस येत. गावातल्या काही घरात आणि काही शेतांवरील पडळीत मारिजुआनाची पैदास केली जाई. त्यासाठी लागणाऱ्या प्रखर दिव्यांसाठी, उष्णतेसाठी भल्यामोठ्या जनित्रातून प्रचंड वीज वापरली जाई. सरकारी तपासणीपथक त्यांच्या जवळील सहा इंच जाडीच्या भिंतींमधूनसुद्धा अवाजवी उष्णता शोधणाऱ्या उपकरणांच्या साहाय्याने तशा अवैध पैदास करणाऱ्या केंद्रांचा माग काढून त्यांच्यावर कारवाई करीत असे.

सॅन वान बेटसमूहात चारशेहून जास्त बेटे होती, पण त्यातली काही इतकी छोटी होती की, भरतीत ती दिसेनाशी होत.

त्या बेटांच्या भौगोलिक स्थानामुळे त्याला एक वेगळेच महत्त्व प्राप्त झाले होते. पश्चिमेकडे व्हिक्टोरिया, वायव्येकडे व्हँकुव्हर आणि कॅनडाची आंतरराष्ट्रीय सीमा काही मैलांवर यामुळे ती बेटे, तस्करांचा स्वर्ग बनली होती. वाईटातून चांगले असे की, त्यामुळे जोसलीनला छोट्या-मोठ्या केसेस मिळत असत. तशा आणि क्वचित दारू पिऊन गाडी चालवणे, घटस्फोट अशाही किरकोळ केसेस यांमुळे, आधीच गरजा अगदी मर्यादित असलेल्या जोसचा चरितार्थ बऱ्यापैकी चालत असे. जमाखर्चाची तोंडमिळवणी होत असे आणि त्यासाठी ती देवाचे आभार मानीत असे.

फ्रायडे हार्बरमध्ये राहायला लागल्यानंतर जोसच्या असे लक्षात आले की, तिला व्हीसीआरची तर गरज पडत नाहीये; पण ती टेलिव्हिजनवाचूनही जगू शकते. तिच्याकडे लहानपणी घेतलेला एक रेडिओ होता. त्यावर लागणाऱ्या जिमी बुफेच्या गाण्यांवर ताल धरून गुणगुणतच तिच्या शुक्रवारच्या रात्री मजेत जात असत. गावातील ग्रंथालयातली पुस्तके वाचणे हा तिचा आवडता छंद बनला होता. त्याशिवाय ती हल्ली आर्थिक परिस्थितीचा फारसा विचार न करता नवी पुस्तके खरेदीही करू लागली होती.

हिवाळा सुरू झाला की, दुपारीच अंधार पडू लागे. फ्रायडे हार्बरमधले रस्ते ओस पडत. इतर ऋतूत मोसमी उद्योगधंदे करणारे आणि बोटी किनाऱ्यावर बांधून ठेवल्याने वेळ मोकळा मिळालेले मच्छीमार यांचा मुक्काम गावातल्या दारूच्या गुत्त्यांवर पडे. तिथला हिवाळा माणसाच्या चिवटपणाची, सहनशीलतेची परीक्षा घेणाराच असे.

असाच एक अनेक हिवाळे पचवलेला चेहरा त्या दिवशी तिच्या ऑफिसमध्ये जोसलीनसमोर होता. रापलेल्या चेहऱ्याला अपवाद फक्त त्यावरील दोन करड्या रंगाचे, कुत्र्याच्या डोळ्यांतल्यासारखे मृदू भाव असणारे डोळे, हाच होता.

''काहीतरी कराच. पाहा, म्हणजे सरकारनी निदान आमची डॉक्टरांची बिलं तरी भरावीत...'' चेहऱ्यावर शरमिंदे हसू आणून जॉर्ज हमेल त्याच्या मनातली धास्ती लपवत तिला अजिजीने सांगत होता. त्याचे शरीर आजाराने जर्जर झाल्याचे स्पष्ट दिसत होते. तसेच, बोलताना त्याच्या हिरड्यांतून रक्तही येत होते. कोरड्या गवतासारखे निर्जीव झालेले त्याचे केस मोठ्या प्रमाणावर गळत होते. जॉर्ज कोळी होता. जेव्हा जेव्हा त्याची तब्येत त्याला हालचालीला, काहीतरी करायला, परवानगी देत असे तेव्हा तेव्हा तो मासेमारीच करायचा. त्याच परिसरातले आणखी पाच जण जॉर्जसारखेच मासेमारी करून पोट भरीत होते. त्यांनाही त्याच्यासारखाच त्रास होत होता. सर्वांची लक्षणे समान होती. सर्वांच्याच त्वचेवर लाल डाग पडले होते, त्यांची भूक मेलेली होती, हिरड्यांतून सतत रक्त येत होते आणि केस झडत होते. त्या गटातले सहाही जण जोसलीनचे अशील होते. त्यांची अशी कैफियत होती की, विकलांग, अपंग व्यक्तींसाठी उपलब्ध असलेली शासनाची खास मदत त्यांनाही मिळावी. कारण त्यांच्यामते त्यांचा आजार हा 'औद्योगिक आजार' होता, त्यांच्या मासेमारीच्या उद्योगातून तो त्यांना जडला होता. त्या सर्वांनी एकमताने जॉर्जला त्यांचा प्रतिनिधी नेमले होते.

''जोस, खरं सांगतो, हा आजार आम्हाला आमच्या मासेमारीच्या उद्योगानेच दिला आहे.'' तो जीव तोडून सांगत होता.

''जॉर्ज, मला पटवून देण्याची गरज नाही. माझा विश्वास आहे तुमच्यावर.''

असे जोसलीनने म्हणताच तो म्हणाला, "मग, काहीतरी कर ना. कसं सांगू तुला? जवळ दमडा उरला नाही आता! बायका-पोरांना कसं खायला घालू?"

त्याला दिलासा मिळेल असे कोणतेच चिन्ह जोसलीनच्या चेहऱ्यावर उमटेना.

जॉर्जच्या केसची फाइल तिच्या समोर उघडी पडली होती. त्यात काही फारसे कागद नव्हतेच. बहुतेक सगळी तिनेच डॉक्टरांना त्यांचे रिपोर्ट्स मागण्यासाठी आणि शासनाला कृती करण्याची विनंती करण्यासाठी लिहिलेली ढीगभर पत्रे होती, ज्यांना ना डॉक्टरांनी काही प्रतिसाद दिला होता; ना शासनाने.

"जॉर्ज, डॉक्टरांना तब्येत दाखवता ना तुम्ही? ते काय म्हणतात?" तिने जॉर्जला विचारले.

"डॉक्टर्स? ते काही सांगत नाहीत. ते म्हणतात सीॲटलला जा आणि खंडीभर टेस्ट्स करून घ्या."

"मग घ्या ना! का करीत नाही तुम्ही टेस्ट्स?"

"बाई गं, पैसे लागतात त्या टेस्ट्सना! कुठून आणू ते मी? माझा वैद्यकीय विमासुद्धा आहे, पण ती विमा कंपनीदेखील टेस्ट्सचे पैसे द्यायला तयार नाही. ते आम्हाला सांगतात, टेस्ट्स म्हणजे काही उपाययोजना नव्हे. शासनाविरुद्ध कारवाई करण्यासाठी तुम्ही त्या करून घेणार आहात."

विमा कंपन्यांचा झटका काही औरच होता. 'नियंत्रित वैद्यकीय सेवा' या नावाखाली स्थापन झालेल्या या विमा कंपन्या राजकारण्यांनी निवडणुकीसाठी देणग्यांच्या बदल्यात नेमणुका केलेल्या डॉक्टरांच्या हातात होत्या. ज्याला पैसे लागतील अशा कोणत्याही वैद्यकीय सेवेला विमाधारकाला नकार देणे हे त्यांचे ब्रीद होते आणि त्यांनी ते शिताफीने लोकांच्या गळी उतरविले होते.

जॉर्जने तर 'ही विमाकंपनी मी मरायचीच वाट पाहते आहे', अशा शब्दांतच त्याचा उद्वेग आणि राग व्यक्त केला होता.

"पण कोर्टात केस उभी राहायला अधिकृत डॉक्टरांचे प्रमाणपत्र लागेलच. हा औद्योगिक आजार आहे, त्याचे कारण असे-असे आहे असे त्यांनी लिहून दिल्याशिवाय काहीच करता येणार नाही," जोसने स्पष्टच सांगून टाकले.

मासेमारीतील कोणत्या गोष्टीमुळे या पद्धतीचा आजार उद्भवू शकतो, जॉर्ज आणि अन्य कोळ्यांना होणाऱ्या त्रासाचा उगम त्यांच्या कामाशी संबंधित कोणत्यातरी क्रियेत, प्रक्रियेत अथवा वातावरणात आहे हे डॉक्टरांच्या सहीने सप्रमाण सिद्ध झाल्याखेरीज, आजाराचे कारण, निदान संभाव्य कारण, डॉक्टरांच्या दाखल्यात नोंदले गेल्याखेरीज, त्यांना शासनाची अपंग आणि विकलांग यांच्यासाठी असणारी मदत मिळणे दुरपास्त होते. कायद्याला पुरावा हवाच!

जॉर्जची त्याच्या आजाराची कारणमीमांसा ठरलेली होती. तो त्याचे खापर

काही मैलांवर असलेल्या कॅनडाच्या सागरी सीमेवरील मच्छीमारांच्या डोक्यावर फोडायचा.

"ते 'कॅनडी' चोर समुद्रात सांडपाणी सोडतात, पाणी दूषित करून टाकतात. आमच्या भागातले सगळे चांगलेचुंगले, भारी मासे पकडून नेतात आणि आम्हाला 'तीन डोळ्यां'चा गाळ ठेवतात." तो सांगायचा, "परवा तर मला कुत्र्यासारखे पुढचे पाय फुटलेला मासा सापडला होता!"

सागरातील सामन माशांच्या कमी होणाऱ्या संख्येवरून दोन देशांतील मच्छीमारांमध्ये जुंपणाऱ्या युद्धाने अलीकडे चांगलेच उग्र रूप धारण केले होते. स्थानिक मच्छीमार त्यांचा राग, रोष, सिडनी आणि व्हँकुव्हर बेटांकडे जाणाऱ्या फेरी बोटी फ्रायडे हार्बरमध्ये थांबल्या की, त्यांना पुढे न जाऊ देता बंदरातच अडकवून जाहीरपणे प्रदर्शित करू लागले होते. मग त्याचा बदला म्हणून कॅनडियन मच्छीमार अलास्काला जाणाऱ्या बोटी अडवू लागले होते. यापूर्वी झालेल्या देशादेशातील सागरी करारांनुसार प्राप्त अधिकारांच्या बळावर काही शहाणे कोर्टाची पायरीही चढले होते. त्यांना त्या करारांनी तहहयात – त्यांच्या भाषेत सांगायचे म्हणजे, 'जोपर्यंत गवत उगवते आहे आणि वारा वाहता आहे तोपर्यंत' – मासेमारीचा हक्क मिळाला आहे, असा त्यांचा दावा होता. दुर्दैव हे होते की, सामन माशांची पैदासच रोडावली होती आणि ते पकडणाऱ्या मच्छीमारांच्या बोटींची संख्या मात्र भरमसाट वाढली होती.

"हे तुमचे कॅनडाला प्रदूषणाबद्दल दोष देणे मी मान्य करेन; पण शासन आणि त्याचा कायदा नाही करणार. त्याला पुरावा हवा, मला शासनाला वैद्यकीय प्रमाणपत्र दाखवायला हवं!" जोसलीनने समजवण्याचा प्रयत्न केला.

"मी घेऊन येतो ना तीन डोळ्यांचा आणि पाय फुटलेला मासा!" जॉर्ज तावातावाने म्हणाला.

दरवेळी जॉर्ज आला की, हेच संवाद, हीच चर्चा व्हायची. ती कंटाळायची; पण जोसलीनला हेही जाणवत होते की, दोनच आठवड्यांपूर्वी जॉर्ज आला होता, त्यावेळेपेक्षा त्याची तब्येत खूपच जास्त खालावली होती. त्याचे टेबलावर ठेवलेले हात सतत थरथरत होते, त्याच्या चेहऱ्यावरची भीती, धास्ती गडद झाली होती.

"त्यांनी मला रक्त दिलं, माहीत आहे तुला?" त्याने विचारले.

"नाही, केव्हा?"

"गेल्या गुरुवारी. मला म्हणाले, ॲनिमिक झालायस तू. रक्तातल्या लाल पेशी कमी झाल्यायत."

ही नवीन माहिती जोसलीनने पॅडवर नोंदवली. तिने विचारले, "त्यांनी कारण सांगितलं का लाल पेशी कमी होण्याचं?"

"नाही. त्यांनी विचारलं मी काही रसायनं हाताळतो का म्हणून."

"असं विचारलं?" त्याचीही जोसलीनने नोंद करून घेतली. 'हे काहीतरी नवीन आहे,' ती मनाशी म्हणाली.

"त्यांना काही वेगळा धागादोरा सापडला असेल का?" जॉर्जने विचारले.

डॉक्टर नेहमीच कोर्टात जाण्याचे टाळायचा प्रयत्न करतात. त्यांचा काही दोष नसला, तरीही कोर्टाची वेळखाऊ कारवाई, ती नसती उस्तवारी त्यांना नकोच असते. म्हणूनच असे काही संशय आले तरी, ते कुठल्याही लिखित रिपोर्ट्समध्ये त्याबद्दल लिहीत नाहीत. त्यांच्याकडून हा नवा मुद्दा असलेला रिपोर्ट मागवायचा असे जोसलीनने लिहून ठेवले.

"मुली, यमराजांनी सांगावा धाडला की, मी मुकाट जाईन गं, पण मला माझ्या बायको-मुलांसाठी तरी माझ्यामागे काहीतरी ठेवायला नको का?" जॉर्ज तिला काकुळतीने म्हणाला.

त्याला त्याचा अंत दिसू लागला आहे, असे त्याच्याकडे पाहताना जोसलीनला स्पष्ट जाणवत होते. त्याने जीवनमरणाची सीमारेषा मनोमनी एव्हाना पार केलेलीच दिसत होती, त्याला जरा धीर देणे, थोडी आशा दाखवणे गरजेचे होते.

"जॉर्ज, काळजी करू नका. काही फार गंभीर नसेल अहो!" या म्हणण्यात सत्याचा अंश जवळजवळ नाहीये हे तिलाही माहीत होते आणि जॉर्जलाही!!

"हे पहा, मी डॉक्टरांशी बोलते. त्यांना विमा कंपनीशी बोलायला लावते आणि त्या सीॲटलच्या टेस्ट्ससाठी पैसे द्यायची शिफारस करायला सांगते. अविश्वास दाखवून पैसे द्यायला नकार दिल्याबद्दल विमा कंपनीलाही खडसावते. दारं ठोठावू आपण. तुम्ही काळजी करू नका." जोसलीनच्या मनातली दया अवास्तव वायदे करीत होती, खोटी आशा जागवीत होती.

"होईल हे काम?" जॉर्जच्या डोळ्यांत ती आशा डोकावली.

"होईल की नाही, हे सांगणं कठीण आहे. आपण आपल्या बाजूने सर्वतोपरी प्रयत्न करू या."

"हं..." त्याने लांब सुस्कारा सोडला. "तोपर्यंत मी जगतो-वाचतो की नाही; कुणास ठाऊक!"

"तुम्ही पुढच्या आठवड्यात चक्कर मारा. पाहू या, तोपर्यंत काय करता येतेय ते," असे म्हणून जोसलीनने त्याला निरोप दिला.

"तू फोन करशील मला?" त्याने जाता जाता दारातून विचारले.

"हो, हो. मला काही कळलं की, मी लगेच फोन करते."

"आणि... डॉक्टरांशी पण बोलशील ना?" काहीतरी ठोस आश्वासनाविना त्याचा पाय, तिच्या ऑफिसमधून निघतच नव्हता.

जोसलीन खुर्चीवरून उठली. तिने जॉर्जचा थरथरणारा हात धरला आणि त्याला दाराकडे घेऊन जात म्हणाली, ''हो, आज दुपारीच बोलते मी डॉक्टरांशी. आणि नंतर एक पत्र पण पाठवते.''

दार उघडून बाहेर गेल्यावर जोसलीनला जॉर्जची पत्नी बाकावर बसलेली दिसली. जॉर्ज तिला कधीच आत आणीत नसे. त्यामुळे सत्य कळल्यावर तिचे निराश होणे, अगतिक होणे टाळणे, त्याला शक्य व्हायचे.

जॉर्जच्या पत्नीखेरीज आणखी एक गृहस्थही खुर्चीवर बसल्याचे जोसलीनच्या लक्षात आले. त्या नव्या चेहऱ्याकडे पाहताना तिला जाणवले की, तो गृहस्थ सतत जॉर्जकडे लक्ष ठेवून होता. आपण त्याच्याकडे विशेष लक्ष देतो आहोत, हे कुणाच्या लक्षात येऊ नये याची तो काळजीही घेत होता; पण तरीही त्याला जॉर्जबद्दल, त्याच्या सांप्रतच्या परिस्थितीबद्दल विशेष रस असावा, हे लपत नव्हते. एखादा पांगळा रस्त्यावर पेन्सिली विकत बसलेला असला की, त्याच्याकडे पाहणे रास्त नाही हे आपल्याला कळत असूनही आपली नजर सारखी त्याच्याकडे वळतेच; त्या माणसाचेही तसेच होत असावे.

तो माणूस तिच्या नेहमीच्या अशिलांहून सर्वच बाबतीत निराळा होता. बदकांच्या कळपातल्या राजहंसासारखा. अंगात संपूर्ण चेनचा भारी स्वेटर, पायात अद्ययावत फॅशनचे लोफर्स, हातात महागडे घड्याळ. दाढी केलेला उजळ चेहरा, व्यवस्थित विंचरून बसवलेले तांबूस केस, चमकदार, अभ्यासू डोळे, मुद्दाम उष्ण कटिबंधाच्या प्रदेशात जाऊन 'टॅन' केलेली त्वचा. एकंदरीतच रूपरंगावरून तो एखादा उद्योगपती वाटत होता आणि त्याच्या व्यक्तिमत्त्वातून सधनतेचाही नाद ऐकू येत होता. 'दीर्घ काळचे फायदेशीर अशील' – जोसलीनच्या मनात विचार डोकावला.

पत्नीसमोर जाताना जॉर्जने त्याची निराशा चेहऱ्यावरून हटवली आणि हसतमुखाने तिच्याजवळ जात तिला उसन्या उत्साहाने म्हणाला, ''अगं, वकिलीणबाई डॉक्टरांकडून रिपोर्ट्स आणि विमा कंपनीकडून टेस्ट्सचे पैसेही मिळवून देणार आहेत.''

''माझी खातरी होतीच!'' बायको जोसलीनकडे पाहत म्हणाली. तिची उजळलेली मुद्रा, समाधानाचे हसू पाहून जोसलीनची मान खाली गेली.

''मी फोनची वाट पाहतो,'' दोघेही हातात हात घालून बाहेर पडताना जॉर्ज जोसलीनला म्हणाला.

''हो, मी म्हटलंय ना; नक्की फोन करते,'' असे म्हणून जोसलीनने त्यांना निरोप दिला.

हा सगळा संवाद चालू असताना त्या नव्या सधन अशिलाची नजर मात्र जॉर्जकडून बाजूला वळून आपल्यावर खिळलेली आहे, आपल्या बारीक निरीक्षणात गुंतली आहे हे जोसलीनच्या लक्षात आले. जॉर्ज आणि त्याची पत्नी यांना दार

उघडून देऊन ते बाहेर पडल्यावर दार ओढून घेत जोसलीन मागे वळली. तो गृहस्थ उठून अशा जागी उभा राहिला होता की, तिची आत जायची वाट अडली होती.

"जोसलीन कोल?" त्याने औपचारिक प्रश्न केला.

"होय."

"डीन बेल्डन." स्वत:ची ओळख करून देत त्याने हस्तांदोलनासाठी हात पुढे केला. त्याच्या स्वरात मात्र असा भाव होता की, 'तुम्ही मला ओळखत असालच!'

त्या स्वराचा मागोवा घेत जोसलीनने विचारले, "आपण यापूर्वी भेटलो आहोत का?"

"नाही. मला बँकेतील डिक नॉर्मनने तुमचं नाव सुचवलं."

तिने स्मरणशक्तीला ताण दिला. डिक नॉर्मन... तिला आठवले, चेंबर ऑफ कॉमर्सच्या एका बैठकीत तो तिला भेटला होता.

"ओह, त्याने माझे नाव सुचवले. वा, आभाराचं जेवणच द्यायला पाहिजे मला त्याला!"

"तुमच्याबरोबर जेवण घ्यायला नक्कीच आवडेल त्याला!" तो गृहस्थ तिच्या चेहऱ्याकडे डोळे रोखून म्हणाला. ते रोखून पाहणे तिच्या लक्षात येऊ नये म्हणून बहुधा आपली नजर खोलीत सर्वत्र फिरवीत त्याने विषय बदलला, "तुमचं ऑफिस अगदी नवीनच दिसतंय. छान आहे."

स्वागतिका रिकामी आहे हे त्याच्या लक्षात आले असावे असे वाटून जोसलीन म्हणाली, "रिसेप्शनिस्ट ठेवायला जमलंच नाही अजून!"

"चांगली माणसं मिळतायत कुठे?" परत तिच्या नजरेला नजर भिडवीत, हसत तो म्हणाला आणि ती काही म्हणायच्या आतच त्याने दरवाजाकडे निर्देश करीत विषय बदलला, "आत्ता गेलेला तुमचा अशील खूपच आजारी दिसत होता."

तिने होकारार्थी मान हलवली. त्याने विचारले, "तुम्ही त्याला मदत करू शकाल ना?"

"प्रयत्न करायचा," तिने किमान शब्दांत उत्तर दिले.

"फार गंभीर आहे का परिस्थिती?" या त्याच्या प्रश्नावरही तिने फक्त खांदे उडवले. ते पाहून डीन बेल्डन म्हणाला, "क्षमा करा हं. मी तुमच्या अशिलाच्या बाबतीत एवढी चौकशी करणं चुकीचं आहे. हे तर नाक खुपसणंच झालं, पण तरी विचारल्यावाचून राहावत नाही, त्याचा रोग संसर्गजन्य नाही ना?"

हा प्रश्न जोसलीनच्या मनात याआधी आलाच नव्हता. तिला स्वत:चेच आश्चर्य वाटले.

"नाही, नाही, माझ्यामते आपल्याला काही धोका नाही." आता तिला तो

विषय बदलायचा होता. तिने विचारले, "काय नाव म्हणालात तुमचं?"

"बेल्डन. डीन बेल्डन. तुम्ही मला डीन म्हणलंत तरी चालेल."

"ठीक आहे, डीन, काय करू शकते मी आपल्यासाठी?"

"माझी काही कायदेशीर कामं सांभाळू शकता!"

"या, आत ऑफिसमध्ये बसून बोलू," ती ऑफिसचे दार उघडत म्हणाली. तो तिच्या पाठोपाठ आत आला. आत येताना म्हणाला, "या बेटावर मी एक कारखाना चालू करतो आहे."

"कारखाना? कसला?" खुर्चीवर बसत जोसलीनने विचारले.

"असेंब्ली."

"बसा." तिने निर्देश केलेल्या खुर्चीवर बसत त्याने पुढे सांगायला सुरुवात केली. "वैयक्तिक संगणकात वापरीत नाहीत, पण मोठ्या औद्योगिक संगणकात जे इलेक्ट्रॉनिक स्विचेस वापरले जातात त्यांची असेंब्ली. इलेक्ट्रॉनिक्स हे क्षेत्र आहे माझं. तुम्हाला हा प्रश्न पडला असेल की, मी असल्या प्रकारच्या उद्योगासाठी हे कोपऱ्यातलं बेट कसं काय निवडलं, हो ना? माझं उत्पादन काही फार मोठ्या प्रमाणावर नाही. त्यामुळे मालाची वाहतूक, अंतर हे मुद्दे काही जागा निवडीत महत्त्वाचे नव्हते."

"खरं विचाराल तर नाही. मला नव्हता पडला तो प्रश्न. तुम्ही कॉफी घेणार?" जोसलीनने विचारले.

"नाही, नको. आम्ही कॅनडातील एका कंपनीलाच बराचसा माल पुरवतो. त्यामुळे ही जागा सोयीची ठरते. मला माझी कंपनी वॉशिंग्टन राज्यात कायदेशीरपणे संस्थापित करायची आहे. उद्योगासाठी परवाना मिळवायचा आहे. कर भरतीच्या सर्व खात्यात कंपनीची नोंद करून घ्यायची आहे. नवा उद्योग सुरू करतानाचे सगळे कायदेशीर सोपस्कार पार पाडायचे आहेत."

तो हे बोलत असताना जोसलीन खोलीच्या कोपऱ्यातल्या कॉफी मशीनजवळ उभी राहून तिच्यासाठी कॉफी तयार करीत होती. त्याच्याकडे तिची पाठ होती. त्याच्या कामाचे स्वरूप ऐकताना तिला शंका येत होती की, तो कोण बँकेतला माणूस होता त्याने या असल्या कामासाठी तिचे नाव सुचवण्यात काहीतरी गोंधळ अथवा चूक केली असावी. 'औद्योगिक कायदा' हे तिचे क्षेत्रच नव्हते, पण कॉफी घेऊन ती डीनकडे वळली तेव्हा मात्र तिने ती शंका तिच्या चेहऱ्यावर दिसणार नाही याची खबरदारी घेतली.

"तुम्ही करू शकाल ना हे काम? मी कामाचा मोबदला देण्यात हात मुळीच आखडता घेणार नाही, उलट जरा सैलच ठेवीन."

पैसा हा मुद्दा जोसलीनच्या सध्याच्या परिस्थितीत फार महत्त्वाचा होता. पैशाची

तिला निश्चितच खूप गरज होती.

"हो, हो. करेन ना मी. नवा उद्योग सुरू करणं तसं अगदी सरळ आणि सोपं आहे. फक्त सध्या मी..." प्रयत्नपूर्वक, चेहरा अगदी कोरा ठेवत ती म्हणाली, "...खूपच बिझी आहे. पण पाहते, करते काहीतरी, बसवते माझ्या वेळापत्रकात." तिने मग टेबलावरील डायरी उचलली, तिची पाने पुढे मागे उलटली. ती कोरी आहेत हे त्याला अजिबात दिसणार नाही याची नीट काळजी घेत, काही पानांवर खुणा करीत ती स्वत:शी बोलल्यासारखी पुटपुटली, "हे जरा पुढे ढकलता येईल आणि हे..." आणि मग त्याच्याकडे पाहत म्हणाली, "ठीक आहे, जमेल, जमवेन मी."

लायब्ररीत कमी वेळ बसलं आणि रात्रीची जिमी बुफेची श्रवणभक्ती जरा आटोपती घेतली की झालं.

"थँक्स." तिच्या निरर्थक कृतीतला आणि बोलण्यातला फोलपणा त्याच्या लक्षात आला की काय कुणास ठाऊक! तो हसला. "तुमची अशा कामाची फी किती असते?" त्याने विचारले.

'फी?' ती काही बोलणार, त्याआधीच तो म्हणाला, "कामाच्या तासांप्रमाणे नाही घेत ना तुम्ही? एकरकमीच घेत असाल, हो ना?"

'असामी चांगलीच गबर दिसते,' असा विचार जोसलीनच्या मनात आला. औद्योगिक कायदा तिला काडीइतकाही माहीत नव्हता, हे खरं असलं तरी त्यातले सल्लागार, वकील एकरकमी मोबदला घेतात आणि काम किती क्लिष्ट, किती भानगडीचं आहे ते पाहून त्यानुसार कमीजास्त; पण काही हजारात फी आकारली जाते हे तिला नक्कीच ठाऊक होते. तरीही तिने आणिक थोडी वळणे घ्यायचे ठरवले.

"गैरसमज करून घेऊ नका. मला हे तुमचं काम नको आहे, असाही कृपाकरून ग्रह करून घेऊ नका. पण मला असं कुतूहल आहे की, हे तुमचं काम तुम्ही सरळ सीॲटलमधल्या एखाद्या प्रसिद्ध, व्यावसायिक लॉ फर्मला का सोपवीत नाही?"

"ते सरळ सोपं होईल, पण मला महागात पडेल!"

जोसलीन काही प्रतिक्रिया देणार तेवढ्यातच तो पुढे म्हणाला, "शिवाय, मी धंदा इथे, बेटावर करणार. तर मी असा विचार केला की, आपला कायदा-सल्लागारही इथे, जवळच असावा. त्यामुळे माझी इतरही काही कामांची जबाबदारी मी त्याच जवळच्या व्यक्तीवर विश्वासाने टाकू शकेन."

अशील हातातून घालवायचा जोसलीनचा मुळीच इरादा नव्हता. पण तरीही तिने विचारलेच, "इतर कामं? ती कोणती?"

जरासा विचार करून तो म्हणाला, ''निर्यातीसंबंधीची कामं – परवाना वगैरे. तुम्ही तसली कामं याआधी केलेली नाहीत का?''

''नाही.'' जोसलीनच्या तोंडून खरे निघून गेले.

''पण तुम्ही ते सहज शिकून घ्याल. तुमच्यासारख्या हुशार वकिलाला ते काही अवघड नाही. अगदीच सोपं. विमान चालवण्याइतकं सोपं. एकदा चालवलं की...''

''मी नाही विमान चालवीत.''

''मी चालवतो.''

''मला मुळीच आश्चर्य वाटत नाही त्याबद्दल!'' या तिच्या शेऱ्यावर दोघांमधली औपचारिकता काहीशी निवळत दोघेही मोकळेपणाने हसले.

बेल्डनचे व्यक्तिमत्त्व नि:संशय आकर्षक होते. बारीक कापलेले, कल्ल्यात पांढरे होऊ लागलेले केस, सहा फूट उंची, खेळाडूला शोभेल अशी सडसडीत शरीरयष्टी, खुर्चीवर बसताना स्वेटर काढून ठेवल्याने आतील अर्ध्या बाह्यांच्या पोलो शर्टमधून सहज दिसणारे कमावलेले स्नायू.

''मग, घेणार ना माझं काम?'' त्याच्या प्रश्नाने जोस भानावर आली.

''मी तुमच्या कामाची सगळी कागदपत्रं नक्कीच तयार करून देऊ शकेन.'' ती गडबडीने म्हणाली.

''नाही, नाही. माझी अशी इच्छा आहे की, तुम्ही कंपनीचा 'कायदेशीर-सल्लागार' हेच पद स्वीकारावं,'' तो हसतच म्हणाला. त्याचे टूथपेस्टच्या जाहिरातीत शोभतील असे एका रेषेत असलेले, सारख्या आकाराचे, पांढरेस्वच्छ दात तिला आवडले. त्याच्यासारखे हिरवेगार आणि एक आगळीच चमक असलेले डोळेही तिने याआधी पाहिले नव्हते.

''आणि मी हेही तुम्हाला सांगू इच्छितो की, हळूहळू कंपनीच्या कामासाठी तुम्हाला तुमचा बराच वेळ द्यावा लागेल.''

''त्याचेच तर पैसे घेतात वकील लोक,'' ती म्हणाली.

''पण, तुम्ही नाही!'' या त्याच्या निरीक्षणाविषयी त्याला जणू आत्मविश्वासच होता. त्याने तिला प्रश्न नाही विचारला, विधानच केले.

''बरोबर. मी पैशापेक्षा स्वत:च्या आनंदासाठी काम करते.''

''छान! आवडलं मला. स्वत:च्या पायावर उभी असलेली 'स्व-तंत्र' स्त्री! तर मी काय म्हणत होतो, माझ्यासाठीचा वेळ तुमच्या इतर कामाच्या वेळेवर थोडे अतिक्रमणच करेल. चालेल ना?'' चालेल, नव्हे तो प्रश्नच उद्भवणार नाही, हे त्याला जणू माहीतच होते.

''ती माझी चिंता राहील, नाही का?'' जोसलीनने शिताफीने उत्तर दिले.

"ओके! मग ठरलं!" असे म्हणून त्याने खिशातून चेकबुक आणि पेन बाहेर काढले. "काय मोबदला घेतला जातो अशा कामाचा?" त्याने विचारले.

"या बेटावर तरी असा कोणी सल्लागार माझ्या माहितीत नाही, त्यामुळे इथे काय घेतात माहीत नाही. माझे सगळे अशील इथलेच स्थानिक लोक आहेत. त्यांच्या कामाचं मी त्यांना बिल देते आणि ते त्यांना जमेल तसं, शक्य होईल तेव्हा पैसे देतात."

"दहा हजार डॉलर्स?" चेकबुकमधून वर पाहत त्याने विचारले.

तिची खुर्ची मागे झुकायला अडसर नसता तर ती पूर्ण मागे जाऊन उताणीच पडली असती! दहा हजार?

आश्चर्य संपले नव्हते. त्याचा पुढचा प्रश्न होता, "आणि तासाची फी काय धरू?"

तिचा श्वास अडकला. "अं... अं... दोनशे..." ती कसंबसं म्हणाली. इतरांपेक्षा ती रक्कम फारच जास्त होती, पण बेल्डनला ती नक्कीच परवडेल असा तिने विचार केला.

"तीनशे?" तो म्हणाला.

"तुम्ही माझ्या वकिलीच्या धंद्याचे सल्लागार व्हाल का?" ती हसत त्याला म्हणाली.

"काय आहे, यात माझा स्वार्थच आहे. माझी जर अशी अपेक्षा असेल, आणि तशी ती आहे की, माझ्या वकिलाने माझ्या अडचणीच्या वेळी, अगदी अवेळी सुद्धा आलेला माझा फोनही तत्परतेने आणि विनातक्रार घ्यावा तर..." ते वाक्य त्याने अर्धेच सोडले. तो खाली वाकला आणि त्याने त्याच्या खुर्चीजवळ जमिनीवर ठेवलेली एक पातळ बॅग उचलून टेबलावर ठेवली. त्यातून एक जाडजूड पाकीट बाहेर काढले. मग तो पेन उघडून चेक लिहू लागला. "या पाकिटात तुम्हाला आवश्यक ती सर्व माहिती एकत्र केलेली आहे. त्यातूनही काही लागलं तर माझं कार्डही त्यात ठेवलेलं आहे, मला नि:संकोचपणे फोन करा."

ती म्हणाली, "आपल्यात काही गैरसमज राहू नये यासाठी मला एक गोष्ट तुम्हाला स्पष्ट करायची आहे..."

तो चेकवर रक्कम लिहीत होता. त्यातील शून्ये नीट लिहीत असताना, तिचे वाक्य पूर्ण होण्याआधीच, तो म्हणाला, "मला कल्पना आहे की, तुम्ही यापूर्वी औद्योगिक कायद्यासंबंधीची कामं केलेली नाहीत."

"तुम्हाला कसं...?"

"त्या बँकरने मला सांगितलं होतं," त्याचे हिरवे डोळे तिच्या डोळ्यांत खोलवर पाहत होते.

"आणि तरीही त्याने माझी शिफारस केली?"

"हो ना! कारण मी त्याला विचारलं होतं की, गावातील सुंदर वकील कोण आहे?" त्याने गंभीर चेहऱ्याने हे वाक्य बोलल्याने तिला हसू आले. "त्यामुळे नावं अगदीच मोजकी होती!" या त्याच्या पाठोपाठच्या वाक्याने तर ती जास्तच हसू लागली.

त्याने ते पाकीट आणि चेक तिच्या पुढ्यात सरकवला. तरीही तिचे हसणे थांबले नव्हते, ती हसतच होती.

तिचा चेकवरील आकडा नीट वाचून झाल्यावर तिचे हसू मावळले तेव्हा तो म्हणाला, "मी तुम्हाला म्हटलं होतं, सीॲटलमधल्या कंपनीपेक्षा स्वस्तातच पडेल मला!"

डीन बेल्डनला हवे असलेले काम, हव्या त्या पद्धतीने करून घेण्याची, आज्ञा देण्याची व इतरांनी त्या पाळण्याची सवयच असावी, हुकूमत गाजवण्याची वृत्ती त्याच्यात मुरलेलीच असावी हे जेसोलीनच्या लक्षात आले. पण तिलाही दुसऱ्याने दिलेल्या आज्ञा पाळणे अजिबात आवडायचे नाही. एरवी तिने पाठ फिरवली असती, पण चेकवरील शून्ये तिला तसे करू देत नव्हती. 'पैसा नको' असे तिचे अजिबात नव्हते. ते पारडे जडच होत होते. तरीही बेल्डनबरोबरच्या या व्यवहारात तिला एक गोष्ट खटकतच होती – पैशासाठी तिने तडजोड केली होती, त्या चेकवरच्या रकमेसाठी तिचे स्वातंत्र्य गमावले होते.

"तुमचे पैसे तुम्हाला मिळाले, सर्व माहितीही मिळाली. सगळं ठरलं."

"होय." तिची नजर चेकवरच होती; स्वर खालचा होता; मनात संघर्ष चालू होता.

"अहो, जास्त पैसे मिळणं यात निराश होण्यासारखं काय आहे? इतक्या दुःखिकष्टी होऊ नका." त्याला चेहरा वाचता येत असावा.

"नाही नाही, तसं काही नाही." तिने चेहऱ्यावर हास्य आणीत म्हटले.

"आता कसं? हासत रहा." दोन क्षण दोघेही काही बोलले नाहीत.

"मला सांगा की, तुम्ही या बेटावर कशा आलात?" व्यवहार संपला; आता वैयक्तिक विषय काढायला हरकत नसावी असे ठरवून त्याने प्रश्न विचारला. त्याला काय हवे आहे हे त्याला पूर्णपणे आणि निश्चित माहीत होते. ते कसे मिळवायचे हेही त्याला अवगत होते आणि ते मिळेपर्यंत तो पिच्छा सोडणारा नव्हता.

"मी याच बेटावर जन्मले नाही कशावरून?" तिने विचारले.

"तुम्ही तशा दिसत नाही."

"म्हणजे? या बेटावर जन्मलेल्यांना काही विशिष्ट चेहरा असतो का?"

"तसं नाही, पण... तुम्ही..." काही क्षण थांबून तो म्हणाला, "उत्तरेकडच्या आणि

बेटावरच्या नाही वाटत, जरा दक्षिणेकडच्या, कॅलिफोर्नियाच्या बाजूच्या...''

"चेहऱ्यावर लिहिलं आहे का माझ्या?''

"थोडंसं. पण त्याहीपेक्षा स्पष्ट लिहिलंय, या भिंतीवरच्या वॉशिंग्टन बारच्या शेजारीच लावलेल्या तुमच्या कॅलिफोर्निया बारच्या सर्टिफिकेटवर!''

"हं, धारदार आहे नजर तुमची!''

"दात त्याहीपेक्षा धारदार आहेत. कळेल तुम्हाला,'' तो हसत म्हणाला.

ती क्षणभर शहारली.

"आज रात्रीच्या जेवणाचा काय बेत आहे?'' त्याने एकदम विचारले.

"नाही, आज नाही जमणार.'' ती सावध होती. त्याचा वेग तिला फारसा पसंत नव्हता. ती विचार करीत होती, 'थांबा महाशय, हा चेक वठायला हवा आणि गावात जरा तुमच्याविषयी माहितीही काढायला हवी.'

"ठीक आहे, परत कधीतरी.''

"पाहू. बरं, हे काम कधीपर्यंत व्हायला हवंय?'' तिने व्यवहार मध्ये आणला.

"कधी? फार घाई न करता किती वेळ लागेल?''

"आठवडा. कदाचित थोडा जास्त – दहा दिवस. अर्थात काही अडचण आली नाही तर.''

"ठीक तर मग, एका आठवड्याने भेटू,'' असे म्हणून तो खुर्चीतून उठून उभा राहिला. खुर्चीतून उठणाऱ्या जोसलीनला थांबवून तो म्हणाला, "नाही नाही, तुम्ही बाहेरपर्यंत यायची गरज नाही. बाहेर जायचा रस्ता माहीत आहे मला.''

सँटा क्रिस्टा, कॅलिफोर्निया

गिडियन व्हॅन राय त्याच्या ऑफिसमध्ये फिरती खुर्ची मागे झुकवून आरामात बसला होता. त्याच्या उंच सडसडीत चपळ बांध्याला ती खुर्ची अगदीच बेंगरूळ दिसत होती. त्याच्या समोरील टेबल सरकारी खाक्यानुसार जरा जास्तच प्रशस्त होते. त्यावर गेल्या तीन आठवड्यांचे साचलेले टपाल, रिपोर्ट्स आणि कागदपत्र यांचे ढीग साठले होते. गिडियन 'युनायटेड नेशन्स'च्या अखत्यारीतील शस्त्रास्त्र तपासणी गटाचा एक सदस्य होता आणि तो आज सकाळीच मध्यपूर्वेच्या दौऱ्यावरून परतला होता.

गिडियनचा जन्म हॉलंडमध्ये झाला असला, तरी काही वर्षांतच तो रशियाला स्थलांतरित झाला होता. मग तिथेच लहानाचा मोठा झाला होता. त्याची आई रशियन होती आणि वडील डच. दोघे जण एकाच विद्यापीठात शिक्षण घेत असताना त्यांचे प्रेम जमले होते, ते लग्नात परिणत झाले होते. पण गिडियनच्या जन्मानंतर काही वर्षांतच त्याचे आई-वडील विभक्त झाले.

सुरुवातीच्या शालेय वर्षात गिडियन डच पब्लिक स्कूलमध्ये इंग्रजी शिकला. त्या काळात शाळेला सुट्टी लागली की, तो त्याच्या आजोळी रशियाला जात असे. तेथे त्याला रशियन भाषा अवगत झाली. घटस्फोटानंतर त्याची आई रशियात स्थायिक झाली. त्यामुळे त्याने आईजवळ, रशियातच राहून उच्च शिक्षण घेतले होते. विद्यापीठात त्याला शास्त्र विषयात जास्त रस होता. त्याने पदार्थविज्ञान या विषयातील पदवी प्राप्त केली होती. 'न्यूक्लिअर मॅग्नेटिक रेझोनन्स' (आण्विक

चुंबकीय संवादन) या जराशा वेगळ्या विषयात त्याने विशेष प्रावीण्य संपादन केले होते. त्या सुमारासच जुन्या रशियन साम्राज्याचा अंत झाला. दक्षिण कॅलिफोर्नियातील कॅलटेक विद्यापीठात त्याने दोन वर्षे 'अण्वस्त्रांची रचना' या विषयाचा सखोल अभ्यास केला.

लहानपणापासून त्याचा कल यंत्रे, त्यांची अंतर्रचना यांकडे होता. वयाच्या आठव्या वर्षी त्याने त्याच्या आजोबांचे एक घड्याळ उघडून त्याचा प्रत्येक भाग सुटा केला होता आणि तो परत जोडला होता. त्यानंतर त्या घड्याळाने कधीही बरोबर वेळ दाखवली नाही! पण त्याच्या पालकांनीही ते घड्याळ कधी दुरुस्त करून घेतले नाही. त्याच्या आईने तर ते न चालणारे घड्याळ आपल्या लाडक्या लेकाच्या लहानपणची आठवण म्हणून प्रेमाने जपून ठेवले होते.

त्या वेळी तो खुर्चीत इतका मागे झुकला होता की, कोणाही पाहणाऱ्याला त्याची ती गोऱ्या वर्णाची, निळ्या डोळ्यांची, सहा फूट पाच इंच उंचीची, शिडशिडीत आकृती कोणत्याही क्षणी मागे पडेल असेच वाटले असते. पण तसे झाले नसते; कारण त्याचे लांबच लांब पाय खुर्चीचा गुरुत्वमध्य बरोबर सांभाळत होते. हातातला कागद वाचता वाचता त्याने हलकेच खुर्ची खिडकीच्या बाजूला वळवली, कागदावरून दृष्टी काढून खिडकीबाहेर फिरवली. सहजच आपल्या लांब फिकट सोनेरी केसांतून हात फिरवला.

"तू वाचलायस हा रिपोर्ट?" खुर्ची परत आत वळवून त्याने ऑफिसच्या दारात उभ्या असलेल्या कॅरोलिन क्लार्कला विचारले.

कॅरोलिन प्रिन्स्टन विद्यापीठाची पदार्थ विज्ञानाची पदवीधर होती. तिच्यासारखे इतर चार प्रशिक्षणार्थी त्या वेळी गिडियनच्या हाताखाली काम करीत होते. गिडियनच्या प्रश्नाला तिने होकारार्थी उत्तर दिले.

युनायटेड नेशन्सच्या त्या शस्त्रास्त्र तपासणीच्या गटात कॅरोलिनसारखे अनेक पदवीधर सहा महिने ते दोन वर्षे कालावधीपर्यंत प्रशिक्षण घेऊन बाहेर पडत. तेथील अनुभवाच्या जोरावर त्यांच्यापैकी बहुतेक जणांना त्यांच्या-त्यांच्या देशातील शस्त्रास्त्रसंबंधीच्या धोरणसमितीत किंवा एखाद्या प्रकल्पात महत्त्वाच्या जागा मिळत. अशा तरुणांना योग्य शिक्षण, मार्गदर्शन देऊन त्यांच्याकरवी सर्वच देशांत युनायटेड नेशन्सला अभिप्रेत असलेली धोरणे राबवली जावीत आणि आंतरराष्ट्रीय पातळीवर शस्त्रास्त्रकपातीला, अण्वस्त्रविरोधाला अनुकूल असे वातावरण तयार व्हावे, या उद्देशाने त्या युनोप्रणीत संस्थेत अशा प्रशिक्षणार्थींचा सतत ओघ राखला जात असे.

"आणखी कुणाला दाखवलास?" या त्याच्या प्रश्नाला कॅरोलिनने नकारार्थी उत्तर दिले.

ती म्हणाली, "नाही अजून. आज जर तुम्ही परतला नसतात तर मात्र तो

कुणालातरी दाखवावा, असा मी विचार केला होता. फार काळ थांबणं निश्चितच श्रेयस्कर ठरलं नसतं, नाही का?''

''बरोबर आहे तुझं म्हणणं.'

खरेतर तो रिपोर्ट नव्हताच, एक जुन्यापुराण्या टाइपरायटरवर घाईघाईत टाइप केलेली चिठ्ठी होती. मॉस्कोत असताना गिडियनच्या वर्गात असलेल्या त्याच्या एका मित्राने त्याला एक महत्त्वाची बातमी कळवली होती. रशियात त्या दोघांची घट्ट मैत्री होतीच, शिवाय गिडियन मॉस्को सोडून अमेरिकेत कॅलटेकमध्ये शिकायला आल्यावरही त्या दोघांच्यातला पत्रव्यवहार सुरू राहिला होता. पण गेल्या वर्षभरात मात्र त्यांचा काहीच संपर्क नव्हता.

युरी वालनिक हा गिडियनचा मित्र रशियाच्या अण्वस्त्र उद्योगात मुरलेला सरकारी अधिकारी होता. अलीकडच्या काही वर्षांत रशियाच्या पोलादी पडद्यामागे अण्वस्त्रे सुटी करण्याचा एक विचित्र उद्योग चांगलाच मूळ धरू लागला होता. त्यासंबंधीची माहिती, आकडेवारी यांच्या नोंदी ठेवण्याची जबाबदारी असणाऱ्या खात्यात तो काम करीत होता.

गिडियन काम करीत असलेल्या 'इन्स्टिट्यूट अगेन्स्ट मास डिस्ट्रक्शन'ने (आयएएमएडी – IAMAD) रशियात आणि इतरही काही देशांत नव्याने जोम धरू लागलेल्या या उद्योगासंबंधीची बरीच माहिती मोठ्या प्रयत्नांनी संपादन केली होती. त्यातील अनेक लहानमोठ्या व्यक्तींशी संबंध प्रस्थापित करून ती सतत अद्ययावत राखली होती. त्यामागे त्यांचा जगाच्या, मानवजातीच्या रक्षणाचा, हिताचा उद्देश होता – मोठ्या प्रमाणावर संहार करण्याची क्षमता असणाऱ्या अण्वस्त्रांचे उत्पादन थांबावे, जी आहेत त्यातील जास्तीत जास्त निकामी केली जावीत व त्यांचा प्रसार आणि वापर पूर्णत: थांबावा.

ती संस्था फार धोरणीपणाने, सावधपणाने काम करीत होती; जेणेकरून तिच्यावर ती एखाद्या विशिष्ट देशाला, सरकारला झुकते माप देते, त्याचीच तरफदारी करते असा ठपका कुणीही ठेवू नये. संस्थेने अण्वस्त्राबद्दल सातत्याने संकलित आणि एकत्रित केलेली माहिती संस्थेच्या संकेतस्थळावर टाकली जायची. ही माहिती योग्य तो मोबदला घेऊन जगातील कोणत्याही व्यक्तीला दिली जायची. त्यात प्रत्येक देशाजवळ असणाऱ्या आण्विक, जैवशास्त्रीय आणि रासायनिक अस्त्रांची यादी दिलेली होती. जगातील लाखो लोकांचे प्राण घेण्याची क्षमता असणारी ही प्राणघातक, विनाशकारक अस्त्रे, जगाला ज्या खोल दरीत ढकलणार आहेत त्या दरीत लखलखीत प्रकाश टाकावा, लोकांना जगापुढील या भयंकर धोक्याची जाणीव करून द्यावी, हाच युनोचा ही स्फोटक माहिती जगासमोर आणण्याचा हेतू होता.

१९८० सालच्या उत्तरार्धात स्थापन झालेली ही संस्था या तिच्या मानव कल्याणाच्या कार्यामुळे चांगलीच फोफावली होती. आता तिचा पसारा सँटा क्रिस्टा या ऐतिहासिक भागातील एका भल्यामोठ्या, प्रशस्त बंगल्यात सामावला होता. संस्थेच्या कामासाठी तेथील विद्वान अधिकारी, पदवीधर प्रशिक्षणार्थी, मध्यपूर्वेतील देश, भंग पावलेल्या सोव्हिएत युनियनमधील काही प्रदेश, फाळणी झालेला युगोस्लाव्हिया यांसारख्या जगातील अत्यंत संवेदनाशील, खळबळजनक भागांना भेटी देत असले, तरी त्या बंगल्यात तसे काही स्फोटक काम चालत असेल अशी कुणालाही जराही शंका येणार नाही, अशी शांतता नांदत असे.

"या चिठ्ठीचा अर्थ कळला तुला?" गिडियनने कॅरोलिनला विचारले.

तिने त्याबद्दलची तिची साशंकता खांदे उडवून व्यक्त केली. "नोंदी ठेवण्यातली चूक असावी अशीच शक्यता वाटते." काही गंभीर असू नये, अशी तिची सदिच्छाच तिच्या मतामागे होती, हे गिडियनच्या लक्षात आले. ती पुढे म्हणाली, "तिथे काय परिस्थिती आहे याची कल्पना आहेच तुम्हाला. अपुरा कर्मचारिवर्ग, पैशाची कमतरता. गोष्टी इकडच्या तिकडे ठेवल्या जाणं हे नेहमीच घडतं तिथे."

"खरं आहे," गिडियन म्हणाला. पण त्याला ती शक्यता मात्र खरी वाटत नव्हती. त्या चिठ्ठीतील प्रकरणाचा पाठपुरावा केलाच पाहिजे, असे त्याचे मन सांगत होते. "ते सुटे करून टाकले असणे कितपत शक्य आहे?" त्याने विचारले.

कॅरोलिनने नकारार्थी मान हालवली. "तसं असतं तर कच्च्या मालाच्या यादीत प्लुटोनियम २३९च्या साठ्यात वाढ केली गेलेली दिसली असती. तसंही दिसत नाही."

त्या नोंदी बँकेतल्या रोजच्या रोख रकमेच्या हिशोबासारख्या असायच्या. प्लुटोनियम किंवा युरेनियमचा साठा दर महिन्यात तपासला जायचा. त्यात जर तूट सापडली तर संस्थेत धोक्याचा इशारा दिला जायचा आणि मग संकेतस्थळावरून तो जगात प्रसृत केला जायचा.

गिडियनने घड्याळ बघितले. रशियातील वेळेतला अकरा तासांचा फरक लक्षात घेतला तर एव्हाना कृतीला उशीरच झाला होता असे त्याला वाटत होते. "आता अधिक वेळ थांबणं इष्ट नाही. मला डायरेक्टरना भेटून तिकडे जाण्यासाठी परवानगी मिळवली पाहिजे."

"तुम्ही सरळ स्वर्डलॉव्हस्कला जाणार?" कॅरोलिनच्या स्वरात आश्चर्य होते.

"होय. तिथेच जायला पाहिजे आणि मलाच जायला पाहिजे. कारण मलाच तिथे प्रवेश मिळवणं शक्य आहे."

त्याचे म्हणणे अगदी खरे होते. स्वर्डलॉव्हस्क हा अण्वस्त्रे उघडून ती सुटी करण्याच्या रशियातल्या चार कारखान्यांपैकी एक होता. त्या चारही ठिकाणी सुरक्षाव्यवस्था अतिशय कडक होती. तेथे कोणालाही, विशेषतः पश्चिमेकडील

देशातून आलेल्यांना, अजिबात प्रवेश दिला जात नसे. पण गिडियन रशियन होता. तो रशियात लहानाचा मोठा झाला होता. त्याचे शिक्षणही तेथेच झाले होते. शिवाय त्याच्या तेथील सरकारी खात्यात बऱ्याच ओळखी होत्या. योग्य ठिकाणी योग्य माणसाला गाठून हवा तिथे प्रवेश मिळवणे, माहिती काढून घेणे हे त्यालाच शक्य होते. कारण तो रशियनांचाच देशबांधव होता.

''पण कदाचित ही कारकुनी चूक असू शकेल. कुणीतरी नंबरांची उलटापालट केली असेल. तिथल्या लोकांना वाजवीपेक्षा फार जास्त काम पडतं हे आपल्याला माहीत आहेच.'' कॅरोलिन त्या कारखान्यातले तंत्रज्ञ, शास्त्रज्ञ, लष्करी अधिकारी या सर्वांवर सतत पडणाऱ्या कामाच्या न पेलणाऱ्या ओझ्याबद्दल बोलत होती. शिवाय त्यांना पगारही कधी वेळेवर मिळत नसे. शारीरिक आणि मानसिक दबावाखालीच ते सगळे जण काम करीत होते, ही गोष्ट सर्वश्रुतच होती.

ती पुढे म्हणाली, ''उगीचच त्यांच्या चुकीमुळे आपण जगभरातल्या लोकांना चुकीची माहिती द्यायला नको. नंतर ती चूक निस्तरता निस्तरता आपल्या नाकीनऊ यायचे.'' कॅरोलिन एका बाजूला गिडियनला असे सांगत होती; पण दुसऱ्या बाजूला तिलाच ते पटत नव्हते.

तिला वाटणारी भीती गिडियनने बोलून दाखवली. ''आणि ती चूक नसेल तर?'' पगाराविना काम करण्यातला हाही एक धोका होता की, पैसे चारून जबाबदार माणसाला एखाद्या गैरकृतीकडे कानाडोळा करायला लावणे सहज शक्य होते. गरिबीने गांजलेल्या एखाद्या तंत्रज्ञाला, कर्मचाऱ्याला पैशाची लालूच दाखवून काही किलो युरेनियम बाहेर काढायला राजी करणे अवघड नव्हते.

''तुला ही चिठ्ठी नेमकी कधी मिळाली?''

''दोन दिवसांपूर्वी.''

''म्हणजे जे घडलंय; ते साधारण दोन आठवड्यांपूर्वी घडलं असलं पाहिजे.'' गिडियन मनाशी हिशोब करीत होता की, जर चिठ्ठीत लिहिल्याप्रमाणे गोष्टी बाहेर काढल्या गेल्या असल्याच, तर चोरी कधी झाली असेल? तस्करांना माल बाहेर काढून तो सीमापार घेऊन जायला किती वेळ मिळाला असेल? गिडियन असा विचार करीत होता की, सर्वांत वाईट घडणार असे गृहीत धरले, तर एव्हाना काय परिस्थिती असेल?

''दोन शक्यता आहेत. एक – मोजदाद, हिशोब, नोंदी यांतील मानवी चूक – तीही फार मोठी आणि गंभीर, किंवा दोन – अण्वस्त्रे, त्याचे सुटे भाग अथवा त्यात वापरलं जाणारं अतिस्फोटक घातक युरेनियम, प्लुटेनियम यांतलं काहीतरी मोकळं, कुठेतरी, कोणाच्यातरी हातात पडलेलं आहे.''

कॅरोलिनने या विधानाला मान्यता दर्शवल्यावर तो पुढे म्हणाला, ''कॅरोलिन,

ही चूक असल्याचं जसं आपल्या लक्षात आलं, तर अशीही शक्यता आहे की, ते रशियातील संबंधित अधिकाऱ्यांच्याही लक्षात आलं असेल आणि त्यांनी ती दुरुस्तही केली असेल. जरा अगदी अलीकडचे रिपोर्ट्स पहा. तेथे याचबद्दल काही शोध सुरू असल्याची, दुरुस्ती केल्याची चिन्हे दिसतायत का, तेही पहा.''

तसे त्या संस्थेतील आणि 'डिफेन्स लँग्वेज इन्स्टिट्यूट'मधील रशियन भाषेचे जाणकार सतत रशियन वर्तमानपत्रे, रेडिओवरील बातमीपत्रे आणि इतर कार्यक्रम यांचे विश्लेषण करून त्यातून काही महत्त्वपूर्ण, वेगळे आणि लक्षवेधक सापडते आहे का, याचा बारीक शोध घेत असतच.

''रशियन अधिकाऱ्यांनाच विचारलं तर?'' कॅरोलिनने विचारले.

''नको, इतक्यात नको.'' गिडियनला तो मार्ग अवलंबणे टाळायचे होते. युरी वालनिक याने त्याला वैयक्तिक पातळीवर चिठ्ठी पाठवून ती गोपनीय माहिती कळवली होती. संस्थेने अधिकृतरीत्या रशियन सरकारकडे चौकशी आरंभली असती, तर त्या माहितीचा उगम कुठून झाला, हा प्रश्न निघणे स्वाभाविक आणि उचित होते. तो गुप्त राखून, मित्राच्या विश्वासाला तडा जाऊ न देणे ही गिडियनची जबाबदारी होती. त्याला या प्रकरणाचा छडा तर लावायचा होता; पण तो मित्राला धोक्यात न आणता, त्याचे नाव कुठेही न येऊ देता, अत्यंत सावधगिरीने, वाच्यता न करता, रशियातील अण्वस्त्रांशी संबंधित लोकांमध्ये जराही खळबळ न उडेल अशा पद्धतीने, त्याचे वैयक्तिक 'कॉंटॅक्ट्स' चाणाक्षपणे वापरून. जरा जरी हलगर्जीपणा झाला असता तर अंतर्गत चौकशी सुरू झाली असती आणि मग युरी वालनिक तर अडचणीत आला असताच; पण माहितीचे सगळेच दरवाजे घट्ट बंद झाले असते. गिडियन रशियन असला तरी गेली कित्येक वर्षे पाश्चिमात्य देशाचा रहिवासी होता; 'अर्धा रशियन' होता. त्यामुळे जे काही करायचे ते नीट विचारपूर्वक आणि धोरणीपणानेच करणे आवश्यक; नव्हे अनिवार्य होते.

कॅरोलिनने या संस्थेत आल्यावर, एका वर्षापूर्वी संस्थेतर्फे रशियाचा दौरा केला होता. ती त्या दौऱ्यात अनेक शास्त्रज्ञ, तंत्रज्ञांना भेटली होती. ते सर्वच जण इतके सचोटीचे होते, त्यांच्या कामाशी इतके प्रामाणिक होते की, त्यांच्यासारखे लोक अण्वस्त्रे, स्फोटक द्रव्ये काळ्या बाजारात विकायला हातभार लावतील, यावर तिचा विश्वासच बसत नव्हता.

गिडियन विचारात गढला होता. तो हनुवटी खाजवीत म्हणाला, ''एक गोष्ट लक्षात येत नाही, दोन शस्त्रं चोरीला का जावीत?'' त्याने उत्तराच्या अपेक्षेने कॅरोलिनकडे पाहिले.

''आता चोरीच असेल तर ऐंशी तिथे पंच्याऐंशी! मिळतंच आहे तर का न घ्या?''

"पण तेवढाच चोरी उघडकीला येण्याचा धोकाही वाढतो ना!'' गिडियन मान हालवीत म्हणाला.

याआधी अणूचे विभाजन होऊन ऊर्जा उत्पन्न करणारी, स्फोट घडवण्याची क्षमता असणारी द्रव्ये, चोरीच्या मार्गाने काळ्या बाजारात विकली गेल्याची बरीच उदाहरणे पुराव्यासकट उघडकीला आलेली होती. त्यातील बहुतेक सगळी कनिष्ठ दर्जाची होती. शीतयुद्धातील दोन्ही पक्षांच्या – अमेरिका आणि रशिया यांच्या – मित्रराष्ट्रांमधून ती द्रव्ये अफगाणिस्तानमध्ये पोचली होती. पण ती विकताना योग्य ती काळजी न घेतल्याने, पुरेशी गुप्तता न पाळल्याने ती दुष्कर्मे करणारे पकडले गेले होते. आजवरच्या चोऱ्या काही ग्रॅम स्फोटक द्रव्ये – बहुतेककरून टाकाऊ प्रतीचे युरेनियम – येथपर्यंतच मर्यादित होत्या. शस्त्रास्त्रात वापरली जाणारी उच्च प्रतीची आणि तीही एक किलोग्रॅम किंवा जास्त वजनाची स्फोटक द्रव्ये कधीच गैरमार्गाने खुल्या बाजारात आली नव्हती. चोरी झालेल्या स्फोटकांतून एखादा साधा बॉंब फार तर तयार केला जाई, पण अणूंच्या विभाजन प्रक्रियेच्या साखळीतून एखादा मोठा, घातक स्फोट घडवण्याची क्षमता त्यात कधीच नव्हती. त्यातून मुख्यत्वे विषारी वायूची निर्मिती होत असे. काही वेळा सभोवतालचा बराच प्रदेश दूषित होत असे.

पण चिठ्ठीतील संदेश आजवरच्या प्रथेला छेद देणारा, अगदीच निराळा, अतिशय प्रक्षोभक होता. दोन पूर्ण अण्वस्त्रे आणि तीही त्यातील विस्फोटकासकट – म्हणजे त्याचा स्फोट घडवण्याच्या यंत्रणेसकट – साठ्यातून नाहीशी झाली होती. एवढी गंभीर चोरी होऊ शकते ही गोष्टच संपूर्णतया अविश्वसनीय होती. म्हणूनच कॅरोलिनही ती चोरी नसून साठ्याच्या मोजणीतील, नोंदीतील चूक असावी असेच सतत म्हणत होती. गिडियनलाही हे चांगलेच माहीत होते की, 'दोन अण्वस्त्रे चोरीला गेलेली आहेत' असे विधान करण्यापूर्वी त्याबद्दलची इत्थंभूत माहिती, तीही अधिकृत ठिकाणी मिळवली पाहिजे. तिची कसून शहानिशा केली गेली पाहिजे आणि ठोस पुरावेही गोळा केले पाहिजेत. त्याशिवाय त्यावर कोणीच, स्वतः त्यानेही विश्वास ठेवला नसता, कारण ती बाबच तेवढी गंभीर होती...

"या दोन अण्वस्त्रांविषयी आपल्याकडे काय माहिती आहे?'' गिडियनने कॅरोलिनला विचारले.

तिच्या हातात एक फाइल होती. त्यात संस्थेच्या संकेतस्थळावरील यादीत न दिली जाणारी, प्रामुख्याने शास्त्रीय तपशिलांबद्दलची माहिती संग्रहीत केलेली होती. ती माहिती अर्थातच गोपनीय होती. संकेतस्थळावर दिल्या जाणाऱ्या यादीत दाखवलेल्या शस्त्रांचीही नेमकी जागा, त्याचे अंतर्भाग, तांत्रिक तपशील या गोष्टीही संस्था सुरक्षेचा भाग लक्षात घेऊन लोकांपासून गुप्तच राखत असे. तसली

माहिती नको त्या लोकांच्या हाती पडली, तर दहशतवाद्यांचे चांगलेच फावले असते.

फाइलमधील हाताने लिहिलेल्या मजकुराचे कागद चाळत कॅरोलिन सांगू लागली,

''गहाळ झालेली अस्त्रं स्वर्डलॉव्हस्क ४५ या साठ्यातील होती. या साठ्याला एका वर्षापूर्वी 'लेस्नॉय' हे नवं नाव देण्यात आलं आहे. शस्त्रास्त्रं उघडून सुटे करण्याचे रशियाच्या दक्षिणमध्य भागात जे कारखाने आहेत, त्यातील हा सर्वांत मोठ्या आणि महत्त्वाच्या कारखान्यातील साठा आहे.'' तिने फाइलमधून एक कागद काढला आणि गिडियनच्या टेबलावर ठेवला. त्या कागदावर एक नकाशा होता. त्यावर एके ठिकाणी बोट ठेवून तिने त्या कारखान्याची नेमकी जागा दाखवली. ''इथे प्लुटोनियम आणि शस्त्रास्त्रात वापरलं जाणारं युरेनियम; दोन्हींचा साठा आहे. आपल्याकडील माहितीनुसार या कारखान्यात वर्षाला दीड हजार शस्त्रं उघडली जातात. म्हणूनच त्याची गणना रशियातील मोठ्या कारखान्यात केली जाते.''

''हं! म्हणजे एक-दोन नग सहज इकडेतिकडे करायचेच ठरवले, तर सहजी शक्य व्हावं इतका जंगी आहे की इथला कारभार! अर्थात या खेळात बडे बडे खेळाडू गुंतलेले असणार आणि पणाला लागलेली रक्कमही भरगच्च असणार. विक्रीचा सौदा आधी झालेलाच असणार!!''

कॅरोलिनने मान हालवून तिचेही तेच मत असल्याचे दर्शविले.

''तिथल्या भांडारात जागा आणि सोयी अपुऱ्या असणार, त्यामुळे बेशिस्तही भरपूर असणार. त्यामुळे काही कमी आहे हे कळणं दुरापास्तच. कित्येक दिवस लागतील काही गायब झालेले लक्षात यायला! तिथल्या सुरक्षाव्यवस्थेबद्दल काही माहिती?''

''अगदीच जुजबी, नाहीत जमा होण्याइतकीच!''

अशा धोक्याच्या आणि मोक्याच्या जागी आंतरराष्ट्रीय स्तरावर ज्या प्रकारची अभेद्य अशी सुरक्षाव्यवस्था असणे अपेक्षित असते, तशी ती देणे रशियातील ढासळत्या आर्थिक परिस्थितीत शासनाला परवडणे सर्वस्वी अशक्यच होते. तिथे इतकी दुरवस्था होती की, प्लुटोनियमचा साठा असलेले पेटारे ठेवलेल्या जागेभोवतालच्या कुंपणाला मोठमोठी भोके पडलेली होती आणि त्यातून आत शिरून आजूबाजूची लहान लहान मुले खुश्शाल खेळत असत. दुर्धर अशा अनर्थकारी प्रसंगाला ते एक आमंत्रणच होते. अशी भयंकर परिस्थिती सुधारणे दूरच, ती दिवसेंदिवस अधिकच बिघडत चालली होती.

''वालनिकने असा उल्लेख केला आहे की, शस्त्रे उघडण्याच्या कार्यक्रमानुसार

नाहीशी झालेली शस्त्रे लवकरच उघडण्यात येणार होती.''

''ती कोणत्या प्रकारची होती याबद्दल काही माहिती?''

''पायदळाच्या समोरासमोरील युद्धात कमी अंतरावर असलेल्या शत्रूच्या सैन्यावर सोडल्या जाणाऱ्या, कमी पल्ल्याच्या मध्यम क्षमतेच्या अण्वस्त्रांच्या आतला भाग होती, त्याला विस्फोटक जोडलेले होते. १५३ मिलिमीटर व्यास होता. ती खूप जुन्या बनावटीची होती, १९६०च्या दशकातली.''

''पाल्स होते की नव्हते?''

''नव्हते.''

पाल्स म्हणजे 'परमिसिव्ह ॲक्शन लिंक्स'. अण्वस्त्रांना अशी एक सुरक्षाझडप बसवलेली असे की, जी शासनातील एका अथवा अनेक ज्येष्ठ, श्रेष्ठ अधिकाऱ्यांच्या परवानगीच्या गुप्त सांकेतिक संदेशाशिवाय उघडत नसे आणि ती उघडल्याशिवाय त्या अण्वस्त्रांचा स्फोट करता येत नसे. १९६०मध्ये रशियात आणि अमरिकेतदेखील जी अण्वस्त्रे बनवली गेली होती, त्यात अशी सुरक्षाव्यवस्था नव्हती. म्हणूनच ती सुरक्षाझडप नसलेली, जुनीच अस्त्रे ही दहशतवाद्यांची पहिली पसंती असे.

गिडियनच्या मनात चित्र आकार घेत होते. सुरक्षाव्यवस्था नसलेली जागा, चोरी लक्षात यायला बराच वेळ लागेल असा भलामोठा साठा, सहजी हालवता येतील अशा आकाराची, पण पुरेशी घातक ठरतील अशी, सुरक्षाझडप नसलेली अस्त्रे. एखाद्या दहशतवाद्यासाठी बनवलेली सर्वार्थाने सर्वोत्तम ठरेल अशी योजना!

''किती क्षमतेची आहेत याची काही माहिती?''

''लिहिलेली क्षमता आहे आठ दशांश किलोटन. पण सहसा ती असते त्यापेक्षा कमीच लिहितात.'' कॅरोलिनचे म्हणणे बरोबर होते. शीतयुद्धाच्या काळात दोन्ही बाजू त्यांच्या अण्वस्त्रांच्या क्षमतेबद्दल नेहमीच जरा खालच्या स्वरात बोलत असत. त्यामुळे दुसऱ्याला दोषी ठरवणे सोपे जाई.

''तू वर्णन केलेस त्या प्रकारच्या अमेरिकन अण्वस्त्रांशी तुलना केली, तर ही क्षमता दोन ते पाच किलोटनच्या मध्ये असेल.''

जमा झालेले सगळे तुकडे एकत्र जोडून चित्र पूर्ण आणि स्पष्ट झाले होते. हाताळायला सोपी; पण हिरोशिमा आणि नागासाकी या शहरांवर टाकलेल्या बाँबच्या क्षमतेची म्हणजे अमेरिकेतील मोठ्या शहराचा मध्यवर्ती भाग सहजी नेस्तनाबूत करू शकतील; एवढ्या क्षमतेची ती अण्वस्त्रे होती. दोन्हीचा स्फोट एकदम घडवला तर न्यू यॉर्कजवळील मॅनहटन हा गजबजलेला भाग बेचिराख होईल आणि कमीत कमी दहा लाख लोक मृत्युमुखी पडतील अशी भयानक अस्त्रे. त्यातील किरणोत्सर्गामुळे आणखी पाचएक लाख लोक मरतील ते वेगळेच!

गिडियनने फोन उचलला आणि त्याच्या सेक्रेटरीला संस्थेच्या डायरेक्टरांबरोबर

लवकरात लवकर त्याची भेट घडवून आणायची सूचना दिली. 'काम अत्यंत तातडीचे, महत्त्वाचे आणि गंभीर आहे हे त्यांना सांगायला विसरू नकोस' असे त्याने सेक्रेटरीला बजावले. वेळ ठरली की, त्याला त्याच्या घरच्या फोनवर कळवायला सांगायलाही तो विसरला नाही. मधल्या वेळात घरी जाऊन प्रदीर्घ प्रवासाची तयारी करणे गरजेचे होते. या प्रकरणाचा छडा लावायला किती दिवस लागतील आणि कुठे कुठे हिंडावे लागेल, हे सांगणे कठीण होते.

फोन ठेवून तो उठला. त्याने त्याची ब्रीफकेस उघडली. आत त्याचा पासपोर्ट असल्याची खातरी करून घेतली आणि तो कॅरोलिनला म्हणाला, ''सॅन फ्रान्सिस्को ते मॉस्को अशा थेट फ्लाइटचं माझं बुकिंग कर.''

स्वर्डलॉव्हस्क सायबेरियात युराल्स पर्वतराजीच्या भागात होते, पण तेथे जाण्यापूर्वी मॉस्कोत थांबून तेथील बंद दारांच्या किल्ल्यांची सोय करावी लागेल, हे त्याला माहीत होते. बराच काळ रशियात राहूनही तो त्या शस्त्रास्त्रांच्या काळ्या छायेतल्या गावात कधीच गेला नव्हता. आता त्या नाउमेद करणाऱ्या, मनावर निराशा आणि भीतीचे दडपण आणणाऱ्या स्फोटक ठिकाणी जायचे, या कल्पनेने त्याच्या अंगावर सरसरून काटाच उभा राहिला.

डियर हार्बर, ऑर्कस आयलंड

१९७९ सालची जुनीपुराणी 'फोर्ड पिकअप' त्या कच्च्या रस्त्यावरून धूळ उडवीत चालली होती. तिचा मागचा भाग कुत्र्याच्या मोडलेल्या पेकाटासारखा एका बाजूने तिरका बाहेर आलेला दिसत होता. प्रवासात जमा केलेला इतका चिखल वाळून सर्व बाजूंवर घट्ट चिकटून बसला होता. त्यामुळे उडणारी माती आणि चिखल त्यावर राहतच नव्हते. मागच्या काचेतून एक पाटी दिसत होती :

'मी वाहतुकीचे नियम मोडत असेन, तर कळवा :
शेण खाल्ले? फोन करा ७-८००'

एका शिसाच्या करड्या रंगाने रंगवलेल्या पत्र्यांनी बांधलेल्या भल्यामोठ्या इमारतवजा शेडसमोर येऊन चॅनी ऑस्कर थांबला. ड्रायव्हरच्या सीटवरून खाली उतरून येऊन त्याने बेपर्वाईने दार आपटून बंद केले.

त्याला पाहून इमारतीच्या दारात, सिगारेटच्या थोटकांच्या ढिगाजवळ उभा राहिलेला एक माणूस पुढे झाला आणि म्हणाला, ''उशीर झाला.''

त्याच्याकडे रोखून पाहत ऑस्कर म्हणाला, ''तेवढ्या वेळाचं बिल पाठव.''

दोघांच्या चेहऱ्यावरील साशंकता आणि ताण दूर झाले. परवलीचे शब्द जुळले होते.

''हा काय खेळ आहे या दाक्षिणात्य अतिशहाण्यांचा; समजत नाही. हा कर्नल

सगळ्या बाबतीत असली कोडी कशाला घालतो? स्वत:ला तो काय सरकार समजतो का?''

"ते शहाणे आहेत म्हणूनच असं करातायत,'' चॅनी त्याला समजावून सांगू लागला. "त्यांच्या हातून काही चूक घडली, ते कुठे गोत्यात आले तरी आपली मान अडकू नये याचसाठी असले खेळ खेळतात ते. म्हणूनच आपल्याला कधी ते प्रत्यक्ष भेटत नाहीत. कळलं?''

"हं, असेल! ठीक आहे, तसं तर तसं!!'' असे म्हणून त्या माणसाने चॅनीने आणलेल्या वाहनाच्या हलाखीच्या स्थितीकडे पाहत, वाकड्या चेहऱ्याने विचारले, "ही कुठल्या चोरबाजारातून मिळवली?''

"त्यांच्या टोळीतले शोभलो पाहिजे ना आपण, म्हणून असला माल शोधून काढला! दिसतो का नाही मी 'त्यांच्यातला'?'' चॅनीने तोऱ्यात विचारले.

"'त्यांच्यातला'? बास बाबा, हे खटलं संपवून कधी एकदा आपल्या घरी जाऊन पडतोय असं झालंय मला!'' तो माणूस कपाळाला हात लावीत म्हणाला.

"अरे एवढा उचकू नकोस, हेन्री. जरा धीर धर. किती रोकडा मिळणार आहे लक्षात आहे ना? घरी कशाला; बीचवर मस्तपैकी चैनीत सुट्टी घालवशील, लेका!''

गेली पाच वर्षे हेन्री आणि चॅनी हे दोघे जण युनायटेड नेशन्सच्या 'शांतिसेने'त भरती होऊन बरोबर काम करीत होते. कर्नलने तिथपासूनच धोरणीपणाने त्या दोघांना एकत्र ठेवले होते. शांतिसेना हा एक विनोदच होता. त्याचे सदस्य प्रशिक्षित सैनिक होते; पण आंतरराष्ट्रीय पातळीवर कुठलाही पेचप्रसंग उद्भवायला नको म्हणून त्यांना त्यांच्या शस्त्रात गोळ्याही वापरल्या दिल्या जात नव्हत्या, नुसतीच शोभेची, लुटुपुटीची शस्त्रे! त्या वेळेपासून चार निरनिराळ्या देशांतून आलेल्या त्या चार जणांचा एक घट्ट गट जमला होता – जर्मनीहून आलेला फ्रिट्झ, अमेरिकेचा ऑस्कर, इंग्लंडचा हेन्री आणि चौथा कर्नल, जो साउथ आफ्रिकेचा होता. पण त्याने ब्रिटिश पासपोर्ट मिळवला होता. शांतिसेनेच्या विनोदाला कंटाळून त्या चौघांनी एकदमच ती नोकरी सोडून दिली होती आणि स्वतंत्रपणे कामे करून पोट भरीत होते. त्यांच्या सैनिकी कसबाचा 'योग्य' वापर करून गेल्या दोन वर्षांत त्यांनी बऱ्यापैकी माया जमवली होती.

"काय आहे इथे?'' चॅनीने इमारतीकडे बोट दाखवून विचारले.

"काय? चार पत्र्याच्या भिंती आणि पत्र्याचेच छप्पर!''

चॅनी अर्धवट उघड्या बुटक्या दरवाजातून वाकून आत शिरला आणि त्याने चहूबाजूला नजर फिरवली.

जमीन सिमेंटची होती. ठिकठिकाणी तेल आणि वंगणाचे मोठमोठे डाग

पडलेले होते. एका कोपऱ्यात लोखंडी भंगाराचा एक ढीग पडला होता. समोरच्या भिंतीला लागून एक लांब टेबल ठेवलेले होते. त्यावर एक इलेक्ट्रिक ग्राइंडर आणि एक व्हाइस बसवले होते. टेबलावर काही पान्हे (Spanner), पकडी आणि कापडाचे लहानमोठे तेलकट, मळकट तुकडे अस्ताव्यस्त पडलेले होते.

"हेन्री, मला इथे आर्क वेल्डर चालवावा लागणार आहे. पुरेशी वीज आहे ना?"

"हो-हो. वीज, पाणी सगळं काही भरपूर आहे. तिकडे मागच्या बाजूला संडास-बाथरूम आहेत."

लहान बुटक्या दारापासून काही अंतरावरच एक भलेमोठे सरकते दार होते. चॅनीने त्याची एका बाजूची कडी हातात धरून ते जोरात ढकलले. खडखड असा आवाज करीत ते उघडले गेले आणि दुसऱ्या कडेला दणकन आपटून थांबले. दार बारा फुटांचे होते, उंचीही दहा फूट होती. चॅनीला करायच्या 'उपद्व्यापा'साठी तो आकार अगदी योग्य होता.

"मालक कोण आहे या जागेचा?"

"एक बाई आहे, कर्कलँडला राहते. तिचा नवरा इथे गाड्या खोलायचा. गाड्या चोरीच्या असायच्या. त्याचे पार्ट्स काढून हा पठ्ठ्या विकायचा."

"मग? जागा मोकळी कशी?"

"एक दिवस जॅकवरून एक गाडी कलंडून पडली, ती त्याच्या पायावरच! पाय पार जायबंदीच झाला. थांबवला उद्योग."

"छान आहे जागा. आड बाजूला आहे. रहदारी नाही, सुनसान आहे. आपल्याला योग्य!" चॅनी म्हणाला. एकदम आठवल्यासारखे करून त्याने विचारले, "त्या माणसाचा अपघात झाला तेव्हा पोलीस नव्हते ना आले? चोरीच्या गाड्यांमुळे ही जागा पोलिसांच्या रेकॉर्डला नाही ना गेलेली?"

"नाही. ते मी पहिलं तपासलं. सगळं एकदम व्यवस्थित लपवलं होतं. अपघात झाल्यावर ॲम्ब्युलन्स बोलावण्यापूर्वी त्याला दुसरीकडे हालवला होता. अपघात रस्त्यावर झाला असं दाखवण्यासाठी एक गाडी रस्त्यावर जॅकवरून खाली पाडून ठेवली होती. ॲम्ब्युलन्स, पोलीस, सगळे गेल्यानंतर त्यांनी ही जागा खाली केली. पोलीस या जागी आलेच नाहीत."

"वा, एकदम पोचलेला होता गडी! या मालकांबद्दल आणखी काय माहिती आहे आपल्याजवळ?"

"तो म्हातारा माणूस अजून लंगडतोय. बाई पैसे बाळगून आहे."

"ते इकडे यायचा धोका नाही ना?"

"नाही." हेन्री मान हालवीत म्हणाला, "कर्नलनी सांगितलेल्या बरहुकूम मी

सगळ्या गोष्टी केल्या आहेत. त्यांना सांगितलं आहे की, भाड्याचे पैसे आम्ही दर महिन्याला रोख देऊ. आणि भाडं त्यांना इथे एरवी मिळालं असतं त्याच्या दुप्पट देतोय आपण. आम्ही वीज भरपूर वापरू, हेही मी त्याला आधीच सांगितलं आहे. त्याला शंका आहे ड्रग्जचं लफडं असावं. मारिजुआनाला लावतात ना चिक्कार दिवे? आपण तेच करणार आहोत असं वाटतंय बहुतेक त्यांना. त्यांनी काही फार प्रश्न विचारले नाहीत. जेवढं कमी माहिती तेवढं बरं असंच धरून चालला असावा तो म्हातारा. अज्ञानात सुख! उद्या कोणी चौकशीला आलं तर 'माहिती नाही' असं म्हणून हात झटकायला मोकळा तो! तसं सांगितल्यावर मालमत्ता जप्त करता येत नाही.''

चॅनीचे समाधान झालेले दिसले. तो म्हणाला, ''आता आपण इथे एक 'प्रवेश बंद'ची पाटी लावून टाकू आणि एक-दोन भयंकर दिसणारी कुत्री दाराशी बांधू. ती अशी हवीत की, जी समोरच्याला फाडूनच खातील. या दोन दारांच्या मध्ये अशी बांधून ठेवायची की, कुठल्याही दारातून कुणी शिरायला लागलं तर त्यांच्या तावडीत सापडलाच पाहिजे. हो, आणि इथे चोवीस तास कोणीतरी पाहिजेच; रात्री पण. तू इथेच झोप.''

हेन्रीने सगळ्या सूचना ऐकून घेतल्या. ''आपल्याजवळ वेळ किती आहे?'' त्याने विचारले.

''झपाट्याने काम केलं तरच पुरेसा आहे. आज सकाळीच कर्नलनी मला सावध केलं आहे. सरकारने चाचपणी सुरू केली आहे. कोर्टाची ऑर्डरही मिळवली आहे. ते 'संघटने'च्या शोधात आहेत.'' तो हसला. मग म्हणाला, ''सरकार बंद तोंडाच्या रस्त्याने जायला बघतंय तेव्हा आपल्याला काही डर नाही.''

इमारतीत इकडेतिकडे फिरत तो म्हणाला, ''दहा दिवस आहेत बघ, आपल्याला.''

''होईल तेवढ्यात काम?'' हेन्रीने विचारले.

''ट्रक नक्की तयार होईल. त्याचा सांगाडा आणि त्याचा तळ दोन्ही माझ्या हातात पडलेलेच आहेत. बेटाच्या पलीकडच्या बाजूला एका शेतकऱ्याकडे एक हौदा आहे. तो खतांसाठी वापरीत होता, आता रिकामा पडला आहे. मी त्या शेतकऱ्याशी बोललोपण आहे. तो विकत घेऊन आपल्याला ट्रकच्या मागे जो टँक जोडायचा आहे, तो त्या हौद्यात थोडे बदल करून तयार करता येईल. हे सगळे आपल्या हातातले आहे, पण तो जो 'माल' आहे ना तो भानगडीचा आहे. तो हाताळणं म्हणजे जिवाशी खेळ. त्याचा संसर्ग होऊन आपण काजव्यासारखे चमकायला नको!''

''हो ना!'' हेन्री म्हणाला. ''मला तर धडकीच भरते त्याचं नाव काढलं की, जवळ जाणं, हाताळणं तर सोडाच!''

"मी तर ते थॉर्नवरच सोपवणार आहे. आणि तो रशियन आहे ना त्याच्याशी खेळायला. तो एक्स्पर्ट आहे त्यातला, खास त्याचंच शिक्षण घेतलेला."

"फारच हुशार असला पाहिजे, म्हणूनच त्या तुरुंगात अडकलाय ना!" हेन्री उपहासाने म्हणाला.

"ते लफडंही माझ्याच बोकांडी आहे." चॅनी म्हणाला.

"म्हणजे?" हेन्रीने विचारले.

"त्याला तिथून सोडवायचा प्लॅन बनवलाय थॉर्ननी, तोही मलाच घेऊन."

"लवकर आण म्हणावं त्या रशियनला. मला त्या बॉंबला हातसुद्धा लावायचा नाही."

"तू फार काळजी करतोस बघ!"

"काळजी? चेर्नोबिलमध्ये इतक्या वर्षांनंतर अजून चार पायांची आणि कपाळावर तिसरा डोळा असलेली मुलं जन्माला येतात माहिती आहे ना? पुरुष पुरुष राहिले नाहीत. मला अजून एक तरी पोर हवं आहे!" हेन्री वैतागून म्हणाला.

"पुढच्या पिढीलाही काही वारसा जायला नको आपल्याकडून!" असे म्हणून चॅनी हसला. तो हसला म्हणून हेन्रीही हसला, पण त्यावर त्याच्या मनातल्या भीतीचं सावट होतं.

"बरं, मग दोन चांगली चावरी कुत्री आणून बांध इथे लवकरात लवकर." हेन्रीने होकार दिल्याचं पाहून मगच चॅनी बाहेर पडला. त्याच्या वाहनाच्या दिशेने चालू लागला. दोन-तीन पावले जाऊन काहीतरी आठवल्यासारखा गर्रकन मागे वळला आणि हेन्रीला म्हणाला, "आणखी एक महत्त्वाची गोष्ट लागणार आहे आपल्याला. ट्रकमागे जो टॅंक जोडणार आहोत तो मैल्याने भरायचा आहे. त्यासाठी मैला जमवावा लागणार आहे. एक काम कर. त्या तात्पुरत्या लॅट्रीन्स मिळतात ना? तशी एक आणून इकडे समोरच्या बाजूला ठेव. इथे जे काम करायला येतात ना त्या सर्वांना तीच वापरायला लाव. किंवा असं कर, त्या मागच्या बाथरूमला कुलूप घाल, म्हणजे झकत सगळे ती छोटी लॅट्रीन वापरतील."

"हा मैला कशाला?"

"फार प्रश्न विचारू नकोस. समजेलच तुला. सध्या मी सांगतो तसं कर."

* * *

टकविल, वॉशिंग्टन

बॅंकेने नोटांच्या बंडलांच्या आत 'डाय पॅक' किंवा अलीकडे दुष्कीर्ती पावलेला 'इलेक्ट्रॉनिक वेफर' या दोन्हीपैकी एक काहीतरी नक्कीच ठेवले असणार, याबद्दल

ऑस्कर चॅनी याची बालंबाल खातरी होती.

तो बँकेपासून बराच दूर पोचल्यावरही गाडीत स्फोट झाला नाही त्याअर्थी डाय पॅकचा धोका टळला आहे, वेफरच वापरला गेला आहे हे त्याला कळून चुकले.

बँक लुटणे हा सर्वांत मूर्खपणाचा गुन्हा आहे असे त्याचे मत होते. कारण त्यात पकडले जाण्याची शक्यता सर्वांत जास्त; शक्यता कशाला, पकडले जाण्याची खातरीच! म्हणूनच या वेळी त्याने तोच मार्ग निवडला होता. त्याला पकडले जाणेच गरजेचे होते. हा गुन्हा असा होता की, गुन्हेगार सापडला रे सापडला की, त्याची रवानगी पोलीस सरळ तुरुंगात करीत. तपास नंतर. त्यामुळे केंटच्या तुरुंगात पोचण्याचा हा चोरांसाठी राजमार्ग होता! तपास, कोर्टाची सुनावणी या गोष्टी होईपर्यंत गुन्हेगारांना केंटच्या तुरुंगातच ठेवले जाई. तो रशियन – त्यालाही तेथेच डांबलेले होते. त्याची ओळख गुप्तहेरखात्याला पटायच्या आत त्याला तेथून पळवणे भागच होते. तोच तर थॉर्नचा 'प्लॅन' होता.

चॅनीने चेंकोला आधीच खडसून बजावले होते की, जरा जपून रहा, उगीच वाह्यातपणा करू नको, कुठेतरी अडकशील! आणि नेमके तसेच झाले होते. हे महाशय वेश्यांच्या माड्या चढू लागले. दारू पिऊन तेथे गोंधळ घालू लागले. तिथल्या माणसाला वेड्यासारखे रूबलमध्ये पैसे दिले. या सगळ्या गोष्टींमुळे तो तिथल्या बऱ्याच जणांच्या लक्षात राहू लागला. त्यातच त्याने एक दिवस दारूच्या नशेत बाईलाच शिवीगाळ केली. तिने तमाशा उभा केला. लोक जमले. त्या बाईच्या याराने चेंकोशी भांडण उकरून काढले. खूप बाचाबाची झाली, शेवट त्या याराने पिस्तूल काढण्याने झाला. नशीब; गोळ्या उडाल्या नाहीत. पण पोलीस आलेच आणि चेंको आणि तो यार दोघांनाही अटक करून घेऊन गेले. मग काय, चौकशी सुरू झाली. त्यात चेंको रशियन आहे आणि विनापरवाना देशात घुसलेला आहे हे पोलिसांना कळले. त्यामुळे चेंकोचा मुक्काम गेले काही दिवस केंटच्या तुरुंगात होता.

बँक लुटून, पैसे घेऊन गाडीतून पळून जाताना चॅनीचे लक्ष शेजारच्या सीटवर ठेवलेल्या तपकिरी रंगाच्या बॅगकडे होते. कॅशियरकडे त्याने पैसे मागितले. त्याने दिलेली बंडले चॅनीने निमूटपणे घेतली. त्यात एक तरी बंडल 'सापळा' असणार हे त्याला निश्चित माहीत होते. तसले बंडल सहसा शंभराच्या नोटांचे असे. खपवायला सोपे असल्याने ते घ्यायला चोर खळखळ करीत नसे. त्यातच वरून जराही संशय येणार नाही अशा पद्धतीने 'डाय पॅक' लपवलेला असे. डाय पॅक हे सुरक्षेचे जरा जुने तंत्र होते. रेडिओलहरींवर चालणारे एक उपकरण बेमालूमपणे नोटांच्या बंडलांच्या आत, मधोमध लपवलेले असे. चोर बँकेच्या दारातून बाहेर पडताना दारात बसवलेल्या ट्रान्समीटरमुळे ते उपकरण कार्यान्वित केले जाई आणि

मग काही क्षणातच त्याचा स्फोट होऊन त्यातून भगव्या अथवा हिरव्या चमकणाऱ्या रंगाचा जोरदार फवारा उडे. त्यातच अश्रुधूरही मिसळलेला असे. स्फोटाच्या वेळी आसमंतातले तपमान दोनशे अंश सेंटिग्रेड इतके वर जाई. चोर, त्याचे वाहन रंगात न्हाऊन निघे. अश्रुधूराने तो हैराण होई आणि त्याला चटकेही बसू लागत. अशा परिस्थितीत चोर हमखास पोलिसांच्या हातात सापडत असे. चोर खरोखरच 'रंगेहाथ' पकडला जायचा. कोर्टात वेगळा पुरावा लागायचाच नाही, त्यामुळे वकील लोक या सुरक्षा उपकरणावर खूश असायचे.

यात एक धोका असायचा. स्फोट जर फार लवकर, बँकेच्या आवारातच झाला आणि चोर जर माथेफिरू निघाला, तर तो या प्रकाराने चिडून जाऊन कधीकधी गोळीबार करायचा, काहींना प्राण गमवायला लागायचे.

सुरक्षेचे नवे तंत्रज्ञान होते इलेक्ट्रॉनिक वेफर. क्रेडिट कार्डाच्या आकाराचा, त्यासारखाच अगदी चपटा असा एक छोटासा ट्रान्समीटर दोन नोटांच्या मध्ये बसवलेला असायचा. त्या नोटा कॅशियरजवळच्या एका खास ड्रॉवरमध्ये ठेवलेल्या असायच्या. कॅशियरने ते ड्रॉवर उघडले की, त्याला लावलेल्या स्प्रिंगने तो ट्रान्समीटर कार्यान्वित होऊन त्यातून संदेश प्रसारित व्हायला सुरुवात व्हायची. पोलिसांच्या गस्त घालणाऱ्या गाड्या तो संदेश अचूक हेरायची आणि त्यावरून चोराचा पाठलाग सुरू व्हायचा.

आत्ताही चॅनीला त्याच्या गाडीमागे काही गाड्या सतत येत आहेत, भरपूर रहदारीच्या रस्त्यात सावधपणे त्याचा पाठलाग सुरू झाला आहे, हे कळून चुकले होते. अशा प्रकारचा पाठलाग पोलिसांच्या 'व्हायोलंट क्राइम्स टास्क फोर्स' नावाच्या गटाकडून केला जायचा. त्यांच्याकडे अत्याधुनिक स्वयंचलित शस्त्रे असायची. चोर शस्त्रधारी असेल तर या गटाकडून केला जाणारा हल्ला प्राणघातक ठरू शकायचा. म्हणूनच चॅनीने स्वत:जवळ कोणतेही शस्त्र बाळगले नव्हते. कॅशियरला धमकवायला हात खिशात ठेवणेही पुरेसे होते. स्वत:ला इजा न होता, धड हातीपायी त्याला पोलिसांच्या हातात सापडायचे होते आणि केंटच्या तुरुंगात प्रवेश मिळवायचा होता.

चेंको या कुशल रशियन तंत्रज्ञाला तुरुंगात शोधून त्याला तुरुंगाबाहेर काढायला त्याच्याकडे योजनेच्या वेळापत्रकानुसार फक्त दोन दिवसांचा अवधी होता. चेंको मिळाला नाही तर संपूर्ण योजना बारगळणार होती. रशियातून पळवलेले रशियन बनावटीचे ते अण्वस्त्र व्यवस्थित जोडून चालू करू शकेल; असा तो एकटाच होता.

तो एका वळणावर वळला आणि त्याला त्या रस्त्याच्या टोकाला निळ्या-तांबड्या रंगाचे उघडझाप करणारे दिवे लावलेल्या पाच गाड्या त्याची वाट अडवून

उभ्या असलेल्या दिसल्या. बंदुकी, रायफल्स सरसावलेले पोलीस त्याच्या स्वागतासाठी सज्ज होते.

तीन गाड्या मागून आल्या आणि वळण घेऊन थांबल्या. त्यातूनही शस्त्रधारी पोलीस उतरले. तो दोन्ही बाजूंनी घेरला गेला होता. त्याला करड्या आवाजातील आज्ञा ऐकू आली,

''गाडीतून उतर आणि आम्हाला दिसतील असे दोन्ही हात वर करून उभा रहा.''

चॅनीने विनातक्रार त्यांच्या आज्ञेचे पालन केले.

फ्रायडे हार्बर, वॉशिंग्टन

त्या दिवशी सकाळी ऑफिसमध्ये शिरताना जोसलीनला सॅमची गाडी गॅरेजमध्ये आधीच उभी असलेली दिसली. म्हणजेच आज ती नेहमीपेक्षा लवकर आली होती. सॅम म्हणजे सामंथा हॉथॉर्न. जोसलीनची घरमालकीण आणि या नव्या बेटावरची तिची सर्वांत जवळची सखी, मैत्रीण.

सॅम फ्रायडे हार्बरमध्ये गेली पंधरा वर्षे राहत होती; इथलीच झाली होती. इथल्या हवा-पाण्याला, रोग-आजारांना कोळून प्यायली होती. तिच्यावर आता कशाचाच परिणाम होईनासा झाला होता. ती तब्येतीने जशी घट्ट होती तशीच मनाने खंबीर होती. कुठल्याही बिकट परिस्थितीतही मान वर करून जगायला शिकली होती.

तिचे वय पंचेचाळीस होते; पण ती दिसायची तिशीची. गौर वर्ण, तपकिरी केस, शरीर गुटगुटीत आणि निरोगी. स्वत:वर इतके प्रेम की, लग्न वगैरे करून त्यात कोणी वाटेकरी आणणे तिला मंजूर नव्हते; त्यामुळे अविवाहित. आपल्या अस्तित्वाची दुसऱ्याला दखल घ्यायला लावणारी. तिचे ऑफिस जोसलीनच्या ऑफिसला लागूनच होते. ऑफिसच्या दारावर ठळक अक्षरांत तिचे नाव होते आणि त्याखाली लिहिले होते :

कौन्सेलर अँड हिप्नोथेरपिस्ट

मानसशास्त्रीय सल्लागार आणि संमोहनोपचारतज्ज्ञ

ऑफिसचे दार उघडे होते आणि आत सॅम कागदांचे ढीग पडलेल्या टेबलामागे

बसून कामात गढली होती. जोसलीनची चाहूल लागताच तिने जोसलीनला हटकले, "वा, आलीस? सकाळ झाली वाटतं?"

"ए, नऊच वाजले आहेत बरं का," जोसलीन म्हणाली.

"हं, रात्री जागून काम केलं की होतो अगं उशीर. काल जागून एवढं काय चाललं होतं?"

"काम! तेच, ती कंपनी रजिस्टर करायची आहे ना!" ती रात्री बेल्डनच्या कंपनीचीच कागदपत्रे तयार करत बसली होती. मध्यरात्र कधी उलटली तिला कळलेच नाही. मग झोपायला उशीर झाला.

"तुझ्या ऑफिसमधला फोन सकाळपासून सारखा खणखणतो आहे," सॅमने सांगितले.

सॅमच्या फोन कनेक्शनमधूनच जोसलीनने फोन घेतला होता. दोघींच्या हाती आणखी थोडे जास्त काम आले की, दोघी मिळून एक रिसेप्शनिस्ट ठेवणार होत्या.

"शेवटी तो खणखणाट बंद होण्यासाठी घेतला मी तुझा फोन! काय करू? कामच सुचेना त्या आवाजाने," असे म्हणून तिने एक छोटा गुलाबी कागद वर धरला. जोसलीनने पुढे जाऊन तो घेतला.

"कॉफी घेणार?" जोसलीन कागदावरील नाव वाचत असताना सॅमने विचारले.

"नको गं, मी आत्ता, येता येताच घेतलीय." अपेक्षेप्रमाणे कागदावर नाव डीन बेल्डनचेच होते. "काही अर्जंट निरोप नव्हता ना?" पहिल्या भेटीत ठरलेली एका आठवड्याची मुदत अजून संपायची होती. तरी सारखा फोन का येतो, ते जोसलीनला जाणून घ्यायचे होते.

"नाही. काही निरोप नाही दिला. बोलणाऱ्याच्या आवाजाची धाटणी, बोलण्याची शैली यावरून ती व्यक्ती कुठल्याही गोष्टीने अस्वस्थ, उत्तेजित किंवा क्षुब्ध होत असेल असे वाटले नाही," असे म्हणून सॅम उठली आणि तिच्या खुर्चीमागच्या कॉफी मशीनजवळ जाऊन स्वत:साठी कॉफी तयार करू लागली.

नुसत्या आवाजावरून सॅमने डीन बेल्डनच्या स्वभावाबद्दलचा बांधलेला अंदाज, हा तिच्या मानसशास्त्रीय कौशल्याचा आणि अभ्यासू वृत्तीचा दर्शक होता. जोसलीनला त्याची मजा वाटली.

"काय हवं होतं त्याला? काही बोलला का?"

"नाही, तिथपर्यंत पोचलोच नाही आम्ही. तू नाही म्हटल्यावर त्याने तुला फोन करायला सांगितला आणि फोन ठेवून दिला." कॉफीचा घोट घेत-घेत ती बोलत होती. "कोण आहे हा माणूस? इथलाच स्थानिक आहे का कोणी गुन्ह्यात अडकलेला?"

"तुझा सल्ला न लागणारा!" जोसलीन हसून म्हणाली.

"ते तुला कसं माहीत? अर्थात फोनवर अगदी सुशिक्षित, सज्जन, सुसंस्कृत वाटला."

"हं. उद्योगपती आहे मोठा. आणि – कामाचे पैसे आगाऊ देतो," जोसलीन डोळे मिचकावीत हसून म्हणाली.

"वा, छान आहे. उद्योगपती आहे ना? उद्योगधंदा करणाऱ्यांना खूप मानसिक ताणतणाव असतात. मानसोपचारतज्ज्ञाची गरज पडू शकते!" सॅमनेही जोसलीनच्या डोळे मिचकावण्याची परतफेड केली. "माझी नक्कीच गरज पडेल त्याला!"

"डीन बेल्डनला कसला ताण येत असेल असं काही वाटत नाही. उगीच आशा लावून बसू नकोस!" जोसलीन म्हणाली. निघता निघता तिने सॅमला विचारले, "आज जेवणाचा काय बेत आहे?"

"दुपारी फोन कर, पाहू या." सॅमने तिला निरोप दिला.

जोसलीन ऑफिसमध्ये शिरली. तिने पर्स आणि हातातली बॅग जागेवर ठेवली आणि फोन फिरवला. पहिल्याच रिंगला फोन उचलला गेला.

"येस..." फोनवरचा आवाज डीनचाच होता, पण पहिल्या भेटीतील आवाजापेक्षा तो कोरडा आणि करडा वाटला.

"मिस्टर बेल्डन, जोसलीन कोल बोलतेय. तुम्ही फोन केला होतात?" तिनेही आवाजात औपचारिकता राखली.

"ओह, मिस कोल!" त्याचा आवाज क्षणात सौम्य झाला; त्यात ओळखीचा ओलावा आला. "मिस कोल, एक अडचण आलीय. आपल्याला आजच्या आज भेटणं आवश्यक आहे..." वाक्यात विनंतीचा जराही सूर नव्हता; आज्ञाच होती. हुकूमत गाजवायची वृत्ती! "...आणि तेही लवकरात लवकर."

'यांनी दुसरा वकील पाहिला नसेल ना? पैसे परत मागणार नसतील ना?'

"मी कागदपत्रांवर काम करायला सुरुवात केली आहे..." ती सांगू लागली.

"ओह, गुड."

"कंपनीचं नाव दाखलही करून टाकलं आहे."

"फारच छान."

"आपलं पुढच्या आठवड्यात भेटायचं ठरलं होतं. तोपर्यंत काम नक्कीच पूर्ण होईल."

"ते होत राहील. आजची अडचण त्यातली नाही, वेगळीच आहे."

"असं होय. बरं, मग कधी भेटायचं?"

"आत्ता. मी वीस मिनिटांत पोचतोय तुमच्या ऑफिसात."

ती काही बोलायच्या आत फोन ठेवला गेला.

पंधरा मिनिटांतच बाहेरच्या खोलीत पावलांचा आवाज येऊ लागला. तिच्या स्वागतिकेचे दार उघडले गेले आणि बंद झाले.

"मी आत आहे," तिने ओरडून सांगितले.

दोन क्षणांतच तिच्या ऑफिसचे दार उघडले गेले. डीन बेल्डन दारात उभा होता.

"एवढ्या अल्पशा पूर्वसूचनेवर भेटीचा वेळ दिल्याबद्दल मन:पूर्वक आभार. फार गैरसोय नाही ना होणार माझ्या या अतिक्रमणाने?" तो दारातूनच म्हणाला.

"या, या. बसा. काय झालंय?"

"कसं सांगावं समजत नाही. खरं म्हणजे लाज वाटते आहे. याआधी असं कधीच घडलं नव्हतं. वाहतुकीचे नियम मोडल्याबद्दलसुद्धा कधी कोणी तिकीट दिलेलं नाही मला."

"काय झालंय सांगाल की नाही."

तो खुर्चीवर बसला. क्षणभर थांबला आणि मग त्याने सांगायला सुरुवात केली. "काल मी माझ्या ऑफिसमध्ये काम करत बसलो होतो. एक माणूस आला. निळा सूट, काळे बूट, मोठ्या झुपकेदार मिशा. केस मात्र जरा विसकटलेले होते. त्याने मला विचारलं की, मी डीन बेल्डन का. अशा प्रकारे समोर उभ्या राहिलेल्या त्या माणसाला खरं सांगावं की नाही, असा संदेह निर्माण झाला माझ्या मनात. म्हणजे असं कोणीतरी येऊन एकदम ओळख विचारतो.... मला काय म्हणायचंय कळलं ना तुम्हाला?"

तिने मान डोलावली.

"गडी चांगला उभा-आडवा, बलदंड होता. शिष्टाचार नाहीत, उद्धटच होता. पोट सुटलेले पोलीस असतात ना तसा वाटत होता. मी म्हटलं, मीच बेल्डन. काय करणार? सांगून टाकलं. दुसरा काही मार्ग होता का?" तो उत्तराच्या अपेक्षेने थांबला.

"बरं केलंत. काय म्हणाला तो माणूस?"

"त्याने मला हे दिलं," असं म्हणून त्याने कोटाच्या आतल्या खिशातून एक पाकीट काढून टेबलावर ठेवले. पाकीट आधीच धारदार सुरीने कापून उघडलेले होते.

जोसलीनने पाकीट घेतले. त्यातली कागदाची घडी बाहेर काढली आणि उघडून तो कागद टेबलावर पसरला. तो बराच चुरगळलेला दिसत होता. त्याच्यावर कॉफी सांडल्याचे डाग पडले होते. दोन ठिकाणी कॉफीचा कप ठेवल्याच्या खुणासुद्धा दिसत होत्या. कॉफीच्या डागांनी काही शब्दही नीट दिसत नव्हते.

"हे काय झालंय काय?"

"सॉरी, काल गडबडीत माझ्या हातून थोडी कॉफी सांडली त्याच्यावर," बेल्डनने सांगितले.

"थोडी? इतके डाग पडले आहेत की, काय लिहिलंय तेसुद्धा नीट वाचता येत नाहीये! कधी हजर राहायला सांगितलंय चौकशीसाठी?" जोसलीन कागदावरील मजकूर वाचायचा प्रयत्न करीत चिडलेल्या स्वरात म्हणाली.

"बुधवारी. तुम्ही मोकळ्या असाल ना बुधवारी?" डीनने विचारले.

तिची नजर उगीचच समोरच्या कॅलेंडरकडे वळली, पण तिने त्याच्या प्रश्नाचे उत्तर देणे टाळले.

"कसली चौकशी आहे ही?" तिने त्याच्याकडे रोखून पाहत विचारले. ती त्याचा चेहरा, त्याचे डोळे वाचायचा प्रयत्न करीत होती. कागदावरील नोटीस अगदीच थोडक्यात लिहिलेली होती. त्यात काहीही तपशील दिलेला नव्हता.

"मला कल्पना नाही."

"असं काही आहे का, ज्याबद्दल तुमची चौकशी केली जाईल? म्हणजे संशयास्पद काही?"

"मला तर काहीच कळत नाही."

त्याच्यावर विश्वास ठेवावा असे तिला वाटत नव्हते. तिची साशंकता तिच्या चेहऱ्यावर उमटली असावी.

"मी खरंच, अगदी शपथपूर्वक सांगतो."

फेडरल ग्रँड ज्यूरीने डीन बेल्डन यांना सीअॅटलमध्ये चौकशीसाठी बोलावले होते. नोटिशीत फक्त दिवस, वेळ आणि ठिकाण दिले होते. चौकशी कशाबद्दल, चौकशीचे कारण काय, बेल्डनची त्यात काय गुंतवणूक – याबद्दल किंवा इतर कुठलाच संदर्भ नोटिशीत दिलेला नव्हता. वॉशिंग्टन राज्यात ग्रँड ज्यूरींना बरेच खास अधिकार होते. कोर्टाला लागू असणारे पुरावे आदींबद्दलचे नियमही ग्रँड ज्यूरींना लागू नव्हते. ज्याला चौकशीसाठी बोलावले असेल त्या व्यक्तीच्या वकिलालाही चौकशीच्या वेळी हजर राहण्यास परवानगी नसे. फक्त बोलते करण्यासाठी बोलावलेल्या माणसाचे शारीरिक हाल करण्याची त्यांना मुळीच परवानगी नव्हती.

"या पाकिटात या कागदाबरोबर आणिक काही होतं का?" जोसलीनने विचारले.

"म्हणजे?"

"म्हणजे आणखी एखादं पत्र, काही सूचना..."

"नाही, काहीच नव्हतं."

"हे बरं झालं."

"म्हणजे?"

"म्हणजे फक्त चौकशीसाठी बोलावल्याची नोटीस होती, 'टार्गेट लेटर' नव्हतं."

United States District Court

Western District of Washington

TO: Dean Richard Belden
Route 12, Box 32
Friday Harbor, WA. 98250

SUBPOENA TO TESTIFY
BEFORE GRAND JURY

SUBPOENA FOR:
X PERSON __ DOCUMENT(S) OR OBJECTS

YOU ARE HEREBY COMMANDED to appear and testify before the Grand Jury of the United States District Court at the place, date, and time specified below:

PLACE	COURTROOM
U.S. Courthouse Western District of Washington 1010 Fifth Avenue Seattle, WA. 98104	Grand Jury Room-3rd Floor

YOU ARE ALSO COMMANDED to bring with you the following document(s) or Object(s):

None Specified

This subpoena shall remain in effect until you are granted leave to depart by the court or by an officer acting on behalf of the court.

CLERK

Howard E. Davies

This subpoena is issued on application of the United States of America William P. Wainright United States Attorney	By: ASSISTANT U.S. ATTORNEY Thomas McCally, AUSA Western District of Washington P.O. Box B 135874 Seattle, WA. 98104

"''टार्गेट लेटर म्हणजे?''

''म्हणजे तुम्ही यात अपराधी, गुन्हेगार अथवा संशयित नाही हे नक्की. तसं असलं की, त्या व्यक्तीला नोटिशीबरोबर टार्गेट लेटर पाठवतात. त्यात तुमच्या काही हक्कांचीही माहिती असते. तुम्हाला एखाद्या प्रश्नाचे उत्तर न देण्याचा हक्क असतो. पण ज्याअर्थी तुम्हाला ते लेटर पाठवलेले नाही, त्याअर्थी तुम्ही फक्त साक्षीदार आहात; संभाव्य आरोपी अन्य कोणीतरी आहे. तुमच्याकडे त्याच्याबद्दल माहिती विचारायची असावी.''

''मग आता काय करायचं?'

''पहिली गोष्ट म्हणजे या नोटिशीविषयी कोणाशीही काहीही बोलू नका, तिचा कोणाजवळ उल्लेखही करू नका. तुम्ही एव्हाना बोलला नाहीत ना कुणाशी याबद्दल?''

''नाही, कुणाशीच नाही.''

''उत्तम. तुम्हीच जर 'टार्गेट' असता तर मी तुम्हाला तिथे जा; पण कायद्यातल्या पाचव्या दुरुस्तीचा आधार घेऊन काहीही बोलायला नकार द्या, असा सल्ला दिला असता. अर्थात तुम्ही साक्षीदार असतानाही तसे करू शकता, आणि मला वाटतं तसं करणं शहाणपणाचं ठरेल.''

''माझ्या मौनाचा अर्थ मी दोषी आहे असा नाही ना घेतला जाणार?''

''त्यांनी अर्थ काहीही काढला तरी बिघडत नाही, ते काय सिद्ध करू शकतात ते महत्त्वाचं असतं.''

ग्रँड ज्यूरीला बरेच अधिकार होते. त्यांच्या चौकशीची कक्षा बरीच मोठी होती. अमुक एका गोष्टीचा त्यांच्याशी संबंध नाही असे म्हणताच येत नसे. ते कुणालाही बोलावू शकत असत, काय हवे ते विचारू शकत असत. तुमच्या आयुष्याचा ताळेबंद मांडू शकत, तुमच्या नातेवाइकांना, मित्रांना, शेजाऱ्यांना चौकशीसाठी बोलावू शकत. तुम्हाला त्यांनी बोलावणं धाडलं; त्यांच्यासमोर तुम्हाला हजेरी लावायला लागली; एवढेही तुमच्यासंबंधी समाजात गैरसमज निर्माण करायला, तुमच्या चारित्र्यावर शिंतोडे उडायला पुरेसे होत असे.

''दुसऱ्या कोणाचातरी अपराध शोधायच्या प्रक्रियेत ते तुम्हाला काही माहिती विचारायला, कदाचित ओळख पटवायला बोलावीत आहेत. पण असेही होऊ शकते की, तुमच्या सांगण्यातून तुमचाच एखादा गुन्हा उघडकीला येतो.''

''पण माझ्या हातून काहीच चूक घडलेली नाही.''

''ओहो! तुम्ही तर संतच, नाही का?'' तिचे काळेभोर डोळे समोर बसलेल्या डीन बेल्डनच्या हिरव्या डोळ्यांचा वेध घेत होते. ''अगदी प्राप्तीकरही पूर्ण सचोटीने भरत असाल. करातली कुठली सवलतही कायद्याला जराही मुरड न घालताच घेत असाल!''

तो काही क्षण मान वर करून छताकडे पाहत राहिला, विचार करताना पडतात तशा त्याच्या कपाळाला आठ्या पडल्या, डोळे क्षणभर बारीक झाले. त्याने मान हलवीत तिच्याकडे पाहिले आणि म्हणाला, "नाही. खरंच मी छातीठोकपणे सांगू शकतो की, मी बेकायदेशीर काहीही केलेलं नाही." तो थोडा पुढे झुकला, तिच्याकडे रोखून पाहत त्याने एक डोळा मिचकावला आणि म्हणाला, "हां, आता दोषच काढायचा झाला तर मन थोडं सैरभैर होतं कधीकधी..."

तिने मोठ्या प्रयत्नपूर्वक हसू आवरले.

"हे पहा, हा विषय खूपच गंभीर आहे."

"होय, सॉरी."

"तुम्हाला जर ज्यूरींना पूर्ण सहकार्य द्यायचं असेल तर माझी हरकत नाही. पण त्याच्या परिणामांचा नीट विचार करायला हवा."

"मी प्रयत्न करतो..."

"मिस्टर बेल्डन..."

"डीन, डीन म्हणा मला."

"डीन, जी माहिती तुम्ही ज्यूरींना द्याल, त्यामुळे तुम्ही खरंच फार मोठ्या अडचणीत येण्याची शक्यता असते. कोणताही हुशार वकील याबाबतीत तुम्हाला ज्यूरींकडून 'इम्युनिटी' मागण्याचा सल्ला देईल."

"इम्युनिटी?"

"होय. तुम्ही जर आरोपी नसाल, तुम्ही त्यांच्या चौकशीचे मुख्य लक्ष्य नसाल तर तुम्हाला इम्युनिटी द्यायला ते खळखळ करत नाहीत. तुम्ही इम्युनिटी मागा."

"म्हणजे काय होईल?"

"तुम्ही चौकशीत ज्यूरींना जे काही सांगाल, त्यातल्या तुमच्या कोणत्याही विधानाच्या, तुम्ही दिलेल्या माहितीच्या आधारावर ते तुमच्यावर कधीही खटला भरू शकणार नाहीत. ही हमी तुम्हाला देताना त्यात एक गोष्ट गृहीत धरलेली असते की, तुम्ही ज्यूरींसमोर सत्यकथनच कराल."

"म्हणजे सरकारी अधिकाऱ्यांनीच माहिती विचारायची आणि ती सांगितली की, सांगणाऱ्यालाच गोत्यात आणायचं! हे सगळं काय असतं? कशासाठी बोलावलंय मला?"

"त्यांना असं वाटतं आहे की, ते ज्या गुन्ह्याचा, ज्या अपराधी व्यक्तीचा शोध घेत आहेत, त्याच्याशी तुमचा काहीतरी संबंध आहे. तुम्ही त्याला ओळखता आणि त्यासंबंधी ते जी माहिती गोळा करीत आहेत, त्यातली काही तुमच्याकडे आहे."

"कोण माणूस असेल? कोणती माहिती हवी असेल त्यांना?"

"विचार करा. तुमच्या व्यवसायापैकी काही."

तो स्मरणशक्तीला ताण देत असल्यासारखा विचारात पडला.

"या बेटावर येऊन हा व्यवसाय सुरू करण्याआधी तुम्ही काय करीत होतात? त्या काळातलं काही?"

"मी पहिल्यापासून इलेक्ट्रॉनिक्समध्येच काम करतोय. दुसरं काहीच केलं नाही मी. तेच येतं मला आणि आवडतंही."

"तुमचा सहकारी, तुमचा एखादा ग्राहक?"

त्याची विचारी मुद्रा अचानक फुलली, हिरव्या डोळ्यांत चमक आली. तो म्हणाला, "हा, असा विचार केलाच नव्हता मी!"

"कसा?"

"मॅक्स स्पर्लिंग! बरोबर, तोच असला पाहिजे."

"हा मॅक्स स्पर्लिंग कोण?"

"दोन वर्षांपूर्वी मी काही काळ त्याच्याकडून काही माल खरेदी करीत होतो." क्षणभर विचार करून तो म्हणाला, "कदाचित दोन नसतील, तीन वर्षं झाली असतील. हो, तीनच झाली. सिलिकॉन व्हॅलीमध्ये कारखाना होता त्याचा इलेक्ट्रॉनिक्स पार्ट्सचा. मी असं ऐकलंय की, एक वर्षापूर्वी चोरीच्या मायक्रोचिप्स वापरल्या किंवा तत्सम कारणासाठी तो कायद्याच्या कचाट्यात सापडला होता. मी काही त्या गोष्टीकडे फारसं लक्ष दिलं नव्हतं. कारण त्या वेळेपर्यंत माझा त्याच्याबरोबरचा व्यवहार संपुष्टात आला होता."

"काय विकत घेत होतात तुम्ही त्याच्याकडून?"

"मायक्रोचिप्स."

जोसलीनच्या कानात घंटा वाजू लागल्या.

"किती डॉलर्सचा व्यापार असेल त्याच्याबरोबर तुमचा?"

"अं, मला आठवतंय त्याप्रमाणे दोनएक लाख डॉलर्सचा. तसा त्याचाही व्यवसाय लहानच होता. स्वतःच हिंडून पुरवठा करायचा."

जोसलीनला याचा अंदाज येत नव्हता की, त्या कोणा मॅक्सबद्दल डीन बेल्डनजवळ अशी काय माहिती असेल ज्यात कायद्याला रस असेल. डीन पुढे सांगत होता, "सबंध किनारपट्टीच्या भागात तो खूप हिंडायचा. बे एरियामध्ये त्याचं एक वेअरहाउस होतं. त्याचा व्यवसाय चांगला चालायचा, कारण त्या काळात मायक्रोचिप्सचा बाजारात तुटवडा होता. तो ज्या प्रकारच्या बनवायचा त्याचं तर दुर्भिक्ष्यच होतं."

"का? त्यात काय खास होतं?"

"काही विशिष्ट प्रकारच्या इलेक्ट्रॉनिक उपकरणात, फक्त तो बनवायचा तसल्याच मायक्रोचिप्स लागायच्या."

जोसलीनने क्षण दोन क्षण विचार करून पुढचा प्रश्न काळजीपूर्वक विचारला, ''डीन, तुम्ही जेव्हा त्या चिप्स मॅक्सकडून खरेदी करीत होतात, त्या वेळी तुम्हाला त्या चोरीच्या वगैरे असतील अशी शंका येण्याचं काही कारण नव्हतं ना?''

प्रश्न विचारताना तिची मान नकारार्थी हालत होती. तिला तसेच उत्तर हवे होते. आपला अशील नक्कीच एखाद्या गुन्ह्यात गुंतलेला होता – तोही चोरीच्या मालाच्या खरेदीच्या – हे कोणत्याच वकिलाला माहीत करून घ्यायची इच्छा नसते.

डीनने अगदी या टोकापासून त्या टोकापर्यंत मान हालवीत सांगितले, ''मुळीच नव्हतं! जरासुद्धा, पुसटशीसुद्धा शंका नव्हती.''

''बरं, त्या चिप्सच्या किमतीबद्दल बोलू या. त्या चिप्ससाठी तुम्ही देत होतात ती किंमत बाजारभावाइतकीच होती का?''

''त्याची किंमत फार चांगली, परवडणारी, फायद्याचीच होती.'' त्या उत्तरात त्याच्यातला धूर्त उद्योजक दिसत होता. ''म्हणजे त्याबद्दल शंका यावी इतकी कमी नव्हती, पण मला हे चांगलंच आठवतंय की, ती बाजारातल्या सर्वांत कमी किमतीच्या जवळ होती.''

''किती जवळ?'' जोसलीनने खोदून विचारले.

''म्हणजे तो माल चोरीचा म्हणून तो कवडीमोलाने विकत होता असं नव्हतं. किंमत एकदम वाजवी होती.''

जोसलीनला हायसे वाटले. इम्युनिटी घेणे सोयीचे ठरेल असेच तिला वाटले. तिने विचारले, ''तो स्पर्लिंग त्याच वेळी आणखी कुणाला त्याच प्रकारच्या चिप्स विकत होता का?''

''हो, हो. बऱ्याच जणांना.''

''तुमच्या माहितीप्रमाणे तुम्ही त्याचे बरेच मोठे ग्राहक होतात का?''

''नक्की माहीत नाही. पण तसं नसावं. त्याचे अनेक मोठे ग्राहक असावेत.''

''कोण? एखादं नाव?''

डीनने काही वेळ विचार करून उत्तर दिले, ''नाही, तसं एखादं नाव नाही लक्षात माझ्या.''

''म्हणजे असं म्हणायला हरकत नाही की, तुम्ही त्याच्या मोठ्या ग्राहकांपैकी एक होतात.''

''शक्य आहे.''

''तो तुम्हाला चोरीचा माल विकत असेल अशी शंका तुमच्या मनात येण्यासारखं काहीही त्या काळात घडलं नाही, असं तुमचं म्हणणं आहे.''

''होय. तो एक पुरवठादार होता, मी त्याचा एक ग्राहक होतो! विक्री, खरेदी. बस.''

"लबाडी केली जाते तेव्हा सगळं सरळ, सुरळीत चाललं आहे असंच चित्र असतं. पण काही वेळा तुम्हाला आतून काहीतरी निराळं, विचित्र वाटत असतं – तसं वाटत होतं का आणि ते काय? ते महत्त्वाचं आहे."

"नाही. माझी तरी अशी प्रामाणिक समजूत होती की, त्यात काहीही भानगड नव्हती."

"त्या वेळच्या खरेदीची काही कागदपत्रं असतील ना तुमच्याजवळ? तुमच्या पर्चेस ऑर्डर्स, त्याची चलनं, बिलं, पावत्या."

"असतील, पण जरा पाहायला लागतील."

जोसलीन टेबलावर पसरून ठेवलेली ग्रँड ज्यूरीकडून आलेली नोटीस परत एकदा वाचू लागली. डीन काहीही न बोलता तिच्याकडे पाहत होता. काही वेळाने तो म्हणाला, "काय झालं? काही विशेष सापडतंय का त्यात?"

"नाही, मी विचार करतीये, जर ज्यूरींना या स्पर्लिंगबद्दल माहिती हवी असेल तर त्यांनी त्याच्याबरोबरच्या तुमच्या व्यवहाराची रेकॉर्ड्स निश्चित मागितली असती पुरावे म्हणून; हो की नाही?"

"मला वाटतं, हो."

"पण या नोटिशीत त्यांनी तसं काहीच मागितलेलं नाही."

दोन्ही हात आणि ओठांच्या विशिष्ट हालचालीने 'काय माहीत?' असे भाव दाखवीत डीन म्हणाला, "एक स्पर्लिंग सोडला तर इतर कुणाच्या बाबतीत मला बेकायदेशीरपणाचे काही व्यवहार, पोलिसांची भानगड असं काही असलेलं आठवत नाही."

"तसं असेल तर, मला वाटतं, तुम्हाला काळजी करण्याची काहीच गरज नाही. ते काही अनपेक्षित, अडचणीत टाकणारं विचारतील असं वाटत नाही. चौकशी जुजबीच असेल. पण खबरदारी म्हणून तुम्ही इम्युनिटीची मागणी केलेली बरी."

चर्चेचे सार सांगितल्यासारखे हे तिचे वाक्य ऐकल्यावर डीनने ऐकू येईल एवढ्या जोरात सुटकेचा, समाधानाचा सुस्कारा सोडला.

"ठीक आहे. आता सांगितलेल्या दिवशी, सांगितलेल्या ठिकाणी वेळेवर जायचं, हजेरी लावायची, विचारलेल्या प्रश्नांची खरी उत्तरं द्यायची, पण त्यांनी जर इम्युनिटी दिली तरच. एरवी पाचव्या दुरुस्तीचा आधार घेऊन गप्प राहायचं. उत्तरं द्यायचं नाकारायचं."

" 'हे तुम्ही! हे करायचं, ते करायचं' असं काय सांगताय? मी एकटा जाणार आहे का? तुम्ही माझ्याबरोबर येणार नाही का?"

"मला नाही वाटत तशी काही गरज आहे."

"पण मला वाटते ना!"

"अहो, ते उगाच खर्चात पाडेल तुम्हाला!"

"पडू दे. तुम्ही माझ्या कायदेशीर-सल्लागार आहात."

"हे पहा, ते कुठलातरी मोठा मासा गळाला लावायला बघताहेत. त्याच्या कुठल्यातरी एखाद्या कागदात तुमचं नाव आलं असेल म्हणून तुम्हाला बोलावलं असेल, त्याला ओळखायला किंवा..."

"ते काहीही असो, मला तुम्ही माझ्या बरोबर हव्याच आहात."

"आता तुम्ही अडूनच बसणार असलात तर..."

"हो, मी बसणार आहे आडून. तुमची फी बोला." त्याने चेकबुक बाहेर काढले.

"सीॲटलला जाऊन यायला जो वेळ लागेल त्यानुसार..."

तिचे बोलणे थांबवत त्याने चेक लिहायला सुरुवात केली आणि लिहिता लिहिता विचारले, "यापूर्वी तुम्ही कधी ग्रँड ज्यूरीसमोर गेला आहात?"

"फेडरल ग्रँड ज्यूरीसमोर नाही, राज्याच्या..."

"म्हणजे नाही." तो हसून म्हणाला. जोसलीनही हसली.

"आत्ता नका देऊ तुम्ही मला चेक." ती म्हणाली.

त्याने वर बघितले. "असं कसं?" असे म्हणून तो परत खाली पाहून लिहू लागला.

"मी यूएस ॲटर्नींच्या ऑफिसमध्ये फोन करून बघते. ते सहसा काही सांगत नाहीत, पण प्रयत्न करून पाहायला..."

"जरूर करा."

"खरंच तुम्ही आत्ता तसदी नका घेऊ चेक लिहिण्याची. मी नंतर बिल देईन तुम्हाला, त्या वेळी द्या पैसे."

"अहो, तुम्ही माझ्याकरता इतकं करताय, इतका त्रास घेताय, तुमच्या फीच्या बाबतीत मी मुळीच हयगय करणार नाही." त्याने लिहिलेला चेक चेकबुकमधून फाडून तिच्या समोर धरला. त्यावरच्या पाच हजार या रकमेने तिचे लक्ष वेधून घेतले.

"तुम्हाला रोश हार्बर माहीत आहे?" त्याने विचारले. त्या बेटसमूहातील ते एक बंदर होते.

तिने होकार देताच तो दाराकडे जात म्हणाला, "मग बुधवारी सकाळी बरोबर सात वाजता तिथे भेटू या."

"सात वाजता? रोश हार्बरहून सीॲटलला पोचू आपण वेळेवर, सात वाजता निघून?" तिने विचारले.

"काळजी करू नका. नक्की पोचू. भेटू या; सात वाजता."

डीन बेल्डन ऑफिसचे दार उघडून बाहेर निघून गेला.

इकटिरेनबर्ग, युराल्स पर्वतराजीच्या पूर्वेकडे

मॉस्कोहून सहा तासांचा हवाई प्रवास होता. त्या अवधीत गिडियनला काही नीट झोप लागली नाही. युराल्सच्या डोंगराळ भागात त्याचे छोटे विमान गचके खात होते, वर-खाली जोरजोरात हालत होते. 'एअरोफ्लोट' ही विमानकंपनी या मार्गावर त्यांच्याकडल्या एअर बसेस वापरीत नसे. ती प्रचंड आकाराची, आरामदायी विमाने केवळ आंतरराष्ट्रीय उड्डाणांसाठी – पॅरीस, लंडन यांसारख्या शहरी जाणाऱ्या उड्डाणांसाठी – राखून ठेवत असे. त्यांची विमानेही इतर देशांच्या तोडीस तोड असणे हा रशियाच्या राष्ट्रीय सन्मानाचाही प्रश्न असे.

त्या दिवशीच्या सायबेरियाच्या भागातील अंतर्गत उड्डाणासाठी 'टुपलिफ' कंपनीचे एक 'वयस्कर' विमान वापरलेले होते. जणू युगानुयुगे सेवा देत असलेली ती विमाने आता इतकी थकलेली होती की, त्यांना मधून-मधून त्यांच्या आकाशात तरंगत राहण्याच्या वैज्ञानिक गुणधर्माचे विस्मरण होईल की काय, अशी भीती वाटायची. कधीकधी तर तसे होतही असे. त्या विमानात आसनांच्या वर ऑक्सिजन मास्क्स नव्हते आणि आसनांच्या खालची लाइफ जॅकेट्स वेळेवर फुगतील की नाही, याविषयी खातरीही नव्हती.

गिडियनला त्या विमानांची सवय होती. तो त्याच्यां वडिलांकडून आईकडे येता-जाता ॲम्स्टरडॅम आणि मॉस्को यांमधील प्रवास याच विमानांनी करायचा.

पण रशियाच्या पूर्व भागात, युराल पर्वतराजीच्या पलीकडे तो यापूर्वी कधीच गेला नव्हता. हा भाग म्हणजे पाइन वृक्षांनी आच्छादून टाकलेले पर्वतांचे उतार,

लाखो मैल पसरलेले, अफाट घनदाट जंगल होते. या जंगलात सहज कोणीही हरवले असते. हा प्रदेश खनिज पदार्थांसाठी जसा प्रसिद्ध होता, तसाच स्टॅलिनच्या 'गुलाग' नावाच्या लेबर कँप्ससाठी कुप्रसिद्धही होता. आता या घनदाट जंगलाच्या प्रदेशात रशियन नेत्यांनी अण्वस्त्रांचे साठे लपवून ठेवलेले होते. हा प्रदेश इतका विस्तीर्ण होता की, पूर्ण पश्चिम युरोपसुद्धा त्यात हरवून गेला असता!

गिडियन गेले तीन दिवस मॉस्कोत विविध खात्यांत, खात्यांच्या निरनिराळ्या विभागात आणि उपविभागातसुद्धा हेलपाटे मारीत होता. जुन्या जवळच्या ओळखी, काही तोंडओळखी वापरून, विसरलेल्या उकरून काढून, साम-दाम-भेद या सर्व उपायांचा अवलंब करून, रात्रंदिवस अथक प्रयत्न करून त्याने अखेर त्याला स्वर्डलॉव्हस्कमध्ये प्रवेश मिळेल अशी सोय करून घेतली होती. ती इतकी व्यवस्थित केली होती की, विमानतळावरून त्याला इच्छित स्थळी नेण्यासाठी शासनाची गाडी आणि ड्रायव्हरदेखील पुरवण्यात आले होते.

गेल्या काही दिवसात शांत झोप न मिळाल्याने जळजळणारे गिडियनचे डोळे ढगातून विमान जसजसे खाली उतरू लागले तसतसे स्पष्ट होणारे निसर्गाचे हिरवे नयनरम्य रूप पाहून निवू लागले. टोकदार पानांचे सदाबहार, सदाहरित पाइन वृक्ष आणि बारीक फांद्यांचे भोजवृक्ष यांचा हिरवागार गालिचा नजर पोचेल तिथपर्यंत पसरला होता. मधूनच दिसणारे आणि मधूनच अदृश्य होणारे फरसबंदी केलेले रस्ते त्यावर काढलेल्या नक्षीसारखे दिसत होते. विमानाची उंची कमी होत गेली तसे रस्ते अधिकाधिक स्पष्ट दिसू लागले. गिडियनला आश्चर्य वाटले की, रस्ते जवळजवळ रिकामे होते. विमान जणू एखाद्या निर्मनुष्य ग्रहावर उतरत होते.

पण गिडियनला हे माहीत होते की, इकटिरेनबर्ग हे वीस लाख लोकवस्तीचे, रशियातील एक झपाट्याने वाढणारे, सुबत्ता आणि भरभराट यांच्या मार्गावर वेगाने प्रगती करणारे शहर होते. त्याच्या नावातील 'कटिरेन' हा झार पीटर द ग्रेट याच्या पत्नीच्या नावाचा – 'कॅथरीन'चा अपभ्रंश होता. अमेरिकेत जेव्हा जेफर्सन स्वातंत्र्याचा जाहीरनामा लिहीत होता, त्या वेळी हे शहर वस्त्रोद्योगाचे माहेरघर होते. त्या उद्योगातील अर्ध्वयू असणाऱ्या धनवंतांनी त्या काळी बांधलेल्या जॉर्जियन शैलीतील महालांची चित्रे गिडियनने पाहिलेली होती. ते महाल अजूनही शहराच्या मध्यभागी उभे होते, पण त्यांची शान त्यांवर चढलेल्या इतिहासाच्या धुळीने पार घालवून टाकली होती.

कम्युनिस्टांना देशाच्या नकाशावरून झारचे नाव पुसून टाकायचे होते. म्हणूनच झारपत्नी कॅथेरीनच्या नावावरून पडलेले इकटिरेनबर्ग हे या शहराचे नावही त्यांना बोचत होते. 'बहुसंख्य' या अर्थी रशियन भाषेतील शब्दावरून नाव घेतलेल्या 'बोल्शेव्हिक' या कम्युनिस्ट मतप्रणालीच्या समर्थक पक्षाची रशियात सत्ता असतानाच्या

काळात त्या झारद्वेष्ट्यांनी या शहराचे नाव बदलले. त्यांच्या पक्षाचा नेता, कम्युनिस्ट पार्टीच्या सेंट्रल कमिटीचा सेक्रेटरी याकोव्ह स्वर्डलॉव्हस्क याचे नाव दिले. रशियाच्या इतिहासात काळ्या अक्षरांनी लिहिले गेलेले एक महाभयंकर मानवी हत्याकांड याच शहरात १६ ऑगस्ट, १९१८च्या पहाटे घडले होते. एका मोठ्या इमारतीच्या तळघरात झार निकोलस, त्याची पत्नी अॅलेक्झान्ड्रा, त्यांची मुलेबाळे आणि रोमानोव्ह राजघराण्यातील सगळे लोक यांची निर्घृण हत्या करून, त्यांची प्रेते दूर जंगलात नेऊन पुरून टाकण्यात आली होती आणि त्या राजवंशाची नामोनिशाणी अशा रितीने मिटवली गेली होती.

याच राजवंशाचा निवास असलेल्या या शहराने त्यानंतर सत्तर वर्षांनी लोकशाही स्वीकारलेल्या रशियाला परत एकदा नेतृत्व दिले. या शहराचे नागरिक, शहराचे महापौर असलेले बोरीस येल्स्टीन हे रशियाचे पंतप्रधान झाले. त्यांच्या शासनाच्या काळात त्यांनी, ज्या इमारतीच्या तळघरात झार राजघराण्याचा निर्वंश करण्यात आला होता ती इमारत जमीनदोस्त करून टाकली. पण भावनेच्या आहारी जाऊन एक इतिहासाची खूण अशा रितीने मिटवल्याचा त्यांना पश्चात्ताप झाला.

१९९० सालच्या पूर्वार्धात कम्युनिझमचा अस्त झाल्यावर या शहराने त्याचा ऐतिहासिक वारसा परत मिळवून तो जतन करण्याच्या उद्देशाने झारपत्नी कॅथेरीन हिच्याशी जुळलेले जुने नाव – इकटिरेनबर्ग परत घेतले.

इतक्या उलथापालथी पाहिलेल्या या शहराला भेट देण्यास गिडियन उत्सुक होता, पण विमान आणखी खाली पोचल्यावर क्षितिजावर मुख्यत्वे दिसणाऱ्या औद्योगिक वसाहतीतील पांढऱ्या रंगाच्या उदास इमारती पाहून तो थोडा निराश झाला. त्याला तेथेच जायचे होते. त्याने निघण्यापूर्वी त्या इमारती सॅटेलाइटने घेतलेल्या फोटोंमध्ये पाहिल्या होत्या. त्या इमारतींना नावे नव्हती, त्याचे नंबर हीच त्यांची ओळख होती. त्या वसाहतीचा नंबर होता – 'स्वर्डलॉव्हस्क ४५.' ती वसाहत आणि त्या सभोवतालच्या संपूर्ण परिसरात कडक सुरक्षाव्यवस्था होती. रशियन नागरिकांनादेखील त्या भागात प्रवेश करायला खास परवान्याची गरज पडत असे.

विमान जमिनीलगत पोचले. इतका वेळ, ज्या पाइन आणि भोजवृक्षांचे शेंडे खिडकीतून खाली दिसत होते ते वृक्ष आता खिडक्यांच्या समोर दिसू लागले. काही क्षणांतच विमानाची चाके प्रचंड आवाज करीत धावपट्टीवर टेकली. विमान थडथडत काही अंतर वेगाने गेले आणि एकदा ते जमिनीवर स्थिरावल्यावर त्याचा वेग ओसरू लागला.

आगमनाचे सर्व सोपस्कार उरकून, सामान घेऊन बाहेर येऊन, गाडी आणि ड्रायव्हर शोधून विमानतळाच्या बाहेर पडायला गिडियनला एक तासाहून जास्त वेळ

लागला. आणखी एका तासाने तो स्वर्डलॉव्हस्क ४५च्या प्रवेशद्वाराजवळ पोचला होता. विमानातून उदास दिसणाऱ्या त्या इमारतींच्या खिडक्यांच्या काचाही फुटलेल्या होत्या, त्या दुर्लक्षित आणि म्हणून अधिकच दुर्मुखलेल्या दिसत होत्या.

पण त्या इमारतीत हालचाली मात्र जोरात चालू होत्या. सामान वाहून नेणारे मोठमोठे ट्रेलर्स मागे जोडलेले ट्रक्स ये-जा करीत होते. अंगात कोट्स आणि हेलमेट्स घातलेले कामगार कामे करीत होते आणि जागोजागी एके ४७ रायफल्स घेतलेले सुरक्षारक्षक गस्त घालीत होते. ड्रायव्हरने गाडी प्रवेशद्वाराच्या आत नेऊन जवळच्याच एका इमारतीपाशी उभी केली. इमारतीबाहेरील मोकळ्या आवारात दोन रशियन बनावटीच्या, 'लाडा' कंपनीच्या, जुनाट आणि धुळीने माखलेल्या गाड्या उभ्या होत्या. त्यांच्या बाजूला त्या सगळ्या वातावरणाशी न जुळणारी एक निळ्या रंगाची छप्पर काढता-घालता येणारी नवी कोरी, लखलखीत 'मर्सिडीज एस एल' गाडी विराजमान झाली होती. तिने गिडियनचे लक्ष वेधून घेतले, कुतूहल जागृत केले.

त्याच आवारात सागरी वाहतुकीसाठी वापरतात तसले; पण पार गंजून गेलेले मोठे कंटेनर्सही ठेवलेले होते. इकडेतिकडे मालाच्या लाकडी पेट्यांना आवळल्या जाणाऱ्या छर्रापट्ट्यांचा खच पडला होता. त्या पेट्या बहुधा काही कल्पक कामगारांच्या घरचे पाणी तापवता तापवता जळून राख बनल्या असाव्यात. त्या आवारालगतची इमारत ऑफिसची असावी असा गिडियने अंदाज बांधला.

गिडियनने हाही कयास बांधला की, तो जी चौकशी करायला आला होता तिचा केंद्रबिंदू काही अंतरावर दिसणाऱ्या टेकड्यांच्या उतारांच्या पोटात, जमिनीखाली दडलेल्या तळघरात असणार.

त्यावेळच्या नोंदींनुसार रशियन संघराज्यात ३० हजार अण्वस्त्रे आणि एक हजार टनांहून जास्त अति उच्च दर्जाचे युरेनियम आणि सुमारे १०० टन प्लुटोनियम होते. अणूबाँब बनविण्यासाठी हे अत्यंत उपयुक्त असल्याने त्यांचे प्रचंड साठे ही रशियातील अणुक्षेत्रातील तज्ज्ञांसाठी आणि पाश्चिमात्य देशांतील त्यांच्या सर्व सहकाऱ्यांसाठीही मोठ्या चिंतेची बाब बनली होती. त्या साठ्यातून युरेनियम आणि प्लुटोनियम जर्मनी, इटली, युरोपमधील इतरही काही देश आणि पूर्वेकडे उदयाला येणारी गणराज्ये येथे चोरट्या मार्गाने पोचल्याच्या कितीतरी घटना घडत होत्या. त्यातील पन्नास घटना तर पुराव्यानिशी सिद्धही झाल्या होत्या. पण एक तर ते युरेनियम अथवा प्लुटोनियम खूप कमी होते आणि ते कनिष्ठ दर्जाचे अथवा त्यावर ते उच्च दर्जाचे बनवण्याची प्रक्रिया सुरू होती.

गिडियनच्या संस्थेकडे येणाऱ्या अहवालात अशा प्रकारे शस्त्रास्त्रांच्या साठ्यातील त्रुटींची नोंद होण्याचीही ही पहिलीच वेळ नव्हती. पण आत्तापर्यंत सर्वच वेळेला त्या कारकुनी चुका होत्या असेच उघडकीला आलेले होते. या वेळी गहाळ

झालेल्या अस्त्रांची बाब गंभीरपणे न घेणे हीच गोष्ट फार मोठा गंभीर धोका ठरला असता. ती दोन अस्त्रे सहजी लांबवर वाहून नेता येता येणारी होती आणि ती आकाराने लहान असून प्रचंड संहार घडवणारी होती. त्यामुळे ती दहशतवाद्यांना अगदी हवा तसा, त्यांच्या घातक कारवायांसाठी यथायोग्य असा 'माल' होती!

युद्धभूमीवर काही अंतरावर असलेल्या शत्रुसैन्यावर मारा करण्यासाठी वापरण्यात येणाऱ्या कमी पल्ल्याच्या अस्त्रांशी गिडियन पूर्ण परिचित होता. लष्करी परिभाषेत या अस्त्रांना 'टॅक्टिकल फील्ड आर्टिलरी' असे म्हणत. देशा-देशातील संरक्षक अथवा शस्त्रास्त्र करारांच्या किंवा तहांच्या वाटाघाटीत, त्यांवरील चर्चेत या अस्त्रांचा प्रामुख्याने समावेश असे, इतकी ती लष्करीदृष्ट्या महत्त्वाची होती.

१९५० सालच्या सुरुवातीला अमेरिकेने आठ इंच व्यासाचा तोफेचा गोळा तयार केला. त्यानंतरच्या काळात सुधारलेल्या तंत्रज्ञानाने त्यातील सर्व छोट्यातल्या छोट्या उणिवाही दूर करून तो सर्व बाबतीत परिपूर्ण करण्यात आला. त्याचे घनफळ आणि वजन उतरविण्यासाठी त्याची लांबी कमी करण्यात आली, पण त्याची क्षमता मात्र त्या प्रमाणात कमी न होता उलट वाढवली गेली. त्यासाठी त्यात बेरिलियमचे परावर्तक वापरण्यात आले आणि त्यातील अणुविभाजनाची साखळी प्रक्रिया जास्त परिणामकारक व्हावी; यासाठी त्यातले स्फोटक द्रव्यही जास्त शक्तिशाली केले गेले. अखेरीस त्या आठ इंच व्यासाच्या, तीन फूट लांबीच्या आणि अडीचशे पाउंड वजनाच्या गोळ्याची क्षमता दहा किलोटन इतकी प्रचंड झाली.

या प्रकारच्या बाँबच्या भयानक संहारक्षमतेची कल्पना देण्यासाठी अनेक पद्धतीची आकडेवारी देण्यात येत असे. १९ एप्रिल, १९९५ या दिवशी ओकलाहामा शहरात १६२ जिवांची हत्या घडवणारा जो बाँबस्फोट घडवण्यात आला त्यात अमोनियम नायट्रेट या रासायनिक खताचा आणि डिझेलचा स्फोटक द्रव्ये म्हणून वापर करण्यात आला होता. त्याऐवजी जर वर वर्णन केलेला बाँब वापरला असता तर शहराच्या मध्यावरील तीन मैलाच्या क्षेत्रफळात हाहाकार माजला असता आणि १६२ ही मृतांची संख्या लाखाच्या घरात गेली असती.

१९९३ साली वर्ल्ड ट्रेड सेंटरवरजवळ जो ट्रक बाँबचा (त्याला कार बाँब असेही म्हणतात. कारण तो वाहनात कुठेतरी दडवून स्फोटाच्या जागी आणला जातो आणि त्या स्फोटात ते वाहनही नष्ट होते.) स्फोट घडवून आणण्यात आला होता, तोही अणूबाँब नव्हता. जर तेथेही अणूबाँबचा वापर केला असता तर मॅनहटनमधील 'फायनान्शियल डिस्ट्रिक्ट' ते 'ग्रामर्सी पार्क' या भागात औषधालाही काही शिल्लक उरले नसते.

रशियानेही अमेरिकेशी स्पर्धा करून तशाच प्रकारचे अमर्याद संहार करणारे

तोफगोळे तयार केले होते. त्यातलेच दोन गिडियन जेथे उभा होता त्या स्वर्डलॉव्हस्कमधून नाहीसे झाले होते. तो मनोमन प्रार्थना करीत होता की, ती कार्यपद्धतीतील बेशिस्तीमुळे, कुणाच्यातरी गलथानपणामुळे, मोजण्यातल्या गोंधळामुळे घडलेली एक अतिगंभीर; पण चूकच असावी.

गिडियनने त्याच्याजवळचा प्रवेशाचा परवाना दारावर उभ्या असलेल्या रखवालदाराला दाखवला. तो त्याने आत कोणा अधिकाऱ्याकडे पाठविला. दोन मिनिटांतच त्याला एका खोलीत नेऊन तेथील लाकडी बाकावर बसवण्यात आले.

प्रतीक्षा बरीच लांबली. गिडियनने घड्याळ बघितले, दहा मिनिटे होऊन गेली होती. त्याची चलबिचल सुरू झाली; तेवढ्यात खोलीचे दार उघडून एक उंच, कृश शरीरयष्टीचा, डोक्यावर टक्कल असलेला, डोळ्यांवर चश्मा लावलेला एक माणूस खोलीत आला. गिडियनचा परवाना त्याच्या हातात होता. तो गिडियनशी रशियन भाषेत बोलला. गिडियनने त्याला रशियन भाषेतच उत्तर दिले, "मी गिडियन व्हॅन राय."

"आपले येण्याचे प्रयोजन?"

गिडियनने त्याचे बिझनेस कार्ड काढून त्या रशियन कर्मचाऱ्याच्या हातात ठेवले. कार्ड इंग्लिशमध्ये होते. गिडियन त्या माणसाच्या चेहऱ्याकडे पाहत त्याला इंग्लिश वाचता येते आणि कळते ना; याचा अंदाज घेत होता.

कार्डावरील संस्थेचे नाव वाचल्यावर त्याने चमकून गिडियनच्या चेहऱ्याकडे पाहिले. त्याचे पुढचे वाक्य तो मोडक्यातोडक्या इंग्लिशमध्ये बोलला, "काय काम आहे तुमचं इथे?"

"मला डायरेक्टरना भेटायचे आहे. मॉस्कोमधील अधिकाऱ्यांची तशी परवानगी आहे माझ्याजवळ. ते आहेत का?"

"ते कामात आहेत."

"आपण कृपया त्यांना हे कार्ड दाखवा आणि मी आल्याचे सांगा. ते निश्चित भेटतील मला."

त्याने परत एकदा कार्डावरून नजर फिरवली, गिडियनच्या परवान्यावरील मॉस्कोतील अधिकाऱ्याची सही न्याहाळली.

त्याच्या चेहऱ्यावर त्याच्या मनातील प्रश्न वाचता येत होते. 'हा मूळचा रशियन नागरिक, अमेरिकेत 'या' संस्थेत काम करतो आहे आणि आज तो इथे, आपल्या ऑफिसमध्ये का आला असेल?'

"थांबा थोडा वेळ," असे म्हणून तो माणूस खोलीबाहेर निघून गेला. त्याने जाताना दार जोरात लावून घेतले.

गिडियन परत बाकावर बसला. त्याची नजर भिंतीवरील घड्याळाच्या काट्यांकडे होती.

काही वेळातच तोच माणूस खोलीत आला आणि म्हणाला, "या."

गिडियन त्याच्या मागोमाग चालू लागला. दोन्ही बाजूला टेबल-खुर्च्यांची रांग होती, पण माणसे नव्हती. आणि ती बरेच दिवस नसावीत. कारण रिकाम्या टेबल-खुर्च्यांवर धूळ साठलेली दिसत होती आणि पायाखालीही.

काही अंतर गेल्यावर जमिनीवर कार्पेट पसरलेले दिसले. त्याच्या शेवटी असलेल्या एका दारासमोर ते दोघे येऊन पोचले. त्या माणसाने एक दार उघडून धरले आणि त्याने गिडियनला आत जाण्याची खूण केली.

एका महोगनी लाकडाच्या प्रशस्त टेबलामागे एक माणूस बसलेला दिसला. बुटक्या छताच्या त्या ऑफिसच्या भिंतीवर काही चित्रे, आफ्रिकन शैलीचे मुखवटे लटकत होते. बाहेर दिसलेली अस्वच्छता, अनास्था तिथेही, थोडी कमी प्रमाणात, जाणवत होती. त्यामुळे भिंतीवरील सजावट अस्थानी, विशोभित वाटत होती.

गिडियनला पाहताच टेबलामागील माणूस खुर्चीवरून उठला. त्याच्या हातात गिडियनचे कार्ड होते; तरीही तो म्हणाला, "दिमित्रीने मला सांगितले की, तुम्ही सँटा क्रिस्टामधील युनोच्या संस्थेत काम करता." त्याच्या चेहऱ्यावर हलके स्मित होते. त्याने सूट घातला होता, टाय लावला होता. कापड आणि कपडे रशियन बनावटीचे नव्हते, परदेशी होते.

'आपल्याला आत घेऊन आलेल्या माणसाचे नाव दिमित्री आहे तर!' गिडियनने मनात नोंद केली.

"होय." गिडियनने चेहऱ्यावर छान हसू आणून, जरा पुढे जाऊन आपला हात हस्तांदोलनासाठी त्या माणसापुढे केला. त्याने तो तत्परतेने हातात घेतला.

"स्वागत! आम्हाला सवयच नाही असं कुणी भेटायला येण्याची. बसा. तुम्ही दमला असाल, मॉस्कोहून बराच लांबचा प्रवास करून थेट इथेच आलात असं दिमित्री म्हणाला मला."

गिडियनने मानेनेच होकार दिला आणि तो खुर्चीवर बसला.

"काय कशी आहे तिथे हवा?" त्याने विचारले.

त्याला आतपर्यंत घेऊन आलेला दिमित्री बाहेर निघून गेला. दार बंद झाले. आता ते दोघेच उरले होते.

"छान आहे."

"इथे पहा ना कसे ढग जमून आले आहेत. इथे कायम असंच असतं. सारखं मळभ आलेलं. तिकडे कॅलिफोर्नियात छान सूर्यप्रकाश असतो ना?"

गिडियनच्या होकाराची वाट न पाहता तो सांगू लागला, "मला कॅलिफोर्नियात येऊन तुमच्या संस्थेला एकदा भेट द्यायची आहे. तुम्ही कशी तिथे नोकरी मिळवलीत? ही तुमची संस्था सेंट्रल कोस्टवर आहे ना?"

"होय."

"म्हणजे तिथून हॉलिवुड अगदी जवळ आहे ना?" तो अस्खलित इंग्लिश बोलत होता.

गिडियनने नकार देताच त्याच्या चेहऱ्यावर निराशा पसरली.

"सॉरी हं. मी हे भलतंच काहीतरी बोलत बसलो. मी युरी मरनोव्ह. स्वर्डलॉव्हस्कचा डायरेक्टर." छताकडे पाहत डोळे फिरवीत तो म्हणाला, "आता इथे काही फारसे उरलेलेच नाही, पण जे काही थोडेफार आहे त्या ओसाडवाडीचा राजा! पहा ना, तुम्ही दिमित्रीला भेटलात म्हणजे माझ्या वीस टक्के कर्मचाऱ्यांना भेटलाच आहात. तुम्हाला कल्पना असेलच आमच्या इथल्या कठीण परिस्थितीची."

"होय, माहीत आहे मला. खूप अवघड जात असेल," गिडियन म्हणाला.

"अवघड? तुम्हाला कल्पनाच करता येणार नाही आमच्या अडचणींची." तो बोलू लागला, "या दिमित्रीला गेले दोन महिने पगार मिळालेला नाही. पगारवाढ तर विसराच, माझा पगार गेल्या एका वर्षात तीन वेळा कमी करण्यात आला आहे. पण काम? ते मात्र वाढतंच आहे." त्याने टेबलावर आणि खाली जमिनीवरही ठेवलेल्या कागदांकडे इशारा केला.

गिडियनच्या मनात वेगळाच विचार टोचत होता. 'बाहेर आवारात उभी असलेली चमकती निळी मर्सिडीज अशा आर्थिक टंचाईत होरपळणाऱ्या या लोकांपैकी कोणाची असेल?' ते मरनोव्ह यांना विचारण्याचा मोह टाळण्याची मुत्सद्देगिरी मात्र त्याने दाखवली.

स्वर्डलॉव्हस्कमधली ही परिस्थिती रशियातील अनेक ठिकाणी होती. शिवाय कम्युनिझमचा अंत झाल्यापासून सगळीकडे गुन्हेगारीची लाट पसरली होती. जे रशियाच्या इतिहासाशी फारसे परिचित नव्हते ते त्या वाढत्या गुन्हेगारीचे कारण, राजकारणातील मोठा बदल आणि नव्या राजवटीचे बस्तान बसवतानाची थोडी अस्थिरता असे समजत असत. पण याची सुरुवात १९६० सालापासूनच झालेली होती. त्यावेळचे पैशाच्या मागे धावणारे स्वार्थी राजकीय पुढारी, प्रमुख पक्षनेते, शासकीय उच्चपदस्थ अधिकारी यांनी काळ्या बाजाराला उत्तेजन मिळून त्यांच्या तिजोऱ्या भरल्या जाव्यात यासाठी प्रत्येक जीवनोपयोगी वस्तूचा – साखरेपासून दाण्यापर्यंत – कृत्रिम तुटवडा निर्माण केला होता. रशियात रुजलेल्या गुन्हेगारी जगाशी त्या लोकांचे जवळचे संबंध होते. तेथे त्यांची सर्रास ऊठबस होती. जवळजवळ तीनशे वर्षे जुलूमजबरदस्ती, दडपशाही, अन्याय यांखाली भरडल्या गेलेल्या रशियन जनतेला कायदा मोडणे, त्यातून पळवाट शोधणे, त्याला धाब्यावर बसवणे या गोष्टी प्रथम नाइलाज म्हणून, जगण्याचा दुसरा उपाय नाही म्हणून कराव्या लागत होत्या. त्याच पुढे सवयीच्या आणि हळूहळू लाभदायी म्हणून

अनिवार्य वाटू लागल्या. समाजवादाच्या नावाखाली, लेनिनच्या पुतळ्याखाली बसून राजकारण्यांनी त्यांचे आर्थिक अपयश लपविण्यासाठी छुपी भांडवलशाही निर्माण केली होती आणि आपापले खिसे भरतील, याची सोय करून ठेवली होती.

कम्युनिझमचा अंत झाल्यावर तर हे सगळे लांडगे मोकाटच सुटले. राजरोस कुव्यवहार करू लागले. गुन्ह्यांना आणि गुन्हेगारांना प्रतिष्ठा प्राप्त झाली. पाश्चिमात्य देशांतूनही त्यांना उत्तेजन मिळत गेले. मॉस्कोत रोज डझनभर गोळीबाराच्या घटना घडू लागल्या. व्यावसायिक त्यांच्या प्रतिस्पर्ध्यांना गोळ्या घालून 'उडवू' लागले. स्वर्डलॉव्हस्कमध्ये मॉस्कापेक्षाही वाईट परिस्थिती होती.

येथे 'दादा' लोकांनी खाजगी सेना बाळगल्या होत्या. रोज सकाळी गाडी खालून वरून नीट तपासणे गरजेचे होऊन बसले होते. नाहीतर कधी गाडीच्या कुठल्यातरी भागात ठेवलेल्या बाँबचा स्फोट होऊन प्राण जाईल याचा नेम नसे. या प्राणघातक धोक्यात भर पडत होती; ती तिथे असलेल्या अतिसंहारक अण्वस्त्रांच्या आणि रासायनिक, जैविक अस्त्रांच्या साठ्यांनी.

मरनोव्हने त्याच्या खुर्चीच्या मागे ठेवलेल्या छोट्या टेबलाकडे खुर्ची वळवीत विचारले, ''पाणी पाहिजे? मिनरल वॉटर आहे.''

गिडियनचा घसा सुकला होता, शरीर आंबले होते. गार पाणी जरा तजेला आणेल या विचाराने तो म्हणाला, ''हो-हो. चालेल.''

मरनोव्हने त्या टेबलावर ठेवलेल्या छोट्या ढिगातून दोन प्लॅस्टिकचे ग्लास काढून टेबलावर मांडले आणि तो खाली वाकला. गिडियनला तो काय करतो आहे ते दिसेना. वर उठला त्या वेळी त्याच्या हातात पाण्याची सीलबंद बाटली होती. त्यावर रशियातील स्वस्त, निकृष्ट दर्जाच्या कुठल्यातरी कंपनीचे नाव नव्हते. ती पाण्याची बाटली हे 'माँटेफोर्टे' या जगप्रसिद्ध इटालियन कंपनीचे दर्जेदार उत्पादन होते.

गिडियनला हे पाहून आश्चर्य वाटले की, बाटलीवर पाणी अतिशय थंड आहे हे दर्शविणारे दवाचे थेंब साठले होते. शिवाय मरनोव्हच्या दुसऱ्या हातात बर्फाचे भांडेही होते.

गिडियनला वाटलेला अचंबा त्याच्या चेहऱ्यावर स्पष्ट उमटला असावा. बाटलीतील पाणी ग्लासमध्ये ओतत मरनोव्ह हसत म्हणाला, ''अशा काही चैनी उरल्या आहेत अजून!''

गिडियननेही हसत त्याच्या हातातून ग्लास घेतला.

मरनोव्ह परत मागे वळून खाली वाकला, दिसेनासा झाला. वर उठला तेव्हा त्याच्या हातात आणखी एक बाटली होती. ती कशाची आहे हे गिडियनला न सांगताच कळले. त्याने बाटली गिडियनसमोर धरून नजरेनेच 'घेणार ना?' असा

प्रश्न विचारला.

"नाही, नको. आभार." गिडियनने नकार दिला तेव्हा मरनोव्हने त्या बाटलीतील व्होडका त्याच्या पाण्याने अर्ध्या भरलेल्या ग्लासमध्ये ओतली, एका काचेच्या दांडीने मिश्रण ढवळले. दांडी मागच्या टेबलावर टाकली आणि तयार झालेल्या त्या 'ड्रिंक'कडे समाधानाने पाहत तो म्हणाला, "हं, आता बोला. काय करू शकतो मी तुमच्यासाठी?"

"तुम्हाला हे माहीत आहेच की, आमची संस्था अण्वस्त्रं आणि अणुविभाजनाच्या प्रक्रियेने स्फोट घडवणारी द्रव्यं यांच्या साठ्यांबद्दलची माहिती गोळा करते." गिडियनने सुरुवात केली.

"होय, ते माहीत आहे मला." मरनोव्ह त्याच्या ड्रिंकचा एक घोट घेत म्हणाला.

"आमच्या असे लक्षात आले आहे की, तुमच्या इथल्या साठ्यामधून काही गोष्टी गहाळ झालेल्या आहेत."

गिडियनने असे म्हणताच मरनोव्ह चमकला, त्याने व्होडकाचा घोट एकदम गिळला. त्याच्या चेहऱ्यावरील रंग उडला; चेहरा कठोर झाला.

"कदाचित आमची माहिती अचूक नसेल, पण तिचे गांभीर्य लक्षात घेऊन आम्ही असं ठरवलं की, याची शहानिशा केलेली बरी. आम्ही आवश्यक ती सर्व गुप्तता पाळलेलीच आहे," गिडियनने खुलासा केला.

"याबद्दल तुम्ही मॉस्कोतील अधिकाऱ्यांना काही सांगितलं आहे?" मरनोव्हने विचारले.

"नाही. तुम्हाला भेटून तुमच्याशी बोलल्याशिवाय, खऱ्याची पडताळणी केल्याशिवाय वरच्या पातळीवरील लोकांना उगीचच काही सांगणं मला योग्य वाटलं नाही. मी म्हटलं तसं आमची माहिती चुकीचीही असू शकेल."

"ही माहिती तुम्ही कुठून मिळवलीत?"

"ते मी सांगणार नाही. कारण जर माहिती बरोबर नसेलच तर..."

"अस्सं." गिडियनला त्याचे वाक्य मरनोव्हने पुरे करू दिले नाही. त्याने व्होडकाचा एक घोट घेतला.

"आपण जर तुमच्या नोंदी तपासून पाहिल्या तर लगेच उलगडा होईल." गिडियन म्हणाला.

"नक्कीच." मरनोव्ह म्हणाला, "सध्या माझ्याकडे माणसं जरा कमी आहेत, पण तुम्ही आम्हाला जर आणखी तपशील सांगितलेत, दिशा दाखवलीत, नेमक्या कुठल्या नोंदी पाहायला हव्यात ते सांगितलंत तर कमी वेळात आवश्यक ती माहिती मिळू शकेल, नाही का?"

"दोन फील्ड टॅक्टिकल आर्टिलरी शेल्स, न्यूक्लिअर."

मरनोव्ह खुर्चीत ताठ बसला. "या शेल्सच्या बाबतीत आम्ही चुकीची माहिती देऊ असं मला नाही वाटत," तो म्हणाला.

"आम्हालाही असंच वाटतं आहे." गिडियनने दुजोरा दिला.

"या शेल्सच्या बाबतीत दोन हा आकडासुद्धा गंभीर आहे हे पटतंय मला. तुमच्या इथे याचा फार गवगवा झाला नसेल असं मी धरून चालतो." मरनोव्हच्या वर गेलेल्या भुवयांवरून त्याची काळजी गुप्तहेरखात्याबद्दल, विशेषत: अमेरिकन गुप्तहेरखात्याबद्दल, आहे हे गिडियनने ताडले.

"मुळीच काळजी करू नका. माहिती माझ्या ऑफिसच्या चार भिंतीबाहेर गेलेली नाही. चूक दुरुस्त करायला सवड आहे." गिडियनने दिलासा दिला.

तो त्यांना हवाच होता हे त्यांनी सोडलेल्या जोराच्या सुस्काऱ्यावरून गिडियनच्या लक्षात आले. "आमच्याकडून जेवढं काही शक्य आहे तेवढं आम्ही करू. तुम्हाला पूर्ण सहकार्य करू. कुठून सुरुवात करू या?" त्याने विचारले.

"तुमच्या साठ्याच्या मोजणीच्या रेकॉर्डपासून," गिडियन म्हणाला.

मरनोव्हने फोन उचलला, नंबर दाबले आणि म्हणाला, "दिमित्री, जरा इकडे येतोस?"

दिमित्री ऑफिसमध्ये आला.

गिडियन सांगत असताना लिहून घेतलेला कागद दिमित्रीच्या हाती देत मरनोव्ह त्याला म्हणाला, "याच्या फाइल्स काढ आणि आत घेऊन ये." दिमित्री कागद घेऊन बाहेर गेला.

"फार वेळ नाही लागणार त्याला. आणेलच."

"बरं होईल." गिडियन म्हणाला, "इथले काम संपवून मला मॉस्कोला परत जायचे आहे."

"कधी निघणार तुम्ही?"

"तीन तासांनी."

"मग खूप वेळ आहे. अगदी वेळेवर पोचू शकाल तुम्ही विमानतळावर. माझा एक माणूस देतो. दिमित्रीलाच सांगतो ना. त्याच्या नव्याकोऱ्या मर्सिडीजमधून नेईल तो तुम्हाला."

गिडियनला वाटले, त्याची काहीतरी चूक होत असावी. ज्याला दोन महिन्यांचा पगार मिळालेला नाही, त्याची मर्सिडीज? त्याला बसलेला धक्का तो मरनोव्हपासून लपवू शकला नाही. त्यानेही गिडियनची शंका ताडली. "दिमित्री एक उद्योजकही आहे. तो नोकरीखेरीज एक स्वतंत्र उद्योग चालवतो."

रशियात सर्व वाढत्या 'उपद्‌व्यांपां'साठी 'उद्योग' हा सभ्य शब्द वापरला जाऊ

लागला होता.

"कसला उद्योग?" गिडियनने खोदून विचारले.

मरनोव्हने ज्या प्रकारे त्या प्रश्नाला बगल दिली, त्यावरून गिडियनच्या हे लक्षात आले की, तो त्याबद्दल अज्ञानी आहे. मरनोव्ह म्हणाला, "सध्या आमच्या देशात या नव्या राजवटीत उद्योगांचं पेवच फुटलं आहे. मलासुद्धा या कामातून सवड मिळाली की, एखादा चांगला उद्योग शोधला पाहिजे."

गिडियनची अस्वस्थता वाढत होती. त्याने पाण्याचा एक घोट घेतला आणि मुद्रेवर हास्य आणीत तो म्हणाला, "आभार. पण विमातळावर परत जायला माझ्याकडे गाडी आणि ड्रायव्हर दोन्ही आहे."

"यात जर आमची चूक आहे असं सिद्ध झालं ना तर ते खूपच लाजिरवाणे होईल, विशेषत: माझ्यासाठी. कारण इथल्या कारभाराची जबाबदारी माझ्यावर आहे. आमच्याबद्दल तुमच्या संस्थेचं मत वाईट व्हायला नको आहे मला. आम्ही आमच्या बाजूने पूर्ण प्रयत्न करू." त्याच्या स्वरातला उत्साह जसजसा वेळ जात होता तसतसा कमी कमी होत होता.

बराच वेळ लोटला, दिमित्रीचा पत्ताच नव्हता. त्याने काही माहितीही कुणाबरोबर पाठवली नव्हती.

"चूक कुणाचीही असो; ती तातडीने दुरुस्त करून टाकू. आम्ही खरंतर कालच साठे मोजले आहेत, त्यामुळे आमची रेकॉर्ड्स अचूक असणार." मरनोव्ह वेळ काढीत होता. गिडियनने ग्लासमधील पाणीही संपवले. मरनोव्ह त्याच्या मनाची उलघाल टेबलावर बोटांनी ताल वाजवून थांबवायचा प्रयत्न करीत होता.

अखेर त्याची सहनशक्ती संपली. त्याने फोन उचलून नंबर फिरवला. कोणी उचलला नसावा. मान जोरजोरात हालवीत त्याने दुसरा नंबर फिरवला. या वेळी फोन उचलला गेला. मरनोव्ह रशियनमध्ये बोलू लागला.

"दिमित्री आहे का तिथे?"

"काय? तो बाहेर गेला? नाही नाही, नीट बघा." त्याच्या चेहरा विदीर्ण झाला. "...अस्सं. ...ठीक आहे," असे म्हणून त्याने फोन ठेवला.

"एक मिनिट, मी आलोच," असे गिडियनला सांगून तो त्वरेने ऑफिसच्या बाहेर पडला. त्याने जाताना दरवाजा जोरात आपटला.

बाहेरून आवाज ऐकू येऊ लागले, तसा गिडियन लक्ष देऊन ऐकू लागला. शब्द कळत नव्हते; पण स्वर उंच लागले होते. बरीच धावपळही चालली असावी असे वाटत होते.

मरनोव्ह दार उघडून आत आला तेव्हा त्याचा चेहरा उतरलेला होता, कपाळावर साठलेला घाम लपत नव्हता. असे काहीतरी घडले होते ज्यामुळे तो चांगलाच

हादरला होता.

"माफ करा, जरा गोंधळ झाला आहे." तो म्हणाला.

"काय झालं?"

"दिमित्री बाहेर निघून गेला आहे. माझे लोक शोधतायत त्याला." त्याने टेबलामागे जाऊन ग्लासमधली व्होडका एका घोटात पिऊन टाकली आणि खिशातला हातरुमाल काढून त्याने ओठ टिपले.

"फाइल्स तरी सापडल्या का?" गिडियनने विचारले.

"तोही एक गोंधळ आहे. ते दोन शेल्स साठ्यात दिसत नाहीत."

"दिमित्री तेच शोधायला गेला आहे का?" गिडियनने विचारले.

त्याचा प्रश्न मरनोव्हच्या कानावर पडला नसावा. त्याचा चेहरा चिंताक्रांत दिसत होता. त्याने नुसते खांदे उडवले.

गिडियन खुर्चीतून उठला. त्याने ऑफिसचे दार उघडून बाहेर पाऊल ठेवले. मरनोव्ह घाईघाईने त्याच्यामागे धावला. गिडियन भराभरा चालत होता. शेवटचे काही अंतर तर त्याने पळतच पार केले. त्याने अगदी बाहेरचे दार उघडले. तो आणि त्याच्यामागे येऊन पोचलेला मरनोव्ह, दोघेही बाहेरच्या प्रांगणात आले.

तिथे उभी असलेली नवीकोरी निळी मर्सिडीज नाहीशी झाली होती!!

पॅजेट आयलंड, वॉशिंग्टन

तपकिरी केस आणि तपकिरीच डोळे असलेल्या स्कॉट टॅगार्ट याचे बेचाळीस वर्षांचे आयुष्य म्हणजे, नानाविध यातनामय घटनांनी भरलेली शोककथाच होती. त्याचे वडील बँकेत काम करीत होते. तरुणपणात वडिलांशी मतभेद झाले आणि त्याला घर सोडावे लागले. पण कॉलेज सोडायला लागू नये म्हणून त्याला एका स्थानिक वाहतूक कंपनीत ट्रक ड्रायव्हरची नोकरी करावी लागली. तेवढ्याने भागेना तेव्हा रात्री एका हॉटेलमध्ये वेटरचे काम धरावे लागले.

कॉलेजमध्ये त्याने 'अमेरिकेचा इतिहास' हा विषय निवडला होता. पदवी घेतल्यावर अध्यापनाच्या क्षेत्रातच त्याला काम करायचे होते. कॉलेजमध्ये नोकरी मिळणे त्या काळी दुरापास्त होते, पण त्याने चिकाटी सोडली नाही. अखेर त्याला वॉशिंग्टन राज्याच्या पश्चिमेकडच्या भागातल्या एका कॉलेजमध्ये नोकरी मिळाली; पण ती कनिष्ठ अध्यापकाची. त्याने निष्ठेने काम केले. तो अध्यापक बनला, पण अर्धवेळ काम करणारा.

त्याच कॉलेजमध्ये क्रिस्टन शिकत होती.

क्रिस्टनचे नॉर्वेजियन सौंदर्य स्कॉटच्या डोळ्यात प्रथम भरले, ते एका व्याख्यानमालेच्या वेळी. तो तिच्या प्रेमातच पडला; आकंठ बुडाला. तिचाही प्रतिसाद मिळाला. पण तेथेही अडचण उभी राहिली. कायम नोकरीत नसलेले अध्यापक आणि विद्यार्थिनी यांच्यातील संबंधांविषयी कॉलेजचे काही कडक, सनातनी नियम होते. त्यामुळे दोघेही त्यांचे प्रेम उघडपणे व्यक्त करू शकत नव्हते.

तो प्रश्न कॉलेजनेच सोडवला. एक कायम स्वरूपाची जागा मोकळी झाली. आयव्ही लीगमधल्या काही मोजक्या कॉलेजेसमधून पदवी घेतलेलाच माणूस कॉलेजला त्या पदासाठी पाहिजे होता. स्कॉट आयव्ही लीगच्या कॉलेजचाच पदवीधर होता. त्याला ती जागा मिळून गेली, आणि त्यामुळे क्रिस्टन मिळण्यातली अडचणही दूर झाली. प्रेमाची अभिव्यक्ती झाली, ते उमलले, फुलले आणि पाच महिन्यांनी लग्नात परिणत झाले. लग्नानंतर काही दिवसांतच स्कॉटला वॉशिंग्टन राज्याच्या पूर्व भागातल्या एका कॉलेजमध्ये आधीपेक्षा चांगली नोकरी मिळाली. ती स्कॉटलाही आवडली. तो क्रिस्टनबरोबरच्या वैवाहिक आयुष्यात आणि त्याच्या कामातही छान रमला.

उत्पन्न वाढवण्याच्या हेतूने क्रिस्टनने छोट्यामोठ्या उद्योगधंद्यांचे, व्यवसायांचे आर्थिक हिशेब, जमाखर्च ठेवण्याची कामे करायला सुरुवात केली. वर्षभरातच घरात पाळणा हालला. मुलाला क्रिस्टनच्या वडिलांचे नाव ठेवले गेले – ॲडम. क्रिस्टनचा व्यवसाय झपाट्याने वाढला. ती त्या कामात तरबेज होतीच, पण तिचे लोकांशी जुळवून घेण्याचे कौशल्य आणि मनमोकळा स्वभाव यांमुळे तिने ग्राहक मिळवले, वाढवले आणि राखलेही. तीन वर्षांत तिचा उत्तम जम बसला आणि वाढलेले काम सांभाळायला ऑफिसमध्ये दोन माणसेही ठेवण्यात आली.

पण परत स्कॉटचे दुर्दैव आडवे आलेच. क्रिस्टनच्या वाढत्या यशाला आणि त्यांच्या सुखी संसाराला ग्रहण लागले. तो राहू शिरला पोस्टाने आलेल्या एका नोटिशीने. उटाहमधील ऑगडेन येथील 'इंटर्नल रेव्हेन्यूज सर्व्हिसेस' - 'आयआरएस' – या आर्थिक व्यवहारांची अधिकृत तपासणी करणाऱ्या सरकारी खात्याने क्रिस्टनला तिच्या व्यवसायाचे एका विशिष्ट वर्षाचे ऑडिट – लेखापरीक्षा करण्यात येणार असल्याचे सूचित केले होते. क्रिस्टन ती नोटीस वाचून आश्चर्यातच पडली. तिचे उत्पन्न काही इतके जास्त नव्हते की, आयआरएसचे त्याकडे लक्ष जावे. तिने नोटीस बारकाईने वाचली तेव्हा त्यात झालेली चूक तिच्या लक्षात आली. तिचे नाव, तिच्या कंपनीचे नाव या दोन गोष्टी बरोबर असल्या, तरी त्यात जो व्यवसाय परवान्याचा नंबर लिहिला होता तो मात्र तिचा नव्हता. नोटीस तो नंबर असणाऱ्या व्यावसायिकाला जायच्याऐवजी, नाव चुकीचे घातले गेल्यामुळे तिच्या हातात पडली असावी, असे तिला वाटले.

नोटिशीवर दिल्या गेलेल्या फोन नंबरवर तिने लगेच फोन करून संपर्क साधला आणि त्यांना झालेला प्रकार सांगितला. पण तिला असे सांगण्यात आले की, जेव्हा ऑडिटर तिच्याकडे येईल त्या वेळी त्यालाच ही सर्व हकिगत सांगावी. तिला हे समजेना की, अशा तपासणीच्या वेळी तपासले जाणारे सगळे कागदपत्र तिने तयार ठेवावेत की ठेवू नयेत. ऑडिटर आल्यावर त्याला नोटिशीतील चूक

लक्षात आणून दिल्यावर तो तसाच निघून जाईल, तपासणीचा प्रश्नच उद्भवणार नाही, असे वाटून तिने काही तयारी केली नाही. पण तिची समजूत चुकीची होती.

ऑडिटर सुमारे एक महिन्यानंतर आला. त्या एक मध्यमवयीन स्त्री होत्या. सरकारी रूक्ष नोकरीत अनेक वर्षे काढलेल्या अधिकाऱ्याची सर्व लक्षणे त्यांच्यात होती. भावशून्य चेहरा, स्वभावातील कोरडा करडेपणा, स्वत:ला शहाणे समजण्याची, दुसऱ्याचे ऐकून न घेण्याची वृत्ती, तुसडी भाषा. त्यांच्या पहिल्या भेटीपासून सगळे बिनसतच गेले. नोटिशीत काहीतरी गफलत झाली असावी, असे क्रिस्टनने तिला सुचवल्यावर त्या आढ्यतेने म्हणाल्या, "आमचं खातं कधीच चूक करीत नाही!"

क्रिस्टनने त्यांना नोटीस दाखवली. नोटीस चुरगळून टाकत त्या क्रिस्टनला म्हणाल्या, "याचं काय करायचं ते मी पाहते. तुम्ही तुमची कागदपत्रं दाखवा."

अशा रितीने सुरुवातीसच नाट लागलेले ऑडिट पुढे महिनोन्महिने रखडले. दर वेळी नवी मागणी, आणखी कागद, आणखी पावत्या. एका भेटीत क्रिस्टनने अतिशय नम्रपणे, परत एकदा नोटिशीतील नंबर आणि नाव यांतील विसंगती हा मुद्दा समोर ठेवल्यावर त्या बाई प्रचंड चिडल्या; म्हणाल्या, "आमची चूक दाखवताय? आता तुमचं ऑडिट या एकाच नाही; तर आणखी एका वर्षासाठीही होईल." आणि खरंच काही दिवसातच पोस्टाने क्रिस्टनच्या नावाने तशी नोटीसही आली. ऑडिटरबाईंनी त्यांच्या अपमानाचे कठोर प्रायश्चित्त क्रिस्टनला दिले. आता ऑडिट वैयक्तिक वैर आणि सूड बनले.

क्रिस्टनच्या या वाढत्या चिंतेच्या काळात स्कॉटने तिला 'आज ना उद्या चूक उघडकीला येईल आणि हे सगळे थांबेल' असे सांगून धीर दिला. पण तसे झाले नाही.

क्रिस्टनच्या वैरिणीने तिला नव्या नोटिशीत उल्लेखलेल्या वर्षाचे रेकॉर्ड एकत्र करून तिच्यापुढे ठेवायला फक्त तीस दिवसांचा अवधी दिला. क्रिस्टनची मन:शांतीच हरवली. स्वत:चा व्यवसाय करण्याऐवजी क्रिस्टनचा सगळा वेळ त्या ऑडिटर बाईंच्या नवनव्या लहरी, मागण्या पुरवण्यातच जाऊ लागला. तिला ॲडमकडेही लक्ष द्यायला सवड सापडेना. व्यवसायाकडे दुर्लक्ष झाल्याने काम कमी होऊ लागले. पैशाची आवक थांबली. परिणामी तिच्या हाताखालच्या दोघांपैकी एका माणसाला तिला नाइलाजाने कामावरून कमी करावे लागले. सात महिने झाले तरी ऑडिट चालूच होते. त्यातून त्यांना काय शोधायचे होते, काय साधायचे होते, कोणता गैरप्रकार, कोणत्या कायद्याचे उल्लंघन झालेले सिद्ध करायचे होते हेच क्रिस्टनला कळेना. सामोपचाराच्या मार्गांनी तोंडी, लेखी, थेट वरपर्यंत धाडलेल्या अर्जविनंत्याही सरकारी खात्याच्या प्रचंड अंदाधुंदीच्या कारभाराच्या खोल विवरात गडप होत. परिणाम शून्य होई. कधी ऑडिटरबाई येतील आणि काय नवीन

मागतील हे सांगताच येईना. क्रिस्टनचे कोणतेही म्हणणे त्या ऐकून घेत नसत, 'नंतर पाहू', 'पुढच्या वेळी याचे उत्तर देईन', अशी टोलवाटोलवी करीत. तिच्याकडून मात्र नवनवीन रेकॉर्ड्सची मागणी करीत.

काही दिवसांनी ऑडिटरबाईंनी क्रिस्टन आणि स्कॉट या दोघांचे वैयक्तिक कर भरल्याची रेकॉर्ड्सही तपासणीत घेतली. पंधरा महिने क्रिस्टनच्या व्यवसायाचे ऑडिट करूनही काहीही आक्षेपार्ह सापडले नाही; तरी ऑडिट चालू ठेवण्याचे समर्थन खात्याला देण्यासाठी ऑडिटरबाईंनी हे नवे खटले आपल्यामागे लावले आहे, अशी क्रिस्टनची खातरी होती.

आयआरएसच्या अशा ऑडिट्सची मर्यादा सामान्यपणे तीन वर्षांपर्यंत असते. पण ऑडिटर बाईंनी खात्याकडून खास परवानगी मिळवून ती वाढवून घेतली. क्रिस्टनने त्यावर हरकत घेतली तेव्हा त्या बाईंनी तिला असा दम दिला की, हे जर मान्य नसेल तर त्या खात्यातर्फे 'रेकॉर्ड्समध्ये त्रुटी आहेत' अशी तक्रार कोर्टात सादर करतील. मग क्रिस्टनला वकील नेमावा लागेल आणि कोर्टात खेटे घालायला लागतील. क्रिस्टन हवालदिल झाली. 'माझे काय चुकले आहे ते मला सांगा, मी काय बेकायदेशीर वागले आहे ते मला कळू द्या' अशा काकुळतीच्या विनंत्या तिने बाईंना केल्या. त्यांचे पायच धरायचे बाकी ठेवले. पण बाई बधत नव्हत्या, तिला काही सांगतही नव्हत्या.

क्रिस्टनच्या मनावरील अमर्याद ताणाचे दुष्परिणाम तिच्या तब्येतीवर दिसू लागले. तिचे वजन कमी होऊ लागले. तिला रात्र रात्र झोप लागेना. त्या बाईंचा फोन आणि एक नवीन मागणी यांशिवाय दिवस जाईना. स्कॉटला बायकोचे हे हाल पाहवत नव्हते. अखेरीस त्यानेही आयआरएसशी संपर्क साधला आणि त्या बाईंशी चर्चा करून हे थांबवता येईल का, हे पाहावे म्हणून त्यांची स्वतंत्रपणे भेट घेतली. बाईंनी त्याला उडवून लावले. 'नोटीस तुमच्या पत्नीच्या नावाने आहे तेव्हा त्यासंबंधी कोणतीही चर्चा मी तुमच्याशी करू शकत नाही', असे सांगून त्यांनी स्कॉटला हाकलून दिले.

फोन वाजला की, क्रिस्टन घाबरी होई, फोन ऑडिटरबाईंचाच असणार आणि त्या आणखी काहीतरी नवीन रेकॉर्ड्स मागणार किंवा आणखी एखाद्या वर्षाचे ऑडिट करायला सुरुवात करणार अशीच धास्ती, भीती आणि काळजी तिच्या मनाला घेरून राही.

ती चिडचिडी बनू लागली. ॲडम रात्री मध्येच उठला तर ती त्याच्यावरच चिडू लागली. स्कॉटचे बोलणे तर तिच्या काना-मनापर्यंत पोचेनासेच झाले होते. ती आणि तिला सतत खाणारी चिंता; याखेरीज तिला दुसऱ्या कशाचेच भान उरले नव्हते.

स्कॉट तिची मन:स्थिती समजून घेऊन तिला मदत करी, धीर देई. पण एक दिवस आयआरएसच्या ऑडिटची झळ स्कॉटच्या कॉलेजपर्यंत पोचली. कुठलाही तपशील न पुरवता त्या खात्याने कुठल्यातरी कराची बाकी क्रिस्टनच्या नावावर दाखवून तिची पूर्तता करण्यासाठी स्कॉटच्या कॉलेजला त्याच्या पगारातून ती वसूल करण्याची नोटीस पाठवली. कॉलेजला स्कॉटच्या भलेपणाविषयी खातरी होती, पण कॉलेजला सरकारला नाखूश करणेही परवडणारे नव्हते. कारण कॉलेज सरकारी मदतीवर चालत होते आणि त्या कॉलेजचे विद्यार्थीही सरकारी कर्जे काढून शिकत असत. कॉलेजने स्कॉटच्या पगारातून सरकारकडे पैसे तर भरलेच शिवाय सरकारशी वैर नको, त्यांच्या रेकॉर्ड्‌समध्ये कॉलेजचे नाव वाईट व्हायला नको म्हणून, स्कॉटच्या नोकरीचा करार संपल्यावर तो आधीच्या वेळेसारखा वाढवला नाही. स्कॉटची नोकरी गेली. अमेरिकन सरकार, स्कॉट आणि क्रिस्टन यांचा संसार उद्‌ध्वस्त करायच्याच मागे होते.

आणखी दोन महिने ऑडिटचा ससेमिरा तसाच सहन केल्यानंतर क्रिस्टन आणि स्कॉटला एक दिवस त्यांच्या घराचे हप्ते थकल्याबद्दलची नोटीस आली. गेले काही महिने क्रिस्टनचे उत्पन्न थांबल्यामुळे त्यांना घरकर्जाचे हप्ते वेळेवर भरता आले नव्हते.

त्या दोघांची काहीतरी सरकारी चौकशी चालू आहे ही बातमी आजूबाजूला पसरलीच होती. क्रिस्टनच्या ग्राहकांनी हळूहळू तिच्याकडील काम काढून घेतले. अखेर एका शनिवारी सकाळी स्कॉट ॲडमला घेऊन बागेत गेला, घसरगुंडी, झोपाळा खेळण्यात त्याचे मन रमवीत बसला. कारण तेवढ्या वेळात क्रिस्टन तिचे ऑफिस रिकामे करून त्याला टाळे लावणार होती.

दुपारचे दोन वाजले. क्रिस्टन अजून परतली नव्हती. स्कॉटने तिला ऑफिसमध्ये फोन केला. फोन उचलला गेला नाही. स्कॉट काळजीत पडला. आपण तिथे गेलो, तर तिला सामान हालवायला मदत होईल आणि तिला मानसिक आधारही मिळेल असा विचार करून, स्कॉटने ॲडमला शेजाऱ्यांकडे ठेवले. तिचे ऑफिस गाठले. तो आत शिरला तर क्रिस्टन टेबलावर डोके ठेवून बसलेली दिसली. तिला झोप लागली असावी असा विचार करून तो हलकेच तिच्या जवळ गेला. त्याला तिच्या ओठांच्या कोपऱ्यातून पांढरा फेस बाहेर येऊन टेबलावर पडलेला दिसला. टेबलावर एक रिकामी बाटली पडली होती. क्रिस्टनने बाटलातील सगळ्या झोपेच्या गोळ्या घेतल्या होत्या.

हॉस्पिटलमध्ये डॉक्टरांनी व्हेंटिलेटर लावून तिला जिवंत ठेवण्याचा आटोकाट प्रयत्न केला. पंधरा दिवसांनंतरही तिचे शरीर काहीच प्रतिसाद देईना, तेव्हा अखेर डॉक्टरांनी उपचार थांबवले. अमेरिकन सरकारच्या बेपर्वा कारभाराने क्रिस्टनचा प्राण

घेतला होता.

आपणही तिच्याबरोबरच मरून जावे, असेच स्कॉटला वाटत होते. तिच्याबरोबर कितीही दु:खद आयुष्य जगण्याची, आयआरएसचे आणखी एक ऑडिट सहन करायची त्याची तयारी होती. नोकरी गेली तर खचून न जाता त्याने नवी नोकरी शोधण्याची पराकाष्ठा सुरू केली होती. पण आता तिच्याशिवाय त्याला जगायचेच नव्हते. तो जिवंत होता; पण त्याच्यातली काही करण्याचीच नव्हे, तर जगण्याचीही इच्छा मरून गेली होती. तो रोज सकाळी नाइलाजाने उठत होता ते ॲडमकडे पाहून. त्याचे काय करायचे हे त्याला कळत नव्हते. शेवटी त्याने ॲडमला क्रिस्टनच्या आईवडिलांकडे सीॲटलला पाठवायचे ठरवले. ॲडम दूर गेला. आता तर स्कॉटच्या आयुष्याला अर्थच उरला नाही. त्याच वेळी ज्या आयआरएसने त्याची क्रिस्टन त्याच्यापासून हिरावून घेऊन त्याचे जगणे निर्हेतुक बनवले होते, त्याच आयआरएसने त्याला जगायला एक अत्यंत सबळ कारण दिले.

क्रिस्टनच्या मृत्यूला तीन महिने लोटले असताना, एक दिवस आयआरएसकडून संगणकावर टाइप केलेले, क्रिस्टन टॅगार्ट या नावाने एक पत्र आले. त्यात लिहिले होते, 'आयआरएसची चूक झाली आहे. कोणा एका पंच ऑपरेटरने चुकीचा व्यवसाय-परवाना नंबर घातल्याने क्रिस्टन टॅगार्ट यांनी भरलेला कर दुसऱ्याच कुणाच्यातरी खात्यावर जमा होत गेला, आणि क्रिस्टनचे नाव करबाकी असणाऱ्या, करचुकवेगिरी करणाऱ्यांच्या यादीत घातले गेले. या पत्राद्वारे आपणास सूचित करण्यात येते की, क्रिस्टन टॅगार्ट यांच्याकडे कोणतीही करबाकी नाही, त्यावरील व्याज अथवा दंडही बाकी नाही.' स्कॉटच्या तळपायाची आग मस्तकात गेली. ज्या वेळी क्रिस्टन, स्कॉट दोघेही ओरडून, रडून, भेकून, पाया पडून सांगत होते, विनंत्या करीत होते, त्या वेळी त्याची दखल न घेता, स्वत:च्या चुकीचा शोध न घेता सरकारने क्रिस्टनलाच खोटी ठरवली. तिच्यावरच खोटेनाटे आरोप केले. तिचा अनन्वित शारीरिक आणि त्याहूनही घोर असा मानसिक छळ केला, आणि शेवटी तिचा जीव घेतला! तिचे आयुष्य संपले, स्कॉटचे आयुष्य उद्‌ध्वस्त झाले, एक मुलगा पोरका झाला.

स्कॉटने त्या पत्राला उत्तर लिहिले नाही. सरकारच्या उन्मत्त कारभाराची क्रिस्टनने आणि त्याने किती जबरी किंमत चुकवली होती; हे त्याने सरकारला कळवले नाही. ते तो सरकारला योग्य वेळी, त्याच्या पद्धतीने कळवणार होता; ती किंमत व्याजासकट वसूल करणार होता. आता तोच त्याच्या जगण्याचा एकमेव हेतू होता.

त्याच्या आयुष्याची शोककथा आता सूडकथा बनणार होती.

* * *

केंट, वॉशिंग्टन

व्हिक्टर पोर्टेबल टॉर्च हा चॅनीला अगदी हवा तसाच, त्याला जे काम करायचे होते, त्याच्या सर्व गरजा पुरवणारा होता. तो एव्हरेटच्या बाजारात त्याला अवघ्या पाचशे डॉलर्समध्ये मिळाला होता. त्याच्या सोबतच, तो व्यवस्थित राहील आणि हातात सहज वागवता येईल अशी एक आटोपशीर बॅग होती. दोन जादा टिप्सही होत्या. आयत्या वेळी घोटाळा व्हायला नको म्हणून चॅनीने ॲसिटिलीनची एक जादा बाटलीही खरेदी करून ठेवली होती.

नेहमीचा मोठ्या आकाराचा टॉर्च पुरेशा जागेअभावी लहान किंवा गैरसोयीच्या जागेत वापरता येत नसे. पण हा लहान आकाराचा टॉर्च मात्र अशा छोट्या जागांमध्येही लोखंडी वस्तू कापण्याचे काम नीट करता येईल, असा बनवला होता. त्याची क्षमताही कमी नव्हती, एक इंच जाडीचे कठीण लोखंड तो लीलया कापू शकत होता.

चॅनीला ग्रिगोरी चेंको या रशियन तंत्रज्ञाला केंटच्या तुरुंगातून बाहेर काढायचे होते. ही योजना ज्या सरकारविरोधी दहशतवादी संघटनांनी आखली होती त्यांच्यातील काही तज्ज्ञ लोकांबरोबर दोन दिवस बसून त्याने केंटच्या तुरुंगाबद्दलची आणि त्यात त्या रशियन माणसाला नेमके कुठे ठेवले आहे, याबद्दलची इत्थंभूत माहिती मिळवली होती. तो तुरुंग म्हणजे अन्य निवासी इमारतींसारखी, साधी विटांनी बांधलेली दुमजली इमारत होती. इतकी साधी की, पाहणाऱ्याला तो तुरुंग आहे, हे सांगूनही खरे वाटणार नाही. ती गावाच्या अगदी एका बाजूला होती, तिच्या आसपास छोटे छोटे कारखाने होते. त्या औद्योगिक वसाहतीत तुरुंग असण्याला आक्षेप घेणाऱ्यांचा विरोध कमी करण्यासाठी वास्तुकारांनी ती तशी, तुरुंग वाटणारच नाही अशी बनवली होती. आता ती इमारत त्या औद्योगिक वसाहतीतीलच एक म्हणून खपून जात होती. त्यामुळेच की काय; तेथे इतर तुरुंगांभोवती असते तशी, कडक सुरक्षाव्यवस्थाही नव्हती; जे चॅनीच्या पथ्यावरच पडणारे होते.

तुरुंग म्हटला की, डोळ्यांसमोर येणाऱ्या अति उंच दगडी भिंती, त्यावरच्या काटेरी तारांच्या गुंडाळ्या हे दोन्ही तेथे नव्हते. ज्या कोठडीत चेंकोला ठेवले होते, तिच्या खिडकीच्या बाहेर दिवसभर तेथील कारखान्यांतील मालाची वाहतूक करणाऱ्या ट्रक्सची रहदारी असलेला रस्ता होता. रात्री तो रस्ता सुनसान असे. इतकेच नव्हे; तर तुरुंगाच्या विटांच्या भिंतीला लागून दहा फूट रुंदीचा हिरवळीचा एक पट्टासुद्धा होता. हिरवळीची नियमित निगा राखली जात होती, त्यात मधून मधून झाडेही लावलेली होती.

तो तुरुंग अगदी नवा होता, फक्त दोनच वर्षे झाली होती तो बांधून. आतून तो एखाद्या क्लबसारखा दिसायचा. कोर्टात खटले चालू असलेले कैदी खटले संपेपर्यंत तेथे ठेवले जात. त्यामुळे ते सगळे अपराधी म्हणून तुरुंगात ठेवले गेले असले तरी त्यांच्यावरील आरोप सिद्ध झालेले नसत. कोर्टाच्या निकालानुसार तेथील कैद्यांना दुसऱ्या कायम स्वरूपाच्या तुरुंगात त्यांच्या शिक्षेचा काळ घालविण्यासाठी हलवले जात असे.

तुरुंगाच्या तळमजल्यावर मध्यभागी एक प्रशस्त हॉल होता. त्यात एक तीस इंची टेलिव्हिजन सेट आणि एका बाजूला एक टेबल-टेनिसचे टेबल ठेवलेले होते. दुसऱ्या बाजूला जमिनीत घट्ट बसवून टाकलेल्या लोखंडी टेबलांची रांग होती. त्याच्यासमोर बसण्यासाठी लोखंडीच बाके होती आणि तीही टेबलांना कायमची जोडूनच टाकलेली होती. त्या टेबल-खुर्च्यांचा उपयोग जेवणासाठी केला जाई आणि इतर वेळी त्यावर बसून मंडळी पत्ते खेळत. हॉलमध्ये व्यायामाची साधने होती, वजनाचा काटा होता.

चॅनीला पकडल्यानंतर लगेचच त्याला त्या आरामदायी तुरुंगात आणण्यात आले. आगमनाचे सर्व उपचार पार पडले. त्याला तुरुंगातील कैद्यांचा भगव्या रंगाचा गणवेष, बुटाला लावायचे रबरी सोल आणि एक ब्लँकेट देण्यात आले. त्याला दुसऱ्या मजल्यावरील कोठडी मिळाली.

पहारेकरी चॅनीला घेऊन हॉलमधून वर खोलीकडे गेले, त्या वेळी चेंको टेबल-टेनिस खेळत होता. दोघांनी एकमेकांना पाहिले.

कोठडीत आगगाडीतल्या शयनयानात असतात तसे एकमेकांवर दोन बिछाने घातलेले होते. बिछान्याजवळ एक पांढऱ्या केसांचा प्रचंड माणूस उघडावाघडा उभा होता. चॅनी खुशीत, नाचत, गुणगुणत खोलीत शिरला. त्याला आत आलेला पाहिल्याबरोबर तो तक्रारखोर चेहऱ्याचा कैदी खालच्या बिछान्यावर आडवा पडला. बिछान्याबाहेर आलेल्या त्याच्या पावलांच्या बोटांमध्ये दिवसेंदिवस पाणी न लावल्यामुळे साठलेली बुरशी दिसत होती. तो चॅनीवर गुरकावला, ''वरचा बिछाना तुझा, बरं का.''

''बरं महाराज!'' चॅनी त्याला सलाम करीत म्हणाला, ''मी फार दिवस नाही त्रास देणार तुम्हाला.''

''हो, आपण पोलिसांचे पाहुणेच असाल, इथे खास ट्रेनिंगलाच आणलं असेल आपल्याला!'' तो गुरगुरला.

चॅनीने त्याच्याकडे लक्ष न देता हातातले ब्लँकेट वरच्या बिछान्यावर भिरकावले आणि तो तडक खोलीतून बाहेर पडला. जिना उतरून तो मधल्या हॉलमध्ये आला. त्याला पाहताच चेंकोने खेळ अर्धवट सोडला आणि तो एका शांत कोपऱ्यात

जाऊन उभा राहिला. चॅनी त्याच्या पाठोपाठ गेला. चॅनीने त्याला विचारले, "या मजल्यावरच्या टोकाच्या कोठडीत कोणाला ठेवलंय?" मानेने खुणावत त्याने 'त्या डाव्या हाताची, शेवटची' असा निर्देश केला. त्या बाजूला अरुंद बोळासारखा रस्ता होता आणि त्याच्या दोन्ही बाजूंना ओळीने कोठड्या होत्या. प्रत्येक कोठडीला लोखंडी दरवाजा होता. दरवाजाला बारीक पण बळकट लोखंडी तारा घालून तयार केलेली काच बसवलेली मोठी खिडकी होती. त्यातून पहारेकऱ्याने आत डोकावल्यावर खोलीचा बराचसा भाग नीट आणि स्पष्ट दिसायचा.

"टॅटू आणि होमर." चेंकोने माहिती पुरवली.

चेंकोची कोठडीही चॅनीप्रमाणेच दुसऱ्या मजल्यावर होती.

"त्या दोघांना घेऊन ये माझ्याकडे," चॅनीने चेंकोला फर्मावले.

"कोणाला?" चेंकोने कपाळाला आठ्या घालीत विचारले.

"कोण ते टॅटू आणि होमर, त्यांना."

"त्यांना कशाला?"

"सांगितलं तसं कर ना मुकाट."

"तो टॅटू फार भयंकर आहे हं, माथेफिरूच आहे..."

"असू दे. त्याला म्हणावं, त्याच्या गांडीवर लाथ मारायची आहे मला. थेट वर पाठवणार आहे म्हणावं!"

'हाही टॅटूच्याच पंथातला दिसतो. जाऊ दे, काही का करेना' असे मनात म्हणत चेंको तेथून निघाला. टॅटू आणि होमर व्यायाम करीत होते. चेंको त्यांच्याजवळ गेला. टॅटू अर्ध्या चड्डीवर होता. त्याच्या उघड्या पिळदार शरीरावर टॅटूंची गर्दी होती. दोघांनाच ऐकू जाईल अशा पद्धतीने चेंकोने चॅनीकडे बोट दाखवीत त्याचा निरोप जसाच्या तसा त्यांना ऐकवला. टॅटूने जळजळीत नजरेने चॅनीकडे बघितले. दोन्ही दंडातल्या गोल बेटकुळ्या बाहेर काढून, छाती फुगवून आपल्या स्नायूंची बळकटी, आपली ताकद त्याला दाखवली. टॉवेल मानेभोवती गुंडाळला आणि होमरला मानेने खुणावले. दोघे जण चॅनीकडे जळजळीत नजरेने पाहत त्याच्या दिशेने पहिलवानी थाटात पावले टाकीत निघाले.

"हा चेंको म्हणतोय, तुला माझ्या गांडीवर लाथ मारायची आहे. का? जगायचा कंटाळा आलाय?" टॅटू चॅनी समोर उभा राहून तुच्छतेने गुरकावला.

"होय. तुझ्या अंगावरचे हे इतके टॅटू बघत राहण्याचा कंटाळा आलाय!" चॅनी तेवढ्याच गुर्मीत बोलला.

चेंकोला समजत नव्हते की, चॅनी जिवावर का उदार झाला आहे. होमर टॅटूच्या मागे हल्ला करण्याच्या तयारीने उभा होता.

"अस्सं होय," असे म्हणून टॅटू चॅनीच्या अगदी जवळ गेला. त्याचा खुनशी

चेहरा चॅनीच्या चेहऱ्याला भिडायचाच बाकी होता. डोळ्यात आग उतरली होती. चॅनीचा चेहरा भावनाशून्य होता. त्यावरचा एकही स्नायू हालला नाही; हालला त्याचा गुडघा. टॅटूने काही हालचाल करायच्या आत चॅनीचा गुडघा विजेच्या वेगाने आणि प्रचंड जोराने वर उठला आणि आपले दोन्ही पाय फाकून मगरूरपणे उभ्या असलेल्या टॅटूच्या मांड्यांच्या मध्ये आदळला. टॅटू विव्हळला, त्याची बुबुळे इतकी मोठी झाली; डोळ्यांच्या खोबणीतून बाहेर पडताहेत की काय, असे वाटले. चेंकोला दिसलाही नाही इतक्या जलद चॅनीच्या उजव्या हाताची मूठ टॅटूच्या ओठांवर आपटली आणि त्याची वाचाच खुंटली. तो ओरडूही शकला नाही. दोन्ही हातांनी लिंग दाबून धरीत तो खालीच बसला आणि जोरजोरात खोकू लागला. चॅनी शांतपणे खाली वाकला आणि त्याच्या पाठीवर हाताने थोपटू लागला.

होमर तर अवाकच झाला होता. तो विस्फारलेल्या डोळ्याने त्याच्या बलदंड मित्राची दयनीय अवस्था पाहत राहिला. हाणामाऱ्या हे ज्याचे रोजचेच काम होते त्या टॅटूसारख्या पहिलवानाला अशा पद्धतीने, डोळ्याचे पाते लवते ना लवते तोवर, चारीमुंड्या चीत केलेले त्याने उभ्या आयुष्यात कधी पाहिले नव्हते.

"ए, काय चाललंय तिथे –" टॅटू विव्हळत धपकन खाली बसलेला पाहून आणि त्याच्या खोकल्याचा आवाज ऐकून हॉलमध्ये चलबिचल झाली. काही कैद्यांबरोबरच एका पहारेकऱ्याचेही लक्ष त्या प्रकाराकडे वेधले गेले, आणि भानगडीचा वास येऊन तो ओरडत त्यांच्या बाजूला येऊ लागला.

हाताने टॅटूच्या पाठीवर थोपटणे तसेच चालू ठेवून चॅनी ओरडला, "काही नाही, ठसका लागलाय याला जोराचा. काहीतरी अडकलंय घशात!" पहारेकरी हॉलच्या दुसऱ्या टोकापासून तेथे पोचायच्या आत त्याने टॅटूच्या दोन्ही काखेत हात घालून त्याला उभे केले. तो टॅटूच्या कानात काहीतरी बोलला. टॅटू लगेच, हात वर करून, खोकत खोकत, 'काही नाही, काही नाही, तू जा, मी ठीक आहे, तू जा' अशा अर्थाच्या खुणा पहारेकऱ्याला करू लागला. पहारेकरी परत फिरला.

चॅनी परत टॅटूच्या कानात काहीतरी बोलला. "समजलं ना?" एवढेच अखेरचे शब्द चेंको आणि होमर यांना ऐकू आले. अजूनही टॅटूच्या तोंडून अतीव वेदनांनी शब्द फुटत नव्हता. त्याने नुसती मान डोलावली.

"शहाणा माझा राजा तो! जा, जे सांगितलंय ते लगेच करायचं, कळलं!" लहान मुलाच्या गालावर थोपटतात तसे त्याच्या दोन्ही गालांवर थोपटत चॅनीने त्याला 'निघ' अशी खूण केली.

टॅटूचा चेहरा अजूनही लाल-जांभळा दिसत होता. अजूनही दोनही हातांनी त्याने त्याचे लिंग घट्ट दाबून धरले होते. त्याच्या वेदना त्याच्या डोळ्यांतून गळत गालांवर ओघळल्या होत्या. तो मागे वळला आणि लटपटत्या पावलांनी, हात

तसेच मांड्यांच्या मध्ये धरून खालमानेने चालत चालत त्याच्या डाव्या बाजूच्या शेवटच्या खोलीत शिरला. होमरला काय करावे कळेना. चॅनी त्याला म्हणाला, "तुमची खोली खाली करायचीय. लगेच. काही अडचण?" होमरला का ते कळले नाही; पण तसे करण्यावाचून गत्यंतर नसल्याचे कळ्ळे. तो लाचारपणे हसला आणि मान हालवीत हालवीत टॅटूच्या मागे चालता झाला.

झालेल्या अघोरी प्रकाराने थक्क झालेला चेंको; ते दोघे गेल्यावर काही क्षणांनंतर जेव्हा भानावर आला, तेव्हा चॅनीला म्हणाला, "त्या बिचाऱ्याला निदान सिगरेट्स आणि थोडे पैसे तरी द्यायचे."

"कशाला? एकदा का कावळ्यांना मासाचे तुकडे घातले की, ते मग सारखेच घिरट्या घालायला लागतात. रात्रीसुद्धा दार ठोठावतील आपलं."

"तो पहारेकऱ्याला आपल्या विरुद्ध चिथावू शकतो."

"ते तू माझ्यावर सोड. त्याचे मांड्यातले हात निघून त्याच्या तोंडातून शब्द फुटायच्या आत; आपण इथून बाहेर पडलेलो असू. तुझं ब्लँकेट आणि इतर काही वस्तू खोलीत असतील तर घेऊन ये. आपण दोघं या मजल्यावरच्या त्या डावीकडच्या शेवटच्या खोलीत राहणार आहोत." टॅटू आणि होमर यांच्या कोठडीकडे हात दाखवीत चॅनी म्हणाला.

तुरुंगात अशी खोल्यांची बऱ्याच वेळा अदलाबदल होत असे आणि त्याकडे पहारेकरी विशेष लक्ष देत नसत. रात्री दिवे घालवायच्या वेळी प्रत्येक जण कुठल्या ना कुठल्यातरी कोठडीत कुलूपबंद झालेला आहे; एवढेच ते पाहत. अशा बदलांसाठी कैद्यांच्यात पैशाचीही देवघेव होत असे. तुरुंगात गर्दी होई तेव्हा तर पहारेकऱ्यांच्या खिशात थोडे पैसे घालून काही जण कोठडीबाहेर, त्या हॉलमध्येही झोपत असत.

पाचच मिनिटांनी चॅनी आणि चेंको आपापले सामानसुमान घेऊन टॅटू-होमरच्या, डाव्या बाजूच्या शेवटच्या खोलीत दाखल झाले.

हीच खोली मिळणे, हा त्यांच्या पलायन योजनेतला फार महत्त्वाचा दुवा होता. प्रत्येक कोठडीला भिंतीत एक खिडकी होती. ती फार मोठी नसली तरी एक जाडाजुडा नाही; पण सर्वसाधारण शरीरयष्टीचा माणूस त्यातून आरपार जाऊ शकेल एवढी नक्कीच होती.

या खिडक्यांना आतल्या बाजूने अर्ध्याएक इंच जाडीचा ॲक्रिलिकचा एक तक्ता सहा दणकट नटबोल्टच्या साहाय्याने भिंतीत बसवलेला होता. त्या बोल्ट्सचे वैशिष्ट्य असे होते की, ते घट्ट करता येत असत; पण सैल करता येत नसत.

खिडकीच्या बाहेरच्या बाजूला वरच्या दिशेला तोंड असलेला, खिडकीपेक्षा जरा मोठ्या आकाराचा एक पाइप जोडलेला होता. कैद्याने खिडकीतून बाहेर बघितले तरी त्याला समोरचे, बाहेरचा रस्ता, रस्त्यावरची माणसे, वाहने, काहीही दिसू

शकत नसे. कशावरतरी चढून त्याने खिडकीतून तोंड जरी बाहेर काढले, तरी त्याला त्या पाइपमधून आकाशाखेरीज काही दिसत नसे.

ॲक्रिलिकच्या तक्त्यापासून अठरा इंच अंतरावर, त्या पाइपच्या दुसऱ्या तोंडाच्या थोडे आत, बाहेरून दिसू न शकणारे चारएक इंच जाडीचे लोखंडी बार लावलेले होते. ते करवतीने कापायचे ठरवले तर ढीगभर ब्लेड्स आणि एक महिन्याचे अविश्रांत श्रमही पुरे पडले नसते.

पण चॅनीकडे वेळ अगदी थोडा होता. बाँबची जुळणी करायला त्यांना चेंको लवकरात लवकर हवाच होता आणि जास्त वेळ लागला तर पलायनाची योजना उघडकीला येण्याचा धोका फार मोठा होता.

चॅनीने लगेचच कामाला सुरुवात केली. पहारेकऱ्यांना कोठडीत डोकावून पाहण्यासाठी दरवाजाला असलेल्या छोट्या खिडकीला आतून त्याने चेंकोला ब्लँकेट लटकवून ती बंद करून टाकायला सांगितली. त्याआधी चेंकोने त्याच्या ओळखीच्या झालेल्या एका गरीब कैद्याला सिगारेट्सची लाच देऊन त्यांच्या कोठडीच्या दाराबाहेर बसवले. पहारेकरी त्यांच्या कोठडीकडे येताना दिसला तर दार ठोठावून त्यांना खबर देण्याची कामगिरी त्याच्यावर सोपवली.

बाहेर पडण्याचा एकमेव रस्ता भिंतीतली खिडकी हाच होता आणि त्यातला सर्वांत मोठा अडसर होता, खिडकीवरील जाड ॲक्रिलिकचा तक्ता. तो दूर केल्याशिवाय पुढे काहीच करता येणे शक्य नव्हते.

पण हे चॅनीला आणि योजनेमागच्या डोकेबाजांना आधीच माहीत असल्याने त्यांनी त्यावरचा उपायही योजून ठेवला होता. चॅनीने कमोडचा फ्लश सोडला, एकदा, दोनदा, तीनदा. चौथ्या वेळेला पाण्याबरोबर काहीतरी वस्तू कमोडमध्ये पडली.

योजना यशस्वी झाली होती. एक प्लॅस्टिकची थैली चॅनीला मिळाली. आत पाणी जाऊ नये अशा प्रकारे तिचे तोंड सीलबंद केले होते. पाण्याच्या लोटाबरोबर पाइपमधून सहजी सरकावी म्हणून त्यावर जेली लावण्यात आली होती. कमोडमध्ये हात घालून चॅनीने ती पिशवी बाहेर काढली, फोडली आणि तोंड खाली धरून जोरात हालवली. तशी त्यातून पाव इंच जाडीची, चार इंच लांबीची एक लोखंडी कांडी खणखणत खाली पडली; जोरात आवाज करीत फरशीवर उड्या मारू लागली.

चेंकोने पुढे होऊन ती हातात पकडली. तुरुंगातल्या शांततेत तो आवाज पहारेकऱ्यांना सावध करू शकला असता. त्या धास्तीने दोघांनी काही क्षण श्वास रोधून धरला. जागेवरच खिळून राहून ते बाहेरची चाहूल घेत दरवाजाकडे पाहत राहिले. सुदैवाने बाहेर काही हालचाल झाली नाही, तसा त्यांनी सुटकेचा निःश्वास टाकला.

ती टंग्स्टन कार्बाइड या सर्वांत कठीण धातूची छिन्नी होती.

चॅनीच्या हातातले ते 'आयुध' पाहत असताना चेंकोने विचारले, ''हातोडीची पण सोय केलीय?''

''नाही, तुझं डोकं वापरणार आहे!'' या रशियनमुळे आपल्याला हा सगळा धोकादायक उपद्व्याप करावा लागतो आहे, नाहीतर एव्हाना बेटावर जाऊन ट्रकचे काम पूर्ण करून त्याला टँकही जोडून झाला असता, याचा राग चॅनीने चेंकोवर काढला. आता इथे निदान दोन-तीन रात्री तरी कष्ट करावे लागतील आणि तेही सतत पकडले जाण्याची टांगती तलवार डोक्यावर ठेवूनच, या विचाराने खरे तर तो बिथरला होता. शिवाय हे सगळे करून या तुरुंगातून बिनबोभाट बाहेर पडता येणार आहे की नाही; हा यक्षप्रश्न होताच.

चेंकोला 'इथेच बसून रहा, जागेवरून हालू नको' असा दम भरून चॅनी खोलीबाहेर गेला. लगेच परत आला त्या वेळी त्याच्या हातात व्यायामासाठी वापरला जाणारा लोखंडी डंबेल होता. त्याने तो डंबेल चेंकोच्या ब्लँकेटमध्ये गुंडाळला. एका हातात छिन्नी आणि दुसऱ्या हातात तो डंबेल अशा तयारीने तो खिडकीवरच्या ॲक्रिलिकच्या तक्त्याला धरून ठेवणाऱ्या बोल्ट्सच्या समाचाराला सिद्ध झाला.

छिन्नीवर डंबेलने आघात होऊ लागले. ब्लँकेटमध्ये गुंडाळल्याने लोखंडावर लोखंड आपटल्याचा आवाज होत नव्हता. एकएक करून चारही बोल्ट्सची डोकी पटापट उडून जमिनीवर पडली. नंतर त्याने छिन्नीचे पाते ॲक्रिलिकचा तक्ता आणि भिंत यांच्यामध्ये घालून त्यात फट निर्माण करायला सुरुवात केली. त्याची बोटे बसतील एवढ्या रुंदीची फट त्याला हवी होती. दोन-दोन कोपऱ्यात एका वेळी बोटे घालून त्याने ॲक्रिलिक हालवून हालवून पुढे ओढले. डोकी नसलेल्या बोल्ट्सवरून ते हळूहळू बाहेर आले. खिडकी रिकामी झाली.

पाइपमध्ये आत हात सरकवून त्याने दुसऱ्या टोकाचे लोखंडी बार एकदा हातांनी धरून, ओढून त्यांच्या नेमक्या जागेचा अंदाज घेतला. ते सिमेंट काँक्रीटच्या भिंतीत चांगलेच रुतवून बसवले होते.

खाली काढलेले ॲक्रिलिक त्याने परत त्या चार बोल्ट्सवर अडकवून भिंतीलगत सरकवून टाकले. तोंडातले च्युइंगगम काढून त्याच्या साहाय्याने बोल्ट्सची डोकी त्यांच्या धडांना बेमालूम चिकटवून ठेवली. आता दिवसा कोणी आत खिडकीजवळ आले असते, तरी ॲक्रिलिकचा तक्ता सुटा झाला आहे, हे त्यांना मुळीच कळले नसते. त्याने झपाट्याने खोलीतला पसारा आवरला. त्याची साधने अंथरुणाखाली दडवली, खोली होती तशी केली.

''आता काय करायचे?'' चेंकोने विचारले.

''आता वाट पाहायची,'' चॅनी म्हणाला.

इकटिरेनबर्ग

झारवंशाच्या निर्घृण हत्याकांडाने त्याची खणून काढली गेलेली पाळेमुळे आपल्या मातीत खोल दडवून बसलेले इकटिरेनबर्ग हे ऐतिहासिक शहर; मानवीसंहाराचा आणखी एक विनाशकारी इतिहास लिहायला सिद्ध झाले आहे, असेच गिडियनला वाटू लागले होते.

एका गलिच्छ हॉटेलच्या खुराड्यासारख्या खोलीत तेथील अव्यवस्था आणि खोलीबाहेरील सततचा बंदूकधारी पहारेकऱ्यांचा खडा पहारा सहन करीत गिडियनने तीन दिवस काढले होते. त्याला त्याच्या ऑफिसला फोन वा ई-मेल अशा कुठल्याही मार्गाने संपर्क साधायला बंदी केली गेली होती. असेच आणखी काही काळ जर चालू राहिले, त्याचा ठावठिकाणा ऑफिसला कळला नाही तर कॅरोलिन नक्कीच पोलिसांकडे धाव घेईल, याची त्याला धास्ती पडली होती. त्याचा चेहरा चिंतेने काळवंडला होता; दाढीचे खुंट वाढले होते; झोप नीट न मिळाल्याने डोळे तांबरले होते; त्यांच्याखाली काळी वर्तुळे दिसू लागली होती.

अण्वस्त्रे हा गिडियनच्या अभ्यासाचाच विषय होता. तेथली स्थिती पाहून त्याला खचून गेल्यासारखे वाटत होते. शीतयुद्ध संपले होते. त्या प्रदीर्घ युद्धाने, त्याआधी जगात विविध देशात निरंकुश सत्ता उपभोगलेल्या हुकूमशहांना सत्तेवरून खाली खेचून नामशेष केले होते. युद्धातील दोन्ही पक्षांकडे एका ठिणगीसरशी लाखो मानवी जीव नष्ट करण्याची क्षमता बाळगणाऱ्या अण्वस्त्रांचा प्रचंड साठा होता. त्यातल्या एका पक्षाकडे त्या जीवघेण्या अस्त्रांना काबूत ठेवण्याची, सुरक्षित

राखण्याची जी यंत्रणा होती ती अपुरी होती. अगदी ढिली; विस्कळीत होती, पूर्णपणे अविश्वसनीय होती.

चौथ्या दिवशी सकाळी आठ वाजता एके४७ रायफल्सधारी दोन सुरक्षाजवानांनी अचानक गिडियनला उठवले आणि गाडीत बसवले. एक जवान ड्रायव्हरच्या शेजारी आणि दुसरा गिडियनजवळ, मागच्या सीटवर अशी त्यांची यात्रा अज्ञात स्थळी निघाली. गिडियनला असे वाटत होते की, ही बहुधा त्याची अंत्ययात्राही असू शकेल. आता गाडी अशीच शहराच्या बाहेरील जंगलात जाईल, एखाद्या दाट झाडी असलेल्या सुनसान जागी आपल्याला गाडीतून उतरवले जाईल आणि दोहोंपैकी एका रायफलमधली गोळी आपल्या डोक्यात आरपार जाईल. इकटिरेनबर्गच्या जंगलात अशी अनेक बेवारशी प्रेते पडून कुजली असतील.

पण वेळ आली असली तरी त्याचा काळ आला नव्हता! गाडी मरनोव्हच्या ऑफिसच्या बाहेर थांबली. गिडियनला त्याच्या ओळखीच्या मोकळ्या टेबलांच्या रांगेतून मरनोव्हच्या ऑफिसमध्ये नेण्यात आले. खुर्चीत बसलेल्या मरनोव्हकडे पाहिल्यावर गिडियनच्या लक्षात आले की, मरनोव्हची स्थिती त्याच्यापेक्षा काही वेगळी नव्हती.

मरनोव्हही रात्रभर झोपला नव्हता. गेले तीन दिवस त्याने ती अस्त्रे शोधण्यासाठी जंग जंग पछाडले होते. ऑफिसमधले सगळे जणच प्रयत्नांची पराकाष्ठा करीत होते. जेव्हा तपास लागत नाही याविषयी खातरी वाटू लागली तेव्हा नाइलाजाने त्या सकाळी मरनोव्हने मॉस्कोतील त्याच्या वरिष्ठांना ती दोन अण्वस्त्रे गहाळ झाल्याची वार्ता कळवली होती. त्याच्या माणसांनी जे शोधून काढले होते ते फारच भयानक, अमंगल होते.

मरनोव्हसारख्या जबाबदार प्रमुख अधिकाऱ्याने स्वत: अशी खबर देणे, ही फारच गंभीर बाब होती. मरनोव्हचे वरिष्ठ लगोलग मॉस्कोहून इकटिरेनबर्गला यायला निघाले होते. त्यांच्यासमवेत अण्वस्त्र तज्ज्ञांची एक टीम होती. बैल गेल्यावर झोपा करण्याची तयारी जोरदार होती. त्यांना आता बैलापेक्षा तो गायब करण्याचा दोष माथी मारता येईल, त्या पातकासाठी बळी देता येईल; असा एखादा बकरा हवा होता. जर या चोरीची बातमी आंतरराष्ट्रीय पातळीवर पोचली तर निदान त्याविषयीचे पटेल असे स्पष्टीकरण, शासनावरील जबाबदारी अन्य कुणावरतरी ढकलून नामानिराळे राहता येईल, असे काहीतरी, कोणीतरी शोधून ठेवणे त्यांना गरजेचे होते. रशियन शासनयंत्रणेशी, त्यातील राजकारणाशी चांगलाच परिचित असलेल्या मरनोव्हला हीच चिंता खात होती की, 'तोच तर बळीचा बकरा होणार नाही ना?' त्याने शासनाकडे सातत्याने अधिक माणसे, याहून कडक सुरक्षाव्यवस्था यासंबंधी अनेकदा आणि वारंवार मागण्या केलेल्या होत्या. पण दर वेळी आर्थिक

टंचाईचे कारण पुढे करून त्या अमान्य करण्यात आल्या होत्या.

गिडियन आणि मरनोव्ह दोघे जण समोरासमोर उभे राहून एकमेकांकडे बघत होते.

''काय स्थिती करून घेतली आहेत तुम्ही स्वत:ची!'' मरनोव्ह म्हणाला.

''तुमचीही काही वेगळी नाही,'' गिडियन म्हणाला.

''मला तसंच कारण आहे. मी गेले बहात्तर तास सतत कामात गढलो आहे,'' मरनोव्ह थकलेल्या चेहऱ्यावरून हात फिरवीत म्हणाला.

''मला रिकामपण खातं आहे, एक क्षणही डोळ्याला डोळा लागलेला नाही. आणि हो, मला तातडीने फोन करायचा आहे. मी सारखा या पहारेकऱ्यांना विनंती करतो आहे पण...''

''थोडा धीर धरा,'' असे सांगत मरनोव्हने खुर्चीकडे निर्देश करीत समजावणीच्या सुरात गिडियनला बसण्याची विनंती केली.

गिडियन नाइलाजाने खुर्चीत बसला. मरनोव्ह मन उघडे केल्यासारखा भडाभडा बोलू लागला, ''काय गंमत आहे नाही? गेली पन्नास वर्षं आपण एकमेकांच्या नरडीचा घोट घ्यायला टपलो आहोत. एकच गोष्ट आपल्याला थांबवते आहे – परस्परविनाशाचा धोका, सर्वनाशाच्या आपत्तीची भीती. काय म्हणता तुम्ही अमेरिकन्स त्याला?'' त्याने हनुवटीवर बोट टेकवून आठवण्याचा प्रयत्न केला. त्याचे दारू पिऊन लाल झालेले डोळे छताकडे वळले होते. ''हा, 'मॅड'!'' तो म्हणाला.

''होय. मॅड म्हणजे 'म्युच्युअल अशुअर्ड डिस्ट्रक्शन' – परस्परांचा निश्चित विनाश!'' गिडियन म्हणाला.

''हे असे आकर्षक शब्द, वेधक वाक्प्रचार अमेरिकनांनीच शोधावेत आणि वापरावेत! ही त्यांना त्यांच्या संस्कृतीची देणगी आहे. ते सैन्य नाही वापरत, या शब्दांनी, भाषालंकारांनी, त्यांच्या चित्रपटांनी, नटनट्यांनी, मॅकडोनल्ड्स, डिस्नेवर्ल्ड यांच्यातील अनोख्या ताकदीने जग जिंकतात. पण गिडियन, तुम्ही तर रशियन आहात!''

''हो, अर्धा. अर्धा डचही आहे,'' गिडियन म्हणाला.

''डच? छान असतात डच लोक. मी गेलेलो आहे नेदर्लंडला, हेगला.''

''मला प्लीज एक फोन करू दे.'' गिडियनने विषयांतर केले.

''मी सांगितलं ना, थोडं थांबा. माझे वरिष्ठ येतातच आहेत. ते तुमच्या सगळ्या इच्छा पुरवतील,'' असे म्हणताना मरनोव्हच्या चेहऱ्यावर सौम्यसे हसू होते.

गिडियनला नाखूश करून मरनोव्हला पाश्चिमात्य देशांशी संघर्ष ओढवून घ्यायचा नव्हता, पण गिडियन मोकळा सुटून परत गेला तर ही घटना जगभरात

पसरेल आणि अपराधी म्हणून त्याचेच नाव सर्वत्र गाजेल, हेही त्याला चांगलेच ठाऊक होते. त्या काळजीनेच तो अस्वस्थ झाला होता. त्याच्या मनाची घालमेल चालली होती.

गिडियन नाइलाजाने खुर्चीच्या पाठीवर रेलून शांत बसून राहिला.

"हे दोन चोरीला गेलेले शेल्स कुणा गैर माणसाच्या हातात पडले आहेत, असं कळलं तर ते परत मिळविण्याची उपाययोजना करणं हे तुमच्या, म्हणजे पाश्चिमात्य देशांच्या धोरणात बसतं का?" मरनोव्हने विचारले.

"ते चोरणाऱ्याचे उद्दिष्ट काय आहे यावर अवलंबून असतं. जर केवळ पैशाच्या मोहापायी चोरी झाली असेल, तर त्यांना त्याची जास्तीत जास्त किंमत देऊन ते खरेदी करता येऊ शकतात. पण जर यामागे काही राजकीय हेतू असेल..." गिडियन समजावून सांगू लागला.

मनरोव्हने मध्येच विचारलं, "म्हणजे तुमच्या देशाचा चोरीशी काहीही संबंध नसताना, त्यासाठी वाट्टेल ती किंमत मोजणं, हे मान्य आहे तुमच्या देशाला?"

"हे बघ, मी कोणत्याही देशाच्या सरकारच्या वतीने बोलत नाही. पण ती विनाशकारी अस्त्रं अशी कुणाच्याही हाती लागू नयेत, मानवी प्राणहानीला ती कारण ठरू नयेत यासाठी जे जे काही करणं गरजेचं असेल ते सगळं ते करतील. 'परस्पर निश्चित विनाशा'ची दुसरी बाजू आहे 'परस्परहित'. 'मॅड'ची दुसरी बाजू 'सुज्ञपणा'!" गिडियन म्हणाला.

"पण जर चोरणाऱ्याने ती स्वत:च वापरण्याच्या उद्देशाने चोरली असतील, त्याचंच काहीतरी प्राणघातक उद्दिष्ट असेल तर? त्याबद्दल तुमचं धोरण काय असतं?"

"तर धोरण वगैरे सगळं बाजूला ठेवून, आवश्यक ते सर्व प्रयत्न करून, त्यांचा वापर होण्याआधी ती शोधून त्यांच्या हातातून काढून घेतलीच पाहिजेत!"

गिडियनच्या या बोलण्याने मरनोव्हची अस्वस्थता काहीशी कमी होऊ लागली. वैयक्तिक आकस, नुसतेच दोषारोप यांपेक्षा जनहिताचा आग्रह धरणाऱ्या विचारी धोरणाने, मानवी दृष्टिकोनाने त्याला बराच धीर आला. हा समोर बसलेला माणूस धोकादायक नाही, असा विश्वास वाटू लागला. त्या विश्वासाची जणू खातरजमा करून घेण्यासाठी तो त्या जन्माने रशियन आणि डच व व्यवसायाने अमेरिकन असलेल्या माणसाच्या चेहऱ्याकडे काही वेळ एकटक पाहत राहिला. तेवढा वेळ खोलीत शांतता पसरली होती.

"मी काही सांगू इच्छितो तुम्हाला त्या शेल्सबद्दल."

दीर्घ शांततेनंतरच्या मरनोव्हच्या या शब्दांनी गिडियन चमकला, त्याने कान टवकारले.

"ते दोन शेल्स आमच्याकडील साठ्याच्या नोंदीत आत्ता दिसत नाहीत, ही तुमची माहिती खरी आहे."

"त्याविषयी माझी खातरी होती; म्हणून तर काय भानगड आहे ते पाहण्यासाठी मी वेळ न दवडता इतक्या लांब आलो."

मरनोव्हने भुवया आकुंचित करीत विचारले, "तुमच्या कॅलिफोर्नियातल्या सगळ्यांनाही ही केवळ कारकुनी चूक नसावी असंच वाटत होतं का?"

"काहींना शंका होती, पण माझ्याकडून आणखी काही काळ त्यांना काही कळलं नाही तर त्यांचीही तशी खातरी पटेल हे नक्की!"

"ते दोन शेल्स जेथे असायला हवे होते तेथे ते आत्ता नाहीत." मरनोव्ह कॉफीचा घोट घेत म्हणाला. ज्वलंत सत्य सांगण्यासाठी तो जणू पोटात इंधन घालीत होता.

"मला जरा कागद आणि पेन देता का?" गिडियनने विचारले.

मरनोव्हने दोन क्षण विचार केला, 'हा सगळं लिहून घेणार? – नको.' पण लगेच त्याने असाही विचार केला, 'स्मरणशक्तीवर विसंबून काहीतरी चुका होण्यापेक्षा मी जे सांगीन तेच हा लिहून घेईल आणि तेच याच्याबरोबर बाहेर जाईल. हेच बरे.' त्याने कागद आणि पेन गिडियनपुढे ठेवले.

गिडियनने पेन उघडले, कागद समोर ठेवला आणि तो म्हणाला, "असंही घडलं असेल की, ते शेल्स कुणीतरी दुसरीकडे कुठेतरी हालवले असतील."

"नाही, ती शक्यता नाही." मरनोव्ह म्हणाला.

"कशावरून?"

"कारण याबाबतीत मोजण्यात काहीच चूक घडलेली नाही."

"म्हणजे?"

"प्रश्न हा आहे की, ते जर कुठेतरी असले तर ते आमच्या रेकॉर्डला दिसायला हवेत, पण ते कुठेच रेकॉर्डमध्ये नाहीत."

"म्हणूनच म्हणतो, ती मोजण्यातलीही चूक असू शकेल." गिडियनला हे माहीत होते की, रशियात अजूनही साठेमोजणीच्या जुन्या, क्लिष्ट पद्धती वापरल्या जातात. अमेरिकेत आणि बऱ्याचशा पाश्चिमात्य देशात वापरली जाणारी बार कोड आणि त्यावर नियंत्रण ठेवणारा संगणक; ही पद्धती रशियात अस्तित्वात नव्हती. इथे अजूनही शेल्फसमोर उभे राहून वस्तूंना हात लावून एकेक नग मोजला जात असल्याने मोजणीची अचूकता, ती करणाऱ्याच्या सचोटीवर, प्रामाणिकपणावरच जास्तकरून अवलंबून होती. त्यामुळेच गेली दोन-तीन वर्षे अमेरिकेतील तज्ज्ञमंडळींना त्यातल्या धोक्याची वाढती जाणीव होत होती. आपल्याकडे नेमकी अण्वस्त्रे किती आहेत, स्फोटक द्रव्यांचा साठा किती आहे हे रशियन शासनालाच नीट माहीत

नव्हते. ते माहीत व्हावे यासाठी लागणारी निर्दोष पद्धती त्यांना परवडत नव्हती. त्यामुळे काही गहाळ झाले, नाहीसे झाले तरी ते त्यांना कसे कळणार? गिडियन हाच विचार करीत होता की, 'जर सरळ तयार बॉंब हातात पडत असतील; तर दहशतवादी स्फोटक द्रव्ये चोरून बॉंब बनवण्याचे कष्ट कशाला घेतील? असे दोन शेल्सच उचलतील!'

"दुर्दैवाने ती मोजण्यातली चूक नाही. हा नकली शेल्सचा मामला आहे."

"काय? नकली शेल्स?"

"होय. मोजणी झाली तेव्हा या दोन शेल्सच्या जागी दोन नकली शेल्स म्हणजे रिकामे शेल्स ठेवण्यात आले. ते शेल्स म्हणजे नुसतीच बाहेरची आवरणं होती. त्यामुळे साठ्याच्या मोजणीत कमतरता आलीच नाही." मरनोव्हने एक खोल नि:श्वास सोडला.

गिडियन चक्रावला. "नुसती आवरणं? मला हे समजतच नाही की, मोजणीच्या वेळी असे नकली शेल्स ठेवण्याची उस्तवारी करून, साठा बरोबर आहे याची ज्याने काळजी घेतली असेल, तो नंतर ते साठ्यातून कमी का करेल? दोन शेल्स साठ्यात कमी आहेत अशी माहिती कशी नोंदवेल? हे गौडबंगाल काही डोक्यात शिरत नाही."

"माझा तर्क असा आहे की, जोपर्यंत चोरीचा माल इथून बिनघोर बाहेर पडून सुरक्षाजाळ्याच्या पलीकडे पोचला नव्हता, तोपर्यंत नकली शेल्सच्या साहाय्याने साठा अचूक दाखवण्याची खबरदारी घेतली गेली. एकदा तो इच्छित स्थळी पोचल्याची खातरी पटल्यावर कदाचित ते तेथून काढून टाकले गेले असतील आणि त्यामुळे नंतरच्या मोजणीत त्रुटी दिसू लागली असेल."

हा तर्क जिवाचा थरकाप उडवणारा होता. गिडियनचे हृदय धडधडले.

"ही सगळी रेकॉर्ड्स असतात कुणाजवळ?" गिडियनने विचारले.

"फक्त दोघांकडेच. मी आणि दिमित्री."

"बस? फक्त दोघांकडे?"

"होय."

"मग आत्ता दिमित्री कुठे आहे?"

"त्यालाच तर आम्ही शोधतो आहोत. त्या दिवशी तुमच्यासमोरून तो जो निघून गेला तो गायबच आहे. सगळीकडे शोधून झालं, कुठेही सापडत नाही. यावरून हे नक्की की, यात दिमित्री गुंतलेला आहे."

"अगदी बरोबर."

"मी माझ्या बहिणीच्याही सतत संपर्कात आहे."

"तुमची बहीण? का?"

"दिमित्री माझा मेव्हणा आहे." मरनोव्हने इतक्या सहजपणे सांगितले की, जसे काही गिडियनला ते आधीच माहीत असावं.

गिडियन विचार करू लागला, 'तरीच मरनोव्ह इतका काळजीत आहे. गेल्या दोन-तीन दिवसांत व्होडकाच्या भरपूर बाटल्या पोटात रित्या झाल्या असतील, म्हणूनच त्याचा असा अवतार झाला आहे. आता या माणसाचे वरिष्ठ इथे येऊन पोचायच्या आत याच्याकडून सर्व माहिती काढून घेतलीच पाहिजे. एकदा का ते लोक आले आणि त्यांना हा प्रकार कळला की, याला चौकशीला ते कुठे अज्ञात स्थळी घेऊन जातील; सांगता येत नाही. त्यानंतर तो कदाचित दिसायचाही नाही कुणालाच!'

"आपल्याकडे वेळ खूपच कमी आहे, लक्षात येतंय ना तुमच्या?"

मरनोव्हने मान हालवली. त्याच्या डोळ्यांत चिंता साठली होती.

"तुम्हाला जेवढं काही माहिती आहे तेवढं मला भराभर सांगून टाका, मी लिहून घेतो." गिडियन म्हणाला.

मरनोव्हने मान तर डोलावली, पण तो विचारात गढला होता. गेली पाच वर्षे तो तोकड्या पगारावर कशीबशी गुजराण करीत होता. गेले काही महिने त्याच्या हाती काहीच पगार पडत नव्हता. रोजच्या जेवणाची भ्रांत पडत होती. बायको-मुले अर्धपोटी राहत होती, मुलांच्या बुटांच्या तळांना छिद्रे पडली होती. संसारच फाटून गेला होता. पण तरीही त्याचे देशप्रेम, कर्तव्यावरील निष्ठा पूर्णपणे शाबूत होती. हाल सोसूनही तो त्याचे कर्तव्य देशावरील प्रेमाखातर कसोशीने पार पाडत होता. ही अण्वस्त्रे म्हणजे रशियाच्या अभिमानाची बाब आहेत आणि त्यांचे रक्षण जीव तोडून केले गेले पाहिजे, अशी त्याची धारणा होती. त्यालाही दिमित्रीसारखा देशद्रोह करून पैसे मिळवता आले असते. या शस्त्रांसाठी, स्फोटक द्रव्यांसाठी हवी तेवढी संपत्ती पदरात ओतायला तयार असणाऱ्यांची कमी नव्हती. पण मरनोव्हने कधी एक रुबलही कुणाकडून घेतला नव्हता.

गिडियनकडे पाहताना त्याच्या मनात आले की, 'पाश्चिमात्य देशांची सरकारे त्याच्या देशाच्या शासनापेक्षा चांगली असतील का?' तो टेलिव्हिजनवर अमेरिकेतील 'सीएनएन' या वाहिनीवरील कार्यक्रम नियमित पाहायचा. वॉशिंग्टनमधील 'लोकांसाठी लोकांनी चालवलेले सरकार' काय काय आर्थिक घोटाळे एकामागून एक करीत असते, ते त्याला कळून चुकले होते. पण तरीसुद्धा समोर बसलेल्या त्याच्या देशबांधवाबद्दल त्याचे मत चांगले झाले होते. हा माणूस कुठल्याच शासनाशी बांधिलकी ठेवणारा नाही; तो केवळ त्याच्या कामाशी प्रामाणिक आहे; त्याला जनहिताची खरी काळजी आहे. तसं नसतं तर त्यांच्याकडे आलेल्या माहितीत दोन अस्त्रांची त्रुटी दिसताच, ती साठ्याच्या मोजणीतली किंवा नोंदीतलीच चूक आहे

का, याची खातरी करून घ्यायला हा कॅलिफोर्नियाहून मॉस्कोला आणि इथे स्वर्डलॉव्हस्कला आलाच नसता. उलट नाहीशा झालेल्या अस्त्रांची माहिती तशीच्या तशी प्रसिद्ध करून, जगभरात त्या सनसनाटी बातमीने हाहाकार माजवून ती बातमी दिल्याबद्दल याला स्वत:ची पाठ थोपटून घेता आली असती. पण याने तसे केले नाही. त्यातला संभाव्य धोका लक्षात घेऊन तो सत्याच्या शोधात इतक्या दूरवर आला, हे पाहून गिडियनबद्दल त्याच्या मनात आदराची भावना जागृत झाली. त्या भावनेच्या भरात तो गिडियनला म्हणाला, ''मी जर तुम्हाला काही गोष्टी सांगितल्या तर त्या आपल्या दोघांतच राहतील?''

''सॉरी, पण मला माझ्या संस्थेतल्या लोकांना सांगावं लागेल.'' गिडियनने प्रामाणिकपणे सांगितले.

''ठीक आहे, पण त्यापलीकडे...''

''ते धोका किती गंभीर आहे, त्यावर अवलंबून राहील. मानवहानीचा संभव असेल, तर योग्य त्या अधिकाऱ्यांना कळवून ती टाळण्याचा प्रयत्न करावा लागेल.''

''मी समजू शकतो. पण तुम्ही वर्तमानपत्रं, टेलिव्हिजन यांच्याकडे जाणार का? त्यासंदर्भात माझं नाव गोवलं जाईल का?''

''नाही, नक्कीच नाही.''

''याची जाहीर वाच्यता कुठल्याही माध्यमातून होणार नाही? पाश्चिमात्य ही बातमी गुप्त राखतील?''

''मी तुम्हाला एवढा निर्वाळा देऊ शकतो की, लोकांच्या सुरक्षेसाठी जे आणि जेवढं सांगणं अत्यावश्यक असेल; तेच आणि तेवढंच सांगितलं जाईल. ज्याने लोकांच्यात घबराट उडेल, असे आम्हाला काहीही करायचे नाही. आणि तुमचं नाव तर कुठल्याही परिस्थितीत घेतलं जाणार नाही, याची तुम्ही पूर्ण खातरीच बाळगा.'' संस्थेतल्या लोकांच्या प्रतिक्रियेच्या कल्पनेने गिडियन शहारला. त्यांच्या हजार चौकशांना उत्तरे द्यावी लागली तरी तो माहितीचे उगमस्थान निश्चितच गुप्त राखू शकला असता.

''माल येथून बाहेर काढण्यासाठी लागणारी दोन चलनं आम्हाला सापडली आहेत; ती दोन्ही खोटी आहेत. इथे आमच्याकडे ग्रिगोरी चेंको नावाचा एक तंत्रज्ञ काम करीत होता. त्याने ती चलनं बनवलेली आहेत. त्यातलं पहिलं चार आठवड्यांपूर्वीचं आहे आणि दुसरं दोन आठवड्यांपूर्वीचं. त्या दोन्ही चलनांवर माल पूर्वकिनाऱ्यावरच्या व्हॉडिव्होस्टॉक बंदरावर पाठवला असल्याची नोंद आहे.''

''या चलनांवरचा माल; म्हणजेच ते दोन बॉंब आहेत, हे तुम्हाला कसं कळलं?'' गिडियनने विचारले.

“दोन्ही चलनांवरील मालाचे वर्णन सारखे आहे, त्याचे वजनही सारखेच आहे. एकशे चार किलो वजनातून आमच्याकडल्या लाकडी पेट्यांचे वजन वजा केले की, त्या दोन गहाळ झालेल्या आर्टिलरी शेल्सचे अचूक वजन येते. यावरून काढलेला निष्कर्ष आहे तो. नक्की माहीत नाही.”

“पहिलं चलन एक महिन्यापूर्वीचं आहे ना?”

“होय.”

मरनोव्ह सांगत असलेली माहिती गिडियन भराभर कागदावर लिहीत होता. “हा चेंको सध्या कुठे आहे याबद्दल काही...”

“तीच तर चिंतेची बाब आहे. दुसरा शेल बाहेर गेल्याच्या दिवसापासून तो कामावर गैरहजर आहे आणि त्याचा ठावठिकाणा काही केल्या सापडत नाही.”

“तो अचानक कामावर येईनासा झाल्यावर कुणी काही चौकशी नाही केली?”

“नाही. सगळ्यांनाच असं वाटलं की, त्याला दुसरीकडे चांगलं काम मिळालं असेल. हे इथे नेहमीच घडतं. आणि अशा वेळी दुसऱ्या कामावर जाताना तो माणूस, सहसा काही न सांगता सवरता, कामावर येईनासा होतो. गेल्या वर्षभरात माझ्याकडले निम्मे अधिक लोक असे निघून गेले आहेत. काय करणार? पगारच मिळत नसेल तर पर्याय शोधत राहावंच लागतं. कुणाकुणाला थांबवणार, कुणाकुणाची चौकशी करणार? लष्करात सगळीकडे कमी-अधिक प्रमाणात हीच परिस्थिती आहे. या देशात एके काळी सैनिकांना देव मानलं जात होतं, आज त्यांची किंमत कवडीमोलाची झाली आहे. अशा चुकीच्या धोरणांमुळे शासन देशावर संकट ओढवून घेतं आहे. कळतंय; पण वळत नाही, त्याबद्दल काही करता येत नाही!” देशावर प्रेम करणारा मरनोव्ह हताशपणे बोलत होता.

त्याचे अगदी बरोबर होते. गिडियनला हेही माहीत होते की, ही परिस्थिती फक्त रशियातच होती असे नाही. जगात सगळीकडेच हे विषय नाकारणे, त्यांना वाजवी महत्त्वही न देणे, बाँबस्फोटासारख्या संकटाबद्दलची चिंताही जाहीरपणे व्यक्त न करणे, या राजकीयदृष्ट्या संमत झालेल्या गोष्टी बनल्या होत्या. अणूबाँब, अण्वस्त्रे यांच्याविषयी सतत चर्चा करणे, त्याविरुद्ध प्रचार करणे हे साठ आणि सत्तरच्या दशकातले कळीचे मुद्दे होते. आता जग जवळ आले आहे, इंटरनेटने देशादेशांतल्या भौगोलिक सीमाही पुसट होत चालल्या आहेत. देशांच्या आपापसांतील वैरांची, एकमेकांवरील सैनिकी आक्रमणाच्या संकटांची, युद्धांची आग शीतयुद्धाने शांत झाली होती, विझवली होती. आता शांततेचं युग होतं. लाखो लोकांचे प्राण घेऊ शकणाऱ्या विनाशक अण्वस्त्रांच्या स्फोटांच्या संभाव्य धोक्याचा बावटा दाखवून शांतिप्रिय नागरिकांना का घाबरवा, असाच विचार देशांचे राजकीय नेते करीत होते. असे नकारात्मक विचार त्यांना दूर सारायचे होते. पाश्चिमात्य देश मोठ्या प्रमाणावर

सैन्यकपात करीत होते, सैनिकी तळ बंद केले जात होते. आता जागोजागी शांतिसेना तैनात होत्या. जगात भांडवलशाही रुजू लागली होती, परिणामी देशादेशात व्यापारी संबंध प्रस्थापित झाले होते. अमेरिकेचे राष्ट्राध्यक्ष आणि रशियाचे पंतप्रधान एकमेकांचे मित्र म्हणवू लागले होते. शीतयुद्धाच्या शेवटी झालेल्या कराराप्रमाणे दोन्ही देशांनी नवीन अण्वस्त्रांचे उत्पादन बंद केले होते. सत्तास्पर्धेच्या काळात दोघांकडे अण्वस्त्रांच्या प्रचंड साठ्याचे जे ब्रह्मराक्षस निर्माण झाले होते, त्यांना कडक सुरक्षाव्यवस्थेच्या साखळदंडांनी बांधून ठेवण्याचे कबूल केले होते. त्याच्यावर लक्ष ठेवण्यासाठीच युनायटेड नेशन्सने गिडियन काम करीत असलेली संस्था स्थापन केली होती. हे सगळे होते, तरी देशांच्या गुप्तहेरखात्यांचे अहवाल सर्व जबाबदार देशाच्या नेत्यांना वारंवार गंभीर इशारा देत होते की, रशियात त्या ब्रह्मराक्षसाच्या बेड्या सैल पडत होत्या. काहीतरी सर्वस्वी अकल्पित घडण्याची दाट शक्यता होती. गिडियन विचार करीत होता, 'तसे खरेच प्रत्यक्षात घडले तर? तो ब्रह्मराक्षस जागा होऊन त्याने कुठेतरी हाहाकार माजवला तर? तर अमेरिकेचे राष्ट्राध्यक्ष देशात आणीबाणी जाहीर करतील; 'फेडरल इमर्जन्सी मॅनेजमेंट एजन्सी'ला (शासकीय आणीबाणी व्यवस्थापन संस्थेला) पाचारण करतील; बॉंबस्फोटातील मृतांना साश्रू नयनांनी श्रद्धांजली अर्पण करतील; जखमींच्या दु:खात ते सहभागी असल्याचे वारंवार सांगत राहतील; मृतांच्या आणि जखमींच्या नातेवाइकांना सहानुभूती दर्शवतील!' रुझवेल्ट, चर्चिल यांना कितीही क्लेशदायक ठरणारे असले, तरी या सहस्त्रकाच्या अंती देशांच्या राजकीय नेत्यांसमोर हाच आदर्श असणार होता.

"बरं, चेंको जेव्हा इथे होता तेव्हा तो काय काम करीत होता?" गिडियनने विचारले.

"तो तंत्रज्ञ होता. अण्वस्त्रं उघडण्याचे काम करायचा."

"या प्रकारची शेल्ससुद्धा?"

"होय."

"म्हणजे त्याला ती परत जोडताही येत असणार."

"नक्कीच," मरनोव्हने त्वरित उत्तर दिले, पण त्याला त्यामागील धोका प्रतीत झाला की नाही, कळले नाही. अण्वस्त्रांची जुळणी करता येणाऱ्या व्यक्तीला अण्वस्त्रांचे तंत्रज्ञान अवगत नसणाऱ्या देशातून आणि दहशतवाद्यांच्या गटांकडून प्रचंड मागणी असणार!

आत्तापर्यंच्या संवादातून मिळालेले सर्व तपशील गिडियनने कागदावर लिहून घेतले. ते त्याने एकदा नीट वाचले. त्यात काही सुधारणा केल्या. नंतर काही वेळ त्याने तो कागद एकाग्र चित्ताने, त्यातील एकूणएक मुद्दे पूर्णपणे लक्षात राहीपर्यंत परत परत वाचला. सगळे आपल्या स्मरणात पक्के रुजले आहे, याची खातरी

पटल्यावर त्याने मरनोव्हकडे काडेपेटी मागितली, आणि तो कागद मरनोव्हच्या डोळ्यांदेखत जाळून टाकला. त्याची राख मरनोव्हच्या टेबलावरील रक्षापात्रात पडली.

"एक शेवटचा प्रश्न," गिडियन म्हणाला. "चेंकोने बाहेर काढलेला माल अखेरीस कुठे पोचणार आहे?"

मरनोव्हने एक आवंढा गिळला. "आपल्या दोघात याबद्दल काहीही चर्चा झालेली नाही. मी तुम्हाला काहीही सांगितलेलं नाही; तुम्ही काहीही ऐकलेलं नाही, हे लक्षात ठेवा," तो म्हणाला.

तशी शंका आली तरी त्याचे वरिष्ठ त्याला जिवंत ठेवणार नाहीत, हे दोघांनाही चांगलेच माहीत होते. म्हणूनच गिडियनने "नक्कीच. मान्य आहे मला, अजिबात काळजी करू नका," असे म्हणून त्याला दिलासा दिला.

"दुसरी पेटी कुठे गेली आहे अथवा जाणार आहे; याविषयी आमच्याकडे निश्चित माहिती नाही. आम्हाला एवढं माहीत आहे की, ती इथून बाहेर गेलेली आहे आणि आता ती व्हॉडिव्होस्टॉक बंदरातही नाही. पण पहिली पेटी बंदरातून पुढे कुठे गेली त्याबद्दलचा संदेश मला आजच सकाळी फॅक्सवर आला आहे," असे म्हणून मरनोव्हने त्याच्या शर्टाच्या खिशातून कागदाची घडी बाहेर काढली, आणि कागद उलगडून टेबलावर पसरत तो म्हणाला, "मी आणि व्हॉडिव्होस्टॉक बंदराचा व्यवस्थापक या दोघांनीच हा कागद पाहिलेला आहे. अर्थात त्याला 'याची' काहीच कल्पना नाही."

गिडियनने मान डोलावली.

मरनोव्हने तो कागद गिडियनला वाचता येईल असा फिरवला. त्यावर अमेरिकेतील एका कंपनीचे नाव लिहिलेले होते : 'मेसर्स बेल्डन इलेक्ट्रॉनिक्स'.

रोश बंदर, वॉशिंग्टन

समोर पसरलेल्या समुद्राच्या पाण्यावर वाफेचा एक हलकासा थर तरंगत होता. दुधी काच लावलेल्या खिडकीतून दिसते तसे ते दृश्य दिसत होते. रोश बंदरावर उभ्या राहिलेल्या जोसलीनला त्या थराच्या वर, दूरवर, वर-वर जात विरून जाणाऱ्या धुराची जी वलये स्पष्ट दिसत होती, ती एका मैलावर असणाऱ्या हेन्री बेटावरील घरांच्या चिमण्यांतून निघत होती.

जोसलीनने घड्याळाकडे पाहिले. सातला पाच मिनिटे कमी होती. सीॲटलला वेळेवर पोचणार की नाही, या काळजीने ती अस्वस्थ झाली होती. ग्रँड ज्यूरी वेळेवर हजर नसणाऱ्या साक्षीदाराला पकडवॉरंट जारी करीत असत आणि कधीकधी त्यात त्याच्या वकिलांचाही समावेश केला जात असे! त्यातून ग्रँड ज्यूरीच्या ऑफिसला 'श्री. बेल्डन वेळेवर हजर होतील' असे कळवणारे पत्र 'जोसलीन कोल, ॲटर्नी ॲट लॉ' यांच्या लेटरहेडवर, त्यांच्या सहीने पाठवलेले होते.

जोसलीनची नजर वारंवार मागे वळत होती. बेल्डनची गाडी तर दिसत नव्हतीच, पण मागच्या छोट्या टेकडीवरून वळत-वळत खाली बंदराकडे येणाऱ्या पूर्ण रस्त्यावर चिटपाखरूही दिसत नव्हते.

टेकडीच्या वर द्राक्षांच्या वेलींनी कवटाळलेला पांढऱ्यास्वच्छ दुमजली इमारतीचा दर्शनी भाग; एखाद्या सुशोभित केकसारखा दिसत होता. एका लाइमस्टोनच्या खाणीच्या मालकाने दोनशे वर्षांपूर्वी बांधलेले ते हॉटेल होते – हॉटेल डी हॅरो. खाण चाळीस वर्षांपूर्वी बंद पडली, पण हॉटेल जोरात चालत राहिले. आजही ते

रोश बेटावरील एक खास आकर्षण होते. हॉटेलला भेट दिलेल्या मान्यवरांच्या यादीत ब्रुनेईचा सुलतान, मायक्रोसॉफ्ट कंपनीचे सर्वेसर्वा बिल गेट्स यांसारख्यांचा समावेश होता. आपल्या विहारनौका रोश बंदरात नांगरून त्यांनी याच हॉटेलमध्ये जेवण घेतले होते.

जोसलीनने परत घड्याळ बघितले. गेले काही क्षण तिला कसलातरी एकसुरी आवाज ऐकू येत होता. तिने नीट लक्ष देऊन ऐकल्यावर तो आवाज वरून, आकाशातून येत असल्याचे तिच्या ध्यानात आले. ती क्षणभर आश्चर्यचकित झाली, मग तिने ओळखले की, ते सकाळी व्हिक्टोरियाहून येणारे 'जलयान' असले पाहिजे. पाण्यावर धावणारे आणि आकाशात भरारी मारणारे. व्हिक्टोरिया ते रोश अशा त्या जलयानाच्या रोज दोन फेऱ्या असत.

हेन्री बेटाकडून तिच्या बाजूला येणारे जलयान तिच्या नजरेस पडले तेव्हा ते आकाशातून पाण्याच्या दिशेने सूर मारून पाण्यावरील धुक्याच्या थरात शिरत होते. ते पाण्यावर अलगद उतरले, त्याने पाण्यात एक गिरकी घेतली आणि ते बंदराच्या दिशेने झेपावले. त्याच्या शेपटीच्या बाजूला पाण्याचा उंच फवारा उडत होता.

आवाज जवळजवळ येऊ लागला. यानाच्या त्या कानात दडे बसवणाऱ्या आवाजाने बंदरातील इतक्या वेळची नीरव शांतता भंग पावली. बंदराचा परिसर 'यानगर्जने'ने दुमदुमला. त्या आवाजाने घाबरलेल्या हंसांचा एक थवा कलकलाट करीत उडून गेला. त्याच्या पाठोपाठ तीन बगळ्यांनीही भरारी घेतली.

जलयान जवळजवळ येऊ लागले. इंजीन बंद झाले. इंजिनाचा वेग कमी होत गेला, आवाजही कमी-कमी होत बंद झाला. यान बंदराकडे येत होते. जोसलीनने जलयान इतक्या जवळून कधीच पाहिले नव्हते. आता यानाच्या केबिनमधील मानवी आकृतीही तिला दिसू लागली. पौराणिक कथेतल्या विशाल स्वर्गीय पक्ष्यासारखे ते यान मोठ्या रुबाबात, संथपणे पाण्यावर तरंगत जोसलीनच्या दिशेने येऊ लागले.

यान थांबले. त्याच्या पंखांखाली असलेले केबिनचे दार उघडले आणि त्याच्या चालकाने मोठ्या डौलात, सफाईदारपणे, एका हाताने पंख्याचा आधार घेत धक्क्यावर उडी मारली.

जोसलीन थक्क होऊन पाहतच राहिली – तो डीन बेल्डन होता!

त्याला यानातून उतरलेला पाहिल्यावर तिला साक्षात्कार झाला की, ते सीॲटलला गाडीतून नाही; या जलयानातून जलमार्गाने आणि आकाशमार्गाने जाणार होते. विमानाचा प्रवास म्हणजेच मुळात जोसलीनला संकट वाटे. ती नेहमीच विमानात बसणे टाळीत असे. पण आज? तो अटळ होता, आणि तोही त्या अनोळखी वाहनातून! डीन बेल्डन म्हणजे खरंच अफलातून व्यक्तिमत्त्व होते! आश्चर्याचे धक्के देण्यात एकदम पटाईत!!

“माझीच वाट पाहत होतात ना?” त्याने जवळ येऊन तिच्याकडे रोखून पाहत, हसत हसत विचारले.

“आपण यातून जायचंय?” त्याच्या प्रश्नाला उत्तर न देता जोसलीनने यानाकडे बोट दाखवीत प्रतिप्रश्न विचारला.

“हो, म्हणजे, आपल्याला पंख नाहीत ना!...” त्याच्या चेहऱ्यावरील मिस्कील भाव ‘द ग्रेट वाल्डो पेपर’चा हिरो रॉबर्ट रेडफोर्डसारखे होते.

जोसलीन धक्क्यातून सावरली नव्हती.

“चला, फक्त चाळीस मिनिटं. माझ्यावर विश्वास ठेवा, खूप मजा येईल; आवडेल तुम्हाला ही सफर!”

जोसलीनच्या मनात खळबळ माजली होती. तिला बेल्डनला स्पष्ट नकार द्यायचा होता, पण तिची जीभ रेटत नव्हती. स्वतःच्याच कमज़ोरीवर ती चिडत होती, मनातल्या मनात चडफडत होती. “मी अशा लहान विमानात अनोळखी पुरुषांबरोबर बसत नाही. खरंतर मी लहान विमानातच बसत नाही.” ती बोलून गेली खरी; पण तिचा पार गोंधळ उडाला होता.

“तुम्ही घाबरता का? भीती वाटते तुम्हाला?”

“नाही, अं...” ती हो का नाही म्हणाली, नाही का म्हणली, हे तिचं तिलाच उमजत नव्हतं.

“मग, चला, आत बसा.” त्याने तिच्या हातातील ब्रीफकेस घेऊन खाली ठेवली. तिचा हात धरून तिला केबिनच्या दाराची पहिली पायरी चढायला मदत केली.

“वरची पायरी चढा आणि केबिनमध्ये शिरा.”

त्याच्या सूचनेप्रमाणे तिने डावा पाय पहिल्या पायरीवर ठेवला, उजवा पाय वरच्या पायरीवर ठेवताना ती क्षणभर गडबडली. तिला वाटले ती खाली पडणार, ‘ताजी बातमी – एक स्त्री जलयानातून पडली, सविस्तर बातमीसाठी थोडीशी वाट पहा...’ तिने स्वतःला सावरले.

उंच टाचांचे सँडल्स तिला त्रास देत होते, घट्टसा स्कर्ट पाय वर टाकताना मांड्यांपर्यंत वर सरकला होता. दुसरी पायरी चढताना तिचे लक्ष बेल्डनकडे गेले, त्याचे लक्ष तिच्या अनावृत मांड्यांकडे होते. बेल्डन नजरेला पडलेले दृश्य मोठ्या रसिकपणे पाहतो आहे, या जाणिवेने ती संकोचली. घाईघाईने स्कर्ट खाली ओढत पायरी चढून ती केबिनमध्ये शिरली.

केबिनमध्ये दोन खुर्च्या होत्या. समोर असंख्य डायल्स, बटणं, दिवे दिसत होते. मागच्या बाजूला सहा लोकांची बसायची सोय होती. दोन-दोन खुर्च्यांची एक रांग. त्यांच्यामधून मागे गेले की, एक सलग सीट.

“केबिनमधल्याच पलीकडच्या सीटवर बसा,” तो म्हणाला.

“इथे?”

“होय. म्हणजे तुम्हाला दिसेल आपण कसे आणि कुठे चाललो आहोत ते.”

“मला ते पाहायचं नसेल तर?”

“एका असाधारण आनंदाला मुकाल. तिथेच बसा.” तिला विरोधाची संधीच न देता त्याने खालून तिची ब्रीफकेस तिच्याकडे फेकली. ती झेलता झेलता जोसलीन सीटमध्ये कोसळली.

त्याने वर चढून, कधी चपलतेने इंजीन सुरू केले; कधी यानाचे तोंड वळवून ते पळवायला सुरुवात केली, हे तिला कळलेच नाही. ती भानावर आली तेव्हा त्याने कानांना हेडसेट बसवलेला होता आणि तो भराभर बटणे दाबत होता, चक्रे फिरवीत होता. यानाने वेग घेतला.

“तुम्ही यापूर्वी जलयानात बसला आहात?” नजर समोर खिळवून त्याने विचारले.

“कधीच नाही.”

“छोट्या विमानात?”

तिचा नकार त्याने तिरक्या नजरेने पाहिला आणि तो म्हणाला, “मग तुम्हाला नक्कीच खूप मजा येईल.” त्याने मान वळवून तिच्याकडे पाहिले. तो पुढे म्हणाला, “पण त्यासाठी तुम्हाला सीटबेल्ट बांधावा लागेल. त्याशिवाय नाही ती मजा घेता येणार!”

तिने सीटबेल्टची दोन्ही टोके जवळ आणली. थोड्या झटापटीनंतर बकल्स एकमेकांत अडकवली आणि एका बाजूला पट्टा ओढून बेल्ट घट्ट केला.

तिच्या चेहऱ्यावर बहुधा भीती स्पष्टच वाचता येत होती. तो म्हणाला, “अहो, काळजी करण्यासारखं काहीही नाही. मी गेली कित्येक वर्षं विमानं चालवतो आहे. मुळीच घाबरू नका.”

“मी घाबरले नाहीये,” तिने खोटे सांगितले.

“नाही ना? मग फारच छान,” असे म्हणून त्याने तिच्याकडे पाहून परत एकदा रॉबर्ट रेडफोर्डचे खास स्मित केले. ती काहीतरी म्हणणार होती, पण तिचे शब्द घशातच अडकले. कारण त्याने एक लीव्हर ओढली आणि एक जोरदार धक्का बसला. यान धनुष्यातून सुटलेल्या बाणासारखे पाण्यावर धावू लागले. बंदराचा धक्का लांब राहिला, यान विरुद्ध दिशेला मार्ग आक्रमू लागले.

खुर्चीची पुढची कड हातांनी घट्ट धरून ठेवलेल्या जोसलीनची बोटे पांढरी पडली होती. तरीही तिने त्याच्याकडे पाहून शूरपणे हसायचा प्रयत्न केला, पण तो तिच्याकडे पाहत नव्हता, आता त्याचे संपूर्ण लक्ष समोरील उपकरणांकडे होते.

जलयान पाण्यावर एका विशिष्ट गतीने, वेग न बदलता जाऊ लागले तशी जोसलीन जरा सावरली. तरीही मधूनच ते लाटेवर जोरात हेलकावे; त्याच्या मागे त्यानेच पाण्यात घातलेल्या रांगोळीवरून जरासे अडखळे, थोडे झोकांड्या घेई.

बेल्डनने यानाची दिशा थोडी बदलली. रोश बंदर आणि हेन्री बेट यांमधल्या अरुंद खाडीतून तो जाऊ लागला. त्याने सराईत पायलटच्या सफाईने एक हँडल जोरात पुढे ढकलले आणि यानाचा वेग परत वाढू लागला. इंजिनांचा आवाज कानात घुमू लागला. धावपट्टीवर झेपावणाऱ्या विमानासारखेच ते पाण्यावरून धडधडत, खडखडत पळत होते. जोसलीनच्या कानात दडे बसू लागले. त्याने हँडल आणखी पुढे ढकलले. आता तर त्याचा वायुवेग, त्याचा आवाज, खडखड, धडधड हे सारे तिच्या अंगांगाला भिडले, ती सुन्न झाली. तिचे दात तिच्या नकळत एकमेकांवर आपटू लागले.

बेल्डनचे संपूर्ण लक्ष त्याच्या कामात एकवटलेले होते. तो एकदा समोर पाण्यातील यानाच्या मार्गाकडे पाहत होता आणि एकदा त्याच्या समोरील बटणे, डायल्स यांच्याकडे पाहत होता. यानावर नियंत्रण ठेवीत होता. एका क्षणी त्याने एक हँडल मागे खेचले, त्याबरोबर यानाने पाण्याची साथ सोडली आणि ते 'पीगॅसस' या पंख असलेल्या वारूसारखे अलगद आकाशात झेपावले.

ते डौलदार उड्डाण प्रथमच अनुभवताना जोसलीनच्या अंगावर काटा आला. हा अनुभव खरोखरच असाधारण होता. ती बलशाली सम्राटासारखी बेदरकार गगनभरारी घेणाऱ्या महाकाय जेट विमानात बसली होती; पण खेळातले वाटावे अशा छोट्या यानात कधीच बसली नव्हती. आपल्या पुऱ्या ताकदीनिशी गुरुत्वाकर्षणाच्या विरुद्ध उडणारा तो छोटा जीव कधी पाण्याकडे ओढला जात होता, कधी विरळ हवेत गचके खात होता; पण प्रयत्नपूर्वक सावरत होता. नाक वर ठेवून उडत होता.

जोसलीनने खाली बघितले. सकाळच्या कोवळ्या सूर्यकिरणांचे लखलखते दागिने घालून सजलेल्या निळ्याशार पाण्यात हिरव्यागार वनराईचे शेले अंगावर पांघरलेल्या शेकडो लहान-लहान बेटांचे तुकडे थोड्या-थोड्या अंतरावर पसरलेले दिसत होते. तिने आपले घरच मानलेल्या सॅन वॉन बेटसमूहाचे असे आगळे नयनमनोहर रूप पाहून ती तिची नाराजी, भीती विसरली आणि तिच्या तोंडून उत्स्फूर्तपणे "अप्रतिम! सुंदर!!" असा अभिप्राय बाहेर पडला.

"या स्वर्गीय सुखासाठीच मला या यानातून प्रवास करायला आवडतो. हे दृश्य जेटच्या उड्डाणात कधीच पाहता, अनुभवता येत नाही. ते ढगांच्याही वरून, घाई असल्यासारखे उडून जाते. दुसरं म्हणजे त्यात तुम्ही परावलंबी असता. मला नेहमी 'नियंत्रण' माझ्या हातात लागतं. तो माझा हट्टही हे यान पुरवतं." तिच्या उद्‌गारांनी आनंदलेला बेल्डन म्हणाला.

त्याच्या 'नियंत्रणाच्या हट्टा'चा मुद्दा जोसलीनला एकदम पटला. तिने हसत हसत मान हालवून त्याला रुकार भरला.

योग्य ती उंची गाठेपर्यंत बेटांच्या समूहाभोवती चक्राकार वळणे घेत घेत यान सर्व शक्तिनिशी वर वर जात राहिले आणि मग हळूहळू स्थिर झाले; लयीत उडू लागले. इंजिनाचा आवाज एकसुरी झाला. बेल्डनने यान दक्षिणेकडे वळवले आणि सीॲटलच्या दिशेने प्रवास सुरू केला. दोन्हीही प्रवासी जरासे सैलावले.

"तुम्हाला चालवायचंय?" बेल्डनने एकदम विचारले.

"काय?" जोसलीनला प्रश्नाचा अर्थ कळला होता; पण तो कळवून घ्यायचा नव्हता.

"हे जलयान!" असे म्हणून बेल्डनने दोन्ही हात सोडून दिले. यान एकदम खाली कलले. प्रतिक्षिप्त क्रिया घडावी तसे जोसलीनचे दोन्ही हात पुढे झाले आणि तिने तिच्या समोरचे चक्र पकडले; तिला यान पडू द्यायचे नव्हते. बेल्डन हसला. तिच्या पायांच्या दिशेने हात दाखवीत म्हणाला, "ते पायाखाली दोन रडर आहेत ना, त्यातल्या त्या डावीकडच्या रडरवर पाय दाबा. हां, बरोबर." तिने सर्वशक्तिनिशी त्याने सांगितलेली सूचना पाळली. यान एकदम वरच्या दिशेला वळले. "दोन्ही रडरवर सारखा दाब ठेवा आणि यान सरळ जाऊ द्या. छान. आता क्षितिजाला समांतर जात रहा. वा, फारच छान."

यान परत आधीच्या स्थिर लयीत उडू लागले, तशी रडरशी झगडणारी, भीतीने घामाघूम झालेली जोसलीन भानावर आली. तिने एकदा बेल्डनकडे पाहिले. त्याच्या हसऱ्या चेहऱ्यावरून तिची नजर समोरच्या निळ्या आकाशाकडे वळली. तिला हा साक्षात्कार झाला की, ती चक्क विमान चालवीत होती! होय, जोसलीन कोल! विमानप्रवासाला घाबरणारी, तो शक्यतोवर टाळू पाहणारी जोसलीन कोल, स्वत:, एकटी विमान चालवीत होती! त्या कल्पनेने, त्या जाणिवेने तिच्या पाठीच्या कण्यातून एक लहर सरसरत वरपर्यंत गेली. ती प्रचंड घाबरली होती, तिच्या कपाळावर घाम साठला होता. पण अकल्पित, असाधारण असे काहीतरी साधल्याची एक उन्मादक धुंदीही तिच्या मनावर चढली होती. त्या धुंदीपेक्षा भीती वरचढ ठरली, त्यामुळे "कसं वाटतंय?" असे बेल्डनने विचारल्यावर, ती "ग्रेट, अवर्णनीय. पण बास, हे सांभाळा तुम्हीच, तुमचं तुम्हालाच लखलाभ असो," असेच म्हणाली.

"नाही, नाही. किती छान चालवताय तुम्ही." असे म्हणून बेल्डनने त्याच्या बाजूच्या दारातल्या कप्प्यात ठेवलेल्या एका जाड लखोट्यातून कागद बाहेर काढला, जोसलीन काय करते आहे याकडे जराही लक्ष न देता त्यावर नजर फिरवायला सुरुवात केली.

"अहो, तुम्ही वाचताय काय? तुम्हाला धास्ती नाही वाटत की, मी विमान

कुठेतरी, एखाद्या पर्वतावर वगैरे आदळवीन?''

''मुळीच नाही,'' तो वर न पाहता म्हणाला. ''एकच छोटा डोंगर होता या मार्गावर आणि तो कधीच मागे निघून गेला आहे.''

''माझ्यावर इतका विश्वास आहे हे पाहून बरं वाटलं.''

''मी तर एक डुलकी काढायच्या विचारात आहे!''

''भलतं काहीतरी साहस करू नका हं!'' जोसलीनचे डोळे समोरील डायल्सचे कमी-अधिक हालणारे काटे, लुकलुकते रंगीबेरंगी दिवे आणि काचेतून समोर पसरलेले निळे आकाश यांकडे आळीपाळीने वळत होते. तिच्या नकळत मनाला बसलेला धक्का निवळून, भीतीही बरीचशी कमी झाली होती. तिची जागा काहीशा बेचैनीने, अस्वस्थतेने जरूर घेतली होती; पण तिच्या लक्षात आले की, जे चालले होते, ते तिला नावडत नव्हते!

''बस, अशीच आणखी वीस मिनिटं आणि आपण सीॲटलमध्ये असू.''

''आपल्या वकिलाकडून असलं काम करून घेणं शोभत नाही तुमच्यासारख्या उद्योगपतीला!'' जोसलीन विनोद करू शकत होती!

''मजा येतीय की नाही; तुम्हाला?'' असे त्याने विचारल्यावर जोरात हलून होकार देऊ पाहणाऱ्या मानेला जोसलीनने आवरले.

''अहो, सायकल चालवण्यासारखंच आहे हे,'' तो म्हणाला.

''नाही, सायकलवरून पडलं तर जमीन अगदी जवळ असते. हे पहा, कसं खाली जातंय हे... काय करू आता?'' जोसलीनला काय करावे कळेना, ती घाबरली.

''पण आपण पडायचंच नाही ना. वेग, वेग बघा. ते चक्र थोडं उजवीकडे फिरवा, हां, पुरे. आणि नाक जरा खाली जातंय, ते जरा वर उचला, त्या तिकडच्या चक्राने...''

जोसलीन त्याच्या सूचनांचे, भीतीपोटीच तंतोतंत पालन करायच्या मागे लागली. तिने वेग कमी केला. यान समांतर आणलं.

''छान. आता जाऊ दे असंच...'' काही क्षण जाऊ देऊन तो म्हणाला, ''बरं, आता आपण थोडं कामाचं बोलू या. तिथे कोर्टात काय काय अपेक्षित आहे?'' त्याच्या मांडीवर कागद पसरलेले होते.

''हे पहा, कामाचं बोलायचं असेल तर ही सगळी चक्रं, रडर्स, लीव्हर्स तुम्ही ताब्यात घ्या. मी ते करत असताना नाही काही सांगू शकणार,'' जोसलीनने बजावले.

''बरं. मी पाहतो, तुम्ही बोला.'' त्याने चक्रावर हात ठेवले, पाय रडर्सवर टेकवले.

तशी जोसलीन हातपाय शरीराजवळ घेऊन खुर्चीत मागे रेलली. तिने 'सुटले!' असा एक खोल नि:श्वास टाकला. तिच्या पोटातला गोळा विरघळला, शरीर आणि मन दोन्हीवरचा ताण हलका झाला. डोळे मिटून एक दीर्घ श्वास घेऊन तिने तो सावकाश सोडला. बाजूला पडलेली ब्रीफकेस मांडीवर घेतली, ती उघडून त्यातील पॅड बाहेर काढले. पॅडची पाने पुढेमागे उलटून तिने नेमके पान शोधले आणि ती बेल्डनकडे वळली. बेल्डन हातांची घडी घालून तिच्या हालचालींकडे पाहत होता. तिने ओरडून विचारले, "विमान कोण चालवतंय?"

"ऑटोपायलट." तो शांतपणे म्हणाला, "माझं लक्ष आहे एखादं विमान येऊन धडक मारत नाही ना यावर. तुम्ही बिनधास्त रहा आणि बोला. तिथे गेल्यावर मी काय काय करायचं?"

तिने खांदे उडवले आणि ती बोलू लागली, "पहिली गोष्ट, तिथे आपल्यासारखेच काही इतर लोकही बोलावले असले तर आजच्या चौकशीचा विषय काय आहे याचा अंदाज, त्यांच्यावरून येऊ शकेल. त्यातले काही जण तुमच्या ओळखीचे किंवा संबंधित असल्यास त्यांच्या तुमच्यामधील समान धाग्यात विषय सापडू शकेल. तसं घडलं तर मला लगेच सांगा. पाचव्या दुरुस्तीचा आधार आपण अगदी आयत्या वेळीही घेऊ शकतो आणि खरंच एखादं सबळ कारण सापडलं तर साक्ष द्यायला नकारही देऊ शकतो."

त्याने 'समजले' अशा अर्थाची मान हालवली.

"एकदा तुम्ही आत गेलात की, तुम्हाला शपथ दिली जाईल. या चौकशी अभियानाचा जो प्रमुख असेल, सहसा तो प्रमुख यूएस ॲटर्नी यांचा मदतनीस असतो, तो तुम्हाला न्यायव्यवस्थेने तुम्हाला देऊ केलेल्या अधिकारांची माहिती देईल. एखाद्या प्रश्नावर गप्प राहण्याचा अधिकार, वकिलाशी सल्लामसलत करण्याचा अधिकार वगैरे. ते तुम्हाला हाही इशारा देतील की, तुम्ही खरं बोलण्याची शपथ घेतलेली असताना जर सत्य सांगितलं नाहीत, तर तुमच्यावर खटला भरला जाऊ शकतो." बेल्डनने परत 'समजले' अशी प्रतिक्रिया दिली, तशी जोसलीन पुढे बोलू लागली, "या वेळी ॲटर्नी तुम्हाला या चौकशीचा विषय, तुम्हाला बोलावण्याचं कारण याची कल्पना देईल. ते जर अनपेक्षित असेल, उदाहरणार्थ, जर ते मॅक्स स्पर्लिंगच्याऐवजी दुसऱ्या कोणाबद्दल असेल, तर तुम्ही त्या क्षणी ॲटर्नीला सांगू शकता की, तुम्हाला तुमच्या वकिलाशी चर्चा करायची आहे, आणि त्यासाठी तुम्हाला वेळ हवा आहे. त्यांना तशी सवलत तुम्हाला द्यावी लागते. माझ्याशी चर्चा केल्याशिवाय, आपण दोघं एकमेकांशी बोलून काही धोरण ठरवल्याशिवाय त्यांच्याशी काहीही बोलू नका, त्यांच्या कुठल्याही प्रश्नाचं उत्तर देऊ नका. हे नीट ध्यानात ठेवा."

"ठीक आहे. मला वाटतं सगळं सरळ-सोपं आहे." बेल्डनच्या या मतावर जोसलीन म्हणाली, "तशी आशा करू या!"

"बरं, त्यानंतर?" त्याने विचारले.

"एकदा तुम्हाला नियम माहीत झाले आणि आपलं धोरण ठरलं की, ॲटर्नी तुम्हाला प्रश्न विचारायला सुरुवात करेल. नीट विचार करून उत्तरं द्या. जे आणि जेवढं विचारलं असेल; ते आणि तेवढंच सांगा. जास्तीची, अनावश्यक माहिती देऊ नका. फार लांबण लावू नका, कमीत कमी शब्दात उत्तरं द्या. त्यामुळे चौकशी आटोपशीर होईल, फार ताणली जाणार नाही आणि कुठेतरी भलत्याच गोष्टीत अडकण्याचा धोका राहणार नाही. वकिलाला आपण होऊन प्रश्नांसाठी नवे विषय देऊ नका. थोडक्यातच गोडी; हे लक्षात ठेवा."

"कळलं."

"आणखी एक, साक्ष द्यायला लागल्यावर फक्त सत्यच सांगा. काहीही लपवायचा प्रयत्न करू नका."

"पण आत्ताच तुम्ही म्हणालात की, आपण होऊन काही सांगू नका."

"अहो, जो प्रश्न विचारला असेल, फक्त त्याचंच संपूर्ण आणि सत्य उत्तर द्या असं सांगतीये मी. प्रश्नाबाहेरचं काहीसुद्धा सांगू नका. त्यातून नवे प्रश्न निघू शकतात. त्यांना तुमच्या बाजूने भलत्या प्रांतात शिरायला वाव देऊ नका. जेवढं कमी आणि मुद्देसूद बोलाल, तेवढे लवकर सुटाल. शक्य असेल तेवढ्या प्रश्नांना 'हो' किंवा 'नाही' अशी एकाक्षरी उत्तरं दिलीत तर फारच चांगलं."

"ठीक आहे." पुढे काही बोलण्याआधी त्याने तिला 'जरा थांबा' अशा अर्थाची खूण केली. त्याने वरच्या बाजूच्या एका उपकरणाचे बटण दाबले. ते उपकरण रेडिओसारखे दिसत होते. त्याने त्याच्या कानांवरचा हेडसेट हातांनी नीट बसवल्यासारखा केला आणि तो त्याला जोडलेला ध्वनिवर्धक तोंडाजवळ ओढून बोलू लागला,

"आयएलएस कंट्रोल? 'जेएन आठ दोन चार सहा...' समोरील डायलवरील अक्षांश-रेखांश वाचून त्याने विमानाची नेमकी जागा वर्णन केली. दुसऱ्या बाजूचे बोलणे जोसलीनला ऐकू येत नव्हते, बेल्डनच्या प्रतिक्रिया फक्त तिला दिसत होत्या.

"लेक युनियन," तो म्हणाला. काही क्षणांनंतर त्याने 'थँक यू' असे म्हणून रेडिओचे बटण बंद केले.

"आपली उतरायची सोय करीत होतो," असे म्हणून त्याने आणखी एक बटण दाबले आणि चक्र परत हातात घेतले, पाय रडर्सवर टेकले. 'ऑटोपायलट बंद केला बहुतेक' जोसलीन मनात म्हणाली.

"म्हणजे त्यांनी विचारल्यापेक्षा काहीही जास्तीचं मी त्यांना सांगायचं नाही,

बरोबर?'' तो परत त्यांच्यात चालू असलेल्या विषयाकडे वळला.

"बरोबर."

"जर काही अनपेक्षित विचारलं, घडायला लागलं तर लगेच वेळ मागून घेऊन मी तुमच्याशी बोलयचं."

"बरोबर."

"आणखी काही?"

"हे पहा, मी सांगितलंय त्याहून काही गोष्टी तिथे वेगळ्या असू शकतात. कारण प्रत्येक जिल्ह्यातल्या ग्रँड ज्यूरीच्या कामाच्या पद्धतीत थोडाफार फरक असू शकतो. काही जिल्ह्यात वकील त्याचे प्रश्न विचारून झाल्यावर ज्यूरींनाही साक्षीदाराला थेट प्रश्न विचारू देतात. इथे तसं करतात की नाही; माहीत नाही. चौकशी सुरू होण्यापूर्वी ते मी माहीत करून घ्यायचा प्रयत्न करीनच. पण जर तसं करत असतील, तर ज्यूरींच्या प्रश्नांना उत्तरं देताना अधिकच काळजी घ्यावी लागेल."

"का?"

"कारण ज्यूरी वकील नसतात. ते सामान्य माणसं असतात. त्यांची निवड सर्वसामान्यांतून केलेली असते. ते वकिलांसारखे व्यावसायिक आणि औपचारिक नसतात. हसतमुखाने, मित्रत्वाच्या नात्याने बोलतात. कायद्याची भाषा वापरत नाहीत. चौकस शेजारी कसं मनात शिरून त्यांना हवं ते काढून घेतात, तसेच असतात ते ज्यूरी. बोलण्यात गुंतवून तुम्हाला बेसावध करतात, आणि तुम्ही नेमकं नको ते बोलून जाता. तसं करू नका. त्या वेळी वकीलही ती प्रश्नोत्तरं कान देऊन ऐकत असतो, तुम्ही मोकळ्या मनाने 'शेजाऱ्या'ला दिलेल्या माहितीतून ते बरोबर तुम्हाला अडकवता येईल असं काहीतरी मिळवायच्या मागे असतात. तिथलं कोणीही तुमचं मित्र नसतं. तुम्ही सदिच्छाभेटीला तुमच्या मित्रपरिवारात गेलेले नसता. हे जरासुद्धा विसरू नका."

"कळलं. शत्रूपासून सावध!"

"हं, पण अगदी शत्रू म्हणून एकदम वाकड्यात शिरू नका, काळजी घ्या."

"ठीक... झालं सगळं?"

"हो. एखादा प्रश्न समजला नाही, कळला नाही तर परत विचारा, स्पष्टीकरण मागा. 'कृपया प्रश्न परत एकदा विचारता?' असं म्हणायला काहीही हरकत नसते. तरीही शंका वाटली, असं वाटलं की, माझ्याशी बोलायला हवं, तर तसं कुठल्याही प्रश्नानंतर वेळ मागून बाहेर येऊन माझ्याशी सल्लामसलत करायला पूर्ण परवानगी असते."

"ओके," असे म्हणून त्याने परत बटणांची उघडझाप, डायलवरील काटे यांत लक्ष घातले.

विमान खाली उतरू लागले. झाडांच्या गर्दीतून घरांची छपरे दिसू लागली. वॉशिंग्टन लेकच्या पश्चिम किनाऱ्यावर पसरलेला युनिव्हर्सिटी डिस्ट्रिक्टचा परिसर स्पष्ट होऊ लागला.

"तुमच्या उद्योगाबद्दल मला जरा अधिक माहिती सांगा." जोसलीनची ही मागणी अगदीच अनपेक्षित होती. बेल्डनचा चेहरा प्रश्नांकित झाला.

"म्हणजे?"

"म्हणजे, तुम्ही कसलं उत्पादन करता?"

"स्विचेस."

"ते माहीत आहे, पण कसले स्विचेस?"

"जे 'ऑन-ऑफ' होतात ते!"

तिने त्याच्याकडे रोखून पाहिले. 'थट्टा नको!' ती नजरेनेच म्हणाली.

"सुरक्षेच्या ज्या अनेक निरनिराळ्या पद्धती विकसित झाल्या आहेत, त्यात एक 'व्हॉइस रेकग्निशन सिस्टीम' आहे. संगणकावर एक आवाज नोंदवून ठेवून तोच आवाज परत ओळखणारी एक प्रणाली संगणकात घालता येते. आम्ही त्यासाठी लागणाऱ्या चिप्स बनवतो." बेल्डन सांगू लागला, "बोटांचे ठसे घेऊन ठेवतात आणि मग त्याच्याशी तुलना करून व्यक्तीची ओळख पटवतात, तशीच आहे ही प्रणाली. यात बोटांच्या ठशांऐवजी आवाजाचा ठसा घेतला जातो. समजा कोणी तुमच्याकडे आलं आणि दारावर बसवलेल्या मायक्रोफोनवर त्याने त्याच्या आवाजात त्याचं नाव सांगितलं, तर संगणक आधी नोंद करून ठेवलेल्या आवाजांशी त्याची तुलना करतो. तो जर जुळला तरच संगणक दार उघडण्याची क्रिया घडू देतो. ही प्रणाली वापरून दार उघडण्याखेरीजही अनेक गोष्टी करता येतात. दिवे लावता-विझवता येतात, घरातला धोक्याचा भोंगा वाजवता येतो, बागेतली पाण्याची कारंजीसुद्धा सुरू केली जातात. आणि हे सगळं तुम्हाला कितीही अंतरावरून करता येतं; केवळ तुमच्या आवाजाच्या ठशाच्या साहाय्यानं."

"बाप रे! हे सगळं करता येतं?" जोसलीनने आश्चर्याने विचारले.

"होय. अगदी अचूक चालते ही योजना. नव्याण्णव टक्के खातरीलायक."

"समजा माझ्याकडे टेप रेकॉर्डरवर रेकॉर्ड केलेला आवाज असेल तरी..."

"हो, तोही ही चिप नोंदवू शकते, शिवाय त्यात मानवी आवाजाव्यतिरिक्त इतर काही ध्वनी असले तर तेसुद्धा ती रेकॉर्ड करून घेते. आणि नंतर त्याच्याशी तुलना करून योग्य तो संदेश देते. तुलना करताना त्यातल्या इतर ध्वनींपैकी जरी एखादा ध्वनी तिला ऐकू आला नाही, तरी ती तो आवाज स्वीकारत नाही. तुम्हाला घराबाहेर ठेवते, दार उघडत नाही किंवा इतर दिलेली कामं होऊ देत नाही. यातल्या काही प्रणालींमध्ये 'कोड वर्ड्स' – 'सांकेतिक शब्द' वापरता येतात. तो 'परवलीचा

शब्द' ऐकला की, संगणक दिलेलं काम करतो. फोनवरून तुम्ही संगणकाला ठरलेले सांकेतिक शब्द ऐकवून त्याच्याकरवी तुमचं कोणतंही काम करवू शकता. या प्रणालीच्या जोरावर तुम्ही जगातल्या अनेक गोष्टींवर नियंत्रण ठेवू शकता, त्या तुम्ही वश करून घेऊ शकता, तुमच्या आज्ञेत ठेवू शकता आणि तेही कितीही अंतरावरून. नुसत्या फोनवरून, तुम्ही समोर हजर नसताना, अदृश्यपणे!''

जोसलीन हे नवे तंत्रज्ञान पचवीत असतानाच बेल्डनने विमान पूर्वेकडे वळवले आणि तो युनिव्हर्सिटी डिस्ट्रिक्टच्या दिशेने ते उतरवू लागला. इंजिनाचा आवाज कमी-कमी होऊ लागला, पंख फडफडू लागले. विमानाने एकदम उजवीकडे सूर मारला; जोसलीनच्या पोटात गोळा आला. विमान वेगाने खाली जाऊ लागले. आय फाइव्ह या पुलावरून ते 'लेक युनियन'च्या दिशेने झेपावले. लेकमधले उन्हात चमकणारे पाणी अगदी जवळ दिसू लागले.

विमानाने पाण्याला स्पर्श केला. वायुयानाचे जलयान बनले; पाण्यावरून धावू लागले.

''सुखरूप आणलंय मी तुम्हाला!'' बेल्डन म्हणाला.

''त्याबद्दल मला जराही शंका नव्हती!'' जोसलीन हसली.

लेक युनियन या विशाल सरोवराच्या काठावर तशा प्रकारची जलयाने, बोटी थांबण्यासाठी धक्का बांधलेला होता. त्या धक्क्याजवळच 'सीॲटल सीप्लेन्स' अशी मोठी पाटी लावलेली एक हिरव्या रंगाची इमारत उभी होती. तिचा परिसर रंगीबेरंगी फुलझाडांच्या कुंड्यांनी सुशोभित केला होता. धक्क्यावर आधीच काही जलयाने, बोटी उभ्याही होत्या.

''मी या धक्क्यावर आपलं यान ठेवायची सोय केली आहे. आपल्याला काही तासांपुरतीच जागा हवी होती. मी काही नेहमी इथे येत नाही, त्यामुळे माझ्या विमानाला इथे कायमची जागा नाही. उतरल्यावर टॅक्सी बोलावू आणि जाऊ.'' यान धक्क्याच्या दिशेने जात असताना बेल्डन म्हणाला.

जोसलीनने घड्याळ बघितले. बेल्डनचा अंदाज अगदी बरोबर होता. त्यांना पुरेसा वेळ होता.

अर्ध्या तासाने त्यांची टॅक्सी सीॲटलच्या मध्यवर्ती भागातील गर्दीतून मॅडिसनच्या दिशेने धावू लागली. मॅडिसनमधील सहाव्या रस्त्यावर सीॲटलचे 'युनायटेड स्टेट्स कोर्टहाउस' होते.

कल्व्हर सिटी, कॅलिफोर्निया

अनेक तल्लख बुद्धीच्या माणसांच्या सुपीक डोक्यातून पैसे मिळवण्याच्या एकापेक्षा एक अफलातून कल्पना निघालेल्या असतील – बँक लुटण्यापासून एटीएम मशीनच्या गळ्यात साखळी अडकवून; साखळीसकट ट्रकने ओढून नेण्यापर्यंत. पण ही जी 'आयडिया' होती ती बिनतोड होती. त्यात ना शस्त्रा-अस्त्राचा वापर होता, ना कोणाला इजा होणार होती.

अंमळ घट्ट बसणारी खाकी अर्धी पँट, त्याच रंगाचा दोन खिशांचा शर्ट, त्यातील एका खिशावर कुरियर कंपनीचा बॅज, खांद्यावर लटकवलेली; कंपनीचे नाव असलेली भडक रंगाची बॅग अशा अवतारात बक थॉम्प्सन एका बाहुलीसारख्या दिसणाऱ्या रिसेप्शनिस्टच्या उंच टेबलासमोर, ती फोनवर बोलताना तिच्या रंगवलेल्या चेहऱ्यावर उमटणारे विविध विभ्रम पाहत उभा होता. फोन बराच लांबला होता म्हणजे तो कामाचा नसून बॉयफ्रेंडचा असावा आणि त्यामुळे तो लवकर संपण्याची आशा करण्यात अर्थ नाही हे जाणून, शांत उभे राहण्यावाचून त्याला गत्यंतर नव्हते. तीही मधूनमधून त्याच्याकडे हसरे कटाक्ष टाकून त्याला ताटकळत ठेवल्याची भरपाई करीत होती. पण त्याचे काम केल्यावर तिच्या कंपनीला काही हजार डॉलर्सचा भुर्दंड सोसावा लागणार आहे, याची तिला अंधूकशी जरी कल्पना असती, तरी तिच्या मुद्रेवर तसे हसू उमटले नसते.

बक थॉम्प्सन वॉशिंग्टन राज्याच्या वायव्येकडील सेड्रो वूली या गावचा रहिवासी होता. रानातून लाकडे तोडून आणून ती शहरात विक्रीसाठी पाठवणे हा

त्याचा व्यवसाय होता, पण गेल्या तीन वर्षांत त्याने एकही लाकूड तोडले नव्हते. तो धंदाच ठप्प पडला होता. त्याचीच नाही, तर त्याच्या बहुतेक सर्व उद्योगबंधूंची तीच स्थिती होती. मिळेल ती कुठलीही, इकडचीतिकडची, लहान-मोठी कामे करून तो कसेबसे त्याच्या कुटुंबाचे पोट भरत होता. मध्ये तर त्याला पैशासाठी, नाइलाजाने, बऱ्याच लांबच्या राज्यात जाऊन तिथल्या एका गावात, काही विचित्र वाटणारी, खरेतर बेकायदेशीर, बनवाबनवीची कामेही करणे भाग पडले होते. हे आत्ताचे काम तशाच प्रकारचे होते.

जवळजवळ दहा वर्षे तो इमाने इतबारे लाकूडतोडीचे काम करून, निढळाच्या घामाचे पैसे कमावीत होता. पण अमेरिकेत पर्यावरणवादी संघटनांचे महत्त्व वाढू लागले, त्यांच्यात आणि केंद्र सरकारमध्ये संघर्ष सुरू झाले. सरकारने त्या संघटनांशी तडजोड केली. पर्यावरणवादी आणि 'व्हाइट हाउस' यांच्यात झालेल्या एका करारानुसार शासकीय मालकीच्या जंगलातील लाकूडतोडीवर बंदी आली. लाकडाच्या वखारी, कारखाने बंद झाले. बक आणि त्याच्यासारख्या अनेक जणांवर बेकारीची कुऱ्हाड कोसळली आणि त्यांच्या कुऱ्हाडी खुंटीला लटकून राहिल्या. बकच्या कुटुंबाला वाईट दिवस आले. त्याच्या एका मुलाला वर्षापूर्वी शाळा सोडून, कामाला जुंपून घ्यावे लागले. त्याची बायकोही 'डबल ड्यूटी' करू लागली. दिवसा एका दुकानात फोन ऑपरेटरचे काम आणि रात्री काही ऑफिसांची सफाई.

बकच्या जखमेवर मीठ चोळले जायचे ते 'सीएनएन'वरील 'अमेरिकेची आर्थिक स्थिती उत्तम आहे, देश आर्थिकदृष्ट्या प्रगतिपथावर आहे' या फसव्या, सर्वस्वी खोट्या घोषणांनी. सगळी प्रसारमाध्यमे शासनाच्या ताटाखालची मांजरे बनून सरकारचा उदो-उदो करताना पाहून गरिबीत होरपळणाऱ्या बकचा संताप पराकोटीला जायचा. सत्य दडवून, व्हाइट हाउसच्या प्रसिद्धिपत्रकांची केवळ री ओढणे, राष्ट्राध्यक्ष जनतेसमोर काहीही बरळले तरी ते 'सुविचार' म्हणून प्रसिद्ध करणे एवढेच काम ती करीत होती, याची बकला मनस्वी चीड यायची.

शासन त्यांच्यासाठी काय करते आहे, काही करते आहे अथवा नाही; हे जाणून घ्यायचा कुठलाच मार्ग उरला नव्हता. अशा वेळी बक आणि त्याच्या समदुःखी मित्रांना इंटरनेट हे एक असे माध्यम गवसले, जेथे त्यांना जनतेचा, त्यांच्या या स्थितीला जबाबदार असणाऱ्या शासनाच्या विरोधकांचा आवाज ऐकायला मिळाला. सामान्यांना दोन घाससुद्धा सुखाने खाऊ न देणारी शासनाची जुलमी धोरणे, त्यांची बेलगाम अंमलबजावणी यांनी आयुष्ये उद्ध्वस्त झालेले अनेक असंतुष्ट आत्मे त्यांना त्या माध्यमातून भेटू लागले. ते अन्य 'रंजले गांजले' कसे संघटित होत आहेत, शासनाला धडा शिकविण्याचे बेत रचीत आहेत हे त्यांना कळले.

बक रात्र रात्र इंटरनेटवर शोध घेऊ लागला. 'आर्यन नेशन', 'द ब्रदरहुड'

यांसारख्या संकेतस्थळांना वारंवार भेटी देऊ लागला. शासनविरोधी जनसंघटनांच्या संपर्कात येऊ लागला. त्यांच्याशी संवाद साधू लागला. त्यांची सांकेतिक भाषा, त्यांची खोटी; घेतलेली नावे, त्यांच्या कारवाया यांच्याशी परिचित होऊ लागला. पण अशी संकेतस्थळे, अशा संघटनांच्या कारवाया, त्यांच्यातील बोलणी यावर शासन बारीक लक्ष ठेवून होते हे त्याला माहीत नव्हते.

बकला हे कळले होते की, अमेरिकेतील कामे परदेशात नेली जात आहेत, स्थानिकांना बेकारीच्या खाईत ढकलून सरकार परदेशी लोकांच्या तुंबड्या भरत आहे. मेक्सिकोच्या सीमेवरील वाहतुकीचा, ट्रक्सचा धंदा पूर्णपणे बसला होता. इंटरनेटवर काम शोधणाऱ्यांच्यात ट्रक व्यावसायिकांची संख्या वाढती होती. 'नॉर्थ अमेरिकन फ्री ट्रेड ॲग्रीमेंट' अशा नावाच्या करारावर अमेरिकन शासनाने सह्या केल्यापासून अल्प काळात प्रगती करून वर येऊ पाहणाऱ्या छोट्या छोट्या वाहतूक कंपन्यांना टाळी लागू लागली होती. तो करार म्हणजे डेमोक्रॅटिक आणि रिपब्लिकन हे दोन्ही राजकीय पक्ष आणि गडगंज संपत्तीचे मालक असलेले मोठे उद्योगपती यांच्यातील स्वार्थी संगनमत होते. हातावर पोटे भरणारे, बकसारखे कामकरी त्यामुळे भरडले जात होते. म्हणूनच बकच्या मनात हे पक्के रुजले होते की, सर्व राजकारणी लोक म्हणजे त्यांना निवडून आणायला मदत करणाऱ्या कोणालाही; विशेषत: अन्य देशांचे शासनकर्ते, त्या देशातील धनवान मंडळी यांना आपला देश विकायलाही मागेपुढे न पाहणारे नराधम आहेत.

परिस्थितीचा उबग आलेल्या बकचा शासकीय न्यायव्यवस्थेवरही विश्वास उरला नव्हता. राजकीय नेत्यांच्या गैरकृत्यावर पांघरूण घालण्याचे काम ते खाते चोख बजावीत आहे, असे त्याचे स्पष्ट मत झाले होते. पोलीस आणि गुप्तहेर, चोर सोडून संन्याशांच्या पाठीमागे लागत होते. त्यामुळे बकसारख्या सज्जनांना गुन्हे करायला प्रवृत्त करीत होते. सरकारने वाढवलेल्या करांविरुद्ध, अन्यायाने करवसुली करणाऱ्या, भल्या लोकांच्या मागे ऑडिट्सचा ससेमिरा लावणाऱ्या 'आयआरएस'सारख्या खात्यांविरुद्ध आवाज उठवणाऱ्यांना, राष्ट्राध्यक्षांवर टीका करणाऱ्यांना सापळ्यात अडकवून छळत होते.

अमेरिकेने रशियातील एकपक्षीय, अधिकेंद्रित राजवटीचा अंत केला, पण आज अमेरिकेतही काही स्वार्थी, अप्रामाणिक राजकारण्यांनी, धनवान उद्योगपती आणि प्रसारमाध्यमांच्या साम्राज्यांचे सम्राट अशांना हाताशी धरून अगदी तशीच, एकछत्री, निरंकुश राजवट कार्यरत झाली होती. ते भ्रष्ट नेते लाचखाऊ सरकारी कर्मचारी आणि अधिकारी यांच्याकरवी त्यांच्या मतलबी कारवाया पार पाडीत होते.

मनात धुमसणाऱ्या संतापातूनच बक अशा प्रकारच्या 'आयडिया'त सहभागी होऊन एक विकृत समाधान मिळवायचा प्रयत्न करीत होता आणि शिवाय आत्यंतिक

गरज असलेला पैसाही! अमेरिकेत काही कंपन्यांना त्यांच्या सेवांबद्दलची चौकशी करण्यासाठी, त्यांनी दिलेल्या नंबरवर कुणी फोन केला, तर फोन करणाऱ्याला प्रत्येक फोनमागे त्या सेवा पुरवणाऱ्या कंपनीला पैसे द्यावे लागत. अशाच एका बनावट कंपनीसाठी बक काम करीत होता. यात तो फोनही अन्य कुणाच्यातरी फोनवरूनच करणार होता. आपल्या जवळची कपर्दिकही खर्च न करता, पाहुण्याच्या वहाणेने विंचू मारण्याचा तो प्रकार होता. यात अल्प काळात गडगंज पैसा कमावला जाणार होता. या अफलातून योजनेमागे काहीतरी वेगळे, फार मोठे कारस्थान शिजत असावे असे दिसत होते.

या 'आयडिया'मागचे डोके कुणाचे, याचा सूत्रधार कोण हे बकलाही निश्चित माहीत नव्हते. असे बोलले जात होते की, तो रशियन होता, मॉस्कोतून स्थलांतरित होऊन अमेरिकेत आला होता. रशियन लोक डोकेबाज. ते पैशासाठी बँका लुटणार नाहीत, दुकानांवर हल्ले करणार नाहीत. ते आधुनिक आणि अभिनव तंत्रज्ञानाचा वापर करतील. अंगाला हातही न लावता लोकांचे खिसे रिकामे करतील आणि स्वत:चे भरतील. सत्तर वर्षे क्रेमलिनच्या दडपशाहीला तोंड देत जगताना कायद्याला गुंगारा कसा द्यायचा याची कलाही रशियन लोकांना पिढीजात अवगत होती. असेच जर चालू राहिले तर पाच-दहा वर्षांत परत अमेरिकन सरकारला सत्तेचा 'पोलादी पडदा' उभारावासा वाटू लागला असता; बर्लिनची भिंत परत बांधावीशी वाटू लागली असती. पूर्व युरोपातील हुकूमशाही राजवटीच्या बेड्यातून सोडवून तेथील जनतेला ज्या अमेरिकेने स्वातंत्र्याचे अमृत पाजले होते, त्याच जनतेपैकी काही हुशार लोक आता अमेरिकेच्या तोंडचे पाणी पळवीत होते.

ही योजना खरोखरच मोठ्या हुशारीने आखली होती. त्यात बकसारख्या एकूण चौदा गरजवंतांना सहभागी केले होते. प्रत्येकाने कुठल्या ना कुठल्यातरी कुरियर कंपनीचा गणवेष घातला होता. त्यांच्या एका हातात एक पार्सल होते आणि दुसऱ्या हातात खोटीनाटी नावे, पत्ते लिहिलेले कागद अडकवलेला एक क्लिपबोर्ड. त्यांच्यापैकी बहुतेक जण वायव्येकडील भागातले रहिवासी होते, पण आज त्यांचे 'कार्यक्षेत्र' दक्षिण कॅलिफोर्नियातील कल्व्हर सिटी होते. बरेचसे कारखाने, काही वेअरहाउसेस आणि एक-दोन मोठी दुकाने ही आजची 'सावजे' होती. ज्या कंपन्यांना, ऑफिसेसना त्यांच्या मासिक फोनच्या बिलात दोन-एक हजार डॉलर्सची वाढ झाल्याचे सहजी लक्षातही येणार नाही अशाच आकाराचे 'मोठे मासे' गळाला लावण्यासाठी हेरले गेले होते.

टेबलामागील या बाहुलीकडे बघताना बकला त्याच्या पुतणीची आठवण होत होती. त्यामुळेच कदाचित, आपण तिला व्यक्तिगतरीत्या फसवत नाही, किंवा काही त्रास देत नाही या विचाराने त्याला उगीचच हायसे वाटत होते. तिचा फोन संपला.

ती बकला म्हणाली, ''सर, मी काय मदत करू शकते?''

हातातले पाकीट तिच्यासमोर धरीत बक म्हणाला, ''हे श्री. झिन्स्की यांच्या नावाचे पार्सल द्यायचे होते.''

'झिन्स्की' हे विचित्र नाव ऐकल्यावर तिच्या कपाळावर छोटीशी आठी उमटली. या कंपनीत या जागेवर बराच काळ काम करूनही हे नाव काही तिला ऐकल्यासारखे वाटत नसावे. कसे वाटणार, त्या नावाचा कोणी माणूस नव्हताच! थोडा वेळ समोरील संगणकाची बटणे दाबून, पडद्यावरील मजकुरावरून वारंवार डोळे फिरवल्यावर तिने बकला विचारले, ''पत्ता हाच आहे ना?''

बकने तत्परतेने पाकिटावरील त्या कंपनीचे नाव आणि पत्ता वाचून दाखवला.

''झिन्स्की – कदाचित नवे लागले असतील,'' असे म्हणून तिने परत एकदा त्या खोट्या झिन्स्कीचा शोध घेतला. नाव सापडेना तेव्हा ती म्हणाली, ''काही दिसत नाही. मी असं करते, पार्सल ठेवून घेते. जर अगदी सापडलेच नाहीत श्री. झिन्स्की तर मी तुमच्या ऑफिसला फोन करून तसं कळवीन.''

''नाही नाही, तसं नाही करता येणार. त्यांचीच सही लागेल.''

''मी करते ना 'फॉर' सही.''

''नाही. त्याच्यावरची ही लाल चिठ्ठी पहा ना, त्यांचीच सही लागेल.'' तिला काय करावे सुचेना, ती संगणकाच्या पडद्याकडे पाहत राहिली. बक म्हणाला, ''आणि पार्सल 'अर्जंट'ही आहे, महत्त्वाचं असेल.''

तिने परत एक प्रयत्न म्हणून बकला विचारले, ''काय स्पेलिंग लिहिले आहे?''

''हॅरॉल्ड झिन्स्की – झेड आय एन एस के वाय.''

बराच वेळ यातच गेल्याने तिच्या समोरच्या बऱ्याच फोनलाइन्सवरील लाल दिवे लुकलुकू लागले, फोनच्या घंटाही वाजू लागल्या. तिने भराभरा काही फोन घेऊन त्यांना 'घटकाभर थांबायला' सांगितले. ''कंपनीचं नाव, पत्ता तर बरोबर आहे, पण या नावाचं कोणीच नाही रोलवर...'' ती पुटपुटत काही रजिस्टरही चाळू लागली.

आता बकनेही चेहरा गंभीर केला. ''मी जरा तुमचा फोन वापरू शकतो का? मी माझ्या माणसांशी एकदा बोलतो. आमचा नंबर आठशे चार आहे, फ्री फोन लाइन....''

त्या मुलीच्या चेहऱ्यावर 'सुटले' असे भाव उमटले. ती म्हणाली, ''त्या समोरच्या कोपऱ्यात आहे बघा फोन. नऊ दाबा म्हणजे बाहेरची लाइन मिळेल.''

जे हवे होते ते विनासायास मिळाले होते. बक तिथून सटकला, फोनजवळ गेला. नऊ नंबर दाबून नंतर त्याने एक नंबर फिरवला, तो आठशेने सुरू होणारा

दरमुक्त नंबर नव्हता, तो नऊशेने सुरू होणारा होता, जो 'पे पर कॉल' अशा प्रकारातला नंबर होता. या प्रकारचे फोन नंबर्स जास्त करून वेश्या व्यवसाय करणारे वापरीत, "माझं नाव शेरी आहे, माझ्याशी बोला आणि स्वर्गीय सुख मिळवा, एका मिनिटाला फक्त एक डॉलर..." या प्रकारच्या, फोनवरून लैंगिक वासना शमवू पाहणारे तसे पैसे भरून करण्याचे फोन वापरीत. पण काही व्यावसायिक सेवा अथवा सल्ला पुरवणाऱ्या कंपन्याही त्यांच्याकडे चौकशीसाठी, माहितीसाठी, सल्ल्यासाठी फोन करण्याचे पैसे घेत.

फोन कंपन्यांचा या व्यवहारात सहभाग असे. त्यांचा यात फायदा होत असे. काही फोन कंपन्या अशा फोन कॉलसाठी प्रति कॉल २५० डॉलर्स इतकी रक्कमसुद्धा त्या कंपन्यांना घेऊ देत असत. कारण त्यापैकी काही टक्के रक्कम फोन कंपनीच्या खिशात पडत असे आणि उरलेली त्या नंबरच्या मालकाला जात असे. बक ज्या नंबरला फोन करीत होता, त्याची मालकी 'वेस्टर्न स्टेट्स मिलिटिया' या नावाच्या देशहिताची काळजी वाहणाऱ्या, शासनविरोधी, सशस्त्र स्वयंसेवक संघटनेकडे होती. अर्थात ज्या फोन कंपनीची सेवा या योजनेकरता वापरली जात होती, त्या फोन कंपनीशी संघटनेने एका वेगळ्याच नावाने करार केला होता. अशा ठिकाणी 'रॉक आयलंड फायनान्स अँड इन्व्हेस्टमेंट' असे एखादे भारदस्त नाव वापरले जात असे. हा असा बनवाबनवीचा उद्योग एकेक दिवस एकेका विभागात चाले आणि तशा वेगवेगळ्या विभागांसाठी कंपनीची नावे आणि फोन नंबरही वेगवेगळे वापरले जात.

फोन लागल्यावर एक छोटासा आधीच रेकॉर्ड करून ठेवलेला संदेश बकला ऐकू आला. दहा-बारा शब्दांच्या त्या संदेशात आर्थिक संयोजनाबद्दल काहीतरी निरुपद्रवी अशी माहिती देण्यात आली. तो संदेश संपला, बकने फोन ठेवून दिला. एका कॉलचे पैसे जमा झाले होते.

ती मुलगी उत्सुकतेने बककडे पाहत होती आणि ती लक्ष ठेवून असणार याची बकला खातरी होती, म्हणूनच तो मुद्दामच तिच्याकडे पाहून तिला ओठांच्या हालचालीवरून कळेल अशा पद्धतीने "एंगेज्ड आहे" असे म्हणाला.

त्याचे बोलणे तिला समजले हे तिने हसऱ्या चेहऱ्याने मान हालवून दर्शवले आणि ती तिच्या कामात गुंतली.

बकने परत एकदा नंबर लावला, संदेश ऐकला आणि फोन ठेवून दिला. त्याने मोठ्या काळजीपूर्वक; पण शिताफीने एकूण पाच वेळा नंबर फिरवला. त्या मुलीच्या कंपनीला महिनाअखेरीस जे फोनचे बिल येईल त्यात १२५० डॉलर्सची वाढ झाली होती. बिल पास करणारा कोणी अत्यंत कर्मठ, प्रामाणिक व कर्तव्यदक्ष अधिकारी असल्याखेरीज बिलातील ही एवढी वाढ लक्षात येणे अशक्यच होते.

बिल भरले जाणार होते, फोन कंपनीचे कमिशन वजा जाता बकच्या संघटनेला पैसे मिळणार होते.

खरेतर बक आणखीही तीन-चार वेळा सहज फोन करू शकला असता, पण हावरटपणा बरा नव्हे हे त्याला माहीत होते. दुभत्या गाई भरपूर होत्या. त्याच रस्त्यावर तसल्याच, म्हणजे तशा सात-आठ फोनचे बिल लक्षात न येईल अशा आणखी दहा-बारा कंपन्या होत्या. उद्या बकचे चौदा जणांचे पथक इथून चंबुगबाळे आवरून नव्या जागी – ऑरेंज काउंटी, सॅन दिॲगो इत्यादी ठिकाणी – नव्या सावजांच्या शोधात जाणार होते. इलेक्ट्रॉनिक क्षेत्रात प्रगतिपथावर वेगाने दौड मारणाऱ्या कंपन्यात त्यांचे हार्दिक स्वागत होणार होते!

बक साळसूद चेहऱ्याने, खूप काळजीत पडल्यासारखे दाखवीत त्या मुलीच्या टेबलापाशी गेला. ती फोनवरच बोलत होती. त्याला पाहताच फोनवरील व्यक्तीला 'एक मिनिट हं' असे म्हणून ती त्याच्याकडे वळली. तो म्हणाला, "फोन लागत नाही. सारखा एंगेज्ड लागतो आहे. मी असं करतो, बाहेरच्या माझ्या ट्रकमधून सेल फोनवरून प्रयत्न करतो. त्यांना जरा पार्सल पाठवणाऱ्या कंपनीशीही बोलायला सांगतो. काहीतरी चूक झालेली दिसते. मी पाहतो काय करायचं ते. चूक समजली, दुरुस्त झाली तर दुपारी परत येतो. थँक यू, भेटू परत..."

मुलगीही तोंड भरून हसली. ब्याद टळली होती. बक घाईघाईने बाहेर पडताना तोंड भरून हसला, त्याचे काम झाले होते.

त्याच्या डोक्यात आकडे फिरत होते. चौदा लोक. प्रत्येकाने प्रत्येक कंपनीतून केलेल्या सरासरी चार फोनचे १००० डॉलर्सचे बिल. म्हणजे चौदा जणांच्या एका कंपनीतल्या फोन्सचे बिल १४,००० डॉलर्स. तासात साधारण पाच कंपन्या, म्हणजे ७०,००० डॉलर्स आणि दिवसाचे आठ तास म्हणजे दिवसअखेर ५६०,००० डॉलर्सची कमाई! त्यातले नव्वद टक्के संघटनेला मिळणार आणि दहा टक्के या चौदा जणात वाटले जाणार. ५६,००० डॉलर्स चौदा जणात. म्हणजे दिवसाचे ४००० डॉलर्स!! गेल्या तीन वर्षांत तर सोडाच, पण त्याआधीची दहा वर्षेही दिवसभर हात दुखेस्तोवर लाकडे तोडून, ट्रक भरून, वर सरकारला इमाने इतबारे कर देऊन याच्या जवळपासही रक्कम कधी पाहायला मिळाली नव्हती. बक याबद्दल कुणालाच, त्याच्या मनाला, त्याच्या सदसद्विवेकबुद्धीलाही त्याला काहीही प्रश्न विचारू देणार नव्हता.

* * *

केंट, वॉशिंग्टन राज्य

तुरुंगातील कैद्यांनी रात्री-बेरात्री आग लावण्याचा उद्योग करू नये म्हणून सगळ्या कोठड्यांत स्मोक डिटेक्टर्स बसवलेले होते. कोठडीत धूर निर्माण झाला, तर मोठा भोंगा वाजायचा.

चॅनीने बारा टॉयलेट पेपर्सचा एक जाडसर गठ्ठा तयार केला. तो टूथपेस्ट लावून एकत्र नीट बसवला आणि परत एकदा च्युइंगगमचाच उपयोग करून चेंकोच्या मदतीने तो गठ्ठा त्यांच्या कोठडीतल्या स्मोक डिटेक्टरच्या जाळीवर चिकटवून टाकला. त्याच्यावरून आणखी एक टूथपेस्टचा जाड थरही दिला. त्यांच्या कोठडीत धूर झाला तरी भोंगा वाजणार नाही अशी पक्की तजवीज झाली.

लगोलग तो खिडकीजवळ गेला. च्युइंगगमने चिकटवून ठेवलेली चारही बोल्ट्सची डोकी त्याने काढून टाकली, ॲक्रिलिकचा तक्ता अलगद बोल्ट्सवरून ओढून खाली काढला आणि जमिनीवर भिंतीला टेकवून ठेवून दिला. नंतर त्याने खिशातून काडेपेटी काढून एक काडी पेटवली आणि ती स्मोक डिटेक्टरच्या जाळीच्या शक्य तेवढी जवळ धरून जळत ठेवली.

"चॅनी, काय करतोयस तू?'' चेंकोने विचारले.

"गप्प बस,'' चॅनी त्याच्यावर खेकसला.

काडी जळेपर्यंत तो वाट पाहत राहिला. धूर जाळीपर्यंत गेला, पण भोंगा काही वाजला नाही. तो आणखी एक काडी पेटवून खातरी करून घेणार होता, पण तेवढ्यात खिडकीच्या बाहेर खसखस ऐकू आली. झाडाच्या फांद्या जोरात हालल्याचे आवाज आले. तसे त्याने तक्ता नसलेल्या रिकाम्या खिडकीतून वर गेलेल्या पाइपमध्ये डोके जास्तीत जास्त आत घातले. त्याला दुसऱ्या टोकाच्या लोखंडी बारला चिकटलेला एका माणसाचा चेहरा दिसला.

"इतका उशीर कसा झाला?'' त्याने त्या चेहऱ्याला विचारले.

"एक गाडी येत होती, ती जाईपर्यंत थांबावं लागलं. हे घ्या...'' असे म्हणून त्या बाहेरच्या माणसाने लोखंडी बारमधून आत हात घालून चॅनीच्या हातात एक वॉकी टॉकी आणि त्याला वायरने जोडलेला हेडसेट दिला. त्याचा श्वास जोरजोरात चालत असलेला स्पष्ट ऐकू येत होता. चॅनी हातातील उपकरणाकडे पाहत असताना तो माणूस पुढे म्हणाला, "रस्त्याच्या दोन्ही टोकांना आपली एकेक गाडी उभी आहे. त्यांच्याशी संपर्क करायचा असल्यास सात नंबरचा चॅनेल दाबा. त्या गाड्यांना बाहेरची सगळी हालचाल दिसतीय, कोण येतंय-जातंय; गाड्या येतात का, सगळं दिसतंय. पहारेकऱ्यांवर पण लक्ष ठेवून आहोत आम्ही.''

तो माणूस एक क्षण खाली वाकला आणि वर उठताना त्याच्या हातात चॅनीच्या ओळखीची व्हिक्टर टॉर्चची बॅग होती. ती काळजीपूर्वक बारममधून पाइपमध्ये सरकवत तो चॅनीला म्हणाला, "नीट धरा, पाडू नका. आणि हा बॅगेला बांधलेला दोर तसाच ठेवा." त्या दोराचे दुसरे टोक कोठडीबाहेरच झाडाला बांधून ठेवले होते. जर दुर्दैवाने, काही कारणाने त्यांची त्या रात्रीची पलायनाची योजना फसली तर टॉर्चसकट ती बॅग बिनबोभाट बाहेर काढून घेता यावी याची तो दोर ही सोय होती. "जाळाकडे लक्ष द्या. पहारेकरी सावध झालेले दिसले तर गाडीतून तुम्हाला इशारा देऊच. काळजी घ्या. काही लागलं तर सात नंबर ध्यानात ठेवा. आम्ही आहोतच गाड्यात लक्ष ठेवून," असे म्हणून चॅनीला काही बोलायची संधी न देता तो माणूस नाहीसा झाला.

एक आठवडा आधीच काटेकोर अभ्यास करून ठरवलेल्या मार्गावरूनच तो माणूस कुणालाही न दिसता, सावधानतेने कोपऱ्यावरील गाडीकडे परत गेला.

तुरुंगाबाहेरच्या बाजूच्या परिसरात टेहळणीसाठी ठिकठिकाणी फिरते व्हिडिओ कॅमेरे बसवलेले होते. तुरुंगाच्या प्रवेशद्वाराजळील पहारेकऱ्यांच्या केबिनमध्ये त्यातून दिसणाऱ्या दृश्यांची सतत तपासणी केली जात असे.

या सुरक्षाव्यवस्थेमध्ये एक त्रुटी राहिली होती. ज्या कोठडीतून चॅनीने टट्टू आणि होमर यांना बाहेर घालवून आपला त्यात शिरकाव करून घेतला होता, त्या कोठडीच्या बाहेरचा काही भाग कुठल्याच टेहळणी कॅमेऱ्यात येत नव्हता. तांत्रिक भाषेत तो 'ब्लाइंड स्पॉट' होता. तोच या पलायन योजनेतील 'ब्राइट स्पॉट' होता!

चॅनीने वेगाने हालचाली सुरू केल्या. बॅगेतून सर्व सामान बाहेर काढले. ऑक्सिजन आणि ॲसिटिलीनचा पुरवठा योग्य प्रमाणात आहे ना, हे तपासून घेतले आणि स्पार्करने टॉर्च पेटवला. निळी तेजस्वी एकसंध ज्योत बाहेर दिसू लागली. त्या प्रकाशापासून डोळ्यांचा बचाव करणारा काळा चश्मा डोळ्यांवर चढवला आणि पाइपमधून टॉर्च आत घालून तो लोखंडी बार्सपर्यंत नेला. कानांना वॉकी टॉकीचा हेडसेट, डोळ्यावर काळा चश्मा, हातात टॉर्च अशा अवतारात, कमोडच्या अरुंद कडेवर तोल सांभाळत उभे राहण्याची अवघड कसरत करीत चॅनीने पाइपच्या दुसऱ्या तोंडाला लावलेल्या लोखंडी बार्सपैकी पहिल्या बारपर्यंत टॉर्च पोचवीत तो कापायला सुरुवात केली. एक-दोनदा कमोडवरून पाय सटकलाही; पण सुदैवाने तो पडला नाही.

कोठडीच्या मोठ्या दरवाजाला जी खिडकी होती तीवर चेंकोने त्याचे ब्लँकेट लटकवून टाकले. टॉर्चने बार्स कापताना उडणाऱ्या ठिणग्यांचा लोट खिडकीबाहेरच्या अंधारातून पाहताना सहज लक्षवेधक ठरला असता. मधून मधून तो ब्लँकेट बाजूला करून पहारेकऱ्यांची चाहूलही घेत होता.

वाढत्या ठिणग्यांनी कोठडीत धूर जमू लागला. टॉयलेट पेपर्सच्या साहाय्याने बंद केलेल्या स्मोक डिटेक्टरच्या जाळीच्या दिशेने चढत जाणाऱ्या धूम्रवलयांकडे चेंको काळजीयुक्त नजरेने पाहत होता. 'भोंगा वाजला तर?' तो शहारला. त्याने चॅनीला विचारले, ''झालं ना कापून?''

''तोंड बंद ठेव आणि दारावर लक्ष ठेव. नसत्या चौकशा करू नकोस.'' चॅनी त्याच्यावर डाफरला. एका बारचे खालच्या बाजूचे टोक कापले गेले होते, दुसरा निम्मा अधिक कापून झाला होता तेवढ्यात हेडसेटमधून धोक्याला इशारा ऐकू आला. ''थांबा. एक माणूस रस्त्याने येतो आहे.'' चॅनीने चपळाईने कमोडवरून खाली उडी मारली, पेटता टॉर्च बाहेरून दिसू नये यासाठी जमिनीकडे फिरवून धरला. काही वेळातच हेडसेटमधून धोका टळल्याचा संदेश आला.

चॅनीने काम परत सुरू केले. योजनेनुसार तो चारही बार्सची फक्त खालची टोके टॉर्चने कापणार होता आणि नंतर बाहेरून त्याचे सहकारी पहारीने ते आतल्या बाजूला वाकवणार होते. 'ती पहार आणायला ते लोक विसरले नसले म्हणजे मिळवली,' असा विचार त्याच्या मनात डोकावत होता. पाइपमधून बाहेर उडी मारताना त्या वाकवलेल्या बार्सचाच त्याला आणि चेंकोला आधार मिळणार होता.

दुसरा बार कापत असताना एकदम ज्योत फडफडली, पिवळी पडली. ॲसिटिलीनची बाटली रिकामी झाली होती. चॅनी काळजीत पडला. ॲसिटिलीन कमी तर पडणार नाही ना? तसं झालं आणि सगळे बार कापून झाले नाहीत तर त्याला ते सगळे सामान बाहेरील साथीदारांच्या ताब्यात द्यावे लागणार होते, ॲक्रिलिकचा तक्ता परत बिनडोक्यांच्या बोल्ट्सवर आत सरकवून, बोल्ट्सची डोकी त्यांवर चिकटवून खिडकी आणि कोठडी होती तशी नीट, स्वच्छ करायला लागणार होती. मग उद्याचा दिवस कोठडीत हातावर हात चोळीत बसून राहावे लागणार होते आणि रात्री परत आजचाच खेळ पुढे चालू करायला लागणार होता. त्यात फार मोठा धोका हा होता की, दिवसभरात पहारेकऱ्यांपैकी कोणी जर खिडकीच्या बाहेरच्या बाजूने अर्धवट कापलेले, काळे पडलेले बार्स बघितले असते तर त्या दोघांची काही धडगत नव्हती.

ॲसिटिलीनची रिकामी बाटली काढून त्याने हुशारीने खरेदी करून ठेवलेली जादा बाटली लावली, योग्य तेवढा वायूचा पुरवठा दिला आणि परत ज्योत पेटवली. वेगाने काम सुरू झाले. तिसरा बार तुटला. तेवढ्यात दाराजवळ दबा धरून बसून सतत बाहेर लक्ष ठेवणारा चेंको 'पहारेकरी' असे दबक्या आवाजात ओरडला.

चॅनीने ज्योत विझवली; सगळे सामान बॅगेत कोंबले; बॅग बिछान्याखाली ढकलली; ॲक्रिलिक खिडकीवर लटकवले. बोल्ट्सची डोकी चिकटवण्याइतकी

सवडच नव्हती. चेंकोने दारावरील ब्लँकेट काढले. ते घेऊन तो आत आला आणि वरच्या बिछान्यावर चढून आडवा झाला. पहारेकऱ्याच्या हातातल्या बॅटरीचा झोत खिडकीच्या काचेवर पडला त्या वेळी चॅनी कसाबसा खालच्या बिछान्यावर पडला होता.

पहारेकरी दाराशी उभा राहून खिडकीच्या काचेजवळ बॅटरी धरून तिच्या प्रकाशात आत डोकावून पाहू लागला. तो तोंडाने काहीतरी गुणगुणत होता. प्रकाशझोत खोलीभर फिरू लागला. चॅनी दरवाजाच्या विरुद्ध बाजूला डोके करून प्रेतासारखा निश्चल पडून राहिला होता. पण त्याचे प्रत्येक ज्ञानेंद्रिय हालत्या प्रकाशझोताचा वेध घेत होते. तो मनोमन एवढीच आशा धरून होता की, आतल्या खिडकीवरील ॲक्रिलिकच्या तक्त्यावर तो झोत थांबू नये! बोल्ट्सची बिनडोक्यांची धडे पहारेकऱ्याला दिसू नयेत! तेवढ्यात त्याची नजर जमिनीवर राहिलेल्या लाल रंगाच्या होजच्या तुकड्यावर पडली. तो चुकून बाहेरच राहिला होता!

झोपेत घडलेली प्रतिक्षिप्त क्रिया वाटावी अशा रितीने चॅनीने त्याचा हात बिछान्यावरून खाली लोंबकळवला, जमिनीवरून झाडूसारखा फिरवला आणि त्याच्या सपाट्यात तो होजचा तुकडा बिछान्याखाली सरकवून टाकला. होज नाहीसा झाला आणि प्रकाशाचा झोत चॅनीच्या शरीरावर पडला. तो सहेतुक तेथे स्थिरावला की काय, या कुशंकेने त्याचा श्वास थांबला. पण झोत पुढे गेला आणि वरच्या दिशेला वळला, परत चॅनीच्या घशात प्राण अडकला. टॉयलेट पेपरने बंद केलेली जाळी! चोराच्या मनात चांदणे होते, पहारेकऱ्याला संशय येण्यासारखे काहीच नव्हते. त्याला तर प्रकाशात खोलीत रेंगाळलेला धुराचा ढगही दिसला नाही. तो कोठडीची तपासणी करत होता, यांत्रिकपणे बॅटरी खोलीभर फिरवीत होता, पण त्याचे लक्ष त्याच्या कामात नसण्याचीच शक्यता जास्त होती. त्याच्या गाण्याचे सूर बहुतेक त्याला त्याच्या बायकोच्या, मैत्रिणीच्या किंवा दुसऱ्या कोणाच्यातरी पत्नीच्या जवळ घेऊन जात होते.

कोठडीतला प्रकाशझोत नाहीसा झाला. गाण्याचे सूर लांब जात ऐकू येईनासे होईपर्यंत दोघेही हालले नाहीत. पुरेसा वेळ गेल्यानंतर चॅनी उठला. त्याने चेंकोला ब्लँकेट घेऊन दरवाजाजवळ पिटाळले. ब्लँकेट खिडकीवर लटकवून चेंको ते बाजूला सारून बाहेर लक्ष ठेवण्याची 'ड्यूटी' जास्त काळजीपूर्वक करू लागला.

चॅनीने परत काम सुरू केले. ॲसिटिलीनच्या बाटलीवर लक्ष ठेवीत आणि आता हातातल्या घड्याळाकडेही वारंवार नजर टाकीत तो लक्षपूर्वक बार कापू लागला. अठरा मिनिटांनी त्याने टॉर्च विझवला आणि वॉकी टॉकीतून काम संपल्याचा संदेश पाठवला. दोनच मिनिटांत बाहेर हालचाल सुरू झाली. चॅनीला पहारीचे टोक बाहेरून पहिल्या बारशी झटापट करताना दिसू लागले. पहारीला

बाहेरून जोर लावला जाऊ लागला आणि एकामागे एक असे चारही बार आतल्या बाजूला वाकवले गेले. बाहेर पडण्यातले सर्व अडथळे दूर झाले होते, 'पलायनमार्ग' तयार झाला होता.

चॅनीने चेंकोला खुणावले. चेंकोने कपडे घालण्यातही वेळ घालवला नाही. अर्ध्या चड्डीतच तो कमोडवर चढला, एक पाय खिडकीच्या चौकटीवर ठेवून आत वळलेल्या बारला धरून त्यांच्या आधाराने जोर लावून त्याने शरीर वर उचलले. दुसऱ्या क्षणी तो पाइपमधून दिसेनासा झाला.

त्याच्या पाठोपाठ चॅनी निघाला, पण थबकला. टॉर्चचे सगळे सामान, ऑक्सिजन ॲसिटिलीनच्या बाटल्या, होजेस एकत्र करून त्याने बॅगमध्ये भरले आणि बॅग कमोडवर ठेवून दिली. तो चेंकोसारखाच खिडकीतून बाहेर पडला. त्याने बॅगला बांधलेला दोर वापरून तीही खिडकीतून बाहेर ओढली. तो छोटा व्हिक्टर टॉर्च सहसा न विकले जाणारे, जरा खास मॉडेल होते. त्यामुळेच तसला टॉर्च अलीकडेच कुणाला विकला त्याचे वर्णन दुकानदाराने पोलिसांकडे नक्कीच केले असते. तो पुरावा कोठडीत सोडणे फार धोक्याचे होते, हे चॅनीच्या वेळेवर लक्षात आले. नाहीतर सर्व पोलीस स्टेशनात बोर्डावर 'वाँटेड' म्हणून लावलेल्या फोटोंच्या रांगेत तो जाऊन बसायला वेळ लागला नसता!

इकटिरेनबर्ग

"आपल्याला वाटत होतं त्याहूनही हे प्रकरण बरंच गंभीर आहे..." फोनमधून नीट ऐकू जात नव्हते. त्यातून गिडियनच्या रशियन शैलीच्या उच्चारांमुळे, अमेरिकन लोकांना त्याचे बोलणे कळणे जरा अवघडच जात असे. ओरडून बोलूनही कॅरोलिनला परत परत 'काय?' 'काय?' असे विचारावे लागत होते. "गंभीर, गंभीर म्हणालो मी," तोही स्पष्ट आणि मोठ्यांदा बोलायचा प्रयत्न करीत होता.

त्यातून त्याला काही गोष्टी स्पष्टपणे सांगता येत नव्हत्या, कारण त्याचे बोलणे मध्ये कोणीतरी ऐकत असणार याविषयी त्याची खातरी होती – कदाचित मरनोव्हच्याच ऑफिसमधल्या अन्य कोणत्यातरी खोलीतून!

एकाच माणसाने दोन्ही बाँब नेले आहेत, हे कॅरोलिनला तो जराशा आडवळणाने सांगत होता आणि ते तिला कळावे अशी त्याची अपेक्षा होती. तो जर फार खोलात, अधिक तपशिलात शिरू लागला, तर रशियन त्याचा फोन मध्येच कट करून टाकतील अशी त्याला भीती वाटत होती. दोन वेळा फोन लागला होता आणि लाइनमधील दोषांमुळे फारसे काही बोलणे होण्याआधीच कट झाला होता. त्यामुळे फोन लागून अगदी आवश्यक ती माहिती तरी कॅरोलिनपर्यंत पोचवण्याचा हा त्याचा तिसरा प्रयत्न तरी त्याला यशस्वी व्हायला हवा होता.

त्याच्या प्रयत्नांकडे पाहणाऱ्या मरनोव्हकडे पाहून तो हताशपणे हसला, 'नीट ऐकू येत नाही' असे त्याने मरनोव्हला बोलणे चालू असतानाच, खुणेने सांगितले.

"हो हो, इथल्या लोकांची फार मदत होते आहे. नाही नाही, काहीही अडचण

नाही.... सरकार पूर्ण... पूर्ण सहकार्य देत आहे.'' असे मधून मधून सरकारच्या बाजूने बोलून गिडियन फोन आणखी काही वेळ चालू राहावा याची तरतूद करीत होता. रशियातील नव्या राजवटीत सारीच अपरिपक्वता होती. तीच सुरक्षाव्यवस्थेच्या बाबतीतही होती, म्हणूनच असल्या उपायांनी हवा तो परिणाम साधून घेता येत होता.

''आपली जी अपेक्षा होती ना तशीच आहे इथली व्यवस्था.'' तो निघण्याच्या दिवशी त्याचे आणि कॅरोलिनचे स्वर्डलॉव्हस्क येथील खिळखिळ्या झालेल्या परिस्थितीविषयी बोलणे झाले होते. त्याचा संदर्भ घेऊन या वाक्याचा त्याला अभिप्रेत असलेला अर्थ तिला कळेल हे त्याला माहीत होते.

''हो, हे तू अहवालात लिही,'' असे फोनमधून कॅरोलिनला सांगताना मरनोव्ह आपल्याकडे पाहून स्मित करतो आहे असे लक्षात येऊन गिडियननेही त्याला हसून प्रतिसाद दिला. एकदा रशियातून बाहेर पडला की, तो कॅरोलिनला फोन करून तिच्याशी स्पष्ट, स्वच्छ आणि सविस्तर बोलू शकणार होता. त्या वेळी तो तिचा अहवाल सुधारू शकणार होता, त्यात फेरफार सुचवू शकणार होता. रशियन सरकारने या वेळी तरी त्याला सर्व प्रकारचे सहकार्य देऊ केले होते. या प्रकरणावरील त्याचा अहवाल वाचल्यावर भविष्यात जर कधी गरज पडली तर त्याला रशियन सरकार परत अशाच पद्धतीने मुक्त संचाराची परवानगी देतील, असा तो हवा असणे गरजेचे होते. अशा संवेदनशील विषयातील माहिती मिळवायची म्हणजे अशी मुत्सद्देगिरी – मुत्सद्देगिरी कसली, थोडे शहाणपण – वापरावे लागते. त्याच्या संस्थेचे उद्दिष्ट सत्य प्रकाशात आणण्याचे होते. त्यांना रशियन सरकारला नाहक अडचणीत टाकायचे नव्हते. काही देशात तेथील शासनाने जमिनीच्या खाली, अनेक गुप्त गुहात, कपाऱ्यात, भुयार-खंदकात साठवून ठेवलेली, मोठ्या प्रमाणावर प्राणहानी घडवू शकतील अशी जी भयंकर शस्त्रास्त्रे साठवून ठेवली होती. त्यांच्याविषयीची खरीखुरी माहिती सर्वांसमोर खुली करून त्याविषयी जगभरात जनजागृती घडवणे, त्या धोक्याबद्दल जगाला सतर्क करणे हे संस्थेचे कार्य होते. रशियनांच्या भुवया आकुंचित पावतील, कपाळाला आठ्या पडतील असे, त्यांनाही माहीत नसलेले असे, काही विपरित त्या अहवालात असायला नको होते. सत्य हे होते की, रशियातील अनेक शस्त्रास्त्रांचे साठे असुरक्षित होते, शस्त्रास्त्रे नष्ट करण्याची त्यांची प्रक्रियाही पुरेशी सुरक्षित नव्हती, त्यात गंभीर उणिवा होत्या आणि चिंतेची बाब ही होती की, ही गोष्ट रशियन आणि अमेरिकन या दोन्ही शासनांना पूर्णपणे माहीत असूनही ते त्यातील धोक्यांबद्दल देशातील नागरिकांना काहीही सांगत नव्हते.

''कॅरोलिन, आणखी एका गोष्टीची नोंद करून घे, दोन्ही अस्त्रे एका वेळी

बाहेर गेलेली नाहीत.'' त्याने हे सांगितले आणि क्षण दोन क्षण थांबून फोन कट होत नाही ना याचा अंदाज घेतला. तसे काही झाले नाही तसा तो पुढे सांगू लागला, ''दोन्हीही व्हॉडिव्होस्टॉक याच बंदरातून पुढे गेली आहेत.''

''काय म्हणालीस?'' त्याने कॅरोलिनला ओरडून विचारले.

''नाही, नाही, चलनंही वेगवेगळी केली आहेत. 'मशीन पार्ट्स' असं त्यांचं वर्णन केलं आहे. दोन्हीचे पोचण्याचे ठिकाण एकच आहे. होय...'' कॅरोलिन त्याला प्रश्नामागे प्रश्न विचारून जास्तीत जास्त माहिती काढून घेण्याचा प्रयत्न करीत होती. फोन संपला की, एक तासाभरात ती सर्व माहिती कॅरोलिन त्यांच्या संगणकात घालणार होती. संस्थेच्या संकेतस्थळावर त्यातील किती आणि कोणती माहिती, कशी द्यायची हे काही दिवसांच्या चर्चेनंतर ठरणार होते. या घटनेचे पडसाद जगभरात नक्कीच उमटणार होते. देशांची सरकारे, त्यांची संरक्षण खाती, गुप्तहेरयंत्रणा कार्यान्वित होणार होत्या, आणखी तपशील खणून काढणार होत्या. संस्थेकडे फोन्स, फॅक्स, ईमेल यांचा मारा होणार होता. काही जणांसाठी तर ही फार फार मोठी घटना असणार होती.

''बेल्डन... बेल्डन. थांब मी स्पेलिंग सांगतो – बी ई एल डी ई एन – बेल्डन इलेक्ट्रॉनिक्स. वॉशिंग्टन राज्यातला पत्ता आहे. वॉशिंग्टन स्टेट... होय, जरा शोध घे,'' गिडियन सांगत होता. ''कंपनीची नोंद झालेली आहे का पहा. नाही, इथे पत्ता दिलेला नाही, नुसता पोस्ट बॉक्स नंबर आहे. फ्रायडे हार्बर असं नाव दिलं आहे त्या जागेचं. पत्ता खरा असेलच असं नाही, नसेलच. शेल्स दुसरीकडेच कुठेतरी पोचवले गेले असतील. आं? हो हो...'' एका कानावर हात दाबून ठेवून तो तिचे बोलणे ऐकायचा प्रयत्न करत बोलत होता.

''काय म्हणालीस? परत सांग...''

''त्याचे तांत्रिक तपशील?'' कॅरोलिनला त्या शेल्सचा प्रकार जाणून घ्यायचा होता.

''छोट्या पल्ल्याचे तोफगोळे आहेत. एकशे त्रेपन्न मिलिमीटर व्यास... हॅलो, कॅरोलिन, तू आहेस ना फोनवर?...'' काहीच ऐकू येईनासे झाले. परत परत 'हॅलो हॅलो' म्हणूनही पलीकडे शांतताच राहिली. लगेचच त्याच्या डोक्यात प्रकाश पडला; त्याने सीमा ओलांडली होती. वाजवीपेक्षा जास्त तपशील पुरवला होता, त्यामुळे फोन कट झाला होता!!

त्याने फोन कानापासून लांब नेला, पण दोन-तीन मिनिटे तो तसाच हातात धरून त्याकडे पाहत उभा राहिला, जणू कॅरोलिन त्याला फोनच्या वायरमधून स्वत:च तिथे येऊन त्याच्याशी बोलायला हवी होती. काही वेळाने त्याने फोन खाली ठेवून दिला.

काय झाले असावे ते मरनोव्हने ओळखले. तरीही तो गिडियनला म्हणाला, "फोन कंपन्या – अगदी बेकार सर्व्हिस! मध्येच कट होतात फोन्स. काय करणार? नव्या रशियात सगळीकडे हीच स्थिती आहे. हां, नवे उद्योजक आहेत ना, त्यांच्याकडे मात्र चांगले फोन्स आहेत."

गिडियनची निराशा लपत नव्हती. तो हताशपणे छताकडे पाहत त्याच्या केसातून हात फिरवीत उभा होता. मध्ये भांग पाडून मागे वळवलेल्या केसात हात फिरवायची त्याची सवय होती, पण आज भांग मोडलेला होता. केस अस्ताव्यस्त झाले होते. त्याने गेले दोन दिवस दाढी, अंघोळही केली नव्हती. तो आणि मरनोव्ह दोघे रात्रंदिवस ऑफिसमध्येच होते; शक्य तेवढी माहिती मिळवण्याचा प्रयत्न करीत होते. मरनोव्हाला वारंवार त्याचे वरिष्ठ चर्चेसाठी बोलावून घेत होते. माहिती तर मिळाली होती, पण आपल्यापासून काही लपवले नसेलच याविषयी गिडियनची खातरी नव्हती.

त्याला आणखी एक काळजी खात होती – हे रशियन इथे, नाहीतर मॉस्कोत त्याला अडकवून ठेवतील. रशियन सरकारपेक्षा रशियात काळी कृत्ये करणाऱ्या, दहशतवादी कृती करणाऱ्यांकडून तसा दगाफटका होण्याची त्याला जास्त चिंता व भीती वाटत होती. 'माफिया' या नावाने ओळखल्या जाणाऱ्या या जमातीकडून जगात सर्वांत जास्त हिंसक घटना रशियातच घडवल्या जात होत्या – परदेशी लोकांचे प्राण घेतले जात होते, विशेषत: 'त्यांच्या क्षेत्रात' ढवळाढवळ करणाऱ्यांना मार्गातून नाहीसे केले जात होते.

दीर्घ काळ कॅरोलिनशी फोनवर बोलण्यासाठी, टेबलाच्या एका कोपऱ्यात, फोनजवळ उभा राहिलेला गिडियन तो कोपरा सोडून टेबलाच्या मध्यभागी आला. "जरा वाट पाहू, आमच्या लोकांना कदाचित परत फोन जोडता आला तर...." मरनोव्हच्या बोलण्याकडे गिडियनचे लक्ष नव्हते. तो त्या दोन शेल्सचा विचार करीत होता.

"दोन शेल्स नेले, नाही का?" गिडियनने स्वत:च्याच विचारात, स्वत:लाच प्रश्न केला.

"होय." त्याची खास, जाड क्यूबन सिगरेट शिलगावत मरनोव्हने उत्तर दिले.

काहीतरी लक्षात आल्यासारखी मान हालवीत गिडियन पुढे म्हणाला, "दोन नेले, कारण त्या प्रकारच्या शेल्सना भरपूर मागणी असते लिबिया, इराण, इराक यांसारख्या देशातील संघटनांकडून. चुटकीसरसे विकले जातील आणि किंमतही वारेमाप मिळेल. पण मग दोन्ही एकाच पत्त्यावर का पाठवले असावेत? याचा अर्थ कळत नाही." शेवटचे वाक्य तो मरनोव्हकडे पाहून म्हणाला.

अगदी दोन्ही शेल्सची 'गिऱ्हाइके' जरी उत्तर अमेरिकेतलीच असली तरी दोन्ही

चोरीचे शेल्स एकाच मार्गाने, एकाच ठिकाणी कोणी कसे पाठवेल? त्यात पकडले जाण्याचा धोका कितीतरी मोठा आहे, असा विचार करीत गिडियन म्हणाला, "कोणीही ते दोन भिन्न मार्गांनी दोन वेगवेगळ्या ठिकाणी पाठवेल, म्हणजे समजा एक पकडला गेला तरी दुसरा तरी इच्छित स्थळी पोचेल."

"बरोबर आहे, पण..." मरनोव्ह त्याचे विचार जुळवीत बोलू लागला.

"पण काय?" गिडियनने विचारले.

"पण हे शेल्स खूप जुने आहेत – साठच्या दशकातले. तीस वर्षांत त्यांच्या अंतर्रचनेवर, क्षमतेवर काही परिणाम घडले असतील. प्लुटोनियमच्या भोवतीचे स्फोटक द्रव्य खूप जुने झाले असेल, त्यांचे स्फोट घडवणारी यंत्रणा वर्षानुवर्षे न वापरल्याने क्षीण किंवा चालेनाशी झाली असेल. दोन-तीन दशके ते नुसते पडून होते. आमच्या रेकॉर्डप्रमाणे या दोन शेल्सची कधीही तपासणीही केली गेलेली नव्हती. दिमित्रीला ही गोष्ट माहीत होती. मीही त्याची खातरी करून घेतली आहे."

"ओ हो, म्हणजे..." गिडियनला नवा मुद्दा सापडत होता.

"म्हणजे ज्याला तुम्ही अण्वस्त्रांचं 'आण्विक आयुष्य' म्हणता, ते यांचं खूप कमी झालेलं असेल," मरनोव्ह म्हणाला. "तुम्ही जर अण्वस्त्र काळ्या बाजारात, अमाप पैसा खर्च करून, काही विशिष्ट हेतू पूर्ण करण्यासाठी खरेदी करत असाल तर ते नक्की काम करेल, हवे तेव्हा हमखास त्याचा स्फोट घडेल आणि ते अपेक्षित संहार घडवेल याची तुम्ही हमी मागालच, नाही का?"

"बरोबर." गिडियनला पटत होते.

"म्हणूनच दोन शेल्स नेले. आणखी एक गोष्ट विसरून चालणार नाही. या शेल्सच्या प्रकरणात आमचा चेंको आहे."

गिडियनला आठवले. ग्रिगरी चेंको नावाचा तेथील कुशल, अनुभवी तंत्रज्ञ पहिल्या शेलच्या चोरीनंतर लगेचच गायब झाला होता.

"त्याने पहिला शेल तपासून पाहिला असेल आणि त्यात काही बिघाड सापडला असेल, म्हणून लगेच दुसरा शेल बाहेर काढायची सूचना दिली असेल. म्हणून दोन शेल्स, आणि तेही आधी एक आणि तो चालला नाही म्हणून दोन आठवड्यांनी दुसरा." मरनोव्हचा तर्क पटणारा होता. "समजा, दुसराही बरोबर नसेल, तरीही दोन्हीतले पार्ट्स एकत्र करून निदान एकाची तरी सोय निश्चितच होईल. चेंको दोनामधून एक चांगला, चालणारा बॉंब नक्कीच बनवू शकेल, कदाचित त्यांच्या संयोगातून त्याच्या विस्फोटाची क्षमताही तो वाढवू शकेल."

विभाजनाची गुणवत्ता वाढवलेले युरेनियम प्रचंड क्षमतेच्या विस्फोटकाच्या साहाय्याने विभाजनासाठी आवश्यक अशा आपटण्याच्या क्रियेसाठी योग्य वेगाने पाठविण्याच्या पद्धतींवरून अण्वस्त्रांचे दोन मुख्य प्रकार पडतात. पुरेशा वेगाने

जाऊन युरेनियम आपटले की, त्यातील अणूंचे विभाजन होते आणि अमर्याद ऊर्जा बाहेर पडते. मग त्यातून पुढील साखळी प्रक्रिया सुरू होतात.

त्यातला दुसरा प्रकार हा अलीकडे वापरला जाऊ लागला आहे. त्यात प्लुटोनियमच्या फळांच्या फोडीच्या आकाराच्या बत्तीस तुकड्यांनी बनलेला भरीव गोल बनवलेला असतो. त्यातला आंतरिक दाब वाढून स्फोट घडून येतो. या गोलाच्या मध्यभागी बेरिलियम-पोलोनियम यांचा संयुक्त असा गाभा असतो. हा सबंध गोल स्फोटकात गुंडाळलेला असतो आणि त्याचे अनेक स्फोट एकाच वेळी घडवले जातात. सर्व स्फोटांची क्षमता अगदी एकसारखी असावी लागते आणि दोन स्फोटांमधील अंतर एका सेकंदाच्या एक कोटीव्या हिश्शाइतके अचूक असावे लागते. या स्फोटांनी प्लुटोनियम बेरिलियमच्या गाभ्यात शिरते आणि मग साखळी प्रक्रिया सुरू होऊन ऊर्जा बाहेर पडते.

हा आंतरिक दाबाने घडणारा स्फोट सर्वांत जास्त ऊर्जा निर्माण करतो आणि म्हणूनच अत्यंत विनाशकारी असतो. जे दोन शेल्स रशियातून अमेरिकेच्या दिशेने पाठविण्यात आले होते ते या दुसऱ्या प्रकारचे, जास्त घातक होते.

या रचनेतील अचूकपणाच्या महत्त्वामुळे या प्रकारच्या अण्वस्त्रांची ठरावीक अवधीनंतर काळजीपूर्वक तपासणी करणे आवश्यक असते. स्फोटांमधील अंतरात जर हवी ती अचूकता राखली गेली नाही तर स्फोट होत नाही, शेलमधून अतिशय अपायकारक अशा किरणांच्या रूपात ऊर्जा बाहेर फेकली जाते. ती अगदी बारीक, अदृश्य अशा धुळीच्या स्वरूपात असते. जे सजीव त्या धुळीच्या संसर्गात येतात ते तत्क्षणी मृत्युमुखी पडतात. या प्रकारचे अण्वस्त्र 'डर्टी बॉंब' या नावाने ओळखले जाते. अणुविभाजनाची साखळी प्रक्रिया पूर्ण होण्यासाठी लागणाऱ्या कमीत कमी प्लुटोनियमला 'क्रिटिकल मास' अशी संज्ञा वापरली जाते. त्या 'क्रिटिकल मास'एवढे अथवा त्याहून जास्त प्लुटोनियम जर त्या बॉंबमध्ये असले आणि जर स्फोटांची क्षमता, त्यांच्यामधील अंतर या सर्व गोष्टी जर अचूक सांभाळल्या गेल्या तर मात्र होणाऱ्या स्फोटाने डोळ्याचे पाते लवते न लवते तोच लाखो लोक जळून भस्म होऊ शकतात. एक विस्तृत भूप्रदेश, गावा-शहराचा भलामोठा भाग उद्ध्वस्त, बेचिराख होऊ शकतो.

''या शेल्सना सुरक्षाझडप नव्हती ना?'' गिडियनने विचारले.

''म्हणजे तुम्ही ज्याला 'पाल्स' म्हणता ती...'' मरनोव्ह म्हणाला.

''बरोबर, तीच.''

''नव्हती. हे शेल्स 'प्राचीन' काळातले आहेत. त्याकाळी ती सुरक्षाझडप अस्तित्वातच आली नव्हती!''

हे शेल्स आकाराने लहान, खूप जुन्या पद्धतीने बनवलेले होते, त्यांचे आयुष्यही मर्यादित होते. त्यामुळे ते सरळ एखाद्या बंडखोर देशाच्या दारूगोळ्यात सामील केले जाण्याची शक्यता अत्यल्प होती, जवळजवळ नव्हतीच. तसे देश तयार बाँब विकत घेण्यापेक्षा अणुविभाजनाचे गुणधर्म असणारे युरेनियम किंवा प्लुटोनियम चोरट्या मार्गाने खरेदी करणे जास्त पसंत करत.

याचा अर्थ असा होता की, नाहीशा झालेल्या शेल्सच्या वापराचा एकच पर्याय उरला होता. ही विशिष्ट अण्वस्त्रे कुठल्यातरी सुसंगठित अशा संघटनेकडून, त्यातील माहीतगार, बुद्धिमान योजकाने पद्धतशीरपणे आखलेल्या एखाद्या दहशतवादी कृत्यामध्ये, जाणीवपूर्वक वापरली जाणार होती. दोन अस्त्रे, प्रथम एक, मग दुसरे अशा पद्धतीने नेली जाणे, एका कुशल रशियन तंत्रज्ञालाही पळवून नेणे या सगळ्या गोष्टी हेच दर्शवीत होत्या की, यामागे एक अतिशय आखीवरेखीव, विचारपूर्वक अशी योजना आहे. मरनोव्हने दिलेल्या माहितीच्या आधारे गिडियन याच निष्कर्षाला येऊन पोचला होता की, ज्याने ही अण्वस्त्रे विकत घेतली आहेत त्याची योजना तयार आहे आणि त्याचे 'लक्ष्य' ठरलेले आहे.

कॅरोलिनशी फोनवर बोलताना काही विसरले जाऊ नये, जास्तीत जास्त माहिती कमीत कमी वेळात व शब्दांत तिच्यापर्यंत पोचावी यासाठी त्याने फोन करण्यापूर्वी बरीच तयारी केली होती. सर्व गोष्टी एका कागदावर, तिला सांगण्याच्या मुद्द्यांच्या स्वरूपात त्याने लिहून काढली होती. तो कागद तो परत वाचू लागला. तो वाचता वाचता त्याच्या डोक्यात त्याच्या पुढील हालचालींबद्दलचे विचार घोळू लागले. इथून मॉस्को, तेथून विमानाने बेरिंग सी ओलांडून फेअरबँक्स आणि मग थेट सीॲटल. दहा-बारा तासांत सीॲटलला पोचणे शक्य होते. सीॲटलहून पुढे जायच्या ठिकाणाच्या कागदावर लिहिलेल्या नावावर त्याचे डोळे खिळले – 'फ्रायडे हार्बर'.

सीॲटल, वॉशिंग्टन राज्य

डावीकडे निर्देश करणाऱ्या बाणाच्या खाली भिंतीवर मोठ्या अक्षरात लिहिले होते :

ग्रँड ज्यूरी रूम

जोसलीन आणि डीन बेल्डन दोघे जण कार्पेट घातलेल्या मार्गाने त्या बाणाच्या दिशेने चालू लागले.

सर्वत्र अमर्याद अधिकाराच्या दबावाचे गंभीर वातावरण होते, शांतता पसरली होती. ही केंद्रीय न्यायखात्यातील थंड वृत्ती, कोरडी औपचारिकता जोसलीनला कधीच आवडायची नाही. आयआरएस - इंटर्नल रेव्हेन्यू सर्व्हिसेस या खात्याचे नाव काढले की, जशी पाठीच्या मणक्यातून एक शिरशिरी चढत जायची तशीच केंद्रीय न्यायखात्याच्या इमारतीत शिरले की जायची.

यासारख्या केंद्रीय न्यायखात्याच्या इमारती म्हणजे अढळ अशी सत्तास्थाने होती. येथील जजेसच्या नेमणुका आयुष्यभरासाठी असत आणि यूएस ॲटर्नी यांच्याकडे खटले भरण्याचे सर्वाधिकार असत.

केंद्रीय न्यायखात्याच्या अधिकारांची वाढती व्याप्ती ही बाब सर्व वकिलांप्रमाणे जोसलीनलाही काळजीची वाटू लागली होती. त्यांचे हात आता इतके लांबवर पोचू शकत होते की, कुठल्याही राज्यात घडणाऱ्या कुठल्याही गुन्ह्याच्या बाबतीत ते हस्तक्षेप करू शकत होते. राज्यांच्या न्यायालयांनी दिलेल्या निकालांना किंमतच उरली नव्हती, केंद्रीय खाते ते फिरवू शकत होते. केंद्रीय खात्यांच्या निर्णयात,

कारवायांत राजकारण्यांचा अधिक्षेप फार मोठा होत होता. राज्यस्तरावर एखादा प्रतिवादी निर्दोष सुटल्यास आणि त्यामध्ये राजकारण्यांचे हित-अहित गुंतले असल्यास, त्याच्यावर पुन्हा खटला उभारण्याचे अधिकार केंद्रीय न्याय खात्याला दिले होते. ॲटर्नी जनरल, इतकेच नव्हे, तर खुद्द राष्ट्राध्यक्षसुद्धा, राजकीय हेतूने प्रेरित होऊन काही विशेष केसेसमध्ये व्यक्तिश: लक्ष घालीत होते.

या अनिर्बंध सत्ताधिकारांच्या परिणामांची डीन बेल्डनला चिंता वाटत नसली तरी जोसलीन मात्र चांगलीच सचिंत होती. तिला हे माहीत होते की, प्रश्न विचारणारा वकील, त्याने मनात आणल्यास कोणालाही कोणत्याही, अगदी सर्वसामान्य वाटणाऱ्या कृतीसाठीसुद्धा दोषी ठरवू शकतो. सर्व साक्षी-पुरावे ऐकल्यानंतर ज्यूरी म्हणून निवडलेल्या बारा नि:पक्षपाती नागरिकांकडून (त्यांना 'ट्रायल ज्यूरी' म्हणतात.) एखादी व्यक्ती अपराधी ठरवली गेल्यास किंवा वकिलानेच आकसापोटी एखाद्याला ग्रँड ज्यूरींसमोर उभा केल्यास त्या व्यक्तीला तिचे निर्दोषत्व सिद्ध करणे महाकर्मकठीण गोष्ट होती. कारण त्यासाठी पाच लाख डॉलर्स आणि आयुष्यातली कमीत कमी दोन वर्षे खर्च करणे भाग होते.

ते जेथून जात होते तेथे भिंतीच्या कडेला लाकडी खुर्च्यांची एक रांग होती, तिच्या शेवटी एक दुधी काचेचे पार्टिशन दिसत होते. त्या दुधी काचेवर काळ्या रंगात 'ग्रँड ज्यूरी रूम' अशी अक्षरे लिहिलेली होती. त्या पार्टिशनला लागून एक गणवेषातील सुरक्षाअधिकारी बसला.

जोसलीन मोठ्या आशेने आजूबाजूला कोणी अन्य साक्षीदार आलेले दिसतात का ते बघत होती. बेल्डन ज्यूरींसमोर जाण्याआधी असे कोणीतरी भेटावे, ज्यांना बेल्डन ओळखेल, केस मॅक्स स्पर्लिंगबद्दलची आणि तो वापरत असलेल्या चोरीच्या मालासंबंधी आहे याबाबत खातरी करून घेता येईल, अशी तिची तीव्र इच्छा होती. पण तिला निराशाच सहन करावी लागली. सर्व खुर्च्या रिकाम्या होत्या. तिथे कोणीही नव्हते.

ती पुढे झाली आणि तिने हसतमुखाने सुरक्षाअधिकाऱ्याला तिचे कार्ड दिले. ती नम्र आवाजात म्हणाली, ''मी जोसलीन कोल. मी माझे अशील डीन बेल्डन यांच्या बरोबर आलेली आहे. त्यांना आज हजर राहायला सांगितले होते.''

अधिकारी यांत्रिकपणे हसला, त्याचे आविर्भाव व हालचाली एखाद्या यंत्रमानवासारख्या होत्या. त्याने कार्डाकडे नजर टाकली आणि त्याच्या टेबलाचे ड्रॉवर ओढून त्यातून एक क्लिपबोर्ड बाहेर काढला. जोसलीनला दिसणार नाही अशा पद्धतीने त्याने त्या बोर्डाला अडकवलेला कागद न्याहाळला, एका ठिकाणी हातातल्या पेन्सिलीने खूण केली.

त्या कागदावर साक्षीदारांची यादी असावी आणि त्या यादीत बेल्डनच्या

केसमधील इतर काही साक्षीदारांची नावे असावीत असा सोयीस्कर समज जोसलीनने करून घेतला. तिला माहीत होते की, ग्रँड ज्यूरी एका वेळेला अनेक केसेस हाताळत असतात, एकाच दिवशी ते डझनभर केसेसमधले थोडे-थोडे साक्षी पुरावे ऐकतात. त्यातले बरेचसे एफ.बी.आय., ए.टी.एफ (अल्कोहोल, टोबॅको आणि फायरआर्म्स – अमली मद्यार्क, तंबाखू आणि शस्त्रास्त्रे यांच्या वापरावर नियंत्रण राखणारी संस्था), कस्टम्स आणि इमिग्रेशन (आयात व सीमा शुल्क आणि देशान्तर), आय.आर.एस. (इंटर्नल रेव्हेन्यू सर्व्हिसेस), डी.ई.ए (ड्रग एन्फोर्समेंट एजन्सी – अमली, मादक पदार्थांच्या वापराविरुद्धच्या कायद्याची अंमलबजावणी करणारी संस्था) या शासकीय खात्यांतील साक्षीदारांचेच असतात.

ग्रँड ज्यूरींसमोर येणाऱ्या केसेसमधल्या काही खूप गुंतागुतीच्या असतात आणि त्या बरेच महिने, कधीकधी तर वर्षानुवर्षेही रखडतात. काही तर, वकिलांना बऱ्याच संशोधनानंतर त्या केवळ अफवांवर आधारलेल्या आहेत, त्यात सत्यांशच नाही असे आढळून आल्याने, कुठल्याही आरोपपत्राविनाच काढून घेतल्या जातात. या संशोधनाच्या काळात तथाकथित आरोपीशी संबंधित त्याचे नातेवाईक, मित्र, व्यवसायातील सहकारी या सर्वांना साक्षीसाठी बोलावण्यात आलेले असते. त्यांनी दिलेल्या माहितीवरूनच संबंधित व्यक्तीवर आरोपपत्र दाखल न करण्याचा निर्णय घेतलेला असतो. ती व्यक्ती निर्दोष सुटते, पण ग्रँड ज्यूरीसमोर त्याची चौकशी करण्यात आली या वार्तेने त्याची समाजात किंमत कमी होते; नाचक्कीच होते असे म्हटले तरी वावगे ठरणार नाही.

जास्त करून केसेस मात्र सरळ, स्पष्ट असतात. बँक लुटली जाते, दहा-बारा साक्षीदारांनी लुटारूला पाहिलेले असते. अशा प्रकारच्या केसेसमध्ये, दोन-तीन साक्षीदारांच्या साक्षीनंतर, एखाद्या तासाभरातही निर्णय दिला जातो. डीन बेल्डनची केस यांपैकी कोणत्या प्रकारात मोडणार आहे याचा जोसलीन विचार करीत होती.

तिने सुरक्षाअधिकाऱ्याला सांगितले की, तिला यूएस अ‍ॅटर्नींच्या साहाय्यकाला भेटायचे आहे.

त्याने त्याच्या जवळच्या कागदावर नजर टाकली, ''मॅक कॅलींना भेटायचे आहे तुम्हाला. ठीक आहे. मी निरोप पाठवतो.'' तिने दिलेल्या तिच्या कार्डाच्या मागे त्याने तशी नोंद केली.

दोघेही तेथील लाकडी खुर्च्यांवर बसून प्रतीक्षा करू लागले. छतावरील नक्षी, भिंतींवरील जळमटे पाहत वेळ काढू लागले. काही वेळाने एकेक करून काही माणसे त्यांच्याकडे नजर टाकीत पुढे जाऊन सुरक्षाअधिकाऱ्याला हसून 'हॅलो' म्हणून दारातून आत जाऊ लागली. बेल्डनने प्रश्नार्थक चेहऱ्याने जोसलीनकडे बघितले.

“ज्यूरी सदस्य,” तिने सांगितले.

आणखी काही सदस्य आत गेले. नंतर सुरक्षाअधिकाऱ्याच्या मागच्या दुधी काचेत एक आकृती दिसली. ती सुरक्षाअधिकाऱ्याशी बोलू लागली. त्यांचे बोलणे अस्पष्ट असले तरी बेल्डनचे नाव जोसलीनला स्पष्ट ऐकू आले. बेल्डननेही ते ऐकले आणि तो उठून उभा राहिला.

जोसलीनने त्याला थांबवून, बसायला सांगितले आणि ती स्वत: पुढे झाली. काचेच्या दारामागे गेली. एका उंचापुऱ्या, करड्या रंगाचा रेघा-रेघांचा सूट परिधान केलेल्या माणसासमोर ती उभी राहिली. सूर्यप्रकाशाच्या अभावाने फिकुटतो तसा वर्ण, कानांवर पांढरे होऊ लागलेले तपकिरी केस, बारीक काड्यांचा चश्मा आणि त्यातून दिसणारे, समोरच्याकडे रोखून बघणारे खोल डोळे.

“मिस्टर मॅक कॅली?” जोसलीनने विचारले.

“होय.” त्याचा चेहरा भावशून्य, कोरडा होता. खास तत्त्वनिष्ठ वकिलाची लक्षणे!

“मी जोसलीन कोल. बेल्डन यांची वकील,” वातावरणात हलकेपणा यावा, थोडा मित्रत्वाचा शिडकावा करता आला तर पाहावा या उद्देशाने जोसलीनने आकर्षक हसून हस्तांदोलनासाठी हात पुढे केला. असिस्टंट यूएस ॲटर्नी श्री. मॅक कॅली यांचा चेहरा जराही हालला नाही. त्यांनी भावशून्य चेहऱ्याने फक्त औपचारिकरीत्या हस्तांदोलन केले.

“माझ्या अशिलाची चौकशी सुरू होण्यापूर्वी आपण जरा बोलू शकतो का?” प्रयत्न अपयशी ठरला, तरीही जोसलीनने विचारले.

“हो, नक्कीच,” असे मॅक कॅली म्हणाले, पण जागेवरून हालले मात्र नाहीत. ‘म्हणजे त्या दोघांकडे पाहत बसलेल्या सुरक्षाअधिकाऱ्याच्या देखतच बोलावे अशी यांची अपेक्षा आहे की काय,’ या विचाराने जोसलीनने स्पष्टपणे विचारले, “आपण कुठेतरी खाजगी....”

“या,” असे म्हणून मॅक कॅली चालू लागले. त्यांच्या काखेत एक कागदांनी भरलेली, जाड फाइल होती. त्यातून कागद बाहेर डोकावीत होते, पण त्यावरील मजकूर वाचणे मात्र शक्य नव्हते. ते जोसलीनला घेऊन जवळच्याच एका खोलीसमोर गेले. खोलीचे दार उघडून आत शिरून त्यांनी दिवा लावला. खोलीतली ट्यूब पेटली आणि ‘गूं’ असा आवाज करू लागली. फिकट हिरव्या रंगाने रंगवलेल्या त्या खोलीत एक टेबल होते. त्याच्या दोन्ही बाजूंना दोन-दोन खुर्च्या ठेवलेल्या होत्या. टेबलावर कोपऱ्यात एक फोन होता.

दोघे खोलीत शिरल्यावर मॅक कॅली यांनी दार ओढून घेतले.

बसण्याचा इरादा न दर्शविता त्यांनी प्रश्न केला, “काय बोलायचंय तुम्हाला?”

त्यांच्या आत्तापर्यंतच्या वर्तनावरून तरी, बेल्डन या केसमधले दुरान्वयाने संबंध असलेले साक्षीदार आहेत, असा कोणताही हवाला मिळत नव्हता. हा सरकारी वकिलांचा वरचश्मा दाखवण्याचा प्रकार असेल, असे मनाचे समाधान करून घेण्याचे तिचे प्रयत्न तसे तोकडेच पडत होते.

"माझ्या अशिलांना नोटीस आली आहे, पण त्यांना याची जराही कल्पना नाही की, ही चौकशी कशाबद्दल आहे." जोसलीनने बाजू मांडायला प्रारंभ केला.

"अस्सं? त्यांना माहीत नाही का?" मॅक कॅली यांच्या उद्गारात उपहासयुक्त आश्चर्य होते.

"खरंच नाही. आपण थोडी कल्पना दिलीत तर फार बरं होईल."

"नक्कीच," असे म्हणून त्यांनी जोसलीनकडे आपादमस्तक पाहत प्रश्न केला, "आपण यापूर्वी कधी चौकशीसाठी बोलावलेल्या व्यक्तीबरोबर ग्रँड ज्यूरींसमोर आलेल्या आहात?"

जोसलीनला प्रश्नाचा रोख कळला नाही. ते तिच्या अनुभवाची खोली जोखत होते? ती गोंधळली.

"केंद्रीय ग्रँड ज्यूरींसमोर नाही, राज्यपातळीवरील ट्रायल ज्यूरींसमोर हजर राहिले आहे," ती म्हणाली.

"मला वाटलंच," मॅक कॅलींच्या स्वरात कुठेही विजयाचा, मात केल्याचा आविर्भाव नव्हता. ते स्वरातील कोरडेपणा तसाच ठेवीत म्हणाले, "मी तुम्हाला एक सल्ला देऊ इच्छितो. ग्रँड ज्यूरींसमोर ज्या केसेसचा तपास चालू असतो त्यातील वकील या नात्याने मी त्या केसेसबद्दल तुम्हाला काहीही सांगू शकत नाही, काहीही चर्चा करू शकत नाही."

"म्हणजे यात केवळ तपास चालू आहे, यात आरोप ठेवलेला नाही," जोसलीनने विचारले.

"या क्षणी, हो."

"माझे अशील हेच तपासाचा विषय आहेत का? तेच संशयित आरोपी नाहीत ना?"

"त्यांना 'टार्गेट लेटर' आलंय का?"

"नाही."

"तेच तुमच्या प्रश्नाचं उत्तर आहे."

"खरं म्हणजे ते उत्तर पूर्ण समाधानकारक..."

"माझा नाइलाज आहे. यापेक्षा अधिक काही सांगणं नियमांप्रमाणे शक्य नाही."

"आपण मला निदान हे सांगू शकाल की, या केसमध्ये माझ्या अशिलाखेरीज

अन्य साक्षीदार बोलावलेले आहेत का?''

''नाही सांगू शकणार.''

''या केसमध्ये एखाद्यावर आरोप ठेवण्यात आला आहे का?''

''मला वाटतं, तुम्हाला इंग्लिश भाषा समजते.''

त्याचा स्वर जरा वरचा लागला. पण तरीही जोसलीन धीर करून म्हणाली, ''हे पहा, माझ्या अशिलाला विषयाबद्दल कोणतीही माहिती न देता साक्ष द्यायला यायला भाग पाडण्यात आले आहे. मी त्याची वकील आहे. ज्या केसविषयी त्याचे पूर्ण अज्ञान आहे त्या केसच्या चौकशीसाठी मी त्याला एकट्याला पाठवणार नाही. देव जाणे किती वकिलांची फौज आणि ग्रँड ज्यूरींचा ताफा त्याच्यावर प्रश्नांचा भडिमार करतील! तो गोळीबार झेलायला त्याला एकट्याला पाठवू?''

''वकिलीणबाई, जरा जमिनीवर उतरा आणि वास्तव स्वीकारा.''

मॅक कॅलीच्या या शेऱ्याकडे दुर्लक्ष करीत जोसलीनने तिचा मुद्दा पुढे रेटला, ''माझ्या अशिलाला साक्ष देणे अनिवार्य नाही. तो पाचव्या कायदा दुरुस्तीचा आधार घेऊन गप्प राहू शकतो,'' जोसलीन हे जाणून घ्यायचा प्रयत्न करीत होती की, बेल्डनची साक्ष किती महत्त्वाची आहे. त्याकरता ती थोडे साहस करून खोलात शिरू पाहत होती. त्याला 'इम्युनिटी' द्यायला मॅक कॅली यांना आधीच राजी करता आले तर तिला हवे होते.

''ते पाचव्या दुरुस्तीचा वापर करू शकतात. तो त्यांचा हक्कच आहे,'' मॅक कॅली म्हणाले, ''पण मी एवढेच आपल्या नजरेस आणू इच्छितो की, अशा पद्धतीच्या दीर्घ काळ चालणाऱ्या तपासात इतर कोणी काही माहिती पुरवण्याआधीच जर तुमच्या अशिलाने गप्प न राहता, त्याची बाजू ज्यूरींसमोर व्यवस्थित मांडली तर ते त्यालाच फायदेशीर ठरेल. नाहीपेक्षा बेल्डन यांना इतरांच्या साक्षीचे, कदाचित, दुष्परिणाम भोगावे लागतील.''

''काय म्हणायचंय तुम्हाला? माझे अशील या चौकशीचे लक्ष्य आहेत?''

''मी असं म्हटलं नाही.''

''मग काय म्हणालात? तुम्ही सरळ सरळ धमकी देताय!''

''मी मुळीच धमकी वगैरे देत नाही. मी तुम्हाला इथल्या कामकाजाची पद्धत समजावून सांगतो आहे.''

''तुम्ही असं म्हणताय की, इतर साक्षीदारांनी ज्यूरींसमोर येऊन माझ्या अशिलाबद्दल काहीही खोटंनाटं सांगितलं तरी केवळ त्याने न बोलण्याचा पर्याय स्वीकारला या कारणास्तव त्याच्यावर अकारण संशय घेतला जाईल?''

''म्हणूनच मी म्हणतोय की, स्वत: आधीच स्पष्ट, सत्य बोलून संशयाचे निराकारण करण्याची संधी त्यांना या साक्षीच्या निमित्ताने मिळते आहे.''

“आणि तो गप्प राहिला तर?”

“तो निर्णय त्याने घ्यायचा आहे. नाही का?”

त्याचा थंड इशारा जोसलीनचे रक्त गरम करीत होता. केंद्रीय शासनाच्या सत्ता गाजवण्याच्या प्रकाराने जोसलीनला चीड आली होती.

“म्हणजे तुम्ही तुमच्या संशयाची सुई आधीच माझ्या अशिलाकडे रोखली आहेत,” तिने तिची चीड शब्दांत व्यक्त केली.

“मुळीच नाही,” मॅक कॅलीच्या चेहऱ्यावर असे मुत्सद्दी स्मित होते की, ज्यातून तो म्हणत होता, तसं सिद्ध करता का?’

“तुम्हाला जर माझ्या अशिलाने साक्ष द्यायला हवी असेल, तर तुम्ही त्याला इम्युनिटी दिली पाहिजे,” जोसलीनने ठासून मागणी केली.

“काय? इम्युनिटी? विसरा! ते शक्य नाही,” असे म्हणून मॅक कॅली सरळ दरवाजाकडे वळले. पण परत मान मागे वळवून जोसलीनला म्हणाले, “तुमच्या अशिलाला म्हणावं ग्रँड ज्यूरींकडून आणखी पत्रं मिळण्याची तयारी ठेवा.”

‘आणखी पत्रं म्हणजे टार्गेट लेटर’ हे ओळखून जोसलीन म्हणाली, “थांबा. याचा अर्थ असा की, त्याने साक्ष न देण्याचा पर्याय स्वीकारला तर तुम्ही त्याला टार्गेट लेटर पाठवणार.”

“काय अर्थ घ्यायचा ते तुम्ही ठरवा. त्याने मान सोडवून घ्यायची की अडकवायची, स्वत:च्या हातांनी स्वत:च्या पायावर धोंडा पाडून घ्यायचा की नाही घ्यायचा हे त्याचे त्याने किंवा तुम्ही ठरवायचंय.”

“ही कुठली पद्धत आहे या शासनाची? एक तर हे सगळं काय चाललंय ते नीट सांगायचं नाही आणि इथे आल्यावर मात्र असं सुनवायचं की, तुम्ही तुमचा गप्प राहण्याचा हक्क बजावलात तर आम्ही तुमच्यावर आरोपच ठेवू!”

“मला काहीच सुनवायचं नव्हतं, सांगायचंही नव्हतं. तुम्ही मला विचारायला आलात. तुम्ही आणि तुमचा अशील काय तो निर्णय घ्यायला मोकळे आहात.”

“प्लीज थांबा. मला सांगा याबद्दल. आपण स्पष्ट नाही का बोलू शकणार?” जोसलीनने गरजवंताची नरमाई स्वीकारली.

“ही इथली पद्धत आहे. स्वीकारायची असेल तर स्वीकारा, नसेल तर सोडून द्या.” मॅक कॅली यांनी ती नाकारली. त्यांनी दरवाजाच्या दिशेने पाऊल टाकले.

“मी बोलते माझ्या अशिलाशी,” असे जोसलीनने म्हटल्यावर मॅक कॅली वळून तिच्याकडे रोखून पाहत म्हणाले, “मी असं धरून चाललो होतो की, इथे येण्यापूर्वीच तुमच्यात सगळं सविस्तर बोलणं झालं असेल!”

बेल्डन यांच्याबद्दल मॅक कॅली यांचे नेमके काय मत होते ते जोसलीनला कळू शकत नव्हते. तिला बेल्डन यांच्याबद्दल सर्व माहिती असलीच पाहिजे हे मात्र त्यांचे

निश्चित मत असल्याचे तिला कळत होते. आणि तसे मत असणे योग्यच होते. तसेच असायला हवे होते, पण तसे नव्हते. जोसलीनला सर्व माहिती नव्हती. तिने जीभ चावली. आता आणिक काही बोलणे बेल्डन यांना अडचणीत आणू शकेल हे तिने ओळखले. झालेल्या संवादावरून तिला स्पष्ट जाणीव झाली होती की, तिचा अशील चांगलाच अडचणीत आहे! तरीही या वेळी त्यांनी पाचव्या दुरुस्तीने दिलेल्या मौनाच्या हक्काचा वापर करावा असेच तिला वाटत होते. मॅक कॅली यांच्याशी संवाद चालू ठेवणेही गरजेचे होते. म्हणून तिने त्यांना विनंती केली, "प्लीज, मला माझ्या अशिलाशी बोलायला थोडा वेळ द्या."

"ठीक आहे," त्यांनी घड्याळाकडे पाहत विचारले, "किती वेळ लागेल तुम्हाला?"

"दहा मिनिटं?"

जोसलीनला एकटीला खोलीत सोडून मॅक कॅली दार उघडून बाहेर निघून गेले. त्यांनी दार तसेच उघडे ठेवले. बेल्डन अडकले आहेत हे जोसलीनला कळून चुकले, पण का ते मात्र तिला समजत नव्हते. ते तिच्यापासून काहीतरी लपवीत होते हे निश्चित होते.

ती बेल्डन यांच्याशी बोलताना तिला मॅक कॅली आसपास असायला नको होते. काचेचे दार लागल्याचा आवाज होईपर्यंत ती खोलीतच थांबून राहिली. दार वाजले तशी ती बाहेर आली. पाहते तर बेल्डन खुर्चीत नव्हते. तिने इकडेतिकडे बघितले. त्यांचा कुठेच पत्ता नव्हता.

एक क्षण तिला मॅक कॅली यांचा संशय आला – तिच्याशी बोलणे चालू असताना त्यांनी इकडे परस्पर बेल्डन यांना आत ज्यूरी रूममध्ये नेले की काय? वकिलांशी असे वर्तन तर पोलीसही करत नाहीत हे तिला माहीत होते, पण तरीही तिने खातरी करून घ्यायचे ठरवले.

ती सुरक्षाअधिकाऱ्याजवळ गेली आणि तिने विचारले, "बेल्डन आत गेले का?"

"नाही."

"इथे, खुर्चीवरच बसले होते ते. तुम्ही पाहिलं का त्यांना कुठे जाताना?"

"बाहेर नाहीत ते?" त्यानेच आश्चर्याने विचारले. तो उठून बाहेर आला. "ते तिकडे टॉयलेटला गेले असतील कदाचित," त्याने एका दिशेला हात करीत शंका व्यक्त केली.

त्याच्या हाताच्या दिशेला खूप अंतरावर एक दार होते.

"तिथे मी पाहू शकणार नाही. प्लीज, जरा बघाल तुम्ही?" 'मी माझी जागा सोडणे इष्ट नाही, पण पाहतो' असे भाव चेहऱ्यावर आणीत तो त्या लांब

अंतरावरील दाराकडे जाऊ लागला. जोसलीन त्याच्या मागोमाग जाऊ लागली. तो दारातून आत गेला. दार बंद झाले.

ती अस्वस्थपणे फेऱ्या मारू लागली, केसांतून हात फिरवू लागली, घड्याळाकडे पाहू लागली, सारखी बंद दाराकडे पाहू लागली. सेकंद मिनिटासमान वाटत होता. दार उघडले. सुरक्षाअधिकारी बाहेर आला, मान हालवीत म्हणाला, "आत कोणीही नाही."

"नाही? कुठे गेले मग?"

"मला नाही माहीत," असे म्हणून तो परत जाऊ लागला. "ते ज्यूरी रूममध्ये गेले नाहीत हे नक्की ना?" तिने विचारले.

"नाही गेले. मॅक कॅलीच फक्त मघाशी आत गेले. त्यांना विचारू का?"

"नको," बेल्डन नाहीत हे त्यांना कळले तर ते जोसलीनच्या नावानेच समन्स पाठवतील हे तिला माहीत होते. नाही म्हटले तरी, ते आधीच, तिच्याकडून दुखावले गेले होते. दुसरे म्हणजे बेल्डन जागेवर नाहीत ही वार्ता त्यांना कळली, तर त्यांचा बेल्डन यांच्याबद्दलचा असलेला संशय आणखी बळावेल हेही ती जाणून होती.

"कदाचित बाहेर गेले असतील मोकळ्यावर हवा खायला, मी पाहते," असे म्हणून ती निघाली.

ती फसवली गेलीय असे तिला आता आतून वाटायला लागले होते. तिचा अशील तिच्याशी खोटे तरी बोलत होता किंवा काही गोष्टी त्याने तिच्यापासून दडवल्या तरी होत्या. तिला निरनिराळे वाईट संशय यायला लागले, प्रश्न पडायला लागले. कशाबद्दलच खातरी वाटेना. मॅक्स स्पर्लिंग ही व्यक्ती खरेच होती की ती बेल्डनची निर्मिती होती? तिला घेऊन सीॲटलपर्यंत येऊन नंतर असे नाहीसे होण्यात बेल्डन यांचा काय हेतू असेल? तर्काच्या कसोटीवर काहीच नीट उतरत नव्हते.

"मग, मॅक कॅलींना नको विचारू?" तिच्या मागून येणाऱ्या सुरक्षाअधिकाऱ्याने त्याच्या जागेवर जाण्याआधी तिला परत एकदा विचारले.

"नको, नको. त्यांना नका काही सांगू किंवा विचारू. मी बघते," असे म्हणून ती वेगाने चालत लिफ्टपाशी पोचली. तिच्या मनात विचारांची गर्दी वाढत होती. तिला कळत नव्हते की तिने काय करावे? ती तिचे वकील म्हणून दिलेले नाव अजूनही मागे घेऊ शकत होती, कारण ती अजून कोणाही अधिकाऱ्यासमोर बेल्डनची वकील या भूमिकेतून 'हजर' झालेली नव्हती. हा काही कोर्टातला खटला नव्हता. बेल्डनने दिलेले पैसे त्याला परत देऊन टाकता आले असते. जो अशील सत्य सांगत नाही, लपवालपवी करतो त्याच्यासाठी काम करणे योग्य नव्हते. ते

तिच्या तत्त्वात बसत नव्हते.

ती मॅक कॅली यांना परत एकदा एकटीच भेटून असे सांगू शकली असती की, तिच्या अशिलाने पाचव्या कायदा दुरुस्तीने दिलेला हक्क बजावायचा निर्णय घेतलेला आहे, तेव्हा तो साक्ष देणार नाही. त्यामुळे आजचे संकट तरी टळले असते. पण समजा मॅक कॅली यांनी अशी मागणी केली की, हा निर्णय त्यांना बेल्डनने प्रत्यक्ष भेटून सांगावा, तर काय करायचे? तर सांगायचे की, ते निघून गेले आहेत. मॅक कॅली नक्कीच चिडतील. ते शीघ्रकोपी आहेत हे दिसलेच आहे. रागाच्या भरात ते कोर्टाकडून पकडवॉरंट मिळवून बेल्डन यांना ज्यूरींसमोर हजर न राहिल्याच्या आरोपाखाली अटकही करवतील. बेल्डन सापडलेच पाहिजेत. लिफ्ट प्रत्येक मजल्यावर थांबत कासवाच्या गतीने उतरत होती. तिला तर घाई होती, पण चडफडण्यावाचून दुसरा काहीच इलाज नव्हता. अखेर एकदाची लिफ्ट तळमजल्यावर पोचली. ती लिफ्टच्या बाहेर आली. तिची चौफेर नजर बेल्डन यांना शोधत होती, पण बेल्डन यांचा पत्ता नव्हता.

येताना ते दोघे इमारतीच्या ज्या पाचव्या रस्त्याच्या बाजूच्या प्रवेशद्वारातून आत शिरले होते त्या बाजूला ती धावली.

इमारतीत धूम्रपान करता येत नव्हते. बेल्डन कदाचित त्यासाठी इमारतीबाहेर पडले असतील, असा विचार करीत ती इमारतीच्या बाहेर आली. बेल्डन धूम्रपान करतात की नाही? – तिला माहीत नव्हते. त्यांना च्युइंगगम चघळताना तिने पाहिले होते. थोड्या वेळा पूर्वीच, ते खुर्च्यांवर बसून वेळ काढत असताना त्यांनी तिला च्युइंगगम देऊही केले होते. पण सिगरेट? ती ओढताना तिने त्यांना कधी पाहिले नव्हते. जोसलीनच्या हे प्रकर्षाने लक्षात येत होते की, तिला बेल्डन यांच्याविषयी फारच कमी माहिती होती. जी असायला हवी तीही नव्हती. ज्याच्याकडून पंधरा हजार डॉलर्स इतकी मोठी रक्कम मिळाली होती त्या अशिलाचा पूर्ण पत्ताही तिला माहीत नव्हता. कार्डावरील पोस्ट बॉक्स नंबर हाच काय तो त्याचा ठावठिकाणा ती जाणत होती. तिला हेही आठवले की, त्या कार्डावरील फोन नंबरही, परगावचा, केंट मधला होता. याबद्दल त्यांना विचारायचे असे तिने अनेक वेळा ठरवले होते, पण विचारले नव्हते. पैसा माणसाला इतका ढिला बनवतो की काय? विचार बोथट करतो की काय? एरवी तिने इतक्या अत्यल्प ज्ञानावर इतर कोणाला अशील म्हणून स्वीकारले असते का? त्यांनी टेबलावर ठेवलेल्या, अनेक शून्ये असलेल्या रकमेच्या चेकने तिच्या सदसद्विवेकबुद्धीला गप्प बसवले होते का? बहुतेक सगळे काळी कृत्ये करणारे 'साव' असेच करतात, पैशाचे जाळे फेकून सज्जनांना अडकवतात.

बेल्डन सापडलेच नाहीत तर? नाहीसेच झाले असले तर? तिला पैसे तर

मिळाले होतेच. ती कोर्टाला पत्र लिहून कळवू शकली असती की, तिचा अशील बेपत्ता झाला आहे, तिला तो सापडत नाही. मॅक कॅली यांचे बेल्डनविषयी जे मत आहे, त्यानुसार त्यांनी तिच्या या पत्रावर नक्कीच विश्वास ठेवला असता.

तिचे घड्याळ तिला सांगत होते की, मॅक कॅली यांनी मान्य केलेल्या दहा मिनिटांपैकी निम्म्यापेक्षा अधिक वेळ संपून गेला आहे!

दाराबाहेरच्या एका कोपऱ्यातून सिगरेटचा उग्र वास येत होता. तेथे दहा-बारा लोक सिगरेटचे झुरके घेत, फुप्फुसात धूर ढकलत, राख झटकत, थोटके खाली टाकत, गप्पा मारीत उभे होते. पण त्यांच्यातही बेल्डन नव्हते.

जोसलीन पळत पायऱ्या उतरून खाली रस्त्यावर आली. तिने रस्त्याच्या दोन्ही बाजूंना दूरवर नजर टाकून बघितले. बेल्डन दिसले नाहीत. तशी ती टॅक्सी शोधू लागली. दिसेल त्या टॅक्सीला हात करू लागली. जवळजवळ पाच मिनिटांनी एक टॅक्सी तिच्या समोर येऊन थांबली. ती दार उघडून आत बसली आणि तिने ड्रायव्हरला ठिकाण सांगितले.

एव्हाना मॅक कॅली तिची चौकशी करू लागले असतील, सुरक्षाअधिकाऱ्याला प्रश्न विचारू लागले असतील हे तिला कळत होते.

"तुम्ही जर मला तिथे दहा मिनिटांत घेऊन गेलात तर मी तुम्हाला ५० डॉलर जास्त देईन," हे तिचे वाक्य ऐकल्यावर ड्रायव्हरने एकदा वळून तिच्याकडे पाहिले. दुसऱ्या क्षणी ॲक्सिलरेटरवर पाय दाबला. टॅक्सी एक गचका मारून वायुवेगाने पळू लागली. त्या गचक्याने जोसलीन सीटमध्ये मागे कोसळली. तिने गडबडीने सीटबेल्ट शोधून तो घट्ट बांधून टाकला. ५० डॉलर्स हा आततायीपणा होता, पण ती आततायीच झाली होती. बेल्डन यांचा तिला प्रचंड राग आला होता. त्यांनी तिला चक्क फसवले होते. हे असे पळून जायचे होते, नाहीसे व्हायचे होते, तर ते तिच्याबरोर विमानाने प्रवास करून येथपर्यंत का आले होते या प्रश्नाचे उत्तर तिला सापडत नव्हते. पण त्या वेळी ते असण्याची एकच जागा संभवत होती आणि तिथेच जर ती लवकरात लवकर पोचली तर तिला त्यांना गाठता आले असते. ती तिथेच चालली होती. 'सीॲटल सीप्लेन्स' अशा पाटीची इमारत, लेक युनियन.

ड्रायव्हर सर्वांत जवळच्या, गैरसोयीच्या, अरुंद, गर्दीच्या रस्त्यांनी त्याचे सर्व कौशल्य पणाला लावीत वेगाने चालला होता. जोसलीनला सकाळी येतानाच्या मार्गावरील कोणत्याही ओळखीच्या खुणा दिसत नव्हत्या. लवकरच टॅक्सी टेकडीचा चढ चढू लागली. दोन्ही बाजूंना घरे असलेल्या एका लहानशा रस्त्याला ती वळली तेव्हा तिचा वेग बराच कमी झाला, पण तो रस्ता लगेचच संपला आणि टॅक्सी दुप्पट वेगाने पळू लागली. फक्त चौकात काटकोनात छेदणाऱ्या रस्त्यांचा अंदाज

घेताना वेग सत्तर मैलाच्या खाली उतरत होता.

जोसलीन जीव मुठीत धरून बसली होती. बाहेर बघायची तर तिची टापच होत नव्हती. ड्रायव्हर तर पेटलाच होता. बाजूला उभ्या असलेल्या एखाद्या गाडीचा दरवाजा जरी उघडला गेला तरी जोसलीनची टॅक्सी कुठे पोचली असती हे सांगता येत नव्हते. ड्रायव्हरला वेग कमी करायला सांगून टाकावे असे तिला वाटू लागले. तेवढ्यात टॅक्सीने एक जबरदस्त डावे वळण घेतले, जोसलीन कोपऱ्यात फेकली गेली. ती त्या धक्क्यातून सावरतच होती तेवढ्यात तिला काही अंतरावर विशाल सरोवर पसरलेले दिसले. लेक युनियन.

टॅक्सी सरोवराच्या दिशेने खाली उतरू लागली. जोसलीनने टॅक्सीच्या मीटरकडे नजर टाकली, मनात हिशोब केला आणि वीसा-वीसाच्या तीन नोटा काढल्या. क्षणभर विचार करून तिने परत पर्समध्ये हात घालून आणखी एक वीसाची नोट बाहेर काढली, आणि त्या चार नोटा काढून हातात तयार ठेवल्या. अपेक्षेपेक्षा जास्त पैसे मिळाल्याने ड्रायव्हर खूश होणार होता. विमान उड्डाणासाठी तयार करायला किती वेळ लागतो याची जोसलीनला कल्पना नव्हती. इंधन भरायला लागणार असेल तर? तर आणखी वेळ लागला असता. मग तिला बेल्डनला गाठता येणार होते. ती मॅक कॅली यांच्याशी बोलत असतानाच बेल्डन नाहीसा झाला होता आणि ती मॅक कॅली यांच्याशी दहा मिनिटांपेक्षा जास्त वेळ बोलत बसली नव्हती. म्हणजे फरक दहा पंधरा मिनिटांपेक्षा जास्त नव्हता. आणि बेल्डन काही ज्यूरी रूमपासूनच विमानाने जाऊ शकत नव्हता!

चौकात सिग्नलला लाल दिवा असतानाही ड्रायव्हरने टॅक्सी पुढे नेली आणि सरोवराच्या काठाने पळवायला सुरुवात केली. जोसलीन सीटमध्ये पुढे सरकली आणि तिने ड्रायव्हरला विमाने उभी करण्याच्या धक्क्याकडे जाणारा रस्ता घ्यायला सांगितला. तेवढ्यात तिला 'कॅमन' या हॉटेलची झळकणारी पाटी दिसली, जिने येताना तिचे लक्ष वेधून घेतले होते. त्याच्या पलीकडेच बेल्डनने विमान उभे केले होते हे तिला आठवत होते.

आणि तिला विमान दिसले. आश्चर्य म्हणजे त्याचे तोंड सरोवराच्या दिशेला फिरलेले होते आणि तिला परिचित असलेला इंजिनाचा आवाजही ऐकू येत होता. विमानाखाली सरोवराच्या पाण्यात लाटा उठत होत्या, फेस झालेला दिसत होता. पण जवळपास एकही माणूस दिसत नव्हता, बेल्डनही नाही!

तिने ड्रायव्हरला टॅक्सी थांबवायला सांगितले. टॅक्सी पूर्ण थांबायच्या आतच तिने दारही उघडले आणि टॅक्सी थांबता थांबताच ती ड्रायव्हरच्या हातात पैसे कोंबून घाईघाईने खाली उतरली. ड्रायव्हर तिला पैशांच्या पावतीबद्दल काहीतरी विचारीत होता, पण त्याकडे दुर्लक्ष करून ती तिची ब्रीफकेस आणि पर्स सांभाळीत

विमानाच्या दिशेने जवळजवळ पळू लागली.

ती गेटमधून आत शिरली आणि तो तिच्या नजरेस पडला – डीन बेल्डन! विमानाच्या मागून तो पुढे आला आणि तिला दिसला. तो विमानाभोवती फेरी मारल्यासारखा परत मागे गेला आणि दिसेनासा झाला. त्याच्या हालचालीत कुठेही घडलेल्या घटनांचा मागमूस दिसत नव्हता. तो तिला विमानातून घेऊन आला होता, तिच्याबरोबर ज्यूरी रूममध्ये गेला होता आणि तिला एकटीला तिथे एका रागीट वकिलाशी बोलताना सोडून एकटाच तिथून निघून आला होता. मग काहीच घडलेले नाही अशा थाटात तो एकटाच परतीच्या प्रवासाला निघाला होता!

तिचा राग ज्वालामुखीतल्या लाव्हारसासारखा अनावर झाला होता. त्या भरात, विमानाच्या इंजिनाच्या आवाजात त्याला ऐकू जाणे शक्य नाही हे माहीत असून, तिने त्याला जोरात हाका मारण्याचा सपाटा सुरू केला. ती घसा दुखेपर्यंत जोरात ओरडली.

तो परत तिला विमानाच्या पायलटच्या केबिनजवळ पोचलेला दिसला. तिला फक्त त्याची पाठच दिसत होती. बस, दोन पायऱ्या आणि केबिनच्या आत! ती परत एकदा ओरडली.

त्याने वळूनही पाहिले नाही. हातातील ब्रीफकेस आणि पर्स खाली टाकून ती जीव खाऊन विमानाच्या दिशेला पळू लागली. लाकडाच्या फळ्यांच्या मार्गावर तिला नीट पळता येत नव्हते, तरीही ती धावत होती. तिच्या एका सँडलची उंच टाच दोन फळ्यांच्या मध्ये अडकून तुटली. ती पडता पडता वाचली.

तिने जोरात शिवी हासडली. तिचे उत्तम महागाईचे सँडल्स तुटले होते! तिने वाकून तो सँडल पायातून उपसून काढला आणि ती लंगडत पळू लागली. एक-दोनदा पडता पडता वाचली. मग तिने दुसऱ्या पायातला सँडलही काढून पुढे फेकला आणि ती नुसत्या मोज्यांवरच पळू लागली. पळताना ती बेल्डनच्या नावाने हाका मारीतच होती.

इंजिनाचा आवाज वाढू लागला. आता तर त्याला आपल्या हाका ऐकू जाणे अशक्य आहे हे तिला कळून चुकले. तेवढ्यात बेल्डन मागे वळला, काही अंतर मागे आला आणि त्याने डॉकला विमान बांधून ठेवलेली साखळी सोडली. ती सोडून तो वर उठला आणि त्याने तिच्याकडे पाहिले. तो थबकला. त्यांची नजरानजर झाली.

जोसलीन जागच्या जागी थबकली. तिचे नायलॉनचे मोजे फाटले होते, श्वास जोरजोरात चालला होता. क्षणभर तिच्याकडे पाहिल्यावर 'ओळखले' असा आविर्भाव करीत बेल्डनने तिच्याकडे पाहून हात हालवला. जोसलीनला त्याच्या चेहऱ्यावर हसू उमटलेलेही दिसले. तिचा तिच्या डोळ्यांवर विश्वास बसेना. माणूस एवढा

निर्लज्ज होऊ शकतो? त्याच्या चेहऱ्यावर तिला इतका अघोरी त्रास दिल्याबद्दलचे कणभरही दु:ख नव्हते, दिलगिरी तर मुळीच नव्हती.

त्याचा उद्दामपणा पाहून तिच्या पायातले त्राणच गेले, ती मट्कन गुडघ्यावर बसली. तिचा श्वास जोरजोरात चालला होता. तिचा राग उफाळून वर आला, तिला त्याचा जीव घ्यायचा होता. परत इंजिनाचा आवाज आणखी वाढलेला तिने ऐकला.

तिने मान वर करून पाहिले. बेल्डन केबिनमध्ये चढत होता. तिच्या डोळ्यांदेखत तो आत बसला. केबिनचे दार बंद झाले. तो खरंच तिला एकटीला सोडून निघून चालला होता, पळून चालला होता. नाही नाही, तो असा नाही जाऊ शकत! ती उठली, जीव एकवटून धावत निघाली, तिला त्याला जीव घ्यायचा होता. त्याला खाऊ की गिळू; असे तिला झाले होते. तिने इकडेतिकडे पाहिले, तिचा धड राहिलेला सँडल तिने उचलला आणि सर्व शक्तिनिशी त्याच्या दिशेने फेकून मारला. तो विमानाच्या शेपटीला धडकला आणि पाण्यात पडला.

ती काठावर पोचली. तिचा ऊर धपापत होता. घामाने ती नखशिखान्त भिजली होती. तिच्या मनात राग, चीड मावत नव्हते. तिच्या एका पायाला लाकडातून सुटलेली एक ढलपी लागून जखम झाली होती. त्यातून रक्त वाहू लागले होते. विमानाने डॉकच्या टोकाला एक वळण घेतले आणि ते इमारतीच्या मागे दिसेनासे झाले. त्याच्या आवाजावरून ते वेगाने पुढे चाललेले तिला कळत होते, पण ती काही करू शकत नव्हती.

तिने एक दीर्घ नि:श्वास सोडला आणि ती परत फिरली. जड आणि जखमी पावलांनी पाण्याच्या उलट दिशेला चालू लागली. ती कोपऱ्यावर पोचली तेव्हा इंजिनाचा आवाज अचानक प्रचंड वाढला. फार काहीतरी बिघडले असावे असा, असाधारणरीत्या मोठा. तो अत्यंत कर्कशही होत गेला. तिला परत विमान दिसू लागले होते. ते बंदुकीच्या गोळीसारखे सुटले होते. काहीतरी वेगळे, विपरित घडते आहे असे जोसलीनला वाटू लागले. ती विस्फारलेल्या डोळ्यांनी विमानाकडे पाहत होती, पण ते तिच्या नजरेत न टिकणाऱ्या वेगाने पळत होते.

तिच्या डोळ्यांदेखत एक आगीचा लोळ उठला. त्या प्रकाशात विमानाचे पंख तुटून उडून गेल्याचे तिला दिसले. त्या क्षणैक प्रकाशाच्या झगझगाटाने जोसलीनचे डोळे दिपले, त्यांच्यासमोर अंधेरी आली. बाँब फुटावा तसा कानठळ्या बसवणारा आवाज झाला आणि हवेचा प्रचंड दाब जाणवला. जोसलीन तिला काही कळायच्या आत मागे उडली आणि दाणकन पाठीवर पडली. शरीर पेटावे तशी तिची आग आग झाली. इंधन पेटले होते, त्याच्या प्रकाशात विमानाचे तुकडे दूरवर उडून पडलेले तिला दिसले. जोसलीनच्या डोळ्यांदेखत विमान पेटून, जळून नष्ट झाले होते आणि त्याबरोबर तिचा अशील डीन बेल्डनही!

वॉशिंग्टन डी.सी.

१९९५ साली ओकलाहोमा शहरात बॉंबस्फोटाची दुर्घटना घडल्यानंतर राष्ट्राध्यक्षांनी एका खास गटाची स्थापना केली होती. तो गट 'व्हाइट हाउस वर्किंग ग्रुप' म्हणून ओळखला जाई. नॅशनल सिक्युरिटी कौन्सिल, सी.आय.ए, एफ.बी.आय, जस्टिस डिपार्टमेंट आणि इतर काही मध्यवर्ती संस्था त्या वर्किंग ग्रुपची ज्ञानेंद्रिये होती. ते त्या ग्रुपचे डोळे, नाक व कान म्हणून कामे करत. देशातील शांतता, नागरिकांचे हित यांना धोका पोचवणारी दहशतवादी कृत्ये, गुन्हेगारी, लाचलुचपत अशा गोष्टींबद्दल या सर्व संस्था अत्यंत संवेदनाशील अशी माहिती या ग्रुपकडे पोचवत. ग्रुप आठवड्यातून एकदा, व्हाइट हाउसमधील जुन्या एक्झिक्युटिव्ह ऑफिस बिल्डिंगमध्ये भेटत असे. पण जर काही गंभीर, तातडीचे कारण घडले तर मात्र केवळ अर्ध्या तासाच्या अवधीत ग्रुपच्या सदस्यांना मीटिंगसाठी बोलावले जाई. आजची मीटिंगही तशीच 'आणीबाणी'ची होती.

स्टुअर्ट बाउलिन हा त्या गटाचा चेअरमन होता. त्या गटाचे औपचारिक, भारदस्त नाव होते 'कोऑर्डिनेटिंग सबग्रुप ऑन काउंटरटेररिझम.' दहशतवाद्यांविरुद्ध कडक, परिणामकारक कारवाई व्हावी यासाठी युद्धपातळीवरील प्रयत्नांचा आढावा, दहशतवादाचे समूळ उच्चाटन ही या ग्रुपची उद्दिष्टे होती. या कार्याला उत्तेजन मिळावे, साधनसामग्री, संपत्ती यांची वानवा पडू नये यासाठी कॉंग्रेसने ठराव पास करून जास्त रक्कम मंजूर केली की, दहशतवादी गट काही दमदार हालचाली घडवून आणून त्यांचा निषेध दर्शवीत. त्या हिंसक पडसादांची काळजीही या गटाला

घ्यावी लागे.

त्या गटाशी संलग्न असलेल्या संस्था, खाती यांचे त्यांचे-त्यांचे असे काही निराळेच प्रश्न होते. उदाहरणार्थ, ॲटर्नी जनरल यांना राज्याराज्यातील फौजदारी खटले, गुन्हेगारांविरुद्धच्या कारवाया याबाबतीत राज्यांना वकिलांचे नाव पुढे करून काही वेगळी धोरणे, निराळे कायदे करू द्यायचे नव्हते, नॅशनल सिक्युरिटी कौन्सिलला परराष्ट्रखात्याने आखलेल्या परराष्ट्रधोरणाबद्दल आक्षेप होता, एफबीआय, सीआयए यांना जातियुद्धांची चिंता लागून राहिलेली होती. संरक्षण खात्याला मात्र फक्त त्या खात्याच्या बजेटला राष्ट्राध्यक्ष किंवा काँग्रेस धक्का लावत नाहीत ना याचीच काळजी होती.

स्टुअर्ट बाउलिन हा राष्ट्रीय संरक्षण सल्लागारांचा मदतनीस होता. त्यामुळे तो चेअरमन असलेल्या त्या वर्किंग ग्रुपमधील कोणाही सदस्यापेक्षा सत्तास्थानाच्या खूपच जवळ होता. आज ग्रुपचे जे इतर सदस्य मीटिंगला उपस्थित होते त्यात सीआयएचे असिस्टंट डायरेक्टर, एफबीआयचे काही वरिष्ठ अधिकारी आणि असिस्टंट ॲटर्नी जनरल हे महत्त्वपूर्ण पदाधिकारी होते. त्यांच्याखेरीज लष्करातील गुप्तहेरखात्याचे आणि एटीएफचे काही अधिकारीही उपस्थित होते. या सर्व सदस्यांना व्हाइट हाउसच्या सुरक्षा खात्याकडून सर्वत्र मुक्त प्रवेशाची खास परवानगी होती.

सर्व सदस्य टेबलाभोवती स्थानापन्न झाले. सीआयएच्या असिस्टंट डायरेक्टरांनी 'टॉप सीक्रेट' असा शिक्का असलेली एक फाइल स्टुअर्ट बाउलिनच्या समोर ठेवली. त्याने फाइल उघडून आतील अहवाल वाचला, ती बंद केली आणि विचारले, ''कोण माहिती देणार आहे याबद्दल?''

असिस्टंट डायरेक्टरांनी एका नौदलाच्या गणवेषातील जवानाकडे निर्देश केला. त्याच्या खांद्यावरील पदकांवरून तो कॅप्टनच्या हुद्द्यावर असल्याचे कळत होते.

बाउलिनने त्याच्याकडे पाहून मान हालवली तसा तो खुर्चीतून उठला. बाउलिनच्या समोर भिंतीलगत एका फलकावर जगाचा भलामोठा नकाशा लावलेला होता, त्याच्या जवळ गेला. त्याने हातातील फाइल टेबलावर ठेवली, तेथे ठेवलेला एक पॉइंटर उचलला आणि बोलायला सुरुवात केली :

''एका आठवड्यापूर्वी आमच्या नाविक दलाच्या गुप्तहेरखात्याला रशियातल्या सायबेरियाच्या भागातील स्वर्डलॉव्हस्क येथील लष्करी ठाणे आणि त्यांचे व्हॉडिव्होस्टॉक या बंदरातील नियंत्रण कक्ष यांच्यात अचानक संदेशांची फार मोठ्या प्रमाणावर देवाणघेवाण चालल्याचे लक्षात आले,'' हे सांगत असताना त्याने हातातील पॉइंटरने जगाच्या नकाशावर, रशियाच्या मध्य भागात, ती दोन ठिकाणे नेमकी कुठे

आहेत ते दाखवले. ''आम्हाला सुरुवातीला त्यात काही विशेष वाटले नाही, पण तरीही आम्ही त्यावर लक्ष ठेवून होतो. त्यातील बहुतेक सगळे संभाषण सांकेतिक भाषेत होते, पण काही संदेश सहज कळणारेही होते. काही फोनवरील संभाषणेही होती आणि ते फोन सुरक्षित नसल्याने ते आम्हाला ऐकता येत होते.''

''ते उघड उघड, खुलेपणाने बोलत होते?'' बाउलिनने विश्वास न बसल्याच्या सुरात विचारले.

''हो, त्यामुळेच आम्ही जरा सावध झालो. आम्हाला असं वाटायला लागलं की, आम्ही ते संभाषण ऐकावं अशीच त्यांची इच्छा होती की काय!''

बाउलिनने मान हालवून त्याचा मुद्दा समजल्याचे दर्शविले आणि त्याला पुढे सांगण्याचा इशारा दिला.

''त्या संदेश-संभाषणात एक शब्द वारंवार येत होता – इस्व्हानिया. आम्हाला त्या नावाचा काही बोध होत नव्हता. मग ते नाव आम्ही आमच्याकडील माहितीच्या साठ्यात शोधू लागलो. दोनच दिवसांपूर्वी आमच्या प्रयत्नांना यश आलं. हे नाव एका रशियन मासेमारी करणाऱ्या जहाजाचं आहे. ते नाव चटकन पुढे आलं. कारण आमच्याकडे अशी माहिती नोंदवली गेली आहे की, याच नावाचे एक जहाज या महिन्याच्या सुरुवातीला पूर्व पॅसिफिक समुद्रात बुडालं आहे.''

त्या नौदलाच्या अधिकाऱ्याने जहाज जिथे बुडले ती पॅसिफिक समुद्रातील जागा दाखवली. ती अमेरिकेच्या नैर्ऋत्य टोकाच्या बाजूला होती.

''या इथे बुडलं इस्व्हानिया – या वान डी फ्युकाच्या सामुद्रधुनीच्या पश्चिमेला, साधारण साठ मैलांवर. हा किनारा वॉशिंग्टन राज्यात येतो. आमच्या सी १३० या तटसंरक्षक जहाजाला दहा दिवसांपूर्वी या जागी समुद्रात तेलाचा तवंग दिसला, मग आमच्या रीगल या जहाजाच्या दिग्दर्शनाखाली एक डॉल्फिन हेलिकॉप्टर त्या भागात गेले. त्याने त्या जहाजाचे काही अवशेष गोळा केले, एक तरता शंकू, म्हणजे बॉय, एक पाण्यावर तरंगायची बॅग आणि एक अर्धवट उघडलेला जीवरक्षक तराफा.''

''कुणी बुडालेले, वाचलेले...''

''कोणी नाही,'' नौदलाच्या अधिकाऱ्याने टेबलावर ठेवलेली फाइल उचलली. जहाजाच्या अवशेषांचे काही फोटो दिसतील अशा तऱ्हेने ती उघडली आणि टेबलाभोवती निरीक्षणार्थ बसलेल्यांच्या पहिल्या सदस्याकडे दिली. फाइल पुढे पुढे जात जात बाउलिनच्या हातात पोचली तेव्हा तो नौदल अधिकारी पुढे बोलू लागला, ''त्या तराफ्याचा फोटो पहा, त्यात तराफ्याच्या एका बाजूला 'इस्व्हानिया' हे शब्द स्पष्ट दिसत आहेत. चौकशी केली असता रशियनांकडून असे सांगण्यात आले की, ते जहाज वापरास अयोग्य ठरवलेले होते आणि ते भंगार म्हणून विकले गेले

होते. ज्याने ते खरेदी केले होते त्या मालकाकडे ते बँकॉकला चालले होते.''

''बँकॉकला चाललेले जहाज इकडे वान डी फ्युकात काय करीत होते?'' बाउलिनने विचारले.

''हाच प्रश्न आम्हाला पडला आणि रशियनही याचं उत्तर देऊ शकले नाहीत. त्यांनाही आम्ही ती माहिती सांगितल्यावर आश्चर्यच वाटलं,'' अधिकारी म्हणाला.

''निदान ते आश्चर्य वाटल्याचं दाखवीत तरी आहेत. खरं काय ते कळणं अवघडच आहे,'' सीआयएचे असिस्टंट डायरेक्टर मध्ये बोलले. त्यांना रशियनांच्या प्रामाणिकपणाबद्दल शंकाच होती.

अधिकारी वक्त्याने त्या शेऱ्यावर काही टिप्पणी न करता त्याचे बोलणे पुढे चालू ठेवले. ''हे घडलं त्या काळात या भागातील समुद्र चांगलाच खवळलेला होता, मोठं वादळ झालं होतं, पाऊसही तुफान पडत होता. तरीसुद्धा आम्हाला मदतीसाठी बोलावणारे कोणतेही संदेश मात्र या जहाजाकडून आले नव्हते. बरेच उभे-आडवे प्रश्न विचारल्यानंतर रशियनांनीही आमच्या या संशयाला दुजोरा दिला की, इस्व्हानिया कदाचित स्मगलिंगच्या एखाद्या कारवाईत गुंतले असेल.''

''कसलं स्मगलिंग?'' बाउलिने विचारले.

''ते अजून आम्हाला कळलेले नाही, रशियनही त्याबद्दल काही सांगत नाहीत.''

''यावरून हे उघड दिसतं आहे की, रशियनांना निश्चितच अधिक माहिती आहे, पण ते ती आपल्याला सांगत नाहीत,'' सीआयएच्या असिस्टंट डायरेक्टरांनी परत मध्ये शेरा मारला.

''आम्हाला मिळालेले अवशेष अगदीच कमी आणि जुजबी होते. पण जहाज बुडत असूनसुद्धा त्याच्या कॅप्टनने आम्हाला मदतीचा संदेश पाठवला नाही यावरून असं लक्षात येतं की, इस्व्हानियाला आमच्यापासून दूरच राहायचं होतं. आणखी एक अत्यंत महत्त्वाची गोष्ट ही की, जो एक त्रिशंकू – बॉय सापडला त्यात एक संदेशवाहक होता आणि तो रशियन लष्कराच्या संदेशवहनाच्या रेडिओलहरीशी जोडलेला होता. त्याच्या रेडिओलहरी खूपच कमी क्षमतेच्या, फक्त शंभर एक मैलापर्यंत पोचणाऱ्या होत्या. म्हणजेच ती संदेशवहनाची सिस्टीम खूपच जुनी होती. जी एक तरंगण्याची बॅग सापडली त्यात डीझेल भरलेले होते, जवळजवळ शंभर गॅलन!''

''डिझेल? कशासाठी?''

''एक पाण्याखालची लिफ्ट चालवण्यासाठी. आमचा अंदाज असा आहे की, त्या एका बॉयसारखे आणखी काही बॉइज् असले पाहिजेत आणि ते तरंगत ठेवणं गरजेचं असलं पाहिजे. त्यापैकी या एका बॉयमध्ये संदेशवाहक ठेवलेला होता. या

बॉइज्च्या खाली काहीतरी माल बांधून ठेवलेला असावा. तो माल पाण्यावर दिसू नये अशी व्यवस्था केलेली असावी. फार डोकेबाज कल्पना आहे ही. योजना अशी होती – तरंगत्या बॅगला एक व्हॉल्व्ह आणि त्याला एक टायमर बसवलेला होता. तो टायमर ज्या मुदतीला सेट केलेला होता ती मुदत संपली की, व्हॉल्व्ह उघडेल, आतले डीझेल बाहेर पडेल आणि सगळा माल त्या तीन बॉइज्सकट समुद्राच्या तळाशी जाऊन जलसमाधी घेईल. मग हा एक बॉय तिथे कसा राहिला? असा प्रश्न पडू शकतो, तर तो राहिला कारण माल योग्य मुदतीच्या आतच काढून घेतला गेला होता, त्या बॉयला फक्त एक रिकामी झोळी लटकलेली होती.''

''तो 'माल' काय होता या बद्दल काही...'' बाउलिनने विचारले.

''आमच्या प्रयोगशाळेत ते सगळे अवशेष तपासण्यात आले आहेत,'' एफबीआयचा प्रतिनिधी बोलू लागला. ''झोळीच्या तपासणीवरून एवढाच अंदाज बांधता येतो की, जे सामान त्यात होते त्याचे वजन साधारण दोनशे पाउंड असले पाहिजे. एक बॉय हाताला लागला असला तरी तसले आणखी दोन बॉइज् असले पाहिजेत असे दिसते. त्याच्या तुटलेल्या दोऱ्याही मिळालेल्या आहेत. अत्यंत महत्त्वाचं म्हणजे, त्या दोऱ्यांची टोकं तुटलेली नाहीत, अगदी व्यवस्थित चाकूने कापली गेलेली आहेत. त्या दोऱ्यांची स्थिती, तरंगत्या बॅगेची क्षमता आणि फाटलेल्या झोळीची स्थिती यांवरून त्यातल्या सामानाच्या वजनाचा अंदाज काढलेला आहे. तपासणीतल्या आणखी एका गोष्टीकडे मी लक्ष वेधू इच्छितो–'' त्याने प्रयोगशाळेच्या रिपोर्टची प्रत बाउलिनसमोर ठेवली. बाउलिनने रिपोर्टकडे दृष्टी टाकली, दुसरे पान वाचताना एका ठिकाणी तो थबकला. त्याने फाइल असिस्टंट डायरेक्टरांसमोर धरून एका ओळीवर बोट ठेवून विचारले, ''या निरीक्षणाबद्दल खातरी करून घेतली आहे?'' त्याच्या चेहऱ्यावर चिंता दिसत होती.

''होय, दोन-दोनदा तपासले आहे.''

''आणखी काय काय माहिती आहे याविषयी?'' बाउलिनने सर्व सदस्यांकडे पाहत विचारले.

''आम्ही रशियातील स्वर्डलॉव्हस्क या लष्करी ठाण्यातून जाणाऱ्या आणि तेथे येणाऱ्या संदेशांवर, तेथून दिल्या जाणाऱ्या अधिकृत अहवालांवर सतत लक्ष ठेवून आहोत. त्यातील बरेच सांकेतिक भाषेत असले तरी आम्हाला त्या सर्वांवरून असं दिसतं आहे की, तेथे खूपच वरच्या पातळीवर काहीतरी खळबळ माजलेली आहे, वरिष्ठ अधिकाऱ्यांची त्या ठाण्याकडे वर्दळही वाढलेली आहे,'' सीआयएच्या असिस्टंट डारेक्टरने माहिती पुरवली.

''कुठलं ठाणं आहे हे – स्वर्ड –'' बाउलिनने ते अवघड नाव उच्चारायचा प्रयत्न केला.

''स्वर्डलॉव्हस्क. तेथे जमिनीखालच्या भुयारात अण्वस्त्रांचे साठे आहेत. माझ्याकडे त्या जागेचे उपग्रहातून घेतलेले फोटो आहेत, तुम्हाला पाहायचे असले तर –'' सीआयएचे प्रतिनिधी म्हणाले.

''तेथून काहीतरी नाहीसं झालं आहे असा काही –'' बाउलिन.

''तसंच काहीतरी दिसतं आहे.'' सीआयए अधिकारी.

''या स्वर्डलॉव्हस्कबद्दल जरा आणखी माहिती सांगा.''

''हे ठाणे इकटिरेनबर्ग या शहराच्या अगदी जवळ आहे. या भागात गुन्हेगारीचं प्रमाण बरंच वाढतं आहे. अलीकडेच तिथे बऱ्याच हिंसक घटनाही घडल्या आहेत. त्या काही संघटित गुन्हेगारी टोळ्यांनी घडवून आणलेल्या आहेत. काही स्थानिक अधिकाऱ्यांच्या हत्या करण्यात आल्या आहेत. या सर्व गोष्टींमागील एक समान कारण त्या ठाण्यात असणारा अण्वस्त्रांचा साठा असल्याचं दिसतं आहे. स्वत:चं वर्चस्व सिद्ध करण्यासाठी होणाऱ्या टोळीयुद्धांनाही या लष्करी ठाण्याचा भागच रणांगण म्हणून वापरण्यात येतो आहे.''

''यात आणखी एका गोष्टीने भर पडते आहे ती म्हणजे इथली अत्यंत अपुरी, तोकडी सुरक्षाव्यवस्था.'' सीआयएच्या असिस्टंट डायरेक्टरांनी पुष्टी जोडली, ''आमची माहिती अशी आहे की, येथील गुन्हेगारी टोळ्या शस्त्रास्त्रांच्या जागतिक काळ्या बाजारातले फार मोठे खेळाडू आहेत. त्यांची तर अशीच धारणा झाली आहे की, रशियन सरकारने तिथला शस्त्रास्त्रसाठा हा त्यांच्यासाठीच ठेवला आहे आणि त्यांना ग्राहक मिळाले की, जे हवे ते त्यातून त्यांना सहजी काढून घेता येऊ शकते.''

''आमची बातमी अशी आहे की, इराण आणि इराक या देशांतील दहशतवादी तेथून अस्त्रे मिळविण्याच्या प्रयत्नात आहेत,'' नौदलाचा अधिकारी म्हणाला.

''त्यांनी काही शस्त्रं खरेदी केलीही असावीत,'' सीआयएचे असिस्टंट डायरेक्टर म्हणाले.

''इस्व्हानियावरून जी शस्त्रं पाठवण्यात आली असावीत असं आपण म्हणतो आहे त्यात रशियन शासनाचाच हात असल्याचे काही पुरावे सापडले आहेत का?'' बाउलिनने विचारले.

''अजूनपर्यंत तरी नाही.'' नौदल अधिकाऱ्याने उत्तर दिले, ''पण आम्ही शोध सुरू ठेवला आहे.''

बाउलिनने एक दीर्घ श्वास घेतला. तो काळजीत पडला होता. तेवढ्यात सीआयएचे असिस्टंट डायरेक्टर म्हणाले, ''आणखी एक वाईट बातमी आहे.''

''वाईट बातमी? काय?'' बाउलिनने कपाळाला आठ्या घालीत विचारले.

''स्वर्डलॉव्हस्क आणि व्हॉडिव्होस्टॉक यांच्यातील काही संभाषण सांकेतिक

भाषेत असूनसुद्धा त्यात एका कंपनीचे नाव वारंवार आलेलं आमच्या लक्षात आलं आहे.''

''कोणतं?''

''मशीन पार्ट्स असं वर्णन केलेलं एक नकली चलन बनवण्यात आलेलं आहे. ते पार्ट्स 'ब्ल्यू स्टार एंटरप्राइजेस' या रशियन कंपनीकडून पाठविण्यात आलेले आहेत. याबाबतच्या संदेशांची देवाणघेवाण सुरू झाली त्याआधी चारच दिवस इस्व्हानिया हे जहाज व्हॉडिव्होस्टॉक या बंदरातून निघालेलं होतं.''

''अस्सं!''

''होय, आणि स्टार एंटरप्राइज या कंपनीचे सीईओ आहेत व्हिक्टर कॉलिकॉफ.''

बाउलिन दचकला, त्या नावाने त्याला दचकवले. तो सीआयएच्या असिस्टंट डायरेक्टरांकडे काही क्षण एकटक, न बोलता पाहत राहिला. पण क्षणार्धातच भानावर आला. त्या नावाने सगळे चित्रच पालटून टाकले होते! आता या विषयावरील कुठलीही चर्चा इतक्या लोकांसमोर करणे श्रेयस्कर नव्हते. बाब फारच खाजगी, फारच संवेदनाशील बनली होती!

लेक युनियन, सीॲटल

हातात घुसलेला लाकडाच्या ढलपीचा आणखी एक तुकडा डॉक्टरांनी ओढून काढताच, जोसलीन वेदनेने कळवळली. विमानाच्या स्फोटाच्या धक्क्यातून ती अजून सावरली नव्हती. तो धक्का होताच तसा असह्य. कुठून कोण जाणे एक लाकडाचा मोठा तुकडा उडला, त्याचे छोटे-छोटे तुकडे झाले आणि बाण घुसावेत तसे जोसलीनच्या हातात घुसले. ते काढताना, त्या शरवर्षावाच्या पुन:प्रत्ययाच्या कल्पनेने जोसलीन दुसऱ्या हाताने, तिच्या नकळत, तिचा चेहरा झाकण्याचा प्रयत्न करत होती.

विमान पेटले, पाठोपाठ त्याच्या इंधनाच्या साठ्याचा प्रचंड मोठा स्फोट झाला. तो इतका जबरदस्त होता की, त्या स्फोटाच्या धक्क्याने जोसलीन दाणकन उडाली आणि पाठीवर पडली. विमानाचे जे लहान-लहान तुकडे आणि त्याबरोबर इतर अनेक तुटलेल्या, फुटलेल्या गोष्टी उडाल्या, त्या गोफणीतून सोडलेल्या दगडांसारख्या सर्वत्र वेगाने विखुरल्या. जोसलीन जमिनीवर पडल्याने त्यांच्या माऱ्यातून मात्र बचावली. ते सरळ तिच्या वरून मागच्या बोट हाउसच्या लाकडी भिंतीत घुसले.

"बाई, तुम्ही फार सुदैवी आहात," डॉक्टर त्यांचे काम करता करता तिच्याकडे न पाहताच तिला म्हणाले.

"होय, खरंच सुदैवच म्हटलं पाहिजे," ती उठत म्हणाली.

"थांबा, थांबा, उठू नका. आणखी थोडे बारीक तुकडे, काही कुसळं उरली आहेत. ती काढू देत मला," असे म्हणत डॉक्टरांनी आणखी एक कुसळ उपसून

बाहेर काढले.

जोसलीन जोरात ओरडली.

"दुखतंय ना? पण हे मी न काढता तसेच ठेवले तर ते आतल्या आत पिकतील, जखमांमध्ये पू होईल. आणि मग ते तुम्हाला आणखीच त्रासदायक होईल, या वेदनांपेक्षा कितीतरी जास्त," असे म्हणत डॉक्टरांनी आणखी एक छोटेसे कुसळ काढले.

अनेक जखमा झालेल्या आपल्या हाताकडे विषण्ण नजरेने पाहत जोसलीन म्हणाली, "नाही, नाही, काढा तुम्ही, पण जरा हळू."

"आपण हे काम चालू असतानाच जर बोललो तर कदाचित वेदनांकडे दुर्लक्ष होऊ शकेल," मॅक कॅली यांनी सूचना केली. विमानाच्या स्फोटानंतर सुमारे पाऊण तासातच ते तिथे येऊन पोचले होते. रुग्णवाहिकेच्या दारापाशी ते आणि दोन एफबीआय एजंट्स उभे होते. त्यातील एकाने पाठीवर 'एफबीआय' अशी अक्षरे लिहिलेला जर्किन घातला होता, तर दुसऱ्याने जीन्स व पायात कॅनव्हासचे जाड बूट आणि काळ्या रंगाचा स्वेटर घातला होता. मॅक कॅली जोसलीनवर चाललेले उपचार संपायची वाट पाहत होते. त्यांना कधीचे जोसलीनला अनेक प्रश्न विचारायचे होते. पण त्यांची सूचना न ऐकल्यासारखे करून जोसलीननेच त्यांना विचारले की, अपघाताची बातमी मिळून ते आणि गुप्तहेरखात्याची माणसे इतक्या लवकर तिथे कसे येऊन पोचले?

मॅक कॅली काही बोलायच्या आतच एफबीआयच्या एजंटने उत्तर दिले, "कारण तुमच्या अशिलावर आमचं आधीपासूनच लक्ष होतं." मॅक कॅली यांनी त्याला थांबवायचा केलेला प्रयत्न निष्फळ ठरला. पण त्याने आणखी काही बोलू नये यासाठी ते त्याला म्हणाले, "लार्किन, तुम्ही जरा तिकडे जाऊन बेल्डनच्या शरीराचे काही अवशेष सापडतात का ते पाहता? उशीर झाला तर सीगल्स खाऊन टाकतील, पुरावे नष्ट होतील."

हा सरकारी वकील आपल्याला तेथून हुसकवण्याचा प्रयत्न करतो आहे हे लार्किन नावाच्या त्या निळ्या जर्किनवाल्याच्या लक्षात आले, पण तो अपमान सहन करूनही तो तिथून हालला मात्र नाही. तेथे हजर असणाऱ्या दुसऱ्या माणसाच्या अंगावर कुठेही काही खूण नसली तरी तोही एफबीआयचाच एजंट असावा असे जोसलीनला वाटत होते आणि तिचा अंदाज बरोबरच होता. त्याच्या डोक्याला टक्कल पडले होते तरी त्याची शरीरयष्टी एखाद्या खेळाडूसारखी सुदृढ होती आणि त्याचे भेदक डोळे सतत भिरीभिरी फिरत निरीक्षण करीत होते. जोसलीन कॅलिफोर्नियात वकिली करत असताना तिचे जे अशील असत त्यांच्यासारखा तो दिसत होता.

"आधीपासून म्हणजे? कधीपासून? त्यांना ग्रँड ज्यूरीची नोटीस मिळाल्यापासून?"

जोसलीनने विचारले.

मॅक कॅली त्या प्रश्नाचे उत्तर न देता तिला म्हणाले, "ते राहू दे. तुम्ही मला हे सांगा की, तुम्ही इथे आलात तेव्हा बेल्डन यांना विमानात बसताना पाहिलंत हे खरं ना?"

"मी काय काय पाहिलंय ते मी याआधीच पोलिसांना सांगितलेलं आहे. तुम्हाला जी माहिती हवी असेल ती तुम्ही पोलिसांकडून घेऊ शकता," जोसलीनने उत्तर देणे टाळले. तिने पोलिसांना सांगितले होते की, तिने बेल्डन यांना व्यवस्थित ओळखले होते. तिला त्यांच्याखेरीज इतर कोणीही दिसले नव्हते.

"ते आम्ही आधीच ऐकलेलं आहे, पण आम्हाला तुमच्याकडून परत एकदा ऐकायचं आहे." मॅक कॅली यांच्या आवाजात अधिकाराची जरब होती. "पोलिसांच्या म्हणण्याप्रमाणे तुम्ही आणि बेल्डन विमानातून एकत्र इथे आलात. मग मला सांगा, परतीच्या प्रवासात त्यांच्याबरोबर तुम्ही का नव्हता?"

"त्याचा राग आला का तुम्हाला?" जोसलीनच्या या उपहासगर्भ उत्तरावर मॅक कॅली यांनी चेहऱ्यावर काहीही प्रतिक्रिया दर्शविली नाही. त्यांनी रोखलेल्या नजरेने जोसलीनला जणू सांगितले, 'विनोद पुरे, उत्तर द्या!'

जोसलीनला ते कळले. ती सांगू लागली, "ते कोर्टातून बाहेर पडले त्या वेळी ते मला भेटले नाहीत, त्यांनी मला काहीही सांगितलं नाही. मी तुमच्याशी बोलत असतानाच ते बाहेर पडले असावेत. मी त्यांना खूप शोधले. मला जेव्हा ते कोर्टात कुठेच दिसेनात तेव्हा मी असा अंदाज बांधला की, ते इकडे आले असले पाहिजेत. मी टॅक्सी केली आणि इथे आले. मी पोचले त्या वेळी ते विमानात बसत होते. माझ्यावर विश्वास नसेल तर तुम्ही टॅक्सी ड्रायव्हरला विचारू शकता."

"ते आम्ही करूच. पण मला हे सांगा की, तुमच्याबरोबर ते इथपर्यंत विमानाने आले, कोर्टातही तुम्ही दोघं एकत्र होता; मग असे अचानक, तुम्हालाही न सांगता-सवरता ते पळून जाऊन इकडे येऊन एकटेच परत का निघाले होते?"

"कदाचित घाबरले असतील," जोसलीनने उत्तर दिले.

मॅक कॅली यांच्या चेहऱ्यावर असे भाव उमटले की, जोसलीनने सांगितलेल्या कारणावर त्यांचा मुळीच विश्वास नसावा. त्यांनी पुढचा प्रश्न विचारला, "त्यांच्याकडे हे विमान कुठून आलं?"

"ते मला कसं माहीत?"

"कारण तुम्ही त्यांच्या वकील आहात."

"मला वाटतं, ते त्यांनी खरेदी केलं असेल."

"नाही," मॅक कॅली म्हणाले. "आमच्याकडे त्यांच्या मालमत्तेची यादी आहे आणि त्यात विमान नाही."

"म्हणजे त्यांच्याबद्दल माझ्यापेक्षा तुम्हालाच जास्त माहिती आहे! तुमचं जर त्यांच्यावर इतकं बारीक लक्ष होतं तर मग ते तुमच्या हातावर तुरी देऊन, इथे येऊन असे विमानस्फोटात कसे सापडले?" जोसलीनचा हा नाजूक जागेवरील वार तिघांनाही जरा झोंबलाच. मॅक कॅली यांनी शेजारी उभ्या असलेल्या स्वेटर घातलेल्या एफबीआयच्या माणसाकडे अर्थपूर्ण कटाक्ष टाकला. मॅक कॅली यांनी हाच प्रश्न त्या माणसाला आधी विचारला असावा. जोसलीनने पुढला वार केला, "तुमच्याकडे बेल्डन यांच्याविषयी इतकी माहिती होती तर तुम्ही त्यांना चौकशीला बोलवायच्याऐवजी टार्गेट लेटरच का नाही पाठवलं?"

"हे पहा, तुम्हाला इथे प्रश्न विचारायला नाही, आमच्या प्रश्नांना उत्तरं द्यायला आणलेलं आहे," मॅक कॅली यांच्या आवाजात परत जरब डोकावली.

"अस्सं होय! मला वाटत होतं की, मला वैद्यकीय मदत मिळावी म्हणून इथे आणलं आहे!" जोसलीनने तिचा मुद्दा सोडला नाही. ती म्हणाली, "तुम्ही बेल्डन यांच्यावर नजर ठेवून होतात तर त्यांना टार्गेट लेटर पाठवायचा तुम्हाला खरंतर, अधिकार होता."

"हं, म्हटलं तर होता, म्हटलं तर नव्हता!" मॅक कॅली असे म्हणाल्यावर जोसलीनने त्यांना विचारले, "म्हणजे काय? याचा काय अर्थ?"

"जे तुम्ही ऐकलंत तोच," स्वेटरमधील एफबीआयच्या एजंटने उत्तर दिले. जोसलीन पुढे काही बोलायच्या आत मॅक कॅली यांनी विषय बदलून टाकला. त्यांनी विचारले, "हॅरॉल्ड मॅक अॅव्हॉय हे नाव ऐकलंय का?"

"नाही," जोसलीनने क्षणभर विचार करून नकार दिला.

"जेम्स रीगल?"

"अंहं."

"लियाम वॉकर?" एफबीआयच्या एजंटने विचारले.

"हे काय? वीस प्रश्नांची प्रश्नपत्रिका आहे का?" जोसलीनने वैतागून विचारले.

"उत्तर द्या."

"यातलं कुठलंच नाव मी कधीच ऐकलेलं नाही."

मॅक कॅली आणि तो एजंट यांनी एकमेकांकडे पाहिले. नंतर ते दोघे जोसलीनपासून काही अंतरावर जाऊन तिला ऐकू न जाईल अशा बेताने काहीतरी बोलू लागले.

"हे काय चाललंय कळेल का मला?" जोसलीनने रागाने विचारले.

मॅक कॅली यांनी जरासे चिडून तिच्याकडे वळून पाहिले. त्यानंतरचे एफबीआय एजंटचे वाक्य तिला स्पष्ट ऐकू आले. तो मॅक कॅली यांना म्हणाला, "हे पहा, यांच्या अशिलाकडून तर उत्तरं मिळणं आता शक्यच नाही, तेव्हा आता यांच्याकडूनच

त्यातल्या त्यात जास्तीत जास्त माहिती मिळवावी लागेल.''

मॅक कॅली यांनी दोन क्षण विचार केला आणि मान्यतेची मान हालवली. ते जोसलीनला म्हणाले, ''ही सर्व नावे बेल्डन यांचीच आहेत.''

''काय म्हणायचंय काय तुम्हाला?'' जोसलीनला वाटलेले कमालीचे आश्चर्य त्या प्रश्नात व्यक्त झाले.

''होय, ही नावं तुमच्या अशिलाने गेल्या दोन वर्षांत भिन्न-भिन्न देशात राहून निरनिराळी कामं करताना वापरलेली आहेत. त्यांनी या सगळ्या नावांनी स्वत:चे पासपोर्टही बनवून घेतलेले आहेत.''

''म्हणजे त्यांचं नाव बेल्डन नव्हतंच?''

''नव्हतं.''

''आणि त्यांचा व्यवसायही इलेक्ट्रॉनिक्स हा नव्हता,'' एजंटने माहितीत भर घातली.

''मग काय होता त्यांचा व्यवसाय?'' जोसलीनने विचारले.

''ते, म्हटलं तर, 'विशेषज्ञ' होते!'' मॅक कॅलीच्या विधानात खोच होती.

''व्यवसाय म्हणाल तर मुख्यत्वे ते 'पाठवणी'चे काम करीत,'' एजंट भुवया उंचावून, दोन्ही अंगठे वर करीत म्हणाला. ''इतरही काही गोष्टी केलेल्या आहेत त्यांनी त्यांच्या कारकिर्दीत, पण ते जिथे गेले तिथे माणसांची या जगातून कायमची पाठवणी झालेली मात्र दिसलेलीच आहे.''

ही माहिती जोसलीनला अवाक करणारी होती.

''त्यांनी बऱ्याच लोकांसाठी कामं केलेली आहेत. निवडक उद्योगपतींसाठी, कधी काही शासनांसाठी, सत्ता गमावलेल्यांना परत सत्ता मिळवून देण्यासाठी वगैरे. आमच्या माहितीप्रमाणे ते या देशात पहिल्यांदाच काम करीत आहेत, म्हणजे होते.''

जोसलीनने धीर एकवटून मनातला प्रश्न विचारलाच, ''म्हणजे ते भाडोत्री खुनी होते का?''

''असं म्हणणंही त्यांचा अपमानच ठरेल,'' एजंट म्हणाला, ''श्रीयुत बेल्डन, किंवा जे काही त्यांचं खरं नाव असेल ते, एकट्या-दुकट्याची नाही, मोठ्या जमावाची हत्या करणारे मारेकरी होते. शंभर किंवा हजार लोकांना एका वेळी नष्ट करणं शक्य असताना एकट्या-दुकट्याला कशाला मारा – या तत्त्वाचे होते ते!!''

''काय सांगताय काय?'' जोसलीनला हा धक्का पचवेना.

''होय. आंतरराष्ट्रीय स्तरावरची कामगिरी आहे त्यांची. उत्तर इराकमध्ये कुर्द जमातीच्या लोकांना त्यांच्या शासनाविरुद्धच्या लढ्यात तुमच्या अशिलाने खास 'सेवा' पुरवली होती!''

"क्रोएशियातही काही खेड्यात त्यांच्या कारवाईने रस्त्यांवर सुजलेल्या, फुगलेल्या प्रेतांचे ढीग रचले गेले होते!" मॅक कॅली यांनी भर घातली, "त्यांनी बंदुका वापरल्या नाहीत, गोळ्याही मारल्या नाहीत. बॉंबस्फोटही घडवले नाहीत."

"कारण त्यांचं क्षेत्र होतं रासायनिक अस्त्रांचं. आणखी एका क्षेत्रात त्यांनी नैपुण्य संपादन केलं होतं. धोकादायक, प्राणघातक वस्तू एका ठिकाणाहून दुसऱ्या ठिकाणी हालवणं, सर्व सुरक्षाव्यवस्थांच्या हाती न सापडता त्यांची बिनबोभाट वाहतूक करणं. आजवर त्यांनी प्रामुख्याने रासायनिक अस्त्रंच हाताळलेली होती, परंतु अलीकडे तुमच्या अशिलाने इतर प्रकारच्या शस्त्रांतही रस घ्यायला सुरुवात केली असल्याचं आमच्या लक्षात आलं, त्यामुळे आम्ही जरा काळजीतच पडलो आहोत, होतो!"

मॅक कॅली यांनी बोलत सुटलेल्या, नको ती माहिती सांगत सुटलेल्या एफबीआयच्या एजंटाला थांबवले, "बास करा."

जोसलीनने ओळखले की, जी माहिती ग्रँड ज्यूरींच्या चौकशीत येणार होती ती अशा पद्धतीने देणे मॅक कॅलींना आवडले नव्हते. म्हणूनच त्यांनी ते रोखले होते.

"बेल्डन यांना टार्गेट लेटर का पाठवले नाही हे अजूनही सांगायची गरज आहे?" त्यांनी जोसलीनला विचारले.

"ज्याचा काही उपयोग नाही असं पत्र पाठवून उगाच कर भरणाऱ्या जनतेचे पैसे कशाला व्यर्थ खर्च करायचे, नाही का?"

या एजंटच्या शेऱ्याकडे दुर्लक्ष करून जोसलीनने विचारले, "म्हणजे मी असं धरून चालते की, तुम्ही माझ्यावर पण नजर ठेवून होतात!"

या तिच्या प्रश्नाचे उत्तर मॅक कॅली यांनी दिले नाही, पण एफबीआय एजंटच्या नजरेने दिले.

मॅक कॅली यांनी पुढचा प्रश्न विचारला, "तुम्ही इतक्या जवळून बेल्डन यांना विमानात चढताना पाहत होतात, तर कोणीतरी विमानात स्फोटकं ठेवूच कसं शकलं?"

"स्फोटकं ठेवली होती विमानात?" जोसलीनने आश्चर्याने उलट प्रश्न विचारला.

"माझा तरी तोच अंदाज आहे," मॅक कॅली हे म्हणत असताना जोसलीन सर्वत्र पसरलेले तुकडे आणि इतर उधळलेल्या गोष्टींकडे पाहत होती.

"कोण असतील अशी स्फोटकं ठेवणारे लोक?" या मॅक कॅली यांच्या प्रश्नालाही जोसलीनने प्रश्नानेच उत्तर दिले, "ते मला कसं माहीत असेल?"

"तुम्ही त्यांच्याबरोबर काम करीत होतात."

"मी त्यांची वकील होते."

"आता ते तर नाहीतच! तेव्हा आता तुम्हाला त्यांच्याबद्दल, त्यांच्या धंद्या-

व्यवसायाबद्दल जी काही माहिती आहे ती तुम्ही आम्हाला सांगितलीत तर बरं होईल,'' एजंट म्हणाला.

''हे पहा, बेल्डन यांनी जे काही थोडंफार, जुजबी मला सांगितलं आहे त्यापलीकडे मला काहीही माहीत नाही. आणि एव्हाना मला असं कळून चुकलं आहे की, जे काही थोडंफार मला सांगितलं होतं, तेही साफ खोटंच असलं पाहिजे! तेव्हा...''

''हा विनोद चांगला होता,'' मॅक कॅलींच्या आवाजात राग होता.

पण जोसलीन त्या रागाचा काही परिणाम होण्याच्या पलीकडे पोचली होती. ती मूकपणे त्या दोघांकडे पाहत राहिली.

एजंटनेही विनोद पुढे चालू ठेवीत जोसलीनला विचारले, ''तुम्हाला आमच्याशी बोलण्याआधी एखादा वकील नेमून हवा आहे का? हवं तर मी आरोपीला उपलब्ध असलेले हक्कही तुम्हाला वाचून दाखवू शकतो!''

जोसलीनने त्याला थांबवून विचारले, ''म्हणजे मला तुम्ही अटक केली आहे का?''

''नाही,'' मॅक कॅली यांनी उत्तर दिले, ''या क्षणापर्यंत तरी नाही.''

''ठीक आहे. मी तुम्हाला खरं, स्पष्ट आणि अगदी थोडक्यात असं सांगू इच्छिते की, तुम्ही बेल्डन यांच्या कृत्यांबद्दल जे काही सांगितलंत त्यापैकी कशाबद्दलही मला काडीइतकीही माहिती नाही. बेल्डन हे त्यांचं खरं नाव होतं की नकली, ते काय धंदा किंवा धंदे करीत होते हेही मला नक्की माहीत नाही. ते जे काही थोडंफार माझ्यापाशी बोलले आहेत तेवढंच माझं त्यांच्याविषयीचं ज्ञान आहे.'' यानंतरचे वाक्य ती त्या दोघांकडे आळीपाळीने रोखून बघत त्यांच्याबद्दलचा अविश्वास व्यक्त करीत म्हणाली, ''आणि आत्ता तुम्ही जे काही त्यांच्या कारवायांबद्दल सांगितलंय ते जर खरंच खरं असेल, तर त्यावरून मला असा निष्कर्ष काढावा लागतो आहे की, त्यांनी स्वत:बद्दल मला सांगितलेली माहिती धादांत खोटी होती, नव्हे त्या थापाच होत्या.''

''असं काय सांगितलं होतं त्यांनी?'' मॅक कॅली यांनी विचारले.

''त्यांना फ्रायडे हार्बरमध्ये एक व्यवसाय नव्याने सुरू करायचा होता. इलेक्ट्रॉनिक्स क्षेत्रातला, स्विचेस तयार करण्याचा. त्यांना माझ्याकडून त्या व्यवसायासाठी एक कंपनी स्थापन करून तिची सरकारी दफ्तरात नोंद करण्याचं काम करून हवं होतं. बस, इतकंच काय ते मला माहीत आहे.''

''तुम्ही त्यांना याहून अधिक काहीही विचारलं नाही?''

''जे काम त्यांना माझ्याकडून करून हवं होतं, त्याला एवढी माहिती पुरेशी होती.''

''त्यांनी तुम्हाला तुमच्या कामाचा मोबदला कसा दिला?''

"चेकने. त्यांच्या व्यक्तिगत खात्याचा."

"ते फ्रायडे हार्बरमध्ये कुठून आले असं तुम्ही कधी त्यांना विचारलं होतं?"

"सीॲटलजवळच्या केंट या जागेचा उल्लेख केला त्यांनी. पण आता सगळी हकिगत ऐकल्यावर वाटतं की तेही खोटंच असेल!"

दोघा श्रोत्यांनी एकमेकांकडे पाहिले. तिने जे सांगितले त्यात त्यांना काही तथ्य वाटले नसावे असेच त्यांचे चेहरे तिला सांगत होते.

"त्यांनी त्यांच्या कामासाठी तुमचीच निवड का केली?" मॅक कॅली यांनी विचारले.

"ते म्हणाले, त्यांना एकाने माझा संदर्भ दिला – फ्रायडे हार्बरमधल्या एका बँकेच्या अधिकाऱ्याने."

"काय नाव होतं त्या बँकरचं?"

"मला आठवत नाही. पण मी ते माझ्याकडच्या फाइलमध्ये कुठेतरी लिहून ठेवलं आहे."

"ते नाव लागेल आम्हाला."

"ठीक आहे. मी ऑफिसमध्ये पोचले की बघून देते."

"त्यांनी किती पैसे दिले तुम्हाला?"

या प्रश्नाचे उत्तर द्यायला जोसलीन फारशी उत्सुक नव्हती, पण तिला हे माहीत होते की, तिने सांगितले नसते तर त्यांना तिच्या बँकेतील खात्याची तपासणी करणे सहज शक्य होते. म्हणूनच तिने सांगून टाकले, "कंपनी स्थापन करून तिच्या नोंदणीच्या कामाचे दहा हजार डॉलर्स आणि इथे सीॲटलला ग्रँड ज्यूरीच्या चौकशीला त्यांच्या बरोबर येऊन हजर राहण्याचे पाच हजार."

एजंटने त्या रकमा ऐकून डोळेच फिरवले. तो म्हणाला, "बाप रे! हे वकील एवढे पैसे घेतात असल्या कामांचे?"

"स्वप्नंही खरी होतात कधीकधी!" मॅक कॅली यांनी एजंटकडे पाहत म्हटले आणि जोसलीनकडे वळून विचारले, "हा एवढा, नेहमीपेक्षा कितीतरी पट मोबदला देऊ करणारा माणूस काहीतरी लफड्यात अडकला असावा असं नाही वाटलं तुम्हाला?" तिच्या उत्तराची वाट न पाहता त्यांनी पुढचा प्रश्न विचारला, "इथे, ग्रँड ज्यूरींच्या ऑफिसमध्ये येण्याबद्दल त्यांनी तुम्हाला नेमकं कधी सांगितलं?"

"मागच्या आठवड्याच्या शेवटी."

"काय म्हणाले ते?"

तिने थोडक्यात हकिगत सांगितली. मॅक्स स्पर्लिंगबद्दलही सांगितले. पण ते सांगतानाच तिला हे जाणवत होते की, तीही एक रचलेलीच, काल्पनिक कहाणी होती.

"आणि हे सगळं तुम्ही काहीही अधिक चौकशी न करता खरं मानलंत, स्वीकारलंत?"

"का मानू नये? एक अशील माझ्या दारात येतो, माझ्याकडून काही वकिली कामं करून मागतो..."

"आणि त्यासाठी थोडेथोडके नाही, चांगले पंधरा हजार डॉलर्स देतो..." एजंट मध्येच म्हणाला, "हेही विसरून चालणार नाही!!"

"तुमच्याकडे या अशिलाचं काय काय कागदपत्रं आहेत?" मॅक कॅली यांनी विचारले.

"एक वकील त्याच्या अशिलाचे कागदपत्र असे कुणीतरी मागितले म्हणून देऊन टाकेल का?" जोसलीनने ठामपणे विचारले.

"तुमचे अशील आता हयात नाहीत."

"हो, पण म्हणून त्यांचा वैयक्तिक हक्कही नाहीसा होतो असं नाही!"

"हा मुद्दा तुम्हाला हवा तर आपण जज्ज किंवा ग्रँड ज्यूरींसमोर ठेवून त्यावर चर्चा घडवून आणू शकू."

"आरोपी म्हणून तुम्ही मला अटक केलेली नाहीये, नाही का? केवळ संशय म्हणून तुम्ही..."

"तरीही तुम्ही आम्हाला सहकार्य करू शकता, नाही का?" एफबीआयचा एजंट म्हणाला.

"ते मी करतेच आहे. मला माहीत असलेलं सगळं मी तुम्हाला सांगितलेलंच आहे."

"तुम्हाला वकील म्हणून निवडलं याचं कारण हे असेल की, बेल्डन यांना आखूड स्कर्ट घालणाऱ्या सुंदर बायका आवडत असतील!" एजंट म्हणाला.

"मला वाटतं, हे सर्वच पुरुषांच्या बाबतीत लागू होतं, नाही का? कृपा करून ही तुमच्यावरची वैयक्तिक टीका समजू नका," जोसलीनने वार परतवला.

"छे-छे, तसं नाही समजणार मी! पण, तुमचं दोघांचं कितपत..." एजंटचे वाक्य तोडत जोसलीन म्हणाली, "ते आमच्यावर पाळत ठेवायला नेमलेल्या तुमच्या हेरांना का नाही विचारत?"

"ते तर तसं काही नाही म्हणतात!"

"मग झालं तर!" जोसलीनच्या स्वरात राग डोकावू लागला होता.

"तुम्हाला ही गोष्ट अर्थातच माहीत असेल की, जर वकील अशिलाच्या बेकायदेशीर कृत्यात सहभागी असेल, तर वकील आणि अशील यांच्यातील व्यावसायिक संबंधांबद्दलचे नियम लागू होत नाहीत." मॅक कॅली यांनी गंभीर चेहऱ्याने जोसलीनला ऐकवले.

"त्याची चिंता मी कशाला करू? माझ्या वर्तणुकीचे सर्व पुरावे उपलब्ध आहेत. विचारा ना या टेहळ्याला," जोसलीन एफबीआय एजंटकडे निर्देश करीत म्हणाली.

"मी काही तुमच्या दिवसरात्रींच्या हालचालींचा हिशोब नाही देऊ शकत," सरकारी कर्मचाऱ्याच्या 'मी नाही त्यातला' या वृत्तीचे प्रदर्शन करीत तो एजंट म्हणाला.

"मग तुम्ही काय फक्त बाथरूम आणि बेडरूममधल्या हालचालींबद्दल सांगू शकता का?" जोसलीनने टोला मारला.

"बस, पुरे." मॅक कॅली यांनी एजंटकडे कठोर नजरेने पाहत त्याला थांबवले. जरा मवाळ आवाजात त्यांनी जोसलीनला विचारले, "मग तुम्ही आणखी काहीच सांगणार नाही आम्हाला?"

"आणखी सांगायला माझ्याकडे खरंच काही नाही," जोसलीनही प्रामाणिक आवाजात म्हणाली. "मी बेल्डन इलेक्ट्रॉनिक्स या कंपनीची प्रतिनिधी आहे. श्री. बेल्डन, किंवा जे काही त्यांचं खरं नाव असेल ते, आता हयात नसले तरी ही कंपनी अस्तित्वात आहे. तेव्हा त्या कंपनीची वकील, कायदेशीर सल्लागार म्हणून माझी जबाबदारी संपलेली नाही."

"आम्ही तुमच्या या कंपनीच्या अधिकाऱ्यांची यादी तपासली आहे," मॅक कॅली म्हणाले. त्यांनी खरोखरच ती तपासणी आधीच केली होती. "श्री. बेल्डन यांच्याखेरीज फक्त दोन नावं आहेत, एक तुमचं आणि आणखी एक सामंथा हॉथॉर्न यांचं. या हॉथॉर्न बाई कोण?" त्यांनी विचारले.

कंपनीच्या प्राथमिक रचनेत वकील आणि त्यांच्या बरोबर काम करणाऱ्या एक-दोघांची नावे कंपनीचे पदाधिकारी म्हणून घालण्याची पद्धत रूढ होती. शेअरहोल्डर्सच्या पहिल्या मीटिंगमध्ये औपचारिकरीत्या, शेअरहोल्डर्सच्या संमतीने इतर पदाधिकारी ठरले की, ती दोन-तीन तात्पुरती नावे त्यातून काढून टाकली जात. जोसलीनला कोणीच सहकारी नव्हते, त्यामुळे तिची घरमालकीण सामंथा हिने तिचे नाव घालायला अनुमती दिली होती. जोसलीनने ती वस्तुस्थिती मॅक कॅली यांना कथन केली.

"पण तुमच्या या कंपनीच्या शेअरहोल्डर्सची मीटिंग कधी झालीच नाही, होय ना?" मॅक कॅली यांनी विचारले.

"बरोबर, अजून नाही झाली."

"बेल्डन यांच्याखेरीज कंपनीचे आणखी कोणी शेअरहोल्डर्स होते?" कंपनीच्या उपलब्ध रेकॉर्ड्समधून ही माहिती मॅक कॅली यांना मिळू शकली नव्हती.

"माझ्या माहितीप्रमाणे कोणीच नव्हते."

पुढला प्रश्न विचारण्यापूर्वीच एक नवीनच माणूस तिथे उगवला, तो मॅक कॅली यांच्या जवळ गेला. त्याने गडद निळ्या रंगाचा स्वेटर घातला होता. त्याच्या छातीवर आणि पाठीवर 'एटीएफ' अशी अक्षरे लिहिलेली होती. तो मॅक कॅली यांच्या कानात काहीतरी बोलला आणि त्याने त्यांच्या हातात एक वस्तू दिली. ती इतकी लहान होती की, ती मॅक कॅली यांच्या हातातून जोसलीनला प्रयत्न करूनही दिसू शकली नाही.

मॅक कॅली, एफबीआयचा एजंट आणि हा नवा माणूस हे तिघे जोसलीनपासून थोडे लांब जाऊन आपापसात बोलू लागले. ते दूर गेलेले पाहिल्यावर इतका वेळ बाजूला उभ्या असलेल्या डॉक्टरांनी परत फोर्सेप्स घेऊन जोसलीनच्या हातात घुसलेली कुसळे काढायला सुरुवात केली.

निळा जर्किन घातलेला, मॅक कॅली यांनी हाकलण्याचा प्रयत्न केलेला लार्किन नावाचा एफबीआयचा एजंट तिथेच रेंगाळत होता. त्याला जोसलीनच्या हातातून काढलेले लाकडाचे तुकडे पुरावे म्हणून त्याच्या ताब्यात घ्यायचे होते. त्यासाठी तो पुढे सरसावला. पण ते त्याने घेण्याआधीच जोसलीनने डॉक्टरांच्या ट्रेमधून काढून घेतले. ''मी हे आजच्या प्रसंगाची स्मृतिचिन्हं म्हणून माझ्याजवळ ठेवणार आहे,'' ती डॉक्टरांना म्हणाली. तिने तिच्या ब्लाउजची त्या हाताची वर गुंडाळलेली बाही खाली सोडली. ती ठिकठिकाणी फाटली होती, तिच्यावर रक्ताचे डागही पडले होते.

काही अंतरावर तिघांच्यात चालू असलेल्या खलबतात त्यांचे आवाज वाढू लागले. मॅक कॅली यांच्याशी चर्चा करणाऱ्या दोन एजंटांच्यात काहीतरी कुरबुर चालली होती. साध्या वेषातील टक्कलवाला एजंट हातवारे करून काहीतरी सांगत होता. पण मॅक कॅली यांच्यापुढे त्यांचे काही चालत नसावे असे दिसत होते. जोसलीनला तर असे वाटत होते की, त्या एजंटला तिला अटक करून त्याच्या ताब्यात घ्यायचे होते, पण मॅक कॅली यांना कायदा जास्त चांगला कळत होता.

तिच्या आसपास घुटमळणाऱ्या लार्किन नावाच्या एजंटला तिने एकदम विचारले, ''काय हो, किती दिवसांपासून तुम्ही बेल्डन यांच्या मागावर आहात?''

''या प्रश्नाचं उत्तर मी तुम्हाला देईन असं तुम्हाला वाटतंय का?'' तिच्याकडे पाहून हसत तो म्हणाला.

तेवढ्यात मॅक कॅली तिच्याजवळ आलेले पाहताच जोसलीनने त्यांना विचारले, ''तुमचे प्रश्न विचारून झाले असले तर मी...''

''एकच प्रश्न,'' असे म्हणून त्यांनी त्यांच्या हातातील वस्तू तिच्यासमोर धरीत विचारले, ''याबद्दल तुम्हाला काय माहिती आहे?'' तो एक इंच लांबी-रुंदीचा प्लॅस्टिकचा पांढरा चौरस होता, फोटोफ्रेमसारखा दिसत होता आणि त्याच्या

मध्यभागी एक करड्या रंगाचा ठिपका होता.

"काय आहे हे?" जोसलीनने त्यांनाच विचारले.

"अवशेषांचा शोध घेणाऱ्यांना हे आसपासच पाण्यात तरंगताना दिसलं. तुम्ही कधी पाहिलेलं नाही हे याआधी?"

"नाही," जोसलीनने उत्तर दिले. तेवढ्यात मॅक कॅली यांनी तो चौरस त्यांच्या कोटाच्या खिशापाशी बिल्ल्यासारखा धरला, तेव्हा जोसलीनला तो कुठेतरी तसाच खिशावर लावलेला पाहिल्याचे अंधूक आठवू लागले. तिने स्मरणशक्तीला थोडासा ताण दिला आणि तिला आठवले – हॉस्पिटलमधल्या रेडिओलॉजीच्या प्रयोगशाळेत काम करणारे तंत्रज्ञ तसा बिल्ला लावायचे.

"याला 'डाउझीमीटर' म्हणतात. हा किरणोत्सर्गी पदार्थातून बाहेर पडणाऱ्या घातक किरणांच्या प्रमाणाची नोंद करतो. तो लावून फिरणाऱ्याला किरणोत्सर्ग होतो आहे का, हे आधी समजते. त्यामुळे तो त्या ठिकाणापासून लगेच दूर जाऊन त्या प्राणघातक किरणांमुळे होणाऱ्या महाभयंकर अपायांपासून स्वतःचा बचाव करू शकतो. हा डाउझीमीटर तुमच्या अशिलाजवळ का असावा?" मॅक कॅली यांनी स्पष्टीकरण दिले आणि त्यांच्या मनातला प्रश्नही विचारला.

"मला माहीत नाही," या जोसलीनच्या उत्तरावर मॅक कॅली यांचा विश्वास बसत नव्हता असे त्यांच्या चेहऱ्यावरून दिसत होते.

"तुमच्या अशिलाला का मारण्यात आलं, याबद्दल तुमचा काय अंदाज आहे?"

"काहीच नाही. तुमचा काय आहे?"

"माझा तर्क असा आहे. त्याच्यावर आमचं लक्ष गेलं आहे हे ग्रँड ज्यूरीच्या नोटिशीमुळे जाहीर झालं. तुमचा अशील आणि त्याचे सहकारी हे अंधारात कृष्णकृत्यं करणारे आहेत, ते लपून, खोट्या नावांचे, बेगडी ओळखींचे बुरखे पांघरून त्यांचे काळे उद्योग करीत असतात. या नोटिशीमुळे तो एकदम प्रकाशात आला. ही गोष्ट तो ज्यांच्यासाठी काम करीत होता त्यांना अर्थातच रुचली नाही, कारण त्यामुळे त्या सापांनाही त्यांची बिळं सोडून बाहेर काढलं जाईल आणि कदाचित ठेचलंही जाईल, हा फार मोठा धोका उघड झाला होता. म्हणूनच बेल्डन आमच्या हातात सापडून नको ते बोलायच्या आत त्या सापांनी त्यालाच दंश करून त्यांच्यावरचा धोका टाळला."

"तुमचा तर्क बरोबर असेलही, पण या सगळ्याशी माझा काय आणि कसा संबंध येतो?"

"तुम्हाला वाटतंय त्यापेक्षा खूपच जवळचा आणि महत्त्वाचा. असं धरून चालू की, तुम्ही आम्हाला सगळं सत्य सांगता आहात, तुम्हाला तुमच्या अशिलाबद्दल,

त्याच्या धंद्यांबद्दल, हालचालींबद्दल फारशी माहिती नाही. पण मी तुम्हाला सावध करू इच्छितो की, ज्या लोकांनी बेल्डनचा काटा त्यांच्या मार्गातून दूर केला, त्यांनाही आमच्याप्रमाणे असंच वाटत असणार की, तुम्हालाही बेल्डनबद्दल, म्हणजेच पर्यायाने त्या लोकांच्या कृत्यांबद्दल बरीच माहिती असणार! या त्यांच्या, खोट्या म्हणू हवं, या समजुतीने त्यांची नजर तुमच्यावरही पडणार. त्यांचा पुढचा वार तुमच्यावर होऊ शकतो. सरळच सांगायचं तर ज्यांनी बेल्डनना संपवलं ते यानंतर तुमच्याकडे वळू शकतात.''

''काय सांगताय काय तुम्ही? मला, माझ्या जिवाला...''

''होय. असं पहा की, तुम्ही दोघांनी ज्या विमानातून प्रवास केलात त्या विमानात इथे, परतीच्या प्रवासापूर्वी त्यांनी बाँब ठेवला. तोच जर त्यांनी याआधी, तुमच्या येतानाच्या प्रवासाच्या वेळीच ठेवला असता तर आपण आत्ता असे इथे बोलत उभे नसतो!''

मॅक कॅली यांनी ही जीवघेणी शक्यता बोलून दाखवेपर्यंत जोसलीनच्या मनात ती अजिबात डोकावली नव्हती. तिच्या पाठीच्या कण्यातून शिरशिरी वरपर्यंत गेली. मॅक कॅली तिला सांगत होते, ''म्हणूनच मी तुम्हाला असा सल्ला देतो आहे की, तुम्हाला जे-जे काही माहीत असेल ते-ते सगळं तुमच्याजवळ न ठेवता, आत्ताच आम्हाला स्पष्ट आणि खरं सांगण्यातच तुमचं हित आहे!''

पॅजेट आयलंड, वॉशिंग्टन राज्य

सॅन वान चॅनेलच्या दिशेने आलेल्या त्या लहानशा बोटीने पाण्यात पांढरा फेस निर्माण करीत एक मोठे वळण घेतले आणि ती पॅजेट आयलंडच्या दिशेने येऊ लागली, हे किनाऱ्यावर उभ्या राहिलेल्या स्कॉट टॅगार्टला स्पष्ट दिसले. त्या बेटावर काही प्रवाशांची, बोटींची नियमित ये-जा कधीच नसायची. तेथे प्रवासी बोटींची सेवाही नव्हती. टपालसुद्धा यायचे नाही. काही पोस्टाने पाठवायचे असेल, तर ते फ्रायडे हार्बरमध्ये नेऊन पोस्टात टाकायला लागायचे आणि येणारे टपाल घ्यायलाही तेथेच जायला लागायचे. फ्रायडे हार्बरपर्यंत जायचे म्हणजे नेहमीच लाटा उसळत असलेल्या समुद्रातून बोटीचा चार मैलांचा प्रवास होता.

ते बेट अगदीच लहान होते. एक मैलाहूनही कमी लांबीचे आणि फार तर सातशे यार्ड रुंदीचे. विसाव्या शतकाच्या सुरुवातीला ते बेट एका धनवान मेंढपाळ शेतकऱ्याच्या मालकीचे होते. त्याने शेकडो मेंढ्या आणि शेतीला उपयुक्त अशी दुभती जनावरे, हिंस्र पशूंची जराही भीती न बाळगता, या बेटावर पाळली होती. पण १९२७ साली त्या बेटावरील एकमेव विहिरीचे गोडे पाणी खारे बनले. पावसाळ्यात तयार होणाऱ्या काही अल्पजीवी जिवंत झऱ्यांखेरीज पिण्याचे पाणी मिळेनासे झाले. तेव्हा शेतकऱ्याने ते बेट सोडले होते.

त्यानंतरचा मालक इथे येताना बोटीतून पिण्याचे पाणी सोबत घेऊन येत असे. कारण तो ते बेट फक्त पोलीस, तटरक्षकदल यांच्यापासून स्मगलिंगचा माल गुप्तपणे, सुरक्षित ठेवण्यापुरतेच वापरीत असे. ते बेट जॉर्जियाच्या सामुद्रधुनीच्या

कॅनडाच्या हद्दीतील किनाऱ्यापासून फक्त वीस नॉटिकल मैलांवर होते. त्यामुळे दारूबंदीच्या काळात कॅनडातून व्हिस्की आणून, या बेटावर साठवून ठेवून, आवश्यकतेनुसार सीमापार नेऊन, अमेरिकेत दामदुप्पट किमतीला विकून त्याने गडगंज पैसा मिळवला होता; अल्प काळात स्वत:चे उखळ पांढरे करून घेतले होते. असा इतिहास आणि भूगोल असलेले ते बेट ही स्कॉटच्या गटाच्या कारवायांसाठी अगदी यथायोग्य जागा होती.

दारूचे स्मगलिंग करणाऱ्या बेटाच्या मालकाने दारू साठवण्यासाठी आणि त्याच्या माणसांच्या वापरासाठी बेटावर एक लाकडी इमारत उभारली होती. ती अशा एका उंचवट्यावर बांधली होती की, तिच्या वरच्या मजल्यावरून किनारा आणि बोटींसाठी बांधलेला धक्का स्पष्ट दिसत असे. स्कॉट आणि त्याचे सहकारी त्याच इमारतीत राहत होते.

इमारतीभोवती आणि बेटावरील काही निवडक मोक्याच्या जागांवर स्कॉट बरोबरचे लोक रायफल्स घेऊन पहारा देत असत. त्यांच्या रायफल्समध्ये अत्यंत अचूक नेम धरून गोळ्या सोडण्याचे अत्याधुनिक तंत्रज्ञान वापरले होते. त्यातल्या काही रायफल्स तीन पायांच्या स्टँडवर बसवलेल्या होत्या. ध्वनीच्या वेगापेक्षा अधिक वेगाने सुटणाऱ्या गोळ्या लहान तोफेतल्या गोळ्यांसारख्या खोलवर घुसत असत. त्या लोखंडी चिलखतातून तर आरपार जातच असत, पण कठीणतम सिरॅमिकच्या अमेरिकन लष्कराच्या तटरक्षक टेहळणी बोटींनासुद्धा छिद्रे पाडू शकत असत.

या रायफल्समध्ये अकरा गोळ्यांची पाकिटे वापरीत, त्या पाकिटांना 'क्लिप' म्हणत. अशा शेकडो क्लिप्स बेटावर ठिकठिकाणी खंदक खणून त्यात साठवून ठेवलेल्या होत्या. प्रत्येक खंदकातून समोर दिसणाऱ्या किनाऱ्यापर्यंतच्या प्रदेशाची व्यवस्थित टेहळणी करता येईल अशी सोय केलेली होती. इतकेच नव्हे, तर जर कोणी किनाऱ्यावर उतरायचा प्रयत्न करू लागले तर त्यांच्यावर गोळ्यांचा वर्षाव करण्याची, तसेच कोणी गोळीबार केला तर त्याला चोख प्रत्युत्तर देण्याची क्षमता प्रत्येक खंदकात निर्माण केलेली होती.

स्कॉटचे सहकारी गेला एक महिना त्या बेटावर मुक्काम करून होते. ते सर्व जण ज्याच्या योजनेनुसार काम करीत होते तो माणूस स्वत:ला थॉर्न म्हणवून घेत असे. त्या सर्वांना कामावर ठेवतानाच त्यांना या निर्जन बेटावर राहावे लागेल ही अट स्पष्ट केलेली होती. ती त्यांच्याकडून मान्य करून घेतली होती. त्यांच्या वापरासाठी एक स्वतंत्र बोट दिलेली होती, त्यातूनच त्यांचे अन्न रोज आणले जात असे. त्या बेटाच्या सध्याच्या मालकाने १९८० साली पावसाचे पाणी साठवले जाईल अशी एक खोलगट जागा करून पिण्याच्या पाण्याची सोय केलेली होती.

स्कॉटला त्या मालकाविषयी नीटशी माहिती नव्हती, पण त्याचा असा अंदाज होता की, तो अमली पदार्थ, ड्रग्ज यांच्या खरेदी-विक्रीच्या, स्मगलिंगच्या धंद्यात होता. थॉर्न याने त्याच्याशी संधान बांधून हे बेट वापरायला मिळवले होते. थॉर्न याचे आंतरराष्ट्रीय पातळीवर बऱ्याच 'तसल्या' लोकांशी संबंध होते हेही स्कॉटला कळून चुकले होते.

बोट एव्हाना किनाऱ्याजवळ पोचली होती. तिचा वेग कमी-कमी होत होता. किनाऱ्याजवळच्या संथ पाण्यात तिने एक वळण घेतले आणि ती धक्क्याला लागली. त्यात एकच प्रवासी होता, थॉर्न. बोटीवरील एका कर्मचाऱ्याने त्या प्रवाशाच्या हातात त्याची बॅग देताच तो प्रवासी बोटीतून खाली उतरून आणि स्कॉटच्या दिशेने चालू लागला.

त्या संध्याकाळी स्कॉट यॉर्नला तिसऱ्यांदा भेटणार होता. आधी दोन वेळा तो त्याला इडाहोच्या डोंगररांगातल्या एका केबिनमध्ये भेटला होता. त्यालाही सहा महिने झाले होते. त्याची जराशी लंगडती चाल जशी स्कॉटच्या चांगलीच लक्षात राहिली होती तसाच त्याचा सैनिकी रुबाबही तो विसरला नव्हता.

"स्कॉट टॅगार्ट, बरोबर?" तो हसत म्हणाला. तिन्हीसांजेच्या अंधूक प्रकाशातही त्याच्या गरुडनजरेने स्कॉटला बरोबर ओळखले होते.

पाण्यावर तरंगणारे धुके धक्क्यावरही पसरले होते. थॉर्नच्या भुऱ्या केसांखालच्या भावहीन चेहऱ्यावर उमटलेले स्मित ओढूनताणून आणलेले आहे हे स्कॉटला कळत होते. थॉर्न हा दक्षिण आफ्रिकेत लष्करी प्रशिक्षण घेतलेला माजी लष्करी अधिकारी होता हे स्कॉटला माहीत होते.

थॉर्नने पाणबुडे घालतात तसला निओप्रीन रबराचा सूट घातला होता. त्याची डोक्यावर चढवायची टोपी मात्र त्याने मागे मानेवरच टाकून ठेवली होती. तो जवळ आला तसे त्याचे वैशिष्ट्यपूर्ण, एक आगळीच चमक असलेले भेदक, हिरवेगार डोळे आपल्यावर रोखलेले आहेत असे स्कॉटच्या लक्षात आले. थॉर्नने त्याच्या कारकिर्दीत अनेक निरनिराळी नावे धारण केली होती. त्याचे आत्ताचे नाव डीन बेल्डन असे होते.

हातातील जडशी बॅग सावरीत धक्क्याचा शेवटचा चढ चढता-चढता थॉर्न स्कॉटला म्हणाला, "अगदी स्वत: जातीने इथपर्यंत येऊन माझ्या स्वागताला उभा राहिला नसतास तरी चाललं असतं. दुसऱ्या कुणालातरी पाठवायचं."

"नाही, काही वाईट बातमी असेल तर ती सर्वांत आधी ऐकायला मिळावी म्हणून मी इतक्या..."

"अरे, काही वाईट बातमी नाही. तू उगाचच काळजी करतोस. हे बघ, नेहमी चांगलंच होईल असा विचार करावा. चांगलीच बाजू पाहावी कशाचीही. आत्तापर्यंत

आपलं सगळं जितकं व्यवस्थित झालं तितकं तरी कोणाचं होत असेल का? तुला काय वाटतं, शासनाला कळलं असेल खरं काय घडलं ते?''

"तुम्हीच सांगा."

"काहीही कळलेलं नाही. शासनाचं गुप्तहेरखातं पाण्यात विमानाचे भाग आणि डीन बेल्डनचं शरीर शोधत बसलंय,'' हाताचा अंगठा आणि तर्जनी यांच्या साहाय्याने दोन-तीन इंचांचे अंतर दाखवीत तो म्हणाला, "हे एवढे, एवढे तुकडे मिळतील त्यांना! अरे, ज्वालाग्राही इंधनाच्या साठ्याच्या अगदी जवळ जर सी फोर हे प्रचंड शक्तीचं स्फोटक ठेवून स्फोट घडवला तर याच आकाराचे तुकडे होणार! देवाला शोधण्याइतकंच अवघड आहे नेमकं काय आणि कसं घडलं ते! काही सापडलं तर त्यांचं पुण्य थोरच म्हणायचं!!''

"चला, हे बरं झालं."

"इतका भावनेच्या आहारी जात जाऊ नकोस. त्यानं हृदयावर परिणाम होतो बरं का. कमकुवत होत जातं ते. चिंता करणं सोड आणि आला क्षण मस्त साजरा करायला शिक.''

"आपलं काम जेव्हा व्यवस्थित पार पडून, माझं लक्ष्य साध्य होईल तोच क्षण मी साजरा करीन.''

"छे छे, तसं नसतं. वाटेतल्या प्रत्येक पावलाचा, प्रत्येक वळणाचा आनंद घ्यायचा असतो. आत्ताच पहा ना. शासन हात धुऊन माझ्या मागे लागलं होतं, माझी मान अडकवायची पूर्ण योजना आखली होती त्यांनी. ते आता काय करतायत?''

"काय?'' स्कॉट आणि थॉर्न बोलत-बोलत बेटावरील त्यांच्या निवासस्थानाकडे, टेकडीवरील लाकडी इमारतीच्या दिशेने चालू लागले.

"शासनाचे सगळे कर्तव्यदक्ष अधिकारी आता पाण्यात डुबक्या मारून काही हाताला लागतंय का ते शोधतायत,'' थॉर्न म्हणाला.

स्कॉटला हसू आवरले नाही. थॉर्न कडक होता, एरवी कठोर होता, पण त्याच्यातला हा विनोद त्याच्या व्यक्तिमत्त्वातला दिलखुलासपणा दाखवणारा होता.

"बरं, मला सांग, इथली राहण्याची व्यवस्था कशी आहे? शॉवर वगैरे आहे की नाही बाथरूममध्ये? मला मनसोक्त अंघोळ करायची आहे.''

"शॉवर? तसलं काही नाही इथे! या इथल्या गैरसोयींनी भरलेल्या जागेत जितकं कमी राहायला लागेल तेवढं चांगलं.''

"मी म्हटलं ना? जरा धीर धर. सगळं ठीक होईल.'' पाठीचा कणा तणावीत थॉर्न म्हणाला, "आताशा छोट्या बोटीच्या प्रवासाला मी म्हातारा झालो बघ! पाठ दुखते, हाडं खिळखिळी होऊन जातात.''

“आम्ही मोठी, जरा आरामदायी बोट पाठवणार होतो, पण कोणाच्या नजरेत यायला नको म्हणून ही छोटीशी...”

“तुम्ही अगदी बरोबर, अगदी योग्यच केलंत,” खिशातून सिगरेटचे पाकीट काढून थॉर्नने एक सिगरेट स्कॉटसमोर धरली.

“नाही, मला नको.”

स्कॉटने नको म्हटल्यावर थॉर्नने स्वत:साठी एक सिगरेट शिलगावली आणि त्याचे खोल झुरके घेत, आजूबाजूला बारीक नजरेने पाहत चालू लागला. त्याने विचारले, “इथे किती जण आहात तुम्ही?”

“एकूण अठ्ठावीस जण. चोवीस तास गस्त घालायला तेवढे पुरे होतात. अन्न-पाण्याची अठरा दिवसांची सोय केलेली आहे. बरोबर ना? अठराच दिवस म्हणाला होतात त्या दिवशी तुम्ही.”

“बरोबर. अठराच दिवस म्हणालो होतो मी.” सिगरेटची राख झटकत थॉर्न म्हणाला, “या लोकांना तू काही सांगितलं नाहीस ना?”

“तसा त्यांना वास लागलाय, पण नेमकं काय ते मात्र कुणालाच माहीत नाही.”

“तसंच राहू दे शेवटपर्यंत.”

“काळजी करू नका. हे सगळे जण मी अगदी निवडून घेतलेले आहेत.” स्कॉट सांगू लागला, “इथे येईपर्यंत कुणालाही ते कुठे चाललेत हे माहीत नव्हतं. त्यामुळे त्यांच्या घरच्या लोकांनाही ते कुठे आहेत याचा पत्ता नाही. काही काम असेल तर मी त्यातल्या ठरावीक दोघांनाच बेटाबाहेर पाठवतो. ते दोघं माझ्या पूर्ण खातरीचे, अगदी विश्वासातले आहेत.”

“ते आवश्यकच आहे. कुणामुळेही काही विपरीत घडलं, तरी ते तुझ्याच जिवावर बेतणार आहे हे चांगलंच माहीत आहे तुला!” थॉर्न यांनी स्कॉटकडे रोखून पाहत म्हटले.

स्कॉट यावर काही बोलला नाही. त्याने विषय बदलला.

“आम्ही तुमच्या सर्व सूचना तंतोतंत पाळल्या आहेत. हे लोक आम्ही देशातल्या भिन्न-भिन्न प्रांतातून गोळा केले आहेत. सर्व जण लष्करी शिक्षण घेतलेले आहेत, निम्मे गल्फ वॉरमध्ये भाग घेतलेले आहेत. चार जण पनामामध्ये लढलेले आहेत आणि एकतर लष्करातल्या अत्यंत धोकादायक कामगिऱ्या करणाऱ्या ‘नेव्ही सील’ या खास गटात काम करणारा लढवय्या आहे. प्रत्येक जण त्यांच्या त्यांच्या प्रांतातला सर्वांत पटाईत आणि सराईत गुंड म्हणून प्रसिद्ध आहे. त्यांनी कमीत कमी दोन वर्षं तरी असली कामं केलेली आहेत. आम्ही त्यांचं रेकॉर्ड काळजीपूर्वक तपासलं आहे. सगळे जण कामाशी प्रामाणिक आहेत, कडवे

लढवय्ये आहेत, वेळ आली तर जीव द्यायला मागे-पुढे पाहणार नाहीत.''

''अशी वेळ कुणावरही येणार नाही, अशी आशा करू या.''

स्कॉटला हे माहीत होते की, थॉर्न स्वत: हाडाचा सैनिक होता. अनेक लढायांचा अनुभव त्याच्या गाठीशी होता आणि आता तो पैशासाठी निरनिराळ्या अस्त्र-शस्त्रांचा वापर करून घातकी योजना पार पाडण्याचे काम करणारा, नावाजलेला, भाडोत्री गुंड होता. त्यामुळेच स्कॉटला हेही माहीत होते की, तो तसली कामे करणाऱ्या बाकी कुणाला फारसे महत्त्व द्यायचा नाही, जवळजवळ तुच्छच लेखायचा. शासनावर सूड उगवायला प्रवृत्त झालेल्या, सरकारला धडा शिकविण्यासाठी जहाल उपायांचा, दहशतवादी मार्गांचा वापर करायला उद्युक्त झालेल्या एका गटात स्कॉट सामील झाला होता. त्या गटाने शासनाविरुद्धचा असंतोष जाहीर करण्याच्या उद्देशाने एक बॉंबस्फोट घडवून आणायचे ठरवले होते. त्यासाठी लागणारा बॉंब त्यांना रशियातून मिळू शकत होता. त्या लोकांची अशी अट होती की, बॉंबबरोबर त्याचा वापर करणारा माणूसही त्यांचाच असेल. त्या अटीनुसार थॉर्न त्या दहशतवादी योजनेचा एक प्रमुख भाग बनला होता. त्यानेच सर्व योजना आखली होती, त्याच्या नेतृत्वाखाली ती कार्यान्वित होत होती. सगळीकडे थॉर्नचेच नाव पुढे केले जात होते. त्यामुळे अमेरिकेच्या शासनाची वक्रदृष्टी बॉंब पुरवणाऱ्या रशियनांकडे कधीही वळणार नव्हती आणि तेच त्या रशियनांना हवे होते. अमेरिका आणि रशिया या दोन देशांच्यात या निमित्ताने संघर्ष निर्माण होणे सर्वांनाच फार महागात पडले असते. त्यामुळे तो धोका पत्करायची रशियनांची अजिबात तयारी नव्हती. रशियन जो माणूस देतील तो रशियन शैलीत मोडकेतोडके इंग्लिश बोलणारा कुणीतरी असेल अशी स्कॉटची अपेक्षा होती. पण थॉर्न अगदी फर्डे इंग्लिश बोलणारा होता.

थॉर्न अनेक वेगवेगळ्या नावाने वावरत होता. त्याच्याशी कुणालाही संपर्क साधायचा असेल तर फक्त कॅनडातील आँटारिओ शहरातील एका पत्त्यावर पत्रानेच साधणे शक्य होते. तिथला पत्ताही त्याचा नव्हताच, तेथून ते पत्र त्यांच्यापर्यंत पोचवायची सोय केलेली होती. तो कुठे राहत होता हे जवळजवळ कुणालाच माहीत नव्हते. पण त्याला मिळणाऱ्या 'मानधना'बद्दलच्या पसरलेल्या अफवांवरून तो राजेशाही थाटातच राहत असला पाहिजे हे उघड होते.

''हो, पण दुर्दैवाने तशी वेळ आलीच तर आपले सगळे लोक प्राणपणाने लढतील,'' स्कॉट म्हणाला.

''नक्कीच!'' असे थॉर्न म्हणाला खरा, पण त्याचा स्वर फारसा खातरीचा नव्हता. त्याला त्या लोकांच्या धैर्या-शौर्याविषयी शंका नव्हती, परंतु स्कॉटच्या गटाविषयी तो खूप साशंक होता. स्कॉटने त्याला हमी दिली होती की, तसे काहीही नाही, पण तरीही अमेरिकन सरकारचे त्याच्या गटाच्या हालचालींवर लक्ष असले

पाहिजे असे त्याला वाटत होते आणि ते त्याच्या काळजीचे एक प्रमुख कारण होते. एफबीआय अशा शासनविरोधी कारवाया करणाऱ्या भूमिगत गटांबद्दल सतत जागरूक होते. त्या प्रकारच्या गटात आपले एजंट गुप्तपणे सामील करून त्यांना आतून खिळखिळे करण्याचे काम एफबीआय सतत करीत होते. 'कारवाया थांबवा, गप्प बसा, अथवा मरणाला तयार व्हा' असे 'ओमर्टा' या इटालियन नावाने प्रसिद्धीस पावलेले धोरण राबवून एफबीआयने गुन्हेगारी जगात, 'तसल्या' क्रांतिकारी गटात खळबळ उडवून दिली होती. सोळाव्या शतकात इटलीतील 'बोर्जियाज्' नावाची सर्व प्रकारच्या काळ्या कारवाया करणारी एक टोळी जगभरात कुप्रसिद्धी पावली होती. फक्त रक्ताच्या नात्यातील व्यक्तींनाच प्रवेश असणाऱ्या त्या 'कौटुंबिक' गटालासुद्धा अशी काही खास तंत्रे वापरून दहा-बारा वर्षांच्या अल्पावधीत समूळ नष्ट करून टाकण्याची क्षमता आजच्या एफबीआयमध्ये होती. जे.एडगर हूव्हर याच्यासारखा गुन्हेगारी जगतातील बड्या धेंडांशी संबंध ठेवून असणारा फितूर डायरेक्टर नसता तर याहीपेक्षा कमी वेळात आणि जास्त तडफेने एफबीआयने देशातल्या गुन्हेगारीची पाळेमुळे उखडून टाकली असती. थॉर्नला असा दाट संशय होता की, स्कॉटच्या गटालाही एफबीआयकडून तशी खिंडारे पाडली गेली असावीत. सत्य काहीही असो, आपण सर्वतोपरी सावधगिरी बाळगूनच, काळजीपूर्वक काम करायचे असे त्याने मनाशी ठरवून टाकले होते. त्याच्या हालचालींबद्दल तो स्कॉट किंवा त्याच्या गटातल्या कोणालाच जराही पत्ता लागून देत नव्हता; देणारही नव्हता. अगदी आवश्यक तेवढ्याच गोष्टींव्यतिरिक्त तो त्यांना अधिक काहीही सांगतही नव्हता.

"तू तुझ्या या 'सेने'ला आपल्या योजनेविषयी काही कळू दिलेले नाहीस ना?" त्याने परत एकदा स्कॉटला विचारले.

"एक शब्दसुद्धा नाही."

"कुठे काही लिहूनबिहून ठेवलेले नाहीस ना?"

"छे-छे, काहीही नाही."

"या लोकांना आपण कोण आहोत, काय करतो आहोत हे माहीत करून द्यायची मुळीच आवश्यकता नाही. त्यांचं काम केवळ या बेटावरची सुरक्षाव्यवस्था सांभाळण्याचं आहे. तेवढंच त्यांनी चोख बजावलं पाहिजे. इतर कुठल्याही गोष्टीत त्यांनी लक्ष घालायचं काहीही कारण नाही. तसंच तुझं काम आहे दिलेल्या बँक अकाउंट्समध्ये दिलेल्या वेळापत्रकाप्रमाणे ठरलेले पैसे जमा करणं. तुम्ही तुमची कामं व्यवस्थित केलीत तर बाकीच्या गोष्टी मी आखलेल्या योजनेप्रमाणे सुरळीत होत राहतील. हे तुझ्या लक्षात असेलच की, जर पोलीस, गुप्तहेर यांची वाकडी नजर तुमच्यावर पडली किंवा पैसे पुरवण्यात काही गडबड झाली तर आपला हा

करार रद्द करण्याचा अधिकार मला तुम्ही दिलेला आहे. करार रद्द झाला तर आत्तापर्यंत तुम्ही दिलेले पैसे मी तुम्हाला परत देणं लागत नाही. मी नाहीसा होईनच, माझ्याबरोबर बॉंबही नाहीसा होईल. बरोबर ना?''

''हे आपण यापूर्वीही अनेक वेळा बोललेलो आहोत,'' स्कॉट जरा वैतागाच्या स्वरात म्हणाला.

''होय, तेच म्हणतोय मी.'' बोलताना थॉर्नची नजर आजूबाजूला भिरभिरत, संध्याकाळच्या पडत्या प्रकाशात वाटेवर ठिकठिकाणी सुरक्षारक्षकांनी उभारलेल्या टेहेळणीनाक्यांचे निरीक्षण करीत होती. शक्य तेवढ्या बारीकसारीक गोष्टी टिपत होती.

''छान, चांगली दिसतीय व्यवस्था.''

''सबंध किनारपट्टीवर नजर राहील अशी व्यवस्था केलेली आहे,'' स्कॉट म्हणाला.

''होय. ते तिथलं नाकं आहे ना, ते आणखी थोडं झाकलं जायला हवं. मी आणखी थोड्या फांद्या रचल्या असत्या भोवती,'' थॉर्नने पेटत्या सिगरेटने एका पाण्यात घुसलेल्या जमिनीच्या तुकड्यावर उभारलेल्या एका नाक्याच्या बाजूला निर्देश केला. ''तिथं जर एखादा माणूस बॉंब घेऊन इकडून तिकडे गेला तर ते लांबून, समुद्रातूनसुद्धा दिसेल. ते पर्यावरणवाले उत्साही लोक, काय त्यांच्या संस्थेचं नाव? हां, ऑडोबन सोसायटी, तिचे कार्यकर्ते हिंडत असतात असल्या निर्जन बेटांभोवती. प्राणी, पक्षी शोधत, बघत. त्यांचं लक्ष जायला नको आहे आपल्या माणसांच्या हालचालींकडे. ते लगेच तटरक्षकदलाकडे जातात ओरडत. आपला राष्ट्रीय पक्षी – बाल्ड ईगल ना? त्याचं रक्षण करतात ना ते. त्यांच्यापासून सावध राहिलं पाहिजे.''

''त्या दृष्टीने एकदा सगळीच नाकी तपासून घ्यायला सांगतो मी,'' स्कॉट म्हणाला.

आपले नेतृत्व, वर्चस्व, मान्य करणाऱ्या, आपले सगळे म्हणणे निमूटपणे ऐकून घेणाऱ्या, मान डोलावणाऱ्या स्कॉटवर थॉर्न खूश झाला. चक्क त्याच्या खांद्याभोवती हात टाकून चालू लागला. स्कॉटची वृत्ती आदर्शवादी होती. एक ध्येय समोर ठेवून त्यासाठी प्रामाणिकपणे प्रयत्न करणारा माणूस होता तो. क्रिस्टनच्या दुर्दैवी मृत्यूनंतर जवळजवळ तीन वर्षे तो इडाहोच्या डोंगरातल्या एका निर्जन जागी जाऊन राहिला होता. त्याचे मन सरकारविरुद्धच्या रागाने, तिरस्काराने भरलेले होते. त्याला त्याच्या प्रिय पत्नीच्या मृत्यूचा सूड उगवायचा होता. तिला जीव द्यायला भाग पाडणाऱ्या शासनाला धडा शिकवायचा होता. त्या वेळी तो त्या कामासाठी समविचारी व्यक्तींच्या शोधात होता. त्यासाठी तेथून त्याने निरनिराळ्या माध्यमांतून

तशा लोकांशी, संस्थांशी, गटांशी संपर्क साधला होता. त्याला जे लोक भेटले त्या बऱ्यावाईट लोकांच्यात काही वर्णविद्वेषीही होते. स्कॉटला वर्णभेद कधीच मान्य नव्हता. त्यांच्याबरोबर काम करताना त्याने त्यांच्या कोणत्याही तसल्या कृतींमध्ये भाग घेतला नाही, त्या वृत्तीला कधी प्रोत्साहनही दिले नाही. उलट त्यांचे विचार गप्प बसून ऐकून घेतल्याबद्दल, तसले विष समाजात पसरवणाऱ्यांना कसून विरोध न केल्याबद्दल त्याला कधीकधी स्वत:चाच खूप राग यायचा.

त्या काळात तो अनेक गावा-खेड्यांत फिरला. शेतात, पडळीत, धान्याच्या कोठारांजवळ, फाटक्या, मळक्या कपड्यातल्या शेतकऱ्यांशी, मजुरांशी बोलला. त्यातले काही सुदैवी होते, त्यांच्या नशिबात काहीतरी काम होते, कुटुंब चालवण्यापुरते कसेबसे मिळत होते. बाकीचे बरेचसे सरकारच्या चुकीच्या धोरणांमुळे, दडपशाही, अन्यायी पद्धतींमुळे हातातली कामे गेलेले, स्कॉटच्याच लाकूडतोडीच्या व्यवसायातले बेकार होते. गांजलेले, त्रासलेले, स्वत:चे, बायका-पोरांचे सुख-समाधान हरवलेले, असंतुष्ट होते.

स्कॉट जेव्हा त्यांना जेफर्सनने लिहिलेल्या अमेरिकेच्या घटनेतील उदार कलमे वाचून दाखवायचा, घटनेने नागरिकांना बहाल केलेल्या हक्कांचा पाढा वाचायचा, माणसाच्या देवदत्त अधिकारांविषयी चर्चा करायचा त्या वेळी ते लोक त्याचे भाषण ऐकून आश्चर्याने थक्क होऊन, विस्फारलेल्या डोळ्यांनी त्याच्याकडे पाहत राहायचे. त्या हक्का-अधिकारांपासून आपल्याला वंचित ठेवणाऱ्या, बेकारीच्या संकटाच्या आगीत होरपळवणाऱ्या शासनाविरुद्ध ते पेटून उठायचे. 'देशाच्या आणि व्यक्तीच्या स्वातंत्र्याचा वृक्ष वेळोवेळी देशभक्तांच्या आणि त्याबरोबरच जुलमी सत्ताधिशांच्या रक्ताचे शिंपण करून जगवावा लागतो, बहरवावा लागतो' या जेफर्सनच्या प्रसिद्ध उद्धरणाने जीव द्यायला आणि जीव घ्यायला तयार व्हायचे.

स्कॉटच्या बोलण्याला त्याच्या दु:खद, पण चीड आणणाऱ्या स्वानुभवाची धार होती. तो ज्या पोटतिडिकीने त्याच्या प्रिय पत्नीचा जीव घेणाऱ्या निर्दयी शासनाविरुद्ध, सरकारी खात्यातील निर्दयी अधिकाऱ्यांविरुद्ध, कामाच्या अविचारी पद्धतींबद्दल कळकळीने बोलायचा त्यामुळे लोकांच्या मनातील सर्व संशय दूर होऊन ते शासनविरोधी लढ्याला सिद्ध व्हायचे.

जसजसा स्कॉटबद्दल लोकांच्या मनात विश्वास निर्माण झाला, तसतसा तो त्यांचा नेता बनला. ते पद त्याला लोकांनी बहाल केले. आपल्या भल्याची काळजी करणारा, आपल्या भविष्याची चिंता वाहणारा म्हणून लोक त्याच्याकडे पाहू लागले. त्याच्या हातातली बंदूक त्यांनाही मोह घालू लागली. आपणही या देशाच्या राजकीय दु:स्थितीचे, उच्चपदस्थांच्या स्वार्थी प्रवृत्तीचे, जनतेकडे दुर्लक्ष करून, कर्तव्याला विसरून स्वत:चे खिसे भरणाऱ्या राजकारण्यांचेच बळी आहोत ही

जाणीव त्यांच्या मनात घर करू लागली. अधिकाराचा गैरवापर करणाऱ्या, जनतेला वेठीला धरणाऱ्या शासकीय अधिकाऱ्यांना धडा शिकवण्याची गरज त्यांना पटू लागली.

त्यांना आजचे शासन हे स्वत:च्या पोटच्या गोळ्यालाच खाऊन टाकणाऱ्या मांजरीसारखे वाटू लागले. राजकीय महत्त्वाकांक्षांना पैशाचे खतपाणी घालणारी परदेशाची सरकारे आणि बहुराष्ट्रीय उद्योगांचे कोट्यधीश मालक यांचीच केवळ तमा बाळगणाऱ्या शासनकर्त्यांची पापे त्यांना असह्य झाली. चांगले पैसे मिळवून देणारी कामे मेक्सिको, आशियातील देश यांच्याकडे सोपवली जात होती. तेथील लोकांकडून ती अत्यल्प मोबदल्यात करून घेण्यात येत होती आणि इकडे स्वदेशी जनता कामाला, पैशाला मोताद झाली होती. राष्ट्राध्यक्ष मात्र मोठ्या तोंडाने व्यवसायशिक्षण, जागतिक अर्थव्यवस्था असल्या शब्दबंबाळ विषयांबद्दल पोकळ वल्गना करीत होते. एरवी एकमेकांशी तारस्वरात भांडणारे डेमोक्रॅटिक आणि रिपब्लिकन हे दोन्ही पक्ष या बाबतीत मात्र एकसुरात गात होते. स्कॉट त्याच्या बुद्धिमत्तेने आणि मन:शक्तीने त्या सुराचा आणि गाण्याचा स्वार्थी अर्थ लोकांना कळेल, पटेल अशा शब्दांत त्यांना समजावून सांगत होता.

स्कॉटच्या मनातल्या रागाला वाट मोकळी करून द्यायला, शासनाला धडा शिकवण्याच्या त्याच्या महत्त्वाकांक्षेला मूर्त स्वरूप द्यायला त्याला थॉर्नच्या योजनाबद्ध कार्यवाहीची गरज होती. त्यामुळे ते दोघे एका विचित्र बंधनात एकत्र बांधले गेले होते.

थॉर्नने हातातल्या सिगरेटचा अखेरचा दीर्घ झुरका घेऊन ती टाकून दिली. ते दोघे निवासस्थानाकडे नेणारा टेकडीचा चढ चढू लागले. इमारत दृष्टिपथात आली तसे तिच्या खिडक्यांवर लावलेले काळे पडदे दिसू लागले. शक्तिशाली भिंगांच्या साहाय्याने समुद्रातून बेटांवरील गोष्टींचा शोध घेणाऱ्यांना, फोटो घेणाऱ्यांना किंवा त्या बेटावरील तुरळक स्थानिक रहिवाशांना इमारतीच्या आत काय चाललंय ते पाहता येऊ नये याची नीट खबरदारी घेण्यात आली होती.

"बॉंब कुठे आहे?" मनाला खात असलेला प्रश्न अखेर स्कॉटच्या ओठांवर आलाच.

"सुरक्षित जागी आहे."

"मला वाटलं होतं, ती जागा मलाही कळणार असेल."

"कळणारच आहे!"

"मग ही गुप्तता कशाला?"

"स्कॉट, बॉंब कुठे आहे हे तुला माहीत असणं यावर आपल्या योजनेचं यश अवलंबून नाही. ते मला माहीत असणं हेही पुरेसं आहे, नाही का? तो योग्य वेळी

योग्य ठिकाणी पोचवला जाईल याबद्दल अगदी नि:शंक रहा.''

''त्याच्या पहिल्या स्फोटाची वेळ, दोन स्फोटांमधलं अंतर या गोष्टींच्या अचूकतेची काळजी कशी घेतली जाणार आहे?'' कुठल्याही चुकीमुळे योजना अयशस्वी होणे स्कॉटला परवडणारे नव्हते.

''ती चिंता तू करायचं काहीच कारण नाही. तो माझा प्रांत आहे.''

''अशा लहान-लहान गोष्टीच जास्त चिंताजनक ठरतात.''

''माझ्यावर विश्वास ठेव.''

''बेल्डन इलेक्ट्रॉनिक्सचं पुढे काय होणार?'' स्कॉटने दुसरी चिंता बोलून दाखवली.

''काय होणार? तो शासनाचा हुशार वकील आणि एफबीआय त्या बोगस कंपनीच्या कितीही उभ्या-आडव्या चौकशा करू देत, काहीही हाताला लागायचं नाही त्यांच्या.''

''आणि ती बाई? तुमची वकील?''

''तिला तर काडीइतकीही माहिती नाही. पण तरीही आम्ही सावधगिरी बाळगणार आहोत. तिचा बंदोबस्त लवकरच करू आम्ही.''

''म्हणजे?''

''उगीच कशाला धोका पत्करायचा?''

''खरंच धोका आहे का तिच्यापासून?''

''तिच्या ऑफिसमधली कागदपत्रं कुणाच्यातरी हातात पडण्यापेक्षा आगीच्या भक्ष्यस्थानी पडलेली बरी नाही का? आम्हीसुद्धा त्यांना हात लावणार नाही. ती आम्ही घेतली असं जर लक्षात आलं तर त्यांचं महत्त्व उगीचच वाढेल, तिलाही शंका यायला लागेल आणि मग ती त्याचा संबंध नाहकच कशाशीतरी जोडायला बघेल. तेव्हा वेळेवर काळजी घेतलेली बरी, हो की नाही?''

''होय, तेही खरंच,'' असं स्कॉट म्हणाला, पण ते त्याला फारसं पटलेलं नाही हे त्याच्या स्वरातून व्यक्त होत असावे. कारण थॉर्नने त्याला विचारले, ''का? नाही पटत?''

''निरपराध लोकांना मारणं नाही पटत मला. फार त्रास होतो मला त्या कल्पनेनं. म्हणूनच मी खूप विचार करून या बॉंबस्फोटाची जागा आणि वेळ ठरवली आहे.''

''हो, पण निरपराधांबद्दल तुला जशी काळजी वाटते तशी ती तुमच्या शासनाला नाही वाटत! बरोबर ना?''

स्कॉटने थॉर्नकडे पाहिले. तो विचार करू लागला, 'आपण याला कधी क्रिस्टनबद्दल काहीही सांगितलेलं नाही, तिच्याशी हे सरकार कसं निष्ठुरपणे

वागलं, तिचा कसा जीव घेतला गेला हे कधीच बोललेलो नाही. तरीही याला ते माहीत आहे की काय?' स्कॉटच्या मते थॉर्न हा काही अशा योग्यतेचा माणूस नव्हता की, ज्याच्याजवळ आपल्या आयुष्यातली काही खास खाजगी रहस्ये उघड करावीत. आपली तत्त्वे, आपल्या आयुष्याला कलाटणी देणाऱ्या घटनांबद्दल विश्वासाने बोलावे. त्याच्या हिरव्यागार डोळ्यांत पाहिले की, हा थंड रक्ताचा प्राणी अशा प्रकारच्या माहितीचा वापर केवळ त्याच्याच फायद्याकरता करेल अशीच स्कॉटला खातरी वाटत होती. त्याच्या मनाला तर अशीही कुशंका चाटून गेली की, क्रिस्टनचे आई-वडील आणि त्यांच्याजवळ राहणारा आपला ॲडम हे सीॲटलला असतात हेही थॉर्नला माहीत असावे. स्कॉटने या सूडाच्या प्रवासाचा निर्णय घेतल्यापासून पहिल्यांदाच त्याच्या मनात स्वतःच्या निर्णयाबद्दल विकल्प निर्माण झाला.

"हे बघ, मी तुला सांगितलं ना, तू अजिबात या गोष्टींचा विचार करू नकोस. त्या वकिलीण बाईची आम्ही योग्य ती काळजी घेऊ."

"कधी?"

"लवकरच!" थॉर्न अनाहूतपणे हातातल्या घड्याळाकडे पाहत म्हणाला.

दोघे न बोलता चालत राहिले, पण स्कॉटच्या मनातून निरपराधांच्या हत्येचा विचार जाईना. तसं होणे योग्य नव्हतेच, पण अयोग्य गोष्टीही कधीकधी टाळता येत नाहीत, सुक्याबरोबर ओल्यालाही जळावे लागते हेही त्याला पटत होते. तो सैनिक नव्हता, पण हा युद्धाचा नियम त्याला अवगत होता. त्याच्या शत्रूला, अमेरिकन सरकारला त्याबद्दल काहीच माहिती नव्हती; तरीही ही योजना म्हणजे स्कॉटसाठी एक युद्धच होते!!

रोझारिओ सामुद्रधुनी

एफबीआयच्या चौकशीच्या दरम्यान संपूर्ण सहकार्य करावे, मॅक कॅली यांच्या सर्व प्रश्नांना व्यवस्थित, खरी उत्तरे द्यावीत अशीच जोसलीनचीही मनापासून इच्छा होती, पण तिने जे काही सांगितले ते सत्यच होते. आणि त्याच्यापलीकडे तिच्याकडे सांगण्यासारखे आणखी काही उरलेलेही नव्हते. तिने तिच्या स्मरणशक्तीला ताण देऊन आठवणींचे संग्रहही धुंडाळले, ऑफिसमधील भेटीत बोललेले, ऐकलेले, निरीक्षणातून समजलेले आठवून झाले. परत एकदा मनातल्या मनात विमानप्रवासही करून झाला, पण असे काही सापडले नाही की, जे प्रश्नकर्त्यांच्या ज्ञानात उचित भर टाकेल. जोसलीनची बेल्डन ही काही पहिलीच केस नव्हती. तिचे यापूर्वीही अनेक अशील पट्टीचे गुन्हेगार होते. त्यांच्यापैकी कित्येकांनी तिला खोटेनाटे सांगितले होते, थापा मारल्या होत्या. तिला याचाही अनुभव होता की, काही वेळा लंब्या-चौड्या बातांच्यात काही सत्याचा अंश जरूर असतो. बेल्डन यांनी कथन केलेल्या असत्यामध्ये असे काही नाही ना ज्याकडे तिचे दुर्लक्ष होत होते, याचाही तिने काळजीपूर्वक शोध घेतली.

त्याचा उद्योग इलेक्ट्रॉनिक्स या क्षेत्रातील होता. निदान तेच त्याने तिला सांगितले होते. मॅक्स स्पर्लिंग नावाची व्यक्ती अस्तित्वात असेल, चोरीचा माल वापरल्याची गोष्ट खोटी असेल किंवा उलटे असेल. ऑफिसमध्ये पोचल्यावर परत एकदा बेल्डन यांच्या बरोबरच्या भेटींचे फाइलमध्ये तिने नोंदलेले तपशील नीट नजरेखालून घालून त्यात काहीतरी उपयुक्त सापडते का, ते पाहण्याचे तिने मनाशी ठरवले.

मॅक कॅली आणि एफबीआय एजंट यांची चौकशी अखेर संपली किंवा त्यांनी संपवली म्हणू हवे तर, तेव्हा संध्याकाळ झाली होती. समुद्रकिनाऱ्यावरील भणाणत्या वाऱ्यात जोसलीन तासन्तास उभी राहिली होती. तिचे शरीर आणि मन दोन्ही कंटाळून गेले होते. स्फोटाने उडवलेल्या धूळधाणीने तिचे कपडे मळले होते, फाटले होते, तिला हाता-पायांना जखमा झाल्या होत्या. त्या ठुसठुसत होत्या, बेल्डन यांनी केलेल्या तिच्या विश्वासघाताने, त्यांच्या अनपेक्षित वर्तणुकीने आणि त्यांच्याविषयी समजलेल्या भयंकर सत्याने तिचे मनही जखमी झाले होते. डॉक्टरांनी हातातील कुसळे जोरात ओढून काढल्याने तिचा हात दुखत होता. त्याला डॉक्टरांनी जाड बँडेज बांधले होते. गेल्या काही तासांत जे जे घडले होते ते सगळेच तिला अविश्वसनीय वाटत होते. इतका उशीर झाला होता की, त्यानंतर सॅन वानकडे जाण्यासाठी बोटीही नव्हत्या. आता तिला ॲनाकोर्टिसहून निघणाऱ्या टॅक्सीने दीड तासांचा प्रवास करून जाण्याचा एकच पर्याय उपलब्ध होता.

तिने आधी एक टॅक्सी बोलावून ड्रायव्हरला नवे मोजे आणि बूट विकत घेता येतील अशा दुकानात घेऊन जाण्यास सांगितले. नंतर तिने एक गाडी भाड्याने घेतली. तो खर्चिक मार्गच तिला सोयीचा वाटला. ते बिल तिला बेल्डन यांच्या कंपनीकडे पाठवता आले असते.

गाडी चालवताना तिच्या मनात विचारांची गर्दी उसळली होती. बेल्डन यांनी आजपर्यंत तिला दिलेल्या पैशांचे काय करायचे? यापुढे काम करायचे नाही म्हटल्यावर उरलेली किती रक्कम, कशी, कुणाकडे परत करायची? एक ना दोन. तिच्या वकिली डोक्याला असे अनेक प्रश्न पडले होते. 'बेल्डन कॉर्पोरेशन' या कंपनीची स्थापना करून तिची नोंद सरकारी दफ्तरी करण्याचे काम आता थांबवून ती कंपनी विसर्जित करण्याचीच कारवाई तिला तातडीने करावी लागणार होती. कारण कंपनीची एक पदाधिकारी म्हणून घातलेले तिचे नाव तिला लवकरात लवकर काढून टाकायचे होते. तिने असाही विचार केला की, एक जाहीर नोटीस प्रसिद्ध करून बेल्डन यांचे कोणी कायदेशीर वारस आहेत का याचा शोध घ्यावा. मॅक कॅली यांनी बेल्डन यांचा जो नवलपूर्ण भूतकाळ कथन केला होता त्यावरून त्या नोटिशीला कोणाकडूनही प्रतिसाद न मिळण्याचीच शक्यता दाट होती. बेल्डन यांच्या नावावरची सगळी मालमत्ता, संपत्ती, तिची न वापरलेली फीसुद्धा नियमानुसार काही काळानंतर सरकारकडेच जमा होणार होती.

विमानाच्या स्फोटाच्या प्रचंड आवाजाने तिच्या कानात सतत गूं-गूं असा आवाज होत होता. स्फोटाच्या दणक्याने ती जी दाणकन पाठीवर पडली होती ते दुःख इतका वेळ हाताच्या जखमांवरील उपचार, प्रश्नोत्तरे यांच्या नादात तिला फारसे जाणवलेले नव्हते. तेही आता एकटीच असताना, ताठ बसून गाडी

चालवताना तिला त्रास देऊ लागले. तिचे सर्वांगच आता दुखू लागले होते. फार वर्षांपूर्वी तिच्या गाडीला एक छोटासा अपघात झाला होता. त्यानंतरच्या वेदनांची तिला आठवण झाली.

पंधरा मिनिटांच्या प्रवासानंतर ॲनाकोर्टिसमधली रहदारी संपली. गर्दीचा हमरस्ता सोडून गाडी शांत रस्त्याला लागली. घरांच्या रांगा मागे पडल्या. संधिप्रकाशही कमी होऊ लागला होता. रात्र अजून झाली नव्हती. समुद्राच्या किनाऱ्या-किनाऱ्याने पाण्यातून वर आलेले खडक वेगळेच दिसत होते. जोसलीनच्या थकलेल्या शरीरावर हळूहळू ग्लानी चढू लागली होती. तिच्या नकळत मिटू पाहणाऱ्या डोळ्यांना ती लांबवर दिसणारे ग्वेम्स बेटावरील दिवे किंवा जवळ दिसणारे फेरीबोटींच्या धक्क्यावरचे प्रखर दिवे दाखवत प्रयत्नपूर्वक उघडे ठेवत होती.

सुदैवाने लवकरच तिला अर्ध्या मैलावर धक्क्याच्या दिशेने, वळून येणारी प्रचंड आकाराची फेरीबोट दिसू लागली. त्यावरील गाड्या उभ्या करण्याचा रुंद भाग लखलखत्या दिव्यांनी उजळलेला लांबूनही स्पष्ट दिसत होता. फेरीच्या मजल्या-मजल्यांवरच्या खिडक्यांच्या काचेतून दिसणाऱ्या रंगीबेरंगी दिव्यांनी जणू एक ख्रिसमस ट्री तयार होऊन झगमगत होता. जोसलीनने मनातल्या मनात ती फेरी फ्रायडे हार्बरला जाणारी असावी अशी प्रार्थना केली.

तिने गाडी उतारावरून किनाऱ्यावरील फेरीच्या धक्क्याच्या दिशेने न्यायला सुरुवात केली. धक्क्यावरच्या गाडीतळावर फेरीवर चढण्यासाठी फक्त दोन ट्रक्स ट्रेलर्स आणि चार-पाचच गाड्या उभ्या होत्या. बेटांवर प्रवाशांची गर्दी सुरू व्हायलाही अजून खूपच अवकाश होता. ती दिवसअखेरची फेरी असल्याने रोजच्या नियमित प्रवाशांची रहदारीही संपून गेली होती. त्यामुळे धक्क्यावर फारशी गर्दी नसावी अशी जोसलीनची समजूत झाली.

तिकिटाच्या खिडकीशी जाऊन तिने विचारले, "सॅन वान बेटांवर जाणारी फेरी..."

"ही समोरून येतीय तीच जाईल," असे उत्तर आल्यावर तिने पैसे भरून तिकीट खरेदी केले. तेथील कर्मचाऱ्याने तिला चौथ्या रांगेत उभे राहायला सांगितले. "आजही या शेवटच्या फेरीला उशीरच झालाय. लगेचच वाहनं चढवायला सुरुवात होईल," तो म्हणाला.

दिवसभरातल्या थोड्या-थोड्या उशिरांचा एकत्रित परिणाम म्हणून या शेवटच्या फेरीला नेहमीच भरपूर उशीर व्हायचा. पण त्यामुळे जोसलीनला ती आज गाठता आली होती. तेवढ्यात तिच्या मागून एक मालवाहतूक करणारी व्हॅन आली. तिला एक कॅरॅव्हान जोडलेला होता. तिच्यामागे आणखी एक भलामोठा ट्रकही येऊन उभा राहिला. ही आयत्या वेळची गर्दी दिसतीये, वाहतूक व्यवसायातल्या लोकांना

फेरीचे वेळापत्रक पाठ असणार आणि ते सहसा दिवसाची रहदारी टाळायला ही शेवटची रात्रीची फेरी गाठत असणार असा विचार करीत जोसलीन तिला सांगितलेल्या रांगेत गाडी लावून, गाडीचे दिवे बंद करून शांतपणे आत बसून राहिली. तिच्या रांगेत तिचीच गाडी पहिली होती. बाजूच्या उरलेल्या रांगात काही गाड्या आणि एक-दोन ट्रक उभे होते. एकंदरीत गर्दी कमीच होती.

फेरी धक्क्यावर येऊन उभी राहिल्यावर आतली वाहने प्रखर दिवे लावून एका मागोमाग बाहेर पडली. जोसलीन ज्या रस्त्याने धक्क्याकडे खाली उतरून आली होती त्याच मार्गाने वाहने चढ चढून वर जाऊ लागली. या वेळी सगळी वाहनांची रहदारी एकाच दिशेला जाणारी होती. काही उशीर झालेले लोक घर गाठायच्या लगबगीने चालत जात होते.

फेरी रिकामी झाली आणि पाचच मिनिटांत परत भरायला सुरुवात झाली. जोसलीनने तिची भाड्याची गाडी जहाजाच्या वाहनांच्या भागात चढवली आणि रांगेत पहिलीच असल्याने अगदी पुढे, टोकाला पाण्याच्या जवळ नेऊन उभी केली. तिच्या गाडीपुढे नायलॉनची जाड जाळी होती. जाळीपलीकडे जहाजाची कड आणि लगेच खाली पाणी. समुद्रावरील सुसाट वाऱ्याचा आवाज तिच्या कानात घुमत होता. फ्रायडे हार्बरला पोचल्यावर तिचीच गाडी सर्वांत पहिली बोटीच्या बाहेर पडणार होती. त्यामुळे कधी एकदा हा प्रवास संपतो आणि कधी एकदा आपल्याला आपल्या अंथरुणावर, उबदार पांघरुणात गुडूप झोपी जायला मिळते असे जोसलीनला झाले होते. दिवसभरात घडलेल्या सर्वस्वी अकल्पित, कथा-कादंबरीत शोभणाऱ्या घटनांच्या अवाक करणाऱ्या बहुविध अनुभवांनंतर तिला शांत झोप मिळणे फार-फार गरजेचे होते. तशी झोप तर तिला गाडीत बसल्या-बसल्या येतच होती.

इतर काही जणांनी त्यांची वाहने रांगेत उभी केल्यावर खाली उतरून जहाजाच्या वरच्या डेकवर जाणे पसंत केले होते. तेथे खायला-प्यायला मिळण्याचीही सोय होती. परंतु जोसलीनने मात्र गाडीतच बसून राहण्याचे ठरवले होते. तिने गाडीची दारे लॉक केली, तिची सीट पूर्ण मागे सरकवली आणि त्या सोयीस्कर व सुखकर स्थितीत मान सीटच्या पाठीवर टाकून 'एक छानसे पांघरूण असते तर बरे झाले असते', असे मनाशी म्हणत शांतपणे डोळे मिटून घेतले.

फेरी निघाली. सुरुवातीला होणारा इंजिनांचा मोठा आवाज आणि जहाजाचे जोरजोरात वर-खाली होणे हे जोसलीनला कळले. पण लवकरच इंजिनाचा आवाज स्थिर झाला, जहाजाने वेग घेतला. त्याच्या हालचालीला एक लय सापडली आणि त्या लयीत जोसलीन गुंगून गेली.

मोकळ्या समुद्रावरील घुमणारा वारा कर्कश शीळ घालू लागला. गाडी त्या वाऱ्याने हलकेच थरथरू लागली. ग्वेम्स बेटाजवळची खाडी ओलांडून बोट

रोझारिओच्या सामुद्रधुनीत शिरली. चार मैलांच्या प्रवासानंतर थॅचर पास आणि मग फ्रायडे हार्बर. वारा काही कमी होत नव्हता. लाटांच्या पाण्याचे थेंब थेट जोसलीनच्या गाडीच्या पुढच्या काचेपर्यंत उडत होते.

जोसलीनला झोप लागत होती, पण समुद्राची गाज, वाऱ्याचा आवाज आणि मनातील एक अनामिक हुरहुर, तिला वरचे वर डोळे उघडायला लावत होती. रात्र निरभ्र होती, तारे तेजस्वी होते. गाडीच्या काचेवर साठलेल्या पाण्यांच्या थेंबातून आकाश आणि चांदण्या हे दृश्य आगळे दिसत होते. डोळे मिटल्यावरचे जगही अगदी वेगळेच भासत होते. जोसलीन त्या दोन जगात ये-जा करीत होती. जागेपणी वरच्या डेकवरचे अस्पष्ट आवाज तिच्या कानावर पडत होते. हवेत चांगलाच गारवा होता. एरवी डेकवर उभ्याने हिंडत-फिरत गप्पा मारत बसणारे प्रवासी आज थंडीपासून बचाव करीत एका जागी बसणेच पसंत करीत होते. गरम कॉफीच्या कपाभोवती हात धरून गरम करीत होते. काही जणांनी तर चक्क पथाऱ्याच पसरल्या होत्या.

रोझारिओच्या सामुद्रधुनीत बोट शिरली त्यासुमारास जोसलीन गाढ झोपून गेली. बेल्डन, त्यांचे जलयान यांची स्वप्ने पाहू लागली. त्यानंतर तिच्या डोळ्यांपुढे तो स्फोटानंतचा प्रखर प्रकाश लखलखला, स्फोटाच्या दणक्याने ती उडून पडली होती तशीच ती त्याक्षणी झोपेतही जोरात हालली. तिचा हात अभावितपणे दिपलेल्या डोळ्यांसमोर गेला. काही क्षणात ती जागी झाली आणि तिला जाणवले की ते स्वप्न नाही, खरेच तिच्या गाडीवर मागच्या वाहनाच्या दिव्यांचा लख्ख प्रकाश पडलेला आहे. गाडीच्या मागच्या काचेतून त्या प्रकाशाने तिची संपूर्ण गाडी उजळून टाकली आहे. तिच्या समोरच्या छोट्या आरशातून प्रतिबिंबित झालेल्या प्रकाशाने खरोखरच तिचे डोळे दिपत आहेत.

''ए, बंद कर तुझे दिवे!'' बंद गाडीतून तिचा आवाज बाहेर जाणार नाही हे माहीत असूनही तिने जोरात ओरडून तिचा वैताग व्यक्त केला. तिला मागच्या वाहनाच्या इंजिनाचा आवाजही ऐकू येऊ लागला. नुसतेच वाहनाचे दिवे लावून तो ड्रायव्हर थांबला नव्हता, त्याने त्याचे इंजीनही सुरू केले होते. ''काय करतोय हा?'' जोसलीन पुटपुटली. 'कोल्ड स्टोअरेजचे तापमान वाढले म्हणून इंजीन चालवून ते कमी करतो आहे की काय? आणखी पाच मिनिटांत जर याने दिवे बंद केले नाहीत तर उठून, मागे जाऊन त्या मूर्खाला झापावेच लागेल.'

बंद करणे सोडाच, इंजिनाचा आवाज वाढलाच. वर गियर टाकल्याचाही आवाज झाला. दाबाखाली असलेली हवा जोरात आवाज होऊन बाहेर पडली, म्हणजे ब्रेक्स सोडले गेले. जोसलीनला काय होते आहे कळेना. आरशातले दिवे पुढे-पुढे येऊ लागले. बाप रे! ती घाबरली. ती विस्फारलेल्या डोळ्यांनी आरशातील

दिव्यांची हालचाल पाहू लागली, पण हे काय? दिवे आरशातून नाहीसे झाले, म्हणजेच मागचे वाहन पुढे सरकू लागले होते! भीती तिच्या मनाचा ताबा घेऊ लागली. तिच्या गाडीचा मागचा भाग, नंतर गाडीचा टप आणि हळूहळू पुढचा भागही दिव्यांच्या प्रकाशात न्हाऊन निघाला. दोन वाहनातील अंतर कमी-कमी होऊ लागले होते. दाण्!! आवाज झाला. मागचे वाहन चक्क तिच्या गाडीला धडकले होते!! तरीही ते वाहन थांबायची कोणतीही लक्षणे दिसेनात. ते पुढेच सरकत होते, जोसलीनची गाडी चेपली जाऊ लागल्याची तिला स्पष्ट जाणीव झाली.

पाठीमागे लागलेल्या संकटावर जोसलीनची साहजिक प्रतिक्रिया होती – दार उघडून गाडीच्या बाहेर पडण्याची. तिने दाराचे लॉक काढले, हँडल दाबले, काहीच होईना, वर-खाली केले, खडखडवले, पण ते उघडेचना! गाडी मागून दाबली गेल्याने दार बहुधा वाकले होते. ती उजव्या बाजूला सरकून तिने दुसऱ्या बाजूचे दार उघडण्याचा प्रयत्न केला. तेही उघडेना.

मागचा ट्रक पुढे येतच होता. गाडीची मागची काच तडकली, फुटली, वेडेवाकडे तुकडे झाले, चुरा झाला. उडालेल्या काचा जोसलीनच्या केसांवर पडल्या, तर काही केसात अडकल्या. आता गाडी पुढे सरकू लागली. तिचे टायर्स डेकवर घासू लागले. त्याचा शहारा आणणारा आवाज येऊ लागला. गाडी आणि समोरची जाळी यातले अंतर कमी होऊ लागले. लवकरच गाडी जाळीला टेकली, जाळी ताणली जाऊ लागली. मागचा ट्रक गाडीला रेटत होता. जोसलीनला ट्रकचे गियर बदलले जाण्याचा आवाज स्पष्ट ऐकू आला. म्हणजे तो अपघात नव्हता, जो कोणी ट्रकमध्ये होता, तो हेतुपूर्वक तिची गाडी ढकलत होता. म्हणजे... म्हणजे... तिची गाडी ढकलून द्यायची, नव्हे, तिला ठार मारायची योजना प्रत्यक्षात कार्यान्वित होत होती!!

जोसलीनच्या पायापासून डोक्यापर्यंत एक शिरशिरी उठली. ती परत दाराशी झगडू लागली. खिडकीच्या काचेतून बाहेरून कोणी मदतीला येऊ शकेल का ते पाहू लागली. काचेवर जोरजोरात हात आपटू लागली. प्रवासी ज्या डेकवर होते तेथून ती आणि तिची गाडी कोणालाच दिसतही नव्हती. आवाजही ऐकू जात नव्हता. लवकरात लवकर काहीतरी करून गाडीच्या बाहेर पडायला हवे होते. तिने खिडकीची काच खाली करण्याचे दारावरचे बटण दाबले; परत परत दाबले. दाबून धरले; काच जरासुद्धा हालली नाही. जोसलीन धास्तावली, तिला घाम फुटला. काय करावे? तिने तिचे दोन्ही पाय वर आणले आणि ते ती खिडकीच्या काचेवर दाबू लागली, जोरजोरात आपटू लागली. तिला काच फोडायची होती. पण काहीच होईना. मागून दडपला जाणारा गाडीचा पत्रा, फुटलेल्या काचेचे तुकडे आणि समोर जवळजवळ येणारे पाणी. जलसमाधीकडे जाणारा अखेरचा प्रवास!!

गाडीचे ब्रेक्स लावलेले होते, गाडीचे गियर 'पार्क' या स्थितीत होते. तरीही तिच्या गाडीचा एवढासा जीव मागच्या राक्षसी ट्रकपुढे टिकाव धरणे शक्यच नव्हते. ती पुढे-पुढे सरकत राहिली. जोसलीनचा हात अचानक हॉर्नवर पडला आणि तो जोरात वाजला. जोसलीनने तो वाजवतच ठेवला, कुणीतरी तो ऐकेल अशी तिला आशा वाटत होती.

समोरची नायलॉनची जाळी जास्त-जास्त फाटत चालली होती. तिला आधार देणारी लोखंडी कांबही वाकून जोसलीनच्या गाडीवर पडली. आता ती आणि अथांग समुद्र, त्याचे गार पाणी, मोठमोठ्या लाटा यांच्यामध्ये फारच थोडे अंतर उरले होते. लवकर काहीतरी करायला हवे होते.

तिने परत एकदा जिवाच्या आकांताने दोन्ही दारांची हँडल्स जोरजोरात हालवली. खांद्याचा जोर लावून दार ढकलून उघडायचा प्रयत्न केला. खिडकीची काच खाली करायचे बटण परत परत दाबून पाहिले. काहीच घडेना. आणि एकदम तिला तिची चूक लक्षात आली. तिने गाडीची किल्ली लावली, उजवीकडे फिरवली आणि परत दारावरचे बटण दाबले. काच खाली येऊ लागली!!

मोकळ्या खिडकीतून गार वारा जोरात आत घुसला. घामेजलेली जोसलीन शहारली. आता तिला तिचे शरीर मोकळ्या खिडकीतून बाहेर काढायचे होते. तिने निरनिराळ्या पद्धतीने तसे करण्याचे प्रयत्न सुरू केले. दोन्ही हात गाडीच्या टपाला टेकवून त्या आधाराने ती पायांच्या बाजूने बाहेर पडता येते का याचा अंदाज घेऊ लागली. ते काही जमेना. मग तिने मान बाहेर काढली आणि पाय सीटवर टेकून शरीर बाहेर ढकलायला सुरुवात केली. गाडी सरकत-सरकत पुढे जातच होती. पुढची चाके आता बोटीच्या कडेवर पोचली. गाडी पुढे कलू लागली आणि क्षणार्धात चाकांनी बोट सोडली, गाडीचे नाक खाली वळले. गाडी वेगाने पाण्याकडे झेपावली; पाण्यात पडली; पाणी वर उसळले; फेसाळले आणि काही क्षणातच शांत झाले. समुद्राने गाडी गिळून टाकली होती.

''इंजिनं थांबवा!!'' 'टिलिकम' नावाच्या त्या जहाजाच्या कप्तानाने आज्ञा सोडून त्याच्या समोरील लाल रंगाचे मोठे बटण जोरात दाबून धरले. समुद्राच्या, वाऱ्याच्या आवाजातही कितीतरी अंतरापर्यंत स्वच्छ ऐकू जाईल इतक्या कर्कशपणे भोंगा वाजला.

जहाजावर एकच गोंधळ माजला. ब्रिजवरील अधिकाऱ्याने दोन्ही हातात दोन दोन लीव्हर्स धरून जोराने मागे ओढल्या आणि ताठ उभ्या केल्या. इंजिनांचा आवाज आणि जहाजाचा थरथराट काही क्षणांतच थांबला, शांत झाला. मात्र जहाज स्वतःच्या वजनाने पाणी कापत पुढे जातच राहिले.

“जहाज वळवून जागेवर थांबवा,” पुढली आज्ञा सुटली.

जहाजावरील कर्मचाऱ्याने त्याही आज्ञेचे तातडीने पालन केले, पण जहाजाने जागेवर थांबायला बराच वेळ घेतला.

कप्तानाच्या नजरेसमोर त्या महाकाय ट्रकने ढकललेली छोटीशी गाडी खेळण्यातल्या गाडीसारखी पाण्यात पडली. समुद्राने तिला होलपटायला सुरुवात केली.

प्राणांवर बेतल्यावर जोसलीनच्या अंगात अद्भुत अशी शक्ती संचारली. तिने एका हाताने गाडीच्या बाजूला गोळा झालेली फाटकी जाळी घट्ट पकडली आणि शक्ती लावून शरीर बाहेर ओढले. गाडी समुद्राच्या दिशेने ढकलली गेली आणि जेव्हा ती पाण्यात पडली त्या वेळी जोसलीन एका हातावर नायलॉनच्या जाळीला लटकून राहिली. तिचे पाय हवेत तरंगत होते. तिने खाली पाहिले असते तर तिला खाली पसरलेले पाणी, उसळणाऱ्या लाटा दिसल्या असत्या; आणि कदाचित तिची शुद्ध हरपली असती.

जहाजाचा कर्णकर्कश भोंगा वाजला. जोसलीन दचकली, तिचा जाळीला धरलेल्या हाताच्या खांद्याला जोराचा हिसडा बसला. त्या वेदनेने ती कळवळली. आपला तो हात सुटणार या भीतीने, जिवाच्या आकांताने, तिने दुसऱ्या हाताने जाळी पकडली. त्याच वेळी जहाजाचा वेग कमी-कमी होऊ लागला. तिच्या शरीराला जोराचा हेलकावा बसला आणि निराधार पायांखालच्या पाण्याकडे तिची नजर जाऊन तिच्या डोळ्यांपुढे अंधेरी येण्याअगोदरच प्रथम तिचा एक आणि नंतर दुसरा पाय असे कसेबसे जाळीत अडकले.

जहाज जागच्याजागी उभे करण्यासाठी खरेतर इंजिने विरुद्ध दिशेने फिरवणे हा हमखास उपाय टिलिकमच्या कप्तानाला चांगलाच माहीत होता. पण त्या परिस्थितीत तो अवलंबणे अनुचित ठरले असते हेही त्याला ठाऊक होते. कारण तसे करताना पाण्यात पडलेल्या गाडीचे जहाजाच्या विराट पंख्यांखाली तुकडे-तुकडे झाले असते.

तसेच झाले. गाडीचा पत्रा आणि पंखे एकमेकांत अडकल्याचा आवाज इतक्या गजबजाटातही त्याच्या कानांनी टिपला. तो मनात प्रार्थना करीत होता की, त्या दुर्दैवी गाडीत कुणी बसलेले नसावे. सहसा ड्रायव्हर गाडीत बसून राहत नाहीत, पण कोणी सांगावे! काही क्षण तरी गाडीतल्या हवेमुळे ती पाण्यावर तरंगत राहणार हे लक्षात ठेवून कप्तान आणि त्याचा मदतनीस पाण्यावर नजर रोखून गाडी दिसते का ते पाहू लागले.

वेळ न दवडता कप्तानाने त्याच्याजवळचा प्रखर दिवा हातात घेऊन त्याचा झोत खाली सोडला. तो हिरव्यागार रंगाच्या पाण्यावरून परावर्तित झाला. पाण्यात त्याचे चित्रविचित्र आकार चमकले.

कप्तानाच्या मदतनिसाने कर्णा उचलून त्याच्या सर्व सहकाऱ्यांना कोणीतरी बुडले असण्याची शक्यता कळवली. तसेच मदतीसाठी जहाजाभोवतीच्या रेलिंगजवळ यायची सूचना दिली. जहाजावरील ध्वनिवर्धकांनी त्याची सूचना खणखणीतपणे सर्वत्र पोचवली. दोन-तीन वेळा सूचनेचा पुनरुच्चार करून तो कर्णा खाली ठेवतच होता, तोच एक कर्मचारी जोरात ओरडला, "इकडे, इकडे –"

कप्तानाने आवाजाच्या दिशेने दिवा वळवला. कोणीतरी त्या दिशेने काही जीवरक्षक कड्याही फेकल्या. पाण्यावर फिरणारा दिवा त्याने एके ठिकाणी थांबवला, "ते पहा," तो ओरडला. जहाज हालत असल्याने दिवा स्थिर ठेवणे खूप अवघड होत होते. तरीही दिव्याच्या हालत्या झोतात चेपलेली, मोडलेली गाडी; विशेषत: तिचा पोचे आलेला टप दिसला. क्षणभराने पाण्यात बुडला, परत वर आला. गाडीच्या ड्रायव्हरच्या जागेच्या बाजूने मोकळी जागा असल्यासारखे जोरजोरात बुडबुडे वर येताना दिसत होते. चहूबाजूने लाटा गाडीला गिळंकृत करायला टपल्या होत्या. त्यांच्यापुढे गाडी काही फार काळ तग धरू शकली नाही. ती पूर्णपणे दिसेनाशी झाली.

तोपर्यंत आणखी दोन दिवे त्या जागेवर आणण्यात आले. प्रकाश वाढला, शोधाचा आवाका विस्तारला. तिघांनीही खूप वेळ डोळ्यांत तेल घालून पाहणी केली, पण पाण्यात कोणीही दिसले नाही. कप्तानाची प्रार्थना देवाने बहुधा ऐकली होती.

ती फाटलेली, लक्तरे झालेली नायलॉनची सुरक्षा जाळी एखाद्या कोळ्याच्या जाळ्यासारखी जहाजाच्या कडेला लोंबत होती. त्यालाच जोसलीनही कशीबशी लटकली होती. तिची नजर सतत वर-खाली फिरत होती. वरच्या लोखंडी खांबापासून जाळी सुटणार नाही ना आणि खाली आ वासून पसरलेल्या पाण्याच्या जबड्यात आपण पडणार नाही ना, या काळजीने तिचा जीवही वर-खाली होत होता. जहाजाचा वेग कमी झाला होता, पण तरीही ती पाण्यात पडली असती तरी पंखांनी तिच्या चिंधड्या करण्याइतका त्या अजस्र जहाजाचा वेग नक्कीच होता. तिचे पाच हातांचे शरीर कधीच सापडले नसते.

खिडकीतून बाहेर पडताना फाटलेल्या तिच्या कपड्यातून वारा भणाणत होता. तिच्या अंगावर काटा आणीत होता. तिचे हातही भीतीने आणि थंडीने बधिर होऊ लागले. जाळीवर पकड धरणे कठीण पडू लागले. विराट जहाजाच्या कडेवर, नायलॉनच्या जाळीला जोसलीन चिंध्यांच्या बाहुलीसारखी लटकली होती. गाडी

पाण्याने गिळून टाकली होती, पण तिचा जीव वाचला होता. आता यातून जिवंत बाहेर पडणे शक्य होते; म्हणूनच आवश्यक होते. तिने मनाला आवरले, भरकटणारे विचार काबूत आणले. चित्त स्वत:च्या बचावावर एकाग्र केले. हाता-पायांची स्थिती बदलून तिने तिचा चेहरा जहाजाच्या आतल्या बाजूला फिरवून घेतला. आता समोर समुद्राचे काळे पाणी नव्हते, त्यावर तरंगणारे जहाज होते. मृत्यू नव्हता, जगण्याची शक्यता होती.

दोन्ही हात आणि पायांनी जाळी पकडून लटकलेली जोसलीन क्रूसावर चढलेल्या येशू ख्रिस्तासारखी दिसत होती. आता फारसा जोर न लावता ती तग धरून राहू शकत होती. डेकवरची लगबग, ध्वनिवर्धकावरील सूचना, दिव्यांचे झोत पाहून आणि ऐकून तिला कोणीतरी तिच्या मदतीला येईल अशी आशा वाटू लागली. पण तसे काहीच झाले नाही. एवढे लोक वर एवढ्या हालचाली करत आहेत आणि माझ्याकडे कुणाचेच कसे लक्ष जात नाही, असा प्रश्न तिला जसा पडला तसे त्याचे उत्तरही तिला मिळाले. ती अशा ठिकाणी होती की, तेथून ती डेकवरील कोणालाच दिसू शकत नव्हती. सगळे जण पाण्यात पडलेल्या गाडीबरोबर कोणी मृत अथवा जिवंत नाही ना तेच पाहत होते. कोणी जिवंत व्यक्ती जाळीला धरून उभी असेल, असे कोणालाच वाटणे शक्य नव्हते.

पाण्यावरील प्रकाशाचे झोत विझले. जहाजाच्या वेग कमी करण्याने, वळण्याने पाण्यावर उठलेले तरंग शमले, आवाजही विरू लागले. डेकवरील हालचाल जरा थंडावली. वाऱ्याचा जोर कमी झालासा वाटला, जणू आतले आणि बाहेरचेही वादळ सैलावले होते.

तिने धीर करून एकेक हात आणि पाय वर-वर चढवत जाळीच्याच आधाराने तिची गाडी आणि इतर वाहने उभी होती त्या डेकवर पोचायचे ठरवले. प्रगती धिम्या गतीने, पण निश्चित होत गेली. हात, पाय, खांदे, जवळजवळ सगळेच अवयव ठणकत होते. शारीरिक कष्टांची परिसीमा झाली होती. मानसिक त्रासाचा कहर झाला होता. डेक जवळ येऊ लागला तसे प्रवाशांच्या डेकवरील आवाज स्पष्ट ऐकू येऊ लागले. 'काही दिसते आहे का,' असे एकमेकांना विचारलेलेही तिला ऐकू येत होते. सगळ्यांचे लक्ष पाण्याकडे होते, वाहनांच्या डेककडे कुणीच पाहत नव्हते. हळूहळू, जाळीला धरून-धरून, अखेरीस जोसलीन डेकपर्यंत पोचली.

एक ठरवलेले लक्ष्य गाठल्याच्या समाधानात तिने थकलेल्या तना-मनाला जराशी विश्रांती दिली. ती डेकवर काही वेळ पालथी पडून राहिली. आग-आग होणारे अंग तिने थंड डेकवर लोटून दिले, कढत-कढत गाल गार लाकडी डेकवर टेकला. डोळे मिटून घेतले. काही वेळ पडून राहिल्यावर तिने मान वर उचलली तेव्हा, खालून वर आल्याने प्रथम तिच्या उघडलेल्या डोळ्यांना डेकवर रांगेत उभ्या

असलेल्या वाहनांची चाके दिसू लागली. तिला ती चाके शोधायची होती ज्यांनी तिची गाडी पाण्यात ढकलली होती. तीही तिला लगेच दिसलीच. प्रचंड मोठ्या रबरी टायरची जोडी. तोच ट्रक... मोठाच्या मोठा ट्रेलर जोडलेला. तिच्यापासून सहा फुटांवर होता. ती सावधपणे उठली, पण खाली वाकूनच, गुडघ्यांवर रांगत, सहजी कोणाला दिसणार नाही अशा पद्धतीने त्या राक्षसाच्या जवळ गेली. तिचे सगळे लक्ष ड्रायव्हरच्या जागेकडे लागले होते. मान वर केल्यावर त्या बाजूचे दार तिच्या नजरेस पडले आणि मग ड्रायव्हरची सीट. अरेरे, ती तर रिकामी होती. दिलेले काम पूर्ण झाल्याबरोबर तो क्रूरकर्मा शांतपणे तेथून निघून गेला होता. एव्हाना तो वर डेकवर इतर प्रवाशांमध्ये मिसळून गेला असेल. मद्याचा ग्लास तोंडाला लावून, पाण्यात पडलेल्या गाडीबद्दल, गाडीतील न दिसलेल्या ड्रायव्हरबद्दल त्यांच्याशी चर्चा करीत असेल अशा विचाराने जोसलीनने त्याला मनातल्या मनात एक शिवी हासडली. ती त्या ट्रकच्या दाराजवळ उभी असतानाच तिला पावलांची चाहूल लागली.

ती चटकन ट्रकच्या पलीकडच्या बाजूला पळाली आणि दुसऱ्या रांगेत उभ्या असलेल्या दोन गाड्यांच्या मध्ये लपून राहिली.

दोन माणसे बोलत-बोलत आली. सरळ फाटून लक्तरे होऊन लोंबत पडलेल्या नायलॉनच्या जाळीजवळ जाऊन, तिचे निरीक्षण करीत, त्याबद्दल आपापसात चर्चा करू लागली. ते जहाजाचे कर्मचारी होते. त्यातील एक जण ट्रकवर चढला आणि दार उघडून ड्रायव्हरच्या जागेवर बसला. "किल्ली नाही इथे," त्याने ओरडून खाली उभ्या राहिलेल्या त्याच्या सहकाऱ्याला सांगितले. "पण इथे काही वायर्स मोकळ्याच लोंबतायत स्टीअरिंगच्या खाली. म्हणजे कोणीतरी वायर्स थेट स्टार्टरला जोडून किल्लीशिवाय ट्रक चालू केलेला आहे!" दुसरा त्याला म्हणाला, "ए, तू त्या वायर्स तशाच ठेव, काही करू नकोस. वर जाऊन या ट्रकच्या ड्रायव्हरला बोलावून आणू आणि साहेबांना कळवू काय झालंय ते. काहीतरी भानगड दिसतीय. दुसऱ्याच कोणीतरी ट्रक चालू केलेला दिसतोय."

तेवढ्यात आणखी काही कर्मचारी तेथे आले. त्यातल्या एकाने ट्रकवर चढलेल्याला विचारले, "तू तटरक्षकदलाला कळवलंस ना?"

"हो, हो. मघाशीच ब्रिजवरूनच बोललो आम्ही त्यांच्याशी."

अंधारात गाड्यांच्या मध्ये लपलेल्या जोसलीनकडे मात्र कोणाचेच लक्ष गेले नाही.

ते सगळे हळूहळू वर निघून गेले. तिने अंधारात नेटच्या विरुद्ध दिशेला चालायला सुरुवात केली. तेव्हा तिचे लक्ष तिच्या पायांकडे गेले. दोन्ही नवे बूट पायात नव्हते! जीव वाचवण्याच्या प्रयत्नात, जाळीवरील कसरतीत ते कधीतरी

पडून गेले होते. नुसतेच मोजे उरले होते. तेही जागोजागी फाटलेले. आता ती आपोआपच आवाज न करता चालत प्रवाशांच्या वरच्या डेककडे जाऊ शकणार होती. गाडीत ठेवलेली तिची ब्रीफकेस आणि पर्स मात्र एव्हाना गाडीबरोबर सागराच्या तळाशी जाऊन पोचले होते. कपड्यांची स्थितीही काही चांगली नव्हती. तेही जागोजागी फाटले होते.

डेकच्या शेवटी असलेल्या जिन्याने ती वर चढली. तिचे नशीब असे की, समोरच काही अंतरावर तिला स्त्रियांसाठीची बाथरूम दिसली. आत शिरून तिने दार आतून लावून घेतले.

दाराला पाठ लावून डोके दारावर टेकून ती काही वेळ स्तब्ध उभी राहिली. तिला हे कळून चुकले होते की, सर्वांच्या, विशेषत: तिची हत्या करणाऱ्या ट्रक ड्रायव्हरच्यामते ती गाडीबरोबर पाण्यात पडून मरून गेलेली होती. त्याचे काम यशस्वीरीत्या पूर्ण झाले होते. पण प्रत्यक्षात ती जिवंत होती. मनातला गोंधळ शांतपणे उभे राहून तिने थांबवला. तिच्या हे चांगलेच लक्षात आले होते की, काही काळ तरी त्या खुन्याचे आणि इतरांचेही ते मत तसेच राखणेच तिच्या दृष्टीने श्रेयस्कर होते.

वॉशिंग्टन डी.सी.

मध्यरात्र उलटून गेली होती. राष्ट्राध्यक्षांचे राष्ट्रीय सुरक्षा सल्लागार हर्शबर्ग यांच्या ऑफिसच्या खिडकीतून स्टुअर्ट बाउलिनला काळ्या आकाशाच्या पार्श्वभूमीवर आतील पांढऱ्यास्वच्छ दिव्यांच्या प्रकाशात उजळून निघालेला व्हाइट हाउसचा सुंदर, तजेलदार घुमट दिसत होता. पण समोर चेरीच्या लाकडाच्या लांब रुंद टेबलामागील ऐसपैस खुर्चीत झुकलेल्या खांद्यांनी बसलेले हर्शबर्ग मात्र थकलेले दिसत होते. त्यांच्या डोळ्यांखाली काळी वर्तुळे दिसू लागली होती, गालाचा भाग सुजलेलाही होता.

केनेडी सेंटरमध्ये एका कार्यक्रमासाठी ते गेले होते. तेथून घरी परतत असताना बाउलिनने त्यांना एका विषयाचे गांभीर्य सांगून, त्याचे विशेष महत्त्व आणि निकड विशद करून, त्याच्याबरोबर त्यांच्या ऑफिसमध्ये आणले होते. त्यांना जे सांगायचे होते त्याची तयारी त्याने दुपारच्या त्याच्या ग्रुपबरोबरच्या मीटिंगमध्ये ग्रुपच्या इतर सदस्यांशी चर्चा करून केली होती. बाउलिन जे त्याच्या वरिष्ठांना सांगणार होता ते ऐकल्यावर त्यांची उर्वरित रात्र आणि पुढील कित्येक दिवस वाईटच जाणार होते.

"बाउलिन, हे बघ, जे काही सांगायचंय ते लवकर आणि थोडक्यात सांगून टाक. मला सकाळी, साडेसात वाजता एक मीटिंग आहे आणि त्यानंतर दहा वाजता विमानाने न्यू यॉर्कला जायचं आहे.'' निरिच्छेने त्याच्याबरोबर आलेले हर्शबर्ग ऑफिसमध्ये शिरल्या शिरल्या बाउलिनला म्हणाले. दुसऱ्या दिवशी हर्शबर्ग यूनोच्या ऑफिसमध्ये बोस्निया आणि मध्यपूर्वेमधील प्रश्नांवर युरोपातील काही

देशांच्या सुरक्षा सल्लागारांबरोबर चर्चा करणार होते हे बाउलिनलाही माहीत होते.

बाउलिनने एक दीर्घ श्वास घेतला आणि बोलायला प्रारंभ केला, ''आम्हाला अशी माहिती मिळली आहे की, रशियातील कोणा एका शस्त्रास्त्रांच्या व्यापाऱ्याने एक अण्वस्त्र – एक बॉंब, अमेरिकेतील त्याच्या एका ग्राहकाकडे रवाना केलेला आहे.''

ते वाक्य ऐकल्यावर हर्शबर्ग यांची दृष्टी बाउलिनच्या चेहऱ्यावर खिळून राहिली. डोळ्यात प्रश्नांचे आणि कपाळावर आठ्यांचे जाळे होते. पण चेहरा थक्क, भावहीन होता. प्रश्न विचारायचीही शुद्ध नव्हती. म्हणूनच त्यांनी न विचारताच बाउलिनने त्यांच्या अपेक्षित प्रश्नाचे उत्तर देऊन टाकले, ''बॉंब ग्राहकाच्या हातात पोचलेला आहे.''

दुसऱ्या दिवसाचे महत्त्वाचे प्रश्न परदेशांचे होते, ही ज्वलंत चिंता घरातली होती. हर्शबर्ग बाउलिनचे बोलणे संपूर्ण लक्ष देऊन ऐकू लागले.

''बॉंब पॅसिफिक महासागरात एका जहाजातून दुसऱ्या जहाजात आणि तेथून त्याच्या मुक्कामाला पोचला आहे. पहिलं जहाज समुद्रात बुडलं आहे अशी तटरक्षकदलाची खातरीलायक खबर आहे.''

''जहाज बुडलं त्याबरोबर तो बॉंब कशावरून बुडला नसेल?''

बाउलिनने ब्रीफकेसला हात घातलाच होता. त्यातून एफबीआयचा एक रिपोर्ट काढून त्याने टेबलावरून हर्शबर्ग यांच्याकडे सरकवला.

हर्शबर्ग तो हातात घेऊन वाचू लागले. नेहमी वरवर रिपोर्ट वाचून त्यातला मथितार्थ जाणून घेण्याची त्यांना सवय झाली होती, पण तो रिपोर्ट वाचायला लागल्यानंतर ते त्यातले अक्षरन्‌अक्षर वाचत आहेत हे कळत होते. त्यात प्रामुख्याने दोन पुरावे दिलेले होते. एक : प्रयोगशाळेतील तपासणीवरून बुडालेल्या जहाजातला माल ज्या दोऱ्यांनी तरंगत्या बॅगेला बांधलेला होता त्या दोऱ्या तुटलेल्या नव्हत्या, अगदी व्यवस्थित चाकूने कापून तोडलेल्या होत्या. यावरून असे स्पष्ट होत होते की, कोणीतरी बुडणाऱ्या जहाजातील माल बाहेर काढून दुसऱ्या जहाजावर ओढून घेताना त्याच्या दोऱ्या नीट कापून तो सुटा करून घेतला होता. मग उरलेल्या दोऱ्यांसकट ती तरंगती बॅग, मालाला आधार म्हणून योजलेले तीन बॉइज् वगैरे गोष्टी बुडणाऱ्या जहाजात सोडून दिलेल्या होत्या.

दुसरा पुरावा पहिल्याहून फारच महत्त्वाचा होता.

''बाउलिन, माझं फिजिक्सचं ज्ञान जरा गंजलंय. फार वर्षं झाली,'' हर्शबर्ग म्हणाले. ''हे बघ, किरणोत्सर्गी पदार्थातून जे किरण बाहेर पडतात, ते किरण माणसाचं शरीर शोषून घेतं. त्याचे मापन करण्याचे जे परिमाण असते त्याला 'रॅड' म्हणतात ना?''

"होय."

"हा रिपोर्ट असे सांगतो आहे की, त्या तरंगत्या बॅगच्या बाहेरील भागावर किरणोत्सर्गी द्रव्य लागलेलं होतं. ते इतक्या रॅडचं होतं की, त्यामुळे हजारो लोकांना कॅन्सरची बाधा होऊ शकली असती."

"होय, त्यांना जेव्हा तो धोका लक्षात आला, तेव्हा त्यांनी 'इस्व्हानिया'चे जेवढे अवशेष सापडलेले होते ते सगळेच्या सगळे ओक ब्रिजला तपासणीसाठी आणि त्याची योग्य प्रकारे विल्हेवाट लावण्यासाठी पाठवले. क्वांन्टिक्रोतली ती दूषित झालेली प्रयोगशाळा पूर्णपणे शुद्ध करून घेतली." बाउलिन पुढे सांगू लागला, "ओक ब्रिजच्या प्रयोगशाळेत जी तपासणी केली गेली त्यात असे दिसले आहे की, ते किरणोत्सर्गी द्रव्य तोफांतून डागल्या जाणाऱ्या आण्विक शेल्समध्ये वापरले जाणारे प्लुटोनियम होते. ते उघडे पडल्याने काही काळ वातावरणाशी संपर्कात आले असावे आणि त्यातून किरणोत्सर्ग होण्यास प्रारंभ झाला असावा. तरीही तज्ज्ञांचे मत असे आहे की, त्यातून बाहेर पडणाऱ्या गॅमा किरणांचे प्रमाण फार जास्त नसेल. आणखी एक गोष्ट घडली आहे. तटरक्षकदलाच्या ज्या हेलिकॉप्टरने इस्व्हानियाचे अवशेष गोळा करून आणले होते, तेही शुद्ध करण्याचा त्या दलाच्या लोकांनी प्रयत्न केला, पण ते वापरण्यातला संभाव्य धोका लक्षात घेऊन त्यांनी ते हेलिकॉप्टर समुद्रात बुडवून नष्ट करण्याचा निर्णय घेतला. त्याचा पायलट आणि इतर सर्व कर्मचाऱ्यांना स्वतंत्र ठिकाणी नेण्यात आले. जेणेकरून त्यांचा इतरांना किंवा इतरांचा त्यांना संसर्ग होणार नाही. त्यांना वैद्यकीय निगराणीखाली ठेवलेले आहे. त्यांची नियमित तपासणी केली जात आहे."

त्या रिपोर्टमध्ये असेही लिहिले होते की, ज्या कोणी रशियातील शस्त्रास्त्र साठ्यातून तो बॉंब काढून घेतला त्याने तो पाठवण्यापूर्वी खोलला असला पाहिजे आणि त्या वेळीच त्यातल्या प्लुटोनियमचे आवरण फाटून, ते हवेच्या संपर्कात आले असले पाहिजे. त्याचे आवरण फाटलेले ज्याच्या लक्षात आले त्याने तो तसाच जहाजातील तरंगत्या बॅगेत गुंडाळून टाकला असावा. त्यामुळेच त्या बॅगेला प्लुटोनियम हे किरणोत्सर्गी द्रव्य लागलेले सापडले असावे. हर्शबर्ग यांनी रिपोर्ट वाचून संपवला आणि टेबलावर ठेवला.

"बॉंब किती मोठा आहे, किती प्रमाणात विध्वंस करू शकेल याबद्दल काही अंदाज?" त्यांनी बाउलिनला विचारले.

"नाही. ते नाही समजू शकले. बॉंब लहान मोठा कसाही असला तरी किरणोत्सर्गाचा धोका नक्कीच मोठा आहे. जहाजातून काढणाऱ्यांना, तो हाताळणाऱ्यांना या धोक्याची कल्पना नसावी."

"अशी आशा करू या की, त्याचा स्फोट कसा करायचा हेही ज्ञान त्यांना

नसावं!'' हर्शबर्ग म्हणाले. नंतर त्यांनी विचारले, ''रशियन याबाबतीत काय म्हणतायत?''

''रशियाच्या संरक्षण खात्याशी आपल्या परराष्ट्रखात्याचा डॅन मर्फी बोलतो आहे. पण आपल्याला जरा सावधपणे, आडून-आडूनच बोलावं लागतं आहे, कारण आपली माहिती ही अनधिकृत मार्गांनी मिळवलेली आहे, टेलिफोनवरील काही संभाषणे आणि जहाजातील अवशेष. आम्ही तुमच्या देशातील खाजगी फोन्स गुप्तपणे ऐकतो असं आपल्याला त्यांना उघडपणे सांगता येत नाही. त्यामुळे ते काय आणि कितपत सांगतील याबद्दल शंकाच आहे, जाहीरपणे तर काहीच सांगणार नाहीत असंच वाटतं आहे. सीआयएने त्यांचा एक एजंट सायबेरियाला रवाना केला आहे, तो काय करू शकतो ते पाहू. आपल्या लोकांनी ऐकलेली काही संभाषणे गुप्त भाषेत आहेत, त्यांचाही छडा लावण्याचं काम चालू आहे.''

हर्शबर्ग क्षणभर गप्प राहिले. मग म्हणाले, ''प्रेसिडेंटना काय सांगू मी?''

''तो तर फारच नाजूक प्रश्न आहे.''

''म्हणजे? हे आणखी काय?''

बाउलिनने सवयीप्रमाणे संवेदनशील माहिती सांगण्याआधी एक दीर्घ श्वास घेतला. ''हा बॉंब सायबेरियातील इकटिरेनबर्ग या शहराजवळच्या लष्करी शस्त्रसाठ्यातून रशियन माफिया टोळीने पळवलेला आहे. तो देशाबाहेर काढताना 'मशीनचे पार्ट्स' या वर्णनाखाली त्याचे खोटे कागदपत्र तयार करण्यात आले आहेत. ते एका रशियन कंपनीच्या नावावर आहेत आणि ती कंपनी जे चालवतात त्यांचे नाव आहे व्हिक्टर कॉलिकॉफ!''

ते नाव कानावर पडल्यावर हर्शबर्ग यांच्यावर बाउलिनला अपेक्षित होता तसाच परिणाम झाला. त्यांनी दोन्ही हातात डोके धरले आणि मान जोरजोरात हालवत एक जोरदार शिवी हासडली. ते जवळजवळ ओरडलेच, ''झालं! हेच व्हायचं राहिलं होतं!! मला वाटलंच होतं, हा आपल्या सगळ्यांनाच गाळात घालणार एक दिवस!!!''

ते खुर्चीतून उठले. त्यांना एका जागी बसणे, उभे राहणे अशक्य होऊ लागले. ते अस्वस्थपणे खोलीत फेऱ्या मारू लागले.

''तरी मी प्रेसिडेंटना सारखं सांगत होतो, सावध करत होतो. या माणसाला जवळ करू नका, त्याच्याशी संबंध ठेवू नका. पण नाही, यांना पटणार नाही. त्याच्या गळ्यात गळे घातले आणि तेही इथे व्हाइट हाउसमध्ये, अगदी ओव्हल ऑफिसात बसून, तमाम बातमीदारांसमोर, शेकडो कॅमेऱ्यांसमोर! त्याला जेवायला बोलावलं, त्याच्या पार्ट्यांना हजेऱ्या लावल्या. बस, व्हाइट हाउसची किल्लीच तेवढी त्याच्या हातात द्यायचं बाकी ठेवलं आहे आमच्या महाराजांनी!!''

“पण त्याचे पैसे त्यांनी परत केले, नाही का?” बाउलिनने प्रेसिडेंटच्या बाजूची गोष्ट पुढे केली.

“हो ना, पण केव्हा? ‘पोस्ट’सारख्या वर्तमानपत्राने बोंबाबोंब केली, रान उठवलं तेव्हा!”

झाले असे होते की, राष्ट्राध्यक्षांनी मागील निवडणुकीत ज्या देणग्या गोळा केल्या होत्या त्यातले जवळजवळ अडीच लाख डॉलर्स हे व्हिक्टर कॉलिकॉफ या रशियन उद्योगपतीने त्यांना दिले होते असा गवगवा झाला होता. पक्षाने गुपचुप पैसे परत केले होते, पण परदेशी नागरिकाकडून असे पैसे स्वीकारणे हा कायद्याने गुन्हा होता. पण मिळालेले पैसे कॉलिकॉफचे होते हे पक्षातील कोणालाही, अगदी प्रेसिडेंटनाही माहीत नव्हते असे सिद्ध करून ती वेळ कशीबशी भागवली गेली होती. ते प्रकरण मिटवले गेले होते.

“प्रेसिडेंटना त्यासाठी काही कोणी खोर्टात खेचणार नाही,” बाउलिन म्हणाला.

“तो ॲटर्नी जनरल तर नक्कीच नाही.” हर्शबर्ग म्हणाले, “निवडून आल्यानंतर प्रेसिडेंटनी त्यांच्या हातून कोणताही गुन्हा घडलेला नाही असे जनतेला पक्कं पटवलं आहे. आणि जरी त्यांच्या हातून एखादा गुन्हा घडला तरी जनता त्यांना काही बोल लावणार नाही अशी विलक्षण भुरळ त्यांनी जनतेवर घातली आहे. मतदारांचा त्यांच्यावर गाढा विश्वास आहे. त्यांचे शासन आणि ते स्वत: यांच्या हातून कधीच काहीच अनैतिक घडणार नाही असे शिफारसपत्रच त्यांना लोकांनी देऊन टाकलं आहे. आता कळेल जनतेला, त्या विश्वासाच्या मोबदल्यात त्यांना त्यांचे लाडके प्रेसिडेंट अणूबाँबचे चटके देणार आहेत!!”

हर्शबर्ग इतके स्पष्ट आणि इतके जहरी सत्य बोलत असताना बाउलिनच अस्वस्थ झाला होता. या ऑफिसमध्ये काय चालते, काय बोलले जाते हे गुप्तपणे नोंदणारी यंत्रणा बसवली नसली म्हणजे मिळवली, असा विचार त्याच्या घाबरलेल्या मनात डोकावला. व्हाइट हाउसमध्ये गुप्त चर्चा, सल्लागारांबरोबरच्या मीटिंग्ज यासाठी राष्ट्राध्यक्ष जी ‘सिच्युएशन रूम’ नावाची प्रशस्त खोली वापरत असत त्यात तशा प्रकारची सर्व अत्याधुनिक उपकरणे बसवलेली होती, हे त्याला माहीत होते. त्याला हेही माहीत होते की, हर्शबर्ग यांचा राग सहसा त्यांच्या नियंत्रणाखाली असे, पण जर तो कधी उफाळला तर मग मात्र छत खाली यायला वेळ लागत नसे.

“या जनतेला कोण समजावून सांगणार? लोकांचा अगदी आंधळा विश्वास आहे प्रेसिडेंटवर! या देशाचं भविष्य धोक्यात आहे, बाउलिन!” हर्शबर्ग हताश होऊन म्हणाले.

“प्रेसिडेंटपेक्षा त्यांच्या राजकीय सल्लागारांमुळे ते जास्त धोक्यात आहे!” बाउलिन अगदी खालच्या आवाजात म्हणाला.

हर्शबर्ग यांना त्याचे 'बोलणे' नीटसे ऐकू आले नाही, पण त्याचे 'म्हणणे' कळले. त्यांची भुवई वर उचलली गेली आणि ते म्हणाले, "तुम्हीच शिकवायचे राहिला होतात. पण मी तुमच्याकडून काही शिकायला हवं असलं तर जरा जोरात बोलायला लागेल!!" बाउलिन शरमला. ते त्यांचा मुद्दाच पुढे नेत म्हणाले, "तुला मला हे माहीत आहे की, विल्यम्स, आपले प्रेसिडेंट हे सापाच्या जातीचे आहेतच, पण एका बाजूला प्रेसिडेंटशी हसून बोलायचं, त्याच वेळी दुसरीकडे बॉंब हाताळणाऱ्या गुंडांशी संबंध ठेवायचा आणि वर या जगात त्यांच्या हिताची काळजी असणारं, त्यांना योग्य सल्ले देणारं आपल्याशिवाय अन्य कोणीही नाही असं त्यांना भासवायचं – असलं विषारी कृत्य करणारा व्हिक्टर कॉलिकॉफ हा अजगर विरळाच!!

व्हिक्टर कॉलिकॉफ यांचे अशा शब्दांत वर्णन करून हर्शबर्ग यांनी टेबलावरील पाण्याचा ग्लास उचलला. एखाद्याला शुभेच्छा द्यायच्या असल्या, एखाद्याचे जाहीर कौतुक करायचे असले की जसा मद्याचा किंवा पेयाचा ग्लास उंचावून त्यातून घोट घेतात तसेच, त्याच थाटात जणू त्यांनी कॉलिकॉफच्या नावाने पाण्याचा एक घोट घेतला. "आमच्या या घरच्या सापाला पुंगी वाजवून गुंगवणारा हा गारुडी खरा कोण आहे हे विसरून चालणार नाही," हर्शबर्ग यांनी ग्लासमधील पाण्यातून बाउलिनकडे पाहिले, ग्लास हातात गोल गोल फिरवीत ते म्हणाले, "बाउलिन, फक्त मीच नाही, सीआयए आणि परराष्ट्र खाते दोघेही प्रेसिडेंटना सतत धोक्याचा इशारा देत आले आहेत. हा व्हिक्टर कॉलिकॉफ त्यांना भेटायच्या आधीच त्यांना या दोन्ही एजन्सींनी या गोष्टीची स्पष्ट जाणीव करून दिलेली होती की, त्याचे रशियातील गुन्हेगारी जगाशी निकटचे संबंध आहेत, तो शस्त्रास्त्रांच्या बेकायदेशीर खरेदी-विक्रीच्या धंद्यात गुंतलेला आहे. पण ऐकलं का प्रेसिडेंटनी त्यांचं? नाही!"

कॉलिकॉफ याने राष्ट्राध्यक्षांच्या लाभलेल्या जवळिकीचा भरपूर फायदा करून घेतला होता. ती जवळीक राष्ट्राध्यक्षांची काळजी घेणाऱ्या अधिकाऱ्यांच्यात, फोटो काढताना त्याला राष्ट्राध्यक्षांच्या जवळ, मोक्याच्या जागी उभे करण्यासारख्या छोट्या-छोट्या गोष्टींनी त्याची तळी उचलण्याची, त्यायोगे राष्ट्राध्यक्षांची मर्जी संपादन करण्याची अहमहमिका कायम सुरू राहिली होती. कॉलिकॉफ प्रेसिडेंटबरोबर व्हाइट हाउसमध्ये दिवसेंदिवस मुक्काम ठोकत असे. राष्ट्राध्यक्षांच्या डायरीपर्यंत त्याचे हात पोचले होते. त्यात तो राष्ट्राध्यक्षांच्या पक्षाला भरघोस देणग्या देतील अशा धनवानांचे पत्ते, फोन नंबर्स लिहून ठेवत असे. राष्ट्राध्यक्षांना त्याच्या आणि त्याच्यामुळे मिळणाऱ्या पैशाचा लोभच सुटला होता. त्यासाठी काहीही करायची, त्यांच्या हितचिंतकांकडे दुर्लक्ष करण्याचीही त्यांची तयारी होती. त्यांना त्यापुढे बाकी कशाचीच पर्वा उरली नव्हती. सीआयए, परराष्ट्रखाते यांनीही अखेर हात टेकले होते.

"बाउलिन, आता काय होईल सांगू तुला? प्रचंड संख्येने प्राणहानी घडवणारं हे अस्त्र आपल्या देशात पोचलं आहे आणि ते येथपर्यंत पोचवण्यात त्यांचा प्रिय मित्र कॉलिकॉफ याचा हात आहे ही गोष्ट आमचे लष्करप्रमुख प्रेसिडेंट ऐकूनच घेणार नाहीत!" हर्शबर्ग यांचा वैताग पराकोटीला पोचला होता.

"पण, त्यांना काहीतरी करावंच लागेल," बाउलिन म्हणाला.

"काय करणार ते? आणि काय करणार त्याचं शासन? यांनी खाजगीरीत्या शस्त्रं बाळगण्याच्या विरुद्ध कायदे केले. नॅशनल रायफल असोसिएशनसारख्या जनतेला घातक शस्त्रांपासून सुरक्षित राहण्याचे शिक्षण देणाऱ्या संस्थेला चेष्टेचा विषय बनवलं हे विसरू नकोस. आमच्या राष्ट्राध्यक्षांना फक्त आमची पुढची पिढी म्हणजे लहान मुलं, त्यांचं शिक्षण, पर्यावरण असल्या विषयातच रस आहे. लहान मुलं – त्यांची सामाजिक सुरक्षा, लहान मुलं – त्यांचं आरोग्य. बस, बाकी काही नाही. राजकारणाचा हा असा मंत्र जपणारे आमचे राष्ट्राध्यक्ष लोकांना असं कसं सांगू शकतील की, बाबांनो, उद्या आपल्या एका शहरात एक अणूबाँब फुटणार आहे आणि ते पार उद्ध्वस्त होणार आहे. तुम्ही, तुमची मुलं, तुमचं सबंध कुटुंबच्या कुटुंब एका रात्री अंथरुणातच जळून राख होणार आहात; त्यातून यदाकदाचित वाचलात तर किरणोत्सर्गाने झिजून-झिजून मरणार आहात! आणि असं का घडणार आहे? कारण मी तुमची सेवा करण्यासाठी निवडून यावं म्हणून ज्यांच्याकडून पैसा घेतला आहे, ज्यांना माझ्या शेजारी जागा दिली आहे, त्यांनीच तुमच्या मृत्यूची अशी सोय करणारं एक महाभयंकर अण्वस्त्र आपल्या सर्वांच्या दारात आणून टाकलं आहे."

फ्रायडे हार्बर, वॉशिंगटन राज्य

शंभर उंबऱ्यांच्या गावात जशी बातमी पसरायला उशीर लागत नाही, तशीच ती फेरीबोटीवरही वाऱ्यासारखी पसरते. जहाजावर काम करणाऱ्यांमार्फत ती सर्व प्रवाशांपर्यंत पोचते. गाडी पाण्यात पडलेली, वर-खाली होत अखेरीस बुडालेली दिसली, पण तिच्यासोबत समुद्राच्या तळाशी अन्य कोणी पोचलेले कोणालाच दिसले नव्हते. गाडी आणि तिचा चालक दोघांना अपघाताने जलसमाधी मिळाली असावी असा निष्कर्ष जहाजावर सर्वसंमत झाला.

जोसलीनला मनापासून वाटत होते की, स्वतः कॅप्टनला भेटावे आणि त्याला सत्य सांगावे. पण तिला मारण्याचा प्रयत्न कोणी केला होता, या प्रश्नाचे उत्तर तिच्याजवळ नव्हते. परंतु त्याक्षणी तिचा मारेकरी त्या जहाजावरच होता, हे निश्चित. जिवंत आहे हे ती जर प्रकट झाली असती आणि ती तिने उघड केले असते, तर तिच्या जिवाला परत धोका निर्माण झाला असता. जहाजावरील निःशस्त्र कर्मचारी तिचे रक्षण करण्यासही असमर्थ ठरले असते आणि त्यांनाही विनाकारण प्राणसंकटाचा सामना करावा लागला असता. त्यापेक्षा सद्यःस्थितीत 'मृत' अवस्थेत राहणेच श्रेयस्कर, सर्वदृष्टीने सुरक्षित ठरेल असा निर्णय तिने तिच्या मनाशी घेतला.

तिला कळून चुकले होते की, कोणीतरी भलत्यानेच ट्रक किल्लीशिवाय चालू करून तिला मारण्याची योजना आखली होती आणि ती पूर्णत्वालाही नेलेली होती. त्या वेळी ट्रकचा खरा ड्रायव्हर डेकवर कॉफी पीत बसला होता. या गोष्टीला जहाजावर पाच साक्षीदार मिळाले होते.

निरोप मिळताच वीस एक मिनिटांत तटरक्षकदलाची बोट टिलिकम जहाजाजवळ येऊन पोचली. त्यांनी सर्व सूत्रे हाती घेतली तसे मग कप्तानाने पाण्यात सोडलेले दिवे बंद केले, त्याचा शोध थांबवला. दोन सुरक्षा अधिकारी फेरीबोटीवर चढले. त्यांनी जहाजाचे कर्मचारी आणि सर्व प्रवासी यांच्याकडे झालेल्या प्रकाराची चौकशी करण्यास प्रारंभ केला. सर्व स्थिरस्थावर झाले तसा फेरीबोटीने वेग वाढवून ती सुमारे चाळीस मिनिटांनी फ्रायडे हार्बरमध्ये येऊन पोचली.

हा सगळा वेळ जोसलीन बाथरूममध्येच थांबून राहिली. सुदैवाने कोणीही दार वाजवले नाही किंवा ती कोणाच्या नजरेस पडली नाही. फेरीबोट धक्क्याला लागलेली तिला कळले. जहाज थांबले की, कर्मचारी वाहनांच्या डेकवर जाऊन वाहने उतरवण्यासाठीच्या व्यवस्थेला लागायचे. तोपर्यंत वाहनाशिवायचे वरील डेकवरचे प्रवासी उतरून जायचे. तेवढा वेळ जोसलीन बाथरूममध्येच थांबून बाहेरची चाहूल घेत राहिली. सर्व प्रवासी उतरून, जरा शांतता पसरलेली लक्षात आली तशी ती हळूच बाहेर आली. पण प्रवाशांच्या डेककडे न जाता ती ज्या जिन्याने वर आली होती त्याच जिन्याने हलक्या पावलांनी खाली उतरली. वाहनांच्या डेकवर कर्मचारी खाली वाकून वाहनांच्या चाकांना लावलेले खोडे सोडवत होते. तिने श्वास रोखून धरला आणि देवाचे नाव घेऊन ती त्याच डेकच्या मोठ्या दारातून चटकन बाहेर पडली. कोणी तिला हाकारले नाही, थांबवले नाही त्याअर्थी बहुधा तिला कोणी बघितले नाही.

ती रस्त्याला लागली आणि अंधारात मिसळून गेली.

तिची किमान अपेक्षा होती की, यानंतर तरी तिला कुठल्याही चौकशीला किंवा प्रश्नांना तोंड द्यायला लागू नये. बुडलेल्या गाडीच्या ड्रायव्हरच्या मृत शरीराचा शोध अतिथंड पाण्यात फार काळपर्यंत घेतला जाणार नाही अशी तिला खातरी वाटत होती. ती खूप दमली होती. आता उद्या सकाळीच शेरिफच्या ऑफिसमध्ये जावे आणि जे घडले ते सगळे सांगून रिकामे व्हावे असा तिचा विचार होता. मग हळूहळू घटनेचे धागेदोरे जुळवायला, कपटकारस्थानाचा छडा लावायला आणि गुन्हेगारांपर्यंत पोचायला भरपूर वेळ मिळाला असता.

धक्का जास्तीत जास्त वेगाने ओलांडून ती पुढे गेली, उजवीकडे वळली आणि तिने स्प्रिंग स्ट्रीट गाठला. फेरीवरून बाहेर निघणारी वाहने याच वाटेने जाणार होती. सुरुवातीचा थोडा भाग जरा अंधाराचा होता, पण पुढे रस्त्यावरच्या दिव्यांचा प्रकाश चांगला लखलखीत होता. तेथून ती वाहने जातील तेव्हा जोसलीनला जे बघायचे होते ते व्यवस्थित दिसू शकणार होते – त्या ट्रकच्या ड्रायव्हरचा चेहरा आणि त्याच्याखेरीज त्या ट्रकमधील अन्य प्रवासी!

खरेतर तिच्या मनात विचारांचा इतका कल्लोळ उठला होता की, ती नीट

विचारही करू शकत नव्हती. तिला नक्की काय पाहायचे आहे, काय करायचे आहे हे तिला कळत नव्हते. तिला वाटले आपण जे पाहू त्याची नोंद करायला हवी. तिने तिचे कपडे तपासले, तिच्याजवळ लिहायला काहीच नव्हते, स्कर्टचे खिसेही रिकामे होते, तिच्याजवळ फोनही नव्हता आणि एक पैसाही नव्हता. ती फोन करू शकत नव्हती. तिला खरेतर सामंथाला फोन करायचा होता, तेथे येऊन तिला घरी घेऊन जायला सांगायचे होते. पण फोन तरी कसा करणार? पुढे दोन-तीन हॉटेल्स होती, तेथे कुणी ओळखीचे भेटते का पाहावे, कुणालातरी विनंती करून फोन मिळवावा असा विचारही तिच्या मनात येऊन गेला.

किती वाजले असतील? तिने हातातले घड्याळ पाहिले. नशीब, ते जागेवर होते आणि चालू होते. साडेनऊ. सामंथा अजून ऑफिसमध्येच असेल. तिला उशिरापर्यंत थांबून काम करीत बसायची सवय आहे.

त्या रस्त्यावरील 'वेस्टर्न प्रिन्सेस क्रुझेस' या प्रवासी कंपनीच्या बाहेर एक लाकडी बाक होता. तिथे नेमका कोणाच्या नजरेत न येता बसण्यासारखा अंधारही होता. तेथे बसून तिला वर येणारी फेरीबोटीवरची वाहने नीट बघता येणार होती. ती तिथे टेकली आणि परत विचार करू लागली. रात्री उशिरापर्यंत उघडी असणारी दोन-तीन हॉटेल्स सोडली तर बाकी गावात आता सर्वत्र सामसूम असणार होती. त्या हॉटेलमध्ये लागलेल्या रेकॉर्ड्सवरचे संगीत तिला तेथे मंद स्वरात ऐकू येत होते.

फेरीवरील वाहने यायला सुरुवात झाली. आज तटरक्षकदलाने एक तात्पुरता तपासणी नाका तयार केला होता. तेथे प्रत्येक वाहन थांबत होते. त्यामुळे एका वेळी एकच वाहन पुढे येत होते. ते जोसलीनच्या पथ्यावरच पडले. तिला प्रत्येक वाहन आणि त्यातले लोक – ड्रायव्हर, प्रवासी – नीट न्याहाळता येणार होते. ती नेमके काय पाहणार होती? काहीतरी निराळे, काही विचित्र, नेहमीचे नसणारे, या गावात आजवर कधीही न दिसलेला, नवखा चेहरा? कसे कळणार होते ते तिला? त्यातला तिचा मारेकरी कोणता? तिलाही माहीत नव्हते. आज फेरीत खूपच कमी वाहने होती आणि तो त्या वाहनांपैकी कुठल्यातरी एकात होता, हे नक्की होते!

पहिल्या दोन गाड्यांना वॉशिंग्टन राज्यातल्या नंबर प्लेट्स होत्या. त्यातल्या एका गाडीत लहान मुले दिसत होती. दुसरी गाडी पिक-अप व्हॅन होती. तिच्यावर फ्रायडे हार्बरमधल्याच एका कंपनीचे नाव, पत्ता, फोन नंबर रंगवलेला होता. ती कोणा बांधकामे करणाऱ्या कंत्राटदाराची दिसत होती. त्या गाड्या जाताना पाहून ती नकारार्थी मान हालवत राहिली.

तिसरे वाहन पांढऱ्या रंगाची मोठी आलिशान गाडी होती. दोन सूट-बूट घातलेले गृहस्थ पुढच्या सीटवर बसले होते. त्यातील एक जण त्याच्या सेलफोनवर बोलत होता. गाडीने पुढे जाऊन वळण घेतले तेव्हा जोसलीनला ती गाडी सरकारी

खात्याची आहे हे दर्शविणारी विशेष प्रकारची नंबरप्लेट दिसली.

कोण शासकीय अधिकारी असतील त्या गाडीत? तिच्या मनात उठलेला विचार तिने बाजूला सारला – मॅक कॅली नसणार! आणि समजा त्यांना आणि एफबीआयला तिचा पाठलाग करायचाच असता तर त्यांनी असा, उघडपणे, शासकीय गाडी वापरून कसा केला असता? नाही, ते मॅक कॅली नव्हते. बहुतेक कोणीतरी शेतकी खात्याचे अधिकारी फ्रायडे हार्बरमधल्या एखाद्या डेअरी फार्मच्या तपासणीकरता आले असतील.

पुढची गाडी माती-चिखलाने भरलेली होती. कित्येक दिवसात स्वच्छ न केलेली. पोचेही बरेच पडलेले होते, जुनी पुराणी, काही ठिकाणी गंजलेली, पण मोठी, ऐसपैस होती. तिचे दिवे प्रखर होते, त्यांचा डोळ्यांवर येणारा प्रकाश टाळून जोसलीनने ड्रायव्हरकडे नीट पाहिले – पिकलेले, पांढरे केस मागे घट्ट बांधलेली एक वृद्ध बाई गाडी चालवत होती. त्यानंतर जी गाडी आली त्यात परत काही लहान मुलांसकटचे कुटुंब बसलेले होते.

सगळी वाहने गेली. पिक-अप व्हॅन्स धरून एकंदर अठरा गाड्या आणि तिची गाडी ढकलणारा तो एक ट्रेलर ट्रक. त्याच्या ड्रायव्हरचा चेहराही जोसलीनने बारकाईने न्याहाळला. तिच्या गाडीला तो ट्रक मागून ढकलत होता तेव्हा हा ड्रायव्हर वरच्या डेकवर कॉफी पीत होता ही थापही असू शकत होती. केवळ धूळफेक, पण तसं कसं म्हणता येईल? त्याला तिथे पाहिलेले, त्याच्या समवेत असलेले, एक-दोन नाही, चांगले पाच साक्षीदार होते.

ती सरकारी गाडी? मॅक कॅली किंवा एफबीआयचे एजंट्स जर तिच्या मागे येत असते तर त्यांनी तिला नक्कीच मदत केली असती. तिच्यावर ते लक्ष ठेवून असताना असे काही घडणे कसे शक्य होते? का, एकदा ती फेरीत चढली हे पाहिल्यावर ते निश्चितपणे इतरांसारखेच डेकवर जाऊन खात-पीत बसले? किती प्रश्न? किती शंका-कुशंका? उत्तर मात्र कसलेच नाही!

त्या प्रश्नांसकट ती पायी रखडत-रखडत तिच्या कोर्टहाउसच्या जवळच्या ऑफिसच्या दिशेने चालत राहिली. नाइलाजच होता. पण त्यातल्या त्यात तिचे ऑफिसच धक्क्याच्या जास्त जवळ होते. रस्त्याच्या कडेकडेने, प्रकाश टाळत, शक्यतो लोकांचे लक्ष चुकवत ती चालत होती. कुठूनतरी लांबवरून गिटारचे सूर, लोकांचे हसणे, बोलणे तिच्या कानावर पडत होते.

पण तिचे मन स्वत:च्या विचारातच गढले होते. एका वेळी अनेक विचार, पण अगदी असंबद्ध. बेल्डन आता जगात नव्हते. त्यांच्या ग्रँड ज्यूरीसमोरच्या चौकशीसंदर्भातले सगळे कागदपत्र समुद्राच्या तळाशी पडलेले होते. ते परत एकदा तपासता आले असते तर तिला हवे होते.

आता तिला नवीन ड्रायव्हिंग लायसेन्स काढावे लागणार होते. क्रेडिट कार्ड कंपनीला कार्ड हरवल्याचे कळवून नवे कार्ड पैदा करायला हवे होते. आणखी तिच्या पर्समध्ये काय होते? हां, त्या बारच्या सदस्यत्वाचे कार्ड. त्यांनाही उद्या फोन करणे जरुरीचे होते.

सामंथा ऑफिसमध्ये असावी अशी मनोमन प्रार्थना करीत जोसलीनने फर्स्ट स्ट्रीट गाठला. ख्रिस्टी, क्ले कॅफे अशा परिचयाच्या खुणा पार करीत ती कोर्ट स्ट्रीटला वळली. समोर कोर्टहाउस होते. काही झाडे ओलांडून ती इमारतीच्या कोपऱ्यावर पोचली. वर सामंथाच्या ऑफिसमध्ये दिवा दिसला तसा तिने नि:श्वास सोडला. दैव तिच्या बाजूने होते?

ती जवळजवळ पळतच निघाली. इमारत जवळ आली तसा तिचा झालेला गैरसमज तिच्या लक्षात आले. दिवा सामंथाच्या ऑफिसमध्ये लागलेला नव्हता, तो तिच्या ऑफिसमधला होता!

तिच्या ऑफिसात दिवा? तिने तो नक्कीच चालू ठेवला नव्हता. मग? आत्ता दिवा लागलेला कसा? आत्ता स्वच्छता करायला आले आहे का कोणी? या वेळेला?

काहीतरी गडबड होती. आज दिवसभरात तिच्या विरुद्ध असलेले दैव आत्ताही तिच्या बाजूने नव्हते. तिला सावधगिरी बाळगायलाच हवी होती. पुढील बाजूने इमारतीत शिरायच्या ऐवजी ती वळसा घालून मागच्या बाजूला गेली. सामंथाची गाडी गॅरेजमध्ये नव्हती!

ती आत शिरली, लाकडी जिन्यावरून पायांचा आवाज होणार नाही याची काळजी घेत वर गेली. दोन जिने चढून तिच्या आणि सामंथाच्या ऑफिसांकडे जाणाऱ्या लांब पॅसेजमधून चोरपावलांनी चालू लागली.

त्यांच्या ऑफिससमोरील रस्त्याच्या पलीकडे तळमजल्यावर एक ब्युटी सलून होते. त्याच्या बाहेरच्या बाजूला उंच काचा लावलेल्या होत्या. त्यातून आतील उघडझाप होणारे रंगीबेरंगी दिवे दिसत होते, त्यांचा मजेशीर प्रकाश बाहेरील गवतावर, झुडुपांवर पडला होता.

पॅसेज जेथे वळत होता त्या कोपऱ्यावर ती दोन क्षण भिंतीला पाठ टेकून उभी राहिली. तिने धीर एकवटला, दीर्घ श्वास घेतला आणि वळलेल्या पॅसेजमध्ये हळूच मान बाहेर काढून दूरवर नजर टाकली. पॅसेजमध्ये पूर्ण अंधार होता. खरेतर तेथील दिवे रात्रभर चालूच ठेवायची पद्धत होती. मग आज असा अंधार कसा? आपल्याला खालून ऑफिसमधला लागलेला दिवा इतक्या सहजपणे कसा दिसू शकला या तिला पडलेल्या प्रश्नाचे, तो पॅसेजमधला, कदाचित कोणीतरी मुद्दामहून केलेला अंधार हेच उत्तर होते. कोणीतरी तिच्या ऑफिसमध्ये नक्कीच शिरले होते. पण जर आत शिरून कोणीतरी आतला दिवा लावलाच होता तर मग पॅसेजमधले दिवे

घालवायचे कष्ट त्याने का घेतले असावेत? बहुतेक ऑफिसमध्ये स्वच्छताकामगारच काम करीत असेल.

ती दोन क्षण थांबली. तिला एकदा वाटले, मागे फिरावे, असेच धावत कोर्टहाउसच्या जवळच असलेल्या शेरिफच्या ऑफिसमध्ये जावे. या वेळी तिथे कोणीतरी अधिकारी हजर असेलच. त्याला आपल्या ऑफिसमध्ये पोलिसाला पाठवून तपासणी करून घ्यायला सांगावे. पण, जर स्वच्छताकामगारच निघाला तर? तिला वेड्यातच काढतील ते सगळे! तेवढेच नाही, तिला तिच्या ऑफिसमध्ये कोणीतरी शिरल्याचा संशय का आला याचे, मग तिच्या आत्ताच्या स्थितीचे, फाटलेल्या कपड्यांचे, नुसतेच फाटके मोजे घातलेल्या पायांबद्दलचे अशी कितीतरी अवघड स्पष्टीकरणे द्यावी लागतील. पर्यायाने फेरीवर काय घडले त्याचेही आत्ताच सविस्तर वर्णन करावे लागेल. ते ऐकल्यावर ते कदाचित तिला परत धक्क्यावर घेऊन जातील, तटरक्षकदलाच्या अधिकाऱ्यांना भेटवतील आणि मग तिला जे नको आहे तेच – प्रश्नोत्तरांच्या न संपणाऱ्या फैरी सुरू होतील. तिला उरलेली रात्र डोळे दिपविणाऱ्या प्रखर दिव्यांच्या झोतात त्रासदायक चौकशीला तोंड देण्यातच घालवावी लागेल. तिची हकिगत ऐकल्यावर ते लोक ती ॲटर्नी जनरलच्या ऑफिसला कळवतील. परत मॅक कॅली यांच्याशी गाठ पडेल. आता मात्र त्यांची या बाबतीत शंभर टक्के खातरी असेल की, जोसलीन जे सांगते आहे त्यापेक्षा तिला कितीतरी अधिक माहिती असलीच पाहिजे!

या विचारानंतर साहजिकच तिचे पाऊल पुढे पडले. ती पॅसेजमधून ऑफिसच्या दिशेने जाऊ लागली. ऑफिसचे दार जर उघडे असेल तर दाराच्या अलीकडूनच आतमधले दिसणे शक्य व्हावे या उद्देशाने ती पॅसेजच्या दुसऱ्या टोकाच्या लगत, दारापासून लांब राहून चालत राहिली. पॅसेजमधली पहिली दोन ऑफिसे बंद होती. त्यांच्या दारांवर कुलपे लटकत होती. त्यानंतरचे ऑफिस सामंथाचे होते. तिच्या दारालाही कुलूप होते. आत अंधार होता तरीही तिने त्या दाराचे कुलूप ओढून पाहिले. तिला ते उघडे असायला हवे होते, सामंथा ऑफिसात असायला हवी होती.

पुढचे दार तिच्या ऑफिसचे – ती क्षणभर जागेवर खिळून उभी राहिली. कानात प्राण आणून ऐकू लागली. दार अर्धवट उघडे होते, त्यातून प्रकाशाचा पट्टा बाहेर आला होता. तिने एक पाऊल पुढे टाकले आणि तिच्या मोजाला फरशीवरचे काहीतरी टोचले. ती चटकन खाली वाकली. तो बल्बचा तुकडा होता. म्हणजे पॅसेजमधले दिवे बंद केलेले नव्हते, कृष्णकृत्यासाठी अंधार हवा म्हणून ते फोडले होते! ती वर उठली, तिला तिच्या ऑफिसचे दारही कसे उघडले होते ते दिसले. दाराच्या लाकडी फ्रेममध्ये पहार घालून ते उचकटून काढले होते. पहारीचा प्रहार कुठे केला होता ते रंग निघालेल्या खुणेवरून कळत होते.

अशी दरोडेखोरी करून ऑफिसमध्ये कोणीतरी प्रवेश मिळवलेला आहे हे लक्षात आल्यावर ती अतिशय घाबरली. अभावितपणे मागे वळून दारापासून तीन-चार पावले दूर गेली. तोच तिच्या पायात काचेचा एक तुकडा शिरला. ती कळवळली; तोंडातून बाहेर पडणाऱ्या किंचाळीचा आवाज आत दडपत, जाणारा तोल मोठ्या मिनतवारीने, भिंतीला पाठ लावून तिने सावरला. डोळे घट्ट मिटून ती वेदना तिने सहन केली. जखमी पाय वर घेऊन हाताच्या बोटाच्या नखाने तो घुसलेला तुकडा बाहेर काढण्याचा प्रयत्न केला, पण तो निघाला नाहीच, तिच्या हाताला रक्त मात्र लागले. तेवढ्यात दारातून बाहेर येणाऱ्या प्रकाशाच्या पट्ट्याचा काही भाग एका मानवाकृतीने अडवला गेल्याचे तिच्या लक्षात आले.

तिची पहिली प्रतिक्रिया तेथून पळून जाण्याची होती. तिने पाऊल पुढे टाकलेही, पण तो काचेचा तुकडा पायात आणखी असा काही खुपला की, त्या असह्य अशा दुःखाने तिचा गुडघा गचकन वाकला आणि ती खाली पडली. पडताना तिचे तोंड तिच्या ऑफिसच्या दाराकडे वळले आणि तिच्या डोळ्यांसमोर मागून येणाऱ्या प्रकाशात, चेहऱ्यावर अंधार आलेला एक माणूस उभा असलेला तिला दिसला.

"मला हात लावलात तर मी जोरात ओरडेन!" तशा स्थितीत धीर करून तिने एक वाक्य उच्चारले.

"मुळीच घाबरू नका, मी तुम्हाला काहीही करणार नाही."

तो असे म्हणाला तरी तिने हात लांब करून त्याला बजावले, "लांब रहा, माझ्या जवळ येऊ नका!!"

"तुम्ही बऱ्या आहात ना?"

"मी ठीक आहे."

"तुम्हाला उठायला मदत करू का मी?"

"नको, एक पाऊलही पुढे टाकू नका..."

असे ती म्हणत असतानाच तो माणूस पुढे झाला, पण त्याने तिला हातही लावला नाही. त्याने सरळ तिचा दुखरा पाय हातात घेऊन न्याहाळला आणि तिला म्हणाला, "पायातून चांगलंच रक्त वाहतंय, काचही बरीच आत घुसलेली दिसतीये. परिस्थिती फारच वाईट आहे, प्लीज मला मदत करू द्या."

त्याच्या आवाजातले मार्दव सर्वस्वी अनपेक्षित, जखमेवर मारलेल्या फुंकरीसारखे होते. परंतु तरीही जोसलीन साशंक होती, सावध होती. तो चांगलाच उंच होता, बहुधा साडेसहा फूट. तिला काही कळायच्या आत त्याने एक हात तिच्या पाठीभोवती आणि दुसरा गुडघ्यांच्या मागे घालून तिला सहजी वर उचलली. तो मागे फिरला, एका पायाने दार सताड उघडले आणि तो तिच्यासकट आत शिरला.

स्वागतिकेतील भिंतीलगतच्या कोचावर त्याने तिला अलगद ठेवले आणि तो

मागे वळून दाराजवळ जाऊन ते बंद करू लागला.

"नाही, दार नका लावू!" जोसलीन घाबरून म्हणाली.

नुसती मान मागे वळवून तिच्याकडे पाहत तो म्हणाला, "ठीक आहे, नाही लावत. तुम्हाला हुडहुडी भरल्यासारखी वाटली, थरथरत होतात तुम्ही. म्हणून दार लावून घेत होतो मी. तुम्हाला नको असेल तर राहू दे उघडं." तो दोन ढांगात परत तिच्याजवळ पोचला.

"ही जखम फारच खोल झाली आहे." त्याच्या बोलण्याच्या शैलीवरून तो परदेशी होता हे स्पष्टच होत होते, पण देश कोणता हे काही जोसलीनच्या ध्यानात आले नाही. तिचा मोजा रक्ताने लालभडक झाला होता. "हे मोजे काढले तर बरं होईल, काच निघते का ते बघता येईल," असे म्हणून त्याने मोजा काढायला सुरुवात केली. काढताना तो मध्येच काचेच्या तुकड्यात अडकला आणि कळ तिच्या डोक्यात गेली.

तिची वेदना पाहून तो वरमला. म्हणाला, "तुम्ही प्लीज हालू नका म्हणजे मला न दुखवता काहीतरी करता येईल." मोजा काढून तो तिच्या जखमेकडे बारकाईने पाहत होता तेव्हा जोसलीनलाही त्याचे नीट निरीक्षण करता आले. गोरा वर्ण, फिकट सोनेरी केस, दगडात कोरलेल्या शिल्पासारखी रेखीव आकृती, उंचीला शोभतील असे रुंद खांदे, सरळ लांब नाक.

त्याने खिशात हात घालून एक छोटा चाकू काढून, उघडला. क्षणभर जोसलीन घाबरली, पण त्याने चाकूचे पाते बाहेर काढलेच नाही. अगदी बारीक टोकाचा चिमटा बाहेर काढला आणि कोचाजवळच्या छोट्या टेबलावर ठेवला.

त्याच्या हालचालींकडे सतत लक्ष ठेवीत असलेल्या जोसलीनकडे पाहत तो म्हणाला, "अशा गोष्टी जवळ असलेल्या बऱ्या पडतात. वेळेवर उपयोगी पडतात." तिने अस्वस्थपणे हसून मान हालवली.

तो तिला म्हणाला, "बरं, आता तुम्ही इकडे माझ्याकडे अजिबात बघू नका, मान तिकडे, भिंतीकडे करा आणि मनात काहीतरी छान गोष्टीचा विचार आणा."

छान गोष्ट! आज काहीच छान नव्हते. तो काय करणार आहे ते तिला कळले. ते खूपच वेदनादायक होणार होते हेही तिला माहीत होते. तिने डोळे घट्ट मिटूनच घेतले. त्याने त्या चिमट्याने तिच्या पायातला काचेचा तुकडा काढायला सुरुवात केली ते तिला न बघताही समजले. पण तिला जाणवले की, तो ते काम अतिशय हलक्या हाताने, कमीत कमी त्रास होईल अशी काळजी घेत करीत होता. मध्येच तिला एकदम जोरात दुखले, ती ओरडलीही. तिचा पाय एकदम आखडला गेला. तो परत सरळ करीत तो म्हणाला, "झालंच, जवळजवळ निघालीच आहे काच, अगदी थोडी राहिलीये."

त्याची नजर टाचेवरून तिच्या पायावर वर-वर चढत जात असलेली पाहून जोसलीन बावरली. पण त्याचा प्रश्न सरळ, काळजीयुक्त स्वरातला होता. काच काढायचे थांबवून त्याने विचारले, ''मघाशी तुम्ही पडलात तेव्हा गुडघ्यालाही जखम झाली का?''

''गुडघ्याला?'' जोसलीनने खाली बघितले.

तिच्या गुडघ्यातून रक्त वाहत खाली ओघळलेले दिसत होते. ती जखम फेरीबोटीवर झालेली होती हे नक्कीच होते. त्यावेळच्या वेगा-आवेगात जोसलीनच्या ते लक्षातच आले नव्हते. त्याने दाखवल्यावर तिला आठवले. ती जाळी धरून डेकवर चढून जाताना तिचा गुडघा कडेला घासून खरचटला होता. ''जुना अपघात...'' ती त्याला म्हणाली.

''बरंच धोक्यांनी भरलेलं दिसतंय तुमचं आयुष्य?'' तो तिच्या जखमी पायाकडे पाहत म्हणाला.

''बरंच? चांगलंच!'' ती असे म्हणाल्यावर तिचे तिलाच जाणवले की, तिच्या मनावरचा ताण सैलावू लागला होता. हा माणूस वाटला तेवढा वाईट दिसत नव्हता. त्याला आपल्याला ठार मारायचे असते तर एव्हाना त्याने त्याचे काम कधीच करून टाकले असते. ''तुम्ही माझ्या ऑफिसमध्ये काय करता आहात?'' तिने त्याला विचारले.

''हे तुमचं ऑफिस आहे?'' उत्तर प्रश्नार्थक होते.

''होय.''

''म्हणजे तुम्हीच जोसलीन कोल?''

''होय. तुम्ही कोण?''

त्याने लगेच उत्तर दिले नाही. त्याने टेबलावरील दिवा त्याचा प्रकाश नेमका तिच्या टाचेवर येईल असा हालवला आणि तो म्हणाला, ''आधी हे काम पूर्ण केलं पाहिजे. बोलण्याच्या नादात काच आतच राहून गेली तर नंतर हॉस्पिटलमध्ये गेल्यावाचून गत्यंतरच उरणार नाही.''

त्याने टोकदार चिमट्याचा परत उपयोग केला. जोसलीन परत एकदा कळवळली. त्याने तिच्या टाळलेल्या प्रश्नाचाही तिला काही काळ विसर पडला. काचेचा तुकडा पुरता बाहेर निघाला.

''निघाला. मला वाटतं हा एकच तुकडा होता. मी नीट पाहिलंय, पण जर माझी चूक झाली असेल तर एक-दोन दिवसात कळेलच तुम्हाला, टाच ठसठसायला लागेल, जखम चांगलीच पिकेल.''

''छान, छान सांगताय हं!''

''पायात बूट न घालता मी नव्हतो काचातून पळत जात!''

"बरं, बरं. माझा प्रश्न टाळू नका. कोण आहात तुम्ही आणि माझ्या ऑफिसमध्ये काय करताहात?"

"मी गिडियन रे." त्याने त्याच्या कोटाच्या आतल्या खिशातून कार्ड बाहेर काढून तिच्या हातात ठेवले.

"इन्स्टिटयूट अगेन्स्ट मास डिस्ट्रक्शन – म्हणजे?" जोसलीनने कार्ड वाचताना विचारले.

"जगातील देशादेशांचे निरनिराळ्या स्तरांवर जे आपापसात संबंध निर्माण होतात, घडतात, बिघडतात त्यावर लक्ष ठेवणारी ही आमची संस्था आहे. आमच्या संस्थेचं विशेष कार्यक्षेत्र आहे, जगातील विध्वंसक शस्त्रास्त्रं, अण्वस्त्रं, मोठ्या प्रमाणावर जीवित आणि मालमत्तेची हानी घडवणारी स्फोटक अस्त्रं, क्षेपणास्त्रं, अणूविभाजनाने ऊर्जा निर्माण करणारी घातक द्रव्यं यांचे निरीक्षण, परीक्षण करणं आणि त्यांच्यावर नियंत्रण राखणं. प्रत्येक देशाकडे अशी मानव जातीचा संहार करू शकणारी साधनं आहेतच. आम्ही त्यांची देशवार यादी केलेली आहे, ती आम्ही जगातील जनतेला इंटरनेटवर उपलब्ध करून देतो. त्यावरील अहवाल नियमितपणे प्रसिद्ध करतो."

त्याचे बोलणे जोसलीन लक्षपूर्वक ऐकून, समजावून घेत होती हे मधूनमधून मान हलवून दर्शवीत होती.

"मग माझ्या ऑफिसमध्ये असं घुसण्याचं कारण?" दाराची उचकटलेली फ्रेम, मोडलेले दार यांकडे पाहत तिने विचारले, "नाही, नाही, मी घुसलेलो नाही तुमच्या ऑफिसमध्ये." ती जे पाहत होती त्याकडे पाहत त्याने स्पष्टीकरण द्यायला सुरुवात केली. "खरंच सांगतो, मी फक्त तुम्हाला भेटायला आलो होतो, तुम्हाला शोधत शोधत इथे, तुमच्या आफिसपर्यंत आलो, तर हे दार असंच, तोडलेलं, मोडलेलं, उघडं होतं."

"आणि तुम्ही सरळ आत शिरलात?"

"हो, दार उघडं दिसलं तेव्हा म्हटलं कोणीतरी आत असावं, म्हणून आत शिरलो."

"मग? कोणी होतं आत?"

"नाही, ज्यानं हे केलं तो आधीच निघून गेला असावा."

"हा चांगलाच भुर्दंड पडणार आहे!" जोसलीन दाराच्या फ्रेमच्या अवस्थेकडे पाहत म्हणाली.

"हो, पण तो जो कोणी होता, तो फक्त एवढंच करून गेलेला नाही."

"म्हणजे?"

"त्याने तुमचं आतलं ऑफिसही उलथंपालथं केलं आहे."

"बाप रे!!" ती चट्कन उठून आत जायला निघाली.

"सावकाश!" त्याने तिला थांबवले. त्याच्या हातरुमालाने तिच्या टाचेतून ठिबकणारे उरले-सुरलले रक्त टिपून घेतले, जखमेभोवती तो रुमाल नीट घट्ट बांधला. "आता उठा," तो म्हणाला.

जोसलीन कोचावर उठून बसली, पाय खाली सोडले आणि उभी राहिली. दुखरे पाऊल पुढे टाकताच कळ डोक्यात गेली. तो पाय आपोआप वाकला, ती पडायचीच, पण त्याने पुढे होऊन तिचा हात धरला, तिला सावरले. त्याच्या हाताचा आधार स्वीकारून जोसलीन एका पायावर लंगडत-लंगडत आतल्या खोलीच्या दारात पोचली.

खोलीची खरेच दुर्दशा करून टाकलेली होती. टेबल उलटून टाकले होते. फाइल्स ठेवलेली दोन्ही कपाटे अस्ताव्यस्त केलेली होती. ड्रॉवर्स उघडलेली होती, फाइल्स जमिनीवर फेकलेल्या होत्या. भिंतीवर लावलेल्या तिच्या पदव्या आणि व्यवसाय परवान्याच्या फ्रेम्ससुद्धा फोडून टाकल्या होत्या. तिच्या ऑफिसची नासधूस करण्याचे काम अत्यंत चोखपणे केले गेले होते.

आजूबाजूचा दाट अंधार, त्याला भेदणारा तिच्या ऑफिसच्या स्वागतिकेतल्या दिव्याच्या लखलखीत प्रकाशाचा झोत आणि सताड उघडे टाकलेले दार यांमुळे खाली रस्त्यावर, बरोबर तिच्या ऑफिसच्या समोर उभ्या केलेल्या गाडीतून ड्रायव्हरला आतल्या खोलीच्या दारात उभ्या असलेल्या दोन आकृत्या अगदी सुस्पष्ट दिसत होत्या. गाडीची काच खाली करून रायफलचा नेम धरून गोळी झाडली तर त्यांना अचूक टिपणेही त्याला सहज शक्य होते. पण थॉर्नने बजावले होते की, तसे करायचे नाही, जे घडेल ते एखाद्या अपघातासारखे दिसले पाहिजे.

रस्त्यावर येऊन उभी राहिलेली गाडी चिखलाने भरलेली, गंजलेली होती. तिचे इंजीन चालू होते. ड्रायव्हरने मागे बांधलेले पांढरे केस एका हाताने धरले आणि हलकासा हिसडा देऊन डोक्यावरील केसांचा नकली विग खाली ओढून काढून टाकला. त्या ड्रायव्हरची नजर मात्र दारात उभ्या असलेल्या दोन आकृत्यांवरून तिळभरही हालत नव्हती. तशा स्थितीतसुद्धा त्याला जाणवले की, त्यातल्या स्त्रीचा बांधा कमनीय आकर्षक होता आणि त्याच्या मनात विचार आला, या बाईच्या आयुष्याची दोरी चांगलीच बळकट आहे. फेरीबोटीवरच्या 'अपघाता'त त्याच्या हातून तिला समुद्रात जलसमाधी मिळाली आहे अशी त्याची शंभर टक्के खातरी होती, पण तसे घडले नव्हते! ती इथे त्याच्या डोळ्यांसमोर उभी होती!! तिच्या बरोबर सोनेरी केसांचा उंचापुरा जवान कोण आहे या विचारापेक्षा त्याच्या मनात या कल्पनेने भीती निर्माण केली होती की, थॉर्नला ही वाईट वार्ता कशी सांगायची की त्याचे सावज अजून जिवंत आहे?

वॉशिंग्टन डी.सी.

'फक्त राष्ट्राध्यक्षांसाठी', 'खाजगी आणि वैयक्तिक' – असे ठळकपणे लिहिलेल्या लखोट्यात हर्शबर्ग यांनी एका पानाचा अहवाल बंद करून राष्ट्राध्यक्षांना दुसऱ्या दिवशी सकाळीच पाठवून दिला. अतिशय थोडक्यात आणि काळजीपूर्वक लिहिलेला, फापट पसारा टाळून केवळ निर्विवादपणे सिद्ध झालेले सत्यच कथन करणारा – 'वॉशिंग्टन राज्याच्या जवळ पॅसिफिक समुद्रात बुडालेल्या एका रशियन जहाजावर अणुविभाजनाने स्फोट घडवू शकणाऱ्या द्रव्याच्या रूपात एक अणूबाँब असल्याचा पुरावा मिळाला आहे, तो रशियन शस्त्रास्त्रसाठ्यातून नाहीसा झालेला बाँब असल्याचे लक्षात आले आहे. तो आता अमेरिकेच्या किनाऱ्यावर पोचलेला आहे.' व्हिक्टर कॉलिकॉफ यांचा या प्रकरणाशी संबंध असल्याचे त्यांनी अहवालाच्या शेवटी फक्त एका ओळीत, पण स्पष्टपणे लिहिले होते. लखोटा आपल्या एका विश्वासू दूताच्या हस्ते थेट राष्ट्राध्यक्षांच्या हातात पडेल अशी व्यवस्था हर्शबर्ग यांनी केली होती.

राष्ट्राध्यक्षांनी अहवाल वाचला आणि त्यानंतर तीनच मिनिटांनी ते त्यांचे राष्ट्रीय सुरक्षा सल्लागार हर्शबर्ग यांच्याशी फोनवर बोलत होते.

"याबद्दल आणखी कुणाकुणाला माहीत आहे?"

"कशाबद्दल सर? रशियन जहाजाबद्दल?"

"होय, आणि कॉलिकॉफबद्दल," हर्शबर्ग यांनी मुद्दाम होऊन विचारलेल्या प्रश्नातील कावा लक्षात येऊन राष्ट्राध्यक्षांनी स्पष्टच विचारले.

"जहाजाबद्दल आणि त्यावरील विस्फोटकाबद्दल सीआयए, एफबीआय आणि

लष्करी गुप्तहेरखातं यांना माहीत आहे.''

''आणि कॉलिकॉफबद्दल?''

''ते फक्त मी आणि सीआयएचे असिस्टंट डायरेक्टर या दोघांनाच.''

राष्ट्राध्यक्षांनी सोडलेला सुटकेचा एक दीर्घ नि:श्वास हर्शबर्ग यांना फोनमधून स्वच्छ ऐकू आला.

''कोणता असिस्टंट डायरेक्टर?'' त्यांनी विचारले.

''माल्कम स्लोन.''

''स्लोन? हां हां. चांगला माणूस आहे तो!'' म्हणजे तो महत्त्वाकांक्षी आहे. ती पूर्ण करण्यासाठी काय करावे लागते हे 'स्वहित' त्याला चांगले कळते, सत्य न मोडता सोयीस्कररीत्या वाकवणेही त्याला जमते, असे राष्ट्राध्यक्षांना म्हणायचे आहे हे हर्शबर्गना लगेच कळले.

''तुम्ही ताबडतोब माझ्या ऑफिसमध्ये या – दहा मिनिटांच्या आत.''

''येतो. स्लोनलाही बोलावू का? का डायरेक्टर जेन्ट्रींनाच सांगू यायला?''

कर्ट जेन्ट्री हा सीआयएचा डायरेक्टर होता. ''नको. आत्ता जेन्ट्रींना याबद्दल काहीही माहीत होण्याची गरज नाही. त्यांना रशियन जहाजाविषयी माहीत असेलच ना? तेवढे सध्या पुरे आहे. स्लोनलाही मी स्वत:च फोन करतो.'' संवेदनशील माहिती कमीत कमी लोकांपर्यंतच पोचेल यासाठी राष्ट्राध्यक्षांचा आटापिटा चालला आहे हे हर्शबर्ग यांना कळत होते. 'माहिती' ही राजकारणातली फार मोठी शक्ती असते आणि तिचा सर्वांत परिणामकारक वापर देशाच्या सर्वोच्च नेत्यावर चिखलफेक करणे किंवा देशप्रमुखाचे चारित्र्यहनन करणे हा असतो.

''या संबंधी कोणाशीही काहीही बोलू नका. समजलं?''

''होय, सर. समजलं.''

त्या फोनवरील संभाषणानंतर चाळीस मिनिटांनी रहस्याची जपणूक आणि बोलण्या-वागण्यातील तारतम्य या दोन गुणांबद्दल हर्शबर्ग आणि माल्कल स्लोन या दोघांना एक छोटेसे बक्षीस आगाऊच देण्यात आले. 'इस्व्हानिया' जहाज, त्यावरील 'सामान' आणि त्यामुळे देशाच्या सुरक्षेला पोचणारा संभाव्य धोका या विषयांचा अभ्यास करून त्यावरील आवश्यक उपाय शोधणे आणि त्यांची अंमलबजावणी करणे हे उद्देश पूर्ण करण्यासाठी एका विशेष कृतिदलाची स्थापना झाल्याची घोषणा राष्ट्राध्यक्षांनी स्वत: केली. त्या दलाच्या प्रमुखपदी हर्शबर्ग आणि स्लोन यांची नेमणूक करण्यात आली होती.

'कोऑर्डिनेटिंग सबग्रुप ऑन काउंटरटेररिझम' या बाउलिनच्या गटातले काही सदस्य या कृतिदलात काम करणार होते. त्या सदस्यांच्या खात्यांचे जे प्रमुख होते

त्यांना या दलापासून दूर ठेवण्यात आले होते. हर्शबर्ग आणि स्लोन हे दोघे या दलाचा अहवाल थेट राष्ट्राध्यक्षांनाच देणार होते. या दलाच्या कामात सीआयएचे किंवा एफबीआयचे डायरेक्टर्स, लष्करप्रमुख यांनी जर काही हस्तक्षेप केला तर त्याबाबतची माहिती तातडीने राष्ट्राध्यक्षांना दिली गेली पाहिजे, अशी सूचना दलप्रमुखांना देण्यात आली होती.

हर्शबर्ग आणि स्लोन यांना राष्ट्राध्यक्षांनी या दलाची जबाबादारी लक्षात घेऊन विशेष सुरक्षा परवाने दिले होते. त्या दोघांना आवश्यकता वाटली तर कुठल्याही वेळेला राष्ट्राध्यक्षांना, ते कोणत्याही मीटिंगमध्ये, कामामध्ये, कोणाही बरोबर असले तरी भेटायचे अधिकार दिलेले होते. या कृतीने व्हाइट हाउसमधील काही लोकांच्या भुवया आकुंचित झाल्या, काहींच्या नाकाला मिरच्या झोंबल्या, काहींना राग आला, काहींना हेवा वाटला. ओव्हल ऑफिसमध्ये केव्हाही मुक्त प्रवेशाची मुभा असणारे राष्ट्राध्यक्षांचे खाजगी सचिव हे एकटेच आजपर्यंत व्हाइट हाउसमधील सर्व रहस्यांचे माहीतगार होते. त्यात कोणी अन्य वाटेकरी नव्हते. पण आता अशा दोन व्यक्ती असणार होत्या, ज्यांची आणि राष्ट्राध्यक्षांची खलबते सचिवांपासूनही गुप्त राहणार होती. त्यांना माहीत नसलेले असे काही त्या दोघांजवळ असणार होते. व्हाइट हाउसच्या सुरक्षा अधिकाऱ्यांना या दोघांच्या खास परवान्यावरील खुद्द राष्ट्राध्यक्षांच्या सह्या पाहून त्यांच्यासाठी कुठलेही दार उघडावे लागणार होते.

त्या विशेष दलासाठी एफबीआयला एक भारदस्त नाव शोधायला सांगितले गेले. लवकरच त्याचे नामकरण झाले : 'अवेअरनेस ऑफ नॅशनल सिक्युरिटी इश्युज् अँड रिस्पॉन्स.' – राष्ट्रीय सुरक्षेविषयीच्या प्रश्नांची समज आणि त्यावरील उपाय. त्याचे संक्षिप्त रूपही लगेच सर्वांच्या तोंडी रुळू लागले : एएनएसआरआय.

त्या घोषणेनंतर केवळ दोन तासांच्या आत एएनएसआरआयची पहिली मीटिंग बोलावण्यात आली. सर्व सदस्यांना काही काळापुरते त्यांचे नेहमीचे काम सोडून पूर्ण वेळ याच दलाचे काम करण्यास सांगण्यात आले. त्यांचे नेहमीचे काम ते करणार नाहीत याबद्दल कुणाच्या वरिष्ठाला काही आक्षेप असेल तर त्याविषयी त्याने राष्ट्राध्यक्षांशी थेट चर्चा करावी असा आदेश जारी झाला. हेवा आणि द्वेष यांच्या आगीत तेल ओतले गेले.

"या दलाचं काम करताना काही प्रश्न उभे राहणार आहेत, कारण तुमच्या वरिष्ठांना, कोणत्याही कार्यकारी सचिवाला या दलाच्या कामकाजाविषयी काहीही सांगण्यात आलेलं नाही, येणारही नाही," हर्शबर्ग यांनी प्रारंभीच्या भाषणात असे विधान केल्यावर सदस्यांमध्ये कुजबुज सुरू झाली. एकाने विचारलेच, "असं का?"

"कारण तशीच राष्ट्राध्यक्षांची आज्ञा आहे."

“हे पहा, या गोष्टीने गोंधळून जाण्याचं किंवा साशंक होण्याचं मुळीच कारण नाही.” स्लोनने धक्का थोडा हलका करण्याचा प्रयत्न केला. “हे फक्त एवढ्यासाठी केलं गेलं आहे की, जेवढे कान आणि तोंडं जास्त तेवढं गुप्तता पाळणं कठीण असतं. इथे जे घडेल, बोललं जाईल त्यातलं काहीही बाहेर कुठेही जाणं आपल्याला पूर्णपणे टाळायचं आहे, कारण ते फार धोक्याचं ठरणार आहे. विशेषत: प्रसारमाध्यमांपासून ते दूर राखायचं आहे. एक अणूबॉंब आपल्या देशातील दहशतवाद्यांच्या हातात पडला आहे ही बातमीच काय, तिचा नुसता वास जरी प्रसारमाध्यमांना लागला तरी सगळीकडे काय हाहाकार उडेल हे मी तुम्हाला सांगायला नको. माहिती गरजेनुसार कधी, किती आणि कशी द्यायची हे ठरवून त्याप्रमाणेच ती सांगितली जाईल. या घटकेला ती पूर्णपणे गुप्तच राहणं गरजेचं आहे.”

असा गरमागरम विषय जर शासकीय अधिकाऱ्यांच्या वर्तुळात माहीत झाला की, तो हजार तोंडांनी चर्चिला जाऊ लागतो, लोक कॉफी पिता-पिता राष्ट्राध्यक्षांनी तो कसा हाताळावा यावर मोलाचे सल्ले देऊ लागतात. या बाबतीत तर राष्ट्राध्यक्ष आणि व्हिक्टर कॉलिकॉफ यांच्या नाजूक, वादग्रस्त संबंधाचा प्रश्न ऐरणीवर येण्याचा धोका होता. ‘न्यू यॉर्क टाइम्स’, ‘वॉशिंग्टन पोस्ट’ यांसारख्या वर्तमानपत्रांचे कान नेहमीच अशा बातम्यांसाठी तशा सैल अधिकाऱ्यांच्या गळक्या तोंडांजवळ कायम टवकारलेले असतात. एएनएसआरआयच्या सर्व सदस्यांना फार सावधपणे, कमालीची गुप्तता पाळून काम करणे आवश्यक होते. त्यांच्यावरील बंधने कडक असणेच गरजेचे होते.

हर्शबर्ग आणि स्लोन दोघे शेजारी-शेजारी मीटिंगच्या नेतेपदी बसले होते. स्लोन हे पद ही सत्तेच्या शिडीच्या काही पायऱ्या एकदम चढून जाण्याची सुसंधीच मानत होता. आज तो चक्क राष्ट्राध्यक्षांच्या निकटच्या, ‘सिच्युएशन रूम’ या प्रतिष्ठेच्या जागेत बसून त्यांनी स्वत: बहाल केलेले महत्त्वपूर्ण पद भूषवीत होता.

हर्शबर्ग यांनी राष्ट्राध्यक्षांबरोबर बसून या दलाच्या सदस्यांसाठी, त्याच्या कामकाजासाठी काही नियम लिहून काढले होते. तो कागद समोर ठेवून त्यांनी ते नियम सर्वांना सांगायला प्रारंभ केला, “पुढील आदेश मिळेपर्यंत येथे चर्चिले जाणारे विषय – तो बॉंब, आपल्या देशात त्याची झालेली बेकायदेशीर आयात, तो सध्या कुठे आहे त्याचा शोध, त्याचा स्फोट होण्याआधीच तो नष्ट करण्याचे प्रयत्न – आपल्या सदस्यांव्यतिरिक्त कोणालाही, अगदी कोणालाही कळता कामा नयेत.” या नियमाचे गांभीर्य सर्वांना समजले आहे की नाही, हे जाणून घेण्याच्या उद्देशाने त्यांनी सर्वांच्या चेहऱ्यांवरून नजर फिरवली आणि पुढे बोलायला सुरुवात केली, “आपल्या शोधकार्यात फक्त लष्करी गुप्तहेरखात्याचीच आपण मदत घेणार आहोत.”

“पण अंतर्गत दहशतवादी कृत्यांची जबाबदारी एफबीआयची आहे,” एफबीआयचा

प्रतिनिधी मध्येच बोलला, ''माझ्या वरिष्ठांना अंधारात ठेवून मी याबाबतीत काही करणं अयोग्य ठरेल. मला त्यांच्याशी बोलावं लागेल, म्हणजे त्यांना आमच्या डायरेक्टरांशी चर्चा करता येईल.''

''त्याची काही आवश्यकता पडणार नाही. राष्ट्राध्यक्षांशी मी बोलेन त्याबद्दल. पण या क्षणी तुम्ही कोणालाही काहीही सांगू नका. तुमच्या वरिष्ठांनाही नाही. कळलं?''

''ठीक आहे.''

''हे पहा, राष्ट्राध्यक्ष आपल्या लष्कराच्या तिन्ही दलाचे प्रमुख या नात्याने हा प्रश्न फक्त लष्करातर्फेच हाताळू इच्छित आहेत. त्यामुळे सध्या आपण प्रामुख्याने नौदलाच्या हेरखात्यावर अवलंबून राहणार आहोत.'' नौदलाच्या प्रतिनिधीच्या चेहऱ्यावर अभिमानाचे हास्य झळकले. त्या खात्यातील ज्या ज्या लोकांना रशियन जहाज आणि कॉलिकॉफ यांबद्दल एव्हाना माहिती झाली होती त्यांना हेरून, शोधून काढून त्या सर्वांना या दलात सामील करून घेतले जाईल याची राष्ट्राध्यक्षांनी स्वत: जातीने काळजी घेतली होती. दलाच्या सदस्यत्वामुळे, त्याच्या कडक नियमांच्या बंधनात राहिल्यामुळे ते सर्व जण सतत निरीक्षणाखाली राहणार होते, नको तेथे तोंड उघडू शकणार नव्हते. त्यामुळे कॉलिकॉफ प्रकरण नियंत्रणाखाली राहणार होते.

एफबीआयच्या प्रतिनिधीने परत हर्शबर्ग यांना थांबवले, ''अशा घटना जर संभाव्य वाटल्या तर त्याविरुद्ध कोणत्या परिणामकारक उपाययोजना करायच्या हे आमच्याकडे तयार असते. त्यामुळे त्या घटना निश्चितपणे टाळता येतात.''

''ते मान्य आहे, पण या घटकेला तरी मी सांगितलं तसंच होणार आहे,'' त्याचा मुद्दा हर्शबर्ग यांनाही मान्य होता, पण राष्ट्राध्यक्षांच्या दृष्टीने वेगळ्या गोष्टीला महत्त्व होते, त्यांचा हेतू वेगळा होता. तो साध्य करण्याचा त्यांचा मार्गही त्यामुळे निराळा होता. हर्शबर्ग म्हणाले, ''मला वाटतं, घटनेचं गांभीर्य किती आहे ते आपण सर्वांत आधी समजून घेतलं पाहिजे आणि त्यासाठी बॉंब देशात पोचला आहे का, तो त्या रशियन जहाजाबरोबर समुद्रात बुडला आहे का, या दोन प्रश्नांची उत्तरं शोधण्यावर आपण प्रथम लक्ष केंद्रित करायला हवं. जर बॉंब देशात आलाच नसेल तर मग पुढे काहीच करण्याची गरज राहणार नाही. मग फक्त आत्तापर्यंत ज्या चुकीच्या समजुती पसरलेल्या आहेत त्या पुसून टाकणं एवढंच काम राहील. ही आपली समितीही लगेच विसर्जित करता येईल. आत्ता बॉंबच्या देशातील अस्तित्वाविषयीच आपल्याला पूर्ण खातरी नाही.''

दोन क्षण थांबून ते पुढे म्हणाले, ''पण जर तशी खातरी पटली, बॉंब इथे आहे हे जर सिद्ध झाले तर मी राष्ट्राध्यक्षांना सर्व संस्था – एफबीआय, सीआयए, अगदी

सर्व सरकारी यंत्रणांची शक्तीसुद्धा या कामासाठी एकवटण्याची गरज पटवून देईन आणि तशी शक्ती त्यामागे लावली जाईल असं पाहीन.'' सदस्यांनी असले काही प्रश्न विचारू नयेत यासाठी हर्शबर्ग यांनी तसे जोरात सांगितले खरे, पण त्यांच्या पटवण्याचा राष्ट्राध्यक्षांवर कितपत परिणाम होईल याबद्दल त्यांना शंकाच होती.

त्यांनी स्लोनकडे वळून विचारले, ''आपण सुरुवात कुठून करू या?''

''मला वाटतं, आपल्याला या विषयासंबंधी जे जे माहीत आहे, जे निरनिराळ्या माध्यमातून आपल्यापर्यंत आलेले आहे, त्याचा आपण एकदा आढावा घेऊ या. गेल्या चोवीस तासात आमच्या हातात जी नवी माहिती आली आहे त्यानुसार एक किंवा दोन बाँब.....''

''दोन? दोन बाँब आहेत?'' एफबीआय प्रतिनिधीने चमकून विचारले.

''ते अजून निश्चित कळायचं आहे, पण तशी शक्यता वर्तवली गेलेली आहे.''

एफबीआय प्रतिनिधीची अपेक्षा होती की, या मुद्द्यावर आणखी सदस्यांनीही आक्षेप घ्यावा, स्पष्टीकरण मागावे. त्याने त्या दृष्टीने टेबलाभोवती बसलेल्यांवरून नजर फिरवली, पण कुणी काहीच बोलले नाही.

''तर ताजी बातमी अशी आहे की, या एक किंवा दोन बाँबची पूर्ण किंमत, किंवा किमतीचा मोठा भाग, एका शांतताविरोधी देशाने कधीच चुकवला आहे, आणि तो देश इराक असण्याची दाट शक्यता आहे. असं समजलं आहे की, तो देश या बाबतीतल्या सर्व हालचाली अगदी लांबून, अत्यंत गुप्तपणे करतो आहे. इतक्या की, त्या संबंधात इथे जे लोक काम करीत आहेत त्यांनाही ते कोणासाठी काम करीत आहेत ते अजिबात माहिती नाही. कोणत्यातरी स्थानिक संघटनेला त्यांचं दहशत निर्मितीचं लक्ष्य पूर्ण होण्याचं आमिष दाखवून त्यांचा केवळ वापर केला जात आहे. इराक्यांनी या बाँबसाठी जबर किंमत मोजली असून बाँबची जोडणी करून तो हव्या त्या जागेवर पोचवणं हे काम सोपवलेल्या मधल्या माणसालाही भरपूर पैसे देऊ केलेले आहेत, अशीही खातरीलायक माहिती मिळालेली आहे.''

''हा मधला माणूस कोण आहे याविषयी काही कळलं आहे?'' बोलणारा, प्रश्न विचारणारा सदस्य एकच होता, एफबीआयचा प्रतिनिधी.

''नाही. अजून तरी नाही, पण त्याला शोधण्याचे प्रयत्न नेटाने सुरू आहेत. हे मात्र निश्चितपणे कळलं आहे की, हे सामान रशियन जहाजातून पाठवण्याचं काम रशियातील एका अशा कंपनीने केलेलं आहे, जी सोव्हिएत युनियन मोडकळीस आली त्या वेळी केजीबी या रशियन गुप्तहेरखात्याने स्थापन केली होती आणि सध्या त्या कंपनीचे प्रमुख व्हिक्टर कॉलिकॉफ हे आहेत,'' शेवटचे वाक्य म्हणताना स्लोनने हर्शबर्ग यांच्याकडे पाहिले. कॉलिकॉफ हे नाव सांगून, अधिक काहीही तपशील न देता तो विषय सोडून देणार होता. जे हुशार असतील, रोज वर्तमानपत्र

वाचून सामान्य ज्ञान अद्ययावत राखत असतील त्यांना याचे 'नाममहात्म्य' माहीत असेलच, ते काय ते ओळखतीलच. राष्ट्राध्यक्षांच्या या अडचणीच्या राजकीय संबंधामुळे बऱ्याच जणांची अडचण होत होती.

त्या नावाच्या उच्चारावर काहीच प्रतिक्रिया व्यक्त झाली नाही. त्या नावाचा संदर्भ सोडून परराष्ट्रखात्याच्या प्रतिनिधीने वेगळाच मुद्दा उपस्थित केला. "या सगळ्याच्या मागे त्या देशाचे सरकार आहे असे अधिकृतरीत्या सिद्ध करणारा, पडताळून बघता येईल असा पुरावा आहे का?"

"त्या देशाचा म्हणजे इराकचा?" हर्शबर्ग यांनी विचारले.

"होय, इराकचा."

"का? त्याचा काय संबंध?"

"कारण त्या बाबतीत आपलं शासकीय धोरण याआधीच जाहीर केलेलं आहे – देशाच्या सरकारची फूस आहे असं सिद्ध झालं तर त्या बाँबस्फोटाला मोठ्या प्रमाणावरील अण्वस्त्रहल्ल्याने प्रत्युत्तर दिलं जाण्याची शक्यता त्या धोरणाने नाकारलेली नाही."

"बरं, मग?"

"अशा तऱ्हेने आपल्या देशातील एखाद्या दहशतवादी संघटनेशी हातमिळवणी करून बाँबस्फोट घडवून आणण्यात त्यांच्या देशावरील आक्रमणाचा प्रचंड मोठा धोका आहे याची जाणीव त्या देशाच्या सरकारला करून देणं अतिशय महत्त्वाचं आहे."

"म्हणजे तुमचं म्हणणं आपण इराकी सरकारशी संपर्क साधावा?"

"होय, जर आपल्याकडे त्यांच्या सक्रिय सहभागाचा निर्विवाद असा पुरावा असेल तर," तो परराष्ट्रखात्याचा प्रतिनिधी म्हणाला. "त्या पद्धतीने त्यांना सावध करून आपण त्यांना आपल्या देशातील त्यांच्या सहकाऱ्यांपासून दूर करू शकू. अमेरिकेचा सर्वशक्तिनिशी केलेला अण्वस्त्र हल्ला म्हणजे काही दुर्लक्ष करण्यासारखी गोष्ट नाही, नाही का?"

स्लोनने हर्शबर्ग यांच्याकडे पाहत भुवई उंचावून त्यांना सुचवले की, ही कल्पना चांगली आहे. "मला वाटतं इराकींना त्यांच्या पायाखाली जळणाऱ्या आगीची जाणीव झाली तर ते नक्कीच स्थानिक संघटनांशी संबंध तोडतील," तो प्रतिनिधी पुढे म्हणाला.

"चांगली सूचना आहे तुमची. धन्यवाद! इराकशी कसा संपर्क साधता येईल ते पाहतो आम्ही," असे म्हणून स्लोनने त्याच्या समोरील कागदावर तो मुद्दा लिहून घेतला. आता हा बाण त्याचा स्वत:चा म्हणून त्याच्या भात्यात जाणार होता, राष्ट्राध्यक्षांसमोर तो योग्य संधी पाहून बाहेर निघणार होता आणि राष्ट्राध्यक्षांच्या

कौतुकाचा वेध घेणार होता. स्वार्थ असल्याखेरीज कुणाच्या खांद्यावरची धूळही न झटकणाऱ्यांपैकी स्लोन एक होता.

"याला आणखी एक बाजू आहे." नौदलाच्या अधिकाऱ्याने तोंड उघडले. त्याने विचारले, "जर या बॉंबचा स्फोट अमेरिकेतल्या एखाद्या मोठ्या शहरात केला गेल्यास, त्यामुळे धास्तावून जाऊन दुसरा एखादा शक्तिशाली देश प्रतिबंधक उपायाच्या नावाखाली आधीच आपल्यावर बॉंबहल्ला करणार नाही कशावरून?"

"का? का कुणी तसं करेल?" स्लोनने विचारले.

"तो म्हणतोय त्यात तथ्य आहे." परराष्ट्रखात्याचा माणूस म्हणाला, "रशिया, चीन यांसारख्या महासत्ता तसं करू शकतात. त्यांचा या घटनेशी काहीही थेट संबंध नसूनसुद्धा त्यांना जर अशी शंका आली की, त्यासाठी आपण त्यांच्याकडे बोट दाखवू, तर आपण त्यांच्या शंकेचं निरसन करायच्या आधीच त्यांच्यापैकी कोणीतरी हल्ल्याची सुरुवात करण्याची शक्यता नाकारता येणार नाही."

"म्हणजे तेही सरळ आपल्यावर बॉंबवर्षाव करतील असं म्हणायचंय तुम्हाला?" हर्शबर्ग यांनी असे विचारल्यावर त्याने होकारार्थी मान हालवली. शीतयुद्ध संपले असले तरी अणुशक्तीच्या वापराचा धोका पूर्ण टळलेला नव्हता.

नौदलाच्या अधिकाऱ्याने भर घातली, "रशियातली या अण्वस्त्रांबद्दलची सुरक्षाव्यवस्था पार मोडकळीला आलेली आहे. ती सुधारायलाही त्यांच्याकडे पैसे नाहीत. लॅटव्हियातली त्यांची अणुऊर्जाकेंद्रंही बंद पडली आहेत. रशिया म्हणजे आंधळा राक्षस झाला आहे, त्याला त्याच्या घरात काय घडतंय हेही दिसू शकत नाही. त्यांच्या या दु:स्थितीबद्दल आपल्याला सर्व काही माहिती आहे हेही ते जाणून आहेत. त्यामुळे आपल्याकडल्या भरपूर लोकसंख्येच्या एखाद्या शहरात स्फोट होण्याची दुर्घटना घडली, तर आपण त्यांचं हे न्यून उघड करून त्यांना दोषी ठरवण्याची वाट न बघता तेच कांगावा करून आपल्यावर क्षेपणास्त्रांचा हल्ला करतील."

"क्षेपणास्त्रांच्या हल्ल्याची चिंता करण्याचं काहीच कारण नाही," एफबीआयचा प्रतिनिधी म्हणाला. "राष्ट्राध्यक्षांनी सहा महिन्यांपूर्वीच असं जाहीरपणे सांगितलेलं आहे की, रशियातील एकही अणुक्षेपणास्त्र आता अमेरिकेतील शहराच्या दिशेने रोखलेलं नाही."

"बरोबर आहे," स्लोनने दुजोरा दिला.

"म्हणजे रशियाशी बोलायला, त्यांचा विश्वास वाढवायला आपल्याला वेळ मिळू शकेल," एफबीआय प्रतिनिधी म्हणाला.

"तुमच्यापैकी बऱ्याच जणांना माहीत असेल की, रशियातली क्षेपणास्त्रं संगणकाच्या साहाय्याने चालतात. संगणकाने त्या प्रत्येकाचं जे मूळ लक्ष्य निश्चित

केलेलं होतं ते शीतयुद्धानंतर त्यातून काढून टाकलं आहे. पण तुम्हाला हे माहीत नसेल की, त्याची रचना अशी आहे की, ती जर कधी सोडली गेली तर त्या वेळी आपोआप ती त्यांच्यातून काढून टाकलेल्या मूळ लक्ष्याच्या दिशेनेच जातील.'' हर्शबर्ग यांनी हे भयंकर रहस्य सांगितल्यावर राष्ट्राध्यक्षांनी जनतेला दिलेले आश्वासन, दिलासा किती पोकळ होते, सर्व जण कसे खोट्या निश्चिंततेत जगत होते या जाणिवेने सगळ्यांच्याच सुरक्षित जीवनाच्या आकांक्षेला तडा गेला.

फ्रायडे हार्बर, वॉशिंग्टन राज्य

काल रात्री जोसलिनने तिच्या खोलीची स्थिती भीती, धास्ती आणि आश्चर्य यांमुळे अंधारात विस्फारलेल्या डोळ्यांनी पाहिली होती. आजही तीच स्थिती ती सकाळच्या कोवळ्या उन्हात दुःखित, व्यथित नजरेने पाहत होती. दुसऱ्यांदा पाहूनही तिला ती अधिकच वाईट भासत होती.

जोसलीन स्वभावतःच टापटापीची नव्हती, तिचे ऑफिस जरा अस्ताव्यस्तच असायचे. टेबलावर तर कागदांचे, फाइलींचे छोटे-मोठे गठ्ठे पडलेले दिसायचेच, पण खोलीत इतरत्र, जागा सापडेल तेथेही कागदपत्र रचून ठेवलेले असायचे. पण त्या अव्यवस्थितपणात तिची म्हणून एक व्यवस्था होती. तिला कुठे काय आहे ते निश्चित माहिती असायचे आणि हवा तो कागद, हवी ती फाइल तिला विनाविलंब सापडायची. पण त्या क्षणी ते कागद, त्या फाइल्स वाट्टेल तसे जमिनीवर फेकून दिलेले होते, त्यातले काही कागद फाडूनही टाकलेले होते.

"बाप रे! काय झालंय हे ऑफिसचं?"

जोसलीनने वळून दारात उभ्या राहिलेल्या सामंथाकडे पाहिले. खोलीभर नजर फिरवून सामंथा दाराची उचकटलेली चौकट, तोडलेले दार यांकडे बघत होती.

"खास पाहुणे आले होते काल रात्री आफिसमध्ये!!" जोसलीन म्हणाली.

"ते दिसतंच आहे," खाली पडलेले काही कागद हातात उचलून घेत स्वागतिकेत वावरणाऱ्या सोनेरी केसांच्या उंच पुरुषाकडे काहीशा कुतूहलाने बघत-बघत सामंथा आत आली.

जोसलीनने दोघांची एकमेकांशी ओळख करून दिली, ''सामंथा हॉर्थोर्न. गिडियन रे.'' त्याला आपादमस्तक न्याहाळत सामंथाने त्याच्याशी हस्तांदोलन केले. नंतर ऑफिसमध्ये चौफेर नजर फिरवीत सामंथा म्हणाली, ''पार धूळधाण करून टाकली आहे ऑफिसची!''

''माझं घर आणि माझं ऑफिस दोन्ही सामंथाच्या मालकीची आहेत,'' जोसलीनने गिडियनला सांगितले.

''मी तुमच्या दु:खात सहभागी आहे,'' गिडियन सामंथाला म्हणाला.

''मला वाटतं, विमा कंपनी हे सगळे नुकसान भरून देईल, नाही? पण मला सांग जोस, नेमकं झालं काय?''

''ते मलाही माहीत नाही. काल रात्री मी सीॲटलहून परतले आणि मला ऑफिस आत्ता ज्या स्थितीत आहे त्याच स्थितीत दिसलं,'' जोसलीन म्हणाली, ''कुणीतरी आत घुसून, ऑफिसची वाट लावून निघून गेलेलं होतं.''

''कुणी चोर? दरोडेखोर?'' सामंथाने विचारले.

''मला नाही वाटत तसं.''

जोसलीनचा स्वर ऐकून सामंथा म्हणाली, ''तुला माहीत दिसतंय कोणाचं काम आहे ते!''

''नाही गं, मुळीच नाही,'' जोसलीनने जोरात सांगितले.

''शेरीफला कळवलंस?''

''हो. आत्ताच, तुझ्यापुढेच शेरीफचा माणूस चौकशी करून रिपोर्ट तयार करून गेला. आता ते तपास करतील.''

''हो, करतील ना. त्यांचा रिपोर्ट आपल्याला निदान विमा कंपनीला द्यायला तरी लागेलच.'' सामंथा बोलता-बोलता ऑफिसची तपासणी करीत इकडेतिकडे फिरत होती. ''काही नेलंय का बरोबर?''

जोसलीनने 'नक्की कळलेलं नाही, कदाचित नेलंही असेल' अशा अर्थाने खालचा ओठ बाहेर काढून खांदे उडवले. तिने या हल्ल्याची तक्रार नोंदवताना शेरीफच्या डेप्युटीला आदल्या दिवशी रात्री फेरीवर घडलेल्या प्रसंगाबद्दलही सांगून टाकले होते. ती त्या भयंकर प्रसंगाचे वर्णन करीत होती तेव्हा आपल्या समोर उभे राहून बोलत असलेल्या या वकिलीणीच्या वाट्याला असे दोन दुर्धर प्रसंग एकाच दिवशी एका पाठोपाठ यावेत यावर त्या अधिकाऱ्याचा विश्वास बसत नसावा असे त्याच्या चेहऱ्याकडे पाहताना वाटत होते. आणि कदाचित त्या अविश्वासाच्या भावनेमुळेच त्याने त्या दोन प्रसंगांचा एकमेकांशी काही संबंध असेल या शक्यतेचा विचार केला नाही आणि तिला फारसे प्रश्नही विचारले नाहीत. पण लवकरच त्यांच्याकडून चौकशांवर चौकशा सुरू होणार, ते अनेक प्रश्न विचारणार, तपशील

मागणार हे जोसलीनला माहीत होते, पण सध्याची वेळ तरी भागली होती.

त्या बेटाच्या एका टोकाला असलेल्या विमानतळाजवळच्या एका हॉटेलमध्ये खोली घेऊन गिडियनने तेथे रात्र घालवली. दिवसात घडलेल्या प्रसंगांचा विचार करता जोसलीनने एकटीने तिच्या घरी रात्र घालवणे मुळीच सुरक्षित नाही यावर दोघांचेही एकमत झाले. त्यामुळे तिने ऑफिसपासून जवळच असलेल्या एका हॉटेलमध्ये रात्री मुक्काम केला.

आपल्या ऑफिसमध्ये भेटलेला, आपल्याशी सभ्यतेने वागलेला माणूस खरेच तसाच असावा हा जोसलीनचा विश्वास हळूहळू वाढू लागला होता. त्याने दिलेल्या कार्डावरील कॅलिफोर्नियातील फोननंबरवरही तिने त्याच्या नकळत फोन केला. त्याने त्याची करून दिलेली ओळख संपूर्ण खरी होती हे समजल्यावर तिचा तो विश्वास पक्काच झाला. फोनवर त्याच्या संस्थेविषयीही तिला बरीच माहिती मिळाली. तीही त्याने सांगितलेल्याशी जुळली.

गिडियन तिच्या आतल्या ऑफिसमध्ये गेला. त्याने खाली पाडलेली फाइल्सची कपाटे उचलून सरळ उभी करून त्यांच्या भिंतीलगतच्या जागांवर सरकवून ठेवण्यास प्रारंभ केला.

तो आत गेला तसे कपाटे सरकवण्याच्या आवाजात सामंथाने जोसलीनला खालच्या आवाजात विचारले, "जोस, हा कोण?"

"तो? बेल्डनच्या कंपनीच्या कामासंबंधात आला आहे."

सामंथाच्या कपाळावर पडलेल्या आठ्यांनी जोसलीनच्या हे लक्षात आले की, तिला बेल्डन हे नाव आठवत नव्हते.

"तो बेल्डन गं, मला सारखा फोन करणारा..."

"हां, तो होय!" सामंथाला ओळख पटली.

आतला पसारा आवरणाऱ्या गिडियनकडे दारातून हळूच डोकावून पाहत सामंथा जोसलीनला हसून म्हणाली, "ए, चांगला दिसतोय गं हा माणूस. कामाचा आहे, याचं इथलं काम झालं की, माझ्या ऑफिसमध्ये देशील का पाठवून? मीही जरा माझं ऑफिस आवरून घेते..."

"सामंथा, तो इथे महत्त्वाच्या कामाला आला आहे, आवराआवरी करायला नाही! बेल्डन यांचा मृत्यू झाला आहे."

सामंथाचे डोळे आश्चर्याने विस्फारले गेले. "काय? कधी? कसं?"

तिला काही सांगायच्या ऐवजी जोसलीनने तिच्या जवळचे सीॲटलहून प्रसिद्ध होणारे त्या दिवशीचे वर्तमानपत्र, पहिले पान उलगडून सामंथाच्या हातात ठेवले. त्या आतल्या पानावर बेल्डन यांच्या मृत्यूची अगदी छोटीशी बातमी होती. त्यांच्या विमानाला झालेल्या अपघातात त्यांचा मृत्यू झाल्याचे आणि अपघाताचा तपास

चालू असल्याचे त्यात लिहिले होते.

''जोस, तू त्याच विमानातून सकाळी त्यांच्या बरोबर सीॲटलला गेली होतीस ना?'' बातमी वाचून झाल्यावर सामंथाने जोसलीनला विचारले.

जोसलीनने होकार दिला तशी सामंथा मटकन खुर्चीवर बसली. म्हणाली, ''जोस, तूसुद्धा सापडली असतीस या अपघातात!''

''सॅम, हे सगळं इतकं सरळ नाही,'' तिच्या प्रश्नार्थक नजरेकडे पाहत जोसलीन पुढे म्हणाली. ''तो अपघात नव्हता. मी यापेक्षा जास्त काही तुला सांगू शकत नाही, निदान आत्ता तरी नाहीच नाही.''

''त्याला कोणीतरी मारून टाकलं आहे ना?'' सामंथाच्या या प्रश्नाला जोसलीनने ''दिसतंय तरी तसंच!'' असे उत्तर दिले.

सामंथाचे डोळे एकदम चमकले. ''त्या अपघाताचा आणि या घाताचा एकमेकांशी संबंध नसेल ना?'' तिने ऑफिसच्या दुर्दशेकडे पाहत विचारले.

''माहीत नाही!''

''जोस, तू परत शेरीफकडे जा. तू त्याला हा विमान अपघात नसून हत्या होती हे सांगितलं नसशील तर सांग.''

''नाही गं. माझ्या जवळ तसा काहीही पुरावा नाही, सॅम.''

''जोस, तू सीॲटलला गेलेली असताना तुझं ऑफिस फोडलं गेलेलं आहे, हे प्रथम सांग. मग तू सीॲटलला तुझ्या एका अशिलाबरोबर गेली होतीस, त्याच अशिलाचा सीॲटलमध्ये विमान अपघातात मृत्यू झाला आणि त्याच विमानाने तू सकाळी त्याच्या बरोबर प्रवास केला होतास या तिन्ही गोष्टी सांग. मला वाटतं, ते या सगळ्या घटनांचा मेळ घालू शकतील, परस्परसंबंध प्रस्थापित करू शकतील.''

''सॅम, मला आत्ता या सगळ्यात अडकायचं नाही. आपण या विषयावर नंतर बोलू या का? प्लीज?'' जोसलीनच्या आवाजातील आर्जव जाणवून सामंथा म्हणाली, ''ठीक आहे, तू म्हणशील तसं! पण मी फार वाट पाहणार नाही, सांगून ठेवते!!'' क्षणभर थांबून तिने जोसलीनला विचारले, ''हे आवरायला काही मदत करू का मी?''

''अगं, आवराआवरीचं काम एका माणसानेच करायला लागतं आणि मला तशी मदत आहेच ना!'' आतल्या आफिसमधून ड्रॉवर्स कपाटातील त्यांच्या जागांवर ढकलून ठेवल्याच्या येणाऱ्या आवाजाकडे निर्देश करीत जोसलीन हलकेसे हसत म्हणाली.

''गरज पडली तर हाक दे, मी आहेच शेजारी.''

सामंथा गेल्यावर जोसलीन आतील ऑफिसमध्ये शिरली.

''मी सगळ्या फाइल्स गठ्ठे करून सध्या तुमच्या टेबलावरच ठेवतो आहे.''

गिडियनचा आवाज ऐकू आला, पण तो कुठे दिसला नाही. आवाजाच्या दिशेने पाहिल्यावर तो टेबलाच्या मागे खाली जमिनीवर बसून कागद गोळा करीत असलेला दिसला.

"अहो, तुम्ही नका करू हे सगळं!" जोसलीन वरमलेल्या स्वरात म्हणाली.

"हे पहा, मी इथे आहे तोवर मला मदत करू दे. मग तुम्ही आहातच..."

"अहो, खरंच, मी करीन हे काम..." टेबलामागे जाऊन त्याच्या जवळ वाकून, त्याच्या हातातले कागद काढून घेत जोसलीन त्याला म्हणू लागली.

गिडियन उठून उभा राहिला. हातातले कागद टेबलावर ठेवीत जोसलीनने त्याला विचारले, "मला सांगा, तुम्हाला माझं नाव कसं समजलं?"

भिंतीजवळ उलटी पडलेली तिची फिरती खुर्ची उचलून सरळ ठेवीत गिडियन म्हणाला, "बेल्डन इलेक्ट्रॉनिक्स या कंपनीची जी नोंद राज्याच्या परवाना खात्याच्या दफ्तरात झालेली आहे त्यात कंपनीची एक पदाधिकारी म्हणून तुमचं नाव आहे."

ते नाव तर तिनेच घातले होते. तिचे आणि सामंथाचे. ती विचार करू लागली, जर गिडियनला आपले नाव इतक्या सहजी मिळू शकले तर बेल्डन इलेक्ट्रॉनिक्सचा शोध घेणाऱ्या कोणालाही सापडू शकेल. मॅक कॅली आपल्याला बेल्डन यांच्या सहकाऱ्यांबद्दल सावध करीत होते, त्यांनाही ते सापडू शकेल. ती फेरीबोटीने प्रवास करीत आहे ही वार्ताही त्यांना समजली होतीच. तिच्या ऑफिसचा ठावठिकाणाही त्यांना त्याच पद्धतीने मिळाला असेल.

"तुम्ही फक्त तुमच्या अशिलाच्या कंपनीच्या कायदेशीर बाबीच – नोंदणी, परवाने एवढंच पाहत होतात, हो ना? त्याची कंपनी, तिचा कारभार चालवणारे या बाबतीत तुमचा सहभाग नव्हता. बरोबर?"

"बरोबर. अगदी तेवढंच."

"तुमचं ऑफिस फोडणाऱ्यांना तुमच्या ऑफिसमधून काय हवं होतं असं वाटतं तुम्हाला?" त्याने पुढचा प्रश्न विचारला.

"मला तर काही लक्षातच येत नाही. त्यांना तरी ते नक्की माहीत होतं की नाही कुणास ठाऊक?"

"मग ते काय आफिसमधले उंदीर मारायला आले होते?"

जोसलीनलाही त्याच विचाराने ग्रासले होते, 'काय पाहिजे होतं त्यांना?' त्यामुळेच त्याच्या विनोदाला ती हसली नाही.

"माफ करा, मी जरा स्पष्ट बोलतो, पण माझ्या मते तुम्ही फार मोठ्या संकटात सापडला आहात," गिडियन गंभीर झाला होता.

"कशावरून?"

"ज्या लोकांनी हे केलं आहे ते दाखवायचे दात वेगळे आणि खायचे निराळे

असणाऱ्या जातीतले अत्यंत धोकादायक, विषारी साप आहेत.''

"मी तुम्हाला काल सांगितलंच आहे की बेल्डन, त्याची कंपनी आणि त्याची चौकशी यासंबंधीची सगळी कागदपत्रं या क्षणी समुद्राच्या तळाशी पडलेली आहेत. पण ती लोक तीच कागदपत्रं इथे, माझ्या ऑफिसमध्ये शोधायला आले असणार.'' जोसलीनने आदल्या दिवशीचा सीॲटलमधील घटनांचा साद्यंत वृत्तान्त गिडियनला रात्री देऊन टाकला होता.

"तुमचं कदाचित बरोबर असेलही, पण मला तसं वाटत नाही.''

"का?''

"त्यांच्या दृष्टीने विचार करा. तुम्ही बेल्डन यांच्या समवेत ग्रँड ज्यूरीसमोरच्या चौकशीला जाताना बेल्डन, त्यांची कंपनी आणि इतर सर्व संबंधित कागदपत्रं तुमच्या जवळच ठेवणार हे अगदी साहजिक होतं, बरोबर?'' तिच्या उत्तराची वाट न पाहता तो म्हणाला, "म्हणजे ती इथे आफिसमध्ये नसणार हेही तितकंच उघड होतं. नंतर त्यांनी तुम्हाला फेरीवर तुमच्या गाडीसकट जलसमाधी देऊन ठार मारायची योजना आखलेली होती. तुम्ही सुदैवाने वाचलात, पण त्यांच्या मते त्यांची योजना यशस्वी झालेली आहे, तुम्ही समुद्रात बुडून मरण पावलेल्या आहात, तुमचा आवाज कायमचा बंद झालेला आहे, तो आता बेल्डन यांच्या विरुद्ध, त्यांच्या संबंधी कुणालाही काहीही सांगू शकणार नाही. आता प्रश्न असा उरतो की, हे सगळं जर त्यांना माहीत होतं तर त्यांनी इथे येऊन तुमच्या ऑफिसची झडती कशासाठी घेतली असेल?'' कपाळावर आठ्या घालून गिडियनने विचारले.

जोसलीनला विचार करूनही त्या प्रश्नाच्या उत्तराचा धागादोरा काही केल्या सापडेना.

"आपण परत एकदा पहिल्यापासून सुरुवात करू या. तुमच्या अशिलाचा व्यवसाय काय होता?''

"इलेक्ट्रॉनिक्स. हेच त्याने पहिल्यापासून त्याचं क्षेत्र असल्याचं मला सांगितलं होतं, आणि त्यात संशय घेण्यासारखं काही होतं असं मला तरी वाटलं नाही. मी ते खरं धरून चालले.''

"इलेक्ट्रॉनिक्समधलं ते नेमकं काय करीत होते, माहिती आहे तुम्हाला?''

"स्विचेस. सुरक्षेच्या ज्या निरनिराळ्या यंत्रणा असतात त्यात वापरले जाणारे स्विचेस. मला यापेक्षा अधिक तपशील काही आठवत नाहीत.''

"ते तुम्हाला कधीतरी त्यांचा व्यवसाय प्रत्यक्ष दाखवायला घेऊन गेले होते? त्यांचा कारखाना किंवा....''

"नाही, कधीच नाही.''

"त्यांचं काम कुठे चालतं त्याचा पत्ता दिला होता?''

"ते म्हणत होते की, त्यांना इथे या बेटावर नव्यानेच व्यवसायाचा आरंभ करायचा आहे. त्यांना जागा तरी मिळाली होती की नाही, कुणास ठाऊक?"

गिडियनने खोली बरीचशी आवरून तिची फिरती खुर्ची तिच्या टेबलाशी आणून ठेवली आणि इतर दोन खुर्च्या टेबलाच्या विरुद्ध बाजूला नेल्या. जोसलीन तिच्या खुर्चीत बसली आणि गिडियन तिच्या समोरच्या खुर्चीत टेकला.

"म्हणजे ते खरंच स्विचेस तयार करीत होते की नाही, याबद्दल कोणताही खातरीलायक पुरावा तुमच्याजवळ नाही."

तिने नकारार्थी मान हालवली. पण तिने अशी शंका उपस्थित केली की, जर त्यांना व्यवसाय करायचाच नव्हता तर ते तिच्याकडे का येतील आणि तिला भरपूर पैसे देऊन कंपनीची रचना करणे, तिची नोंद करणे, व्यवसायासाठीचा परवाना मिळवणे या सगळ्या गोष्टी का करायला सांगतील?

गिडियनने 'बरोबर आहे' अशा अर्थी मान हालवली, पण तो काहीतरी वेगळ्या पद्धतीने विचार करीत होता. त्याने अगदी निराळाच प्रश्न विचारला, "बेल्डन दिसायला कसे होते?"

जोसलीनने त्यांचे वर्णन केले आणि त्यानंतर मॅक कॅली आणि एफबीआयचे एजंट यांनी बेल्डन यांच्या भूतकाळाबद्दल सांगितलेल्या अगदी चित्रविचित्र, अविश्वसनीय वाटणाऱ्या गोष्टींचाही उल्लेख केला. बेल्डन हे यापूर्वी निरनिराळ्या जागी भिन्न-भिन्न नावाने वावरलेले आहेत, शासनाकडे असे काही पुरावे गोळा झाले आहेत ज्यावरून बेल्डन स्फोटके, धोकादायक दारूगोळा अशा गोष्टींची वाहतूक करण्याच्या बेकायदेशीर कामात गुंतलेले होते. जोसलीन हे सर्व सांगत असताना गिडियनने एक कोरा कागद समोर ओढला आणि तिच्या बोलण्यातले काही मुद्दे तो त्यावर नोंदवू लागला. बेल्डन यांच्या अपघातानंतर जोसलीन, मॅक कॅली आणि एफबीआय एजंट्स यांच्यात जी प्रश्नोत्तरे झाली त्याचे वर्णन ती करू लागली. त्यात तिने जेव्हा अपघातानंतर पाण्यात एक प्लॅस्टिकचा, खिशावर लावण्याच्या बॅजसारखा एक चौकोन सापडल्याचे सांगितले तेव्हा गिडियन एकदम सावरून बसला. त्याने तिला थांबवले आणि तिच्याकडे रोखून पाहत विचारले, "या प्लॅस्टिक चौकोनाबद्दल आणखी सांगा, कसा दिसत होता तो? केवढा होता?"

"लहानसा, एखादं चौकोनी रिस्टवॉच असतं तसा."

"आणि ते लोक काय म्हणाले, त्याने किरणोत्सर्ग मोजता येतो?"

तिने होकारार्थी मान हालवली तसे त्याने विचारले, "डाउझीमीटर?"

"बरोबर, हेच नाव सांगितलं त्यांनी."

"तुम्ही तो नीट बघितलात?"

"होय."

"मग मला सांगा, त्या पारदर्शक प्लॅस्टिकच्या आत जो कागद दिसत होता त्याचा पांढरा रंग काळवंडला होता का? जरासा करडा झाला होता का?"

"एवढं आठवत नाही. आणि मी तो इतक्या काळजीपूर्वक पाहिलाही नाही. शिवाय तो पाण्यात पडलेला होता...."

"होय, त्यामुळे तो खराब झाला असेल. विमानाचा प्रचंड मोठा स्फोट झाला होता ना? तुम्ही म्हणालात की विमानाचा चांगलाच भडका उडाला होता..."

"भडका? आगीचा लोळ उसळला होता पाण्यातून. डोळे दिपवणारा, नव्हे, त्यांना भाजून काढणारा! इतकी उष्णता होती, वितळलेला नायलॉनचा ड्रेस आहे माझ्याकडे त्याचा पुरावा म्हणून!!" जोसलीन त्या प्रखर जाळत्या अनुभवाच्या आठवणीने जणू परत एकदा भाजून निघाली.

काही क्षणांच्या शांततेनंतर गिडियन म्हणाला, "तेव्हा, मूळ प्रश्न तसाच राहिला –" जोसलीनने प्रश्नार्थक कटाक्ष टाकला. "त्या लोकांना तुमच्या ऑफिसमधून काय हवं होतं?"

दोघांची नजर अनाहूतपणे खोलीतून गोल फिरली. तेथेच त्या प्रश्नाचे उत्तर मिळते का ते पाहू लागली.

"काही नव्हतंच इथे शोधण्यासारखं आणि सापडण्यासारखं!" जोसलीन म्हणाली.

गिडियन स्वत:शीच बोलत असल्यासारखा म्हणाला, "ती माहिती महत्त्वाची आहे हे तुम्हाला माहीत नसतं तर तुम्ही ती कुठेतरी उघड्यावर न टाकता, नीट, आत, जपून ठेवलीच नसती. ती इथे तुमच्या टेबलावरच किंवा वर पडलेल्या फाइल्समधेच असती. ऑफिस उलथंपालथं करून, त्या महत्त्वाच्या, कुठेतरी जपून, आत ठेवलेल्या माहितीचा, त्या फाइलचा किंवा कागदांचा त्यांनी कसून शोध घेतलेला दिसतो आहे, त्यासाठी भरपूर वेळही घालवलेला आहे. म्हणजेच त्यांना जे हवं होतं ते त्यांनी शोधलं असलंच पाहिजे. मला वाटतं, जे त्यांनी नेलेलं नाही, म्हणजेच जे आता इथे ऑफिसमध्ये उरलंय त्यावरून त्यांनी काय नेलं आहे ते आपल्याला शोधून काढावं लागणार आहे."

"काय बोलताहात तुम्ही?" जोसलीनच्या प्रश्नाला उत्तर न देता गिडियन खुर्चीतून उठत म्हणाला, "चला, इथल्या सर्व फाइलींची, कागदांची एक यादी करू या. म्हणजे शेवटी काय नाही ते समजेल, ते कळेल. ते कळलं की, मग ते त्यांनी का नेलं असेल याचा विचार करू. ते नेण्यात त्यांचा हेतू काय होता हे शोधून काढू."

"या सगळ्याची यादी? अख्खा दिवस तरी पुरेल का?"

"का? तुम्हाला याहून तातडीचं, महत्त्वाचं दुसरं काही काम आहे का?"

जोसलीनचे उत्तर दोघांनाही माहीत होते.

"चला तर मग, जितक्या लवकर सुरुवात करू तितक्या लवकर काम संपेल," असे म्हणून गिडियनने जमिनीवर पडलेल्या फाइल्स, कागद एकत्र करायला घेतले.

"तुम्ही मला इथे सगळं टेबलावर एकत्र करून द्या, मी ते एकेक पाहून त्याची यादी करते." जोसलीन त्याला म्हणाली आणि दोघेही कामाला लागले.

डियर हार्बर, वॉशिंग्टन राज्य

जवळजवळ सहाएक किलो शुद्ध प्लुटोनियम आणि त्याच्या भोवती पत्र्याचे आवरण असे त्या 'सामाना'चे स्वरूप होते. ग्रिगोरी चेंको जाड प्लॅस्टिकच्या एका तंबूत त्यावर काम करीत होता. तंबूच्या छतात एक विशेष पद्धतीचा पाइप आणि एक अगदी बारीक छिद्रांचा फिल्टर बसवलेला होता. त्यामुळे तंबूत हवेचा दाब बाहेरील हवेपेक्षा कमी राखला जात होता आणि आतले प्लुटोनियमचे अतिसूक्ष्म कण तंबूबाहेरील वातावरणात न जाता त्या फिल्टरमध्ये अडकून राहत होते.

प्राणघातक किरणोत्सर्गापासून स्वत:चा बचाव करण्यासाठी चेंकोने पिवळ्या निओप्रीन रबराचा 'हाइझमट' नावाचा सुरक्षा पोशाख अंगावर चढवला होता. त्याने तो आपादमस्तक झाकला गेला होता. त्याच्या चेहऱ्यावरील प्लॅस्टिकच्या पारदर्शक आवरणात नाकावर येईल असे एक कृत्रिम श्वासोच्छ्श्वास करण्याचे यंत्र लावलेले होते आणि त्या यंत्रातही फक्त शुद्ध हवाच नाकात जावी म्हणून एक फिल्टर होता. तो रबरी पोशाख आणि प्लॅस्टिकचे चेहऱ्यावरील आवरण यांमुळे चेंको पार घामाघूम झाला होता. त्याच्या तोंडावरील प्लॅस्टिकच्या मुखवट्याच्या आत त्याच्या उच्छ्श्वासांनी वाफ जमत होती. तो जेव्हा त्याच्या नोकरीच्या जागी किंवा सँडिया इथल्या प्रयोगशाळेसारख्या एखाद्या ठिकाणी असलेच काम करायचा, त्या वेळी कृत्रिम श्वासोछ्श्वासाचे जे यंत्र वापरले जायचे ते या इथल्या यंत्रापेक्षा कितीतरी सोयीस्कर असायचे. त्यात हवा जास्त दाबाने आत येण्याची सोय असायची, अशी वाफ त्यात मुळीच साठायची नाही. तो आत्ता जे वापरत होता ते चॅनीने बाजारात

कुठेतरी खरेदी केलेले अगदी सामान्य प्रतीचे यंत्र होते.

मध्येच जरा वेळ काम थांबवून चेंको त्या गैरसोयीच्या तंबूतून बाहेर आला, त्याने प्रथम तोंडावरील पारदर्शक बुरखा दूर करून टाकला आणि छातीत बाहेरची मोकळी हवा भरून घेतली. रबरी मोजे हातात घातल्याने त्याचे हातही फार ओले झाले होते, तंबूतल्या टेबलाच्या विचित्र उंचीमुळे वाकून काम करून-करून त्याची पाठही दुखायला लागली होती. फार काळजीपूर्वक काम करायला लागत असल्याने कामाचा वेग अति संथ होता. शारीरिकदृष्ट्या जसे ते काम अत्यंत जिकीरीचे, कष्टदायक होते तसेच ते मानसिक दृष्टीनेही फार दमवणारे होते. अशा गोष्टींशी खेळ होता की, ज्या जराशा चुकीमुळे मोठा स्फोट घडवू शकल्या असत्या आणि त्याचे एकट्याचेच नाही, आजूबाजूच्या कितीतरी जणांचे प्राणही घेऊ शकल्या असत्या. त्या मानसिक ताणानेही तो थकून जात होता.

तो काम करीत असलेला गॅरेजचा भाग पूर्णपणे रिकामा केला गेला होता. कोणीही तिकडे फिरकतही नसे. त्या भयाण शांततेत चेंको असा विश्रांतीसाठी, तणावून आळस देऊन अंग मोकळे करायला तंबूबाहेर आला की, त्याच्या बुटांचा सिमेंटच्या फरशीवर होणारा आवाज बाजूच्या पत्र्याच्या भिंतींवर आदळून मोठ्याने घुमत असे. प्लुटोनियम आणि स्फोटके मूळ आवरणातून काढून एका नव्या खास बनवलेल्या आवरणात व्यवस्थित बसवून बाँबस्फोटासाठी सिद्ध करण्याचे त्याचे काम पूर्ण होईस्तवर बाकी सगळे लोक त्या तंबूपासून लांब थांबून राहिले होते.

लष्कराने बाद केलेल्या हेलिकॉप्टरमधले इंधनाचे दोन जुने टँक चॅनीने जुन्या बाजारातून पैदा केले होते आणि त्याचे वेल्डिंगमधील असाधारण कौशल्य पणाला लावून त्याने त्यातून या बाँबसाठी नवीन आवरण बनवले होते. एका महिन्यापूर्वी थॉर्नने मिळवून आणलेले मूळ रशियन बाँबचे काही फोटो फक्त त्याला उपलब्ध करून दिले होते. त्यावरून त्याने ही अजब किमया केली होती. ते इतके हुबेहूब वठले होते की, ते 'ओरिजिनल' नाही यावर त्याच्याशी अतिपरिचित असलेल्या चेंकोचासुद्धा विश्वास बसला नव्हता. ती संपूर्ण योजना जशी अतिशय हिकमती होती तशीच फार कल्पकतेने आणि अक्कलहुशारीने आखलेली होती.

काही वेळाने चेंको परत मुखवटा चढवून तंबूत शिरला. टेबलावर तयार होत आलेला बाँब सामान्य माणसाला सॉकर खेळण्याचा बॉलच वाटला असता. त्याच्या आत फळाच्या फोडींच्या आकाराचे बत्तीस प्लुटोनियमचे तुकडे बसवलेले होते आणि त्यांचा एक भरीव गोल तयार केलेला होता. त्या गोलाच्या बाहेरच्या बाजूला बेरिलियम आणि पोलोनियम यांचा थर चढवला होता.

अणुविभाजनाने प्रचंड ऊर्जा बाहेर फेकण्याचा गुणधर्म असणाऱ्या प्लुटोनियम, बेरिलियम या द्रव्यांनी तयार झालेला भरीव गोल प्लॅस्टिकच्या स्फोटकात गुंडाळलेला

होता. ती स्फोटके आणि स्फोट घडविण्यासाठी बसवलेली यंत्रणा यांकडे लक्ष गेल्यावर चेंकोच्या प्रशिक्षित नजरेला त्या योजनेतील धोका लगेच लक्षात आला. ती खूप जुन्या काळात वापरली जाणारी यंत्रणा होती. तिच्यात आयत्या वेळी स्फोट न होण्याचा खूप धोका असायचा. म्हणूनच पुढे त्या यंत्रणेऐवजी नवी, सुधारित यंत्रणा वापरात आणली गेली होती. चेंकोसमोरच्या त्या बाँबमध्ये मात्र ती जुनी सदोष यंत्रणाच वापरलेली होती. त्यात एका पाठोपाठ जे अनेक स्फोट घडवण्यात येत असत, त्यातील प्रत्येक दोन स्फोटांमधील अंतर अगदी सेकंदाच्या लाखाव्या भागापर्यंत अचूक ठेवावे लागत असे. अणुविभाजन होऊन ऊर्जा निर्माण होणे हा पदार्थविज्ञानाचा सरळ आणि अटळ नियम होता. तो जर स्फोटातील अंतरांची अचूकता पाळली गेली तरच काम करायचा. शिवाय फळांच्या फोडींसारख्या रचलेल्या प्लुटोनियमचा आतल्या आत स्फोट होण्यासाठी जो दाब निर्माण केला जायचा तोही अगदी समान असणेच आवश्यक असायचे. या सगळ्या गोष्टी व्यवस्थित, दिलेल्या कमाल-किमान मर्यादांच्या आतच असल्या तरच हवा तो परिणाम साधण्याची स्थिती तयार व्हायची. निर्दोष आणि हमखास परिणामांसाठी अत्यावश्यक असणाऱ्या स्थितीला तांत्रिक भाषेत 'क्रिटिकल मास' अशी संज्ञा होती.

चेंको ज्यावर काम करीत होता तो बाँब तुलनात्मक दृष्टीने काही फार मोठा बाँब नव्हता, लहान प्रकारातच मोडणारा होता. पण तरीसुद्धा त्याच्या स्फोटाच्या क्षणी प्लुटोनियमच्या अणुविभाजनाच्या साखळी प्रक्रियेतून निर्माण होणाऱ्या प्रचंड ऊर्जेचे रूपांतर कल्पनातीत अशा दहा लाख अंश, म्हणजेच सूर्याच्या पृष्ठभागापेक्षाही जास्त तपमानात होणार होते. त्या अत्युच्च तपमानाला विद्युत्चुंबक लहरी बाहेर फेकल्या जाणार होत्या आणि त्या लहरी आजूबाजूच्या सगळ्या गोष्टींची वाफ बनवून टाकून त्या सगळ्या पूर्णपणे नष्ट करून टाकणार होत्या.

बाँबच्या सान्निध्यातली हवा त्या विद्युत्चुंबकीय लहरी शोषून घेणार होती. त्या लहरी आणि दहा लाख अंश इतके उच्च तपमान या दोन्हीचा परिणाम म्हणून धगधगत्या आगीचा एक प्रचंड लोळ निर्माण होणार होता आणि तो प्रकाशाच्या वेगाने सर्वत्र पसरणार होता. त्याचे तपमान दहा लाख अंशावरून तीस हजार अंशापर्यंत खाली येईपर्यंत तो चौफेर, सैरावैरा धावून त्याच्या सपाट्यात येणाऱ्या प्रत्येक ज्वालाग्राही पदार्थाला जाळून खाक करणार होता. त्याचा वेग कमी-कमी होत जाणार होता आणि त्या प्रक्रियेत तापलेली हवा वर जाऊ लागली की, त्या कमी दाबाच्या प्रदेशात आजूबाजूची हवा अशा काही प्रचंड दाबाने घुसणार होती की, जणू एक वादळी लाटच वातावरणात उठणार होती. ती झंझावाती लाट इतकी मोठी, बलशाली असणार होती की, तिच्या धक्क्याने दणकट इमारती पत्त्याच्या

बंगल्यांसारख्या जमीनदोस्त होणार होत्या, आगीचा लोळ धातूच्या सर्व वस्तू वितळवून टाकणार होता आणि सजीवांची तर राख-रांगोळी करणार होता.

ही लाट दहा सेकंदात सव्वा दोन मैल अशा वेगाने प्रवास करणार होती, म्हणजेच काही मिनिटांतच मैलोन्मैल परिसर उद्‌ध्वस्त, पूर्ण बेचिराख करून टाकणार होती. मग हळूहळू डोळे दीपवणाऱ्या आगीचे तेज कमी-कमी होत जाणार होते, हवेचा बेलगाम दाब ओसरणार होता. आणि इतका वेळ भाजून काढणाऱ्या आगीतून धुराचा राक्षसी ढग तयार होऊन जमिनीपासून दहा ते पन्नास मैल उंचीवरील वातावरणात पसरून मृत्यूचे सावट गडद करणार होता. तो जसजसा वर वर चढू लागेल तसतसा थंड होत जाणार होता. त्यामुळे तुफानी प्रवाह निर्माण होणार होते, आवर्त उठणार होते, विजा कडकडणार होत्या आणि पावसाच्या सरी कोसळणार होत्या. पण हा पाऊस नुसत्या पाण्याचा नसणार होता, त्यात अपायकारक किरणोत्सर्गी कणांचा वर्षाव होणार होता. हा पाऊस 'तारक' नव्हे 'मारक', प्राणघातक, हजारो निरपराधांना अत्यंत क्लेशकारक, वेदनाकारक मृत्यू देणारा ठरणार होता!

त्या जुन्या, अति अचूकपणाची गरज असलेल्या, पण बेभरवशाच्या यंत्रणेत बॉंबचा स्फोट हमखास घडेल असा बदल करण्याचे काम चेंको दोन तासांहून जास्त वेळ करीत होता. त्यासाठी त्याने दुसऱ्या बॉंबमधल्या काही भागांचा वापर केला. तो दुसरा बॉंब त्याच्यापर्यंत अर्धवट स्थितीतच पोचला होता. त्यातले किरणोत्सर्गी प्लुटोनियमचे धोकादायक तुकडेच नाहीसे झालेले होते. ते कुठे असतील, त्यांनी एव्हाना कुणाकुणाचे प्राण घेतले असतील, हे त्यांना कुणालाच माहीत नव्हते.

चॅनीने तयार केलेले बाह्यावरण दोन भागांत बनवलेले होते. चेंकोने इतका वेळ खर्चून आणि कौशल्य वापरून एकत्रित केलेला अंतर्भाग त्या बाह्यावरणाच्या एका अर्ध्या भागात बसवून त्याने दुसरा अर्धा भाग त्यावर नुसता ठेवून दिला. त्याचे काम पूर्ण झाले होते. दोन बॉंबमधील भाग वापरून बनवलेला, खातरीलायकरीत्या स्फोट घडेल यासाठी योग्य बदल केलेला बॉंब वापरासाठी सिद्ध झाला होता. चेंकोने हातातील हत्यारे खाली ठेवली, एकदा त्याच्या 'उत्पादना'कडे नजर टाकली आणि तो तंबूतून बाहेर आला. चेहरा आणि डोके झाकणारा 'हाझमट' सूटचा 'बुरखा' आधी त्याने काढून टाकला. केसातून, कपाळावरून, घाम गळून डोळ्यांत जात होता. त्याचे कपडे ओलेचिंब झाले होते. त्यामुळे तो वैतागला होता.

त्याने रिकाम्या गॅरेजचे सरकते दार उघडले, त्याच्या आवाजाने बाहेर दाराच्या एका बाजूला थांबून त्याची, पर्यायाने तयार बॉंबची वाट पाहणाऱ्यांच्या गप्पा थांबल्या. काहींनी हातातल्या सिगरेट्स खाली टाकून बुटाखाली चिरडून टाकल्या आणि सर्व जण त्याच्याकडे अपेक्षित नजरेने पाहू लागले.

सुटाची झिप काढत-काढत चेंको दाराच्या दुसऱ्या बाजूला थॉर्न वापरीत असलेल्या जुन्या-पुराण्या पिकअप ट्रकपाशी उभ्या असलेल्या चॅनी आणि थॉर्न या जोडगोळीच्या दिशेने चालू लागला. त्यांच्या जवळ जात त्याने त्यांना हवी असलेली सुवार्ता दिली, ''तयार झालाय तुमचा बॉंब.''

''वा वा!!'' थॉर्नने उत्तेजित स्वरात त्याचा आनंद व्यक्त केला. ''स्फोटाच्या स्विचच्या वायर्स बाहेर ठेवल्यास ना?''

''हो, हो. तुम्ही सांगितल्या होत्यात तशाच बॉंबच्या शेपटीच्या बाजूच्या भोकातून बाहेर काढून ठेवल्या आहेत. तुमचं काम झालं की, शेपटीच्या बाजूचं कव्हर बसवून टाकायचं की झालं!''

''शाबास! हे छान झालं. बाकी काम मस्त करतोसच तू!!'' थॉर्नच्या तोंडची स्तुती ऐकून रशियन तंत्रज्ञ समाधानाने हसला.

ते तिघे आत गेले. आत गॅरेजमध्ये, प्लॅस्टिकच्या तंबूच्या बाहेर, एका पत्र्याला लागून थॉर्नने एक टेबल ठेवून त्याला काम करायला जागा करून घेतलेली होती. तो आणि चेंको त्या टेबलाकडे गेले. त्याच्याजवळच्या ब्रीफकेसमधून थॉर्नने एक छोटा संगणक बाहेर काढून टेबलावर मांडला. त्याला खिशात मावेल एवढ्या आकाराचा एक ध्वनिवर्धक जोडला आणि तो तोंडाजवळ धरून त्याने त्यात बोलायला सुरुवात केली. तो त्याच्या आवाजाची संगणकात नोंद करीत होता. तो दोनच शब्द सतत उच्चारीत होता : 'क्रिटिकल मास', 'क्रिटिमल मास'. प्रत्येक वेळी संगणकावर त्याच्या आवाजाचे, लहान-मोठ्या, उंच-बुटक्या त्रिकोणांच्या स्वरूपातले आलेख उमटत होते. त्याला हवा तसा आलेख नोंदला गेला तसा त्याने तो एका डिस्कवर सुरक्षितपणे साठवून घेतला. त्याच्याकडे आणखी एक 'ब्ल्यू बॉक्स' नावाचे संगणकासारखेच, पण त्याहून छोटे उपकरण होते. त्यावर टाइप करण्यासाठी संगणकासारखेच की-पॅडही होते. त्याने ते की-पॅड वापरून डिस्कवरील त्याच्या आवाजातील 'क्रिटिकल मास' हे शब्द आलेखाच्या रूपात त्या ब्ल्यू बॉक्समध्ये नोंदवले. त्याने त्याचे सर्व सामान आवरले आणि तो उठला.

थॉर्न हे काम करीत असताना इकडे चॅनीने बॉंबचे दोन भाग एकत्र जोडले. नंतर दोन मदतनिसांना बोलावून त्याने तयार झालेला पाचशे एक किलोचा तो बॉंब आरीने उचलून बाहेर आणला. बाहेरच्या दाराशी उभ्या असलेल्या ट्रकजवळ त्याने ती आरी उभी करून ठेवली. थॉर्न तेथे आला आणि तेथेच उभे राहून त्याने बॉंबमधून बाहेर आलेल्या वायर्सची टोके एका भरपूर विद्युत्‌भार पुरवण्याची क्षमता असलेल्या स्विचला जोडली. तो स्विच आतील स्फोटकांना व्यवस्थित कार्यान्वित करू शकणार होता. आता फक्त एकच काम उरले होते, नेमलेल्या जागेवर बॉंब ठेवायच्या आधी त्याच्या शेपटीच्या बाजूच्या भागात एक बॅटरी पॅक सरकवायचा.

बॉबच्या शेपटीचा भागही ऑस्कर चॅनी यानेच केवळ बॉबचे फोटो पाहून तयार केला होता. अगदी त्याचा पिवळसर हिरवा रंगही त्याने हुबेहूब जुळवला होता.

"चला, झालं सगळं!" असे म्हणत एका फडक्याला हात पुसत थॉर्नने चेंकोला विचारले, "तुझ्या मते सगळं बरोबर झालंय ना? काही शंका नाही ना?"

"अगदी अचूक. काही प्रश्नच नाही," चेंको आत्मविश्वासपूर्वक म्हणाला.

"तिथे आयत्या वेळचा काही उद्योग? शेवटी काही दुरुस्ती, एखादं छोटं-मोठं काम?"

"अजिबात नाही. बॅटरी पॅक घालायचा, मी तुम्हाला आकृती काढून दिली आहे त्याबरहुकूम वायर्स जोडायच्या की जय्यत तयार!"

"अभिनंदन आणि खूप खूप आभार! हा क्षण साजरा केलाच पाहिजे! एवढ्या उत्तम कामाचं बक्षीस नको?" थॉर्नचा चेहरा फुलला होता, "चल, आपण दोघं जण बाहेर जाऊ आणि मस्त बिअर पिऊ."

रशियन तंत्रज्ञाच्या चेहऱ्यावरही हसू फुलले.

"ऑस्कर, तू बॉंब ट्रकमध्ये चढवून घे." जाता-जाता थॉर्नने मागे वळून चॅनीला सूचना दिली. चॅनीनेही अंगठा वर करून 'काळजी करू नको, करतो मी सगळं नीट' असा इशारा केला.

रशियनला घेऊन थॉर्न त्याच्या पिक-अप ट्रकजवळ गेला. मागच्या बाजूला हात घालून त्याने एक कूलर बाहेर काढला आणि त्यातल्या थंडगार बिअरच्या दोन बाटल्या बाहेर काढल्या. दोन्ही बारकाईने बघून त्यातली नेमकी एक निवडून तिचे बूच उघडून ती चेंकोसमोर धरली. दुसरी स्वत:साठी उघडली.

इकडे चॅनी त्याच्या माणसांच्या मदतीने तो मोठा बॉंब ट्रकमध्ये चढवायच्या उद्योगाला लागला. चॅनीचा ट्रकही साधा नव्हता, तोही त्याने या कामासाठी खास स्वत: तयार केला होता. ट्रकच्या चॅसीवर त्याने एक-दोन कप्प्यांचा टॅंक वेल्ड केला होता. टॅंकच्या तळाशी बोल्ट्स लावून त्यावर बॉंब पक्का बसेल, जराही हालणार नाही अशीही सोय केली होती. त्याने आरी वर उचलून ट्रकमधील टॅंकच्या खालच्या कप्प्यात ते बॉंबचे धूड काळजीपूर्वक उतरवले, बोल्ट्स घट्ट करून टाकले आणि त्या कप्प्यावर जाड प्लेट बसवून टाकली.

चॅनीने शोधक नजरांचे लक्ष चुकविण्यासाठी आणखी एक नामी शक्कल लढवली होती. त्यानुसार गेले काही दिवस गॅरेजजवळ तात्पुरती लॅट्रीन आणून बसवलेली होती आणि आत्तापर्यंत त्यात भरपूर मैलाही गोळा केला गेला होता. बॉंब व्यवस्थित टॅंकच्या तळकप्प्यात विश्रांती घेतो आहे याची खातरी करून घेतल्यानंतर चॅनीने तो सगळा मैला टॅंकच्या वरच्या कप्प्यात भरून टाकला. आता ट्रक वाटेत कुठेही जरी कोणी थांबवला असता तरी या मैल्याच्या 'सुवासा'ने त्यांना दूरच ठेवले

असते, बॉंबच्या आसापसही फिरकू दिले नसते.

दोन कप्पे स्वतंत्र करणारा जाड पत्रा चॅनीने चारही बाजूला पाव इंच जाडीचे शिसे भरून वेल्ड केला होता. हा ट्रक आता इतर हजारो ट्रक्ससारखाच दिसणार होता. त्यामुळे उपग्रहाद्वारे वाहतुकीवर लक्ष ठेवणारी यंत्रणा त्याला काही वेगळा काढू शकली नसती. प्लुटोनियममधून गॅमा किरण उत्सर्जित होण्याचा धोका होता, पण ते कागदाच्या आवरणानेही थोपवता येईल इतका सूक्ष्म प्रमाणात असणार होते. अगदी क्वचित काही तपासणी नाक्यावर बसवलेल्या वाहनांचे तपमान मोजणाऱ्या उपकरणांचीच काय ती थोडीशी भीती होती. पण त्यासाठीच थॉर्नने चॅनीला टँकचे दोन कप्पे निराळे करणारी प्लेट वेल्ड करताना शिसे वापरायला लावले होते. बॉंबचा सुगावा लागेल अशी कोणतीही खूण ट्रकमध्ये, तिच्या आसपास नव्हती आणि वर मैला भरलेला दिसतच होता. त्यामुळेच कुठल्याही तपासणी नाक्यावर तो न आडवता पुढे जाऊ द्यायला कुठल्याच अधिकाऱ्याला काहीच प्रत्यवाय असणार नाही अशी त्यांची खातरी होती. कोणीही अशा प्रकारचा ट्रक थांबवायला उद्युक्त होणार नाही या गृहीतावर बॉंबच्या वाहतुकीची योजना आखली गेली होती. मैला वाहून नेणाऱ्या ट्रकच्या पोटात एक अणूबॉंब दडला आहे असे कुठल्यातरी महाभागाच्या स्वप्नात आले असते का?

पिक-अप ट्रकपाशी बिअर पिणारा चेंको जमिनीवर पडून हात-पाय आखडत आचके देऊ लागला होता. तो शेवटच्या घटकाच मोजत होता. त्याच्या डोळ्यांची बुबुळे बाहेर आली आणि तो निश्चेष्ट पडला. पोटॅशियम सायनाइड फार वेगाने काम करते, त्यातून थॉर्नने ज्या प्रमाणात ते चेंकोच्या बिअरमध्ये मिसळलेले होते, त्याने तर काही क्षणच प्राण जायला पुरेसे होते. चेंकोची या थरारनाट्यातील भूमिका संपलेली होती. त्यामुळे त्याला रंगमंचावरून जाणे भागच होते. आणखी एक संभाव्य पुरावा नष्ट झाला होता!

फ्रायडे हार्बर, वॉशिंग्टन राज्य

दुपारचे चार वाजून गेले तरी दोघांचे काम चालूच होते. गिडियन इकडेतिकडे पडलेले कागद आणि फाइल्स गोळा करून तिच्या टेबलावर ठेवीत होता. ते नीट पाहून, चाळून योग्य ठिकाणी लावून ठेवण्याचे काम जोसलीन नेटाने करीत होती. तिच्या लक्षात येणार नाही अशी काळजी घेत, डोळ्यांच्या कोपऱ्यातून गिडियन कामात गढलेल्या जोसलीनचे बारीक निरीक्षण करीत होता. ती आकर्षक होतीच, पण तिचे निळे डोळे, खांद्यावर रुळणारे भुरे केस, योग्य ठिकाणी गोलाई असलेला प्रमाणबद्ध, कमनीय बांधा आणि तिची तांबूस अंगकांती यांनी त्या उंचापुऱ्या डच पुरुषाचे लक्ष चांगलेच वेधून घेतले होते. मन मोहून टाकले होते. म्हणूनच तिच्याकडे पाहताना त्याच्या डोळ्यांइतकेच त्याच्या मनालाही सुख लाभत होते.

तिच्या मोहक दिसण्याइतकेच तिचे मनाने कणखर असणे त्याला खूप भावले होते. तिच्यासारख्या कोणा अन्य स्त्रीवर किंवा पुरुषावरही, आदल्या एका दिवसात तिच्यावर ओढवलेल्या प्रसंगांना तोंड द्यायची वेळ आली असती तर तिने पुढला एक आठवडा तरी तोंडावरून पांघरूण घेऊन बाहेरच्या जगापासून तोंड लपवून काढला असता. पण ही स्त्री, नाइलाजास्तव काही वेळच अंथरुणाला पाठ टेकवून मोठ्या धीराने आल्या प्रसंगाला, हातातल्या कामाला सामोरी जात आहे हे पाहून गिडियनला तिच्याविषयी आदरही वाटत होता.

"खरंच, तुमच्या मदतीबद्दल तुमचे कसे आणि किती आभार मानू, हेच मला समजत नाही," जोसलीन त्याच्याकडे पाहत त्याला म्हणाली.

"खरं सांगायचं तर तुम्हाला मदत करण्यात माझा स्वार्थच दडलेला आहे," तो म्हणाला.

"स्वार्थ? तो कोणता?" तिने आश्चर्याने विचारले.

"ज्या दोन खोट्या चलनांबद्दल माझ्याकडे माहिती आहे त्याचा छडा लावण्याचा मार्ग मला तुमच्यापर्यंत घेऊन आला आहे. तुम्हीच मला त्या चलनांवरील पत्त्यापर्यंत, त्या व्यक्तीपर्यंत पोचवाल अशी मला आशा वाटतेय." व्हॉडिव्होस्टॉक बंदरातून जो माल बेकायदेशीररीत्या दोन चलनांवर बाहेर पाठवला गेला होता त्याबद्दल जोसलीनला त्याने आदल्या दिवशीच सांगितले होते. तो म्हणाला, "मी इथे तुमच्यापर्यंत येण्यामागील हेतूचे गांभीर्य किती आहे हे मी तुम्हाला कसं सांगू?" त्या क्षणी त्याच्या स्वरातही पराकोटीचे गांभीर्य होते.

"थोडे आणखी तपशीलवार सांगाल तर...." जोसलीन आर्जवपूर्वक म्हणाली.

"मला जी काही थोडी माहिती मिळालेली आहे ती जर खरी असेल तर तुमचे अशील श्री.बेल्डन हे अशा एका फार भयंकर, प्राणघातकी कटात गुंतलेले होते की, त्यामुळे या देशातच नव्हे, तर जगात मोठ्या प्रमाणावर विध्वंस घडून येणार होता."

"विध्वंस?"

गिडियनने जे स्वर्डलॉव्हस्क येथे ऐकले होते ते जर जगजाहीर झाले असते, तर खरेच जगभरात हाहाकार माजला असता. एक अणूबाँब अमेरिकेत आणि तोही एका दहशतवादी गटाच्या हातात पडलेला आहे, या बातमीने तो कुठे फुटणार याविषयीच्या अफवा, वावड्या यांना जगभरात ऊत आला असता. लोकांनी घाबरून जाऊन, त्यांची घरेदारे सोडून सुरक्षित जागी जाण्यासाठी रस्ते, विमानतळ यांवर गर्दी केली असती.

"मला जोपर्यंत संपूर्ण आणि खातरीलायक माहिती मिळत नाही तोपर्यंत मी एवढंच सांगू शकतो. पण मला वाटतं की, तुम्हाला सीॲटलमधल्या ॲटर्नी जनरलच्या डेप्युटीने जे बेल्डन यांच्याबद्दल सांगितलं ते माझ्या माहितीशी अगदी जुळणारं आहे. सध्या बेल्डन या नावाने वावरलेला हा माणूस हजारो लोकांचे प्राण घेऊ शकेल अशा भयानक अस्त्रांच्या वाहतुकीच्या कामात गुंतलेला होता."

"आणि ती अस्त्रं आज आपल्या देशात पोचलेली आहेत?"

"ते अजून मला नक्की कळलेलं नाही, पण मला असं वाटतंय की, याचं उत्तर आपल्याला तुमच्या ऑफिसमधून चोरीला गेलेल्या कागदपत्रातली माहितीच देणार आहे."

जोसलीनची उत्सुकता वाढली. कुतूहल चाळवले. आपल्या ऑफिसमधली माहिती आणि अणूबाँबचे देशातले आगमन यांचा संबंध? ती जास्त वेगाने आणि अधिक काळजीपूर्वक कागद आणि फाइल्स तपासू लागली. असे काय आहे ज्यामुळे या गिडियन नावाच्या उमद्या माणसाचा संशय फिटेल?

"फेरीबोटीवर जे घडलं तो अपघात होता असं तुम्ही काल शेरीफना का सांगितलं? तो तुमच्यावरचा प्राणघातक हल्ला होता असं सांगायचं का टाळलंत?" गिडियनने काही वेळाने विचारले.

"कारण त्या बद्दलचा कोणताही पुरावा माझ्याकडे नाही," जोसलीन म्हणाली. पण त्या दोघांच्या नजरा त्या वेळी एकमेकांच्यात गुंतलेल्या होत्या. भिंतीलगतच्या कपाटातील फाइल्स काढता-काढता नजर न हालवता त्याने विचारले, "बेल्डन यांचा विमान अपघात आणि नंतर काही वेळातच तुमच्यावर झालेला हल्ला हा निव्वळ योगायोग असेल असं खरंच वाटतं तुम्हाला?"

"हो, का? असू शकत नाही!!"

"म्हणजे कालच्या एका दिवसात घडलेले हे पाठोपाठचे दोन-तीन विचित्र प्रसंग हा तुमच्या दुर्दैवाचाच खेळ असेल असंच म्हणणं आहे का तुमचं?" त्याने प्रश्नार्थक विधान केले.

तिने त्यावर काहीच प्रतिक्रिया बोलून दाखवली नाही, तरी तिच्या नजरेत जरासा राग डोकावला.

"आता यानंतर तुम्ही तुमच्या कुंडलीतल्या ग्रहांची स्थिती पाहून मगच बाहेर पडणार असाल, नाही?" त्याने परत तिला टोचले.

"प्रश्न आणि उत्तरं दोन्ही तुमच्याकडेच आहेत तर मला कशाला विचारता? मी काय करायला हवं होतं?"

"तुमचं आणि त्या सीॲटलमधल्या वकिलाचं झालेलं संभाषण, बेल्डन यांचा अपघात यांबद्दल तुम्ही शेरीफना सांगायला हवं होतं. विमानाचा स्फोट आणि त्यानंतर काही तासांच्या आत फेरीवर तुम्हाला पाण्यात ढकलून देण्याचा घडलेला प्रकार, या सगळ्यांचा कदाचित परस्परांशी संबंध लावला असता शेरीफच्या अधिकाऱ्यांनी."

"समजा, लावला त्यांनी संबंध, त्याने काय होणार आहे?"

"ते तुम्हाला संरक्षण देऊ करतील."

"छान, म्हणजे माझ्या ऑफिसच्या दाराबाहेर एक पोलीस तैनात करतील. त्याला तेथे पाहून अशिलांची रीघच लागेल माझ्या ऑफिसमध्ये, नाही? मी माझ्या अशिलाला म्हणेन, श्री. जोन्स, हे इथे उभे आहेत ना ते शेरीफचे डेप्युटी आहेत आणि ते इथेच थांबणार आहेत. कारण आत्ता, आपण बोलत असताना माझ्यावर हल्ला होण्याचा संभव आहे. आणि मग त्या अशिलाचं काय होईल बघायलाच नको, त्याला कापरंही भरेल आणि घामही सुटेल," जोसलीन उपहासाने बोलत होती.

"नाही नाही, उलट तुम्हाला संरक्षण देण्याइतक्या तुम्ही महत्त्वाच्या व्यक्ती आहात आणि तुमचा शेरीफकडे वट आहे हे तर त्यांना नक्की माहीत होईल..." गिडियनच्या या शेऱ्याला राग विसरून हसल्यावाचून तिला राहवले नाही. पण ती

पुढे म्हणाली,

"आणखी एक, मॅक कॅली यांना जर फेरीवरचा प्रकार कळला तर ते लगेच मला ग्रँड ज्यूरींसमोरच खेचतील. कदाचित मला सुरक्षेच्या नावाखाली ताब्यातही घेतील."

"हरकत काय आहे? तुम्ही सुरक्षित तर राहाल!" गिडियन म्हणाला.

"हो ना, हेच हवं आहे ना मला! दारात पोलीस, मी पोलिसांच्या दारात, सरकारी पाहुणचार! असं किती काळ चालणार?" जोसलीनने विचारले.

"हे सगळं संपेपर्यंत."

"आणि हे सगळं संपणार कधी?"

याचं उत्तर गिडियनकडे नव्हते. त्याची हतबलता त्याच्या चेहऱ्यावर दिसली.

"नाही ना सांगता येत? जी काही थोडीबहुत कामं मिळतायत मला इथे, तीही तेवढ्याने नाहीशी होतील," जोसलीन म्हणाली.

"पण तुम्ही जिवंत राहाल."

"ते कसलं जगणं?"

"त्याच्या पर्यायापेक्षा बरं, नाही का?"

त्याला तिच्या मृत्यूची भीती आहे, तिची काळजी आहे हे समजून जोसलीन थोडा वेळ काहीच बोलली नाही. मग म्हणाली, "मला हे कळत नाही की, माझ्या जिवावर कोणी का उठलं असेल?"

"कारण तुम्हाला असं काहीतरी माहीत आहे की..."

"मला काहीही माहिती नाही!"

"ते खरंही असेल, पण त्यांना असं वाटतंय की, तुम्हाला काहीतरी माहीत आहे आणि ते त्यांच्या या समजुतीच्या आधारावरच कृती करणार, नाही का?" तिच्या समोरील आणि इतरत्र पडलेल्या कागदपत्रांकडे हात करीत गिडियन म्हणाला, "आणि ती माहिती इथेच, या कागदात असली पाहिजे."

जोसलीन आणि गिडियन दोघेही परत त्यांच्या हातातील कामाकडे वळले, पण डोक्यातले विचार इतरत्र वळायला तयार नव्हते.

"बेल्डनने तुम्हाला काही गोष्टी 'खाजगी', 'विशेष' म्हणून सांगितल्या होत्या का?" गिडियनने काही वेळाने विचारले.

"त्याने मला जे-जे सांगितलं होतं ते-ते सगळं, मॅक कॅली आणि ते एफबीआयचे एजंट्स यांना माझं अथपासून इतिपर्यंत सांगून झालं आहे," जोसलीन वैतागून म्हणाली.

"पण त्यांची अँटेना माझ्याइतकी तीक्ष्ण नसेल..." गिडियनने तिला हसायला भाग पाडले. ती हसत-हसत म्हणाली, "बरं! शेरलॉक होम्स, करा सुरुवात तुमच्या प्रश्नांना!!"

"बेल्डन अगदी प्रथम तुमच्याकडे काम घेऊन केव्हा आले?"

"आठ-दहा दिवसांपूर्वी."

"ते तुमच्याकडेच का आणि कसे आले?"

"त्यांना इथल्या एका बँकेतल्या अधिकाऱ्याने माझं नाव सुचवलं. म्हणजे मी त्यांना हाच प्रश्न विचारला होता, तेव्हा तरी त्यांनी मला हेच उत्तर दिलं होतं. पण आता मला वाटतं, ते खरं नसावं."

"मलाही तसंच वाटतं. तुम्ही वकिलीतली काही विशेष प्रकारची कामं करता का? किंवा एखाद्या प्रकारची कामं तुम्ही फारच उत्तम करता असा तुमचा लौकिक आहे का?"

"आपण बोललोय त्याविषयी. मी त्यांनासुद्धा हे स्पष्ट बोलून दाखवलं होतं की, त्यांना जी कामं करून हवी होती त्यासाठी सीॲटलमध्ये कितीतरी असे वकील आहेत जे व्यवसाय-क्षेत्रातल्या कायद्यांविषयी माझ्यापेक्षा जास्त जाणतात. ज्यांना माझ्याहून जास्त अनुभव आहे आणि जे त्यांचं काम खूपच कमी पैशात करून देतील."

"म्हणजेच त्यांनी व्यावसायिक कारणासाठी नाही तर कुठल्यातरी वेगळ्याच, जरा 'खास' कारणासाठी तुमची निवड केली होती असं आपण म्हणू शकतो का?" गिडियनने 'खास' हा शब्द अशा पद्धतीने आणि जोसलीनकडे असे पाहत उच्चारला की, तिला त्याला काय म्हणायचे होते ते कळावे. ते तिला कळले आहे हे दर्शवीत ती म्हणाली, "सहसा मी माझ्या वैयक्तिक आयुष्याबद्दल – लैंगिक संबंधाबद्दल – कुणा अनोळखी आणि त्यातून पुरुषाशी तर कधीच चर्चा करीत नाही, पण तुम्हाला मला हे सांगितलंच पाहिजे की, तुम्हाला जे वाटतं आहे तसं काहीही नाही. आम्ही एकमेकांच्या जवळ येणं सोडाच, एकमेकांना स्पर्शही केलेला नाही."

"मला नव्हतं तसं वाटत!" गिडियन बोलून गेला आणि त्याने जीभ चावली. पण तोपर्यंत प्रश्न आलाच, "का? का नव्हतं वाटत?"

जोसलीनला त्याच्या चेहऱ्यावर चक्क लज्जेचा रंग चढलेला दिसला. तो म्हणाला, "नाही, म्हणजे, बेल्डन अशील, तुम्ही वकील, मग...."

"का? वकील-अशील असण्याचा या संबंधांशी काय संबंध?" तिने रोखलेल्या नजरेने त्याच्याकडे पाहत विचारले. ती त्याला आता तसा सहजासहजी सोडणार नव्हती.

"नाही म्हणजे ते व्यावसायिक नीतिमत्तेला सोडून झालं असतं..." तो म्हणाला.

"याचा अर्थ तुम्ही मला केवळ एक व्यावसायिक समजता!"

"होय..." गिडियनला तिच्या बोलण्यातला छुपा अर्थ समजलाच नाही!!

"ओह, गिड... मी तुम्हाला गिड म्हटलं तर चालेल?"

"तुम्ही मला काहीही म्हटलंत तरी ते मला आवडेल."

"अस्सं का? मग या क्षणी तरी मी एवढंच म्हणीन की... की, तुम्ही वेडे आहात!!"

त्यांच्यातले अंतर कमी करू पाहणाऱ्या जोसलीनच्या या मोकळिकीने गिडियनला त्याचा सभ्य अलिप्तपणा राखणे फार जड जाऊ लागले. त्याच्या गळ्याजवळच्या नसा फुगल्या, त्याच्या मुद्रेवर हसू फुटले. मग त्यानेही सैलावून तिला तिच्याच भाषेत तिची प्रेमळ चापटी परतवली, "जे वेडे असतात त्यांनाच समोरचे वेडे वाटतात!!"

"अस्सं अस्सं!!" जोसलीन लटक्या रागाने म्हणाली.

दोघांमधल्या त्या कोमल क्षणांचा दरवळ काही काळ हवेत तसाच राहिला. नंतर मात्र गिडियनने परत आधीच्या विषयाकडे मोहरा वळवला. तो जोसलीनच्या टेबलासमोरच्या एका खुर्चीत बसला आणि म्हणाला, "मला वाटतं, एक गोष्ट नक्की आहे..."

"काय?"

"स्वर्डलॉव्हस्कमध्ये जे घडले ते आणि ज्याच्या चौकशीसाठी बेल्डन यांना ग्रँड ज्यूरीने चौकशीसाठी बोलावलं होतं ते, या दोन प्रकरणांचा एकमेकाशी संबंध असला पाहिजे."

"असं खातरीने कशावरून म्हणता तुम्ही?"

"मॅक कॅलींनी तुम्हाला काय सांगितलं होतं आठवतं? बेल्डन धोकादायक, प्राणघातक वस्तू एका ठिकाणाहून दुसऱ्या ठिकाणी हालवणं, सर्व सुरक्षाव्यवस्थांच्या हातावर तुरी देऊन त्या वस्तूंची बिनबोभाट वाहतूक करणं, या गोष्टीत अत्यंत कुशल होते. रशियातील स्वर्डलॉव्हस्कच्या साठ्यातून अस्त्रं नाहीशी होणं, व्हाडिव्होस्टॉकच्या बंदरातून दोन खोट्या चलनांवर काही माल एका जहाजावरून रवाना होणं आणि त्या चलनांवर 'बेल्डन इलेक्ट्रॉनिक्स' हा पत्ता असणं या सगळ्या गोष्टी योगायोगाने घडलेल्या नाहीत. म्हणूनच मला नक्की असं वाटतंय की, मॅक कॅलींना काहीतरी जास्त, आपल्याला माहीत आहे त्याहून काहीतरी अधिक माहीत असलं पाहिजे."

"शक्य आहे, पण ते आपल्याला सांगणार नाहीत."

"बरोबर. आपल्याला नाही पण ते कोणालातरी सांगतीलच!"

"कोणाला?"

"त्यांच्या सरकारला."

"म्हणजे?"

"मी माझ्या संस्थेच्या डायरेक्टरांशी बोलतो, आमच्या संस्थेचे एफबीआयशी,

न्यायखात्याशी जवळचे संबंध आहेत. मी माझ्या डायरेक्टरांना सांगून याबद्दल जरा चाचपणी करायला सांगतो. यात जर देशाच्या सुरक्षिततेला धोका पोचण्याची शक्यता दिसली तर हे प्रकरण राष्ट्रीय सुरक्षा दलाकडे सोपवलं जायला हवं."

"पण यात आपण..."

"मॅक कॅली जे तुम्हाला सांगत होते त्याप्रमाणे खरंच त्यांचं खातं आणि एफबीआय यांनी यात आधीपासून लक्ष घातलेलं आहे की नाही, हे तरी आपल्याला कळेल. शिवाय आपल्याकडे त्यांना उपयोगी पडेल अशी काही महत्त्वाची माहितीही आहे."

"कुठली?"

"जी मला स्वर्डलॉव्हस्कमध्ये कळली ती," देशाच्या शासनावर, त्याच्या कार्यपद्धतीवर जोसलीनचा फारसा विश्वास नव्हता, पण गिडियनचा होता.

जोसलीनच्या हातात एक कागद होता आणि त्याची फाइल ती शोधत होती. ती तिला टेबलावर दिसेना. तिने परत एकदा कागद न्याहाळला, टेबलावर ठेवलेल्या फाइल्सवरची नावे वाचली, हवी ती फाइल टेबलावर नव्हती. ती उठली, तिने भिंतीलगतच्या कपाटातल्या फाइल्स बघितल्या, एक-दोन ड्रॉवर्सही शोधली. फाइल नव्हती. तिची लगलबग, अस्वस्थता लक्षात येऊन गिडियनने तिला विचारले, "काय झालं?"

"तुम्ही सगळ्या फाइल्स गोळा केल्यात ना?"

"हो, का?"

तिने परत फाइल्स वर-खाली केल्या. ती फाइल नव्हतीच!

"काहीतरी चुकतंय," ती म्हणाली.

सीॲटल, वॉशिंग्टन राज्य.

थॉमस मॅक कॅली त्यांच्या समोरचा रिपोर्ट वाचत होते. तीन पानांचा, फारसे तपशील नसलेला रिपोर्ट होता. केंटचा तुरुंग फोडून दोन कैदी फरारी झाले होते. एफबीआयचा तपास चालू होता. दोन्ही कैद्यांवर अजून कोर्टात खटला उभा राहायचा होता. त्यातल्या एका कैद्याबद्दलची माहिती वाचून त्याच्याविषयी मॅक कॅली यांना विशेष कुतूहल वाटू लागले. ऑस्कर चॅनी याला बँकेवर दरोडा घातल्याच्या आरोपाखाली अटक झालेली होती. याआधी कोणतेही गुन्हे केल्याचे रेकॉर्ड त्याच्या नावावर नव्हते. त्यातून तो एक माजी लष्करी अधिकारी होता आणि त्याची लष्करी कारकिर्द विशेष उठून दिसणारी होती. त्याने 'आर्मी स्पेशल

फोर्सेस'मध्ये 'स्पेशल ऑप्स'चे प्रशिक्षण घेतलेले होते. मॅक कॅली हे काही लष्कराविषयीचे तज्ज्ञ नव्हते, पण त्यांना 'स्पेशल ऑप्स'चा अर्थ माहीत होता. शत्रुपक्षाच्या देशात किंवा काही विरोधी तत्त्वे असलेल्या, जागतिक शांततेला बाध आणणाऱ्या कारवाया करणाऱ्या देशात अथवा कधीकधी मित्रराष्ट्रांतही अत्यंत गुप्तपणे शिरून काही महत्त्वपूर्ण, संवेदनशील अशी माहिती गोळा करणे, स्थानिक शासनाच्या विरोधात अथवा अन्य काही सामाईक फायद्याचे हेतू साध्य करण्यासाठी कार्यरत असणाऱ्या क्रांतिकारी संघटनांना शस्त्रपुरवठा अथवा अन्य काही मदत पोचवणे, उपद्रवी उद्योगांची ठाणी अथवा आपल्या देशाच्या शासनावर चिखलफेक करणारी, त्याच्या विरोधात प्रचार करणारी रेडिओ केंद्रे, दहशतवादी कृत्यांसाठी वापरण्यात येणारा एखादा इंधनाचा साठा अशी ठिकाणे नष्ट करणे, अशा प्रकारची 'युद्धाव्यतिरिक्तची लष्करी कामे' म्हणजे 'स्पेशल ऑप्स'. ही कामे करणाऱ्या जवानांना अनेकविध प्रकारची कौशल्ये शिकविली जातात, ती त्यांना अगदी पूर्ण आत्मसात करावी लागतात. त्या रिपोर्टमध्ये चॅनी लष्करात असताना 'स्पेशल ऑप्स' करीत असल्याचा उल्लेख होता. त्याने गल्फच्या युद्धातही भाग घेतला होता. पण नवलाची गोष्ट म्हणजे त्याला लष्करातून बडतर्फ केले गेले होते. पदच्युतीनंतर पाच वर्षे तो परदेशातच राहत असल्याचे तपासात सापडले होते. परराष्ट्रखात्याच्या नोंदींनुसार त्याने युरोप, आफ्रिका आणि लॅटिन अमेरिका या तीन देशांत प्रवास केलेला होता. त्याच्या विषयीच्या आणखी एका निराळ्याच माहितीने मॅक कॅली यांचे लक्ष विशेष वेधून घेतले. ऑस्कर चॅनी हा हॅरॉल्ड मॅकॲव्हॉय उर्फ लायम वॉकर उर्फ डीन बेल्डन यांच्या संपर्कात आलेला माणूस होता!

अहवाल असे सांगत होता की, या पलायनाची आधीपासून तयारी करण्यात आली होती आणि त्यासाठीची मदत तुरुंगाच्या बाहेरून पोचवण्यात आली होती. या दोन गोष्टी तपासात अत्यंत स्पष्टपणे सिद्ध झाल्या होत्या की, त्यांना बाहेरून मदत करणाऱ्यांपैकी एकाला एफबीआयने अटकही केली होती. त्या व्यक्तीचे एका स्थानिक उपद्रवी संघटनेशी जवळचे संबंध असल्याचे उघड झाले होते.

''असं दिसतंय की, त्या संघटनेला चॅनीला तुरुंगाच्या बाहेर काढायचाच होता आणि त्यासाठी ते पूर्ण तयारीनिशी आले होते.'' अहवाल घेऊन आलेला एफबीआयचा एजंट त्यांचे वाचन पूर्ण व्हायची वाट पाहत येरझारे घालत होता. त्यांची नजर कागदावरून वर उचललेली दिसताच त्याने बोलायला सुरुवात केली. तो पुढे म्हणाला, ''खिडकीचे लोखंडी गज वेल्डिंग टॉर्चच्या साहाय्याने कापून काढलेले आहेत हे सहज ओळखू येत होते. आम्हाला वेल्डिंग टॉर्च काही घटनास्थळी सापडला नाही, पण तेथे एक ट्रान्समीटर सापडला. त्याच्यावरून बाहेरच्या मदतनीस सहकाऱ्यांशी संपर्क साधला जात असावा. अटक केलेल्याने त्याच्या बरोबर

आणखी तिघे जण होते असं कबूल केलं आहे.''

''चॅनी तिथून कुठे गेला असेल याबद्दल तो काही सांगतोय का?''

''ते त्याला माहीत नाही असं दिसतंय. त्याच्या संघटनेच्या प्रमुखांनी त्याच्यावर एवढीच कामगिरी सोपवलेली होती, त्याला बाकी कशाचीही काहीही कल्पना नाही. त्याच्या बरोबर काम करणाऱ्या इतर तिघांची नावंसुद्धा त्याला माहीत नाहीत. मला असं वाटतंय की, कुणीतरी हेतुपूर्वक निरनिराळ्या ठिकाणची सर्वस्वी अनोळखी माणसं एकत्र आणून हे काम करून घेतलेलं आहे. ज्याने ही योजना आखली आणि राबवली त्याला तरी तो कोणासाठी काम करतोय ते माहीत असेल की नाही, याची शंकाच वाटते.''

''ज्याला अटक केलीत तो तुम्हाला कुठे आणि कसा सापडला?''

''एका दारूच्या गुत्त्यावर, नशेत बरळत फुशारक्या मारत होता की, तुरुंग फोडणं किती सोपं आहे आणि तो आणखी कोणताही तुरुंगही लीलया फोडू शकेल! बहुतेक तो आणखी तसलंच काम देणारं गिऱ्हाईक शोधत असावा.''

''तुम्ही अहवालात त्या चॅनीच्या भूतकाळाबद्दल जे लिहिलं आहे त्यावरून तो स्वत: या अटक झालेल्या माणसासारख्याबरोबर पळून जाईल किंवा त्याच्यावर विश्वास ठेवेल हे असंभवनीयच वाटतंय.'' मॅक कॅलीच्या डोक्यातले विचार शब्दातून प्रकट होत होते, ''म्हणूनच हाही प्रश्न सोडवायला कठीण वाटतोय की, चॅनीसारख्याने बँक का लुटली असेल?''

''हो ना, आणि तीसुद्धा अशा रितीने की, तो सहजी पकडला जावा!'' एजंटनेही त्यांच्या विचारात भर घातली.

''तो पकडलेला माणूस ज्या संघटनेचा आहे त्या आणि तसल्या इतर स्थानिक संघटनांविषयी काय माहिती आहे आपल्याकडे?'' मॅक कॅली यांनी विचारले.

खांदे उडवून मान हालवीत 'फारशी नाही' असे दर्शवीत एजंट म्हणाला, ''बहुतेक सगळ्या तसल्या संघटनांनी उत्तरेकडे आणि कास्केडच्या पलीकडच्या भागात बस्तानं बसवलेली आहेत. संघटना म्हणवतात, पण त्या संघटितही नाहीत, त्यांना खंबीर नेतृत्वही नाही. चार डोकी एकत्र येऊन काहीबाही करीत राहतात. त्यांच्यात एकमेकातही काही संवाद नाही. काही अगदी टोकाची मतं असलेली, हेकट, काही जातीयवादी, काही वर्णद्वेषी अशी भडक माथ्याची लोकं एकत्र आलेली आहेत. त्यातल्या बऱ्याच जणांच्या मनात शासनाबद्दलचा पराकोटीचा राग भरलेला आहे, त्यांना शासनावर सूड उगवायचा आहे, ते स्वत:ला 'सैनिक' समजतात. त्यांच्यात स्त्रिया जवळजवळ नाहीतच म्हटलं तरी चालेल, पुरुष तीस ते चाळीस वा वयोगटातले आहेत.'' एजंटने त्याच्याकडली माहिती सांगितली.

''यापैकी एखाद्या संघटनेत आपण आपल्या माणसांना घुसवलेले आहे का?''

"त्यात प्रवेश मिळवणं अवघड मुळीच नाही. शनिवार-रविवार एखादी रायफल खांद्यावर अडकवून एखाद्या मोर्चात सहभागी व्हायचं. पण या संघटना कावळ्याच्या छत्र्यांसारख्या उगवतात आणि नाहीशाही होतात. त्यातल्या प्रत्येकीचा सवता-सुभा असतो, त्यामुळे त्यांच्यात घुसायचं म्हणजे आपल्याला एक अख्खी फौजच तयार करावी लागेल. पण आपल्या वॉशिंग्टन राज्यापुरतं बोलायचं झाल्यास, या संघटनांची मजल कार्डबोर्डच्या प्रतिमा जाळण्यापर्यंतच जाते. हे लोक काही हिंसक नाहीत."

तो एजंट अशा पद्धतीने वर्णन करीत होता की, तोही एखाद्या तसल्या संघटनेचा सदस्य असावा किंवा त्याला सदस्य व्हायची इच्छा असावी.

" 'हिंसक'ची तुमची काय व्याख्या आहे?" मॅक कॅलींनी त्याला विचारले.

"मोठ्यात मोठी हिंसा म्हणजे कुठेतरी दोन-तीन, फटाक्यांचे वाटावेत इतपत छोटे-मोठे बेगडी बाँबचे स्फोट घडवणं. नॅशनल गार्डच्या शस्त्रागारातून एखादं शस्त्र – रायफल वगैरे चोरून आणणं म्हणजे फार मोठी गोष्ट. संध्याकाळी बारमध्ये सगळ्यांच्यात भाव खाताना, मिशी पिळून पाठ थोपटून घेताना सहज सापडतात असले शूरवीर. त्यांचं योजनाबद्ध कट, कारस्थानाची योजना वगैरे असं कधीच नसतं."

ओकलाहोमा शहरातील दुर्घटनेच्या वेळीही शासनाच्या ही गोष्ट लक्षात आली होती की, असल्या गल्लीबोळातल्या संघटनांमागे पोलीस, गुप्तहेर यांची शक्ती खर्च करणे हा तिचा अपव्यय आहे. धोका असलाच तर तो एखाद्या माथेफिरू, एकांड्या शिलेदाराकडून किंवा समविचाराच्या मित्रांच्या जोडगोळीकडून असतो. एखादा प्रचंड स्फोट घडवून लोकांमध्ये प्रचंड घबराट पसरवणे ही या लोकांची पहिली पसंती असते.

"म्हणजे यांपैकी कोणी मोठ्या प्रमाणावर, शेकडो, हजारो लोकांचे प्राण घेणारी अस्त्रं किंवा बाँब हाताळतील असं वाटत नाही." काही क्षण विचार करून मॅक कॅली म्हणाले.

"तुम्ही कुठल्या अस्त्रांबद्दल बोलताय? रासायनिक की जैविक?" एजंटने विचारले. "त्यांच्याकडे ते जोडण्याचं ज्ञान असेल आणि एखाद्या रिकाम्या गॅरेजमध्ये ते जोडण्याची सोय असेल तरच त्यांना तसल्या अस्त्रांशी खेळणं शक्य असतं."

"नाही, मी ज्या प्रकाराबद्दल विचार करतोय ते असं गॅरेजमध्ये नाही जोडता येणार. मी अण्वस्त्राविषयी विचार करतोय. का महिती आहे? तो प्लॅस्टिकचा चौरस आठवतोय – तो डाउझीमीटर – जो बेल्डनच्या विमानाच्या स्फोटानंतर पाण्यात सापडला होता?" मॅक कॅलींनी विचारले.

"मी असं ऐकलंय की, त्या प्रकारच्या शस्त्रांचं रशिया हे सर्वात मोठं विक्रीकेंद्र आहे. पण हे असले लोक त्यासाठी पैसे कुठून आणणार? त्याला इतके पैसे

लागतात की, इराण, इराकसारखे देशसुद्धा ते सहजी खरेदी करू शकत नाहीत...'' एजंट म्हणाला.

''क्षणभर अशी कल्पना करू या असा एखादा बॉंब त्यांना उपलब्ध झाला, तरीही तो इथपर्यंत आणायचा, त्याचा स्फोट घडवायचा हेही काही ऐऱ्यागैऱ्याचं काम नाही. त्यासाठी खास ज्ञान आणि कौशल्य असलेल्या कोणाचीतरी सतत मदत लागणार. नाही का?'' मॅक कॅली त्यांच्या विचारांना वाट करून देत होते.

''तसलं काम करायला बेल्डन आणि चॅनी ही दोघं अगदी योग्य ठरतील, नाही?'' मॅक कॅली यांच्या विचारांची दिशा बरोबर हेरून एजंटने त्यात एक कडी आणखी जोडली. पण त्यातला एक प्रश्नही उपस्थित केला, ''पण पैसे? प्रथम बॉंबची भरमसाट किंमत आणि मग बेल्डन आणि चॅनीसारखी माणसंही काही स्वस्तात मिळत नाहीत, त्यांचा मोबदला. या सगळ्यासाठी या टीचभर जीव असलेल्या संघटना पैसे कुठून आणणार?''

''त्याचेही अनेक मार्ग आहेत. पैसे मिळवायची या लोकांची खास तंत्रं आहेत, त्यासाठी जाळी विणून ठेवलेली असतात. खोटे चेक्स, हिशेबात अफरातफर, बोगस शेअर्सची विक्री...''

''या असल्या मार्गांनी किती पैसे गोळा होणार? लाख, दहा लाख? आपण ज्याबद्दल बोलतो आहोत ते काम काही कोटींच्या घरातलं आहे.''

''कोणीतरी छुपा रुस्तुम असेल यात गुंतवणूक करून काहीतरी निराळंच कमावणारा...''

''म्हणजे? काय कमावणारा?''

''एखादा सद्दाम हुसेन, ज्याला कोणावरतरी, कशाचातरी सूड उगवायचा असेल, पण स्वत:च्या देशाला अण्वस्त्रांच्या भानगडीत न गुंतवता कार्यभाग उरकायचा असेल...''

''म्हणजे तुम्ही एखाद्या शांतताविरोधी, जुलमी देशाच्या शासनाबद्दल बोलताय?''

''मागे राहून सूत्रं हालवणारं, पण स्वार्थ साधून घेणारं, अशा सद्दामसारख्या पाच-सहा उद्दाम राज्यकर्त्यांची, एककल्ली राजवटींची नावं तर मी सहज सांगू शकेन. जो विनाश घडेल तो दुसऱ्या देशात, प्राण जातील ते लाखो निरपराधांचे आणि त्या पापाचं खापर फुटेल ते त्या देशातल्या एखाद्या नगण्य संघटनेवर! हे करून-सवरून नामानिराळे!! असं कोणीतरी या लोकांना अणूबॉंब पैदा करायला लागणारे भरमसाट पैसे नक्की पुरवील.''

मॅक कॅली यांच्या या वक्तव्यावर एजंट गंभीरपणे विचार करू लागला. ते पुढे सांगू लागले, ''आणि हे पडद्यामागून सूत्र हालवणारे लोक त्यांची योजना यशस्वी व्हावी म्हणून केवळ पैसे देऊन थांबत नाहीत, त्याच्यासाठी अनिवार्य असणारी इतर

मदतही – सुरक्षित वाहतूक, उच्च दर्जाचे तांत्रिक साहाय्यही – पुरवतात. आणि मग सद्दाम, मुअम्मार यांसारख्यांच्या कृपेनेच बेल्डन, चॅनी यांच्यासारखे हुशार, कुशल तंत्रज्ञ आपल्या देशाची दारं ठोठावतात, त्यांच्या अशुभ पायांनी आपल्या भूमीला अपवित्र करतात.''

''म्हणजे तुमचं म्हणणं असं...''

''अगदी शंभर टक्के नाही, पण माझी खातरी आहे की, बेल्डन, चॅनी यांच्यासारखे बहुरूपी काही विशिष्ट कारणानेच इथे आले आहेत, किंबहुना पाठवले गेले आहेत. मला तर वाटतं की, अण्वस्त्र खरेदीचा करार ज्यांच्याशी झाला असेल त्यांनी त्याच्यातील एक कलम म्हणून या लोकांच्या सेवाही त्या कराराचाच अनिवार्य हिस्सा बनवला असेल.''

हळूहळू तुकडे-तुकडे जोडून जे चित्र समोर येत होते त्याच्या कल्पनेनेही ते दोघे मनोमन दचकले होते, काही क्षण शब्द विसरले होते, नाहीतर दोघांनाही एकच प्रश्न प्रकटपणे विचारायचा होता : 'म्हणजे अणूबॉंब देशात पोचला आहे?'

त्या मनःस्थितीत थोडा वेळ शांततेत गेला. नंतर मॅक कॅली यांनी प्रश्न विचारला, ''उत्तरेकडे ज्या संघटना उपद्व्याप करीत आहेत त्यांचं त्या बेटावर जमलेल्या गुंडांशी काही साटंलोटं आहे का?''

एफबीआय आणि एटीएफ या दोन खात्यांतर्फे समुद्रावर गस्त घालणाऱ्या दलाला कॅनडाच्या सीमेच्या जरा दक्षिणेला, सॅन वान बेटसमूहातच, पण खाजगी मालकीचे असल्याने जरा वेगळ्या पडलेल्या एका लहानशा बेटावर गेले काही दिवस बरीच हालचाल दिसून आली होती. हट्टेकट्टे आणि सशस्त्र, प्रामुख्याने रायफल्सधारी जवान तेथे वावरत आहेत असे टेहळणीपथकाच्या लक्षात आले होते. मॅक कॅली यांचा इशारा त्या निरीक्षणाकडे होता.

''आमच्याकडच्या माहितीप्रमाणे तरी तसं काही नाही. त्या बेटावरचे बरेचसे लोक इडाहो आणि मोंटाना या भागातून आलेले आहेत.''

''काय करतायत ते लोक त्या बेटावर जमून?''

''ते अद्याप काही कळलेलं नाही, पण प्रत्येकाच्या हातात शस्त्र हे असतंच. आणि ते सगळे एखाद्या सैन्यातल्यासारखे, कुणाच्यातरी अधिपत्याखाली, काही नियम, काही आज्ञा यांचं पालन करीत असल्यासारखे हालचाली करीत असतात, असं एक विचित्र निरीक्षण त्या दलाने नोंदवलं आहे.''

''मग तिथे नेमकं काय चाललंय, हे शोधण्यासाठी आपण काही करत का नाही? बेटावर जाऊन धडकायचं किंवा सरळ सर्च वॉरंट मिळवायचं आणि छापा घालायचा,'' मॅक कॅली यांनी सुचवले.

''ते काम मरीन्सचं आहे,'' एजंटने लक्षात आणून दिले. ''त्या लोकांजवळची

शस्त्रं कायदेशीर आहेत की नाही हेही माहीत नाही. या गस्त घालणाऱ्या दलाने त्या बेटावरील या हालचालींचे समुद्रातूनच लांब पल्ल्याचे फोटोही घेतले आहेत. पण त्यावरून निश्चित काही निदान करता आलेलं नाही.''

''कुणाकडे फुल ऑटोमॅटिक शस्त्रं दिसलीयत का?''

''नाही. गोळीबारही कधी ऐकू आलेला नाही.''

फुल ऑटोमॅटिक शस्त्रे वापरायला कायद्याने मनाई होती. त्याच्या वापरासाठी केंद्रीय सरकारकडून खास परवाना लागत असे. त्यांच्या अस्तित्वाचा अथवा वापराचा पुरावा मिळाला तर लगेच सर्च वॉरंट मिळाले असते.

''गस्त चोवीस तास चालू आहे?'' मॅक कॅली यांच्या या प्रश्नाला एजंटने नकारार्थी उत्तर दिले.

मॅक कॅली यांना आतून सारखे असे वाटू लागले होते की, ते जे शोधत होते त्याच्या खूप जवळ पोचले आहेत, पण तरीही दृश्य अजूनही धूसर होते. मध्ये अजूनही थोडी पोकळी होती. त्या बेटावर काय चालले आहे ते जाणून घ्यायचे असेल तर सर्च वॉरंट लागणार होते, चॅनीला चौकशीसाठी आत घ्यायला त्याचा ठावठिकाणा शोधायला लागणार होता आणि सध्या तरी चॅनीखेरीज अन्य कोणताही माहितीचा स्रोत उपलब्ध नव्हता. हा सगळा तर्क बुद्धीला पटणारा होता, पण त्याला पुष्टी देणारा पुरावा काहीच नव्हता आणि पुराव्याशिवाय कुठल्याही शासकीय कायदारक्षक संस्थेकडे जाऊन कृती करायला सांगणे हे स्वतःचे हसे करून घेणे होते. पण मॅक कॅली यांनी एक ठरवून टाकले होते की, त्यांच्याजवळ जी माहिती गोळा झाली होती, ती वरिष्ठांपुढे ठेवण्याची योग्य वेळ येऊन ठेपलेली आहे. तेव्हा ती लवकरात लवकर ठेवून. निर्णय काय घ्यायचा ते त्यांच्यावर सोपवायचे.

''घटकाभर आपण असं धरून चालू या की, चॅनीचे त्या बेटावरच्या शस्त्रधाऱ्यांशी संबंध आहेत.'' मॅक कॅली यांनी तर्क पुढे चालू ठेवीत म्हटले, ''आणि इथलीच एक कुठलीतरी संघटना त्या लोकांना आणि आता चॅनीला प्रकट व्हायला मदत करीत आहे.''

''इथल्या संघटनांच्या कुवतीबाहेरचं काम आहे हे, त्यांची एवढी पोच नक्कीच नाही,'' एजंट म्हणाला.

''मला सारखं असं वाटतंय की, काहीतरी फार मोठा कट शिजतो आहे, फार म्हणजे फारच मोठा.'' मॅक कॅली एजंटचे बोलणे न ऐकल्यासारखे पुढे बोलत राहिले, ''त्याचे सूत्रधार त्या बाजूला पडलेल्या बेटावर बंदोबस्तात राहतायेत.''

''का?''

''कारण त्यांना तुमचा हस्तक्षेप नको आहे, कायद्याच्या हातांपासून लांब राहायचंय त्यांना. जोपर्यंत त्यांचं लक्ष्य पूर्ण होत नाही तोपर्यंत तुम्हाला काहीही

सुगावा लागू नये म्हणून ते अज्ञातवासात राहतायेत.''

''त्यांनीच चॅनीला तुरुंगाबाहेर काढला असेल? आणि का?''

''तो त्यांच्या योजनेतला महत्त्वाचा घटक असेल म्हणून.''

''मग बेल्डनचा अपघात?''

''ते अजून कळत नाही. कदाचित त्यात चॅनीचेच कौशल्य वापरले गेले असेल! तो सैन्यात असताना त्याने भरपूर स्फोटके हाताळलेली असणार. असले स्फोट घडवून आणण्याचा चांगलाच अनुभव त्याच्या गाठीशी असेल.''

''पण तो का मारेल बेल्डनला?''

''माझ्याकडे काय प्लँचेट आहे का सगळ्या कोड्यांची उत्तरं शोधायला?''

एजंट त्यावर काही म्हणायच्या आत मॅक कॅलींनी परत रिपोर्टमध्ये तोंड खुपसले. एजंटही छताकडे नजर लावून विचारात गढला.

''हे काय आहे?'' या मॅक कॅलींच्या अचानक प्रश्नाने तो भानावर आला.

''यात असं म्हटलंय की, जी कोठडी फोडून चॅनी पळाला ती त्याला दिलेली कोठडी नव्हती.''

''होय. अहो, तुरुंगातले अधिकारी कैद्यांना कोठड्या बदलायला खुशाल परवानगी देतात. हे तुरुंग पंचतारांकित हॉटेल्सच्या वरताण व्हायला लागलेत, आणि त्याचा खर्च आपण भरतोय!''

''हा चेंको कोण आहे?''

''तोच चॅनीबरोबर बाहेर पडला तो. नशीब, तुरुंगात रात्री सगळ्याच कैद्यांना एकत्र बसून पार्टी करू देत नाहीत म्हणून, नाहीतर सगळेच बाहेर पळाले असते!''

''ती कोठडी चेंकोचीही नव्हती? आणि तो बेकायदेशीररीत्या देशात घुसलेला आहे असं लिहिलंय यात.''

'मग, ठीक आहे ना, त्याचं काय?' असा प्रश्न एजंटच्या चेहऱ्यावर उमटला.

मॅक कॅली एकदम खुर्चीत पुढे सरकून ताठ बसले आणि त्यांनी विचारले, ''मला या चेंकोबद्दल आणखी माहिती सांग.''

''त्या रिपोर्टमध्ये आहे तेवढीच.''

''तुझ्या लक्षात येतंय का?''

''काय?''

''जरा नीट या सगळ्या गोष्टींचा विचार कर : चॅनी बँकेतून कॅशियरने दिलेला नोटांचा डाय पॅकसुद्धा बिनतक्रार स्वीकारतो, सहजी पोलिसांच्या हातात सापडतो, तुरुंगात येऊन या कोणातरी परदेशी माणसाला, जो मोडकंतोडकं इंग्लिश बोलतो, जो चोरून देशात घुसलेला आहे, त्याला मुद्दाम आपल्याबरोबर विशिष्ट कोठडीत राहायला घेतो आणि रात्री त्यालाच घेऊन तुरुंगातून पसार होतो. का? का करतो

तो हे सगळं?''

एजंटने मान हालवून त्याची ते समजायची असमर्थता व्यक्त केली.

"अरे, ते लोक चॅनीच्या मागे नव्हते, त्यांना हा कोण चेंको का कोण तो हवा होता! या चेंकोबद्दल जेवढी माहिती मिळवता येईल तेवढी मिळवून माझ्याकडे घेऊन ये. हा रशियन आहे ना? गरज पडली तर मॉस्कोतल्या अधिकाऱ्यांना गाठ. याचा भूतकाळ जाणून घेणं फार फार जरुरीचं आहे. वाट्टेल ते कर; पण त्याची कुंडली मांड. त्यातच या राहू-केतूंचा पत्ता आणि ग्रहणाबद्दलची माहिती मिळेल!''

फ्रायडे हार्बर, वॉशिंग्टन राज्य

न सापडणारी फाइल जॉर्ज हमेलची होती, हे लक्षात आल्याबरोबर जोसलीनने कपाटात इतर मासेमारांच्या फाइल्स शोधण्यास सुरुवात केली.

तिची लगबग पाहून गिडियनने तिच्या मागे येऊन तिला विचारले, ''कोण आहे हा जॉर्ज हमेल?''

"माझा एक अशील आहे, मासेमार आहे. त्याच्यासारखे आणखी पाच पण आहेत. ते सगळे जण इथेच मासेमारी करणारे होते. त्या सगळ्यांना एकच आजार झालेला होता. त्यांना उपचारासाठी शासनाकडून मदत मिळवून हवी होती म्हणून ते माझ्याकडे कायदेशीर सल्ला मागायला आले होते. त्यांच्या आजाराचं कारण 'औद्योगिक' आहे, त्यांच्या मासेमारीच्या कामातील कोणत्यातरी दोषामुळे त्यांना त्रास होतो आहे असं जर सिद्ध करता आलं असतं, तर तशी मदत शासनाकडून अथवा विमा कंपनीकडून मिळवणं शक्य होणार होतं. पण त्यासाठी मला तसं सिद्ध करणारा वैद्यकीय रिपोर्ट हवा होता.''

तोच रिपोर्ट आत्ता जोसलीनच्या हातात होता, जो मागील आठवड्याच्या अखेरीस तिच्याकडे पोचला होता, पण तिच्या नेहमीच्या अव्यवस्थितपणामुळे तो अजून योग्य फाइलपर्यंत पोचला नव्हता. तिने तो तिच्या टेबलावरील प्लॅस्टिकच्या एका ट्रेमध्ये टाकून ठेवला होता. ज्यांनी तिचे ऑफिस फोडून हमेलची फाइल नेली होती त्यांना बहुधा या रिपोर्टबद्दल माहितीच नव्हती. इतर पाचही मासेमारांच्या फाइल्सही गायब होत्या.

"मी पाहू शकतो का तो रिपोर्ट?'' असे गिडियनने विचारल्यावर जोसलीनने तो त्याच्या हातात दिला. अशिलाच्या रेकॉर्डची गोपनीयता सांभाळण्याची ती वेळ नव्हती.

त्याने रिपोर्ट वाचला आणि तिच्याकडे पाहत त्याने विचारले, ''साधारण किती दिवसांपूर्वी आले होते हे लोक तुमच्याकडे?''

''दोन महिने झाले असतील,'' तिने जरासा विचार करून सांगितले.

त्याची नजर रिपोर्टमधील 'लक्षणे' या शीर्षकाखालील यादीकडे वळली. 'कशाच्यातरी शिसारीमुळे पोटात मळमळ आणि ओकाऱ्या, रक्तक्षय, झपाट्याने केस गळती, नाकातून आणि हिरड्यांतून रक्तस्राव, असह्य तहान.'

''हे लोक कोणत्या भागात मासेमारी करतात?''

''इथेच. माझ्या माहितीनुसार याच बेटावर.''

''आणि यांच्या बोटी? त्या कुठे ठेवलेल्या असतात माहीत आहे?'

''इथेच. एकच धक्का आहे फ्रायडे हार्बरमध्ये सगळ्या बोटींसाठी. पण बोटींबद्दल का विचारता?''

''तुमच्या अशिलांना विषारी किरणोत्सर्गाचा त्रास होतो आहे.''

''किरणोत्सर्ग? तो कुठून...''

''तेच मलाही जाणून घ्यायचं आहे. बरेच प्रश्न अनुत्तरित आहेत. हे बेल्डन नावाचे गृहस्थ अचानक तुमच्या दाराशी का आले, तुमच्याहून जास्त अनुभवी, कुशल वकील सीॲटलमध्ये मिळणं शक्य असून त्यांचं काम त्यांना तुमच्याकडेच का द्यायचं होतं?''

जोसलीनही तोच विचार करीत होती.

''त्यांना कदाचित अगदी अननुभवीच वकील हवा असेल किंवा त्यांना अशी काही माहिती हवी असेल जी फक्त तुमच्याकडेच मिळणं शक्य होती. उदाहरणार्थ, या मासेमारांच्या आजाराबद्दलची माहिती. त्या आजाराचं कारण. त्यांना हे जाणून घ्यायचं होतं की, ते कारण तुम्हाला सापडलं आहे का.''

जोसलीनची स्मृती जागी होत होती. काही प्रसंग, काही प्रश्न, काही चौकशा. बेल्डन अगदी प्रथम तिच्या ऑफिसमध्ये आले ते नेमके जॉर्ज तिच्या ऑफिसमध्ये आलेला असताना. त्यांनी पहिल्याच भेटीत त्याच्या आजाराबद्दल खोदून-खोदून चौकशी केली होती.

तिच्या नजरेतील अर्थ त्याला कळला, त्याच्या डोळ्यांतला बेत तिला वाचता आला.

''चला, माझी व्हॅन खाली उभी आहे, मला हवं असलेलं उपकरण माझ्या बॅगेत आहे,'' तो तडक ऑफिसच्या बाहेर निघाला. तीही त्याच्या पाठोपाठ बाहेर पडली.

वॉशिंग्टन डी.सी.

ओव्हल ऑफिसमधील भरगच्च वार्ताहर परिषदेत राष्ट्राध्यक्षांनी समोरील कागदावर पेन टेकवले आणि शेकडो कॅमेऱ्यांचे फ्लॅश चमकले.

चेहऱ्यावर आकर्षक हास्य आणून त्यांनी ते पेन त्यांच्या खुर्चीच्या मागे अदबीने उभ्या असलेल्या विधिमंडळाच्या सदस्याच्या हातात दिले. मग दुसरे पेन उचलले आणि आधीच्याच सर्व कृती परत एकदा केल्या. असे करता-करता शेवटच्या पेनने सही केल्यावर त्यांनी ते ॲटर्नी जनरल यांच्या हाती दिले. त्यांनी राष्ट्राध्यक्षांना कमरेतून झुकून धन्यवाद दिले. राष्ट्राध्यक्ष समारंभ संपवून खुर्चीतून उठले तसा टाळ्यांचा कडकडाट झाला. त्याचा त्यांनी हात उंचावून स्वीकार केला आणि सभोवतालच्या त्यांच्या सहकाऱ्यांबरोबर हस्तांदोलन करण्याचा सपाटा चालवला.

हस्तांदोलन करीत असतानाच ॲटर्नी जनरल एब चार्नेस यांनी संधी साधून ते राष्ट्राध्यक्षांच्या कानात म्हणाले, "हे आवरलं की जरा काम होतं, दोन मिनिटं पाहिजे होती." राष्ट्राध्यक्षांनी हसत-हसतच त्यांना होकार दिला.

आजचा समारंभ हा निवडणुकीच्या जाहीरनाम्यातील आश्वासनांच्या पूर्ततेचा शेवटचा हप्ता होता. आर्थिक सुधारणा या नावाखाली जनतेच्या डोळ्यांत केल्या जाणाऱ्या धूळफेकीचा तो एक भाग होता. राजधानीत काहीतरी घडते आहे असा देशात सर्वत्र आभास निर्माण करण्याचा तो एक यशस्वी प्रयास होता.

राष्ट्राध्यक्ष सध्या लोकप्रियतेच्या शिखरावर होते. त्यांनी काहीही न करता देशाची आर्थिक स्थिती उत्तम होती, त्याचे श्रेय मात्र त्यांच्या पदरात टाकले जात

होते. ते उत्तम राजकारणी होते हे निर्विवादच होते. वैद्यकीय जगातला पहिला नियम राजकारणातही रामबाण ठरतो हे त्यांना चांगले माहीत होते : 'चांगले काही करता आले नाही तरी वाईट काहीही करू नका, घडवता आले नाही तरी बिघडवू नका!' प्रसन्न चेहरा आणि जिभेवर साखर याचा वापर करून त्यांनी लोकप्रियता प्राप्त केली होती.

लवकरच वार्ताहर आणि प्रेक्षक यांची गर्दी ओसरली. पक्षाच्या राज्यस्तरावरील नेत्यांनी राष्ट्राध्यक्षांशी हस्तांदोलन करून, त्यांच्याशी चार शब्द बोलत असताना बरोबर आणलेल्या फोटोग्राफरकडून त्या क्षणाचे फोटो काढून घेतले होते. त्यांचा उपयोग ते 'माझी राष्ट्राध्यक्षांशी अगदी घट्ट दोस्ती आहे' असे त्यांच्या कार्यकर्त्यांना, मतदारांना पटवण्यासाठी करणार होते. त्यांच्यासमोर भाव खाणार होते, निवडणुकीच्या प्रचारातही त्याचा वापर करणार होते. काही वेळातच ओव्हल ऑफिस रिकामे झाले. फक्त राष्ट्राध्यक्ष आणि ॲटर्नी जनरल दोघेच उरले.

राष्ट्राध्यक्ष टायची गाठ सैल करीत म्हणाले, "बैस, एब, बैस." शर्टाचे वरचे बटणही त्यांनी काढून टाकले. निवडणुकीनंतर त्यांची तब्येत जरा जास्तच सुधारली होती, वजनात वीस पाउंडांची भर पडली होती.

"मला कधीकधी वाटतं, इथे एक पडदा लावून घ्यावा म्हणजे त्याच्या मागे आरामात पायजमा घालून बसता येईल," राष्ट्राध्यक्ष छान, विनोद करण्याच्या मन:स्थितीत होते.

"मी करतो व्यवस्था तसा पडदा लावायची. पण येणाऱ्या पाहुण्यालाही पँट उतरवून पायजमा नाही ना घालायला लावणार?"

या ॲटर्नी जनरलच्या विनोदावर राष्ट्राध्यक्ष दिलखुलास हसले. या त्यांच्या मनमोकळ्या स्वभावामुळेच ॲटर्नी जनरल राष्ट्राध्यक्षांना प्रिय होते. ते दोघेही दक्षिणेकडील राज्यातल्या मध्यमवर्गीय कुटुंबातले. ते दोघे एकमेकांना बरीच वर्षे जवळून ओळखत होते, दोस्तच होते एकमेकांचे.

सोफ्याच्या दोन टोकांवर दोघे बसल्यावर फायरप्लेसची ऊब घेता-घेता राष्ट्राध्यक्षांनी चौकशी केली, "जेन आणि मुलं कशी आहेत?" ते दोघे आज तीन आठवड्यांनंतर भेटत होते. चार्नेस एका परिषदेसाठी हेगला गेले होते. ती संपल्यावर ते युरोपचा दौरा करून परतले होते.

"बरी आहेत."

"मुलं आता मोठी झाली असतील, नाही?"

"जॉन तर आता माझ्याहून उंच झालाय."

"हं, म्हातारे व्हायला लागलो आपण!"

"खरं आहे."

"बरं, काय काम काढलं होतंस?" चार्नेसचा चेहरा जरा सचिंत दिसत होता, म्हणून राष्ट्राध्यक्षांनी कामाला हात घातला.

"माझा एक असिस्टंट आहे, जिम रीड. मला वाटतं तू ओळखतोस त्याला."

राष्ट्राध्यक्षांचा प्रश्नार्थक चेहरा पाहून त्यांनी थोडे आणखी वर्णन केले, "उंच, सडसडीत, विरळ केसांचा."

"हां हां, आठवला, तू एकदा त्याला मंत्रिमंडळाच्या बैठकीला आणला होतास, तोच ना?"

"बरोबर, तोच."

"मग, त्याचं काय? काही..."

"नाही, काय झालंय, मी इथे नसताना त्याला एका – काय म्हणाला तो, हां, कृतिदलावर सदस्य नेमलं आहे. माझ्या ऑफिसमधल्या इतर कोणालाही त्याबद्दल काहीही माहिती नाही. मी जेव्हा जिमशी बोललो तेव्हा तो मला म्हणाला की, त्या नेमणुकीविषयी, त्या कृतिदलाविषयी काही चर्चा करण्याची त्याला परवानगी नाही."

"कसलं कृतिदल?"

"मला मिळालेल्या थोड्याफार माहितीनुसार तूच ते कृतिदल स्थापन केलं आहेस."

कपाळावर आठ्या, चेहऱ्यावर आश्चर्य, मानेची नकारार्थी हालचाल.

"एएनएसआरआय – असं नाव सांगितलं त्याने मला त्या दलाचं. म्हणजे काय ते मलाही कळलेलं नाही."

"हां हां, ते होय!" आठवल्याचा अविर्भाव, चेहऱ्यावर अवाजवी हास्य. "मला कळेनाच तू कशाबद्दल बोलतोयस ते. मी ते विसरूनच गेलो होतो."

"प्रेसिडेंट," चार्नेसच्या संबोधनात औपचारिकता आली, "त्याने मला सरळ सांगितलं की, त्याला मलासुद्धा काहीही सांगायची तुमची परवानगी नाही तेव्हा माझी काय प्रतिक्रिया झाली असेल ते, मला वाटतं, तुम्ही समजू शकाल. तुमच्याकडून काहीतरी खुलासा होईल म्हणून..."

"काही नाही रे, फारसं काही नाही. ते संपेलच आठवडाभरात. तू नको..."

"मी विचारू शकतो का हे काय प्रकरण आहे ते?"

"काही नाही रे, अंतर्गत सुरक्षादलातल्या एकाला काही महत्त्वाच्या गोष्टी कळल्या आणि त्या त्याने त्याच्या वरिष्ठांकडे आणल्या. असं लक्षात आलं की, त्या खरोखरच गंभीर आहेत आणि त्याबाबतीत बऱ्याच निरनिराळ्या बाजूंनी विचार होणं आवश्यक आहे. त्यात कायद्याची पण बाजू होती. मीच त्यांना तुझ्याकडल्या एकाची निवड करायला सांगितली होती. मला वाटतं, त्यांनी या तुझ्या रीडला

निवडलं असेल.''

''एक साधा मेमो पाठवला असता तर बरं झालं असतं.''

आपल्या मित्राला कुठलीही अशी गोष्ट लेखी, मेमोने कळवण्याची रूढी पाळली गेली नाही हे खटकले आहे हे लक्षात येऊन राष्ट्राध्यक्ष म्हणाले, ''अरे, दहा-बारा खात्यांतून लोक गोळा करावे लागले होते. प्रत्येकाला मेमो लिहून कळवीत बसलो असतो, तर ते सगळे मेमो पाठवून व्हायच्या आधी त्या दलाचं कामही संपलं असतं. त्या रीडचा कामात फार वेळ जात असल्यास मी त्याला मोकळं करायला सांगतो. त्याच्याऐवजी दुसरा कोणीतरी बघायला सांगतो.'' राष्ट्राध्यक्ष सोफ्यावरून उठलेच.

''नाही नाही, तशी काही आवश्यकता नाही. तो जर तुला हवा असेल तर राहू दे. मी पाहतो काय करायचं ते.'' रीडला का घेतला यापेक्षा सुरक्षा दलामधले गंभीर प्रकरण काय, हे चार्नेसला जाणून घेण्यात अधिक रस होता. भानगड काय होती?

''बरं, हे बघ, तुझ्या बायको-मुलांना घेऊन जेवायला यायचंय तुला इथे लवकरच. फार दिवसांत भेटलोच नाही आपण तसे.'' हा खाजगी विषय काढून राष्ट्राध्यक्षांनी 'तो' विषय टाळला.

''नक्की, येऊ ना. सांग मला कधी ते,'' कुतूहल तसंच राहिलं, टाळाटाळीने वाढलंच. 'मित्र म्हणवतो, पण ताकास तूर लागू दिला नाही! इतर ज्या खात्यातल्या लोकांची अशीच परस्पर नेमणूक केलेली आहे अशा खात्यांच्या प्रमुखांना गाठावे लागणार, चार्नेस असा विचार करीत असतानाच राष्ट्राध्यक्षांनी त्याला निरोपाचाच प्रश्न विचारला, ''आणखी काही काम होतं?'' त्यांना ॲटर्नी जनरलना तर, या कॉलिकॉफ प्रकरणापासून सर्वांत जास्त दूर ठेवायचे होते. कारण कॉलिकॉफ प्रकरण – निवडणुकनिधी, फोटो काढण्याचा समारंभ हे सगळे – त्यांना चांगलेच माहिती होते. कॉलिकॉफ हा तर इतका 'पोचलेला' होता की, एव्हाना तो त्याचे राष्ट्राध्यक्षांबरोबरचे फोटो मॉस्कोत एखाद्या निकृष्ट दर्जाच्या व्होडकाचा खप वाढविण्यासाठी तिच्या बाटलीवरदेखील छापून रिकामा झाला असेल, हेही त्यांना माहीत होते.

आपण आता निघायला हवे हे चार्नेसला कळत होते, पण वळत नव्हते. अजून आशा वाटत होती, की आपण असेच आणखी थोडा वेळ बसून राहिलो तर कदाचित राष्ट्राध्यक्ष काहीतरी बोलतील, 'भानगड' कळेल. चार्नेस खरेच जमिनीकडे पाहत थांबून राहिले.

''बाप रे,'' राष्ट्राध्यक्ष हातातल्या घड्याळाकडे पाहत उद्गारले, ''अर्ध्या तासात इथे आणखी एक समारंभ आहे. ए, त्या पडद्याचं खरंच बघायला पाहिजे, नाही?'' विनोदाकडे परत गेले याचा अर्थ आजची संधी अखेर हुकली हे लक्षात

येऊन चार्नेस हसत-हसत उठले. राष्ट्राध्यक्षांनी पुढे होऊन त्यांच्या खांद्यावर हात ठेवला आणि त्यांना योग्य दिशेला – दाराच्या दिशेला – घेऊन जाऊ लागले.

"आणखी एक गोष्ट –" चार्नेसना एकदम आठवण झाली, "आज सकाळी माझ्या सीॲटल ऑफिसचा एक रिपोर्ट आलाय माझ्या टेबलावर. ते तिथल्या काही स्थानिक संघटनांच्या संशयित हालचालींचा शोध घेत आहेत."

"त्यात नवं ते काय?" राष्ट्राध्यक्ष म्हणाले.

"नाही, या जरा निराळ्या प्रकारच्या हालचाली आहेत. शस्त्रांच्या खरेदीचा मामला आहे, बराच मोठा, रशियातून पुरवल्या गेलेल्या अस्त्रांचा."

'रशिया' या शब्दाने राष्ट्राध्यक्षांना एकदम रोखल्याचे ते चार्नेस यांच्या लक्षात आले. आता चार्नेस यांच्याकडे राष्ट्राध्यक्षांना हवे असलेले, जाणून घेण्यासाठी रस असलेले काहीतरी होते.

"नाही, म्हणजे काही गंभीर नसेलच. नेहमीचंच, नुसत्याच वावड्या..."

"नाही नाही, सांग मला काय आहे ते..." बाण योग्य ठिकाणी लागला होता.

"अगदी छोटासा रिपोर्ट आहे..."

"काय लिहिलंय?"

"एका बेटावर काही लोक जमलेले दिसतायत," चार्नेस चेहऱ्यावर बोटे फिरवीत आठवल्याचे नाटक करीत सांगू लागले, "सगळे जण सशस्त्र आहेत आणि कोणाचीतरी वाट पाहत असावेत असं दिसतंय म्हणे. कोणीतरी व्रात्य तरुण असतील. मला वाटतं, आपण उगीचच घाईने काही न करता, जरा वाट पाहिली, जरा सबुरीनं घेतलं तर सर्व स्थिरस्थावर होईल आपोआप."

"यात रशियाचा संबंध आहे?"

"नाही, म्हणजे रशियन सरकारचा नाही."

"ते नाही म्हणत मी. तू मघाशी काहीतरी, कुठलीतरी संघटना रशियातून खरेदी करीत असलेल्या शस्त्रांबद्दल म्हणत होतास..."

"होय. काही धंदेवाईक तज्ज्ञही त्यांनी आणलेले आहेत म्हणे."

"कशा प्रकारची शस्त्रं आहेत याविषयी काही तपशील?"

"त्यातला एक भाडोत्री तज्ज्ञ एक विमान पाण्यात कोसळून त्यात मेला. पाण्यात त्यांना एक छोटंसं उपकरण सापडलं आहे, डाउझीमीटर नावाचं."

राष्ट्राध्यक्ष लक्षपूर्वक ऐकत होते, पण तसे त्यांना दाखवायचे नव्हते.

"किरणोपचार करणारे किंवा क्ष-किरणतज्ज्ञ हा डाउझीमीटर वापरतात. प्रयोगशाळेत काम करताना जे कोट घालतात त्यांच्या कॉलरवर, खिशावर लावतात. त्याने किरणोत्सर्गाची मात्रा मोजतात."

राष्ट्राध्यक्षांनी नुसती मान हालवली.

"मी म्हटलं तसं, यात काही फारसा अर्थ नसेल, पण रिपोर्ट माझ्यापर्यंत आला आणि आत्ता एकदम माझ्या लक्षात आलं म्हणून उल्लेख केला, एवढंच," चार्नेस दाराकडे जात म्हणाले.

"तो रिपोर्ट जरा मला दाखवशील का?" राष्ट्राध्यक्ष त्याला म्हणाले.

"मी तो अंतर्गत सुरक्षा खात्याकडे पाठवतो ना, तुला कशाला उगीच त्रास?"

"तसंच कर, पण तो आधी माझ्याकडे पाठव, मी तो पुढे पाठवतो. ऑफिसला गेलास की फॅक्स कर. मला जरा पाहायचा आहे."

"ठीक आहे. तुला जर महत्त्वाचा वाटत असेल तर..." असे म्हणत चार्नेस यांनी दार उघडून बाहेर पाऊल ठेवले. काही पावले गेले असतील-नसतील, ते शेजारच्या प्रेस सेक्रेटरीच्या केबिनजवळच पोचले असतील; तोच मागून राष्ट्राध्यक्षांची हाक आली, "आणि एब..."

ॲटर्नी जनरल मागे वळले, उघड्या दारात राष्ट्राध्यक्ष दाराची मूठ धरून उभे होते. म्हणाले, "...यासंबंधी आणखी काही कळलं तर मला जरा लगेच कळव."

फ्रायडे हार्बर, वॉशिंग्टन राज्य

अंधार पडला होता. फ्रायडे हार्बरचा बोटीचा धक्का निर्मनुष्य होता. लगतच्या समुद्राच्या पाण्यावर तरंगणारे धुके धक्क्यावरच्या उंच खांबावरील दिव्यांच्या प्रकाशात पिवळसर दिसत होते. आता फक्त रात्री उशिरा येणारी एक फेरीबोट तेवढी यायची राहिली होती, पण ती यायला अजून तासभर होता.

मासेमारी करून पोट भरणाऱ्या कोळ्यांचा धंदा गेल्या दहा वर्षांत पार डबघाईला आला होता. आधीच सामन माशांचा तुटवडा आणि त्यातून नेमके तेच मासे पकडण्यासाठी किनाऱ्यापासून कितीतरी आतपर्यंत मोठमोठ्या ट्रॉलर्सचा केला जाणारा सर्रास वापर यांमुळे छोट्या-छोट्या स्पोर्ट बोटी वापरून किनाऱ्याजवळ मच्छीमारी करणाऱ्यांना मासे मिळेनासेच झाले होते. कोळ्यांवर बोटी विकून टाकण्याची पाळी आली होती. ज्या थोड्या बोटी उरल्या होत्या त्या धक्क्याच्या अगदी एका टोकाला, श्रीमंत लोक चैन करण्यासाठी वापरीत असलेल्या, फायबर ग्लासचे सांगाडे आणि कॅनव्हासची छते असलेल्या, रंगीबेरंगी बोटींच्या पलीकडे, दीनवाणेपणाने उभ्या होत्या.

फ्रंट स्ट्रीटवर, 'पोर्ट ऑफ फ्रायडे हार्बर' अशी पाटी लागलेल्या लहानशा इमारतीच्या समोर गिडियनने त्याची व्हॅन उभी केली. दारावरचा एक मंद दिवा

सोडला तर इमारत अंधारात बुडून गेलेली होती.

"तुमच्या त्या मासेमार अशिलांच्या बोटी धक्क्यावर कुठे लावलेल्या असतात ते माहित्येय तुम्हाला?" गिडियनने उतरण्यापूर्वी जोसलीनला विचारले.

"नक्की माहीत नाही," जोसलीन दार उघडण्याचा प्रयत्न करीत म्हणाली.

"थांबा, तुम्ही नका उतरू. मी एकटाच आत जाणार आहे."

"का? एकटा का? मी का नको?"

"कारण इथे धोका आहे."

"कसला धोका? काय आहे इथे?" धक्क्याच्या या अचानक भेटीत कोणकोणते धक्के बसणार आहेत याबद्दल जोसलीनला फार काळजी वाटत होती. 'इथे काय वाढून ठेवलं आहे कोणास ठाऊक?' हा तिच्या मनातला प्रश्न तिने प्रकटपणे त्याला विचारला.

"काहीच सांगता येत नाही," तो म्हणाला.

"तुम्हाला काहीतरी अंदाज असेल ना!"

"मला रशियात जी काही माहिती मिळाली आहे त्याच्या आधारावर मी हे साहस करायचं ठरवलं आहे."

या उत्तराने तिचे समाधान झालेले नाही असेच जोसलीनच्या नजरेने त्याला सांगितले. तो म्हणाला, "खूप जुनी अण्वस्त्रं, जुनी म्हणजे साठच्या दशकातली. त्यातलं एखादं इथे सापडण्याची शक्यता आहे, तो प्रकार फार धोकादायक असतो."

"म्हणजे इथेही एखादा स्फोट..."

"नाही, मला स्फोटाची काळजी नाही वाटत." गिडियनचे असे मत होण्यामागचे कारण म्हणजे, थेट रशियातून इतका धोका पत्करून अमेरिकेपर्यंत चोरून आणलेल्या अणूबाँबचा स्फोट कोणी अशा टोकाला बसलेल्या, छोट्या बंदराच्या शांत बेटावर नक्कीच करणार नाही. त्यासाठी ते भरपूर वस्तीचे, गजबजलेले प्रमुख शहरच निवडतील, हे तर्कशुद्ध होते. प्रश्न हा होता की त्यांचे 'लक्ष्य' म्हणून त्यांनी कोणते शहर निवडले होते?

"सर्व अण्वस्त्रांत अणूविभाजनाचे गुणधर्म असलेले प्लुटोनियम नावाचं द्रव्य वापरलेलं असतं, ते जर वातावरणाच्या, हवेच्या संपर्कात आलं तर त्याचं रूपांतर अतिशय सूक्ष्म कणांत होतं. ते अत्यंत विषारी असतं. मला जो धोका संभवतोय त्याचा."

"आणि तरीही तुम्ही तिथे जायला निघाला आहात?"

"होय, पण एक तर मला धोक्याची पूर्ण जाणीव आहे आणि माझ्याजवळ त्याविरुद्ध लढण्यासाठीची साधनंही आहेत."

तो व्हॅनमधून खाली उतरला आणि त्याने व्हॅनचे सरकते दार उघडले. ती व्हॅन त्याने वॉशिंग्टन युनिव्हर्सिटीमध्ये क्ष-किरण प्रयोगशाळेत काम करणाऱ्या त्याच्या एका खूप जुन्या मित्राकडून मागून आणली होती. स्वर्डलॉव्हस्क येथे जे-जे काही त्याला समजले होते त्यावर विचार करून त्याने असे ठरवले होते की, या शोधमोहिमेवर जाताना त्याच्याजवळ किरणोत्सर्गापासून बचाव करणारी सर्व सुरक्षासाधने असणे अत्यावश्यक आहे. तशी साधनसामग्री सर्वांत जवळ आणि विनासायास उपलब्ध होण्याचे ठिकाण त्याचा तो जुना मित्रच होता. त्या साधनांनी भरलेल्या काही पेट्या त्याच्या त्या व्हॅनमध्ये ठेवलेल्या होत्या. एका हूकला एक पिवळ्या रंगाचा सूट टांगला होता. तो आपादमस्तक झाकणारा होता. त्याला डोक्यावर ओढून घ्यायची एक टोपी अंगचीच होती आणि त्याला पुढे चेहरा झाकणारे प्लॅस्टिकचे पारदर्शक आवरण होते. त्या पारदर्शक आवरणाला एक कृत्रिम श्वासोच्छ्श्वासाचे उपकरण जोडलेले होते. त्या सुटाकडे निर्देश करीत तो जोसलीनला म्हणाला, ''पण हा असला सुरक्षासूट माझ्याकडे एकच आहे, त्यामुळे दुसरं कोणी माझ्या बरोबर येऊ शकणार नाही. दुसरं असं पहा की, मी जर एखाद्या संकटात सापडलो, मला मदतीची गरज भासली तर इथे, मागे कोणीतरी असणंही आवश्यक आहे, हो की नाही?''

जोसलीन त्या सगळ्या पेट्या, तो पिवळा सूट यांच्याकडे पाहत होती. तिला ते काहीच आवडले नाही, नकोसेच वाटले. पण त्याचा विचार तिला पटला आणि त्याने तिच्यावर दाखवलेला विश्वासही. तरीही ती म्हणाली, ''ठीक आहे. पण मला निदान तुमच्या बरोबर धक्क्याच्या गेटपर्यंत तरी येऊ दे. मला जास्तीत जास्त तुमच्या बरोबर, तुमच्या जवळ राहायचं आहे.''

''पण मला तुम्ही धोक्याच्या जराही जवळ जायला नको आहात,'' तो म्हणाला.

''मला तुम्ही दिसला नाहीत तर मी तुम्हाला मदत कशी करू शकेन?''

सबब तोकडी होती, पण भावना प्रबल होती. त्याने संमती दिली. एक पेटी उघडून त्याने त्यातून प्रखर विजेरी काढली आणि 'गीगर काउंटर' नावाचे उपकरण काढले. किरणोत्सर्ग होतो आहे की नाही, हे ओळखणारे ते उपकरण असणार हे जोसलीनच्या लगेच लक्षात आले. त्याने ते उपकरण खांद्यात लटकवले, एका हातात विजेरी धरली आणि दुसऱ्या हाताने हूकवरचा सुरक्षासूट काढून तो दुसऱ्या खांद्यावर टाकून तो जायला निघाला.

व्हॅनचा दरवाजा लावत जोसलीनने त्याला विचारले, ''हे काय? तो सूट घालत का नाही तुम्ही?''

''आत्ता नाही,'' असे म्हणून गिडियनने रस्ता ओलांडला, जोसलीन त्याच्या मागोमाग जाऊ लागली.

वॉशिंग्टन डी.सी.

हर्शबर्ग व्हाइट हाउसच्या वेस्ट विंगच्या बाजूला गाडीतून उतरले तेव्हा मध्यरात्र उलटून गेली होती. त्यांना पाहताच गणवेषातील एका रक्षकाने त्यांना आत जाण्याचा इशारा केला.

रात्री एक वाजतासुद्धा वेस्ट विंगमध्ये काही दिवे जळत होते. व्हाइट हाउसचा हा भाग कधीच पूर्ण अंधारात नसायचा. हर्शबर्ग त्यांच्या ऑफिसमध्ये शिरलेच नाहीत, त्यांनी थेट ओव्हल ऑफिसच्या दिशेनेच मोर्चा वळवला. ऑफिससमोरच्या खोलीतल्या अंधारातून हातात क्लिपबोर्ड घेतलेला गुप्तहेर खात्याचा एक एजंट पुढे आला. त्याने हर्शबर्ग यांना अभिवादन केले, पण हातातल्या बोर्डावरील राष्ट्राध्यक्षांच्या नियोजित भेटींच्या यादीत त्यांचे नाव असल्याची खातरी करून घेऊन मगच त्याने ऑफिसच्या दारावर हलकेच टकटक केली. राष्ट्राध्यक्षांनी स्वत:च एकाच तासापूर्वी हर्शबर्ग यांना भेटायला बोलावल्याची नोंद त्या यादीत केली गेली होती.

"येस," आतून राष्ट्राध्यक्षांचा आवाज आला.

स्वर प्रसन्न नव्हता. एक तासापूर्वी त्यांचा आवाज त्यांच्या घरच्या फोनवर ऐकला तेव्हाच हर्शबर्ग यांना संकटाची चाहूल लागली होती. काहीतरी बिघडले होते, प्रकरण गंभीर होते.

हर्शबर्ग ऑफिसमध्ये शिरले. त्यांनी अभिवादनाचे काही शब्द उच्चारायच्या आत "बरं झालं तुम्ही आलात, या, या," असे म्हणून राष्ट्राध्यक्षांनी त्यांना जवळ येऊन बसण्याची खूण केली. अशा आडवेळेला बोलावले म्हणजे निदान दहा-बारा लोकांच्या उपस्थितीतील तातडीची भली-मोठी मीटिंग असणार अशी हर्शबर्ग यांची अपेक्षा होती, पण राष्ट्राध्यक्ष एकटेच फायरप्लेस समोरच्या सोफ्यावर वर्तमानपत्र वाचीत बसलेले होते. शेजारच्या छोट्याशा टेबलावर नोट्स काढण्यासाठी एक पॅड ठेवलेले दिसत होते.

"काय झालंय?" हर्शबर्ग यांनी बाजूच्या खुर्चीत टेकत जराशा अधांतरी स्वरात विचारले.

सोफ्यावर पडलेल्या काही कागदातून एक कागद निराळा काढून तो राष्ट्राध्यक्षांनी हर्शबर्ग यांच्या दिशेला फेकला. खुर्चीतून उठून पुढे जाऊन त्यांनी तो उचलला. एक पानी रिपोर्ट होता, वाचायला काही वेळ लागला नाही. त्यांनी मान वर करताच राष्ट्राध्यक्ष म्हणाले, "मला हे सांगा की, हे सगळं मला का शोधून काढावं

लागलं? तुमच्याकडे प्रचंड फौज आहे – एफबीआय, पोलीस, लष्कराचं गुप्तहेरखातं, सगळी अद्ययावत साधनसामग्री आहे, मग हे तुम्हाला का नाही शोधता आलं? वॉशिंग्टन राज्यातल्या कुठल्यातरी एका टीचभर बेटावर जमून काही माथेफिरू लोक अणूबाँबशी खेळायचा भयंकर कट रचतायत...''

"हे तुम्हाला कोणी सांगितलं?'' हर्शबर्गनी विचारले.

"ॲटर्नी जनरलनी. त्यांचे लोक गेले काही आठवडे सीॲटलमध्ये या कारस्थानाचा तपास करतायत. तिथली कुठलीतरी एक स्थानिक संघटना प्राणघातक बाँब मिळवायच्या खटपटीत होती आणि त्यांना रशियातल्या एका गुन्हेगार टोळीकडून तो मिळतो आहे किंवा नुकताच मिळाला असेल अशी त्यांची बातमी आहे.''

राष्ट्राध्यक्षांनी त्यांच्याजवळ पडलेला आणखी एक, जरासा जाडसर रिपोर्ट हातात घेतला आणि म्हणाले, "हा रिपोर्ट पाहिलात? ग्रँड ज्यूरीने या संबंधात काही लोकांना चौकशीसाठी बोलावले होते त्याचा हा रिपोर्ट आहे. मला हे कळत नाही की, आपली ही सगळी खाती विरुद्ध दिशांना तोंड करून कामं का करतात? त्यांना एकत्रितपणे का काम करता येत नाही? देशाच्या सुरक्षेसारख्या महत्त्वाच्या आणि गंभीर विषयावरची माहिती प्रत्येक जण स्वत:जवळ ठेवून स्वतंत्रपणे काम का करतो? आपलं बळ एकवटत का नाहीत? नशीब, मी आज ॲटर्नी जनरलना भेटलो आणि त्यांनी हे सगळं माझ्या कानावर घातलं.''

त्या प्रकरणात कॉलिकॉफ यांचे नाव गोवले आहे हे कळल्यावर हर्शबर्ग जसे ओठ दातांखाली दाबून गप्प राहिले होते. तसेच ते त्याही वेळा बसले होते. त्यांनी काही प्रकटपणे हालचाली केल्या असत्या तर 'त्या' नावाचा वास अनेकांना, मंत्रिमंडळालासुद्धा लागला असता. वॉशिंग्टन राज्यालगतच्या पॅसिफिक महासागरात बुडालेल्या रशियन जहाजाबद्दल त्याच वेळी ॲटर्नी जनरलना कळले असते आणि त्यांनी ग्रँड ज्यूरीच्या चौकशीतल्या माहितीशी त्याचा संदर्भ जोडला असता, तर रशियातून त्या बुडालेल्या जहाजावरून अणूबाँब इथे पोचला असावा असा संशय आहे, त्याचा पुरवठा करणाऱ्या रशियन कंपनीपर्यंत आणि कॉलिकॉफपर्यंत ते पोचले असते. हर्शबर्ग यांनी राष्ट्राध्यक्षांनी त्यांना दिलेल्या रिपोर्टवरची तारीख बघितली, बरेच दिवस वाया गेले होते.

"आता लवकरात लवकर तुमच्या लोकांना याच्यामागे सोडा,'' असे म्हणून राष्ट्राध्यक्षांनी तो जाड रिपोर्टही हर्शबर्ग यांच्यापुढे केला. त्या सुट्ट्या रिपोर्टची जमिनीवर गळणारी पाने एकत्र करून तो नीट उचलून घेत हर्शबर्ग यांनी विचारले, "म्हणजे आता सर्वांना, राज्यपातळीवरही, उघडपणे या प्रकरणाचा तपास करायला सांगायला हरकत नाही असं मी धरून चालू का?''

"छे-छे, मुळीच नाही,'' प्रेसिडेंट गरजले. "पहिल्यांदा हे सगळं तुम्ही नीट

वाचा. आणखी कुणा लोकांना बोलवायचं असेल तर बोलावून घ्या, पण हे सगळं उद्या सकाळच्या आत!! काळजीपूर्वक अभ्यास करा सगळ्या रिपोर्ट्सचा आणि सकाळी आठ वाजता मला भेटा. मला हे जाणून घ्यायचं आहे की, यात कॉलिकॉफ यांचं नाव आलेलं आहे का!!''

हर्शबर्ग थक्क झाले. राष्ट्राध्यक्षांना काळजी अणूबाँब आपल्या देशात पोचला असून त्याचा स्फोट होऊन फार मोठी मनुष्यहानी होईल याची नव्हती, तर त्यांना फिकीर होती, कॉलिकॉफचं नाव त्यात येऊन त्यांच्या राजकीय स्थानाला सुरुंग लागून त्याचा स्फोट होऊन त्यांची वैयक्तिक हानी होईल याची!!

''प्रेसिडेंट, मला वाटतं सर्व संबंधितांना सावध करायची वेळ आलेली आहे. अशी आणीबाणीची परिस्थिती निर्माण झाली की, कशी पावलं उचलायची, काय काय करायचं याची विशिष्ट पद्धती आपल्या सुरक्षानियमांत वर्णन करून ठेवलेली आहे, त्याप्रमाणे...''

''नाही,'' राष्ट्राध्यक्षांनी अत्यंत ठाम स्वरात, डोळे आकुंचित करून, हर्शबर्ग यांच्याकडे रोखून पाहत त्यांच्या सूचनेला आक्षेप घेतला.

''प्रसिडेंट, अहो, बाँब या माथेफिरूंच्या हातात पडला आहे हे जवळजवळ सिद्ध झालं असताना...'' हर्शबर्ग यांनी पुन्हा एकदा प्रयत्न करून पहिला, पण त्यांना परत, आधीपेक्षाही जास्त जोरात, नकार ऐकावा लागला.

''मी नाही म्हणालो, ऐकलंत ना तुम्ही? मला सगळ्या वर्तमानपत्रांच्या मुखपृष्ठांवर ते फोटो झळकायला नको आहेत, 'सीएनएन'वरून तासा-तासाला तीच तीच टेप वाजवली जाऊन त्यावर चर्चा व्हायला नको आहे. आपल्याला कोणालाही हे माहीत नाही, कळलं? किनाऱ्यावर काही संशयित हालचाली नजरेस पडल्या आहेत आणि तपास जारी आहे, बस! यापेक्षा जास्त काही नाही!!''

''प्रेसिडेंट, त्या बुडालेल्या रशियन जहाजावरील अवशेषांना अत्यंत अपायकारक, विषारी द्रव्य लागलेलं होतं, त्यातून किरणोत्सर्ग होत होता हे आपल्याला माहीत आहे. ते जहाज वॉशिंग्टन राज्याच्या लगतच्या सागरी भागात बुडलं हेही निश्चित झालं आहे. रशियातील सायबेरिया प्रांतातल्या शस्त्रास्त्र साठ्याचं ठिकाण आणि मॉस्को यांच्यात याआधी कधीही न झालेलं संदेशांचं दळणवळण त्याच सुमारास फार मोठ्या प्रमाणावर झाल्याचं आपल्या तटरक्षकदलानं टिपलेलं आहे. त्यातच आता या पुढच्या काही घटना घडलेल्या आहेत...'' हर्शबर्ग हातातील कागदांच्या गठ्ठ्याकडे पाहत म्हणाले, ''मला वाटतं यापेक्षा अधिक पुरावे नको आहेत आपल्याला हे मान्य करायला की, प्रसंग गंभीर आहे, संकट खरंच फार मोठं आहे आणि ते दारात उभं आहे. आता कृतीला विलंब लावणं श्रेयस्कर नाही. निदान कुठल्या संघटनेचे भाडोत्री सशस्त्र गुंड त्या बेटावर काय करतायत याचा तरी छडा

लावलाच पाहिजे.''

''तुम्हाला असं वाटतंय की, बॉंब आपल्या भूमीवर येऊन पोचला असेल?'' राष्ट्राध्यक्षांच्या आवाजात थोडी नरमाई आली.

''होय, मला ती शक्यता फार वाटतेय.''

''मला जरा या सगळ्या ठिकाणांची स्थिती... थांबा, आपल्याला नकाशा पाहिजे.'' राष्ट्राध्यक्षांनी हात लांब करून फोन जवळ ओढला आणि ते बोलू लागले, ''सिच्युएशन रूम, आत्ता ड्युटीवर कोण आहे?'' उत्तर ऐकल्यावर ते क्षणभर थांबले आणि परत फोनवर बोलू लागले,

''मोनॉगन, प्रेसिडेंट बोलतोय, हे बघ मला नकाशा हवाय. मी इथे ओव्हल ऑफिसमध्ये आहे. मला वॉशिंग्टन राज्यालगतच्या पॅसिफिक सागराच्या किनाऱ्याचा भाग बघायचाय. तिथे एक छोटंसं बेट आहे... एक मिनिट...'' त्यांनी फोनवर हात ठेवून हर्शबर्गना विचारले, ''त्या बेटाचं नाव काय? त्या ग्रॅंड ज्यूरीच्या रिपोर्टमध्ये आहे बघा, मी जांभळ्या रंगाने अधोरेखित केलंय.''

हर्शबर्गनी वेगाने रिपोर्टची पाने चाळली. ''पॅजेट,'' ते म्हणाले.

''पॅजेट आयलंड,'' राष्ट्राध्यक्षांनी फोनवर नाव सांगितले आणि त्यांनी सूचना दिली, ''या बेटाबद्दलची सगळी माहिती मला हवी आहे... पाच मिनिटांत माझ्या इथे...'' त्यांनी फोन ठेवून दिला.

''हर्शबर्ग, फार काळजीपूर्वक पावलं उचलायला हवीत. अर्धवट माहितीच्या आधारावर उतावळेपणानं काहीतरी करून मला पश्चात्ताप करायची पाळी येऊ द्यायची नाहीये. बॉंबच्या अस्तित्वाबद्दल आपल्याला शंभर टक्के खातरी नाही हे विसरून चालणार नाही.'' राष्ट्राध्यक्षांचा सूर नाकबुलीचा होता.

''प्रेसिडेंट, ओक रीजच्या प्रयोगशाळेने दिलेल्या रिपोर्टनुसार त्या जहाजाच्या अवशेषात प्लुटोनियमचे कण इतक्या प्रचंड प्रमाणात सापडले आहेत की, शंकेला काही जागा राहिली आहे असं वाटत नाही.''

शास्त्रीय पुरावा टाळण्यासारखा निश्चितच नव्हता. हर्शबर्ग बोलत असताना त्यांच्या नजरेला नजर न भिडवता, खाली पाहत राष्ट्राध्यक्ष त्यांचे बोलणे ऐकत होते. त्यांनी एक दीर्घ श्वास घेतला आणि ते म्हणाले, ''ठीक आहे, त्या बेटावर चोवीस तास टेहळणी चालू करू या.''

''प्रेसिडेंट, माफ करा, पण नुसती समुद्रातून दुर्बिणीच्या साहाय्याने नजर ठेवून काहीही फायदा होणार नाही.'' हर्शबर्ग यांनी मुद्दा लावून धरला. त्याचा फायदाही झाला. राष्ट्राध्यक्षांनी विचारले, ''मग तुमचं काय म्हणणं आहे?''

''त्या बेटावर जाऊन प्रत्यक्ष सगळी हकिगत जाणून घ्यायला पाहिजे.''

''गोळीबार नको हं मला परत! वॅको आणि रुबी या दोन केसेसच अजून त्रास

देताहेत, आणखी एक नको.''

''पण जर आपण वेळेवर हालचाल आणि परिणामकारक कृती केली नाही आणि जर त्यांच्याकडे बॉंब असेल आणि त्यांनी तो तिथून हालवला तर...'' वाक्य पूर्ण करायचा धीर हर्शबर्ग झाला नाही.

सद्दाम, गडाफी यांच्यासारख्यांच्या हातात लाखो लोकांचे प्राण घेऊ शकतील अशी अण्वस्त्रे लागण्याची भीती गेली कित्येक वर्षे अमेरिकन शासनाला भेडसावीत होती. आणि आता, एका बेटावर तसे अण्वस्त्र होते. ते एखाद्या मालवाहू जहाजातून सीॲटलमध्ये पोचू शकत होते किंवा जगात शांतता प्रस्थापित करण्यासाठी स्थापन झालेल्या युनायटेड नेशन्सच्या नाकावर टिच्चून त्यांच्याच यूएन प्लाझा या ईस्ट रिव्हर काठावरच्या कार्यालयासमोरच त्याचा स्फोट घडवून अर्धेअधिक सीॲटल शहर बेचिराख केले जाऊ शकत होते. तसे घडले असते तर शांततेच्या जागतिक धोरणाला काळे फासले गेले असते, जास्तीत जास्त देशांनी एकत्र येऊन जागतिक शांतता प्रस्थापित करण्यासाठी संयुक्त आघाडी उघडण्याच्या उत्साहावर पाणी फिरले असते.

एक माणूस नकाशा घेऊन आला, त्याने तो टेबलावर पसरला. त्याला जायला सांगून राष्ट्राध्यक्ष आणि हर्शबर्ग नकाशा पाहू लागले. पॅजेट आयलंडवर बोट ठेवून राष्ट्राध्यक्ष म्हणाले, ''अगदीच लहानसं आहे. आपण हवाई निरीक्षण करू शकू किंवा उपग्रहावरून फोटो घेऊ शकू.''

''त्याने आपला हेतू साध्य होणार नाही. बॉंब असलाच तर तो इतका काही मोठा नसेल आणि तो उघड्यावर ठेवलेला नसेल की, तो या दोन्ही पद्धतीत शोधला जाईल. तो दिसेपर्यंत प्रयत्न करत राहायला लागणारा वेळ आपल्याकडे दुर्दैवाने नाही. बॉंब आहे अथवा नाही याची शहानिशा ताबडतोब व्हायला हवी. त्यासाठी बेट पार ढवळून काढायला लागेल.''

''मग काय करावं म्हणणं आहे तुमचं?''

''प्रेसिडेंट, मी असं सुचवीन की, आपण सैन्याच्या एका छोट्या तुकडीवर किंवा सरळ नेव्ही सीलसना ही कामगिरी सोपवावी. त्यांनी त्या बेटावर गुप्तपणे उतरायचं, काही मोक्याच्या जागी कॅमेरे आणि आवाज रेकॉर्ड करण्याची उपकरणं लावायची आणि कोणाच्या काही लक्षात येण्यापूर्वी परत निघून यायचं. बेटावरचे लोक बेसावध राहतील आणि तिथे काय चाललंय, त्यांच्यात काय चर्चा चालतात, काय योजना आखल्या जातायत हे आपल्याला कळायला लागेल. सगळं गुपचुप, गोळीबार नाही, काही नाही.''

राष्ट्राध्यक्ष लांब चेहऱ्याने, चिंताग्रस्त होऊन ऐकत होते, पण त्यांचे विचार अजूनही प्रसारमाध्यमे कॉलिकॉफचे नाव समजल्यावर जो गहजब करतील यातच

होते. चुकून बेटावर गोळ्या चालल्या, कुणा एकाचा जरी जीव गेला किंवा कोणी जखमी जरी झाला तरी बेटाच्या चहूबाजूंनी 'सीएनएन'चे कॅमेरे नौकांतून, जहाजांतून घिरट्या घालीत त्या छोट्या घटनेला तिखटमीठ लावून जगभर पसरवतील. बघता-बघता गोष्टी राष्ट्राध्यक्षांच्या हाताबाहेर जातील. त्यातच चाणाक्ष वार्ताहर अणूबाँब आणि त्यातून कॉलिकॉफपर्यंतही पोचतील. मग विधिमंडळात प्रश्नांच्या फैरी झडतील. त्यांना ते सगळे, रंगांचे ओघळ सांडलेले कुरूप चित्र दिसत होते, पण त्यांच्यासमोर अन्य पर्यायही नव्हता. 'नाही' म्हणणे अवघड होते, 'हो' म्हणण्यावाचून गत्यंतर नव्हते.

''पण एक बघा, मला लष्कराच्या तिन्ही दलांच्या प्रमुखासमोर हे सगळं परत उगाळायला लागता कामा नये. काहीतरी थातूरमातूर कथा सांगून सोडवणूक करून घेता आली पाहिजे. नाहीतर ते तिघे परत मला हे ऐकवतील की, बाँब देशात आला याचं एकमेव कारण त्यांच्या संरक्षणखात्याचं बजेट कमी केलेलं आहे हेच आहे. काँग्रेसलाही माझ्यामागे सोडतील.'' राष्ट्राध्यक्षांनी अगदी हताशपणे हर्शबर्ग यांच्या प्रस्तावाला कबुली दिली.

गेली चार वर्षे संरक्षणखात्याच्या बजेटला कातरी लागलेली होती. जगभरातले काही लष्करी तळही बंद करण्यात आले होते. सोव्हिएत युनियनच्या ऱ्हासानंतर लष्करी हालचाली कमी झाल्या आणि त्याबरोबर लष्कराचे महत्त्वही. त्यामुळे लष्करप्रमुख शासनाच्या लष्कराला गौण लेखण्याच्या धोरणावर टीका करण्याची या घटनेसारखी संधी सोडणे शक्यच नव्हते. अणूबाँबसारखे संकट ओढवू नये म्हणून आधी दक्षता घेण्यात आणि नंतर त्या संकटाचा सामना करण्यात देशाचे शासन अयशस्वी ठरले याचे कारण लष्कराला डावलले गेले हेच आहे, असा डिंडोरा पिटायला आणि राष्ट्राध्यक्षांची मान प्रसारमाध्यमांपुढे करायला लष्करप्रमुख कमी करणार नाहीत, याबद्दल राष्ट्राध्यक्षांना पूर्ण खातरी होती.

''बेटावरील मोहीम तुम्ही तुमच्या एएनएसआयआरमधल्या नौदलाच्या प्रतिनिधींमार्फत पूर्ण करून घेऊ शकाल का?'' राष्ट्राध्यक्षांनी परत त्यांच्या बचावाचा एक प्रयत्न करून पाहिला.

हर्शबर्ग यांना राष्ट्राध्यक्षांचा तो प्रयत्न मुळीच आवडला नाही, पटला नाही. स्वत:पुढे आता राष्ट्राध्यक्षांना लष्करी पद्धतींचीही पर्वा राहिली नव्हती, या जाणिवेने ते क्षुब्ध झाले. राष्ट्राध्यक्षांची एवढाही विचार करण्याची तयारी नव्हती की, जर नौदलाच्या कोणातरी अधिकाऱ्याच्या अधिपत्याखाली कारवाई करताना बेटावरील सशस्त्र गुंडांनी कडवा प्रतिकार केला, जोराचा गोळीबार झाला, चांगलीच जोरदार चकमक झडली आणि आपल्या एका जरी सैनिकाचा बळी गेला तर पेंटागॉनमधील लष्करी नेतृत्व संतापेल, टीकेची झोड उठवेल. आणि त्यांचा क्रोध वाजवीच

असेल. हर्शबर्ग यांनी शक्य तेवढ्या नम्र स्वरात त्यांना सांगितले, ''तो केवळ कॅप्टनच्या हुद्द्याचा अधिकारी आहे, प्रेसिडेंट.''

त्या विधानाचा अर्थ लक्षात न घेता राष्ट्राध्यक्ष म्हणाले, ''त्याची काळजी नको, त्याला जे काही अधिकार लागतील ते दिले जाण्याची मी व्यवस्था करतो.''

''आपल्याला कोरोनाडोच्या नेव्ही सील टीम वनचं सहकार्य घ्यावं लागेल.''

''ठीक आहे, त्याचीही व्यवस्था होईल.'' हर्शबर्ग निरुत्तर झाले.

लष्करी शिस्त मोडावी लागणार होती, पण त्याचा आग्रह धरला असता तर मोहीमच बारगळली असती. काहीतरी करून बाँब आहे की नाही, असला तर तो कुठे आहे, या लोकांची योजना काय आहे हे लवकरात लवकर शोधून काढणे फार गरजेचे होते.

''आपण बेटावर लोक उतरवणार असू तर येत्या चोवीस तासात तेथे गुप्तहेरांचं जाळं पसरावं लागेल. ते इतक्या आयत्या वेळी तयार होतील की नाही...'' हर्शबर्ग यांनी त्यांच्या बाजूने एक प्यादे पुढे सरकवले.

''ते मी पाहतो,'' राष्ट्राध्यक्षांनी ते मारले. त्यांना हवे तसेच ते करणार होते.

सीॲटलमधील संघटनेला बेटावरील बाँब अन्य कोठेतरी हालवायची संधी मिळायच्या आत कारवाई व्हायला हवी होती, कारण एकदा तो तेथून हालला तर मग त्याचा सुगावा लागणे अशक्यप्राय झाले असते.

नाइलाजाने मान्य केलेल्या मोहिमेबद्दल चेहेऱ्यावर आत्यंतिक नाराजी दर्शवीत राष्ट्राध्यक्षांनी एक दीर्घ श्वास घेतला आणि ते हर्शबर्गना म्हणाले, ''ठीक आहे मग, चोवीस तासात बेटावरची मोहीम सुरू करू या.''

फ्रायडे हार्बर, वॉशिंग्टन राज्य

व्हॅनमधून उतरून ती दोघे फ्रायडे हार्बरच्या धक्क्याच्या गेटच्या दिशेने जाऊ लागली तसा हवेतला ओलसर गारवा जोसलीनच्या हाडांपर्यंत पोचला आणि तिच्या सर्वांगातून एक शिरशिरी उठली.

गिडियनचे सगळे लक्ष त्याच्या हातातील गीगर काउंटरच्या काट्याकडे आणि कान त्यातून किरणोत्सर्गाचे अस्तित्व दर्शविणारा क्लिक-क्लिक असा संदेश ऐकू येतो का, याकडे लागले होते. त्या भागात तरी अणुविभाजनातून निर्माण होणाऱ्या किरणोत्सर्गाचे कोणतेही चिन्ह काउंटरवर दिसत नव्हते.

गेटमधून आत शिरताना गिडियन जोसलीनला थांबवून म्हणाला, "तुम्ही इथेच थांबा."

"अहो, बोटी त्या तिकडे टोकाला आहेत." दूर अंधारात बोट दाखवून तिची नाराजी दर्शवीत जोसलीन म्हणाली, "तुम्हाला कसं कळणार कोणत्या बोटी जॉर्ज आणि इतर मंडळींच्या आहेत ते?"

तिने त्या मच्छीमारांच्या बोटींची नावे त्याला सांगितली होती आणि त्या उभ्या केल्या जाण्याची जागा साधारण कुठे असते त्याचेही वर्णन केले होते. मासेमारी करणाऱ्या बोटी धक्क्याच्या शेवटच्या टोकाला खुल्या समुद्राच्या अगदी जवळ उभ्या असत एवढेच तिला माहीत होते.

"ते मी पाहतो. याच्यापुढे येणं तुमच्यासाठी सुरक्षित नाही." याबाबतीत तो अगदी ठाम होता. "माझ्या व्हॅनमध्ये एक सेलफोन आहे. मी जर दहा मिनिटांत इथे

परत आलो नाही, तर त्या सेलफोनवरून या नंबरवर फोन करा,'' असे म्हणत असताना त्याने खिशातून एक कार्ड काढले. खिशाला लावलेल्या पेनने त्यावरील एका फोननंबराभोवती वर्तुळ काढून कार्ड तिच्या हातात दिले. तो म्हणाला, "हा माझ्या संस्थेतला एक फोननंबर आहे, त्यावर फोन करा. जे कोणी फोन घेईल त्याला इथली सर्व हकिगत सांगा – मासेमारांचा आजार, त्यांच्या बोटी आणि आपली ही शोधमोहीम. अशा वेळी काय करायचं ते त्यांना माहीत असतं. ते योग्य ती मदत तातडीने पाठवायची व्यवस्था करतील. त्या फोननंतर लगेच पोलिसांना फोन करा आणि त्यांना तातडीने धक्क्याचा हा सगळा भाग रहदारीसाठी बंद करायला सांगा. त्यांना म्हणावं मदत लवकरच पोचते आहे, तोपर्यंत कोणालाही आत सोडू नका, आतून कोणाला बाहेर सोडू नका.''

"पण तुम्ही? तुम्ही तोपर्यंत परत याल ना?'' जोसलीनच्या स्वरात त्याच्याबद्दलची काळजी जाणवत होती.

"आं? हो, येईन ना.'' त्याचा स्वर मुळीच आश्वासक नव्हता, त्यात जराही आत्मविश्वास नव्हता. जोसलीनला तर वाटू लागले की, तो केवळ तिला बरे वाटावे म्हणून धोक्याचे प्रमाण खूपच कमी करून सांगतो आहे. नक्कीच धोका फार-फार मोठा आहे. इतका की, तो कदाचित परत येऊच शकणार नाही, ही त्यांची अखेरचीच भेट असेल!

"त्या फोनवरच्या लोकांना कॅलिफोर्नियातून इथे यायला कितीतरी तास लागतील,'' तिने भीती व्यक्त केली.

"नाही, माझ्यावर विश्वास ठेवा, तिथून नाही कोणी येणार, त्यांना इथे, स्थानिक मदत कुठे मिळेल ते शंभर टक्के माहीत असते.''

"मी शेरीफना सांगू का येऊन तुम्हाला...''

"नको, तसं काही करू नका. मी सांगतो तसंच आणि तेवढंच करा, प्लीज!''

"ठीक आहे, तुम्ही म्हणता तर...''

"मी जर वेळेत इथे आलो नाही तर त्याचा अर्थ काही गंभीर घडले आहे असा काढू नका, काळजीही करू नका. किरणोत्सर्ग सगळीकडे पसरायला नको यासाठी मी सावधगिरी बाळगणार आहे. म्हणूनच केवळ कदाचित मी बाहेर येणार नाही, पण हे लक्षात ठेवा की, मी स्वत:ही अजिबात धोका पत्करणार नाही, दूषित जागेपासून लगेचच लांब जाऊन मदतीची वाट पाहत थांबेन. जोपर्यंत येथे शुद्धीकरण करणारे वैद्यकीय तज्ज्ञ येऊन पोचत नाहीत तोपर्यंत कोणालाही आत जाऊ देऊ नका, आतून कोणालाही बाहेर पडू देऊ नका. हे नीट समजलंय ना तुम्हाला?''

"होय.''

"ठीक तर मग,'' हातातली विजेरी एकदा लावून तिचा प्रकाशझोत व्यवस्थित

पडतो आहे याची खातरी करीत तो म्हणाला, ''मी निघतो आता.'' त्यांच्या नजरा एकमेकांत गुंतल्या, डोळ्यांनी एकमेकांना निरोप दिला. तो अतिशय मऊ आवाजात म्हणाला, ''तिथे काहीच धोकादायक नसलं तर मी अगदी लवकर बाहेर येईन.''

तो झपाट्याने उताराच्या रस्त्याने पुढे चालू लागला. त्याच्या हातात बोटींची नावे लिहिलेला कागद होता. येता-येता व्हॅनमध्येच सापडलेल्या एका कागदाच्या चिटोऱ्यावर जोसलीनने ती नावांची यादी त्याला करून दिली होती. तो ती वाचत चालू लागला : मार्थाज् डिझायर, स्किप जॅक, फ्लोट मी ए लोन...

जोसलीन त्याने सांगितलेल्या जागेवर त्याच्या पाठमोऱ्या आकृतीकडे पाहत उभी राहिली. काही अंतरावर एक खांबावरचा दिवा होता. त्याच्या प्रकाशात तो तिला जाताना स्पष्ट दिसत होता. लवकरच तो अंधारात शिरला. तो पूर्ण दिसेनासाच झाल्यावर ती अस्वस्थपणे येरझारे घालू लागली. तो लांब गेल्यावर तिला एकटीला थंडी अधिकच जाणवू लागली. तिने हातांची घट्ट घडी घातली. प्रत्येक येरझाऱ्याला तो गेलेल्या दिशेला तोंड वळले की, ती डोळे ताणून काही क्षण त्या दिशेला पाहत राही, जणू तो लगेचच परत येणार होता. हातातले घड्याळ त्याला जाऊन एकच मिनिट झाल्याचे दाखवत होते, पण जोसलीनला तो उंच शिडांच्या जंगलात, बोटींच्या गर्दीत नाहीसा होऊन युग लोटल्यासारखे वाटत होते.

जाण्यापूर्वी त्याने दिलेल्या सूचनांची ती मनात उजळणी करू लागली. फोन – तिने गिडियनने कोपऱ्यावर उभ्या केलेल्या व्हॅनकडे पाहिले. त्याने दार उघडे ठेवले होते का? नाहीतर आतला फोन कसा काढणार? तो जर काढता आला नाही तर एखादा सार्वजनिक फोन शोधायला लागेल...

तिने परत एकदा घड्याळ पाहिले. तो त्या बोटींच्या जंजाळात हरवून तर जाणार नाही ना? त्याने त्याचा तो सुरक्षासूट आत जाण्याअगोदर घातला असेल ना?'

तो काय करतो आहे याबद्दल त्याच्या मनात काहीही गोंधळ नाही. तो सावध आहे, धोक्याची सूचना आधीच द्यायला त्याच्याजवळ गीगर काउंटर आहे. किरणोत्सर्ग असला तर तो काउंटर लांबूनच ते दाखवतो, आवाज देऊनही लक्ष वेधून घेतो.' हे सगळे मनातल्या मनात बोलत ती स्वत:लाच समजावत होती.

तिने व्हॅनकडे पाहिले. त्या बाजूला जाण्याआधी घड्याळ बघितले – तीन मिनिटे. वातावरण गंभीर होते. सर्वत्र नि:शब्द शांतता पसरली होती. लाटांचा एका लयीत गाज ऐकू येत होता. लाकडी धक्क्याची करकर आणि बोटींना बांधलेल्या साखळ्यांची खळखळ यांखेरीज अन्य कोणताही आवाज ऐकू येत नव्हता. लांबवर कुठेतरी चर्चची घंटा वाजत होती, तिचा अस्पष्ट नाद ऐकू येत होता. बाकी सारं कसं गंभीर, शांत होतं.

धक्का बऱ्याच वळणावळणांचा होता, वेड्यावाकड्या नांगरलेल्या बोटींच्या जाळ्याचा होता. बोटी समुद्राच्या लाटांच्या लयीत हिंदकळत होत्या. काही बोटींचे मालक बोटीतच राहत असल्याने त्यात मंद दिवे जळत होते. ते पिवळ्या प्रकाशाचे तुरळक काजवे सोडल्यास सर्वत्र गडद अंधार होता.

गिडियनची विजेरी अचानक बंद झाली. त्याने ती जोरात हालवली तशी ती चालू झाली. बहुतेक तिच्या बॅटऱ्या संपायल्या आल्या होत्या. या उघडझापेत गिडियनने गीगर काउंटर बघितला, तो काहीच दाखवत नव्हता. गिडियनने मागे बघून आपली दिशा बरोबर असल्याची खातरी करून घेतली. कुठेही चुकीचे वळण घेतले जाण्याची खूपच शक्यता होती. अजून त्याच्या भोवती उंच उंच शिडांच्या नौका, पन्नास फूट लांबीची श्रीमंत जहाजे यांचीच गर्दी होती. त्यात काहीच हालचाल दिसत नव्हती. फक्त एका लांबवरच्या खोपटात दिवा लागलेला दिसत होता आणि तेथेच टेलिव्हिजनही चालू होता. ते बहुधा एक छोटेसे दुकान होते. आपल्याखेरीज आणखी कोणीतरी या अंधारात वावरते आहे ही जाणीव अनोळखी एकांतातून बिनचेहऱ्याच्या संकटाशी सामना करायला निघालेल्या गिडियनला दिलासा देणारी वाटली.

जोसलीनला जेथे सोडली ती 'पोर्ट ऑफ फ्रायडे हार्बर'ची इमारत मागे कुठे दिसते आहे का ते गिडियन बघत होता, पण त्याने अनेक वेडीवाकडी वळणे घेतल्याने त्याचा त्या इमारतीचा संदर्भ सुटला होता आणि त्यामुळे जोसलीनचाही! काही अंतरावर पिवळा प्रकाश दिसत होता तो गेटजवळच्या उंच खांबावरील दिव्याचा असावा असा आश्वासक समज त्याने करून घेतला.

त्याने घड्याळ बघितले. जोसलीनला दिलेल्या वेळेची मर्यादा संपायला सहा मिनिटे उरली होती. त्या वेळात जर हव्या त्या बोटी आणि जे हवे ते ठिकाण सापडले नाही तर त्याला रिकाम्या हातानेच परत फिरावे लागले असते. सहा मिनिटांनंतर जोसलीनने त्याने दिलेल्या नंबरवर फोन केला असता. विजेरी लागावी म्हणून त्याने ती खाली वाकून एका बोटीच्या लाकडी कडेवर जराशी आपटली आणि ती उजळली.

खांद्यावरचा पिवळा सूट सारखा सावरावा लागत होता. पण अगदी गरज पडेपर्यंत तो सूट घालणार नव्हता. कारण एक तर चेहरा झाकला गेला की, त्याला आजूबाजूचे नीट दिसणार नव्हते आणि अंधारात ते फारच गैरसायीचे ठरणार होते. दुसरे, चेहऱ्यावरच्या आच्छादनाच्या आत वाफ साठणे त्रासदायक होणार होते. आणि तिसरे, जर चुकून तो पाय सटकून पाण्यात पडला तर सूटात पाणी साठून तो प्रचंड जड होऊन त्याला पाण्याच्या तळाकडे लवकर घेऊन जाणार होता.

अंधारात पायाखाली लक्ष ठेवीत, विजेरीच्या झोतात दिसणाऱ्या बोटींकडे डोळे

ताणून पाहत-पाहत, मनातल्या मनात बोटी मोजत-मोजत गिडियन वेगाने चालू लागला. अठरा बोटी ओलांडल्या आणि समोर धक्क्याचा शेवटच आला. त्याच्यापुढे अथांग समुद्र पसरलेला दिसत होता. मासेमारांच्या स्पोर्ट बोटींचा अजून पत्ताच नव्हता, यादीतील नावांच्या बोटी कुठेच दिसल्या नव्हत्या. त्याला परत फिरणे भाग होते.

घड्याळ पाच मिनिटे उरल्याचे दाखवत होते. गीगर काउंटर मात्र अजून काहीच दाखवत नव्हता. घाई करायला हवी होती. गिडियन धावू लागला. कडक हिवाळ्यात, गोठवणाऱ्या थंडीत, बर्फात बोटी उबदार राहाव्यात म्हणून त्या गरम ठेवण्याची सोय केलेली होती. त्यासाठी लागणारी वीज पुरवण्यासाठी धक्क्यावरील जनित्रापासून बोटींपर्यंत वायर्स टाकलेल्या होत्या. त्यात पाय अडकणार नाही याची काळजी घेत तो आल्या रस्त्याने परत जाऊन जेथून निघाला तेथे परत पोचण्याचा प्रयत्न करीत होता. एका ठिकाणी लाकडी तक्त्याला पडलेल्या रुंद फटीवरून त्याने उडी मारली आणि तो जराशा मोकळ्या जागेत पोचला.

त्याने चोहीकडे नजर फिरवली. एका बाजूला दूरवर त्याला गेट दिसू लागले. तेथे येरझारे घालणारी जोसलीनही त्याला दिसली. त्याने तिला हात केला, विजेरीचा झोतही त्या बाजूला पाडून जोरजोरात हालवला, पण तिचे त्याच्या दिशेला लक्ष नव्हते. विजेरीची परत उघडझाप सुरू झाली. अगदी गरजेच्या वेळी ती लागायला हवी असेल तर तिच्या बॅटऱ्या ती आत्ता बंद ठेवून वाचवलेल्या बऱ्या असा विचार करून त्याने ती बंद करून ठेवली. दुसऱ्या बाजूला नजर पोचत होती तेथपर्यंत काळ्या शाईसारख्या गडद अंधारातही काही बोटी उभ्या आहेत हे कळत होते. त्या बाजूला खूप दूरवर आकाशातील चांदण्या वाटाव्यात तसे ब्राउन आयलंड नावाच्या बेटावरील लुकलुकणारे दिवे दिसत होते.

'काय करावे? या बाजूच्या बोटी तपासाव्यात की आधी सरळ जोसलीनकडे परत जावे? विजेरीत नवीन बॅटऱ्याही घालून घ्याव्यात, तिला आणखी काही काळ थांबायला सांगावे?' गिडियन संदेहात पडला, त्याने अस्वस्थपणे एका खांद्यावरचा गीगर काउंटर काढून दुसऱ्या खांद्यात लटकवला, ते करत असताना त्याचे लक्ष काउंटरवरील हालचालीकडे गेले. काउंटर किणकिणला – क्लिक-क्लिक. संदेह फिटला, त्याने काउंटर त्या बोटींच्या बाजूला धरला आणि त्याची प्रतिक्रिया पाहून त्याचा निश्चय पक्का झाला. त्या बोटींचा शोध घ्यायलाच हवा होता. आणि त्यासाठी त्या बाजूकडील अंधाराचा वेध घ्यायलाच हवा होता!

अस्वस्थता तिच्या अंगांगात पसरली होती, थंडी तिच्या हाडाहाडांत पोचली होती, पण जोसलीनचे लक्ष सतत घड्याळाकडे होते. चार मिनिटे! तेवढ्यात

गिडियन आला नाही, तर तिला फोन करायलाच लागणार होता. गिडियनचेही लक्ष तिच्यासारखेच घड्याळाकडे असेल, त्याला काही सापडले नाही तर तो लगेच परत येणार आहे हेही त्याच्या लक्षात असेलच असे ती गृहीत धरून चालली होती. ती जरा जास्तच आशावादी झाली होती.

ती गेटजवळ जाऊन उभी राहिली, आतपर्यंत तो कुठे दिसतो का ते पाहू लागली. गेटच्या कडीलाही तिने हात घातला, तिला वाटले, 'जावे आत आणि गाठावे त्याला.' पण ती थबकली. त्याने तिला गेटातून पुढे जायला मनाई केली होती. त्या सडसडीत बांध्याच्या उंच सज्जन गृहस्थाचे म्हणणे डावलणे तिला योग्य वाटले नाही. त्याला तो काय करतो आहे हे निश्चित माहीत आहे, तेव्हा त्याच्या खांद्याला खांदा लावून त्याला मदत करावी असे आपल्याला कितीही वाटत असले, तरी त्याचे मन मोडून दोघांना संकटात टाकू नये हेही तिला पटत होते. द्विधा मन:स्थितीत सापडल्यामुळेच ती स्वत:वरच रागवत होती, तिला तिचीच चीड येत होती. तिने बेल्डनना ओळखले कसे नाही? त्यांच्या उदारपणावर ती कशी भाळली? खरेतर त्यांचा डामडौल, मानभावीपणा, खोटारडेपणा स्त्रियांच्या चाणाक्ष नजरेला ओळखता येणारा होता. यापूर्वी कित्येक अशिलांनी तिला थापा मारलेल्या होत्या आणि तिने ते सहजी ओळखलेले होते. मग बेल्डन यांचे खरे रूप तिला कसे दिसले नाही? ते लक्षात यायला काही फार हुशारीची गरज नव्हती.

हा काल भेटलेला अनाहूत पाहुणा मात्र बेल्डन याच्या अगदी विरुद्ध आहे, वरवरच्या चांगुलपणाचा अभाव, मनाच्या भलेपणाचा प्रभाव या दोन गोष्टींनी तो आपल्या पसंतीला उतरला आहे, असे जोसलीनच्या लक्षात आले. बेल्डन आणि हा डचमन यांच्यातल्या विरोधानेच आपले या सभ्य माणसाशी मैत्र जुळले आहे. अन्यथा अवघ्या चोवीस तासांपूर्वी भेटलेल्या या गिडियन व्हॅन रे नावाच्या व्यक्तीबद्दल आपण असा आणि इतका विचार कसा आणि का करतो आहोत? उद्धटपणाची सीमा कधीही पार न करणारा त्याचा आत्मविश्वास, त्याला काय करायचे आहे, ते का करायचे आहे हे तिला समजावून सांगण्यातला सच्चेपणा आणि पक्केपणा, उपदेशाचा वास न येता दिलेला योग्य सल्ला आणि नाकारता येणार नाही अशा तर्कशुद्ध विचारांनी आपले म्हणणे पटवून देण्यातली त्याची हुशारी, तिच्याशी पहिल्यापासून राखलेली सभ्य वर्तणूक – यामुळेच त्याने एकटेच असे दूर जाता कामा नये, त्याने आपल्या समीप असले पाहिजे!

अशा प्रेमळ विचारांचे आर्जव डोळ्यांत घेऊन ती अंधारात गिडियनला शोधू लागली. त्याच्या विजेरीचा झोत कुठे दिसतो का ते पाहू लागली. "कुठे आहेस तू, गिड?" तिच्या नकळत तिच्या तोंडून आर्त साद बाहेर पडली. पण तिला प्रतिसाद मिळाला नाही. सभोवतालचा अंधार अगदी गप्प होता. ती शहारली. त्याच वेळी

तिच्या कानांनी कसलातरी आवाज टिपला. वाळूवर चालताना बुटांचा होतो तसा आवाज. ती घाबरली. तिने चहूकडे पाहिले, डोळे चोळून पाहूनही कुठेच काही दिसले नाही. ती खांबावरच्या पिवळ्या दिव्याच्या प्रकाशात न्हाऊन निघाली होती. पण तिला सर्वत्र अंधारच दिसत होता. स्तब्ध, घाबरवणारा अंधार.

"कोण आहे?" तिने जरा जरबेच्या आवाजात विचारले. उत्तर आले नाही. आपल्याच मनाचे खेळ असावेत असे वाटून ती गप्प राहिली.

'अशा कातरवेळी हा अल्प काळात आपला मित्र बनलेला गिडियन आपल्या जवळ हवा होता, तो कुठे हिंडतो आहे कोणास ठाऊक?' तिने घड्याळ बघितले, दोन मिनिटे आणि मग फोन!

गिडियन जसजसा गेटच्या विरुद्ध दिशेला चालू लागला तसतसा गीगर काउंटरचा आवाज वाढू लागला, तो सातत्याने येऊ लागला. सुरुवातीला अमीरांच्या डौलदार बोटी नांगरलेल्या होत्या. तो डोळे ताणून पाहत होता, त्यांची नावे वाचत होता, 'ग्रँड बँक्स', 'आयलंड जीप्सीज्', एक भलीमोठी 'ओशन ॲलेक्झांडर'. अशा आलिशान बोटी आपल्या मालकीच्या असण्याची कल्पना स्वप्नातसुद्धा करणे आपल्याला शक्य होणार नाही, असा विचार त्या ताणाच्या काळातसुद्धा गिडियनच्या मनात येऊन गेला. त्या बोटींची ओळ संपली आणि लहान 'कामकरी' बोटी दिसू लागल्या. लाकडाचे सांगाडे, उडालेले रंग, साचलेला गंज. आधीच्या बोटींच्या जवळ जायचे मार्ग सिमेंटचे, पक्के बांधलेले होते, आता लाकडाचे, तेही मोडलेले, तुटलेले, एखादी मधली फळी नसलेले होते. सगळीकडे तेल सांडलेले होते, या बोटींना वीज पुरवलेली नसल्याने वायर्सच्या गुंडाळ्या नाहीशा झाल्या होत्या. त्या सगळ्या बोटी लहान आकाराच्या, चाळीस फुटांपेक्षा कमी लांबीच्या होत्या. मासेमारीची साधने, अवजारे त्यात इतस्तत: पडलेली दिसत होती.

गीगर काउंटरचा आवाज गिडियनच्या विचारांनासुद्धा त्रास देऊ लागला, तसा गिडियनने तो कमी केला. विद्युत्संचित कणांचे अस्तित्व मोठ्या प्रमाणात असल्याचे काउंटर तार स्वरात सांगत होता.

म्हणजेच तो हेही सांगत होता की, धोका आसपासच होता. त्याच्यापासून बचाव करायचे मार्ग तीन होते : वेळ, अंतर आणि रक्षण. रक्षण करणारा संरक्षकसूट तर त्याच्या खांद्यावरच होता. गीगर काउंटरची प्रतिक्रिया पाहता त्याचे तेथे चार, फार तर पाच, मिनिटांपेक्षा जरासुद्धा जास्त वेळ थांबणे योग्य नव्हते.

जसजसा तो धक्क्याच्या टोकाकडे सरकू लागला तसतशी काउंटरवरील नोंद वाढतच गेली. धक्क्याच्या शेवटी चार बोटी समोरासमोर नांगरलेल्या दिसत होत्या आणि त्यांच्याशी काटकोनात एक मोठे, पन्नास फूट लांबीचे जहाज उभे होते.

पहिल्याच बोटीकडे गिडियनचे लक्ष गेले आणि तो चमकला. तिच्या मागच्या बाजूला गिडियनला स्पष्ट दिसेल असे काळ्या रंगात नाव लिहिलेले होते : 'फ्लोट मी अलोन'!

तिच्या समोर उभी होती 'मार्थाज् डिझायर', तिच्या नंतरच्या वीस फूट लांबीच्या छोट्या बोटीचे नाव होते 'स्किप जॅक'! आता गीगर काउंटरचा अगदी टोकाला गेलेला काटा आणि टिपेला गेलेला आवाज त्या भागातल्या अत्यंत अपायकारक किरणोत्सर्गाचा पुरावा देत होते. बोटींपर्यंत पोचण्याच्या लाकडी फळ्यासुद्धा दूषित झालेल्या कळत होत्या. गिडियनचे ज्ञान त्याला असे सांगत होते की, एवढा उत्सर्ग म्हणजे इथे नुसते प्लुटोनियमच नाही, आणखी त्यापेक्षाही भयंकर काहीतरी आहे, कारण धोक्याची पातळी नको इतकी जास्त आहे. खरेतर त्याला तेथे थांबायचे नव्हते.

त्याने काउंटर एकेका बोटीच्या अगदी जवळ न्यायला सुरुवात केली. फ्लोट मी अ लोनच्या अगदी जवळ जाऊनसुद्धा काउंटर काही फार जोरात ओरडला नाही. तिच्या दुसऱ्या बाजूला तर त्याचा आवाज थोडासा कमीच झाला. गिडियनला आश्चर्य वाटले. त्याने आकडा वाचायचा प्रयत्न केला, पण विजेरीने असहकार पुकारला. त्याने ती आपटून पाहिली, पण ती काही फारशी उजळेना. तेवढ्याच प्रकाशात त्याने काउंटर बाकीच्या तीन बोटींच्या अगदी जवळ जाऊन त्यावरील आकडा वाचला तेव्हा त्याला एवढे कळून चुकले की, त्या चार बोटींच्या जवळ काही काउंटरच्या आकड्यात जास्त फरक पडत नव्हता. खरा धोका आणखी कुठेतरी होता. तो कोड्यात पडला. मागे सरकून तो परत गीगर काउंटरची क्लिक-क्लिक जेथे सर्वांत जास्त ऐकू आली होती त्या भागात येऊन उभा राहिला. त्या चार बोटींखेरीज प्रदूषण कुठे होते? तो अंदाज घेत-घेत धक्क्याच्या शेवटी पोचला आणि काटकोनात उभ्या असलेल्या ट्रॉलर जातीच्या पन्नास फुटी जहाजासमोर उभा राहिला. त्या जहाजाच्या दिशेला पावले टाकली आणि दोन गोष्टी घडल्या – गीगर काउंटर परत सीमापार गेला आणि त्या जहाजाचे मधेमधे रंग उडालेले, अस्पष्ट झालेले नाव त्याच्या डोळ्यांपुढे नाचू लागले : 'डान्सिंग लेडी'!!

आधीच थंडीने गारठलेल्या जोसलीनला हलकासा पाऊस सुरू झाल्याने इमारतीच्या आडोशाला येऊन उभे राहावे लागले. आता तर ती कुडकुडतच होती. गिडियनचा अजूनही पत्ता नव्हता. बोटींची उंच उंच शिडे वाऱ्याने हालत असल्याने लक्षात येत होती, अन्यथा बाकी सभोवतालचे काहीही दिसत नव्हते. बेटावर राहूनही समुद्रकिनाऱ्यावरचा भणाणता वारा आणि झोंबरी थंडी याची जोसलीनला सवय झालेली नव्हती.

घड्याळ गिडियन जाऊन बारा मिनिटे उलटल्याचे दाखवीत होते. त्याने घातलेल्या दहा मिनिटांच्या मर्यादेच्या वर दोन मिनिटे झाली होती. पण तिला फोन करायचा नव्हता, तिला तोच परतायला हवा होता. त्याला जोरात हाक मारावी, त्याला हाताला धरून ओढून परत आणावे असेच तिला वाटत होते.

गिडियनच्या बाबतीत जे काही विपरीत घडत होते त्याला ती तिला स्वत:लाच जबाबदार धरत होती. सगळा दोष तिचाच आहे असे समजत होती. बेल्डन अण्वस्त्रांच्या व्यवहारात गुंतलेले असतील अशी शंका तिला येण्याचे काहीच कारण नव्हते, हे खरे असले तरी तिने बेल्डनना तिचे नाव, तिच्या ऑफिसचा पत्ता कंपनीच्या नोंदीपुरता वापरू दिला होता. त्याचमुळे गिडियन 'बेल्डन इलेक्ट्रॉनिक्स'चा ठाव-ठिकाणा शोधत-शोधत तिच्या ऑफिसपर्यंत पोचला होता आणि मग हे पुढचे रामायण घडले होते...

तिने ती चूक केली नसती तर गिडियन इथे आला नसता आणि या निर्मनुष्य धक्क्यावर असा रात्रीच्या अंधारात धोक्याचा माग काढीत भटकत राहिला नसता. फ्रायडे हार्बरच्या शांततेचा भंग आणि शांतता शोधीत कॅलिफोर्निया सोडून फ्रायडे हार्बरला आलेल्या तिच्या मनाच्या शांततेचा भंग तिच्याच मूर्खपणामुळे, तिच्या पैशाच्या हव्यासापोटी झाला होता अशी तिची ठाम समजूत होती.

आता आणखी वाट पाहत थांबण्यात अर्थ नव्हता. ती नाइलाजाने व्हॅनच्या दिशेने चालू लागली. व्हॅनमध्येच सेलफोन ठेवलेला होता. चार पावले टाकल्यानंतर तिला परत एकदा मागे वळून गिडियनची चाहूल ऐकू येते का ते पाहण्याचा मोह झालाच. ती थांबली. तिच्या अपराधी मनाने त्याला आणखी एक मिनिट जादा द्यायची तिला गळ घातली. तिने मनाला सांगितले, 'ठीक आहे, देते मी त्याला आणखी एक मिनिट, पण तेवढ्यात जर तो परत माझ्याकडे आला नाही तर मात्र मी त्याच्यावर रागावणार आहे. त्याला असा स्वत:चा जीव धोक्यात घालायचा काय अधिकार आहे? असलं काम करायला वेगळे लोक आहेत, सरकार त्यांना पगार देतंय.' असे ती म्हणाली खरी, पण तिला तसा विचार केल्याबद्दल स्वत:चाच राग आला. ती लोकं, ज्यांना सरकार पगार देते, तीही माणसेच असतात, त्यांनाही बायका-मुले असतात, त्यांचाही जीवच असतो, जो ते इतरांच्या भल्यासाठी धोक्यात घालत असतात. त्यांच्याविषयी असे बेपर्वा असणे, बोलणे योग्य नव्हते. जोसलीन मनातल्या अशा विविध विचारांच्या गलबल्याने बावरून गेली, तिच्या कानात विचित्र आवाज ऐकू येऊ लागले, घशात आवंढा दाटून आला. ती अशी काही सुन्न होऊन गेली की, इमारतीच्या आडोशाने तिच्या मागे, हातभर अंतरावर झालेली काहीतरी वेगवान हालचाल तिला जराही जाणवली नाही.

आता विचार करण्यात वेळ घालवणे चुकीचे होते. गिडियन सरळ मागच्या बाजूने उडी मारून 'डान्सिंग लेडी' या जहाजावर चढला. एका विराट चक्राला गुंडाळून ठेवलेल्या मासेमारीच्या जाळ्याची भलीमोठी गुंडाळी आणि उंच शिडाच्या काठ्या यांखेरीज त्या जहाजात लक्ष वेधून घेणारे काहीच नव्हते, लक्ष वेधून घेत होता तो गीगर काउंटर!

जहाजाच्या व्हीलहाउसच्या बाजूने पुढच्या भागात शिरल्यावर, तर गीगर काउंटर परत जास्तीत जास्त किरणोत्सर्ग दर्शवू लागला. क्लिक-क्लिक पण चांगले जोराने होऊ लागले. या भागात असे काहीतरी घडले हाते ज्यामुळे तो भाग सर्वांत जास्त दूषित झाला होता. बाँबच्या आतल्या भागात प्लुटोनियम आणि बेरिलियम वापरलेले असले, तरी काउंटरने इतक्या जोरात आवाज करायला नको होता. कारण आणखी काहीतरी होते!

गिडियनने हातातील विजेरी खाली ठेवून दिली आणि सुरक्षासूट चढवायला सुरुवात केली. प्रथम दोन्ही पाय घातले, नंतर हात बाह्यांत सरकवले, खांदे वर्तुळाकार फिरवून कॉलर मानेवर आणली, हूड डोक्यावर चढवले आणि पारदर्शक आवरणाने चेहरा झाकून टाकला.

या सूटला आधुनिक पद्धतीची जास्त हवेच्या दाबाने होणाऱ्या कृत्रिम श्वासोच्छ्वासाची सोय नव्हती. पारदर्शक आवरणाला फिल्टर बसवलेले एक श्वासोच्छ्वासाचे फारच गैरसोयीचे उपकरण बसवलेले होते. त्यातून श्वास घ्यायला प्रयासच पडत होते. एवढ्या थंडीतही गिडियन काही वेळातच घामाने डबडबला, त्याच्या उच्छ्वासांनी चेहऱ्यावरील आवरणात वाफ जमू लागली.

गिडियन गीगर काउंटर हातात घेऊन डेकवर चालू लागला. काउंटरने हे स्पष्टपणे दर्शविले की, किरणोत्सर्गाचा उगम हा डेकच्या पृष्ठभागावर हँडल धरून वर उचलून उघडता येणाऱ्या एका बंद दरवाजाच्या आसापास आहे. दरवाजा वर उचलण्यापूर्वी सूट घालताना डेकवर ठेवलेली विजेरी गिडियन शोधू लागला. पारदर्शक आवरणात साठलेल्या वाफेमुळे त्याला काहीच नीट दिसत नव्हते. शेवटी त्याने गुडघ्यांवर बसून चहूबाजूंना हात फिरवून ती मिळवली. ती लावली तर नीट लागेना. त्याने जवळच्या लोखंडी दांडीवर ती आपटली, लागली नाही, परत आपटली, आणि – तो दचकला! त्याला तसाच लोखंडावर काहीतरी आपटल्याचा आवाज ऐकू आला. तो प्रतिध्वनी नक्की नव्हता, मग काय प्रतिसाद होता? कोण होते प्रतिसाद द्यायला? त्याने इकडेतिकडे पाहिले, त्याला त्या आवाजाची दिशा नीटशी समजली नाही. त्याने परत विजेरी आपटली आणि लगेच तसाच प्रतिसाद आला! या वेळी तो जास्त स्पष्ट, स्वच्छ होता आणि तो कुठूनतरी खोलातून आला होता. गिडियन आवाजाच्या दिशेने निघाला. पलीकडे एक केबिन

दिसत होती. बहुधा त्या केबिनमधूनच कुठेतरी खाली जायचा मार्ग, एखादा जिना असावा, असा त्याने अंदाज बांधला. सहसा अशा केबिनमधून एक तर खाली इंजिनाच्या खोलीत जाणारा किंवा जहाजावरील लोकांची राहायची सोय असलेल्या निवासी भागात जाणारा जिना असतो हे त्याला माहीत होते.

तो केबिनजवळ गेला, दार उघडून त्याने आत पाऊल ठेवले. अंधार होता. कशाबशा लागलेल्या विजेरीच्या अपुऱ्या प्रकाशात त्याने आधी काउंटर पाहिला, तो निम्म्यावर आला होता. त्याने विजेरी आत फिरवली. अपेक्षेप्रमाणे खाली जाणारा जिना नव्हता, पण एक शिडी मात्र होती.

त्याने शिडीच्या तोंडाशी उभे राहून खाली विजेरीचा झोत टाकला. आधीच मंद झालेली विजेरी आणि चेहऱ्यावरील धूसर आवरणाने अंधूक झालेली दृष्टी, त्यामुळे खोलवर काही दिसले नाही. तरीही त्याने शिडीच्या दांड्या दोन्ही हातांनी धरून पहिल्या पायरीवर पाय ठेवला. दुसऱ्या पायरीवर पोचल्यावर त्याने वळून कुठे दिव्याचे बटण आहे का ते तपासले. कारण ते असले तर अशा शिडीच्या सुरुवातीलाच, शिडीजवळच कुठेतरी असायला हवे होते. तसे ते होते. त्याने बटण दाबले. पण दिवा काही लागला नाही.

एक तर जनित्र बंद केले होते किंवा चालूच केलेले नव्हते किंवा त्यातले इंधन तरी संपलेले होते. दिवा न लागल्याने फार काही बिघडत नव्हते, पण वीजपुरवठा बराच काळ बंद असण्याचा वाईट परिणाम असा झालेला असू शकतो की त्यामुळे जहाजाच्या तळातून पाणी काढून बाहेर टाकणारा बिल्ज पंप काम करीत नाही आणि परिणामी निरनिराळ्या मार्गाने तळाशी जमा होणाऱ्या पाण्याची उंची खूपच वाढलेली असते. खाली उतरणाऱ्या गिडियनला त्या साचलेल्या पाण्याची काळजी वाटत होती.

अंगातला गैरसोयीचा संरक्षकसूट, अधू झालेली दृष्टी – तसाच एकेक पायरी तो काळजीपूर्वक उतरत राहिला. विजेरीचा फारसा उपयोग नव्हताच, पण तिच्या मिणमिणत्या प्रकाशात काउंटर तरी बघता येत होता. तो काही फारसा फरक दाखवत नव्हता. किरणोत्सर्गाचे प्रमाण मध्यम अथवा कमीच दाखवले जात होते.

गिडियनने मनाचा निर्धार करून चेहऱ्यावरील आवरण दूर केले, डोक्यावरून मागे टाकून दिले. त्या तळघरात ताजी हवा नक्कीच नव्हती, पण उच्छ्वासातील कार्बन-डाय ऑक्सॉइडपेक्षा स्वच्छ होती आणि थंडही होती. जहाजाच्या पोटातील भाग असल्याने जरा कोंदटल्यासारखे वाटत होते, डीझेलचाही वास सुटला होता.

दोन-तीन, त्यातल्या त्यात मोकळे, श्वास घेतल्यावर गिडियनने डोक्यावरील हूडही काढून टाकले. आता त्याला निदान सगळीकडे पाहता येत होते. त्याने विजेरीचा झोत शिडीच्या तळाकडे फेकला, तेलाचा तवंग असलेले पाणी चमकले.

"कोणी आहे का इथे?" मघाशी आलेल्या आवाजाचा उगम शोधण्याच्या उद्देशाने गिडियनने जोरात प्रश्न विचारला. त्याचा आवाज बाजूच्या लोखंडी भिंतींवर आपटला आणि त्याचा प्रतिध्वनी उमटला. पण त्याचबरोबर मघाचाच, लोखंडावर काहीतरी आपटून काढलेला आवाज ऐकू आला. आवाज खालूनच, पण मागच्या बाजूने आला होता.

शिडीच्या शेवटच्या काही पायऱ्या पाण्यात बुडालेल्या होत्या. गिडियनला पाण्यात उतरण्यावाचून गत्यंतरच नव्हते, पण त्याने अजून शिडी सोडली नव्हती. तो अजून शिडीच्या पायऱ्यांवरच उभा होता. विजेरीच्या प्रकाशात त्याला काही फूटापर्यंतचेच दिसत होते. सगळीकडे तेलाचा तवंग पसरलेले पाणी होते, त्याच्या खोलीचा त्याला अंदाज येत नव्हता. पाण्यातून जायला त्याचा निओप्रीन रबराचा सूट हा फार मोठी अडचण ठरणार होता. गिडियन जर चुकून पाय घसरून पाण्यात पडला असता तर त्या रबरी सूटमध्ये पाणी भरले गेले असते. जहाजातल्या अनोळखी जागेत, पाण्यात पडल्यावर त्याला एक तर दिशांचा अंदाज आला नसता आणि त्यात सूटाचे वजन त्याला वेगाने पाण्याच्या तळाशी घेऊन गेले असते

तो आणखी एक पायरी खाली उतरला, पायाला काही तळ लागला नाही, आणखी एक पायरी, आणखी एक. तिसऱ्या पायरीला मात्र त्याचे पाय खाली टेकले. पाणी त्याच्या गुडघ्यापर्यंतच पोचत होते, पण शिडीची दांडी सोडण्याचा त्याला धीर झाला नाही. त्याने शक्य तितक्या पुढे झुकून आजूबाजूला बघितले. एक अरुंद बोळ जहाजाच्या मागच्या भागाकडे जात होता.

निर्णय घेण्याची वेळ येऊन ठेपली होती! त्याच बोळातून चालत जाऊन त्या प्रतिसादाचा छडा लावावा असा निर्णय गिडियनने घेतला, शिडीच्या दांडीचा आधार त्याने सोडून दिला. पाण्यातून पाय ओढत-ओढत तो त्या बोळातून पुढे जाऊ लागला.

आश्चर्य म्हणजे, कदाचित त्याच्या चाहुलीने, तो लोखंडावर आपटून काढलेला आवाज परत-परत केला जाऊ लागला. कोणीतरी जिवाच्या आकांताने त्याचे लक्ष वेधून घेण्याचा प्रयत्न करीत होते, त्याला जवळ बोलवत होते. पण आवाज हळूहळू लहान-लहान होत होता, जणू आपटून तो आवाज करणाऱ्याला काही कारणाने तसे करणेही कठीण जात होते. "कुठे आहात तुम्ही?" गिडियनने विचारले.

"इकडे..." अगदी क्षीण आवाज आला.

"इकडे कुठे?" आवाजाची दिशा नीट कळावी म्हणून त्याने परत एकदा प्रश्न विचारला.

"इकडे..." परत तसेच उत्तर आले. त्या दिशेला जाण्याआधी गिडियनने परत एकदा गीगर काउंटर बघितला, तो प्रमाण अजूनही कमीच दाखवत होता. त्याने आवाजाच्या दिशेने जायला सुरुवात केली. वेळ बराच झाला होता. त्याच्या मनात विचार आला, बरे झाले जोसलीनला मागेच थांबायला लावले, तिने एव्हाना फोन केला असेल. म्हणजे योग्य त्या हालचाली होऊन मदत निघाली असेल, जी मिळणे आत्ताच्या परिस्थितीत अत्यंत आवश्यक ठरणार आहे.

काही अंतरावर उजव्या हाताला एक दार दिसले. ते उघडून जावे?

तो जोरात म्हणाला, "माझ्याशी बोलत रहा, म्हणजे तुम्ही कुठे आहात ते कळेल मला." काहीच आवाज आला नाही. विजेरीच्या प्रकाशात बोळाच्या शेवटी काहीच दिसत नव्हते. काय करावे?

"इकडे... इकडे आहे मी..." दम लागल्यासारखा, श्वास कोंडल्यासारखा, पण अगदी जवळून आवाज आला. डावीकडे एक उघडे दार होते. विजेरीच्या प्रकाशात ते स्वयंपाकघर असल्याचे लक्षात आले. जागा सोडून पाण्यावर तरंगणारे एक टेबल, त्यावर एक स्टोव्ह, आजूबाजूच्या पाण्यावर पावाचे तुकडे, इतर काही भाज्या वगैरे.

तो पुढे गेला. पाचच फुटांवर आणखी एक दार दिसले. ते बंद होते. त्याने दाराचे हँडल फिरवले, पण दार काही उघडले नाही. दाराचे लाकूड पाण्याने फुगून घट्ट झाले असावे. त्याने खांद्याचा जोर लावला. दाराच्या मधल्या भागातले लाकूड चिरल्याचा आवाज आला. त्याने पूर्ण ताकदीनिशी दार ढकलले. त्या जोराने दार तुटले, कोसळले आणि त्या जोराने दाराबरोबर तोही कोलमडला. त्याने प्रसंगावधान राखून तोल सांभाळला, नाहीतर तो पाण्यातच पडला असता. तो ठामपणे उभा राहिला आणि त्याने विजेरी आत फिरवली. खोलीच्या पलीकडल्या भिंतीला लागून दोन अरुंद लाकडी पलंग एकमेकांवर उभे केलेले होते. त्यातला खालचा पलंग आणि त्यावरील अंथरूण पूर्णपणे पाण्यात बुडले होते.

विजेरी आणि त्याची नजर वरच्या अंथरुणाकडे वळली. तिथल्या पांघरुणात काहीतरी हालचाल होत होती, कोणीतरी झोपलेले होते. गिडियन तीरासारखा पाणी कापून त्या अंथरुणाजवळ पोचला.

एका हातात विजेरी सरसावून गिडियनने दुसऱ्या हाताने हलकेच पांघरूण बाजूला केले. त्याने पाहिलेले दृश्य पाहण्याची त्याच्या मनाची अजिबातच तयारी नव्हती. तो मानवी चेहरा होता असे म्हणणेदेखील धाडसाचे ठरले असते, पण मोठ्या खेदाने ते मान्य करणे भाग होते. पांघरुणात पडलेल्या त्या मानवी आकृतीच्या डोक्यावर एकही केस नव्हता, ते बहुधा झडून त्यांचे पुंजके बाजूला पडलेले होते. शिसारी आणणारा घाणेरडा वास नाकात भरत होता. पांघरूण परत

घालून टाकावे आणि ते भीषण दृश्य दृष्टिआड करून तेथून दूर निघून जावे अशी गिडियनला तीव्र इच्छा झाली. पण त्याला हेही तेवढ्याच तीव्रतेने जाणवले की, ती फार मोठी चूक ठरेल. हा क्षण गमावला तर परत येणार नाही. या जिवाचे हे काही अवघड श्वास अखेरचे आहेत.

त्या माणसाच्या नाका-तोंडातून रक्त येत होते, त्याचे वाळलेले थर चेहऱ्यावर साठलेले होते, अंथरुणावर पडले होते. गिडियनने हे लगेच ओळखले की, रक्त पार आतून, फुप्फुसातून आलेले आहे.

गिडियनची नजर त्या जिवंत प्रेताच्या डोळ्यांकडे गेली. त्यात प्राण नव्हते, पण जगायची इच्छा होती, एक आर्जव होते, एक विनंती होती. ''पाणी, पाणी...'' त्याच्या हाललेल्या ओठांवरून गिडियनने ती विनंती ओळखली.

गिडियन काही डॉक्टर नव्हता, पण हे सांगायला वैद्यकीय ज्ञानाची गरजच नव्हती, की तो माणूस काही क्षणांचा सोबती आहे. हॉस्पिटलचा वगैरे विचारही करणे शक्य नाही. तेवढा वेळ त्याच्याकडे नक्कीच नव्हता.

''कोण आहात तुम्ही?'' गिडियनने अगदी मृदूपणे विचारले.

''पाणी, पाणी...'' त्याच्या कोरड्या पडलेल्या तोंडाला ओलावा हवा होता.

गिडियनने इकडेतिकडे पाहिले. एका कोपऱ्यात एक छोटेसे टेबल तरंगत होते, त्यावर एक स्टेनलेस स्टीलचे सुरईसारखे भांडे होते. तो त्या टेबलाकडे पळाला.

तेवढ्यात जहाज एकदम जोरात मागच्या बाजूला कलले. गिडियनचा तोलच गेला. पण ते नेहमीसारखे परत जागेवर आले नाही, ते त्याच बाजूला आणखी आणखी कलतच राहिले. गिडियन चपापला. जहाजात इतके पाणी भरले होते की, ते आता फार काळ पाण्यावर राहू शकणार नाही, ते बुडणार हे गिडियनच्या लक्षात आले.

त्याने पाण्याच्या भांड्यावरचे झाकण काढले, भांडे रिकामे होते. त्याने ते हातात घेतले आणि तो त्या खोलीबाहेर निघाला. पाणी आता त्याच्या गुडघ्यापर्यंत नाही, मांड्यांपर्यंत चढले होते. तो जहाजावरील पिण्याच्या पाण्याच्या हौदांकडे चालला होता. त्यात अजूनही पाणी असेल असा त्याला विश्वास वाटत होता. पंपाशिवाय पाणी हौदातून कसे काढायचे हा प्रश्न होता, पण नळात साठलेले थोडेतरी पाणी मिळेल आणि त्याने काम भागेल असे त्याला वाटले. तसेच झाले. पाणी अगदी थोडे होते, पण तेवढे पुरले असते. मृत्यूच्या दारातल्या माणसाला जास्त पाणी पाजणेही योग्य नसतेच.

तो पाण्याच्या वाढत्या पातळीशी झगडत परत त्या खोलीकडे गेला. त्याच्या हातातले पाण्याचे भांडे बघून त्या मरणासन्न डोळ्यांतही जीवन डोकावले. सगळी

शक्ती एकवटून ती व्यक्ती पाण्याकडे झेपावली.

"सावकाश, सावकाश..." गिडियनने त्याला थोपवले. त्याने जास्त पाणी प्यायले तर ते घशात अडकून तो मरेल हे गिडियनला माहीत होतेच, पण ते सगळे पाणी जर त्याने एका वेळीच संपवून टाकले तर आणखी पाणी मिळणे दुरापास्त होते हेही त्याला लक्षात ठेवणे जरुरीचे वाटले. त्याने त्या माणसाच्या तृषार्त ओठांत घोटभर पाणी घातले.

अपेक्षेप्रमाणे पाणी घशात अडकले आणि तो खोकू लागला.

गिडियनने वेळेवर भांडे बाजूला केले, नाहीतर ठसक्यावाटे त्याच्या तोंडातून बाहेर पडलेले रक्त त्या भांड्यावर पडले असते.

गिडियनने त्याच्या छातीवर हळूहळू थोपटून त्याला शांत केले. पांघरुणाच्या कोपऱ्याने त्याच्या तोंडावरचे रक्त टिपून घेतले.

"कोण आहात तुम्ही?" गिडियनने विचारले.

"माझं नाव जॉन. जॉन नॉर्डक्विस्ट. हे जहाज माझे आहे." या तीन छोट्या वाक्यातच त्याला धाप लागली. "पाणी..."

"देतो, देतो. आधी मला बॉंब कुठाय ते सांगा. वर, व्हीलहाउसच्या पुढे कुठेतरी?"

त्याने नकारार्थी मान हालवली. "तो गेला," तो क्षीण आवाजात म्हणाला.

"गेला? कुठे?"

"मला माहीत नाही."

"तो..." त्याचे शब्द ओठातच विरून जात होते. त्याने जोर लावला, "तो फुटला."

"फुटला, म्हणजे त्यातलं आतलं सगळं बाहेर उघडं पडलं?"

"हो."

"नेणाऱ्यांनी तसंच नेलं?"

"पाणी..." तो परत म्हणाला.

हवी ती माहिती त्याच्याकडून मिळेपर्यंत पाणी पुरवून-पुरवून वापरणे गरजेचे होते. आणखी दोन घोट गिडियनने त्याच्या तोंडात घातले.

परत त्याला ठसका लागला, थोडे रक्त बाहेर आले.

"ज्यांनी बॉंब नेला त्यांनी तो उघडा असताना तसाच हाताळला का?" त्याची मान होकारार्थी हाललेली पाहून त्या लोकांची अवस्था नॉर्डक्विस्टपेक्षा फार वेगळी नसेल, तेही मरणाच्या दारापासून फार लांब नसतील आणि बॉंब वापरण्याची योजना त्यांनीच आखलेली असेल तर ती योजनाही बारगळली असेल हे गिडियनच्या लगेच लक्षात आले.

''त्यांनी उघड्या बॉंबला हात लावला होता का?'' गिडियनने परत विचारले.

''नाही, त्यांनी नाही. माझ्या मुलाने. त्याने तो त्याच्या हातांनी पाण्यातून वर काढला होता. तो जगला नाही.''

सगळे सुसंगत, तपशीलवार कळले नाही, पण गिडियनला काय घडले असावे याची बऱ्यापैकी कल्पना आली. बॉंब कुठल्यातरी कारणाने फुटून प्लुटोनियम आणि बेरिलियमचे तुकडे डेकवर पडले असावेत. बेरिलियम हे एक अजब द्रव्य असते. अल्युमिनियमपेक्षाही वजनाला हलके, पण लोखंडापेक्षा कणखर आणि अत्यंत महाग. बॉंबमधले त्याचे कार्य सर्वांत महत्त्वाचे असते. बॉंबमधले 'क्रिटिकल मास' तयार व्हायला बऱ्याच प्लुटोनियमबरोबर अगदी थोडे वापरले जाणारे हे द्रव्य फार मोलाचे ठरते. प्लुटोनियमच्या तुकड्यांनी बनवलेल्या भरीव गोलाभोवती या बेरिलियमचे परावर्तक वापरले गेले की, ते न्यूट्रॉन्स प्लुटोनियमच्या गोलाच्या दिशेने परावर्तित करतात आणि त्याच्या अणुविभाजनाच्या साखळी प्रक्रियेत विशेष वृद्धी घडवून आणतात. त्याने बॉंबच्या क्षमतेतही प्रचंड वाढ होते.

तो बॉंब जहाजावर हाताळणारे खलाशी, मच्छीमार अडाणी होते. त्यांना असले घातक अस्त्र हाताळताना काय काळजी घ्यायची याची कल्पना असणे शक्यच नव्हते. त्यामुळेच ते लोक बराच काळ प्लुटोनियम, बेरिलियम या महाभयंकर, किरणोत्सर्गी द्रव्यांच्या संपर्कात आले होते, त्यांचा त्यांना स्पर्श झाला होता. त्यांच्या संपर्कात असताना बेरिलियमचे अतिसूक्ष्म कण श्वासोच्छ्‌श्वासावाटे त्यांच्या फुफ्फुसात शिरले होते. त्यांना नक्कीच बेरिलिऑसिस या रोगाने पछाडले असणार, त्यांची फुफ्फुसे त्या कणांनी बंद करून टाकून त्यांना गुदमरवून मारून टाकले असणार.

''हे सगळे जहाजाच्या अगदी पुढच्या भागात घडले का?''

''होय, पाण्यातून ओढून वर काढताना...''

बॉंब कदाचित स्वर्डलॉक्हस्कमध्ये असतानाच वातावरणाच्या संपर्कात यायला सुरुवात झाली असावी. तो डेकवर ओढला गेला तेव्हा त्या खडबडीत पृष्ठभागावर घासला गेला असावा. तो चांदीसारखा चमचमणारा, डेकवर घरंगळणारा गोळा हाताने थांबवून तो ताब्यात घेताना त्यातून बाहेर सांडलेली प्लुटोनियम, बेरिलियमची पावडर त्या सर्व कर्मचाऱ्यांच्या, मच्छीमारांच्या श्वासावाटे त्यांच्या श्वासनलिकेत आणि पुढे सर्व शरीरभर पसरली असावी. पण गीगर काउंटर आणखी काहीतरी भयंकर असावे असे सांगत होता. इतके काहीतरी डेकवर पडले, सांडले होते की, कितीही खारे पाणी किंवा धुण्याच्या खास रसायनांनी धुतल्यावरसुद्धा डेक स्वच्छ होऊ शकला नसता.

''पाणी द्या, आणखी थोडं...'' नॉर्डक्विस्टने विनंती केली.

"मला सांगा दोन बाँब होते का?"

"पाणी..." रक्त ओकून कोरड्या पडलेल्या घशातून आवाज फुटत नव्हता, गिडियनने आणखी थोडे पाणी त्याच्या तोंडात ओतले. या खेपेला नॉर्डक्विस्टला जी ढास लागली, ती थांबेनाच. अगदी आतून येणारा खोकला पाहून गिडियनला शंका आली की, नॉर्डक्विस्ट बहुधा या खोकल्याबरोबरच शेवटचे आचके देणार. त्याने त्याच्या डोक्याखाली हात घालून त्याची मान जराशी वर उचलून त्याला बसता केला. त्यामुळे खोकला कमी होईल अशी त्याची समजूत होती. थोडा वेळ खोकला येत राहिला, पण तो खरोखरच जरासा शमला. गिडियनने परत तोच प्रश्न विचारला,

"दोन बाँब होते का?"

त्या मरणासन्न माणसाला श्वास घेता येत नव्हता. त्याचे डोळेही निर्जीव दिसू लागले. त्याच्याकडे पाहताना गिडियनला कॉलेजमध्ये असताना माणसाच्या सांगाड्याच्या साहाय्याने शरीरशास्त्र शिकल्याची आठवण झाली. त्यानंतर तसा निर्जीव सांगाडा तो तेथे त्या जहाजावरच्या तळघरात पाहत होता.

"मला सांगा लवकर, दुसरा बाँब होता का?"

नॉर्डक्विस्टने जीव एकवटला. त्याचे कोरडे ओठ हालत होते, त्यात त्याने आवाज भरण्याचा प्रयत्न केला आणि गिडियनच्या कानात अगदी शुष्क, अस्पष्ट आवाजात त्याने जळते सत्य ओतले, "होय..."

"कुठे आहे तो? सांगा, कुठे आहे तो?" गिडियनने परत-परत विचारले, त्याला थोडे हालवलेदेखील, पण उत्तर मिळाले नाही.

हातात निश्चेष्ट पडलेल्या त्याच्या तोंडात गिडियनने मोठ्या आशेने तो आणखी बोलावा म्हणून आणखी घोटभर पाणी घातले, पण ते आत न जाता बाहेरच पडले. त्याची मान कलंडली. गिडियनला काय झाले ते कळून चुकले. त्याने नॉर्डक्विस्टची मान खाली टेकवली. त्याचे डोळे उघडे होते, पण त्यात प्राण उरला नव्हता. गिडियनने ते हाताने झाकून टाकले.

* * *

नाही-नाही म्हणता-म्हणता जोसलीन वीस मिनिटे जास्त थांबली होती. आता याहून जास्त वाट बघण्यात अर्थ नव्हता. त्याच्याकडेही घड्याळ होते, तरीही तो वेळेत आला नव्हता याचा अर्थच त्याला त्या बोटींवर खरेच काहीतरी अप्रिय सापडले असले पाहिजे अशी जोसलीनची खातरी पटली. कारण तसे नसते तर त्याने काहीतरी करून तिच्याशी संपर्क साधला असता किंवा तो परत तरी आला असता. आता आणखी उशीर होणे घातक ठरू शकले असते.

तिने निश्चयपूर्वक व्हॅनच्या दिशेने चालायला सुरुवात केली. पोर्टच्या इमारतीच्या कोपऱ्यावर ती वळली आणि तिच्या डोक्यावर कसलातरी जोरदार फटका बसला. ती खाली कोसळली, तिचे डोके रस्त्यावरील काँक्रीटवर आपटले, पण ते तिला जाणवलेही नाही.

सॅन वान बेटसमूह

या मोहिमेच्या ऑर्डर्स नेहमीप्रमाणे स्पेशल ऑपरेशन्स कमांडकडून दिल्या गेल्या नव्हत्या हे कॅप्टन विल्यम कॉनर्स याला अजिबात आवडले नव्हते. त्या वॉशिंग्टनमधून पेन्टॅगॉनमधील अतिवरिष्ठांकडून थेट दिल्या गेल्या होत्या हे त्याला मुळीच पटले नव्हते.

कॉनर्सने त्याच्या नोकरीच्या काळात यापूर्वी असे घडलेले कधीच पाहिले नव्हते. त्याच्या मते हे विचित्र तर होतेच, पण त्याहीपेक्षा ते त्याला विपरीतही वाटत होते. पण त्याला त्याचे मत कुणीच विचारीत नव्हते. हे असे निराळे काय आणि का घडते आहे हे त्याच्या वरिष्ठांपैकी तरी कुणाला माहीत होते की नाही, याबद्दल त्याला शंकाच होती.

विपरीत अशासाठी की, अशा प्रकारच्या माहिमेत त्यांना नेहमी दिले जाणारे गस्त घालणाऱ्या वेगवान, सुसज्ज बोटींचे साहाय्य या मोहिमेत मिळणार नव्हते. तो आणि त्याचे चार सहकारी यांना मोहीम पार पाडल्यानंतर समुद्रातून सुरक्षित अंतरावर नेण्यासाठी एक कोणतेतरी ट्रॉलर पद्धतीचे, मासेमारीचे धिमे जहाज मदतीला देण्यात आले होते. पूर्ण ताकद लावली तरी ज्या जहाजाचा वेग नऊ नॉट्सच्या वर जाऊ शकत नव्हता. असल्या 'गोगलगायी' जहाजावर त्यांना अवलंबून राहायला लागणार होते.

सॅन दिॲगोमधील नेव्हल एअर स्टेशनमधून त्यांचे लॉकहीड १३० हर्क्युलस हे विमान या मोहिमेसाठी निघून पाच तास झाले होते. त्याच्या चार सहकाऱ्यांपैकी

तिघे जण त्यांच्या आसनांच्या पाठी तिरक्या करून झोपून गेले होते. या प्रकारच्या विमानाच्या खालच्या भागात सामान ठेवले जाई आणि वरच्या भागात प्रवाशांच्या बसण्याची सोय असे. वरच्या भागात जाण्यासाठी असलेल्या जिन्याच्या तोंडाशी त्या सर्व मोहीमवीरांची आसने होती.

जेथे त्यांना विमानातून उड्या घ्यायच्या होत्या ते ठिकाण यायला आता फक्त पस्तीस मिनिटे उरली होती.

"काय, हवा कशी आहे?" चार ॲलिसन टर्बोइंजिन्सच्या आवाजातही ऐकू जावे म्हणून कॉनर्सने ओठांशेजारी हातांचा कप करून जोरात ओरडून विचारले.

जिना उतरून खाली येणाऱ्या त्यांच्या फ्लाइट इंजिनिअरच्या कानावर कॉनर्सचा प्रश्न पडला आणि त्याने अंगठा वर करून सर्व आलबेल असल्याची खूण करून सांगितले, "एकदम छान आहे, वारा अगदीच बेताचा आहे. सर्व सुरळीत होईल." पॅराशूटच्या साहाय्याने पाचही जणांच्या विमानातून खाली उडी मारण्याच्या कार्यक्रमाची सर्व व्यवस्थाही तोच पाहणार होता.

ज्यांनी विमानातच थांबायचे आहे त्या माणसांचे 'सर्व छान' म्हणायला काहीच जात नाही. त्याला काही वीस हजार फुटांवरून काळ्याकभिन्न अवकाशात अंग टाकून द्यायचे नसते, की बर्फासारख्या थंड पाण्यात पडून काही मिनिटांत हायपोथर्मिया होऊन अंग बधिर आणि डोके सुन्न होण्याचा धोका पत्करायचा नसतो. या वेळी जर कॉनर्सला आणि त्याच्या सहकाऱ्यांना समुद्रात पडल्यावर सभोवतालच्या गडद अंधारात हवा भरून फुगवलेल्या बोटी लवकर सापडल्याच नाहीत, तर अंगात वेटसूट, पाठीवर प्राणवायूचा टँक, पायात बदकासारख्या फिन्स हे सगळे असूनही त्यांच्यावर बुडून मरायची वेळ येणार होती. ज्याने कोणी ही मोहीम आखली होती त्याला काडीची अक्कल नसली पाहिजे याबद्दल कॉनर्सला जराही शंका नव्हती.

विमानातून उडी घेण्याच्या दोन प्रमुख पद्धती असतात. एक 'हालो' (हाय अल्टिट्यूड-लो ओपनिंग) आणि दुसरी 'हाहो' (हाय अल्टिट्यूड-हाय ओपनिंग). आज कॉनर्स आणि टीमला 'हालो' पद्धत वापरायची होती. त्यात विमानातून उडी मारल्यानंतर कित्येक फूट अंतर पॅराशूटशिवायच खाली जाऊन, जमिनीच्या अगदी जवळ, म्हणजे साधारण तीन-चारशे फुटांवर पॅराशूट उघडायचे असते. विमानातून बिना पॅराशूटचे फेकले जाणे हे जेम्स बाँडच्या सिनेमात पाहायला चित्तथरारक वाटते, प्रेक्षकांना ते पाहताना मजाही येते, पण जेव्हा विमानातून हजारो फुटांवरून कोणत्याही आधारावाचून नेव्ही सील्सचे जवान आपले शरीर बाहेर मोकळ्या अवकाशात फेकून देतात आणि तेही रात्रीच्या मिट्ट काळोखात, शत्रूच्या तोफांच्या पल्ल्यात, तेव्हा नेमकी काय स्थिती होते हे 'जावे त्याच्या वंशा, तेव्हाच कळे!'

"बेताचा वारा म्हणजे वेग किती आहे आज?" कॉनर्सने विचारले.

"पाच, फार तर सात नॉट्स." सर्वांच्या पॅराशूट जंपिंगची सगळी व्यवस्था तपासता-तपासता इंजिनिअरने सांगितले.

"सात नॉट्स?"

"हां, म्हणजे पाचच, अगदी जास्तीत जास्त सात!"

कॉनर्सला हे माहीत होते, की या वेगाला लाटांवर चांगलाच पांढरा फेस तयार झालेला असतो. त्याच्याकडे त्या भागातील समुद्राच्या भरती-ओहोटीचे नकाशे होते. त्याप्रमाणे त्या वेळी उत्तरेकडून येणाऱ्या लाटा चांगल्याच धोकादायक असणार होत्या. बेटांच्या समूहातील लहान-लहान बेटांमधील समुद्राच्या अरुंद पट्ट्यात उसळणाऱ्या आजच्या लाटा एखाद्याला प्रवासी जहाजापेक्षा अधिक वेगाने पॅसिफिक महासागरात नेऊन सोडू शकल्या असत्या.

नकाशावरून समुद्राची भरती, पाण्यातील प्रवाह, वाऱ्याची दिशा आणि वेग या सगळ्यांचा नीट विचार करून कॉनर्सने असे ठरवले की, पॅजेट बेटाच्या पश्चिमेकडे पाव मैल अंतरावर त्यांनी विमानातून उड्या घेतल्या पाहिजेत म्हणजे सर्व अडचणींचा बरा-वाईट परिणाम होऊन त्यांचे दैव बलवत्तर असल्यास त्या जागेपासून साधारण अर्ध्या मैलाच्या परिसरात तरी ते पाण्यात उतरतील.

पॅजेट हे सॅन वान समूहातील एक मैलभर लांबीचे आणि अर्धा मैल रुंदीचे टीचभर बेट होते. नकाशावर एक छोटासा ठिपका. त्याच्या तिन्ही बाजूंना समुद्राला अगदी लागून उंच कडे होते. तेथे उतरून बेटावर जायचे म्हणजे गिर्यारोहणच करून ते कडे ओलांडायला लागले असते. पश्चिमेकडचा एकच किनारा असा होता ज्याला लागून खडक होते, पण तेही फार कमी उंचीचे नव्हते. मोहिमेची योजना आखणाऱ्याने त्यांना पुरवलेल्या साधनात गिर्यारोहणाची सामग्री समाविष्ट केलेली नव्हती. एक तर ती चूक होती किंवा त्याने कुणालाही न सांगता-सवरता पश्चिमेकडील एकच किनारा बेटावरील प्रवेशासाठी गृहीत धरला होता.

किनाऱ्यावर पोचण्यासाठी भरतीच्या लाटांचाच उपयोग करायचा ठरला होता. त्यांचे बेटावरील आगमन पूर्णपणे गुप्त राहणे अनिवार्य असल्याने आवाज करणाऱ्या मोटरबोटी त्यासाठी वापरणे शक्यच नव्हते. त्यामुळे भरतीची वेळ गाठणे फार महत्त्वाचे होते. आता येणारी भरती फक्त दोन तास टिकणार होती. त्या काळात काहीही कारणाने जर ते बेटावर पोचू शकले नसते, तर ती त्यानंतर बरोबर विरुद्ध दिशेला वळणार होती. मग ती त्यांना बेटापासून लांब, वान दी फ्युकाच्या सामुद्रधुनीच्या बाजूला लोटत राहिली असती. त्यांना हवा भरलेल्या कमजोर बोटी – तराफेच, बेटावर घेऊन जाण्यासाठी वापरायला लागणार होत्या आणि त्यांचा त्या भरतीच्या लोटापुढे निभाव लागणे शक्यच नव्हते. वान दी फ्युकाच्या सामुद्रधुनीतून ते सरळ उत्तर पॅसिफिक महासागरातच पोचले असते आणि तो तर सर्वांत जास्त

खवळता सागर गणला जात होता. कॉनर्सला फुग्यांसारख्या फुगवलेल्या तकलादू तराफ्यातून त्या कुप्रसिद्ध सागराच्या आसपासही जायची इच्छा नव्हती.

''उडी किती उंचीवरून मारायची आहे?'' कॉनर्सने विचारले.

''सतरा हजार.'' इंजिनिअर म्हणाला.

''आणि पॅराशूट किती उंचीवर उघडणार?''

''तीनशे फुटांवर.''

जे सामान त्यांच्या बरोबर खाली पाठवले जाणार होते तेही वेगवेगळ्या सोयीस्कर पिशव्या, डब्यात भरलेले होते आणि त्याच्या दोन पेट्या तयार केलेल्या होत्या. त्यांना एकेक पॅराशूट जोडलेले होते. ती पॅराशूट्स मात्र थोडी आधी, म्हणजे पाचशे फुटांवर उघडली जावीत यासाठी तो इंजिनिअर त्याला जोडलेले, उंची मोजणारे अल्टीमीटर्स तपासून बरोबर असल्याची खातरी करून घेत होता. त्या पॅराशूट्सना जास्त वजन बांधलेले असल्याने ती थोडी आधी उघडायला सुरुवात करणे गरजेचे होते. पाचशे फुटांवर उघडायला सुरुवात झाली की, तीनशे फुटांवर ती पूर्ण उघडून पेट्याही त्या पाच जणांबरोबरच पाण्याजवळ पोचून पाण्यावर अगदी हलकेच उतरतील अशी ती योजना होती. जर काही कारणांनी पॅराशूट वेळेवर उघडले नाही, तर जड सामान गुरुत्वाकर्षणामुळे पाण्यावर जबरदस्त वेगाने आणि जोराने कोसळते आणि सरळ तळच गाठते. त्यासाठी ही काळजी घेणे गरजेचे असते.

रात्रीच्या अंधारात बंदुकीतून सुटलेल्या गोळीसारख्या त्या पाचही जणांनी स्वतंत्रपणे विमानातून उड्या घेतल्या की, त्यातल्या कोणालाच बाकीचे चौघे कुठे आहेत ते कळणे शक्य नव्हते. सतरा हजार फुटांवर त्यांच्या पाठीवर बांधलेल्या सिलिंडर्समधून नाकावाटे प्राणवायू आत घेऊन श्वासोच्छ्श्वास चालू राहून त्यांनी विमानातून शरीर बाहेर झोकून दिले की, ते गुरुत्वाकर्षणाने जमिनीकडे खेचले जाणार आणि अवघ्या दीड मिनिटांत त्यांचा खाली येण्याचा वेग ताशी एकशे तीस मैलापर्यंत पोचणार होता. जमिनीपासून तीनशे फुटांवर त्यांची पॅराशूट्स उघडून ते समुद्रावर उतरणार होते. पॅराशूट एकदा उघडले की, त्यांना त्यांचा खाली येण्याचा वेग नियंत्रणाखाली राखणे शक्य होणार होते. आकाशातून अशा कमालीच्या वेगात खाली पडताना ते जमिनीवरील कोणाला दिसणे शक्यच नव्हते. अगदी कोणी दुर्बिणी रोखून टेहळणीच करीत असेल तर त्यांना पॅराशूट उघडल्यानंतर, म्हणजे फार तर शेवटची दहा सेकंदच ते दृष्टीस पडण्याचा संभव होता. बेटावर जे सशस्त्र लोक असल्याची माहिती मिळालेली होती. त्यांना बेटावर उतरणाऱ्या या सैनिकांची चाहूल लागू नये यासाठी ही धडपड होती. पण त्यामुळे या पाच जणांच्या जिवाला जास्त धोका पोचणार होता. असे रात्रीच्या वेळी समुद्रावर उतरणाऱ्यांचे बऱ्याच वेळा

प्राणघातक अपघातात बळी जात असत. नेव्ही सीलसमधील जवानांचे मृत्यू प्रत्यक्ष युद्धातल्यापेक्षा अशा जीवघेण्या अपघातातच जास्त होत असत.

त्यांच्या विमानातला सामान ठेवण्याचा रुंद आणि खोल मजला जवळजवळ रिकामाच होता. त्यांच्याबरोबर जे सामान खाली जाणार होते त्याच्याच फक्त दोन पेट्या तेथे ठेवलेल्या होत्या. त्या सामानात हवा भरून फुगवून तयार होणाऱ्या बोटी होत्या, बेटावरील हालचाली टिपण्यासाठी मोक्याच्या जागी बसविण्याचे कॅमेरे, लोकांचे बोलणे आणि इतर आवाज रेकॉर्ड करून ते ध्वनिलहरींच्या माध्यमातून बाहेर पाठविण्याची साधनसामग्री होती. वेळ पडली तर उपयोगी पडतील अशी लहान-मोठी शस्त्रास्त्रे आणि त्यांना लागणारा दारूगोळाही होता. परंतु गोळीबार न करण्याच्याच सूचना होत्या. तसेही कॉनर्सला या गोष्टीची पूर्ण जाणीव होती की, बेटावरील लोकांकडे पन्नास कॅलिबरच्या रायफलींसारखी भारी शस्त्रे आहेत. तेथील लोकांशी सामना करण्याचा प्रसंग आला तर त्याची पाच लोकांची टीम फारच कमी पडली असती.

खाली पाठवायच्या सामानाच्या पेट्या मागच्या बाजूच्या भागात दारापाशी आणून ठेवायला सुरुवात झाली. ते पाचही जण विमानाच्या दोन्ही बाजूंच्या दारातून उड्या मारणार होते.

उडी मारायला आठ मिनिटे उरली तसे पाचही जण तयार झाले. त्यांनी पोशाख, इतर साधने, ऑक्सिजन सिलिंडर्सचे नियंत्रक, तोंडावरील आवरणातून प्राणवायू पुरवणारे कृत्रिम श्वासोच्छ्वासाचे उपकरण वगैरे गोष्टींची तपासणी केली.

सहा मिनिटे उरली हे दर्शविणारा लाल दिवा लागला. सर्वांनी श्वासोच्छ्वासाची उपकरणे नाका-तोंडावर चढवली.

कॉनर्सने हातावर बांधलेल्या अल्टीमीटरकडे नजर टाकली, दिशा दाखवणारा कंपास व्यवस्थित आहे ना हे पाहिले.

तीन मिनिटे उरली. एका मोटरचा आवाज येऊ लागला. ती मोटर उडी मारण्यासाठी आवश्यक असणारा उतार विमानाबाहेर काढत होती. विमानाच्या मागील भागातील दाराच्या खालून तो पूर्ण बाहेर आला, त्याबरोबर विमानाचा समतोल बिघडला, ते एकदम वर-खाली हालू लागले, ढकलले जाऊ लागले.

फ्लाइट इंजिनिअरने तेथील दार उघडले, त्या बरोबर हवेचा प्रचंड झोत आत आला. कॉनर्सने त्याच्या सहकाऱ्यांना उघड्या दारात ओळीने उभे केले. लाल दिवा हिरवा झाला. वेळ झाली होती. एकेकाने पुढे येऊन बाहेरच्या अंधाऱ्या अवकाशात अंग झोकून दिले.

कॉनर्स शेवटी होता. त्याने उडी घेतली आणि हजार सुया टोचाव्यात तसा थंडगार वारा त्याच्या वेटसूट, हूड, मास्क यांची पर्वा न करता हाडांपर्यंत पोचून

त्यांना बोचला. वजनरहित अवस्थेत तो नाका-तोंडाला लावलेल्या यंत्रातून श्वास घ्यायचा प्रयत्न करू लागला. सर्वत्र फक्त अंधार होता, संदर्भहीन अंधार आणि त्यात तो निराधार! अशा वेळी उडी घेणाऱ्याला तो कुठे जात आहे याचा जराही अंदाज नसतो, दूरवर अवकाशात कुठेतरी हरवून गेले तर? पॅराशूट वेळेवर उघडले नाही तर? तर ताशी शंभर मैलांपेक्षा जास्त वेगाने पाण्यावर आपटले जाण्याचा जीवघेणा धोका! तसे झाले तर, बस, एका क्षणात आपले हे मानवी शरीर फुग्यासारखे फटकन फुटून जाणार.

पण कुशल कॉनर्स सावध होता, अल्टीमीटरवर लक्ष ठेवून होता. अचानक त्याला जोरात बंदुकीतून गोळी सुटावी तसा खट् असा आवाज ऐकू आला. हा तर पॅराशूट उघडल्याचा आवाज! त्याचा अल्टीमीटर तर अजून दोन हजार फूट उंची दाखवत होता. मग इतक्यातच पॅराशूट कोणाचे उघडले? सामानाचे की त्याच्या एखाद्या सहकाऱ्याचे? पाण्यात पडल्यावर अनेक अडचणी येतील त्यासाठी त्याने मनाची तयारी केली होती, पण पाण्यापर्यंत पोचायच्या आतच हे कोणते संकट आले असेल?

उंची कमी होत होती. ढगांचे पटल दूर झाले आणि त्याच्या डोळ्यांसमोर दिवे दिसू लागले. एक संपूर्ण गाव त्याच्या नजरेसमोर अवतीर्ण होत होते. हे काय आहे? त्याने त्याचा कंपास पाहिला. त्याचे तोंड पूर्वेकडे होते. चूक. त्याने गुडघे वाकवले, धडाला गिरकी देऊन तो वळला. लखख दिवे, त्यांचा प्रकाश नाहीसा झाला आणि समोर अंधारे पॅजेट बेट दिसू लागले. लांब अंतरावर अंधूकसे दिवे लुकलुकत होते ते आरको रिफायनरीचे होते हे नकाशाचा अभ्यास केलेल्या कॉनर्सला लगेच कळले. ती रिफायनरी हा विमानाच्या पायलटला पॅजेट बेट हेरण्यासाठी दिलेला महत्त्वाचा संदर्भ होता.

अल्टीमीटर सहाशे फूट उंची दाखवू लागला तशी त्याने पॅराशूट उघडण्यासाठी ओढायची दोरी हातात धरून ठेवली आणि तीन-चार सेकंदांनी ती ओढली. काळ्या रंगाचे जेडी नाइट पॅराशूट डौलदारपणे उघडले गेले. गुरुत्वाकर्षणाच्या जोराने खाली जाणाऱ्या त्याच्या शरीराला त्या पॅराशूटने एकदम एक धक्का देऊन थांबवले आणि कठपुतळीसारखे दोऱ्यांनी बांधलेल्या अवस्थेत ते त्याला तरंगत-तरंगत खाली-खाली घेऊन जाऊ लागले. पॅजेट बेटाच्या दिशेला मोहरा वळवण्याच्या दृष्टीने त्याने कंपासकडे दृष्टी टाकून परत खाली पाहिले तर त्याला लाटांवरील फेस दिसला आणि पुढल्याच क्षणी तो पाण्यावर टेकला.

तो पाण्यावर टेकला आणि सरळ पाण्याखाली गेला. आता त्याचे कौशल्य वापरण्याची वेळ आली होती. समुद्राच्या तळाशी ओढून नेण्यापूर्वी त्याला पॅराशूट आपल्या नायलॉनच्या लांब-रुंद कापडात गुंडाळून टाकून किंवा दोऱ्यांच्या जंजाळात

अडकवून वेगाने, पण शांतपणे स्वत:ची सुटका करून घेणे भाग होते. कधीकधी पॅराशूट उत्तम असूनही भरतीच्या लाटात वाहत जाण्याचा धोका असतो.

कॉनर्सने शिताफीने स्वत:ची सुटका करून घेतली आणि तो पाण्याच्या पृष्ठभागावर आला, त्याने त्याच्या चेहऱ्यावरील मास्क दूर केला. वारा पश्चिमेकडे वाहत होता, लाटांवर पांढरा फेस निर्माण करीत होता. कॉनर्सला त्याच्या एका सहकाऱ्याने मारलेल्या हाका ऐकू आल्या. त्या प्रत्येकाच्या वेटसूटच्या खांद्यावर एक दिवा जोडलेला होता. त्यातून हॅलोजनचा प्रखर किरण बाहेर पडत होता. हाकांच्या दिशेने पाहिल्यावर त्याला दोन किरण जवळजवळ चमकताना दिसले तशी त्याने लगेच त्यांच्या दिशेने पोहायला सुरुवात केली. ते नेमके प्रवाहाच्या विरुद्ध दिशेला असल्याने त्यांच्यापर्यंत पोचायला त्याला बरेच कष्ट आणि वेळ लागला. ते दोघे एक सामानाची पेटी पॅराशूटमधून सोडवायचा प्रयत्न करीत होते.

"काय होतंय?" कॉनर्सने त्यांचे झगडणे पाहून विचारले.

"हे सुटतच नाही यातून!" एक जण म्हणाला.

पॅराशूटमध्ये चांगलेच पाणी भरले होते. सामानाची पेटी त्या वजनाने खाली-खाली जात होती.

कॉनर्सने त्याच्या वेटसूटच्या पायाच्या घोट्याजवळच्या अरुंद खिशात अडकवलेला धारदार चाकू काढला. पॅराशूटच्या काही दोऱ्या एकत्र करून हातात धरल्या आणि एका झटक्यात कापून टाकल्या. पेटी पॅराशूटच्या जाळ्यातून सुटली.

एकाने सामानातील दंडगोलाकार पेटी उघडून त्यातून वल्ही बाहेर काढली, कॉनर्सने हवा भरून फुगवायच्या तराफ्याची गुंडाळी बांधून ठेवलेली दोरीही हातातल्या चाकूने कापली आणि दुसऱ्या सहकाऱ्याने त्याची पिन ओढली. त्याबरोबर जास्त दाबाने हवा भरण्याचा त्याच्या आत बसवलेला पंप सुरू होऊन तराफ्यात हवा भरली गेली आणि तराफा वापरायला तयार झाला. दोघे तराफ्यात बसले आणि त्यांनी वल्ही हातात घेतली. कॉनर्सने सामानाची पेटी तराफ्याला मध्यभागी दोरीने जोडली आणि ती तराफ्यामागे व्यवस्थित वाहत येते आहे अशी खातरी करून घेऊन तोही तराफ्यात चढला. वल्ही मारायला सुरुवात करण्याआधी तिघांच्याही नजरा त्यांच्या उरलेल्या दोन सहकाऱ्यांना शोधत होत्या.

आसमंतात रात्रीचा अंधार, डोक्यावर काळे आकाश – याखेरीज आजूबाजूला काहीही दिसत नव्हते. कॉनर्स सतत घड्याळाकडे पाहत होता. "किती वेळ वाट पाहू शकू आपण?" त्यातल्या एकाने विचारले.

"नाही पाहू शकणार."

"पण, ते दोघे इथेच कुठेतरी..."

"मला माहितीये, पण..."

“ते संकटात सापडले असतील...”

“कळतंय मला...”

कॉनर्सचे लक्ष काही अंतरावर दिसत असलेल्या पॅजेट बेटाच्या किनाऱ्याकडे, तेथील खडकांवर लयबद्ध आवाजात आपटणाऱ्या लाटांकडे लागलेले होते. पूर्व क्षितिजावर पहाटेचे दूत लवकरच येऊन पोचले असते, त्यांच्या आगमनाआधीच या अंधारातच त्यांना नेमून दिलेला कार्यभाग उरकणे अनिवार्य होते.

“ते जर आपल्यामागे असले तर त्यांच्यापर्यंत पोचणं अवघड, अशक्यच आहे. जर इथून पुढे बेटापर्यंतच्या भागात असले तर आपलं आणि त्यांचंही सुदैवच. भेटतीलच ते आपल्याला,” कॉनर्स असे म्हणत असताना त्याला मनात कुठेतरी विश्वास वाटत होता की, ते दोघे फार लांब कुठे गेले नसतील. पोहण्याच्या अंतरातच कुठेतरी असतील. मग दोन हॅलोजन दिवे कुठे दिसत का नव्हते? आणि दोन हजार फुटांवर ऐकू आलेला खट् आवाज?

“आपल्याला त्यांना शोधायला जाणंही जमणार नाही आणि आता फार काळ इथे थांबून राहूनही चालणार नाही,” कॉनर्स म्हणाला. त्याला हे माहीत होते की, त्यांचा शोध घेत भरतीच्या लाटांच्या दिशेच्या विरुद्ध तराफा वल्हवत जाणे हे त्यांना इतके दमवून टाकेल की, त्यानंतर त्यांच्यासह अथवा त्यांच्याविना किनाऱ्यावर पोचायला सकाळ उजाडेल. कॉनर्सला बेटावरील लोकांविषयी जी माहिती सांगितली गेली होती ती जर खरी असेल, तर सकाळच्या प्रकाशात त्या धंदेवाईक गुडांनी त्या तिघांना पाहिल्यावर थोड्याच वेळात तीन प्रेते घेऊन तो तराफा अथांग सागरात कुठेतरी भरकटत गेलेला असेल याची त्याला जाणीव होती. उरलेले दोघे जण जिवंत असले तर त्यांच्यावर त्यांचा एक आणि दुसरा हा परागंदा झालेला असे दोन तराफे शोधायची पाळी येईल. तेव्हा आता तीन नेव्ही सील्सचीच टीम आहे असे गृहीत धरून त्याच टीमकडून या मोहिमेचे उद्दिष्ट पूर्ण केले पाहिजे हे कॉनर्सला कळून चुकले.

“ते आपल्याला किनाऱ्यावर भेटतील. चला, पहाट व्हायच्या आत किनाऱ्यावर पोचून काम करून टाकलं पाहिजे आपल्याला,” असे म्हणून कॉनर्सने पूर्ण शक्तिनिशी वल्ही मारायला सुरुवात केली.

सॅन वान चॅनेल

जोसलीनच्या डोक्याच्या मागच्या बाजूला एक मोठे अंड्याएवढे टेंगूळ आले होते आणि तिच्या नाकातून रक्त येत होते. ती शुद्धीवर आली तेव्हा तिचे दोन्ही हात मागे घट्ट बांधलेले होते, तिच्या डोळ्यांना कापड बांधलेले होते. खवळलेल्या

समुद्रातून जोरजोरात वर-खाली हालत अत्यंत वेगाने जाणाऱ्या एका बोटीवर ती होती. तिचे डोके सारखे कशावरतरी आपटत होते आणि त्यावरील टेंगूळ चांगलेच दुखून त्याचे अस्तित्व तिला सतत जाणवून देत होते. डोळ्यांवरचे कापड घट्ट बांधलेले होते, पण जरासे वर सरकलेले होते. खालच्या फटीतून तिला थोडेफार दिसत होते. त्यावरून ती बोटीच्या तळाशी असलेल्या एका अंधाऱ्या, उपयोगात नसलेल्या छोट्याशा खोलीत असावी असा तिचा अंदाज होता. डोळ्यांवर बांधलेल्या कापडाची घट्ट निरगाठ मानेच्या जरा वर डोक्यात चांगलीच रुतली होती. त्यामुळे तिच्या डोक्यात विलक्षण वेदना होत होत्या.

डोळे बांधलेले असल्याने तिला आवाज जास्त स्पष्ट ऐकू येत होते. त्यात समुद्राच्या लाटांशी सामना करीत बोट पळविणाऱ्या दमदार इंजिनाचा कमी-जास्त होणारा आवाज तिला प्रकर्षाने जाणवत होता. त्या आवाजातून आपले बोलणे ऐकू जावे म्हणून ओरडून-ओरडून बोलणारे काही पुरुषी आवाजही तिच्या कानांवर पडत होते.

तिला वेळेचा जरासुद्धा अंदाज नव्हता. ती किती वेळ बेशुद्ध होती हेच तिला माहीत नव्हते. डोके प्रचंड दुखत होते आणि त्यातच बहुधा इंजीन जवळच असल्याने पेट्रोल जळल्याचा उग्र वास सतत नाकात भरत होता. त्या दोन्हीचा परिणाम म्हणून की काय, तिला पोटात ढवळून उलटी होईलसे वाटू लागले होते. तेवढ्यात इंजिनांची धडधड एकदम कमी होऊन ती एका लयीत हळूहळू ऐकू येऊ लागली, बोटीला बसणारे हेलकावेही कमी होऊन ती पाण्यावर हलकेच तरंगू लागली असावी अशी संथपणे पुढे सरकू लागली. काही क्षणांतच बोट कशालातरी धडकल्यासारखा मोठा आवाज झाला आणि ती एका जागी उभी राहिली. ती तशी थांबली म्हणजे धक्क्याला लागली की एखाद्या मोठ्या बोटीला जाऊन धडकली, हे जोसलीनला कळायला मार्ग नव्हता.

"ती कुठाय?" बोटीच्या बाहेरून आल्यासारखा कुणाचातरी प्रश्न तिला ऐकू आला.

"खाली आहे."

"चटकन वर घेऊन या तिला. फार वेळ नाही आपल्याकडे. वीस मिनिटांत थॉर्न आणि टॅगार्ट या दोघांना निघायचं आहे आणि जाण्याआधीच थॉर्नला सगळी हकिगत कळायला हवीये."

जोसलीनला तिच्या मागच्या बाजूचे कुठलेतरी दार उघडल्याचा आवाज आला आणि कोणीतरी बोलत-बोलत तिच्याच दिशेने येत असल्याचे जाणवले. ती बेशुद्ध असल्यासारखी निपचित पडली.

"ऊठ," तिच्या पायांना कोणीतरी ढोसले. हात होता की लाथ होती ते कळले नाही.

तिने जराही हालचाल केली नाही.

"अजून बेशुद्धच दिसतीये. ए, मारून नाही ना टाकलंस तिला?"

"छे रे, जीव जाण्याइतकं काही जोरात नाही मारलं मी तिच्या डोक्यात."

"उचलून नेऊ या तिला. तू उचल."

तिच्या पायाचा घोटा खसकन धरून कोणीतरी तिला ती पडलेल्या लाकडी बाकावर पुढे ओढले. खडबडीत बाक जोसलीनच्या पाठीला जोरात घासला, पण तिने जराही हू का चूं केले नाही.

"तू हात पकड, मी पाय धरतो."

"कशाला? दोघं कशाला लागतायत? एकटा उचल की. शंभर पाऊंडांची पण नसेल," हे बोलणारा वैतागलेला वाटत होता.

एक हात जोसलीनच्या पाठीखाली आणि दुसरा गुडघ्यांखाली घुसला आणि ती वर उचलली गेली. तिने शरीर पूर्णपणे सैल सोडलेले होते. बेशुद्धीचे सोंग अचूक वठावे म्हणून तिने तिचे डोकेही मागे टाकून दिले होते. खरेतर त्यामुळे तिच्या डोक्यातल्या वेदना वाढल्या होत्या, पण बेशुद्धीचे सोंगच आपल्याला जास्त सुरक्षित ठेवू शकेल असे तिचे मत झाल्याने ती त्या निमूटपणे सहन करीत होती. डोळ्यांवर अजूनही कापड होते, त्यामुळे त्यांचा काही प्रश्नच नव्हता, पण तिने तिचे तोंडही मुद्दाम जरासे उघडे टाकले होते. तिला तेथे कोंडून कुठेतरी घेऊन जाणारे ते जे कोणी होते त्यांना ती आता जिवंत हवी होती, कदाचित त्यांच्या मते तिच्याकडे निश्चितपणे असलेल्या कोणत्यातरी माहितीसाठी. तसे नसते तर त्यांनी तिला मारून तरी टाकली असती किंवा समुद्रात तरी टाकून दिली असती.

तिला उचलून नेणारा भराभर चालत होता. कापड बांधलेल्या डोळ्यांनाही त्या अंधाऱ्या खोलीबाहेरच्या प्रकाशाची जाणीव होत होती, माणसांच्या आकृत्या जवळून गेल्याचेही जाणवत होते. तिचा वाहक लाकडी पृष्ठभागावरून, म्हणजे बहुधा धक्क्यावरून चालत जातो आहे हे जोसलीनला बुटांच्या लाकडावर होणाऱ्या विशिष्ट आवाजावरून कळत होते.

"ते तिकडे वर थांबले आहेत," दोघांपैकी एक जण म्हणाला.

"हिला शुद्धीवर आणायला काहीतरी हुंगायला द्यायला लागणार," तिला हातात उचलून घेऊन जाणारा म्हणाला.

"अमोनिया वगैरे काहीतरी असेल त्यांच्याकडे."

"बघू या..."

त्यांनी जिना चढायला सुरुवात केली. बुटांच्या आवाजावरून जिना लाकडी नव्हता. त्याच्या पायऱ्या सिमेंटच्या होत्या. एक संपून दुसरा, तिसरा, जिने खूप चढाचे आणि बरेच होते, इतके की, तिला उचलून नेणारा धापा टाकू लागल्याचे

तिला कळले. जिने चढणे संपले आणि बरेच आवाज ऐकू आले, दिवेही लागलेले जाणवू लागले. डोळ्यांवरील कापडाच्या फटीतून तिला खूप खिडक्या असलेली भरपूर प्रकाश असलेली अशी मोठी खोली दिसू लागली.

दार उघडले. कोणी ते तिला दिसले नाही, पण आवाजांचे प्रमाण आणखीच वाढले. ओरडाआरडाच चालला होता असे म्हटले तरी चालले असते. एक जण म्हणत होता, ''तरी मी सांगत होतो तो अख्खा ट्रॉलर आणि त्याच्यावरचे कोळी लोक, सगळ्यांना बुडवून टाकू...''

''वा, तुम्ही तर बुडवण्यात पटाईतच!'' जोसलीनला घेऊन आलेल्याने श्वास लागलेला असून टोमणा मारायची संधी घेतली, ''तुम्हीच तर छातीठोकपणे सांगितलं होतंत, तुमच्या पठ्ठ्याने बाईला बुडवून टाकली म्हणून! त्या फेरीवर, आठवतंय ना?''

''ए, काय रुबाब करतो रे? मीच ढकलली होती ना तिला गाडीसकट...'' आणखी एकाने आवाज चढवला.

जोसलीनला हातात वागवीत, धापा टाकणारा तो म्हणाला, ''छान, तुमचं तर कौतुक करावं तेवढं थोडंच आहे...''

''पण मी आणली ना तिला व्हॅनसकट!''

''हो, तुमचा तर सत्कारच करणार आहेत, माझ्या सहा वर्षांच्या पुतणीनंसुद्धा यापेक्षा चांगलं काम केलं असतं...''

''हो ना,'' आणखी एकाने भर घातली, ''आता पोलीस पालथा घालतायेत ना अख्खा किनारा! कोणा कोणाला बोलतं करतील कोणास ठाऊक!''

''आता मला काय स्वप्न पडलं होतं, तो पोलिसांचा माणूस आहे म्हणून!''

''मग दुसरा कोण असणार?''

''ए, अरे, बाकीचं नंतर भांडू, हिला कुठे ठेवू सांगा आधी,'' त्याला हाताला रग लागली असावी.

''तिकडे त्या झोपायच्या खोलीत ठेव.''

तो तिला घेऊन निघाला तरीही त्यांच्यातला चालू असलेला संवाद तिच्या कानावर पडतच होता,

''तो तिच्या बरोबर एक जण बाप्या होता त्याला का नाही आणला रे तुम्ही?''

''अरे, तो व्हॅनपाशी नव्हताच. धक्क्यावर गेला होता.''

''मग? धक्क्यावर जायला काय घाबरत होता का तुम्ही?''

''घाबरत? अरे, तिथे ते पसरलंय ना सगळं विष! ते कोळीलोक बघितलेत ना कसे छाती फुटेस्तोवर खोकतात ते?''

''जरा पाणी दाखवा की स्वतःचं!''

"हो रे, पाणी दाखवायला जाऊ आणि मग सारखीच तहान लागत राहील, त्याचं काय?"

"तरी मी म्हणत होतो की, आपल्यालाही तसले ते रबरी सूट द्या म्हणून."

"मरू देत रे ते रबरी सूट! त्यापेक्षा पोलिसांचं लचांड मागे लागायच्या आत या बेटांपासूनच लवकरात लवकर लांब जायला हवं आपण. पोलिसांना एकदा वास लागला ना की, मग काही खरं नाही, हुंगत आलेच मागे-मागे म्हणून समजा. मला तर खातरीच आहे, एव्हाना त्यांना सगळं कळलंच असेल!"

"कसं काय? त्यांना कोण सांगणार?" हा प्रश्न अगदी वेगळ्या आवाजात आला होता. त्या प्रश्नाला उत्तरही आले नाही. खोलीत एकदम चिडीचूप झाले.

"नाही, म्हणजे मी इतकंच म्हणत होतो की, चान्स आहे तोवर सटकावं इथनं हे बरं!" आवाजात नरमाई आली होती.

"आम्हा कोणाला माहीत नाही असं काहीतरी तुला माहिती आहे वाटतं?" परत तोच आवाज. जोसलीन चमकलीच. हा आवाज तिच्या ओळखीचा होता. तिचं तिलाच आश्चर्य वाटलं, या इथल्या कोणाचातरी आवाज तिच्या परिचयाचा? कापडाच्या फटीतून तिने त्या आवाजाचा चेहरा पाहायचा प्रयत्न केला, पण तिला ते जमत नव्हते आणि इतक्यात तरी तिला तिचे बेशुद्धीचे सोंग सोडायचे नव्हते. कोणाचा होता तो आवाज?

"नाही, नाही, मला काहीही माहीत नाही," उत्तर आले.

"तुला सरकारी पाहुणचाराची फारच भीती वाटतेय असं दिसतंय."

"कारणच तसं आहे, ही बया..."

"ती? ती काही पोलिसांची बाई नाही..."

"होय हो, पण तिच्या बरोबरचा तो बाप्या..."

"तो? मला नाही वाटतं तो पण सरकारचा माणूस असेल..."

"कशावरून?"

"सरकारला जर संशय असता ना की तिथे बॉंब आहे म्हणून, तर असा एकटा-दुकटा माणूस पाठवला असता काय त्यांनी? आणि तेही अशा एका बाईला पहाऱ्यासाठी बरोबर देऊन?"

"नाही, बरोबर आहे, पण..."

"अरे, सरकारी काम म्हणजे शे-दोनशे जवान, प्रत्येकाजवळ ढीगभर शस्त्रं, प्रत्येकाच्या अंगात हाझमट सूट, असा जय्यत ताफा आणि धक्क्यावरची बोटन्‌बोट पालथी घातली असती. ही कोणीतरी उत्साही, नवशिकी बाळं दिसतायत."

खोलीतले बरेच जण, बहुतेक 'बाळं' या संबोधनाला हसले.

"जरा काळजी कमी करत जा, जास्त जगशील."

"चार्ली, काळजी सोड..."

जोसलीनला आवाजापासून दूर दूर नेण्यात येऊ लागले. आवाज विरत जाऊ लागले. तिला एका लांब पॅसेजमधून नेण्यात येत होते. तिच्या वाहकाने तिचे शरीर, बहुधा, भिंतीला टेकवून त्याचा एक हात मोकळा करून घेतला आणि त्या हाताने एक दार उघडले.

तो आत शिरला, काही अंतर ओलांडून त्याने बटाट्याच्या पोत्यासारखे तिला एका पलंगावर टाकून दिले. पलंगाच्या स्प्रिंग्ज करकरल्या. त्याची पावले परतून दाराकडे जाऊ लागली. जोसलीन टाकलं तशीच न हालता पडून राहिली होती.

"तू कशाला तिला इतकं गुंगीचं औषध पाजलं?" दारात त्याला कोणीतरी विचारीत होते, "मेलीबिली ना तर नसती आफत व्हायची. थॉर्नला तिच्याशी बोलायचंय."

"गेला खड्ड्यात तुझा तो थॉर्न! मला तर या सगळ्याचा वैताग आलाय!"

"हो का? मग त्यालाच सांग, मला नको सांगू!"

दार खाडकन लावल्याचा आवाज झाला आणि कुलूप लावल्याचाही. बहुधा शेजारच्या खोलीत काहीतरी बोलणे चालू होते, तो आवाज ऐकत जोसलीन काही वेळ तशीच, हालचाल न करता पडून राहिली.

आजूबाजूला अंधार होता. डोळ्यांवरील कापडाच्या पट्टीच्या नाक आणि दोन गाल यांमधल्या दोन फटींतून तिला खोलीच्या भिंतीवर लावलेल्या वॉलपेपरचे त्रिकोनी-त्रिकोनी तुकडे दिसत होते. तिने नीट कान टवकारून खोलीत कोणीही नसल्याची, फक्त तिच्या एकटीच्याच श्वासोच्छ्श्वासाचा आवाज येत असल्याची खातरी करून घेतली.

तिचे पूर्ण समाधान झाले तसा तिने पलंगाच्या एका कडेवर पाय मुडपून आधार घेतला आणि शरीर प्रयत्नपूर्वक वर उचलून ती उठून बसली. मान वर उचलून डोळ्यांवरच्या पट्टीच्या फटीतून तिने भोवतालचे निरीक्षण करण्याचा प्रयत्न केला. ती एक प्रशस्त बेडरूम होती आणि तिला जोडून एक बाथरूम होती. संगमरवरी फरशी आणि एकंदर थाट पाहता मालक चांगला पैसेवाला वाटत होता.

जोसलीन उठून उभी राहिली आणि क्षणार्धात सगळे जगच तिच्याभोवती फिरले. तिला, डोक्यावरील जखमेमुळेच असावी, एकदम चक्कर आली. हात मागे बांधलेले असल्याने तिने पायांचा मागील भाग पलंगाच्या कडेला टेकवून आधार घेतला आणि काही वेळ ती तशीच डोळे मिटून शांत उभी राहिली. हळूहळू डोके गरगरण्याचे थांबले. तिने पहिले डगमगते पाऊल टाकले. चक्करीचा अंदाज घेत घेत तिने पावले टाकायला सुरुवात केली. वर मान करून-करून ती भिंतीला धडकत नाही ना, कुठल्या फर्निचरला अडखळत नाही ना हे पाहत-पाहत चालू लागली.

ती बाथरूमच्या दारापाशी पोचली. अंधार असून तिला भिंतीवर एक आतून प्रकाशमान झालेला स्विच दिसला. बरोबर तिच्या खांद्याच्या उंचीवर होता. तिला तो खांद्याने लावताही आला असता. पण आतला दिवा लागला आहे हे दाराखालून येणाऱ्या दिव्याच्या प्रकाशामुळे बाहेरच्या कोणालाही सहज समजले असते.

ती बाथरूममध्ये शिरली. बेसिनच्या खाली ड्रॉवर्स होती त्यातले सर्वांत वरचे तिच्या हातांच्या पातळीवर होते. ती बेसिनला टेकून पाठमोरी उभी राहिली आणि तिने मागे बांधलेल्या हातांनी ते वरचे ड्रॉवर उघडले. स्पर्शाने ती वस्तू ओळखत होती. कंगवा, ब्रश, आरशासारखे काहीतरी. तिला हवी होती कातरी किंवा काहीतरी असे ज्याने बांधलेले हात सोडवता येतील. ती वळली, पट्टीच्या फटीतून तिने सर्वत्र नजर फिरवली. अंधारात तिला हवे होते तसे काही कुठे दिसेना.

तेवढ्यात दाराकडे येणाऱ्या पावलांचा आवाज ऐकू आला. जोसलीन चपापली. तिने मागील हातांनी ड्रॉवर धाडकन् बंद केले, मोठ्या ढांगा टाकीत ती पलंगाजवळ पोचली आणि तिने शरीर पलंगावर झोकून दिले. कुलुपात किल्ली फिरल्याचा आवाज होत असताना ती मान भिंतीकडे वळवून निपचित पडून राहिली. दार उघडले गेले आणि खोलीतला दिवा लागला.

"तुम्ही जा, मी एकटाच बघतो काय करायचं ते," हे वाक्य ऐकू आले आणि दार लावून घेतल्याचे लक्षात आले.

परंतु जोसलीन तशीच बेशुद्ध पडल्याचे सोंग घेऊन काहीतरी घडण्याची वाट पाहत पडून राहिली. पायांचा आवाज तिच्या जवळ-जवळ येऊ लागला. गुडघा पलंगावर टेकला गेलेला तिला कळला. क्षणात आलेल्या माणसाने तिला खांदा धरून जराशी वळवली आणि तिचे मागे बांधलेले हात सोडून टाकले. नंतर त्याने तिच्या डोळ्यांवरची पट्टी सोडून काढून टाकली आणि ओठावरची चिकटपट्टीही ओरबाडून काढली.

"उघडा आता डोळे," तो मघाशी ओळखीचा वाटलेला आवाज!

ती बेशुद्ध नाही हे त्याने ओळखले असावे. नाटक उघडकीला आले होते. आता सोंग घेण्यात काहीच अर्थ नव्हता. तिने डोळे उघडले, ते प्रकाशात दिपले तसा तिने तिचा एक हात त्यांवर आडवा धरला आणि त्यांची दोन-तीनदा उघडझाप केली. डोळे उघडले तेव्हा त्याचा चेहरा समोर होता, पण डोक्यावरील प्रखर दिव्यामुळे त्यावर नेमकी सावली आली होती.

तिने डोळे चोळले. तोही पलंगापासून मागे सरकला आणि त्याचा चेहरा पाहिल्यावर जोसलीन थक्क झाली. तिच्या तोंडातून आश्चर्योद्‌गार बाहेर पडला. तोच चेहरा, तेच चाणाक्ष हास्य आणि तोच निर्ढावलेला निर्लज्जपणाचा भाव, जो तिला सीॲटलला तिच्यादेखत विमानात एकटेच चढल्यावर त्यांच्या बनेल चेहऱ्यावर

दिसला होता. तिचा तिच्या डोळ्यांवर विश्वास बसेना आणि ते ओळखून त्यांनी विचारले, "आश्चर्य वाटलं?" डीन बेल्डन तिला समोर उभे राहून विचारीत होते!

"तुम्ही? तुम्ही तर..."

"मेलो होतो...?"

तिने मान हालवली.

"जे डोळ्यांनी पाहिलं त्यावर माणूस विश्वास ठेवतो, पण दिसतं तसं नसतं, म्हणूनच जग फसतं!"

"पण, स्फोट झाला, विमान पेटलं, आगीचा डोंब उसळला..."

"काय करणार? जिवंत राहण्यासाठी कधीकधी मरावंही लागतं! तुमचं सरकार काही सुखाने जगू देईना. फार प्रश्न विचारायला लागलं, ज्यांची समाधानकारक उत्तरं माझ्याकडे नव्हती, तेव्हा... तुम्हाला कल्पना आहेच माझ्यावर सरकारने लादलेल्या संकटाची. त्यावरचा रामबाण उपाय, सुरक्षित मार्ग म्हणजे स्वत:ला 'मृत' घोषित करून टाकणं! तेच केलं मी!!"

"पण ते पेटलेलं विमान..."

"इलेक्ट्रॉनिक्सच्या तंत्रज्ञानाची कमाल! पण फार वेळ वाट पाहायला लावलीत तुम्ही! तुम्ही काही लवकर येईनात आणि तुम्ही आल्याशिवाय मला मरता येईना! एकदा तर वाटलं आता बहुतेक येतच नाही! मला तर तुम्ही समोर हजर राहून मला मरताना पाहता आहात याची खातरी केल्याखेरीज मरायचंच नव्हतं. नाहीतर माझ्या मृत्यूचा प्रत्यक्ष साक्षीदार कोण झालं असतं? तुमच्यासारख्या 'प्रतिष्ठित' साक्षीदारासमोर मेलेलं असलं की कसं, कोणीही अविश्वास दाखविणारच नाही, नाही का? तुमच्या डोळ्यांदेखत मी विमानात चढलो आणि विमानाने पेट घेतलेला तुम्ही पाहिला. आणि त्यातून तुम्ही तर माझ्या वकील! पोलीस तुमच्यावर हमखास विश्वास ठेवणारच."

"एवढ्याकरता तुम्ही मला वकीलपत्र दिलं होतंत वाटतं?"

"नाही नाही, स्वत:ला एवढं कमी लेखू नका तुम्ही. अहो, तुम्ही एक चांगल्या वकील आहात म्हणूनच मी तुमच्याकडे आलो. खरं सांगायचं तर तुम्ही वाजवीपेक्षा जास्तच चांगल्या आहात. तुमच्या अशिलांची कामं तुम्ही फार मनापासून करता. काही अशिलांची तर फारच चिकाटीने..."

जोसलीनच्या चेहऱ्यावर प्रश्नार्थक भाव उमटले.

"ते चार-पाच कोळी हो फ्रायडे हार्बरमधले! जॉर्ज हमेल आणि बाकीचे त्याचे मित्र. फार आजारी होते ना ते. आम्हाला माहीत होतं ते कशाने आजारी आहेत ते, पण ती लागण त्यांना नेमकी कुठे झाली त्या जहाजाचं नाव त्यांना आणि तुम्हाला माहीत आहे की नाही, हे आम्हाला माहीत नव्हतं. मी 'डान्सिंग लेडी'बद्दल बोलतोय."

"डान्सिंग लेडी?"

"म्हणजे तुम्हाला माहीत नाही असं दिसतंय. पण तुमच्या त्या लंबू मित्राला एव्हाना माहीत झालं असेल. कोण आहे हा तुमचा नवा मित्र?"

"जो तुम्हाला लवकरच फार मोठ्या अडचणीत आणणार आहे..." जोसलीन म्हणाली.

"मग हरकत नाही. तो मला अडचणीत आणणार आहे ना? मला काय वाटत होतं की, तो स्वतःच अडचण बनणार आहे की काय माझ्यासाठी! मघाशी आम्ही सगळे त्या खोलीत बोलत होतो तेव्हा तुम्ही ऐकलं आहेच."

जोसलीन मान हालवून नाही म्हणाली.

"बरोबर, बरोबर, तुम्ही कशा ऐकणार? बेशुद्ध होता ना तुम्ही!" बेल्डन हसत-हसत म्हणाले. "काही प्यायला मागवू का तुमच्यासाठी?"

तिला खरेतर प्रचंड तहान लागली होती, पण तरीही तिने जोरजोरात नकारार्थी मान हालवली.

"हे पहा, मला काही उगाच वाकड्यात शिरायचं नाही. आमची बाहेर जी माणसं आहेत ना, त्यांना चैन नाही पडत तुमच्या त्या उंचनिंच मित्राच्या धक्क्यावरील हालचालींमुळे. माझी इच्छा होती की, तुम्ही जरा त्यांना दिलासा दिलात तर..."

"दिलासा? ठीक आहे." जोसलीन म्हणाली, "तो मरीन्सचा जवान आहे आणि सध्या त्यांची हेलिकॉप्टर्स तयार ठेवण्याच्या कामात गुंतलाय असं सांगते त्यांना."

तिच्या उत्तराने बेल्डन चिडलेले स्पष्ट दिसत होते. "तो सरकारचा माणूस आहे का?" त्यांनी उसन्या शांतपणे विचारले.

"होय," जोसलीन उत्तरली.

ते दोन पावले पुढे झाले आणि अकल्पितपणे त्यांनी तिच्या एक मुस्काटात मारली.

"नाही," जोसलीनने उलट उत्तर दिले. त्यांनी परत उलट्या हाताने तिच्या गालावर प्रहार केला.

"कदाचित..."

परत एक जोरदार चपराक.

"कोण आहे तो?"

जोसलीनने या खेपेस उत्तरच दिले नाही.

बेल्डन तिच्या जवळ पलंगावर बसले. त्यांनी पँटच्या खिशातून किल्ल्या, काही कागद, बिझनेस कार्ड्स, एक छोटा चाकू अशा गोष्टी काढून पलंगावर ठेवल्या. तिच्या चेहऱ्याजवळ चेहरा नेऊन ते तिला म्हणाले, "हे बाहेर जे गुंड

लोक बसलेत ना ते माझ्यासारखे सभ्य नाहीत. माझ्यावर विश्वास ठेवा...''

"सभ्य नाहीत म्हणजे बाईच्या अंगावर हात टाकणाऱ्या तुमच्यासारखे सभ्य ना?''

"नाही, ते त्याच्याही पुढे जायला मागे-पुढे बघणार नाहीत.''

"तुमच्यावर मागल्या वेळी विश्वास ठेवला तेव्हा तुम्ही काय केलंत? मला एकटीला त्या ग्रँड ज्यूरीच्या वकिलाशी बोलत ठेवून स्वत: पळून गेलात!''

"काय करणार? त्याचे प्रश्न फारच बोचरे होते.'' बेल्डन त्यांच्या हातातल्या घड्याळाकडे पाहत म्हणाले, "खरंतर याबद्दल बरीच तपशीलवार चर्चा करायला आवडेल मला तुमच्याशी, पण आत्ता वेळ खूप कमी आहे.''

"मी जर खरं सांगितलं तर तुम्ही मला इथून जाऊ देणार आहात का?''

"दुर्दैवाने, नाही.''

"मला खातरीच होती त्याबद्दल.''

"पण मरायचे भरपूर मार्ग आहेत आणि त्यातले काही अगदी क्लेशरहित आहेत,'' बेल्डन म्हणाले.

"त्या विषयात तर तुमचा हात कुणीच धरू शकणार नाही.'' जोसलीन म्हणाली, "मला काय मृत्यूचा मार्ग निवडायची संधी देणार आहात का तुम्ही?''

"हां, जर तीच तुम्ही अखेरची इच्छा म्हणून व्यक्त केलीत तर...''

"मला रीमोट कंट्रोलने घडवलेल्या विमान-स्फोटात मरायचंय!''

बेल्डन त्याही परिस्थितीत हसले. "सॉरी, हीही तुमची इच्छा मी पूर्ण केली असती, पण त्यासाठी आपली भेट निराळ्या परिस्थितीत, निराळ्या जागी, निराळ्या वेळी व्हायला हवी होती.''

"बरोबर आहे, तुम्ही सतत बॉंब इकडून तिकडे घेऊन जाण्याच्या अति जोखमीच्या कामात गर्क असता...''

जोसलीनच्या या वाक्याने बेल्डनच्या चेहऱ्यावर एकदम गांभीर्य पसरले. "कोणी सांगितलं हे तुम्हाला?'' आवाजात जरब होती.

जोसलीनने उत्तर दिले नाही.

"तुमच्या त्या उंच मित्राने सांगितलं का?'' बेल्डन यांनी तिच्या बाजूला झुकून विचारले. जोसलीन गप्प.

"का त्या मॅक कॅलीने?'' एक हात पलंगावर टेकवीत त्यांचा क्रूर चेहरा अगदी तिच्या चेहऱ्याच्या जवळ आणीत त्यांनी विचारले.

"कोणी सांगितलं?'' त्यांच्या आवाजाला विलक्षण धार आली होती.

जोसलीनने त्यांच्या नजरेला नजर भिडवली तसे ते चवताळले आणि त्यांचा हात पूर्ण ताकदीनिशी तिच्या गालावर आदळला, तिची मान बाजूला कलंडली.

वेदना असह्य होती. तिच्या डोळ्यांपुढे काजवे चमकले. तोंडात तिला रक्ताची चव लागली. आपली शुद्ध हरपणार असेच तिला वाटले. तो भर ओसरला तसे ते परत चेहऱ्यावर हसू आणीत तिला म्हणाले, "तुम्ही माझ्या वकील आहात की नाही? मग आपल्या दोघांमध्ये कुठलीही रहस्य असता कामा नयेत. हो की नाही?"

त्यांच्या मुद्रेवर हास्य आले तरीही त्यांच्या नजरेतला विखार तसाच होता. बायकांना मारण्यात त्यांना विकृत आनंद मिळत असणार, हा त्यांचा राग व्यक्त करण्याचा अधम मार्ग आहे यांबद्दल जोसलीनला जराही शंका वाटत नव्हती.

"शिवाय मी तुमच्या ओटीत पैशांची रास ओतत आलो आहे. ते कमी पडले वाटतं..." असे म्हणताना त्याने तिला आणखी एक जबरदस्त थोबाडीत लगावली. तिला तिच्या डोक्यात घण पडल्यासारख्या यातना झाल्या.

"वकील आणि अशील यांच्यात काही विश्वासाचं नातं असायला हवं की नको? थांबा, मी तुमच्या विरुद्ध बारमध्ये तक्रारच नोंदवतो की, माझी वकील मला काय चाललंय, काय घडतंय हे सांगत नाही!" ते म्हणाले.

त्यांचा हात तिसऱ्या वेळी वर उठला होता तेवढ्यात दार उघडले गेल्याचा आवाज झाला. दोघांनी दाराकडे पाहिले. जोसलीनचे लक्ष दारात आलेल्या माणसाच्या तपकिरी रंगाच्या डोळ्यातल्या मऊपणाने वेधून घेतले. त्यातले भाव तेथील वातावरणाशी, आत्तापर्यंतच्या अनुभवाशी पूर्णपणे विशोभित, विसंगत असे सौम्य, सभ्य, समजूतदार होते. डोक्यावरील केस विरळ असलेला तो गृहस्थ प्रवासाला निघायच्या तयारीने आल्यासारखा, हातात सूटकेस, अंगात स्पोर्टकोट असा दारात उभा होता. जोसलीनची आणि त्याची नजरानजर झाली. तिला एक प्रकारची सुरक्षिततेची जाणीव झाली, पापाच्या अंधारात पवित्रतेचा किरण दिसला. त्याच्या नजरेत माणुसकी होती आणि क्षणात त्यात जोसलीनला दिलगिरीचे दर्शन घडले. 'माझा नाइलाज आहे, मी काही करू शकत नाही' असेच त्यांचे डोळे तिला जणू सांगत होते.

बेल्डन यांचा वर उठलेला हात खाली आला. "अरे, स्कॉ..." बेल्डन त्याचे नाव घेता-घेता थांबले. त्यांना बहुधा तिला त्याचे नाव कळून द्यायचे नव्हते. "ये रे, ये. या जोसलीन कोल, माझ्या वकील. आम्ही आमची मते जरा स्पष्टपणाने मांडीत होतो."

"निघायची वेळ झाली," तो गृहस्थ म्हणाला. त्याने जोसलीनच्या नजरेला कोणताही प्रतिसाद दिला नाही. इतकेच नव्हे, तर ती खोलीत असल्याचेही दर्शविले नाही. त्याच्या या दुर्लक्षाचा अर्थ जोसलीनने त्याची हतबलता असा घेतला. तिला वाटणारा एकमेव आधार दुबळा असल्याच्या जाणिवेने तिला अशी खातरी वाटू लागली की, आता तिचा अंत जवळ आला आहे आणि तो अटळ आहे.

बेल्डन यांनी पलंगावर बसल्यावर त्यांच्या खिशातल्या बाहेर काढून ठेवलेल्या गोष्टी एकेक करून खिशात भरल्या. फक्त एक जरासे चुरगळलेले कार्ड पलंगावर तसेच टाकून ते उठले आणि म्हणाले, ''आपल्यातली आजची चर्चा आणखी काही काळ चालली असती तर मला आवडलं असतं, पण काय करणार, सगळ्या चांगल्या गोष्टींनासुद्धा शेवट असतोच, नाही का?''

''परत भेटू या,'' जोसलीन त्यांना म्हणाली. तिच्या गालातून रक्त ठिबकत होतं. तिचा गाल सुजला होता, तिच्या डोळ्यांत अंगार होता. बेल्डन याहीपेक्षा उद्धटपणे बोलू शकले असते, तिचा चेहरा कायमचा विद्रूप करू शकले असते, तिला धडा शिकवू शकले असते हे तिला चांगलेच माहीत होते, पण तिलाही शरण जायचे नव्हते; लागेल ती किंमत देऊन त्यांच्याशी झगडायचे होते.

''परत भेट? शक्य नाही!'' असे म्हणून, तिच्याकडे एकदा रोखून पाहून बेल्डन तीन ढांगात खोली ओलांडून गेले आणि त्या दोघांच्या मागे दार जोरात बंद झाले!

पॅजेट बेट, वॉशिंग्टन राज्य

समुद्राच्या थंडगार पाण्याने कॉनर्सची बोटे बधिर झाली होती. तसेच तो त्याच्या दोन सहकाऱ्यांबरोबर त्यांचा तराफा खडकाळ किनाऱ्यावर ढकलून नेण्यासाठी झगडत होता. अंधारात नेमके ते कुठे जात आहेत, ज्या बेटाचा किनारा ते गाठत आहेत ते पॅजेट बेटच आहे की नाही, याबद्दलही त्यांना खातरी नव्हती. त्याच्याकडून मोहिमेच्या पूर्वतयारीत पढवून घेतलेल्या आणि विमानात त्याने एकदा उजळणी केलेल्या खुणा आठवून कॉनर्सने चौफेर शोधक नजर फिरवली. डावीकडे एक अतिशय खडबडीत खडकांचा लोंबता कडा दिसला. उजवीकडे दोन टोकदार खडकांमध्ये जरा आतपर्यंत घुसलेला समुद्र – तोही दिसला. पॅजेट बेटच होते ते.

पण इथला किनारा आणि जेथे त्यांना असल्या मोहिमांचे प्रशिक्षण दिले गेले होते तो सॅन दिअॅगोतला समुद्रकिनारा यांत जरादेखील साम्य नव्हते. इथले सगळेच वेगळे होते. गुडघ्यापर्यंत चिखल होता, खडकांवर शेवाळे साठलेले होते, त्यावर पाय सटासट घसरत होते. त्यांचा तराफा आणि त्याला जोडलेली सामानाची पेटी पाण्यातून ओढून काढून किनाऱ्यावर घेता-घेता तिघांच्याही नाकी नऊ आले.

अखेरीस ते तिघे जण एका खडकामागे जमले तेव्हा चांगलेच दमले होते. कॉनर्सने नाइट गॉगल्स घातले आणि त्यातून अंधारमय किनाऱ्यावरील जास्तीत जास्त प्रदेशाचे काळजीपूर्वक निरीक्षण केले. रात्रीच्या अंधारात त्या भागात वावरत असलेली कोणतीही व्यक्ती त्या खास गॉगल्समधून बघताना चमकली असती आणि कॉनर्सला शत्रूच्या हालचालींची खबर मिळाली असती.

"स्कॉफील्ड आणि रीम्स पोचले असतील का रे?" कॉनर्सच्या एका सहकाऱ्याने दुसऱ्याला विचारले, पण विचारताना त्याची नजर मात्र कॉनर्सकडे होती. तो अवघा एकोणीस वर्षांचा कोवळा तरुण होता. त्याची ही पहिलीच मोहीम होती. तो चांगलाच घाबरलेला दिसत होता.

"काय माहीत?" दुसरा म्हणाला.

"आपण शोधायला पाहिजे रे त्यांना."

"चल, तो रेडिओ बाहेर काढ आणि मला दे," कॉनर्स त्याला म्हणाला.

सामानाच्या पेटीवरील काळ्या रंगाच्या निओप्रीन रबराचे आवरण त्यांनी गन मेटलच्या चाकूने काळजीपूर्वक कापून काढले. आतल्या एका खोक्याचे झाकण काढून त्यातून हातात धरता येईल असा एक छोटासा रेडिओ बाहेर काढला. त्याची क्षमता एक मैलाच्या अंतरापर्यंत संपर्क साधण्याची होती आणि तो लष्कराने स्वत:साठी सुरक्षित राखलेल्या कंपनसंख्यांच्या ध्वनिलहरी प्रसारित करीत होता आणि स्वीकारीत होता.

कॉनर्सने तो रेडिओ सुरू केला संदेश पाठविण्याचे बटण दाबले. त्याला दिलेले परवलीचे नाव वापरून तो बोलू लागला, "गोफर वन, गोफर वन, तुम्ही ऐकताय का हा संदेश?"

संदेश स्वीकारायचे बटण दाबून तो प्रतीक्षा करत थांबला, पण पलीकडच्या शांततेचा भंग झाला नाही. बेटावरील टोळीपैकी कोणी जर खंदकात बसून रेडिओ वापरीत असले तरी त्यावर यातील संभाषण ऐकू जाऊ नये यासाठीचे एक खास बटणही त्याने दाबून ठेवले होते. बराच वेळ वाट पाहूनही काहीच प्रतिसाद आला नाही.

त्याने परत एकदा संदेश पाठवला, "गोफर वन, गोफर वन, बोला काहीतरी, तुम्हाला हा संदेश मिळतोय ना?"

स्तब्धता.

"सामानाची पेटी कुठेतरी सुटून गेली असेल त्यांची, त्यामुळे त्यांचा रेडिओ नसेल त्यांच्याजवळ. ते इथेच किनाऱ्यावर पोचले असतील कुठेतरी, शोधू या आपण," तो नवखा सैनिक उतावीळपणे बोलत होता.

"अरे, आपल्याकडे वेळ नाही रे तेवढा. ते इथे पोचले असतील तर तेही शोधत असतीलच ना आपल्याला. भेटतीलच थोड्या वेळात," कॉनर्स म्हणाला.

"बरोबर आहे," कॉनर्सचा दुसरा सहकारी नेव्ही सील्समधला वयस्कर आणि अधिक अनुभवी जवान होता. तो म्हणाला, "आपण जर इथे आणखी काही वेळ थांबलो तर इथल्या लोकांना आपला नक्कीच पत्ता लागेल. त्या दोघांचा शोध घेत बसणं मोहिमेसाठीही धोकादायक ठरेल." त्याने पनामा, गल्फ येथील युद्धात भाग

घेतलेला होता. अशा प्रकारे रात्रीच्या अंधारात विमानातून उडी घेऊन भरतीच्या वेळेला समुद्रात उतरण्यात कित्येक नेव्ही सीलसना प्राण गमवावे लागलेले त्याने पाहिले होते. त्यांच्या या पेशात ५० टक्के अपघाती मृत्यू हे अस्वस्थ सागर, भरतीच्या लाटा, आक्रमक प्रवाह, बिघडलेली हवा अशा निसर्गाच्या कोपामुळेच घडतात हे त्याला चांगलेच माहीत होते. कॉनर्सच्या मनातही तीच कुशंका आहे हेही त्याने ताडले होते.

"आपल्याला इथल्या टोळीचा प्रमुख टेहेळणी नाका आधी शोधून काढला पाहिजे," कॉनर्स पुढील हालचालींकडे वळला.

"पण रिची आणि जेसन..."

"हे बघ, त्यांना अशा प्रसंगात काय करायचं असतं हे चांगलं माहिती आहे, त्यांची काळजी सोड. आपण आत्ता या परिस्थितीत त्यांना काहीही मदत करू शकत नाही, त्यांना शोधायलाही जाऊ शकत नाही. कळलं?" कॉनर्सने जरा उसन्या जरबेने नवागताला बजावले.

तो नाराज झाला, पण सैनिकी शिस्तीने त्याला गप्प बसवले.

"नकाशाप्रमाणे या लोकांनी या वरच्या झाडीत कुठेतरी खंदक खणून त्यात पन्नास कॅलिबरच्या रायफल्स बसवलेल्या आहेत." तिघे जण नकाशावरून खंदकाच्या ठिकाणाच्या खुणा आजूबाजूला कुठे दिसतात का ते पाहू लागले.

नेव्ही सील्सच्या नेहमीच्या पद्धतीनुसार अशा टेहेळणीनाक्यावरील रक्षकांना ते सायलेन्सर लावलेल्या पिस्तुलाने किंवा धारदार चाकूने त्यांचा कोथळा बाहेर काढून मारून टाकीत. पण या मोहिमेत त्यांना कोणतीही आक्रमक हालचाल करायला मनाई होती. गोळीसुद्धा फक्त स्वतःच्या बचावासाठीच वापरायला परवानगी होती. ही नेहमीसारखी युद्धातली चढाई नव्हतीच. ही एक अत्यंत गुप्त अशा शोधमोहिमेसाठीची पूर्वतयारी होती. तिचा उद्देश सफल झाला तर तिला प्रसिद्धी मिळणार होती, अन्यथा तिच्याबद्दल कुणालाही काहीही कळणार नव्हते. त्यांना दिलेले काम होते, या बेटावर जाऊन काही मोक्याच्या जागी दृश्ये, हालचाली टिपणारे कॅमेरे आणि आवाज, संभाषणे नोंदवणारे रेकॉर्डर्स ही सामग्री खास कोणालाही न लक्षात येतील, न दिसतील अशा पद्धतीने बसवायची आणि जसे गेले तसे परत निघून यायचे. बस, याखेरीज दुसरे काहीही करायचे नव्हते. अट ही होती की, सर्व काम अत्यंत गुप्तपणे, या कानाचे त्या कानाला न कळता झाले पाहिजे. हत्या नाही, शस्त्रांचा वापर नाही.

स्वसंरक्षणासाठी मात्र त्यांना शस्त्रे पुरवलेली होती. त्यातली काही शस्त्रे पाणी आत जराही शिरू शकणार नाहीत, अशा पद्धतीने सामानाच्या पेटीत ठेवलेली होती ती त्यांनी बाहेर काढली. दोन एम्१६, एक लांबून वेध घेणारी एम्१४, एक

एमपी५ सबमशीनगन आणि दोन नऊ मिलिमीटर्सच्या सायलेन्सर लावलेल्या बेरेटा हँडगन्स यांचा समावेश होता. जर यदाकदाचित गोळी घालायचा प्रसंग आलाच तर एक जीव घ्यायला एकच गोळी वापरायची, नेम छातीवर अथवा कपाळावर धरायचा असे काही नियम त्यांना पाळायला लागायचे. सिनेमात दाखवतात तसे एकाच्या छातीत अख्खे पिस्तूल रिकामे करण्याची चित्तथरारक पद्धत खऱ्या युद्धात कधीच वापरली जात नसे. नेव्ही सील्सना अशा अनेक मर्यादांचे पालन करावे लागे. त्या शस्त्रांमुळे सामानाची पेटी अतिशय जड झाली होती आणि म्हणूनच ती समुद्रकिनाऱ्यावर ओढून आणायची म्हणजे जहाजाचा नांगर ओढून आणण्याइतके कठीण, कष्टप्रद काम होते.

त्यांच्या बरोबरच्या शस्त्रास्त्रात एक एम६० ही लाइट मशीनगनही असायला हवी होती. ती काही त्यांना सापडली नाही. त्यांच्या दोन सहकाऱ्यांसारखी तीही गहाळ झालेली आहे, असे कॉनर्सच्या लक्षात आले.

''गहाळ नाही, ती दुसऱ्या पेटीत असणार.'' त्याचा अनुभवी सहकारी म्हणाला.

''बरं, ती इलेक्ट्रॉनिक्सची सगळी उपकरणं पण काढ,'' कॉनर्सने एकाला सांगितले.

प्रत्येकाने एकेक रायफल घेतली. कॉनर्सने एम ५ निवडली आणि एक बेरेटा पिस्तूल कंबरेला लावली.

इलेक्ट्रॉनिक उपकरणांपैकी पाच छोटे मायक्रोफोन्स आणि फिश आय लेन्सचे मिनिएचर म्हणजे अगदी छोट्या आकाराचे कॅमेरे काढून त्यांनी एका स्वतंत्र पिशवीत घेतले. फिश आय लेन्सेसमध्ये कमी अंतरावरील खूप मोठी मोठी दृश्ये चित्रित करण्याची खास क्षमता होती.

दुसऱ्या एका पिशवीत त्यांनी चौदा पाउंड वजनाचा बेस स्टेशन ट्रान्समीटर ठेवला. बेटावर जरा उंचीवर असलेली एक अशी जागा निवडून तो लावायचा होता जी बेटाच्या मध्यावर असेल आणि त्याचे तोंड नैर्ऋत्य दिशेच्या क्षितिजाकडे असेल. तो ट्रान्समीटर कॅमेऱ्यांनी टिपलेली दृश्ये आणि रेकॉर्डर्सनी नोंदवलेले आवाज या दोन्हींचे सिग्नल्स एका विशिष्ट कंपनसंख्येच्या लहरींच्या माध्यमातून लष्कराच्या उपग्रहाकडे आणि त्या उपग्रहातून पुढे एव्हरेट या ठिकाणच्या नौदलाच्या ठाण्यावर पाठवले जाणार होते. एफबीआय आणि लष्करी गुप्तहेरखाते त्या सिग्नल्सची तपासणी करणार होते.

''एकदा त्याच्या बॅटऱ्या चेक करून घे,'' कॉनर्सने सूचना दिली.

''व्यवस्थित आहेत,'' एक बटण दाबून छोटासा दिवा लागतो आहे हे बघून त्याचा सहकारी म्हणाला.

त्यानंतर त्यांनी सामानाची पेटी ज्या दोरीने तराफ्याला जोडलेली होती ती दोरी

कापून टाकली आणि पेटीला तरंगण्यासाठी लावलेले रबरी पंखही चाकूने भोके पाडून निकामी करून टाकले. तिच्याभोवतीचे रबरी आवरणही काढून टाकले. ते सगळे रबराचे तुकडे त्यांनी वाळूत खड्डा करून त्यात पुरून वरून बेमालूम वाळू पसरून टाकली. भरतीबरोबर येऊन किनाऱ्यावर पडलेली वाटेल अशी ती पेटी एका आडबाजूला ठेवून दिली.

नंतर त्या तिघांनी मिळून त्यांचा तराफा, प्राणवायूचे सिलिंडर्स आणि त्यांनी बनवलेल्या साधनसामग्रीच्या पिशव्या किनाऱ्याच्या आणखी वरच्या बाजूला ओढून नेले. तराफा आणि सिलिंडर्स एका झाडाखाली ठेवून त्यांनी पाना-फांद्यांनी झाकून टाकले.

गुप्त कारवाई करताना समुद्रकिनाऱ्यावरील वाळूत, झाडीत लपलेले सहजी लक्षात येऊ नये म्हणून त्यांच्या चेहऱ्यावर, हातांवर, शरीराच्या उघड्या राहिलेल्या भागांवर हिरवा आणि वाळूचा असा संमिश्र रंग लावलेला होता. काही काळ पाण्यात राहिल्याने तो जरा पुसट झाला होता. तो त्यांनी परत फासून नीट करून घेतला.

सर्व तयारी झाली तसे कॉनर्सने हातावरील घड्याळावर नजर टाकली. पहाट होऊन पहिले किरण बेटावर पोचायला दोन तासांचा अवधी होता. कॉनर्सच्या दोघा सहकाऱ्यांपैकी एकाने एम१४ रायफल घेतली. कॉनर्सने एवढाही आवाज न करता हातांच्या खुणांनी त्या दोघांना त्यांच्या जागा घ्यायला सांगितल्या आणि ते तिघे अत्यंत सावधगिरी बाळगत अंधारात किनाऱ्यापासून आतल्या बाजूस जाणारा चढ चढू लागले.

वॉशिंग्टन डी.सी.

हर्शबर्ग रात्रभर व्हाइट हाउसमधील वेस्ट विंगमधील सिच्युएशन रूममध्ये बसून होते, नौदलाच्या एव्हरेट ठाण्यावरून काय वार्ता येते, याकडे त्यांचे सगळे लक्ष लागले होते. वेळेतील फरक लक्षात घेता त्यांच्या घड्याळात सकाळचे सात वाजले म्हणजे एव्हरेटहून मोहिमेची प्रगती कळायला अक्षम्य उशीर झाला होता. त्यांना आता काळजीच वाटू लागली होती.

"काय वार्ता?"

हर्शबर्ग यांनी मान वळवून पाहिले, स्वत: राष्ट्राध्यक्षच आत येत त्यांना विचारीत होते.

"काही नाही. काल रात्रीपासून काहीही संदेश नाही."

“अजून काही फार उशीर झालेला नाही. नाही का?” राष्ट्राध्यक्षांना विचारले.

“उशीरच म्हणावा लागेल. एव्हाना रेडिओवरून संदेश यायला पाहिजे होते.”

“तुम्हाला काय वाटतंय, काहीतरी बिघडलंय?”

“शक्यता आहे. आपण काहीतरी पर्यायी योजना तयार ठेवायला हव्या होत्या. ती पाच जण जर काही संकटात सापडली तर...”

हर्शबर्गचे वाक्य संपायच्या आत राष्ट्राध्यक्ष म्हणाले, “नाही नाही, संकटं वगैरे काही नाही. नेव्ही सील्स सर्वोत्तम आहेत हे विसरू नका. उगीच अवाजवी किंवा उतावळी प्रतिक्रिया देण्यात अर्थ नाही. वॅकोच्या वेळेला काय झालं ते लक्षात आहे ना? त्याची पुनरावृत्ती होऊ द्यायची नाही मला.”

हर्शबर्ग राष्ट्रध्यक्षांशी सहमत नव्हते. नेव्ही सील्स सर्वोत्तम ठरतात, कारण ते परिपूर्ण असतात. या खेपेस मोहीम परिपूर्ण नक्कीच नव्हती. त्यात खूप उणिवा होत्या. शस्त्रास्त्रं कमी होती, संकटकाळी बचाव करायला वेगवान बोटींचे साहाय्य नव्हते.

“मला वाटतं, आपण अगदी योग्य निर्णय घेतला आहे.”

राष्ट्राध्यक्षांच्या या विधानामुळे, विशेषत: ‘आपण’ या अनेकवचनी कर्त्याच्या प्रयोगाने हर्शबर्ग मनातल्या मनात चिडले. आणि न राहवून म्हणाले, “सॉरी, पण मी या तुमच्या विधानाशी सहमत होऊ शकत नाही. मला अजूनही असं वाटतं की, आपण सशस्त्र सैनिकांची एक तुकडी पाठवायला हवी होती.”

“अहो, असं सैन्य पाठवलं की, ते सगळ्यांच्या नजरेत येतं. तो फार मोठा चर्चेचा विषय होतो...”

हर्शबर्ग राष्ट्राध्यक्षांचा नाजूक कोपरा ओळखून होते. त्यामुळे चर्चेच्या कोणत्या विषयाबद्दल, प्रसारमाध्यमे काय शोधून काढून कोणाला चव्हाट्यावर आणतील याची राष्ट्राध्यक्षांना चिंता आणि भीती आहे तेही त्यांना चांगलेच माहीत होते.

“त्यामुळे आपण जे केलं आहे तोच योग्य मार्ग आहे आणि मी या निर्णयाविषयी पूर्ण समाधानी आहे,” राष्ट्राध्यक्षांनी वाक्य पूर्ण केले.

“ही मोहीम जर काही कारणांनी यशस्वी झाली नाही तर?” हर्शबर्ग यांनी विचारले, “आपल्याला काहीच कळलं नाही आणि जर तिथे खरंच बॉंब तयार असेल तर?”

तर काय होईल या विचाराने राष्ट्राध्यक्षही दोन क्षण विचारात पडले, स्तब्ध झाले. पण त्यानंतर ते जे उद्गारले त्याने हर्शबर्ग अचंबित झाले, पण त्यांच्या मनात आश्चर्यापेक्षा उद्वेगच होता. राष्ट्राध्यक्ष म्हणाले, “स्फोट व्हायचाच असेल तर मग इतर कुठल्या दाट लोकवस्तीच्या गावा-शहरात होण्यापेक्षा तो तिथे होऊन गेला तरी चालेल.”

हर्शबर्ग यांना त्यांच्या मनातला क्षोभ चेहऱ्यावर न आणणे जमले नाही. त्यांच्या चेहऱ्याकडे पाहून राष्ट्राध्यक्ष सारवासारव करीत म्हणाले, ''हे बघा, मुळातच यात काही तथ्य आहे यावर माझा विश्वास नाही. माझं वैयक्तिक मत ऐकायचंय तुम्हाला? आपण उगीचच साप म्हणून भुई धोपटतोय. तिथे आत्ता बाँब वगैरे काही नाही, तो कधीच नव्हता.''

''त्या रशियन जहाजावर जे किरणोत्सर्गी द्रव्य सापडलं ते?''

''सापडलं हे मान्य करायलाच हवं, पण ते कुठून आलं ते कुणाला माहितेय? रशियन लष्कराने त्या खाजगी जहाजावरच त्यांचे काहीतरी उद्योग केले असतील. रशियन किती हलगर्जी आहेत अण्वस्त्रांच्या बाबतीत, हे तर मी तुम्हाला वेगळं सांगायला नकोच! आणि सुरक्षाव्यवस्था? ती तर अजून अश्मयुगातलीच आहे. चेर्नोबिल लक्षात आहे ना? का विसरलात?''

''प्रेसिडेंट, आपणही त्यांच्यासारखं करून चालेल का? आपण सर्वतोपरी काळजी घेतलीच पाहिजे.''

''हो ना, म्हणूनच तर नेव्ही सील्सची टीम पाठवलीय ना आपण तिथे शोध घ्यायला?''

हर्शबर्ग यांची लष्करी कारवाई करण्याची सूचना राष्ट्राध्यक्ष मान्य का करणार नाहीत हे त्यांना माहीत होते. राष्ट्राध्यक्षांना ही भीती होती की, लष्करी कारवाई केली की, त्यामागचे कारण सविस्तर समजावून सांगावे लागेल, त्यातला धोका काय आहे तेही स्पष्ट करावे लागेल; आणि मग त्यातून प्रश्नांची मालिकाच सुरू होईल. प्रसारमाध्यमे आणि काँग्रेस, दोन्ही हात धुऊन मागे लागतील आणि त्यातूनच कॉलिकॉफ प्रकरण वर येईल. त्याची कंपनी आणि तो यांच्यापासून राष्ट्राध्यक्षांना चार हात नाही; चार कोस दूर राहायचे होते.

हर्शबर्ग यांचा असाही अंदाज होता की, नेव्ही सील्सच्या बाबतीत जर काही विपरीत घडलेच तर 'तो लष्करी प्रशिक्षणादरम्यान घडलेला एक दुर्दैवी अपघात होता', 'राष्ट्राध्यक्ष यासंबंधी सर्वस्वी अनभिज्ञ होते', 'राष्ट्राध्यक्षांनी जातीने तपासाचे आदेश दिलेले आहेत', 'जखमी, मृत आणि बेपत्ता जवानांच्या वारसांच्या दुःखात राष्ट्राध्यक्ष सहभागी आहेत आणि ते सपत्नीक सॅन दिअॅगोला जाऊन त्यांची भेटही घेणार आहेत' अशा गुळगुळीत विधानांचे प्रसारण जनतेसाठी, प्रसारमाध्यमांसाठी तयार ठेवायला व्हाइट हाउसच्या संबंधित अधिकाऱ्यांना आधीच सांगूनही ठेवलेले असेल. अशा अयशस्वी कारवायांच्या बाबतीत 'लष्करी प्रशिक्षणा'ची सबब काही पहिल्यांदा वापरली गेली नसती, ती वापरून-वापरून जुनी झालेलीच होती.

हर्शबर्गना प्रश्न पडला होता की, त्या अपयशानंतर बाँबबद्दलचा शोध घेण्यासंबंधी राष्ट्राध्यक्षांची पुढची कृती काय असेल? ते पॅजेट बेटाभोवतीच्या दहा मैलांच्या

टापूला वेढा घालून लष्करी तुकड्या बेटावर पाठवतील की खरेच बाँबस्फोट होऊन आगीचा आणि धुराचा प्रचंड लोळ वायव्येच्या आकाशात उठेपर्यंत आत्तासारखेच सगळे नाकारून त्याला भुई धोपटणेच म्हणत राहतील? त्यांनी आणखी एक प्रयत्न करून पाहण्याचे ठरवले.

ते म्हणाले, "प्रेसिडेंट, मला अजूनही प्रामाणिकपणे असं वाटतं की, त्या बेटावरच्या लोकांकडे जर बाँब असेल तर ते त्याचा उपयोग केल्याशिवाय राहणार नाहीत हे गृहीत धरूनच आपण कृती करायला हवी. त्यांना तसं करण्यापासून थांबवायची एकच संधी आत्ता आपल्याकडे आहे. तिचा आपण तातडीने उपयोग करून घेतला पाहिजे. त्यांना काही समजायच्या आत, ते पूर्ण बेसावध असतानाच, लष्करी ताकदीनिशी त्यांच्यावर हल्ला करून तो बाँब हस्तगत करायला पाहिजे."

"मला नाही तसं वाटत. मी म्हणतो, त्यांच्याजवळ बाँब असेलच तर मी प्रथम असा प्रयत्न करीन की तो आहे तसाच, आहे तिथेच सुरक्षित राहील. आणि मग मी त्या लोकांशी बोलणी सुरू करीन," राष्ट्राध्यक्ष म्हणाले.

"दहशतवाद्यांशी बोलणी?" हर्शबर्गना काय बोलावे कळेना.

"बोलणी करायची म्हणजे तडजोड करायची असं नाही म्हणालो मी. आपण त्यांना चर्चेतून शरण यायला लावायचं."

"आणि ते शरण नाही आले तर? त्यांनी तरीही बाँबचा स्फोट करायचाच ठरवला तर?"

राष्ट्राध्यक्षांचा नेहमीचा प्रदीर्घ निःश्वास हर्शबर्गना ऐकू आला. ते म्हणाले, "आपण काही न्यू यॉर्क किंवा बॉस्टन किंवा लॉस एंजेलिस असल्या शहरांबद्दल बोलत नाही. नुकसान झालंच तर ते केवळ एका छोट्याशा, जवळजवळ निर्जन बेटापुरतंच मर्यादित असणार आहे."

"म्हणजे आपण असं नक्की धरून चाललो आहोत, की बाँब अजून त्या बेटावरच आहे!"

"अहो, धरून चालायला नको म्हणून तर नक्की काय ते शोधायलाच आपण नेव्ही सील्सची टीम पाठवलीय ना त्या बेटावर? आता या मुद्द्यावर आणखी वाद नको. मी निर्णय घेतलेला आहे ना, बस!" असे म्हणून राष्ट्राध्यक्ष बाजूच्या टेबलाजवळ गेले. तेथे डॅनिश पेस्ट्रीज्ची डिश आणि एका काचेच्या भांड्यात कॉफी ठेवलेली होती. त्यांनी कपात कॉफी ओतून घेतली. एक डॅनिश पेस्ट्री हातात घेतली आणि ती परत डिशमध्ये टाकीत तिथे कोपऱ्यात उभ्या असलेल्या सेवकाला ते म्हणाले, "अरे, काय रोज डॅनिश पेस्ट्रीज्? काही दुसरं गरम ठेवता येत नाही का?" नम्र सेवकाने त्यांची बेकन आणि अंडी यांची मागणी नोंदवून घेतली. "तुम्हाला काही?" राष्ट्राध्यक्षांनी हर्शबर्ग यांच्याकडे वळून विचारले.

"नाही, नको. थँक्स," हर्शबर्ग उत्तरले. त्यांची भूकच मेली होती. या असल्या नामर्द राज्यकर्त्यांच्या चाकरीत असल्याबद्दल, मूग गिळून गप्प राहायला लागणाऱ्या मिंधेपणाबद्दल त्यांना स्वत:चाच खूप राग येत होता. त्या राज्यकर्त्यांविरुद्ध, त्यांच्या गळचेप्या धोरणांविरुद्ध टीकेची झोड उठवू शकणाऱ्या विरोधी शक्तींबद्दल हेवा वाटत होता.

"सर, काहीतरी संदेश येतो आहे," ट्रान्समीटरवरून संदेशांचे आदानप्रदान करणाऱ्या संगणकावर काम करणारा कर्मचारी संगणकाच्या पडद्याकडे पाहत त्याच्या वरिष्ठांना, नौदलाच्या एका लेफ्टनंटना म्हणाला. ते वाक्य ऐकताच हर्शबर्ग खुर्चीतून उठले आणि अक्षरश: पळत त्याच्यामागे जाऊन उभे राहिले.

"एव्हरेटहून काही संदेश आहे का रे?" पेस्ट्रीज्‌चा घास घेता-घेता थबकून राष्ट्राध्यक्षांनी विचारले.

"नाही, सर," हे उत्तर ऐकताच त्यांनी शांतपणे घास घेतला.

"प्रेसिडेंट, हे बघायला हवं तुम्ही," हर्शबर्ग संगणकाचा पडदा न्याहाळीत म्हणाले.

राष्ट्राध्यक्षांनी दुसऱ्या हातात कॉफीचा कप उचलला आणि ते संगणकाजवळ आले.

संगणकावरील संदेश एव्हरेटच्या नौदलाच्या ठाण्याकडून आलेला नव्हता, तो डिपार्टमेंट ऑफ एनर्जीकडून 'टॉप सीक्रेट' – 'अतिगोपनीय' – असे लिहून आला होता. त्यावर 'अर्जंट' अशीही नोंद होती. संदेश असा होता :

"इन्स्टिट्यूट अगेन्स्ट मास डिस्ट्रक्शन, सँटा क्रिस्टा, कॅलिफोर्निया या संस्थेच्या प्रतिनिधींनी अशी माहिती दिली आहे की, सॅन वान बेटसमूहातील फ्रायडे हार्बर या बेटाच्या बंदरावर उभ्या असलेल्या एका जहाजावर किरणोत्सर्गी द्रव्य असल्याचे आढळले आहे. ते अण्वस्त्रांशी संबंधित असल्याचे त्यांनी कळवले आहे. त्यांनी एनइएसटीला तातडीने पाठविण्याची मागणी केली आहे."

एनईएसटी म्हणजे 'न्यूक्लिअर इमर्जन्सी सर्च टीम' – 'आण्विक आणीबाणी शोधगट'. असे चार गट स्थापन केले गेले होते. अणुशक्तीच्या वापराशी संबंधित अपघात, दहशतवादी संघटनांकडून अण्वस्त्रांचा वापर अशा प्रसंगी तशा प्रकारच्या आण्विक आणीबाणीला परिणामकारकरीत्या तोंड देणे, संभाव्य अपघात टाळणे, तो झाल्यास त्यावर तातडीने आणि परिणामकारक उपाययोजना करणे, अण्वस्त्रांचा शोध घेणे, त्यांचा वापर थोपवणे, तो झालाच तर त्यातून आपद्ग्रस्तांचा बचाव आणि सुटका करणे अशी कामे त्या गटांवर सोपवलेली होती. त्यांच्या स्थापनेपासून त्यांचा वापर मात्र आजवर एकदाही केला गेला नव्हता. त्या गटांनी स्थापनेनंतर एकदाच अभिरूप कारवाईचे एक प्रात्यक्षिक करून दाखविले होते जे तज्ज्ञांच्या मते

समाधानकारक वठले नव्हते.

"त्यांना बाँब सापडलाय का?" राष्ट्राध्यक्षांनी विचारले.

"नाही, तसं या संदेशात म्हटलेलं नाही, सर." तो नौदलाचा तरुण लेफ्टनंट मागे वळून राष्ट्राध्यक्षांकडे पाहत म्हणाला, "सापडलेलं प्रदूषण अण्वस्त्राशी संबंधित आहे असं त्यांचं निरीक्षण आहे, सर."

"मग एनर्जी डिपार्टमेंटकडून स्पष्टीकरण मागवा, फोन करा कुणालातरी." राष्ट्राध्यक्षांच्या या आज्ञेने लेफ्टनंट जरा गोंधळला.

"प्रेसिडेंट, आपल्याकडे एवढा वेळ नाही आता," असे हर्शबर्ग म्हणाल्यावर राष्ट्राध्यक्षांनी त्यांच्याकडे प्रश्नार्थक नजरेने पाहिले.

"प्रेसिडेंट, पॅजेट बेटावर अणूबाँब असल्याची खबर आणि पाठोपाठ त्याच बेटसमूहातील दुसऱ्या बेटावर अण्वस्त्रांशी संबंधित किरणोत्सर्ग, हा निव्वळ योगायोग नक्कीच नाही."

राष्ट्राध्यक्षांनी तेथे भिंतीवर लावलेल्या नकाशावर नजर टाकली. नेव्ही सील्सची कारवाई चालू असलेले पॅजेट बेट नकाशावर प्रकाशित केलेले होते. हर्शबर्ग यांनी चटकन तेथील एक लेझर पॉइंटर उचलला आणि नकाशावरील फ्रायडे हार्बरवर त्याचा लाल ठिपका स्थिरावला. "सर, बघा, फक्त बारा मैल अंतर आहे दोन्ही बेटात!"

प्राप्त परिस्थिती नाकारायच्या मन:स्थितीतल्या राष्ट्राध्यक्षांनाही हे उघडे सत्य टाळणे कठीण जात होते.

"सर, एव्हरेटला मरीन्सची कुमक तयार आहे. एका तासाच्या आत हेलिकॉप्टरने ते बेटावर उतरू शकतात." हर्शबर्ग यांनी आधीच आवश्यक ती सर्व माहिती गोळी करूनच ठेवली होती. एवढेच नव्हे, तर त्यांनी लषकरप्रमुखांना सांगून एक तुकडी तयारही ठेवली होती. ते भराभरा त्यांच्या मनातील योजना सांगू लागले. म्हणाले, "आपण फ्रायडे हार्बरचा धक्का संपूर्ण मोकळा करू, तेथील रहदारीही थांबवून टाकू. पॅजेट बेटावर चौफेर चढाई करून बाँब ताब्यात घेऊ."

"नाही, नाही, आधी खातरी करून घेऊ." राष्ट्राध्यक्ष म्हणाले, "संदेश पाठवणारी ही इन्स्टिट्यूट काय आहे? तिच्याविषयी काय माहिती आहे आपल्याजवळ?"

"ही संस्था आंतरराष्ट्रीय स्तरावर काम करते. जगातील कोणत्याही देशात अशा प्रकारच्या सर्वनाशक शस्त्रास्त्रांच्या, अण्वस्त्रांच्या साठ्यांबद्दलची माहिती एकत्र करून ती इंटरनेटवर उपलब्ध करून देते. सीआयए, एनर्जी डिपार्टमेंट अशा शासकीय संस्था त्यांच्याशी संलग्न आहेत. युनायटेड नेशन्स जे तपासणी गट स्थापन करून देशोदेशी पाठवते त्यात या संस्थेतले लोक सदस्य म्हणून नेमले जातात."

“यांची माहिती बरोबर आणि विश्वासार्ह असते का?”

“होय.”

काही वेळ सिच्युएशन रूममध्ये गंभीर शांतता पसरली आणि राष्ट्राध्यक्षांच्या चेहऱ्यावर मनाविरुद्ध निर्णय घेतानाची नाराजी. ज्याच्या हाती सत्ता असते तो त्या परिस्थितीला सर्वांत जास्त घाबरत असतो, ज्यात सर्वस्वी अनपेक्षित अशा घटनांनी निर्णयाचे सगळे पर्यायच संपून जातात!

“प्रेसिडेंट, आपण जेवढा जास्त वेळ लावू तेवढा वेळ त्यांना बाँब तेथून हालवायची संधी मिळेल.” हर्शबर्ग यांच्या स्वरात धास्ती होती आणि आग्रह होता, “आणि बाँब तेथून एकदा बाहेर पडला तर मग तो शोधणं दुरापास्तच नाही, अशक्यच होऊन बसेल!”

राष्ट्राध्यक्ष यावर काही बोलले नाहीत. त्यांचे मौन हा त्यांचा होकार धरून हर्शबर्ग म्हणाले, “सर, मरीन्सना एकत्र होऊन निघायला वेळ लागेल तेवढाच!”

सॅन वान चॅनेल

आइसबर्ग पॉइंट ओलांडला आणि थॉर्न उर्फ बेल्डन याने बोटीचा वेग एकदम वाढवला. बोटीचे नाक वर उचलले गेले आणि ती पाणी कापीत सुसाट धावू लागली. उत्तम हवा आणि असा वेग असूनसुद्धा कॅप सान्टे बंदर गाठायला कमीत कमी एक तास तरी लागणार होता.

क्षितिज उजळायला लागले, पहाटेची चाहूल लागली तशी समुद्रालाही जाग आल्यासारखी वाटली. हवेतल्या ओलाव्याने चांगलाच गारवा जाणवायला लागला होता. थॉर्नच्या समोरच्या सीटवर बसलेल्या स्कॉट टॅगार्टने त्याच्या जॅकेटची चेन वरपर्यंत ओढून घेतली आणि कॉलरही वर उचलली. त्याचे मन बेचैन होते, नजर शून्यात लागलेली होती.

त्याच्या मनात त्या क्षणी क्रिस्टनचे विचार रुंजी घालत होते. खरेतर गेल्या काही दिवसांपासूनच त्याचे मन तिच्या आठवणींनी अस्वस्थ झाले होते. ती जर आज जिवंत असती तर त्या दोघांचे आयुष्य कसे असते याची तो कल्पना करीत होता. ती त्याच्या जवळ असल्याचा त्याला वारंवार भास होत होता, तिचा चेहरा त्याच्या नजरेसमोरून हालत नव्हता. तो जाईल तिथे ती त्याच्या बरोबर आहे असे त्याला वाटे, कधीकधी तर तो एकटा असला की तिच्याशी बोलेही. त्या अवस्थेत मग त्याचे विचार त्या दोघांच्या प्रेमाच्या प्रतीकाकडे, पाच वर्षांच्या ॲडमकडे वळत. आपण आपल्या पोटच्या गोळ्यासाठी काय भविष्य सोडून जाणार आहोत

हा विचार त्याला छळत राही.

"तुझं विमान किती वाजता आहे?" इंजिनांच्या आवाजात ऐकू जाण्यासाठी जोरात ओरडून विचारलेल्या थॉर्नच्या प्रश्नाने स्कॉटला भानावर आणले.

"अकरा चाळीस," हातातल्या घड्याळाकडे पाहत त्याने उत्तर दिले.

"म्हणजे तू मला वाटेत सोडून पुढे जाऊ शकशील," थॉर्न म्हणाला. "तुझं तिकीट तुझ्याकडेच आहे ना?" त्याने विचारले.

स्कॉटने मान हालवून होकार भरला.

"तू डेन्व्हरला विमान बदलशील त्या वेळी पुढच्या सूचनांकरता तुला फोन करायचा आहे"

"होय, माहीत आहे मला."

"फोन सेलफोन नंबरवर करायचा आहे."

"होय. आपण हे सगळं बोललोय याआधी."

"हो, पण मी परत एकदा खुंटा हालवून बळकट करीत होतो. नंबर आहे ना जवळ?

"होय."

थॉर्नची कामाची पद्धतच अशी होती. त्याने प्रत्येक गोष्ट सांगितल्याशिवाय, परत आठवण केल्याशिवाय कामे होतच नाहीत अशी त्याची ठाम समजूत होती. त्यामुळे तो त्यांची परत-परत उजळणी करीत राही.

पण त्यानंतरचा थॉर्नचा प्रश्न अगदी असंबंधित वाटणारा, अचंबित करणारा, टॅगार्टला सर्वस्वी अनपेक्षित असा होता.

"तू यानंतर आणिक कोणाशी संपर्क साधणार नाहीस ना?"

"आणिक कोणाशी?"

"नाही म्हणजे, फोनवरच असं नाही, आणखी एखाद्या मार्गाने... पत्र लिहून..."

स्कॉट टॅगार्टचा हात अभावितपणे त्याच्या कोटाच्या खिशाकडे गेला. काल रात्री त्याने त्याच्या मुलाच्या, ॲडमच्या नावाने एक भलेमोठे पत्र लिहिले होते. तो मोठा झाल्यावर त्याला वाचण्यासाठी. त्यात त्याच्या जन्मदात्याच्या काही कृत्यांबद्दलची स्पष्टीकरणे, काही प्रांजल कबुलीजबाब, काही पश्चात्तापाचे शब्द होते. ते पत्र त्या क्षणी त्याच्या खिशात नव्हते, ते नाहीसे झाले होते!

त्याने चमकून थॉर्नकडे पाहिले. पत्र थॉर्नच्या हातात होते. पाकीट बंद होते, तिकीट लावलेले तसेच होते, त्याअर्थी थॉर्नने ते वाचलेले नसावे असे टॅगार्टला वाटले.

"माझं पत्र मला द्या."

थॉर्न शांत उभा होता, त्याच्या हातातले ते पत्र वाहत्या वाऱ्यावर हालत होते, बोटही पाण्यावरून अलगद चालली होती.

''म्हणजे तुम्ही माझ्या बॅगा पण तपासल्या असणार!'' स्कॉटला काय घडले असावे याचा अंदाज येऊ लागला.

थॉर्नने कबुली दिल्याची मान हालवली. तो म्हणाला, ''तुझी भावना मला समजू शकते. मुलाला त्याच्या वडिलांबद्दल दुसऱ्या कोणीतरी काहीतरी सांगण्याऐवजी ते त्यांच्याकडूनच कळणं केव्हाही चांगलंच. पण त्यात चुकून माझं नाव आलेलं असण्याचा धोका मी पत्करू शकत नाही. म्हणूनच केवळ...''

''तुमचं नाव? मला तुमचं खरं नाव माहितीही नाही.''

''ते चांगलंच आहे. म्हणजे ते सुरक्षित तरी राहील. तुला तुझ्या मुलाला हे समजावून सांगायचं आहे की, त्याच्या वडिलांनी जे केलं ते का केलं, बरोबर? ते साहजिकच आहे. आता मी जर एक लाख लोकांचे प्राण घेतले, आणि ते मीच घेतले हे जगजाहीर झालं तर मी ते कृत्य का केलं त्याचं कारण सगळ्या जगाला कळावं, त्यासाठी मी ते ओरडून सांगावं असं मलाही वाटेल.''

''मला जगाशी काही देणं-घेणं नाही. फक्त माझ्या मुलाला वास्तवाची जाणीव करून द्यायची आहे.''

''जरूर. पण ते जे काही करायचं ते असं लेखी, उघड पत्रात? मुळीच नाही,'' असे म्हणून थॉर्नने बोटांची चिमूट उघडून टाकली. वारा पत्र घेऊन गेला. ते झाडाच्या पानासारखं तरंगत-तरंगत बोटीच्या मागच्या पंखात अडकलं आणि टॅगार्ट त्याच्याकडे पाहत असताना परत उडून पाण्यात पडून नाहीसं झालं.

टॅगार्टच्या डोळ्यांत अश्रू उभे राहिले आणि तो मोठ्या आकांताने ओरडला, ''मी काही ते आत्ता पाठवणार नव्हतो!''

त्याच्या आकांताचा थॉर्नवर काहीही परिणाम झालेला दिसला नाही, तो थंडपणे त्याच्याकडे पाहत होता.

''मी हे सगळं संपेपर्यंत, अगदी शेवटच्या मिनिटापर्यंत थांबणार होतो.''

''म्हणजे कधीपर्यंत?''

''ते मला माहीत नाही, याचा शेवट कसा आणि कधी होणार हे अजून तुम्ही मला सांगितलेलं नाही.''

''तेच म्हणतो आहे मी. त्याला कारणही तसंच आहे. अशा गोष्टी जेवढ्या कमी लोकांना माहीत असतील तेवढं ते चांगलं असतं. तू ते पत्र जर आपण ठरवलेल्या शहरातूनच पाठवलंस आणि दुर्दैवाने जर बाँबचा स्फोट होण्याआधीच ते संबंधित अधिकाऱ्यांच्या हाती लागलं तर त्यांना आपल्यापर्यंत पोचणं किती सोपं होईल? आपला डाव ते उधळून टाकू शकतील. त्यांच्या हातात असं कोलीत देणं

अगदी चुकीचं, आपल्याच पायावर धोंडा पाडून घेण्यासारखं आहे. तू शहाणा असशील तर अशी चूक पुन्हा कधीच करता कामा नयेस.''

''त्यांच्या हातात माझं पत्र पडेलच असं गृहीत धरणं म्हणजे जरा...''

''गृहीत? त्यांनी ते नक्कीच पकडलं असतं. तुझा मुलगा तुझ्या नातेवाइकांकडे राहतो ना?''

प्रश्नाला उत्तर अपेक्षित नव्हते; कारण थॉर्नने ती सर्व माहिती आधीच मिळवलेली असणार आणि पत्रावरील पत्त्याने तिचा पुरावाही त्याला मिळाला असणार याबद्दल टॅगार्टला जराही संदेह नव्हता. त्यामुळेच थॉर्ननेही उत्तर माहीत असून पुढलाही प्रश्न विचारला, ''ते तुझ्या बायकोचे आई-वडील ना?''

टॅगार्टचा होकार पाहून तो पुढे म्हणाला, ''त्यांच्या पत्त्यावर हे पत्र पाठवून तू त्यांनाही फार मोठ्या संकटात टाकशील. पोलिसांचा ससेमिरा त्यांच्यामागे कायमचा लागेल. इतकंच काय, तुझे सहकारी, दहा-वीस वर्षांत तुला न भेटलेले मित्र आणि मैत्रिणी, तू ज्यांच्या-ज्यांच्याशी कधी नुसता बोलला असशील त्या सगळ्यांना एफबीआयच्या सततच्या भोचक चौकशांना तोंड द्यावं लागेल. त्यांच्या घरांच्या झडत्या घेतल्या जातील, त्यांचे व्यवसाय, त्यांची मालमत्ता यांच्या तपासण्या होतील. काहीतरी पुरावा मिळेपर्यंत त्यांचं जगणं हे लोक असह्य करतील.''

टॅगार्ट एक शब्दही न बोलता ऐकत होता. त्याचा राग आतल्या आत धुमसत होता. एवढे बोलून थॉर्नही गप्प झाला. काही क्षण तसेच गेले. बोटीचा आणि ती कापीत असलेल्या पाण्याचा फक्त आवाज येत होता.

''तुला जर तुझ्या मुलाशी संवाद साधायचाच असेल तर...'' थॉर्नने शांततेचा भंग केला, ''तो तू एका कॅसेटवर रेकॉर्ड करून पाठवू शकतोस.'' थॉर्नने खिशातून एक टेप रेकॉर्डर काढून टॅगार्ट समोर धरला. एका कमनशिबी बापाने त्याच्या मुलाला पाठवलेला अखेरचा संदेश ज्याने पाण्यात फेकून दिला होता त्याच्याकडे टॅगार्ट थिजल्या नजरेने पाहत होता.

''घे, घे हा रेकॉर्डर. त्यात कॅसेट घातलेली आहे.'' थॉर्न म्हणाला, ''आपण आता कॅप सान्टेला उतरलो ना की, गाडीतून जाताना तुला जे तुझ्या मुलाला सांगायचंय, ते सगळं यात रेकॉर्ड कर. आपलं काम फत्ते झालं की, लगेच मी स्वत: ती कॅसेट त्याच्यापर्यंत अशा तऱ्हेने पोचवीन की, सरकारी यंत्रणेला जरासुद्धा पत्ता लागणार नाही.''

त्याच्यावरची नजर न हालवता टॅगार्टने विचारले, ''तुम्हाला माझ्या मुलाचा का एकदम एवढा पुळका?''

''मुलाचा पुळका नाही, तुझ्या जिव्हाळ्याने आपल्या सर्वांवर ओढवू शकणाऱ्या, आपल्या सर्वांनाच धोकादायक ठरणाऱ्या मोठ्या आजारावरची ही प्रतिबंधक लस

आहे असं समज. मानवी स्वभाव आहे ना!'' थॉर्न सरळ समोरील समुद्राकडे पाहत बोलत होता. त्याने मान वळवून स्कॉटकडे बघितलेही नाही. तो म्हणाला, ''भावना थोपवता येत नाहीत माणसाला. मी जर तुला त्या व्यक्त करण्याचा सुरक्षित मार्ग उपलब्ध करून दिला नाही, तर तू आणखी एखादं पत्र पाठविण्याची घोडचूक परत करशील. म्हणून...''

''तुम्ही टेप त्याच्यापर्यंत पोचवाल याची काय शाश्वती?'' टॅगार्टने विचारले.

''काहीच नाही! पण एक गोष्टीची शाश्वती मी नक्कीच देऊ शकतो, तू लिहिलेला कुठलाही मजकूर जर सरकारच्या हातात पडला तर तो तुझ्या मुलाला कधीच, वाचायलाच काय, बघायलाही मिळणार नाही. उलट ते त्यांना सोयीस्कर ठरेल अशा पद्धतीने तो तुझ्या मुलासमोर ठेवतील.''

हा मुद्दा बरोबर होता. ही शक्यता स्कॉटलाही त्रास देतच होती की, एव्हाना त्याचे नाव सरकारच्या काळ्या यादीत पोचलेलेच असेल, त्याच्या हालचालींवर त्यांची कडक नजर असेल. त्याच्या सासू-सासऱ्यांचे फोन्स गुप्तहेरखात्याकडून या आधीपासूनच ऐकले जात असतील, त्यांच्या टपालावरही बारीक लक्ष ठेवले जात असेल. म्हणूनच बेटावरील लोकांचे बाहेरच्या जगाशी असलेले सगळे संबंध, संपर्क थॉर्नने कठोरपणे तोडायला लावले होते. स्कॉटने पुढे होऊन थॉर्नच्या हातातून टेप रेकॉर्डर घेतला.

काही वेळाने टॅगार्ट थॉर्नकडे वळून म्हणाला, ''बरेच दिवस माझ्या मनात एक प्रश्न घोळतो आहे, तो मी आत्ता विचारून टाकणार आहे. मला सांगा की, तुम्हाला या सगळ्या कामाचे मिळून पैसे किती मिळणार आहेत?''

''ते तुला माहीत असलंच पाहिजे, कारण 'माला'चे पैसे तर तुम्हीच दिले आहेत,'' थॉर्न म्हणाला.

''मला खुळा समजू नका. तुम्ही आता मला असं सांगणार आहात का की, अणूबॉंब खुल्या बाजारात विक्रीला ठेवलेले होते आणि तुम्ही स्थानिक म्हणून तुम्हाला किमतीत सूट मिळाली होती? बॉंब कुणाकडे मिळेल आणि त्याची किंमत काय पडेल हे जाणून घ्यायसाठी आम्ही जंग-जंग पछाडत होतो, पण तीन वर्षांच्या प्रयत्नानंतरही आम्ही त्याच्या कुठे जवळपाससुद्धा पोचू शकलो नव्हतो. मग तुमची भेट झाली आणि जादूची कांडी फिरावी तशा गोष्टी घडल्या. कितीतरी काळ आम्ही असंच समजून चाललो होतो की, तुम्ही सरकारी अधिकारीच आहात.''

''मग तुम्हाला नाही म्हणून कोणी सांगितलं?''

''त्या परदेशी जहाजावरचे पसरलेले किरणोत्सर्गी द्रव्य खरं होतं, त्याच्या संपर्कात आलेल्या मच्छीमारांना खोकला आणि इतर गंभीर आजारांनी ग्रासून टाकलं ही वस्तुस्थिती होती.''

"असं समजून चाला की, तुम्हाला काही मदत करणारे चांगले मित्र मिळाले."

"कोण?"

"त्यांना काय तोटा आहे? तुमच्या सरकारने त्याच्या करणीने जगभरात ढीगभर शत्रू निर्माण केले आहेत, ते सगळेच तुमच्यासारख्यांचे मित्र बनायला उत्सुक आहेत. निवड तुम्हालाच करायची असते."

"मग हे जे कोणी शत्रुमित्र आहेत त्यांनी किती मोबदला दिलाय तुम्हाला तुमच्या कामाचा?"

"तुमच्या संस्थेच्या कामात त्यांना सहकार्य करायचं आहे म्हणून किमतीत भरपूर सूट दिलेली आहे त्या लोकांनी तुम्हाला. तुमच्या कार्यात त्यांनी भागीदारी घेतल्याचं दुःख मानू नका. देशात शासनाविरुद्ध आवाज उठवण्याच्या, शासनाला धडा शिकवण्याच्या तुमच्या संस्थेच्या महान कार्याचं श्रेय, तरीही शंभर टक्के तुमचंच राहणार आहे, त्यात ते वाटा मागणार नाहीत..."

"आम्हाला एवढी मदत करण्यात त्यांना का एवढा रस?"

"कारण त्यामुळे त्यांचं नाव कुठेही उघड न होता, त्यांच्यावर शंकेची सुई न वळता त्यांचा हेतू सफल होतो. तुमचं आणि त्यांचं ध्येय समान आहे. तुम्हालाही तुमच्या शासनाबद्दल घृणा वाटते, त्यांनाही. तुम्हालाही शासनाला उलथून टाकायचं आहे, त्यांनाही. शिवाय तुम्हाला सगळ्या जगाला तुम्ही घेतलेला सूड ओरडून सांगायचा आहे आणि जगाने तुमच्या त्या बढाईवर विश्वास ठेवावा अशीच त्यांचीही इच्छा आहे, नव्हे त्यांना नेमकं तसंच व्हायला हवं आहे. म्हणूनच ते तुमच्या या योजनेला काहीही कमी पडू देणार नाहीत, कितीही खर्च आला तरी त्याची फिकीर करणार नाहीत. त्याची सगळ्याची तजवीज करण्यात आलेली आहे. सगळं आखूनरेखून ठेवलेलं आहे."

तो पुढे सांगू लागला, "त्यांना सर्वांत काळजी आहे, ती तुमचं शासन याचं प्रत्युत्तर देईल की काय याची. तुमच्या शासनाने अत्यंत स्पष्ट शब्दांत इशारा दिला आहे की, जर कुठल्याही देशाच्या सरकारने अमेरिकेविरुद्ध अशा प्रकारच्या प्रचंड उत्पात घडवणाऱ्या, नागरिकांची मोठ्या प्रमाणावर हत्या करणाऱ्या, मालमत्तेला नुकसान पोचवणाऱ्या अण्वस्त्राचा वापर केला तर अमेरिका त्याचे उत्तर सर्वशक्तिनिशी, अणुयुद्धानेच देईल. म्हणूनच त्यांनी ही योजना अशी आखली आहे की, विध्वंसक विनाश देशांतर्गत दहशतवादी शक्तींनीच करवला आहे असंच शंभर टक्के सिद्ध होईल, त्यांचं नाव चुकूनसुद्धा घेतलं जाणार नाही. मग तुमचं शासन काय करेल? सीॲटलमधील कुणीतरी हे कुकर्म केले म्हणून सीॲटलवर अणूबॉंब टाकेल?"

"याचा अर्थ तुम्ही 'त्या कुणा'चेतरी मध्यस्थ म्हणून काम करता आहात."

"होय. तोच माझा व्यवसाय आहे. आणि हे मी मोठ्या अभिमानाने सांगू

शकतो की, हे माझं आत्तापर्यंतचं सर्वांत मोठं कंत्राट आहे. आणखी एक गोष्ट सांगतो, या सगळ्याचं खापर तुमच्या, एका स्थानिक संस्थेच्या माथी मारण्याबद्दल, कोणत्याही बाहेरच्या देशाला यात न गुंतवल्याबद्दल तुमचं शासन आमचे आभारच मानणार आहे.''

टॅगार्टला त्या विधानाची चीड आली. त्याने विचारले, ''काय? ते का?''

टॅगार्टच्या या प्रश्नाचे थॉर्नला आश्चर्य वाटले. त्याला वाटले, स्कॉट टॅगार्टसारख्या बुद्धिमान माणसाला ते कारण सहज कळेल. टॅगार्ट जेवढा चिडला तेवढाच थॉर्न भाबडेपणाचे सोंग आणून म्हणाला, ''म्हणजे काय? तुला काय वाटलं, अगदी जाहीरपणे इशारा दिला असला तरी कुठलाही शहाणा शासनकर्ता, कुठलाही चाणाक्ष राजकारणी जगात तिसरं महायुद्ध सुरू करायला उत्सुक असेल? केनेडींच्या हत्येनंतर काय झालं? ओसवाल्डला इतक्या तातडीने दोषी ठरवून त्यानं एकट्यानंच हे निघृण कृत्य केलं असा निष्कर्ष शासनाने का काढला? कारण त्यात रशियाचा हात असल्याच्या भीतीने त्यांचं धाबं दणाणलं होतं म्हणून. ते सत्य जर जगापुढे आलं असतं तर त्यांना रशियाच्या विरोधात अणुयुद्ध खेळावं लागलं असतं.''

''तू हा बाँब उडव आणि बघ,'' थॉर्न पुढे म्हणाला, ''ते फारसं खोलात न शिरताच वरवर चौकशा करतील आणि मिटवून टाकतील प्रकरण. बाँबने किती माणसांचे जीव गेले यापेक्षा तो आपल्या खुर्चीच्या खाली लागत नाही ना, ती शाबूत राहते ना याचीच या हरामखोर राजकारणी शासनकर्त्यांना चिंता लागून राहील. पण देखावा असा करतील की, आम्ही याच्या तळापर्यंत पोचणार आणि अपराध्याला शोधून काढून त्याला फासावर लटकवणार. मग त्यासाठी अडकवायला त्यांना कोणाच्यातरी माना लागणार. त्यात मला माझी मान जाऊ द्यायची अजिबात इच्छा नाही. आपली योजना यशस्वी झाली तर तू काही त्यांना सापडणार नाहीस. त्यामुळे ते कोणा सोम्या-गोम्याला कोर्टात खेचतील आणि पापाचं प्रायश्चित्त दिल्याचा, निःस्पृह न्याय केल्याचा डिंडोरा पिटतील.''

''आपलं दैव बलवत्तर असेल तर शासन असं काहीतरी करून सुटू शकणार नाही,'' टॅगार्ट म्हणाला.

''का? कोण अडवणार आहे त्यांना?'' थॉर्नने विचारले.

''या देशाची जनता!''

''जनता?'' थॉर्न जोरात हसला. वाऱ्यावर त्याचे केस स्वैर उडत होते. ''जनता! तिला मी विसरतच होतो!!''

''होय, लोकांनी जर जागरूक राहून वेळेवर आवाज उठवला तर शासनाला काहीतरी ठोस पावलं उचलावीच लागतील.''

''म्हणजे तू असं गृहीत धरून चाललाएस की, लोकांना त्यांच्या टेलिव्हिजनच्या

रिमोट कंट्रोलचं 'ऑफ' बटण सापडेल, ते ते वापरतील, त्यांच्या घरातील सुखकारक वातावरणातून उठून बाहेर येतील आणि त्यांच्या दुर्दैवी बांधवांसाठी काहीतरी करतील. अरे, काही तासांच्या आत टेलिव्हिजनच्या प्रत्येक चॅनलवर अणूबाँब, अणुशक्तीचे बरे-वाईट उपयोग, आंतरराष्ट्रीय मत-मतांतरांचे विश्लेषण अशा कार्यक्रमांची गर्दी उडेल. जिराल्डो रिव्हिएरा त्याच्या कार्यक्रमात शासकीय मंत्री, अधिकारी यांच्या मुलाखती घेईल, त्यांच्यावर टीकास्त्र सोडून त्यांना कच्चे खाऊन टाकील किंवा आडव्या-तिडव्या प्रश्नांच्या चुलीवर त्यांना भाजून खाईल. लोकांचे जीव बाजूला राहतील, डेमोक्रॅट्स आणि रिपब्लिकन्स एकमेकांच्या जिवावर उठतील. त्यांच्यातच यादवी सुरू होईल. टेलिव्हिजनवरील चॅनेल बदलून बदलून तेच चर्वितचर्वण सगळीकडे पाहायला, ऐकायला भाग पडलेली तुझी जागरूक जनता अठ्ठेचाळीस तासांच्या आत कंटाळेल, वैतागेल आणि बाँबस्फोट हा विषय कानाबाहेर टाकून रोजच्या गृहकृत्यात, भाकरी देणाऱ्या व्यवसायात मग्न होईल. जनता न्यायासाठी कोणतं युद्ध खेळेल माहीत नाही, पण टेलिव्हिजन चॅनेल्सचं लोकप्रियतेसाठीचं युद्ध नक्की शिगेला पोचेल.''

थॉर्नचा 'जनशक्ती' या संकल्पनेवर विश्वास नव्हता. पण त्याला हेही पक्कं माहीत होते की, एकदा बाँबचा स्फोट झाला की मग तोंड लपवायला फारशा जागा उरत नाहीत. तो या धंद्यात मुरलेला खेळाडू होता. गेली वीस वर्षे त्याने अनेक बड्या-बड्या धेंडांसाठी कामे केली होती. देशाला आपली वैयक्तिक मालमत्ता समजून स्वार्थासाठी तिचा लिलाव करणाऱ्या, चिलखती मर्सिडीज गाड्यातून उंटांचे सौदे करायला जमणाऱ्या राजेरजवाड्यांसाठी, जुलमी हुकूमशहांसाठी त्याने दलाली केली होती. पण हा बाँबस्फोट त्याच्या कारकिर्दीतला शिरपेच ठरणार होता. त्याला पैशाच्या झाडाखाली उभा करणार होता. यात जी माणसं काम करीत होती ती परत कुठेच काम करू शकणार नव्हती, त्यांची नावे आंतरराष्ट्रीय गुन्हेगारांच्या यादीत समाविष्ट होणार होती आणि मग त्यांना कुठल्याच देशात आसरा मिळणार नव्हता. म्हणूनच थॉर्नने स्वत:च्या बाबतीत योग्य ती काळजी घेतली होती. या दहशतवादी कृत्यात गुंतलेल्या प्रमुख गुन्हेगार डीन बेल्डन या त्याच्या अवताराला त्याने एका विमान अपघातात, जाहीरपणे मारून टाकले होते. थॉर्न उजळ माथ्याने वावरू शकणार होता. पण तो अपघात धूळफेक होती, तो मेलेला नव्हताच हे सत्य जाणणारी एक बाहेरची व्यक्ती होती – जोसलीन कोल. ते रहस्य जवळ बाळगून ती फार काळ जिवंत राहणे त्याला परवडणारे नव्हते, म्हणूनच तिचा मृत्यू अनिवार्यच होता.

या अशा विचारात समोरील अथांग सागराच्या पाण्यावर पसरणाऱ्या पहाटेच्या पहिल्या किरणांच्या नक्षीकडे पाहत बोट चालवताना थॉर्नचे लक्ष अचानक एका

वस्तूने वेधून घेतले. हे काय आहे? त्याने बोटीचे चक्र एकदम गर्रकन उजवीकडे फिरवले आणि तिचा मोर्चा त्या विचित्र वस्तूच्या दिशेने फिरवला.

त्या बोटीच्या चक्राकार गतीने टॅगार्ट त्याच्या आसनावरून पडता-पडता सावरला, "काय झालं?" त्याने विचारले.

थॉर्न त्या वस्तूवरील नजर न हटवता काहीही न बोलता पुढे जात राहिला. टॅगार्टची नजर थॉर्नच्या नजरेशी भिडली आणि तिची दिशा पकडून त्या वस्तूकडे वळली.

प्रथम त्याला नेमके काहीच दिसले नाही. प्रकाशकिरणांचा लाटांवरील खेळच नजरेस पडला, पण थॉर्नची नजर हा निसर्गाचा चमत्कार पाहून खिळली नसणार हे त्याला नक्की माहीत असल्यामुळे त्याकडे लक्ष न देता तो अन्य काही दिसते का ते शोधू लागला. होय, पाण्यातील लाटांवर तरंगत वर-खाली होणारी एक काहीतरी वस्तू समोर आकारत होती. भरतीच्या लाटांच्या जोरदार प्रवाहात ती वाहत वाहत त्या सामुद्रधुनीपर्यंत पोचलेली दिसत होती.

बोट त्या वस्तूला ओलांडून पुढे गेली. तो क्षण पकडून टॅगार्टने बोटीत पडलेला एक हूक उचलला आणि त्या वस्तूच्या दिशेने फेकला, पण नेम चुकला.

थॉर्नने पुढे गेलेली बोट उलटी वळवली आणि परत त्याच वस्तूच्या दिशेने हाकारली. पण या वेळी त्याने बोटीची इंजिने बंद केली, वेग अगदी आटोक्यात आणला आणि बोट त्या वस्तूच्या भोवताली फिरवत ठेवली. त्याने हातातून चक्र सोडले, दुसरा एक हूक घेतला आणि धिमेपणाने, लक्ष एकाग्र करून तो त्या वस्तूकडे फेकला.

हूक अचूक अडकला, थॉर्नने वस्तू बोटीच्या दिशेने ओढून घेतली. हूक एका कडीत अडकला होता आणि त्या कडीत अनेक दोऱ्या एकत्र आलेल्या दिसत होत्या. वस्तू त्या दोऱ्यांच्या टोकाला बांधलेली होती. थॉर्न त्या सर्व जंजाळाकडे क्षण दोन क्षण विचारपूर्वक पाहत राहिला. ती वस्तू काय आहे, हे पूर्णपणे लक्षात आल्यासारखा भाव त्याच्या चेहऱ्यावर उमटला. त्याने निर्णयपूर्वक त्याच्या खिशातला एक चाकू बाहेर काढला आणि त्या दोऱ्या कापून टाकायला सुरुवात केली. त्याने कापलेला भाग वर उचलला तेव्हा ते पॅराशूट असल्याचे स्पष्ट दिसले. पॅराशूट एका रबरी आवरणातल्या पेटीसारख्या दिसणाऱ्या वस्तूला जोडलेले होते. थॉर्नने त्याच चाकूने पेटीवरील रबरी आवरणही कापून काढले आणि पेटी मोकळी केली.

"काय आहे ते?" टॅगार्टने विचारले.

"संकट!" थॉर्न उद्‌गारला. त्याने अधिक न बोलता खिशातला सेलफोन काढला आणि त्यावरील एक बटण दाबले. त्या बटणाने पॅजेट बेटावरील त्यांच्या ठाण्याचा फोन नंबर फिरवला जाईल अशी सोय केलेली होती. त्याने 'सेंड' हे बटण

दाबले आणि तो फोन कानाला लावून ऐकू लागला. त्याच्या फोन नंबरवरील फोन्स सरकारी खात्यांकडून ऐकले जाण्याचा धोका त्याला सतत वाटत होता. त्यामुळे याआधी त्याने त्याच्या फोनवरून हा नंबर कधीच फिरवला नव्हता. पण आजची परिस्थिती अशी होती की, तो धोका पत्करूनही तेथे संपर्क साधणे अत्यावश्यकच होते.

फोन बहुधा लगेच उचलला गेला नाही, "अरे मूर्खांनो, उचला ना लवकर!" तो चिडून ओरडला, पण दुसऱ्याच क्षणी जोरात 'हॅलो' म्हणाला. पलीकडून ओळखीचा आवाज ऐकू आला.

"थॉर्न बोलतोय. थॉर्न. हां, बेटावर पाहुणे आलेत तुमच्या..." जोरजोरात हसण्या-बोलण्याच्या गदारोळात त्याचे बोलणे नीट ऐकू जात नव्हते.

"ए, गप्प बसा रे. थॉर्नचा फोन आहे," असे म्हटल्यावर आरडाओरडा कमी झाला.

"मी म्हणालो, पाहुणे आलेत बेटावर! ताबडतोब खंदकातल्या जवानांना सावध करा, किनाऱ्यावर गस्तीला माणसं पाठवा..."

"मिलिटरी आहे का?"

"नक्की माहीत नाही, पण मला इथे एक एम६० मशीनगन एका पेटीतून तरंगत आलेली दिसते आहे," थॉर्न असे म्हणाल्यावर त्या फोनवरील माणसाने तेच वाक्य जोरात म्हटले. तो बहुतेक तेथील लोकांना ते सांगत होता. त्याचे बोलणे ऐकल्यावर काही क्षण फोनवर शांतता पसरली. मग एकदम खूप लोकांचे एकमेकांत बोलण्याचे आवाज ऐकू येऊ लागले. थॉर्नने दिलेल्या बातमीमुळे तेथे गडबड उडालेली जाणवली.

"मी सांगितलं तसं करा, आपल्या सगळ्या टेहेळणी नाक्यांवर माणसं पाठवा, आणि हे बघ आणखी एक काम कर."

दुसऱ्या टोकाच्या माणसाने फोन ठेवला, का तो थॉर्नचे बोलणे ऐकत होता हे थॉर्नला कळेना. त्याने एकदा त्याला "तू ऐकतोयस ना?" असे विचारले, तो 'होय' म्हणाला तशी त्याने त्याला आज्ञा केली, "ती बाई आहे ना वरच्या खोलीत, तिला मारून टाका, आत्ताच्या आत्ता!"

पॅजेट बेट, वॉशिंग्टन राज्य

जोसलीनला फोनची घंटा वाजलेली स्पष्ट ऐकू आली. नंतर काही वेळातच पलीकडल्या खोलीत बराच दंगा उसळलेला तिला कळला. बरेच लोक धावपळ करीत होते, बोलत होते, बाहेर जात होते, एकमेकांना काहीतरी सांगत होते. आदल्या दिवशी थॉर्न निघून गेल्यानंतर तिला परत हात बांधून, तोंडात बोळा कोंबून, पलंगावर टाकून दिले गेले होते. ते कमी वाटून की काय, एका महाभागाने शहाणपणा करून तिचे पायही दोरीने बांधून ती दोरी हात बांधलेल्या दोरीत अडकवून टाकली होती. त्यामुळे ती एखाद्या गाठोड्यासारखी कोपऱ्यात पडली होती. पण त्या उत्साही कार्यकर्त्यांना तिच्या डोळ्यांवरची पट्टी मात्र परत बांधायची आठवण राहिली नव्हती. त्या चुकीचा तिला चांगला फायदा होत होता.

ती तिच्या हातांना बांधलेल्या दोरीची गाठ सोडवायचा कसोशीने प्रयत्न करीत होती. फोनवरील संभाषणानंतर बाहेर लोकांच्यात खूप गडबड उडालेली जोसलीनच्या लक्षात येत होती. लाकडावर बऱ्याच बुटांचा खडखडाट ऐकू येऊ लागला होता. त्यावरून बरेच लोक बाहेर जात होते हेही तिला कळत होते, पण त्या सर्व गडबडीचे कारण मात्र कळत नव्हते. लोक ओरडून एकमेकांना प्रश्न विचारीत होते, उत्तरे देत होते.

कोणा दोघांच्यात जराशा अंतरावर संवाद चालू होता,

"ब्राउनिंग ऑटोमॅटिक रायफल कोणाकडे आहे?

"टॉमकडे."

"त्याला म्हणावं जरा बुड हालव आणि किनाऱ्यावर पळ. किती आहेत तसल्या रायफली?"

"दोन. आणखी एक आहे, पण ती बिघडलीये. तिची पिन वाकलीये. मी गेला आठवडाभर थॉर्नकडे बोंब मारतोय ती दुरुस्त करा म्हणून. ए, ऑस्कर कुठाय?"

"ते महाशय पळाले. थॉर्न गेल्याबरोबर हेही गायब."

हळूहळू ते दोन आवाज मोठे होऊ लागले, म्हणजे बोलणारे दोघे बोलता-बोलता तिच्या दिशेने येत होते. पुढचा त्यांचा संवाद तर थेट तिच्या खोलीच्या खिडकीबाहेरच चालू झाला.

"मघाचा फोन थॉर्नचा होता. म्हणत होता कोणीतरी आलंय बेटावर."

"कोण? पोलीस की इथलेच कोणीतरी?"

"त्याला त्याच्या वाटेवर, मधल्या सामुद्रधुनीच्या भागात एक पेटी पाण्यात तरंगताना सापडलीय. त्यात एक एम६० आणि इतर काही साधनं होती. त्यावरून काय तो अंदाज कर!"

"अरे, याआधीच कोणी कसं पोचलं नाही इथपर्यंत, याचंच नवल वाटत होतं मला. फौज किती मोठी आहे माहितीय का?"

"नाही. हे बघ, तू असं कर, तुझी माणसं एकत्र कर आणि किनाऱ्यावर जा. दोन गट कर. प्रत्येक गटाला एक ब्राउनिंग दे आणि भरपूर दारूगोळा. पाहुण्यांना जरा दारूकाम दाखवू आणि पन्नास कॅलिबरचा दणका देऊ."

"बोट कुठे आहे?"

"पश्चिमेकडच्या खाडीत, तिच्या तोंडाशी बांधून ठेवलीय."

"तिच्याबद्दल कुणाला माहिती नाही ना?"

"नाही. आणि कुणाला कळूही देऊ नको. थॉर्नच्या सूचनाच तशा आहेत. काही भानगड झाली तर सरळ बोट काढायची आणि इथून सुटायचं. ट्रक गाठायचा आणि 'माल' ट्रकमध्ये चढवून ठिकाणाकडे निघायचं. ऑस्कर त्यासाठीच सकाळी पुढे गेलाय. तो सगळी तयारी करून ठेवणार आहे."

"आणि हे इथले सगळे जवान?"

"प्रेतं हालवायची गरज असते का?"

"म्हणजे?"

"कालच थॉर्ननी माझ्याकडून सगळ्या खंदकात वायर्स फिरवून घेतल्या आहेत आणि सी फोर स्फोटक भरलंय वाळूच्या बॅगांत. एक गोळी जरी वाळूच्या बॅगेवर पडली तरी अख्खा खंदक उडेल धाडकन! कोणीही वाचणार नाही! नरकातली वस्ती थोडी वाढेल लगेच!"

"आणि ती बाई, तिचं काय?"

ते शब्द कानावर पडताच जोसलीन थबकली. तिने तिच्या सर्व हालचाली थांबवल्या आणि सर्व लक्ष त्या प्रश्नाच्या उत्तरावर केंद्रित केले.

"तिचं काय? मी काय म्हणालो, प्रेतांना भविष्य नसतं! चल, नीघ तू. आणि लक्षात ठेव, गोळीबार सुरू झाला तर खंदकांजवळ जाऊ नकोस."

पहिलेच वाक्य जोसलीनने ऐकले. पुढची वाक्ये तिच्या कानावर पडत राहिली, पण ती तिला ऐकू मात्र येत नव्हती. ती त्या पहिल्या वाक्यापाशीच अडकली होती. तिला प्रेत बनायचे नव्हते. हात बांधलेल्या दोरीच्या गाठीशी ती दुप्पट जोराने झगडू लागली. आता त्यात केवळ कैदेतून सुटका एवढाच भाग नव्हता, मरणापासून सुटकेचा प्रश्न होता. जीव वाचवण्यासाठीचा आकांत होता. तिचे हात एकाग्रतेने काम करीत होते आणि तिचे कानही. ती आता होणारा प्रत्येक लहानातला लहान आवाज कानात साठवून त्याचा मनाशी अर्थ लावीत होती. कोणीतरी आत शिरल्याचा आवाज आला. तिने कान टवकारले. पुढले दार खाडकन बंद झाले. जड बूट लाकडी तक्तपोशीवर आपटू लागले. बुटांचा आवाज जरा थांबला आणि एक अगदी बारीक खटका उघडून क्षणभराने बंद झाल्याचा आवाज तिच्या तीक्ष्ण बनलेल्या कानांनी अचूक टिपला. जोसलीनला शस्त्रांबद्दलचे ज्ञान नव्हते, पण तो खटक्याचा आवाज रिव्हॉल्व्हरमध्ये गोळी भरल्याचा होता हे तिला कळल्यावाचून राहिले नाही.

बुटांचे आवाज तिच्या खोलीच्या दिशेने येऊ लागले. तातडीने काहीतरी करणे आवश्यक होते. कुशीवर पडून पाठ भिंतीला आपटेपर्यंत ती पलंगावर भिंतीच्या बाजूला सरकली. आता तिचे पाय, खांदे आणि डोके फक्त पलंगावर होते. मधले शरीर पलंग आणि भिंत यांच्या मधल्या भागात अधांतरी होते. ती डोळ्यात प्राण आणून, अत्यंत सावधपणे दाराकडे पाहत होती. कुलुपात किल्ली फिरली, दार करकरले, उघडू लागले.

जोसलीनने शरीराचा अधांतरी असणारा भाग जोरजोरात हालवला, पाठीने भिंतीला जोर लावला. दारातून आत येणाऱ्या मानवी आकृतीकडे ती डोळे फाडफाडून पाहत होती. मागच्या दिव्याच्या उजेडामुळे तिच्यावर सावली पडली होती. चेहरा नीट दिसत नव्हता, पण जोसलीन चेहऱ्याकडे पाहतच नव्हती, तिची दृष्टी त्या माणसाच्या हातातल्या रिव्हॉल्व्हरवर खिळली होती.

आत आलेल्याने क्षणभर दारात उभे राहून आतील दृश्याचा अंदाज घेतला, त्याच्या सावजाकडे नजर स्थिर केली, हात लांब केला, रिव्हॉल्व्हरचा नेम धरला आणि गोळी झाडली.

जोसलीनने त्याचा नेम चुकावा यासाठी प्रयत्नांची शर्थ केली. भिंतीला टेकलेल्या पाठीच्या आधाराने खांदे आणि पायांनी तिने पलंग जोरात पुढे सरकवला, पलंग

आणि भिंत यामधली फट वाढवली, शरीराचा अधांतरी असलेला भाग जोरात खाली दाबला.

जोसलीनने डोळे घट्ट मिटून घेतले होते. तिच्या नकळत तिने मनोमन प्रार्थना म्हटली होती. क्षणभर ती स्वत:च्याच शरीरातून लांब जाऊन स्वत:चे मरण दुरून बघत होती. रिव्हॉल्व्हरमधून सुटलेली गोळी आपल्या शरीरात कधी घुसते याची वाट पाहत होती.

गोळीचा प्रचंड मोठा आवाज झाला, त्या आवाजाने तिचे डोके सुन्न झाले, कानाचा पडदाच जणू फाटला. पाठोपाठ तिच्या मागची भिंत जोरात हादरली, तो कंप तिच्या शरीरातून गेला. बधिर कानांनी, सुन्न मनाने, कंपित शरीराने आणि मिटल्या डोळ्यांनी ती गोळी तिचे शरीर कापत जाण्याची, त्यामुळे होणाऱ्या अतीव वेदनेची आणि जीव कुडीतून निघून जाण्याची वाट पाहत राहिली. पण तसे काहीच झाले नाही! तिच्या चेहऱ्यावर भिंतीच्या पोपड्यांचा मोठा सडा पडला.

तिने भीत-भीत डोळे उघडले. ती पलंगावर नव्हती, मोठ्या झालेल्या मधल्या फटीतून ती जमिनीवर पडली होती. गोळी पलंगालगत भिंतीत घुसली होती. तिला गोळी लागली नव्हती, ती जिवंत होती. आता तिचे लक्ष तिच्या मारेकऱ्याच्या चेहऱ्याकडे गेले. तो रागाने लाल झाला होता, त्याने झडझडून शिवी हासडली आणि परत नेम धरला.

जोसलीन आता पलंग आणि भिंत यांच्यामधल्या अरुंद फटीत अर्धवट अडकून बसली होती, तिला हालचाल अशक्य होती. त्यामुळे आता नेम चुकायची शक्यताच नव्हती. त्याने एक डोळा बंद करून रिव्हॉल्व्हरच्या घोड्यावर बोट टेकवलेले जोसलीनने पाहिले.

पण आधीसारखा गोळीचा कानठळ्या बसवणारा आवाज झालाच नाही, अगदी एक दबकासा आवाज झाला आणि तत्क्षणी गोळी झाडीत असलेल्या माणसाच्या, रिव्हॉल्व्हरच्या बरोबर मागे असलेल्या, दोन डोळ्यांच्या मध्यभागी, कपाळावर जोसलीनला एक लाल ठिपका उमटलेला दिसला. तो मोठा होऊ लागला आणि त्याचा लाल रंग त्याच्या नाकावर ओघळू लागला. त्याच्या डोळ्यांतले भाव नाहीसे झाले. ते निर्जीव बनले, त्याच्या हातातले रिव्हॉल्व्हर गळून पडले, आणि तो माणूस तिच्या पलंगाजवळ पालथा पडला.

तोंडात बोळा कोंबलेला असल्याने जोसलीनच्या तोंडातून मूक किंकाळी बाहेर पडली. समोर पालथ्या पडलेल्या माणसाचा रिव्हॉल्व्हर धरलेला हात जमिनीवर पडलेल्या जोसलीनपासून अगदी थोड्या अंतरावर आला होता. त्या हाताची बोटे रिव्हॉल्व्हरचा घोडा दाबण्याची कृती करीत असल्यासारखी हालत होती. जोसलीन भीतीने थिजली होती.

त्याच वेळी अचानक खोलीच्या खिडकीबाहेर गोळीबाराचे आवाज ऐकू येऊ लागले. खिडकीच्या बंद काचा हादरल्या आणि एक काच खळकन फुटली.

खिडकीचे दारही तुटून पडले. तिचे लक्ष त्या खिडकीकडे गेले. एक काळा रबरी, तुकतुकीत मानवी पाय खिडकीतून आत आला आणि पाठोपाठ काळ्याच रबरी हूडने आच्छादलेले डोके आणि खांदे दिसू लागले. त्या रबरी आकृतीने आत उडी घेतली, ती क्षणार्धात मागे वळली आणि खिडकीच्या आड दडून खिडकीतून बाहेर हातातील छोट्या मशीनगनमधून गोळीबार करू लागली.

बाहेरूनही त्या आकृतीच्या दिशेने गोळीबार होत होता. धडाधड गोळ्या खिडक्यांवर, भिंतीत घुसत होत्या. फुटलेल्या काचांचा सडा खोलीत पडू लागला. ती आकृती एकदम मागे वळली आणि पलंगाच्या दुसऱ्या बाजूला तिच्यासारखी जमिनीवर आडवी झाली, क्षणभर जोसलीनला वाटले ती मरून पडली, पण तिने पलंगाखालून जोसलीनच्या चेहऱ्यासमोर तिचा चेहरा आणला आणि जोसलीनला हलक्या, मऊ आवाजात विचारले, "तुम्ही बऱ्या आहात ना?"

झाल्या प्रकाराचा जोसलीनला प्रचंड धक्का बसला होता. प्रश्न विचारणाऱ्याची ओळख पटत नव्हती. प्रश्नाचा अर्थ कळत नव्हता. चक्रावून गेलेल्या जोसलीनने त्या रहस्यमय आकृतीच्या पूर्ण न दिसणाऱ्या चेहऱ्याकडे पाहत निरर्थक होकार दिला. त्या अवगुंठित आकृतीने शिताफीने त्याच्या पायाच्या घोट्याजवळून एक चाकू उपसून काढला. तिच्या हाता-पायांना बांधलेल्या दोऱ्या वेगाने कापून काढल्या, हाताने तिच्या तोंडातला बोळा काढून फेकला, तिला फटीतून व्यवस्थित बाहेर काढले. जोसलीनची सर्व बंधने त्याने नष्ट केली होती आणि त्याआधी तिचा जीव वाचवला होता.

"आता बऱ्या आहात ना?" त्या अनाहूत व्यक्तीने परत विचारले. मोकळ्या हातांचे तळवे एकमेकांवर घासत जरा 'मोकळ्या' झालेल्या, भानावर आलेल्या जोसलीनने "होय" असे उत्तर दिले.

तेवढ्यात जोरदार गोळ्यांची आणखी एक फैर झडली. आणखी काचा फुटल्या, खिडकीवर लावलेले काळे पडदे फाटून निघाले आणि बाहेरून सूर्यप्रकाश आत आला. खोली उजळून उठली.

त्या व्यक्तीने हात धरून जोसलीनला उठवले आणि आपल्या मागोमाग, जवळजवळ ओणव्यानेच, खोलीबाहेर नेता-नेता ती व्यक्ती जोसलीनला म्हणाली, "आपल्याला इथे फार वेळ थांबता येणार नाही. 'ग्रीन जायंट'नी बेट वेढले आहे आणि ते ही इमारत लवकरच उद्ध्वस्त करतील." उघड्या खिडक्यातून आता गोळ्या आतपर्यंत पोचू लागल्या. काहींनी खोलीतील आरशाचा चक्काचूर केला. काचांचे तुकडे सगळीकडे उडाले, त्यातील एकाने जोसलीनच्या गालाला जखम

केली, दुसरा तिच्या केसात जाऊन अडकला.

"कोण आहात तुम्ही?" जोसलीनने विचारले.

"ते सांगायची ही वेळ नव्हे," ती व्यक्ती म्हणाली.

कसलीतरी आठवण झाल्यासारखी जोसलीन मागे वळली. हाताच्या मागच्या बाजूने गालावरील जखमेचे रक्त पुसत ती खिडकीच्या दिशेने जाऊ लागली. ती व्यक्ती ओरडली, "नाही नाही, तिकडे नका जाऊ..." पण तोपर्यंत ती पलंगाजवळ पोचलीही होती. बेल्डनने पलंगावर त्याच्या खिशातील वस्तू काढून ठेवल्या होत्या त्यातले एक चुरगळलेले बिझनेस कार्ड अजून तसेच पडलेले होते. ते तिने उचलले आणि गेली तशी परत येऊन त्या व्यक्तीजवळ थांबली.

"तुम्ही काय जिवावर उदार झालायत का? आत्ता गोळी लागली असती," असे म्हणत त्या व्यक्तीने दोन्ही हात आणि गुडघे जमिनीवर टेकले. त्याने रांगत-रांगत खोलीच्या दाराकडे जाण्यास प्रारंभ केला. जोसलीनने निमूटपणे त्या व्यक्तीचे अनुकरण केले. त्या व्यक्तीने हळूच दार किलकिले केले, फटीतून मान आणि गन बाहेर काढून दोन्हीकडे सावध नजर टाकली. गोळी उडाली नाही त्याअर्थी बाहेर कोणी नसावे अशी जोसलीनने कल्पना केली.

दार पूर्ण उघडून ती व्यक्ती आणि पाठोपाठ जोसलीन रांगत-रांगतच खोलीबाहेर पडले. काही अंतरावर ती व्यक्ती भिंतीला पाठ लावून बसली, तिच्या शेजारी जोसलीनही तशीच बसली. दोघांचे खांदे घासत होते. त्या भागात एकही खिडकी नव्हती, एका बाजूला लांबवर दार दिसत होते. हातातली गन त्या व्यक्तीने दाराकडे रोखून धरली आणि दुसऱ्या हाताने खांद्यावरील एक कापडी झोळीसारखी पिशवी खाली काढली. त्यात हात घालून एक वस्तू बाहेर काढली.

हात बाहेर आला तेव्हा त्या हातात एक काळ्या रंगाचे छोटेसे पिस्तूल होते. "तुम्ही कधी पिस्तूल वापरलंय या आधी?" त्या व्यक्तीने जोसलीनला विचारले.

जोसलीनने नकारार्थी मान हालवली.

"आज वापरावी लागेल. मला जर यदाकदाचित गोळी लागली तर तुम्हाला तुमचं रक्षण स्वतःच करावं लागेल. जरा लक्ष देऊन पहा आणि ऐका." त्याने त्या पिस्तुलाचा मागचा भाग उपसून काढला. "हा सायलेन्सर आहे. हा आता काढून टाकलाय तेव्हा गोळी उडताना मोठा आवाज होईल. मी तो काढूनच ठेवतोय. कारण मोठा आवाज शत्रूला लांब ठेवतो." जोसलीनची स्थिती बघता ती आपण होऊन कोणावर गोळी चालवेल ही शक्यता जवळजवळ नाही हे त्याने गृहीत धरलेच होते, पण तरीही सायलेन्सर नसलेलाच बरा असा विचार त्याने केला.

"ही क्लिप, यात पंधरा गोळ्या असतात," तो पुढे सांगू लागला. "हे लाल

रंगाचे ठिपके बघा. ते जेव्हा असे दिसत असतात तेव्हा पिस्तूल गोळी झाडायला तयार असतं. ते असे झाकले गेले की, गोळी उडू शकत नाही. पिस्तूल स्वत:जवळ बाळगताना असं ठेवलं की, सुरक्षित असतं कारण चुकूनसुद्धा गोळी उडून अपघात होत नाही. पिस्तूल बाहेर काढून हातात घेतलं की, हा दस्ता असा आत सरकवून ठिपके वर आणायचे. ते दिसले की, नेम धरायचा आणि घोडा दाबायचा.'' त्याने ती ठिपके आणण्याची आणि घालवण्याची कृती पाच-सहा वेळा करून दाखवली. तिच्यासमोर पिस्तूल धरून तो तिला म्हणाला, ''घ्या आता. कळलं ना कशी वापरायची ते?''

तिने मान हालवली, पण तिला फारसे काही कळले नसावे. किंबुहना ती ते काही ऐकून, समजून घेण्याच्या मन:स्थितीत नसावी हे त्याला जाणवत होते, पण तरीही ते आवश्यक होते. तिच्या हातात पिस्तूल ठेवून आणि तो तिला म्हणाला, ''घ्या, माझ्यावर रोखू नका!''

बाहेरचा गोळीबार जराही कमी झाला नव्हता. खोलीतील सर्व खिडक्या फुटूनतुटून गेल्या होत्या, पडदेसुद्धा फाटून त्यांची लक्तरे लोंबू लागली होती.

त्याने हातातल्या घड्याळाकडे पाहिले. ''तीन मिनिटांत गनशिप येऊन पोचेल. मग इथे काहीही उरणार नाही, सगळं जमीनदोस्त होऊन जाईल. आपल्याला ताबडतोब बाहेर पडलं पाहिजे,'' तो म्हणाला.

''कोण आहात तुम्ही?'' तोच प्रश्न घेऊन ती अजूनही खिळल्या नजरेने त्याच्याकडे पाहत होती.

''एक नेव्ही सील्स. बाकी ओळख नंतर,'' असे म्हणून त्याने दाराच्या दिशेने रांगायला सुरुवात केली.

जोसलीनने एकदा तिच्या हातात ठेवलेल्या पिस्तुलाकडे पाहिले, लाल ठिपके दिसत नाहीत याची खातरी करून घेतली आणि ते एका हातात धरून त्याच्यामागे तीही रांगत-रांगत जाऊ लागली.

''कर्नल, मला एकदा कळू द्या ना तुम्ही काय आणि कसं करणार आहात ते,'' हेलिकॉप्टरच्या थॉप-थॉप अशा लयबद्ध आवाजातही ऐकू जावे म्हणून गिडियनने खूप मोठ्याने, ओरडून विचारले. तेव्हा धिम्या गतीने जाणारे ते हेलिकॉप्टर पॅजेट बेटापासून तीन मैलांवर पोचले होते.

''ते लोक काय करतायत ते पाहिल्याशिवाय काही नक्की ठरवणं अवघड आहे,'' प्रमुख नौदल अधिकारी त्याच्या दलातील इतर हेलिकॉप्टर्सवरून आणि खालून, बेटावरून येणाऱ्या संदेशांकडे लक्ष देण्यात गुंतला होता. त्यातून मान वर करून तो गिडियनला म्हणाला. काही ब्लॅक हॉक्स आणि बरीचशी एअर नॅशनल

गार्डनी तपासणीसाठी रोखून ठेवलेली एचयू १ जातीची चॉपर्स अशी त्याची हवाई कुमक होती. एव्हरेटवरून अगदी तातडीची आज्ञा आली, त्या वेळी इतर कोणतीच हेलिकॉप्टर्स उपलब्ध नव्हती. त्यामुळे कमीत कमी वेळात अशा मोहिमेसाठी तितकीशी योग्य नसूनसुद्धा हीच हेलिकॉप्टर्स घेऊन त्याला निघावे लागले होते.

त्याचे जवान बेटावर उतरल्यावर त्यांना हवाई संरक्षण पुरविण्यासाठीही त्याला व्हिएतनाम युद्धात वापरून जुनी झालेली दोन कोब्रा एएच १ जी ६ गनशिप्स शोधून काढावी लागली होती.

"खाली काय परिस्थिती आहे काहीच कल्पना नाही आम्हाला. मला माझ्या माणसांना थेट मरणाच्या दारात नाही पाठवायचं. आधीच माझ्याकडल्या माणसांमध्ये अगदी थोडेच जण अनुभवी आहेत. बाकीचे सगळे कधीही असल्या मोहिमांच्या जवळपासही न गेलेले आहेत."

"चांगले अनुभवी लोकच घ्यायचे ना सगळे, अशा वेळी कशाला नवे भरायचे?" गिडियन त्याला म्हणाला.

"हो, पण त्याला वेळ लागतो. इथे नुसती लग्नघाई!" कर्नल वैतागलेलाच होता.

"बरोबर. घाई तर आहेच. मला जोसलीन कोलची फारच काळजी वाटतीय."

"तुम्हाला खरंच वाटतंय ती त्या बेटावर असेल असं?"

"होय, माझा अंदाज तरी तोच आहे. फ्रायडे हार्बरच्या धक्क्यावर आत जाण्यापूर्वी मी त्यांना एक फोन नंबर लिहून दिला होता. तो कागद तिथेच जमिनीवर पडलेला मिळाल्याचं तिथल्या शेरीफने मला सांगितलं आहे. त्या कागदाला रक्त लागलेलंही दिसलंय त्यांना."

"मला वाटतं, ती बाई तिथेच मेली असेल."

"मला नाही वाटत तसं, कारण जर ती मेलेली असती तर ते तिला तिथेच टाकून निघून गेले असते, बरोबर नसतं नेलं त्यांनी तिला," हेलिकॉप्टरच्या डोक्यावरचा पंखा आणि त्याचे इंजीन यांच्या आवाजाने गिडियनला अजूनही ओरडूनच बोलणे भाग पडत होते. "हे बेट जर त्यांचं प्रमुख ठाणं असेल तर ते तिला इथंच घेऊन आले असणार."

"माफ करा, व्हॅन रे गिडियन," कर्नल गिडियनकडे न पाहता बोलत होता, कारण तो जे सांगत होता ते त्यालाही फारसे आवडत नव्हते. पण ते सांगणे त्याला गरजेचे वाटत होते असे त्याच्या आविर्भावावरून, स्वरातून गिडियनला जाणवत होते.

तो म्हणाला, "मला माझ्या अधिकारांबाहेर जाता येत नाही आणि मला ज्या आज्ञा दिलेल्या आहेत त्यांचं उल्लंघनही करता येत नाही. अणवस्त्र, रासायनिक

किंवा जैविक अस्त्रं यांच्या बाबतीत असा कायदा आहे की, कोणतीही चल, सजीव वस्तू त्या अस्त्र-शस्त्रांच्या परिसरात राहणार नाही, कोणीही तेथे फिरू शकणार नाही, कोणालाही आत किंवा बाहेर जायला मिळणार नाही. आत्ता त्या बेटावरील सर्व सजीव प्राणी आणि मालमत्ता यांच्या समूळ नाशाची प्रक्रिया सुरू झालीही असेल. त्यातून काहीही, कोणीही सुटणार नाही.''

''कसला समूळ नाश? काय बोलताय तुम्ही?'' गिडियनने चिंताक्रांत स्वरात विचारले.

''माझ्याकडे काही फारसा दारूगोळा नाही. माझ्या जवानांना घेऊन जाणाऱ्या चॉपर्सची संख्यासुद्धा अपुरी आहे आणि ती चॉपर्सही अगदी जुनीपुराणी आहेत. खरंतर मी दोन-तीन रणगाडेच उतरवू शकलो असतो, पण मग तो अगदीच निराळा प्रकार झाला असता. काहीही करून त्या बेटावरल्या पन्नास कॅलिबरच्या सगळ्या बंदुका मला नष्ट करायच्या आहेत.''

गिडियनला तो काय बोलतो आहे त्याचा काहीही संदर्भ लागेना.

''पण या सगळ्यात एक गोष्ट चांगली घडली आहे, आपल्याला युद्धातल्या एका उत्तम समजल्या जाणाऱ्या विमानाची मदत मिळणार आहे.''

''कुठलं विमान?''

''सी १३० जातीचं विमान आहे माझ्या दलात. त्या बेटावरच्या बाजारबुणग्यांना आधुनिक युद्धाची एक झलक बघायला; झलक कसली, एक चांगला धडा शिकायला मिळणार आहे. अत्यंत घातक, अचूक नेम साधणारी एकशे पाच मिलिमीटर व्यासाची हॉविट्झर आहे त्या विमानावर. माझी माणसं खाली उतरवायच्या आधी वरूनच त्यांचे सगळे खंदकही उद्ध्वस्त करायची कामगिरी माझ्यावर सोपवलेली आहे.''

''छे, जोसलीन कोल यांच्याबद्दलची चिंता वाढतेच आहे माझी!'' गिडियन म्हणाला.

''आम्ही शक्यतो आमचे नेम खंदकाबाहेर जाणार नाहीत याची खबरदारी घेऊ,'' कर्नल गिडियनला बरे वाटावे म्हणून म्हणाला.

''कर्नल,'' हेलिकॉप्टरचा पायलट मागे वळून म्हणाला, ''कर्नल, संपर्क झाला.''

''वा, छान, हेडसेट माझ्याकडे दे,'' असे म्हणून हेडसेट कानाला लावून कर्नल माउथपीसमधून बोलू लागला,

''एबल, चार्ली बोलतोय, कुठे आहात तुम्ही आत्ता?''

काही क्षण पलीकडील बोलणे ऐकून तो पुढे म्हणाला, ''छान. एकदा पाण्यावर गोळीबार करून तपासणी करून घ्या. ए, पण काळजी घ्या, मासेमारी

करणाऱ्या बोटींना मारू नका," त्याने हेडसेट परत दिला.

"जॉली ग्रीन जायंट – म्हणजे काय माहिती आहे तुम्हाला, गिडियन?"

गिडियन कर्नलना म्हणाला, "कर्नल, घाई करू नका, मला वाटतं थोडं दमानं घेतलं तर बरं."

"का हो?"

"एक गोळी चुकून जरी त्या अणूबाँबला लागली तर सर्वनाशच होईल, कर्नल!" गिडियनचा स्वर खूपच काळजीचा होता.

नौदलाच्या त्या अधिकाऱ्याने गिडियनचे ते बोलणे ऐकून बुचकळ्यात पडल्यासारखे विचारले, "ते कसं काय?"

आपला सहप्रवासी अण्वस्त्र या विषयातील तज्ज्ञ, माहीतगार आहे हे कर्नलना माहीत होते. एनईएसटीची टीम ताबडतोब फ्रायडे हार्बरला जाऊ शकत नव्हती. त्यांना तीन तासांपेक्षा जास्त वेळ लागणार होता. त्या वेळी गिडियन हा तज्ज्ञ तेथेच उपलब्ध असल्याने त्याला या लष्करी हेलिकॉप्टरबरोबर पाठविण्याचा निर्णय घेतला गेला होता. म्हणजे जर अणूबाँब बेटावर सापडलाच, तर त्याचे काय करायचे याबद्दल तो लष्करी अधिकाऱ्यांना मार्गदर्शन करू शकला असता.

"कारण तो बाँब रशियन बनावटीचा, अतिशय जुन्या काळी बनवलेला आहे." गिडियन कर्नलला सांगू लागला, "एकोणीसशे साठ सालचं डिझाइन आहे ते. प्लुटोनियमच्या तुकड्यांभोवती उच्च क्षमतेची स्फोटकं गुंडाळलेली आहेत त्यात. या जुन्या रचनेतल्या स्फोटकांचं असं असतं की, ती जसजशी जुनी होत जातात तसतशी जास्त जास्त अस्थिर होत जातात, म्हणजे त्यांना जरी नुसता जोराचा दणका बसला, नुसती उष्णता मिळाली, उडालेल्या दारूगोळ्याचा एखादा तुकडा जरी त्यांच्या संपर्कात आला तरी त्यांचा स्फोट होऊ शकतो. या इथल्या बाँबमधली स्फोटकं किती जुनी असतील कोणास ठाऊक?" गिडियनच्या विधानात इतका आत्मविश्वास आणि त्याच्या ज्ञानाचे स्वच्छ प्रतिबिंब होते की, कर्नल लक्ष देऊन त्याचे म्हणणे ऐकत राहिला.

"म्हणजे, अणुस्फोटच होईल!" कर्नल म्हणाला.

"कदाचित नाहीही होणार!"

"मग?"

"त्या प्रकारच्या स्फोटाने एखादे वेळी फक्त प्लुटोनियमची अतिसूक्ष्म कणांची पावडर तयार होते आणि ती वातावरणात फेकली जाते आणि वाऱ्यावर..."

"किरणोत्सर्ग!" कर्नलने परिणाम बरोबर ओळखला.

गिडियनने मान डोलावली.

"कुठपर्यंत पसरेल?" कर्नलने विचारले.

"ते वाऱ्याची दिशा, जोर, वेग यांवर अवलंबून राहील. पण सीॲटल, व्हिक्टोरिया, व्हँकुव्हर या भागात तर नक्कीच पसरेल."

कर्नल त्यावर विचार करीत राहिला. व्हिक्टोरिया, व्हँकुव्हर म्हणजे कॅनडा, परदेश! म्हणजे ती दुर्घटना आंतरराष्ट्रीय स्तरावर जाणार याची त्याला कल्पना आली. त्याने पायलटच्या खांद्यांला हाताने स्पर्श करीत म्हटले, "ए, ते फोटो दे रे जरा."

पायलटने दारातील कप्प्यात ठेवलेली एक फाइल कर्नलच्या हातात ठेवली. कर्नलने ती उघडली आणि तो उपग्रहाने पाठवलेले पॅजेट बेटाचे फोटो न्याहाळू लागला.

"ही एकच जरा मोठीशी इमारत आहे सबंध बेटावर," तो गिडियनला ते फोटो दाखवीत म्हणाला, "बाँब जर बेटावर असेल तर तो याच इमारतीत असला पाहिजे. तो एखाद्या खंदकात ठेवण्याचा धोका पत्करण्याइतके ते लोक महामूर्ख असतील असं वाटत नाही."

"बरोबर," गिडियन फोटो पाहत म्हणाला.

कर्नलने परत पायलटला हेडसेट मागितला आणि तो बोलू लागला, "एबल, चार्ली. प्लॅनमध्ये थोडा बदल आहे. ती इमारत आहे ना बेटावरची, ती एकच मोठी दिसते ती, तिला धक्का पोचवायचा नाही. कळलं?" पलीकडला काय म्हणत होता हे गिडियनला इंजीन आणि पंख्याच्या आवाजात ऐकू येत नव्हते.

"ऐकू आलंय नीट?" त्याने परत विचारले, "हो, खाली उतरल्यावर इमारतीत शिरायचं आहेच, पण तिच्यावर मारा करायचा नाही. नाही नाही, तो पूर्णपणे टाळायचाच." कर्नलच्या मानेच्या हालचालीने पलीकडून होकार आल्याची खातरी दर्शविली. त्याने हेडसेट परत देऊन टाकला.

"मी ज्यांच्याशी बोललो त्यांच्याच विमानात, मी सांगत होतो ती, एकशे पाच व्यासाची हॉविट्झर आहे. अतिशय वेगवान आणि अगदी अचूक मारा करता येतो अशी. दहा हजार फुटांवरूनसुद्धा नेमका एक माणूस हेरू शकते आणि शिंक येऊ घातलेल्याला प्रत्यक्षात शिंक यायच्या आत उडवते!"

गिडियनला त्या भाषालंकाराचे काही अप्रूप वाटले नाही, त्याला काळजी लागली होती जोसलीनची. तो कर्नलला म्हणाला, "कर्नल, मी नक्की सांगतो, त्यांनी जर कोलना नेलं असलं तर त्या जिवंत असणार आणि याच बेटावर असणार!"

"गिडियन व्हॅन रे, मी तुम्हाला माझी अडचण सांगितलीये. आधी खंदकांवर गोळीबार, ते नष्ट झाले की, मगच तिथे प्रवेश. यात बदल करणं दुर्दैवाने शक्य नाही. सॉरी."

"ठीक आहे. तुम्ही ती इमारत तर वाचवायला सांगितली आहे. आता आशा करू या की, जोसलीन त्याच इमारतीत असतील!"

चौदा हजार फूट उंचीवर, सॅन वान चॅनेल, वॉशिंग्टन राज्य

राखीव ठेवलेल्या केसी १३० या विमानातून दोन सेकंदाच्या कालावधीत चार फैरी झडल्या. आगीचे चार लोळ पाण्याकडे झेपावताना दिसले.

कर्नलनी सांगितल्याप्रमाणे ती प्रत्यक्ष आक्रमणापूर्वीची चाचणी होती. जेथे तोफेचा गोळा समुद्राच्या पाण्यावर आपटायचा तेथे जवळजवळ तीस फूट उंचीचे मोठे कारंजे उसळायचे. चार निरनिराळ्या ठिकाणी पांढऱ्या फेसाची अनंत पिसे उडावी तसे फवारे उडाले.

उपग्रहावरून मिळवलेले फोटो आणि मोहिमेसाठी एकत्र केलेली माहिती या दोन्हीच्या साहाय्याने जागेची निवड करून तोफ डागली जाणार होती.

"आम्ही तयार आहोत. चौदा हजार फूट उंची कायम ठेवा, बेटाच्या डावीकडल्या भागात ठेवा विमान," सूचना दिली गेली.

विमानाची चौदा हजार फूट उंची आणि जरा बाजूकडची भ्रमणकक्षा अशा उद्देशाने निवडली होती की, बेटावरच्या लोकांना विमानाचा आवाज ऐकू येऊ नये आणि खंदकांची जी ठिकाणे नकाशांवर दाखवली होती तेथे नेमकी तोफ डागणे शक्य व्हावे. बेटावरच्या लोकांना हवाई हल्ला होतो आहे हे खंदकामागून खंदक उडायला लागले की, मगच कळणार होते. हॉविट्झरची अचूकता अशी होती ती खंदकासमोर उभ्या केलेल्या दगडधोंड्यांच्या भिंतीलगत ठेवलेल्या वाळूच्या बॅग्ज नेमक्या उडवू शकत होती. मारा कुठून होतो आहे हे कळणार नव्हते, कारण विमान दिसणार नव्हते. शत्रू कुठे आहे हे कळणार नव्हते. त्यामुळे बेटावरील लोकांच्यात या अचूक आणि अदृश्य माऱ्यामुळे हाहाकार माजणार होता. काय करावे हे त्यांना कळेनासे होणार होते. जेव्हा शत्रू अदृश्य राहून हल्ला करतो, पण मारा अतिशय अचूक होत असतो त्या वेळी सैनिक पूर्णपणे गोंधळून जातात, हातातील शस्त्रे टाकून सैरावैरा पळत सुटतात असा अनुभव गल्फच्या युद्धात अनेक वेळा आलेला होता.

बेटावरील पलटण या माऱ्याने अशी हतबल झाली की, दुसऱ्या प्रकारच्या गोळ्यांचा वर्षाव केला जाणार होता. ते गोळे जमिनीवर पडले की, त्यातून

बेसबॉलच्या आकाराचे लहान-लहान गोळे तयार होऊन ते दहा फूट उंचीपर्यंत उडणार होते. अशा चार-चार गोळ्यांचा सतत वर्षाव केला की, त्यातून निघणाऱ्या लहान गोळ्यांचा उडता थवा चौफेर आक्रमण करून कोणालाच मृत्यूपासून लांब जाऊ देणार नव्हता.

जमिनीच्या खाली दहा फुटांवरील सिमेंटच्या खंदकात लपून बसलेले अपवाद सोडले, तर हा गोळ्यांचा पाऊस सर्वांना यमसदनी पाठवायला अथवा जायबंदी करायला पुरेसा ठरणार होता. ह्यूई हेलिकॉप्टर्स लष्कराच्या जवानांना प्रत्यक्ष बेटावर उतरवण्यासाठी बेटावरील आकाशात विहरू लागेपर्यंत बेटावरील लोकांनी जीव गमावले तरी असणार होते किंवा त्यांची दे माय धरणी ठाय अशी तरी अवस्था झालेली असणार होती. ते प्रतिकार करण्याच्या नव्हे, तर जिवाची भीक मागत शरणच येण्याच्या अवस्थेत असणार होते. सावजच शिकाऱ्याच्या मागे धावणार होते अशी ती सहज सोपी शिकार होणार होती!

ग्विमिस चॅनेल, वॉशिंग्टन राज्य

ॲनाकोर्टिसच्या धक्क्यावर जेथे फेरीबोटी उभ्या राहत त्या ठिकाणापासून त्यांची मोटर लाँच थॉर्नने बरीचशी दूरच ठेवली होती.

"तू जरा हे सांभाळ," असे म्हणून त्याने टॅगार्टच्या ताब्यात चक्र दिले आणि त्याने त्याची दुर्बीण बाहेर काढली. त्यातून तो धक्क्याकडे पाहू लागला. तेथे तटरक्षक दलाच्या दोन बोटी नांगरून पडलेल्या दिसत होत्या.

"काय झालं?" दुर्बीण बाजूला केल्या-केल्या त्याचा चेहरा वाचून टॅगार्टने प्रश्न विचारला.

"यांचं काय करायचं?" त्याने धक्क्याकडे इशारा करीत विचारले.

धक्क्यावर दोन फेरी बोटी उभ्या असलेल्या टॅगार्टला दुर्बिणीशिवायही दिसतच होत्या आणि त्यांच्यासमोर लोक आणि शिवाय बरीचशी वाहने यांची लांबच लांब रांग लागली होती. ती थेट पलीकडच्या डोंगरापर्यंत पोचलेली दिसत होती. "चांगलीच गर्दी आहे ना? आठवड्याची अखेर आहे ना!"

"तेवढंच नाही, जरा यातून नीट पहा," थॉर्नने दुर्बीण त्याच्या हातात देत म्हटले.

टॅगार्टने एका हाताने चक्र सांभाळत दुसऱ्या हाताने दुर्बीण डोळ्यांना लावीत विचारले, "काय बघू?"

"रांगेतल्या वाहनांचे रंग बघितले का?"

"हम्वी ट्रक्स आहेत, बाप रे, लष्करी वाहनं?"

"तेवढंच नाही, त्यांच्या छतावरची लाल चिन्हं! लष्करी ॲम्ब्युलन्सची रांग आहे ती! नक्की काहीतरी भानगड आहे. पाहिलंस का? त्या सगळ्या मोकळ्या आहेत, म्हणजे बहुतेक कुठूनतरी बरेच जखमी, आजारी, मेलेले लोक इथे आणले जाणं अपेक्षित दिसतंय. याचा अर्थ आज फेरी तर बंद राहणारच, पण मला वाटतं ते कुणालाही सॅन वानच्या सामुद्रधुनीच्या हद्दीत कुठेही येऊ-जाऊ देणार नाहीत. आज समुद्रावरची सगळी वाहतूक, रहदारी बंदच केलेली असणार. माझी खातरी आहे, एव्हाना लष्करी जहाजांची गस्त सुरूही झाली असेल. आपण थोडक्यात सुटलेलो दिसतोय. असं काहीतरी भयंकर घडलंय जे त्यांना कोणत्याही नागरिकांनी पाहायला नको आहे, त्यावर त्यांच्यात चर्चा व्हायला नको आहे, त्यांनी त्यांच्या कुठल्यातरी कारवाईच्या मध्ये यायला नको आहे."

थॉर्नने घड्याळाकडे पाहिले. त्याला चिंता खात होती, ऑस्कर चॅनीची. तो जर कुठेही न अडकता, ठरल्याप्रमाणे हालचाली करीत गेला असेल तर त्याच्या खास टँकर ट्रकसकट तो 'हंपिंग गूज' या फेरीवर असायला पाहिजे होता. थॉर्नच्या डोळ्यांसमोर ते दृश्य तरळले : मध्यम आकाराची एक फेरी बोट आणि त्यावर मैला वाहून नेणारा एक टँकर ट्रक. कोणीही मान वाकडी करूनही पाहणार नाही, नाक फार तर वाकडे करतील असे साधे, सामान्य दृश्य!

पण तरीही त्याने एकदा उजळणी करण्याच्या दृष्टीने त्याच्या जवळचा बेटांचा नकाशा काढून समोर पसरला. त्यावर बोट ठेवून तो म्हणाला, "वेळापत्रकानुसार ऑस्कर आत्ता इथे असला पाहिजे, रोझारिओ स्ट्रेट्सच्या दिशेने जात असला पाहिजे. दोन तासांनी तो व्हिडबेला उतरेल आणि त्यानंतर अर्ध्या तासांत कीस्टोन." बोट पुढे सरकवीत त्याने नकाशावर तो मार्ग दाखवला.

"पण वाटेत जर तटरक्षकदलाची किंवा लष्कराची गस्त घालणारी जहाजं भेटली, त्यांनी फेरी अडवली तर पंचाईत होईल, तो जाऊ नाही शकणार," टॅगार्टने शंका बोलून दाखवली.

थॉर्नच्याही दृष्टीने ऑस्करचा हा बॉंब ठेवलेल्या ट्रकचा फेरीचाच प्रवास त्याच्या संपूर्ण योजनेतील सर्वांत महत्त्वाचा, पण सर्वांत कमकुवत, सर्वांत धोकादायक भाग होता. तळाशी ठेवलेल्या बॉंबसकट ऑस्करचा टँकर-ट्रक समुद्रप्रवास संपवून जमिनीवर येऊन पोचेपर्यंत थॉर्नच्या जिवात जीव नव्हता, तोपर्यंत त्याच्या योजनेचे भवितव्य टांगते होते.

"हे सगळे जण सध्यातरी बेटावर गुंतून पडले आहेत, त्यांचं सगळं बळ त्यांनी तिथे एकवटलेलं आहे. पुढले काही तास तरी ते तिथून हलणार नाहीत असं

वाटतंय. आता किती तास ते तुझी बेटावरची माणसं किती काळ किल्ला लढवत ठेवतात त्यावर अवलंबून आहे.''

''माझी माणसं ठामपणानं लढणार, वेळ आली तर प्राण देणार; पण खचणार नाहीत, हार मानणार नाहीत.''

''बेटावर पोचल्यावर जेव्हा त्यांना कळेल की बाँब तिथे नाही, तिथे तो कधीच नव्हता, तोपर्यंत खूप उशीर झालेला असेल. ऑस्करच्या ट्रकचा खुष्कीचा प्रवास सुरू झाला असेल. मग त्यांच्या बाँबच्या शोधाला सीमाच राहणार नाही. तो शंभर वाटांनी जाऊ शकतो, ते कुठे-कुठे म्हणून शोधतील? जसजसा वेळ जाईल तसतसा त्यांच्या शोधाचा आवाका वाढतच जाईल. त्यांच्याकडे ना वाहनाची माहिती, ना ठिकाणाचा ठाव! त्यातून त्यांचे दैव फारच बलवत्तर असलं आणि त्यांनी ऑस्करला बाँबसकट शोधून काढलं तरी त्यांच्या हाती पडायच्या आधीच ऑस्कर बाँबचा स्फोट घडवेल ही भीती त्यांना आहेच! म्हणजे स्फोट काही टळायचा नाहीच!!''

''पण तो तसं करणार नाही ना?'' टॅगार्टला मुळीच तसा कुठेतरीच स्फोट व्हायला नको होता. तो त्याच्या योजनेवर दृढ होता. त्यांच्या संस्थेने जेथे ठरवले होते तिथेच स्फोट घडणे त्याच्या दृष्टीने फार महत्त्वाचे होते, तो त्यांच्या तत्त्वाचा भाग होता. तो म्हणाला, ''स्फोट आपलं जे ठरलेले लक्ष्य आहे तिथेच आणि ठरलेल्या वेळीच झाला पाहिजे. हा स्फोट म्हणजे काही आंधळा दहशतवाद नाही, आमचा एक डोळस हेतू आहे, विशिष्ट ध्येय आहे. आमचा उद्देश सफल होणार नसेल, तर आम्हाला केवळ लोकांच्यात घबराट पसरवायला बाँबस्फोट करायचा नाही. आणि हे आम्ही अगदी पहिल्यांदाच सुस्पष्ट केलेलं आहे.''

''मला मान्य आहे. दुमत अजिबात नाही. पण ही गोष्ट शासनाला माहीत नाही ना! त्यांना ती शक्यता वाटणारच.''

त्याच्या संस्थेच्या नेतृत्वाने स्फोटासाठी जे ठिकाण, जो प्रसंग, जो दिवस, जी वेळ ठरवली होती ती जर थॉर्नने यशस्वीपणे पाळली, तर त्यासाठी त्याला दहा लाख डॉलर्सची जादा रक्कम देण्याचे मान्य केले होते. शासनाच्या या लष्करी हस्तक्षेपामुळे उद्भवलेल्या परिस्थितीत संस्थेचे उद्दिष्ट पूर्ण करणे थॉर्न आणि त्याच्या सहकाऱ्यांना कितपत जमेल याबद्दल टॅगार्टच्या मनात संदेह निर्माण झाला होता. त्याला अशी धास्ती वाटू लागली होती की, ते लोक वेळ पडली तर कुठेतरीच, कधीही स्फोट घडवून रिकामे होतील आणि नाहीसे होतील. यातला धोका जास्त होता, कारण कालच थॉर्नबरोबर बाहेर पडायच्या आधी संस्थेने मोबदल्याचा अखेरचा हप्ता थॉर्नने दिलेल्या युरोपमधील एका बँकेतील गुप्त खात्यात भरून टाकला होता, ही गोष्ट टॅगार्टला माहीत होती. आपली पुरेपूर

किंमत स्वत: न अडकता वसूल करायची युक्ती थॉर्नला चांगलीच अवगत होती. त्याने सुरुवातीला तशी अट मान्य करूनच घेतली होती. त्यामुळे त्यांना आता केव्हाही पळून जाण्यापासून अडवणारे काहीच उरले नव्हते. खिसा गरम झालेला होता.

टॅगार्टने ती परिस्थिती टाळण्याचा एक प्रयत्न करायचे ठरवले. तो थॉर्नला म्हणाला, ''समजा बॉंब पोचायची ठरलेली तारीख चुकली, तर तुम्ही थोडा उशिरा, पण ठरलेल्या जागीच जर तो पोचवलात तर त्याबद्दल आणखी काही जादा रक्कम तुम्हाला देण्याचे अधिकार संस्थेने मला दिलेले आहेत, तेव्हा...'' टॅगार्टने वाक्य हेतुपुरस्सर अर्धवट सोडले.

जादा पैसे! पैशाची हाव थॉर्नला विचार करायला भाग पाडत होती, पण टॅगार्टची संस्था अजून पैसे आणणार कुठून होती? त्याने विचारले, ''पण तुम्ही तर म्हणत होतात एवढेच पैसे गोळा केलेले आहेत तुमच्याकडे, मग ही जादा रक्कम?''

''आकस्मिक निधी. पाच लाख आहेत त्या निधीत,'' टॅगार्टने सांगितले.

''याबाबतीत आकस्मिक, अनपेक्षित घडेल असं का गृहीत धरलं होतं तुम्ही? माझ्यावर विश्वास नाही का?''

टॅगार्ट काहीच बोलला नाही.

''पाच लाख माझ्याबद्दलचा आणखी गाढा विश्वास खरेदी करू शकेल का?''

''आणखी म्हणजे किती?'' टॅगार्ट.

''निम्मा आत्ता, निम्मा बॉंब पोचवल्यावर!'' थॉर्न.

''नाही, सगळाच बॉंब इच्छित जागी पोचवल्यावर,'' टॅगार्ट.

थॉर्न जोरात हसला. मासा गळाला लागल्यावरचं समाधान होते त्या हसण्यात. त्याने सौदा मंजूर असल्याचे मानेने दर्शविले आणि तो म्हणाला, ''पंधरा लाख माझे!''

''ठरलेल्या तारखेला, ठरलेल्या जागी स्फोट झाला तरच!''

''होय, अजून तारीख यायचीय, येऊन गेलेली नाही.''

''ठीक आहे. पण हे माझ्याइतकं तुम्हालाही माहिती आहे की, तीन दिवसांत ट्रक अंतर पार करून ठिकाण गाठू शकणार नाही.''

थॉर्नच्या भुवया वर गेल्या. तो काही वेळ गप्प राहिला. टॅगार्टच्या मताशी तो मुळीच सहमत नव्हता. तो म्हणाला, ''तुम्ही बाकी सगळ्या गोष्टी ठरल्याप्रमाणेच होतील अशी खबरदारी घ्या.''

''ही गोष्ट होणार नसली तरीही?''

''ती कशी करायची ते ठरविण्यासाठीच तुम्ही मला नेमलंय आणि पैसे दिलेले

आहेत. ते माझ्यावर सोडलेलं आहे तसंच राहू दे.''

''गैरसमज नसावा, आम्ही तुम्हाला नेमलेलं नाही, तुम्ही बॉंबबरोबर मिळाला आहात आम्हाला,'' टॅगार्ट म्हणाला.

''होय, तेही सकारण! विश्वास ठेवायला शिका जरा!''

'विश्वास? थॉर्नसारख्या माणसावर? अशक्य!' टॅगार्ट मनात म्हणाला.

''इतर कुठे खर्चून टाकू नका हं ते पाच लाख. तीन दिवस आहेत अजून...'' थॉर्न म्हणाला.

पॅजेट बेट

धुंवाधार गोळीबाराने इमारतीची चाळणी झाली होती. भोका-भोकातून सकाळचा लखलखीत प्रकाश आत घुसत होता. अजूनही गोळ्यांचे आवाज स्पष्ट आणि सातत्याने येत होते. गोळ्या पुढच्या भिंतीतून घुसून मागील भिंतीपर्यंत पोचत होत्या हे जोसलीनला जाणवत होते.

रबरी संरक्षकसूट घातलेल्या त्या नेव्ही सीलसच्या मागे-मागे ती जात होती. काही अंतरावरच त्याने रांगणे बंद करून पोटावर पालथे पडून सरकणे सुरू केले, तसे जोसलीनलाही त्याचे अनुकरण करणे भाग पडले. गोळ्यांचा पाऊसच पडत होता. जराशा वरून समांतर पडणाऱ्या त्या पावसात भिजायचे नसेल तर जमिनीलगत, फर्निचरच्या मागून सरपटत जाण्यावाचून गत्यंतरच नव्हते. खिडक्यांच्या काचा, आरसे यांचा तर चक्काचूरच झाला होता. जोसलीनच्या जवळच टेबलावर असलेला एक टेबललँपही एका गोळीने उडवला. त्याचे तुकडे-तुकडे झाले. एका कपाटाच्या लाकडी दारांच्या चिरफळ्या उडाल्या. कप, बशा, डिशेस फुटून त्यांचा सडा पडला.

ते पाठीमागच्या दरवाजापाशी पोचले. एका बेसावध क्षणी जोसलीनच्या रक्षणकर्त्याला पाठीवर, कंबरेच्या जरा वर गोळी लागली, तसा तो उडाला आणि वेदनेने कळवळत खाली पडला. त्याच्या वेटसूटमधूनही रक्त बाहेर आले.

जोसलीन दचकली, घाबरली. तिच्या हातातून पिस्तूल गळून पडले. ती भराभरा रांगत त्याच्या नजीक गेली. ''काय करू मी आता?'' काही न समजून तिने त्याला विचारले. त्याच्या तोंडातून शब्द फुटला नाही, तो जोरात कण्हला.

तिने त्याचे डोके धरून त्याला जरासे उचलले तेव्हा तिला दिसले की, त्याच्या पाठीत लागलेली गोळी पोटातून बाहेर पडली होती. रक्ताची धार लागली होती. तिला नुसते पाहत राहणे अशक्य झाले.

ते दोघे जण पाठीमागच्या दारापाशी पोचताना स्वयंपाकघरातून आलेले तिच्या लक्षात होते. ती मागचा-पुढचा विचार न करता उठली आणि पळत-पळत परत तेथे, स्वयंपाकघरात गेली. एका दारावरचा टॉवेल तिने उचलला. त्याक्षणी तिच्या डोक्यावरून एका इंचावरून गोळी गेली, तिच्या सणाणत्या चाहुलीने तिला भानावर आणले. ती पट्कन खाली वाकली आणि हाता-पायांवर रांगतच तो टॉवेल घेऊन झपाट्याने जखमी होऊन पडलेल्या नेव्ही सील्सजवळ गेली, त्याच्या अगदी जवळ जमिनीवर आडवी पडली आणि पूर्ण जोर लावून तिने त्याच्या जखमेवर तो टॉवेल घट्ट दाबून धरला.

तिने त्याच्याकडे पाहिले, त्याचे डोळे अर्धवट उघडे होते. जोसलीनला ते भावहीन, रिते आहेत हे जाणवत होते. तिने यापूर्वी कधी मृत्यू पाहिला नव्हता, पण ते डोळे निष्प्राण बनले आहेत हे तिला कळत होते. तिने त्याच्या नाकाजवळ तिचे बोट नेले, श्वास चालू नव्हता. सगळे संपले होते.

तिने टॉवेलवर दाबून धरलेले हात सोडले, ते रक्ताने माखले होते. पुढे काय? तिने इकडेतिकडे पाहिले, काही अंतरावर तिच्या हातातून गळून पडलेले पिस्तूल पडले होते. ते तिने तेथपर्यंत जाऊन हातात घेतले. तिला सोडवणारा तो अनोळखी माणूस काहीतरी 'ग्रीन जायंट'बद्दल सांगत होता. या इमारतीचा विध्वंस करणार आहेत असे म्हणत होता. तेव्हा तिला इथून बाहेर पडणे आवश्यकच होते.

दाराजवळ जाऊन तिने हलकेच दार नुसते किलकिले केले. तत्क्षणी गांधीलमाशांचा थवा उडावा तसा गोळ्यांचा वर्षाव झाला, दार होत्याचे नव्हते झाले.

गोळीबार सुरू झाला तसा काही वेळाने थांबला. एका कोपऱ्याचा आसरा घेऊन बसलेल्या जोसलीनने चेहऱ्यावर धरलेले हात बाजूला केले. तिला वाचवताना स्वत: बळी गेलेल्या नेव्ही सील्सच्या मृत शरीराच्या उजव्या हाताजवळ त्याची मशीनगन पडली होती. ती तिने उचलून हातात घेतली. ती चालवायची कशी हे आपल्याला कळेल की नाही, याबद्दल ती साशंक होती. तो ती वापरत असताना तिने पाहिले होते. त्यानेच शिकवलेल्या ज्ञानाचा उपयोग करून तिने त्या गनवरही लाल रंगाचे ठिपके शोधण्याचा प्रयत्न केला, ते दिसले नाहीत. पण एक झडप दिसली ती बाजूला केल्यावर त्याखाली एक लाल ठिपका सापडला. आता हे शोधायचे होते की, गनमध्ये गोळ्या होत्या का नाही?

तिने जोर लावून प्रेताचे शरीर जरासे वळवले आणि त्याच्या खांद्यावरील झोळीवजा पिशवी काढून घेतली.

त्याने पिस्तूलाच्या गोळ्यांची 'क्लिप' दाखवली होती, तशाच, पण आकाराने थोड्या मोठ्या क्लिप्स त्या झोळीत होत्या. त्यातली एक तिने बाहेर काढली. ती बरीच जड होती, त्यात गोळ्या दिसत होत्या. क्लिप्सखेरीज एक गोल, अंड्यासारखी,

पण लोखंडी वस्तू त्या झोळीत होती. हातात धरून फेकण्याचे बॉंबगोळे, हातबॉंब तिने चित्रात पाहिले होते, पण ते अननसाच्या आकाराचे होते. हे लोखंडी अंडे जरा वेगळे, जरा लहान होते. पण त्याला चित्रातल्यासारखा चिमटा, त्याभोवतीची कडी आणि पिन या सगळ्या गोष्टी होत्या. तिने ती वस्तू हातात पेलून बघितली. लोक बॉंबगोळे हातात धरून लांबवर फेकतात याचे तिला आश्चर्यच वाटले, कारण ती वस्तू चांगलीच जड होती.

तो गोळा परत आत ठेवून तिने झोळीतल्या बाकीच्या गोष्टी काढून बघायला सुरुवात केली. एक कंपास, एक चकचकीत आरसा आणि एक डबा, त्यात बहुतेक अन्न असावे. बस, त्यात एवढ्याच वस्तू होत्या.

ती परत मशीनगनकडे वळली. गोळ्यांची क्लिप कशी काढायची? तिने ओढून बघितले, पण निघाली नाही. तिला बाजूला एक बटण दिसले, ते तिने दाबले आणि एकदम क्लिप उघडून खाली जमिनीवर पडली. त्यात गोळ्या भरलेल्या होत्या. किती ते तिला कळले नाही. झोळीतल्या क्लिप्स पूर्ण भरलेल्या असणार असे गृहीत धरून तिने त्यातली एक आधीच्या क्लिपच्या जागी बसवून टाकली. झडप अशी बसवली की, लाल रंगाचा ठिपका दिसू लागला. तिने मशीनगन हातात धरून भिंतीकडे रोखली आणि घोडा दाबला. आवाज झाला नाही, पण तिचा हात जोरात झणझणला आणि दहा-बारा गोळ्या भिंतीत घुसल्या.

तिने चक्क मशीनगन चालवली होती, तिच्या स्वत:च्या हाताने गोळ्या भरून त्या मारल्या होत्या! तिने एका हातात मशीनगन आणि दुसऱ्या हातात झोळी धरली आणि ती परत दाराजवळ गेली. तो 'ग्रीन जायंट' इमारत गिळून टाकायच्या आत तिला बाहेर पडायचे होते.

ती दाराजवळ जमिनीवर पालथी पडली आणि तिने दार सताड उघडले. गोळ्यांच्या फैरी झडल्या, पण तिच्या वरून निघून गेल्या. तिने दाराच्या एका कडेला मशीनगन टेकवली आणि घोडा दाबला, एकदा, दोनदा, तीनदा. चौथ्या वेळेला काहीच झाले नाही.

तिने चपळाईने गन आत घेतली. बटण दाबले. रिकामी क्लिप बाहेर पडली. तिने झोळीतील नवी क्लिप आत घातली, झडपेच्या साहाय्याने लाल ठिपका वर आणला आणि घोडा दाबला. तरीही काही घडले नाही. काहीतरी बिघडले होते.

तिने गनवर हात मारला, घोडा दाबला. गोळी उडेना. मग ती जमिनीवर आपटली, घोडा दाबला, तरीही गोळी काही उडेना. तिच्याकडे मोडकी गन आहे हे जर बाहेरच्या आक्रमकांना कळले तर तिची काही खैर नव्हती. तिने गन बाजूला ठेवून पिस्तूल बाहेर काढले.

ती जेव्हा तिच्या मारेकऱ्याच्या हातातल्या पिस्तुलाकडे खिळल्या नजरेने पाहत

होती तेव्हा त्याने केलेली हाताची हालचाल तिला आठवली. नवी गोळी आत घालताना त्याने काहीतरी फिरवून, सरकवून जागेवर बसवले होते. पण तसे काही तिला त्या गनवर सापडेना. तेवढ्यात तिला एक बोट अडकवता येईल अशी बारकीशी गोल मूठ दिसली. तिने ती दोन बोटांत धरून जोरात मागे खेचली आणि सोडली. ती पुढे जाऊन थांबली. त्या मुठीच्या पुढे-मागे हालचालीनंतर तिने परत गनचा घोडा दाबला, आणि गनमधून धडाधड गोळ्या सुटल्या आणि भिंतीत घुसल्या.

ती दचकली, पण सुखावली. "जमलं!" असं म्हणाली. लगेच तिने गनचे टोक दाराबाहेर काढले आणि घोडा दाबला, गोळ्या सुटल्या, क्लिप रिकामी झाली.

गोळ्या कुठे नेम धरून मारल्याच नव्हत्या, कशाला लागल्या असतील काहीच कल्पना नव्हती. जोसलीनने झोळीत डोकावून पाहिले, दोनच क्लिप्स उरल्या होत्या आणि 'ग्रीन जायंट'शी सामना होता. तो कोण होता, केवढा होता, त्याचा हल्ला होण्यापूर्वी तिच्याजवळ किती वेळ होता हे काहीच तिला माहीत नव्हते. पण तिने काही केले नाही, तर ती तेथेच कुठेतरी मरून पडलेली दिसेल हे मात्र तिला निश्चित कळले होते.

काहीतरी करायला हवे होते, लवकर. मनात एक विचार चमकला. तिने झोळीतला आरसा बाहेर काढला, दाराजवळ, दाराच्या जरा उजव्या बाजूला, डोके तीन-चार इंचच उघड्या दारात येईल अशी ती पालथी पडली. आरसा डाव्या हातात घेतला आणि तो अशा पद्धतीने धरला की, त्यात तिला दाराबाहेरचे दृश्य दिसू लागले. त्यात तिला वाळूच्या पिशव्यांवर रायफलींच्या नळ्या टेकून ठेवून त्या पिशव्यांच्या आडोशाने दाराच्या दिशेने गोळीबार करणारे चार शस्त्रधारी दिसले. ते दारापासून साधारण पन्नास फुटांवर होते. इतका वेळ जोसलीन मशीनगन उडवायला शिकताना झालेला सगळा गोळीबार मधल्या मातीतच जाऊन पडत होता.

बक थॉम्पसनकडे स्वत:ची रायफल होती, २७० विंचेस्टर. तिला एक दुर्बीण बसवलेली असल्याने लक्ष्य अगदी जवळून पाहता येत असे. त्यात पाहून दोनशे यार्डावरून सुईत दोरादेखील ओवता येतो अशी त्या रायफलची जाहिरात केली जात असे. त्याला प्रत्येक गोळी उडवल्यानंतर एका खटक्याने पुढची गोळी उडवण्यासाठी पुढे आणावी लागत असल्याने तिचा गोळीबाराचा वेग मात्र फारच कमी पडायचा. बक आदल्याच दिवशी कॅलिफोर्नियातून तेथे आला होता. संस्थेने टॅगार्टला पैसे पोचविण्याचे काम त्याच्यावर सोपवले होते. तो नेमका आजच्या धामधुमीत पुरता अडकला होता.

वाळूच्या पिशव्यांच्या आड बसलेल्या त्याच्या शेजाऱ्याला बकने विचारले,

“समोर किती जण असतील असा अंदाज आहे तुमचा?”

“बहुतेक एकटाच असावा,” वाळूच्या पिशवीला पाठ टेकवून त्याच्या एम१६मध्ये नवी क्लिप भरता-भरता त्याचा शेजारी म्हणाला, “आणखी एक जण होता, पण मला वाटतंय त्याला टिपलाय आपण.” थॉम्पसनने पिशवीच्या जरा वर डोके काढून बघितले. काहीतरी चकाकत होते. धातूचा पत्रा किंवा आरसा... आरसाच! “हा भडवा आपल्याला आरशातून बघतोय,” तो म्हणाला.

त्याच्या शेजाऱ्याने क्लिप भरली आणि तोही त्याच्या नजीक येऊन पाहू लागला. लगोलग उरलेले दोघेही जवळ आले आणि चारही डोकी आडोशाच्या वर डोकावून शत्रूचा अंदाज घेऊ लागली.

“तो दाराजवळ पालथा पडलाय, डोकं अगदी दारालगत आहे,” थॉम्पसन त्याच्या विंचेस्टरच्या भारी दुर्बिणीतून पाहत वर्णन करू लागला. काही वेळ बारीक निरीक्षण केल्यावर तो म्हणाला, “थांबा, मी त्याचा आरसाच उडवतो. म्हणजे तो बहुतेक डोकं आत ओढून घेऊन पाठीवर पडून राहील. तुम्ही सगळे दाराच्या उजव्या बाजू लगतच्या भिंतीवर अगदी जमिनीलगत नेम धरा आणि सोडा गोळ्या. नक्की डोकं फुटेल बघा त्याचं.”

थॉम्पसनने खटका ओढला आणि गोळी सोडायला तयार झालेल्या रायफलीची नळी वाळूच्या पिशवीवर टेकवली.

आरशातील प्रतिबिंबाचा नीट अर्थ लागायला जोसलीनला जरासा वेळ लागला, पण तिच्या लक्षात आले की, चार जण खंदकात वाळूच्या पिशव्या समोर ठेवून रायफलींसकट आक्रमणाला सिद्ध बसलेले आहेत. आत्तापर्यंत होणारा गोळीबार, तिच्या रक्षणकर्त्याचा प्राण घेणारी गोळीही याच चार रायफलींतून सुटल्या होत्या.

ती पाहत होती. त्यातल्या एकाने रायफलचा नेम धरलेला तिला दिसला. नळी वाळूच्या पिशवीवर टेकलेली तिने पाहिली. गोळी सुटली, त्याआधी एकच क्षण जोसलीनने हातातला आरसा बाजूला केला. गोळी दाराच्या चौकटीच्या तळाशी लागली, लाकडाच्या चिरफळ्या उडाल्या आणि त्यातली टोकीदार कुसळे जोसलीनच्या हाताच्या मागच्या बाजूला घासून गेली, त्यातली दोन हातात घुसलीही. जोसलीनच्या तोंडातून चीत्कार बाहेर पडला आणि तिने हात छातीशी ओढून धरला. एक दीर्घ श्वास घेऊन तिने मनाला धीर दिला, जरा स्थिर केले. तसाच धीर एकवटून तिने हातात घुसलेली दोन कुसळे ओढून बाहेर काढली. तीव्र वेदना सरसरत डोक्यापर्यंत गेली, पण जिवाची भीती आणि तो वाचविण्यासाठीची शर्थ यांमुळे ती कळ तिला सहनही झाली.

ती दारापासून बाजूला वळून पुढे काय करायचे याचा विचार करू लागली.

थॉर्नच्या फोननंतर तिच्या खोलीबाहेर दोन जण उभे राहून जे बोलत होते ते तिला आठवले. 'सगळ्या खंदकात वायर्स फिरवून घेतल्या आहेत आणि सी फोर भरलंय वाळूच्या बॅगात. एक गोळी वाळूच्या बॅगेवर पडली की, अख्खा खंदक उडेल धाडकन!' बस, ठरलं. आरशात बघितलेले प्रतिबिंब तिने डोळ्यांपुढे आणले. वाळूच्या पिशव्यांची जागा नीट आठवून तिने मशीनगनचे टोक दाराबाहेर धरून त्या जागी रोखली आणि घोडा दाबला. दहा-बारा गोळ्या उडाल्या, पण अपेक्षित परिणाम झालेला दिसला नाही. बहुतेक त्या परत मातीतच पडल्या...

उलट दिशेने झडलेल्या फैरीच्या गोळ्या मात्र तिच्या डोक्यापासून काही इंचांवरून भिंतीत घुसल्या, खोलीत शिरल्या. एका खिडकीलगतच्या टेबलाचा एक पाय तोडून त्यांनी ते हवेत फेकला, त्यातल्या एकी-दोघींना मेलेल्या नेव्हीसील्सचे मृत शरीरही उडवले. ते एकदम जमिनीवरून जरासे वर उडले, खाली पडले, परत उडले आणि मग जमिनीवर निश्चेष्ट पडले.

जोसलीनने आधीपेक्षा गन थोडी वर उचलली आणि परत घोडा दाबला. किती गोळ्या उडाल्या याची गणती काही ती करू शकली नाही, पण गन शांत होण्याच्या जरा आधीच डोके बधिर करणारा प्रचंड मोठा स्फोट झाला. उरल्यासुरल्या खिडक्या, भिंती गारद झाल्या आणि एक जळत्या गरम हवेचा झोत बिनभिंतीच्या इमारतीत घुसला. जोसलीनच्या चेहऱ्याला त्याची चांगलीच झळ जाणवली. तेवढ्यात एक वाळूची पिशवीच रॉकेटसारखी उडत तिच्या दिशेने येत असलेली तिला दिसली. ती जड वजनदार पिशवी तिच्यापासून काही अंतरावर येऊन धाडकन पडली. तिचे गोणपाट जळत होते, त्यातून धूरही निघत होता.

सर्वत्र भयकारी शांतता पसरली. आगीच्या ज्वाळांचा तडतड, कडकड असा आवाज फक्त तिचा भंग करीत होता. जोसलीनने सावधपणे डोके वर करून आजूबाजूला बघितले. समोरचा खंदक उरलाच नव्हता, त्याचे आगीत होरपळलेले काही अवशेष फक्त दिसत होते. माणसांची तर नावनिशाणीही नव्हती. आता आणखी कोणी तेथे यायची ती नक्कीच वाट बघणार नव्हती. तिने सर्व सामान झोळीत भरले आणि ती घाईघाईने उठली. एकदा सभोवताली नजर फिरवली, तिच्या मृत जीवनदात्याकडे कृतज्ञतेचा कटाक्ष टाकला आणि ती इमारतीमागच्या झाडीकडे वेगाने पळत सुटली.

सिच्युएशन रूम, द व्हाइट हाउस

कितीतरी वेळ गरम करीत ठेवलेल्या कॉफीचा एक उग्र वास खोलीत भरला होता. तो तिथे तसाच सोडून हर्शबर्ग बाहेर पडले आणि त्यांनी सिच्युएशन रूमचे दार लावून घेतले. दुपार झाली होती, वेस्ट विंग गजबजून गेली होती. प्रेसिडेंट ऑफिसचा जिना चढताना व्हाइट हाउसच्या उपहारगृहात थांबून एक गरम कॉफी प्यावी असा मोह त्यांना झाला, पण तेवढा वेळ घालवणे त्यांना परवडणारे नव्हते, ते तसेच वर चढले.

वर चढले तेही एक पायरी गाळून, त्वरेने. तरुण प्रशिणाक्षार्थी आणि सेक्रेटरीजच्या गर्दीनेही त्यांचा कुठे खोळंबा होऊ दिला नाही. त्यांना न मागता वाट मिळत गेली. नेमके काय झाले आहे ते कळले नसले, तरी राष्ट्राध्यक्षांनी आधी ठरलेले सर्व बाहेरचे कार्यक्रम, व्हाइट हाउसमधल्या सर्व मीटिंग्ज रद्द केल्या आहेत आणि सतत लष्करी अधिकारी, मंत्रिमंडळातील सहकारी यांचा सकाळपासूनच ओव्हल ऑफिसमध्ये राबता चालू आहे त्या अर्थी काहीतरी विशेष घडले आहे, हे सर्वांच्याच लक्षात आले होते.

वर्षातला हा काळ म्हणजे कार्यक्रमांची रेलचेल असे. त्यातील अत्यंत महत्त्वपूर्ण असे 'स्टेट ऑफ द युनियन' या नावाने ओळखले जाणारे, काँग्रेससदस्यांसमोर दिले जाणारे राष्ट्राध्यक्षांचे भाषण. ते अगदी थोड्याच दिवसांवर आले होते. यावर्षी त्यात नेहमी उगाळून गुळगुळीत झालेले, देशाची प्रगती, आर्थिक स्थितीतील सुधारणा याअंतर्गत विषयांबरोबरच काहीतरी आंतरराष्ट्रीय प्रश्न, संकटे यांचा

उल्लेख असणार अशी कुजबुज राजकीय वर्तुळात चालू होती.

तरुणपणी वाटणारे सबंध रात्र जागून काढण्यातले 'थ्रिल' हर्शबर्गना आता या वयात मुळीच आकर्षित करू शकत नव्हते. आता कालच्यासारख्या रात्रभराच्या जागरणाने डोळ्यांखालची काळी वर्तुळे आणि सूज तेवढी वाढत असे.

कोणत्याही औपचारिक सोपस्कारांना फाटा देऊन ते सरळ ओव्हल ऑफिसमध्ये शिरले. त्यांनी दार लावून घेतले. तीनही दलांच्या लष्करी प्रमुखांचे प्रमुख, चेअरमन जनरल रिचर्ड स्क्झॉर्न आणि त्यांचे दोन साहाय्यक यांच्या समवेत राष्ट्राध्यक्ष फायरप्लेसजवळच्या कोचांवर बसले होते.

"काय बातमी?" हर्शबर्गना पाहताच राष्ट्राध्यक्षांनी विचारले.

"बातमी चांगली नाही."

"तरीही सांगा."

"बेटापासून एक मैलावर उभ्या असलेल्या तटरक्षकदलाच्या जहाजाने गोळीबार आणि एक मोठा स्फोट झाल्याची बातमी दिली आहे."

"स्फोट? किती मोठा?" प्रेसिडेंटचा स्वर चिंतेचा.

"फारसा नाही."

सुटकेचा खोल निःश्वास.

"नेव्ही सील्सची काय खबर? ते आपले डोळे आणि कान आहेत. ते काय सांगतात यावर पुढली कृती ठरणार."

"त्यांच्याकडून अजून काहीही खबर नाही."

"काही नाही? उपग्रह काम करीत नाही का त्यांना बेटावर साधनंच बसवता आली नाहीत?"

"मला वाटतं ती बसवायच्या आधीच, त्यांना गोळीबाराला तोंड द्यावं लागलं असावं." जनरल स्क्झॉर्न यांनी अंदाज व्यक्त केला.

"कारण काही असो, आपण आंधळे आणि बहिरेच राहिलो ना!" राष्ट्राध्यक्ष म्हणाले.

"त्याहीपेक्षा वाईट म्हणजे जीवितहानीची बातमी आहे," हर्शबर्ग म्हणाले.

"कोण?" राष्ट्राध्यक्षांनी काळजीच्या स्वरात विचारले.

"सील्सनी तटरक्षकदलाच्या जहाजाबरोबर लष्करी ध्वनिलहरींवरून संपर्क साधण्याचा प्रयत्न केला. संभाषण फारसं होऊच शकलं नाही, लगेच संपर्क तुटला. जे काही अर्धवट कळलं त्यावरून ते त्यांना बेटावरून सुटून येण्यासाठी बोटींची मागणी करीत असावेत असं वाटतंय. त्याआधीच्या माहितीनुसार विमानातून उडी घेतलेल्या पाचांपैकी दोघे जण बेटावर पोचूच शकलेले नाहीत. अंदाज असा आहे की, समुद्रात रात्रीच्या अंधारात कुठेतरी हरवले असावेत."

"बाप रे!" राष्ट्राध्यक्ष कोचावरून उठले, अस्वस्थपणे हाताने मांडीवर थापट्या मारू लागले. उपस्थितांकडे पाठ करून उभे राहिले आणि म्हणाले, "असं कसं घडलं? हा घोळ कसा झाला? आपण असं रात्रीच्या वेळी त्यांना उतरायला लावायला नको होतं. छे, फार मोठी चूक घडलीय ही. कुमकही यापेक्षा जास्त पाठवायला हवी होती, सगळ्या गोष्टींना पुरेसा वेळ देऊन योजना नीट पद्धतशीर आखायला आणि पार पाडायला हवी होती."

"प्रेसिडेंट, आम्ही काय सुचवलं होतं ते आपल्या लक्षात असेलच," जनरल म्हणाले.

"हो, हो, चांगलं लक्षात आहे. माझाच निर्णय होता तो. मीच जबाबदार आहे याला. निर्णय कोणाचाही असला तरी अशा गोष्टीचा त्रास व्हायचा तो होतोच." राष्ट्राध्यक्ष हर्शबर्गकडे वळून म्हणाले, "त्या दोघांचा शोध घेण्यासाठी पाठवायला काही जहाजं आहेत का तिथे?"

"ते आत्ता फार कठीण जाणार आहे. लष्कराच्या जादा तुकड्या तिथे उतरतायत, गनशिपही तिथेच आहे. शिवाय आम्ही त्या आसपासच्या समुद्रातील सर्व बोटी, फेरी, जहाजं यांची कसून तपासणी सुरू केली आहे. अगदी श्रीमंतांची खाजगी जहाजं, मासेमारी करणारी जहाजंही सोडलेली नाहीत. जर त्यांनी बॉंब बेटावरून हालवला असेल तर तो सापडावा म्हणून सर्व बाजूंनी कसून प्रयत्न चालू आहेत," हर्शबर्ग यांनी माहिती दिली.

राष्ट्राध्यक्षांनी त्यांचा नेहमीचा प्रदीर्घ श्वास घेतला. ते विचारात गढलेले दिसत होते. त्यांनी विचारले, "तटरक्षकदलाला आज सकाळपासून त्या बेटावरून कोणी बाहेर पडलेलं दिसलंय का?"

"नाही. आम्ही रहदारी थांबवल्यापासून तरी नाहीच."

"मग मला वाटतं आपण असं गृहीत धरून चालू की, बॉंब बेटावरच आहे आणि ही बोटींची तपासणी बंद करू," राष्ट्राध्यक्ष म्हणाले, "म्हणजे काही बोटी, जहाजं आपल्याला त्या दोघा हरवलेल्या सीलसचा शोध घ्यायला वापरता येतील. हर्शबर्ग, तसं करा, तपासणी बंद करा आणि मोकळ्या झालेल्या बोटी सीलसच्या शोधासाठी पाठवा."

"प्रेसिडेंट, हा धोका पत्करणं योग्य होणार नाही," हर्शबर्ग म्हणाले.

"हर्शबर्ग, यावर चर्चा नकोय मला."

सांगून काही उपयोग होणार नाही हे माहीत असून हर्शबर्ग यांनी एक प्रयत्न करून पाहिला, "सर, अंगावर वेटसूट असला तरीसुद्धा ते दोघे जण पाण्यात दोन तासांपेक्षा अधिक काळ तग धरू शकणार नाहीत."

आपल्या हेतूच्या विरोधातले शास्त्रीय सत्य, वास्तव स्वीकारायचे की नाकारायचे?

"नाही नाही, ते नक्की जिवंत राहतील. नेव्हीसील्स आहेत ते. जगातील सर्वश्रेष्ठ योद्धे. त्यांना मदत न पुरवण्याचा, स्वतःचं रक्षण करण्याची संधी न देण्याचा मूर्खपणा मी करू इच्छित नाही. तसं करण्याचा दोषही मला माझ्या माथी घ्यायचा नाही. तपासणी थांबवा, बोटी, जहाजं या बचावकार्यासाठी मोकळी करा. नाकेबंदी केलीय ना, त्यासाठी लागणारी जहाजं तेवढी ठेवा, बाकीची या कामावर पाठवा. कळलं?"

"सर, दिवसाअखेर आणखीही काही जीवितहानी अपेक्षित आहे," हर्शबर्ग म्हणाले.

"आपण अशी आशा करू या की, ती आपल्या बाजूची नसेल, त्या दहशतवाद्यांच्या बाजूची असेल." जनरल मध्येच बोलले.

"अशा परिस्थितीत, जनरल, नुसत्या आशेवर राहून आपल्याला हवं तसं घडत नाही. आपल्या मोहिमेच्या दलाचा प्रमुख अधिकारी आणि त्याच्या गटातले आणखी पाच जण एवढेच प्रत्यक्ष युद्धात भाग घेतलेले आहेत. बाकी सगळे जण अगदी नवे, पूर्णपणे अननुभवी आहेत."

"पण आपली शस्त्रास्त्रं उच्च प्रतीची आहेत, नव्या जवानांसकट सगळे उत्तम प्रशिक्षण घेतलेले आहेत, ही आपली जमेची बाजू आहे," जनरल म्हणाले.

"ती तशीच जमेची सिद्ध होवो अशी आता मी पण आशा करतो." हर्शबर्ग म्हणाले, "खरंच, आज आपल्याला नशिबाची साथच हवी आहे, देव, दैव, प्राक्तन कशाचीही कृपा होवो आणि तो बाँब त्याचा स्फोट होण्यापूर्वी आपल्या हातात सापडो एवढीच मनापासून इच्छा आहे."

"सीलसना निरोप देता येतो का पहा, त्यांना सांगा, मदत पाठवतो आहोत आम्ही," राष्ट्राध्यक्ष म्हणाले.

"तसं तटरक्षकदलाने त्यांना सांगितलेलंच आहे. त्यांना तिथल्या खंदकांपासून दूर राहण्याची सूचनाही पोचवली आहे."

"छान!"

"मी परत जातो आणि आणखी काही वार्ता आली आहे का ते पाहतो," हर्शबर्ग उठत म्हणाले.

"होय, होय. काहीही कळलं की लगेच मला कळवा," राष्ट्राध्यक्ष म्हणाले.

कीस्टोनच्या मार्गावर, व्हिटबे बेट, वॉशिंग्टन राज्य

तटरक्षकदलाच्या जहाजावरचे लाल आणि निळे दिवे वेगाने उघडझाप करीत

होते आणि जहाजही तितक्याच वेगाने त्याच्यापुढे काही अंतरावर चाललेल्या एका संथ गती 'हंपिंग गूज' नावाच्या फेरीबोटीच्या मागे चालले होते. तिला गाठायला त्याला काही फार वेळ लागला नाही. लवकरच ते बोटीच्या मागे जाऊन पोचले.

ऑस्कर चॅनीला ट्रकमध्ये बसून बाजूच्या आरशात तटरक्षकदलाच्या जहाजाची लगबग दिसत होती. त्याने बाजूला सरकून त्याच्या शेजारच्या आसनाच्या बाजूच्या खिडकीची काच सरकवली, खाली वाकून डोके त्या खिडकीतून बाहेर काढले आणि वरच्या व्हील हाउसमधल्या माणसाला ओरडून विचारले, "काय पाहिजे आहे रे त्यांना?"

"त्यांना तपासणी करायचीये. थांबायला सांगतायत," नॅट हॉब्जने खाली वाकून चॅनीला सांगितले. ग्रीक कॅप्टन्स वापरायचे तशी कॅप घातलेल्या नॅटच्या अंगातल्या डगल्याला जागोजागी तेलाचे डाग पडले होते आणि तो घामाने इतका भिजला होता की, तो अंगातून काढून हँगरला टांगून वाळवत ठेवायला हवा होता.

धक्का मैलभरसुद्धा राहिला नव्हता. धक्क्यावर उभ्या असलेल्या दोन निळ्या रंगाच्या गाड्या जकात वसुली खात्याच्या आहेत हे चॅनीने हेरले होते. संकट सर्व बाजूंनी येत होते.

"मला थांबायला लागणार. तुला फार घाई नाही ना?" नॅट म्हणाला.

"थांबायला लागणार म्हटल्यावर काय करणार? थांब. बघू काय होतं ते!" चॅनीचा नाइलाजच होता.

"धक्क्यावर पोचल्यावर तपासणी करा म्हटलं तर कदाचित ऐकतील ते, पण त्यात आपलाच तोटा आहे. तिथे त्यांचं चांगलंच फावेल. ते पार आतून बाहेरून इंचनइंच तपासत बसतील, जहाजाच्या सुरक्षिततेचे नियम पाळलेत की नाही, तेही पाहत बसतील, परत कागदपत्रांची काहीतरी भानगड काढली म्हणजे परत पंचाईत." हॉब्जने त्याच्या निर्णयाचे, बहुधा स्वत:साठीच, स्पष्टीकरण दिले. चॅनी त्याच्या विचारातच गढला होता.

चॅनीने तपासणी हा विषय हॉब्जवर सोपवून दिला, काच वर करून टाकली. पण त्याने काही गोष्टी मात्र पटापट केल्या – शेजारच्या सीटच्या उशीखाली ठेवलेले सेमिऑटोमॅटिक जातीचे रिव्हॉल्व्हर काढून ते आपल्या पँटच्या बेल्टमध्ये अडकवून ठेवले. अंगातल्या जराशा लांब स्वेटरच्या बोंग्यात ते व्यवस्थित झाकले जाईल, ते तिथे आहे अशी कुणाला शंकाही येणार नाही अशा पद्धतीने स्वेटर नीट खाली ओढला. खाली वाकून डाव्या पायातल्या उंच बुटात सरकवून ठेवलेल्या बोवी चाकूला हाताने स्पर्श करून तो जागेवर असल्याची खातरी करून घेतली.

मग तो ट्रकचे दार उघडून खाली उतरला. दोन्ही सीट्सच्या खालच्या भागात पन्नास गोळ्यांची क्लिप आत बसवलेली दमदार कलाशनिकोव्ह दडवून ठेवलेली

होती. ती पूर्णपणे स्वयंचलित गन होती आणि तिच्या आणखी सहा पूर्ण भरलेल्या क्लिप्सही तेथेच लपवलेल्या होत्या. पण तरीसुद्धा तटरक्षकदलाच्या बोटींवर बसवलेल्या अधिक क्षमतेच्या अद्ययावत गन्सशी काही तिची बरोबरी होऊ शकली नसती.

चॅनीच्या सीटच्या मागे कोणालाही सहजी दिसणार नाही अशी एक लाल रंगाची रिंग लोंबत होती. चॅनीने एक डोळा बंद करून तिच्याकडेही एक नजर टाकली, तिला जोडलेली केबल नीट जागेवर आहे की नाही, हेही बघून घेतले. ती केबल ट्रकच्या पाठीला भोक पाडून तिच्या मागे जो टँक वेल्ड केलेला होता तेथपर्यंत पोचलेली होती. तेथे सी ४ या प्रकारची स्फोटके ठेवलेली होती. त्यांचा स्फोट घडवणारा जो स्विच होता, त्याला केबलचे दुसरे टोक जोडलेले होते. हे सगळे जुगाड बाँबच्या खालीच बसवलेले होते. जर इतर सर्व मार्ग बंद झाले तर चॅनीच्या हातात हा अखेरचा उपाय असता – खाली वाकून सीटच्या खालची रिंग खेचायची. स्वतःचा जीव वाचवण्यासाठी चॅनीला नव्वद सेकंदाचा अवधी मिळाला असता. तेवढ्या वेळात त्याने पाण्यात उडी घ्यायची होती आणि वाऱ्याच्या विरुद्ध दिशेला जेवढ्या जलद गतीने पोहून दूर जाता येईल तेवढे जायचे होते.

ही केबल ओढून स्फोटके, आणि त्यामुळे बाँब यांचा जो स्फोट झाला असता तो प्रचंड असता, पण आण्विक नसता. स्फोटाने अख्खा ट्रक हवेत फेकला गेला असता आणि बाँबमधल्या प्लुटोनियमचे अतिसूक्ष्म अशा किरणोत्सर्गी पावडरीत रूपांतर होऊन ती वातावरणात पसरली असती. चॅनीने ट्रकभोवती एक फेरी मारली. ट्रकचे दार बंद केले, पण ते लॉक मात्र केले नाही. नंतर तो बोटीच्या मागच्या भागातला छोटा जिना चढून व्हील हाउसमधे शिरला.

हॉब्ज रेडिओवरून तटरक्षकांशी बोलत होता.

"अहो, तुम्ही गेल्या महिन्यातच माझी बोट तपासलीय की," चाहूल लागली तसे त्याने वळून चॅनीकडे बघितले. त्याने रेडिओच्या ध्वनिवर्धकाचे बटण दाबले. पलीकडचे बोलणेही चॅनीला ऐकता येऊ लागले. तिकडून कोणीतरी विचारीत होते,

"एक ट्रक दिसतोय बोटीवर. किती प्रवासी आहेत?"

"एकच. फक्त ड्रायव्हर."

"काय आहे ट्रकमध्ये?"

"मैल्याचा टँक आहे. बघायचाय तुम्हाला आतून?"

काही वेळ रेडिओ शांत होता.

"आम्हाला प्रत्येक जहाजावर, बोटीवर चढून तपासणी करण्याच्या ऑर्डर्स आहेत. बोट पूर्णपणे थांबवा आणि आम्हाला बोटीवर घ्यायची तयारी करा. कळलं?" तटरक्षकदलाच्या जहाजातून आज्ञा सुटली.

"च्यायला!" हॉब्जने शिवी घातली तेव्हा सुदैवाने ध्वनिवर्धकाचे बटण बंद होते.

बटण दाबून तो म्हणाला, "ठीक आहे, पण मी निदान थोडा बाजूला जाऊन थांबू का, म्हणजे धक्क्यावर जायचा मार्ग खुला राहील." आणि क्षणभराने म्हणाला, "नाही, म्हणजे अपघात झालेला चालणार असेल तर इथेच थांबतो."

लगेच उत्तर आले नाही.

तेवढ्यात हॉब्ज चॅनीला म्हणाला, "तू तुझ्या ट्रकजवळच थांब. ते बहुतेक टँकमध्येही काय आहे ते बघायला येतील."

"ठीक आहे, बोट चॅनेलमध्ये जात राहू दे, आम्ही तुमच्या मागेच आहोत." उत्तर आले.

हॉब्जने वैतागून हातातला रेडिओ टेबलावर आदळला.

"च्यायला, यांना काय वाटतं, मला काही दुसरा उद्योग नाही?" तो स्वत:शीच बोलू लागला, "येतील आता त्यांच्या परीटघडीच्या लख्ख पांढऱ्या ड्रेसमध्ये!" त्याने कमी केलेला बोटीचा वेग वाढवला आणि तो त्याची 'हंपिंग गूज' चॅनेलमधून पुढे नेऊ लागला. चॅनी अजूनही तिथेच उभा होता. त्याला उद्देशून हॉब्ज म्हणाला, "मी तुला सांगतो, हे साले नुसते काठ्या हालवत येतील, इकडेतिकडे हुंगतील आणि निघून जातील. तुझ्या ट्रकमध्ये ओणवायचे पण नाहीत. फक्त या सगळ्या भानगडीत तास दीड तास फुकट वाया जाईल माझा, बस!"

'हंपिंग गूज'च्या पुढच्या भागात वाहने वर चढवायला आणि खाली उतरवायला एक संथपणे वर-खाली होणारा, पण अतिशय सोयीस्कर असा हायड्रॉलिक ब्रिज होता. त्यावरून गाड्या, ट्रक्स धक्क्याऐवजी सरळ किनाऱ्यावरही, बऱ्याच वेळेला खाजगी बोटींना जोडलेल्या उतारावरही नेता यायच्या. हंपिंग गूज उत्तर पॅसिफिक सागराकडून वान दी फ्युकाच्या सामुद्रधुनीत घुसणाऱ्या लाटा कापत वेगाने पुढे जात होती आणि तिच्यामागे चाललेल्या तटरक्षकदलाच्या जहाजाचा कॅप्टन तिच्या बेडौलपणाला हसत होता.

पाचएक मिनिटात त्यांनी जवळजवळ एक मैलाचे अंतर कापले.

"हंपिंग गूज, हंपिंग गूज, आम्ही तटरक्षकदलाच्या जहाजावरून बोलतोय. अजून किती लांबपर्यंत जाणार आहात तुम्ही?" कॅप्टन उत्तर ऐकायला थांबला, पण पलीकडे शांतता होती.

त्याने परत संदेश दिला, तरीही काही प्रतिसाद नाही. तिसऱ्या वेळी जरा वरचा आवाज लावायचा विचार करीत असतानाच खर्र असा आवाज झाला.

"हंपिंग गूजवरून बोलतोय. मी जरा आणखी पुढे जायचं म्हणत होतो."

"काही नको, आता बास. इंजिनं बंद करा आणि आम्हाला बोटीवर घ्या."

कॅप्टन रेडिओ बंद करतच होता, तेवढ्यात त्याचा एक दूत तेथे आला आणि म्हणाला, "सर, एव्हरेटवरून संदेश आलाय." त्याने अदबीने पुढे होऊन कॅप्टनच्या हातात टाइप केलेल्या संदेशाचा कागद ठेवला.

त्या जहाजाचा मूळचा हिरवा रंग उडाला होता, काही भाग गंजला होता आणि मागील रुंद अशा लोखंडी दांडीवर 'हंपिंग गूज' अशी अक्षरे ठळकपणे लिहिली होती. अशा या कुरूप बोटीकडे पाहणाऱ्या कॅप्टनच्या हाताखालील अधिकाऱ्याला लक्षात आले की, कॅप्टनने सांगूनही जहाजाचा वेग कमी होण्याची चिन्हे दिसत नव्हती.

कॅप्टनने संदेश वाचला, जोरजोरात मान हालवून तीव्र निषेध व्यक्त केला. आपल्या न आवरणाऱ्या रागाच्या भरात त्याने रेडिओ परत चालू केला आणि तो बोलू लागला, "हंपिंग गूज, आम्हाला एका अत्यंत महत्त्वाच्या शोधमोहिमेवर जायचे असल्याने आम्ही तुमची तपासणी आत्ता करणार नाही. तुम्ही देऊ केलेल्या सहकार्याबद्दल आभार. तुम्ही पुढे कीस्टोनला जाऊ शकता, मी पुन्हा एकदा सांगतो, थांबायची आवश्यकता नाही, तुम्ही तुमच्या मुक्कामाला जाऊ शकता."

"आभार, साहेब, मोठी मेहेरबानी झाली," हंपिंग गूजवरून उत्तर आले.

तटरक्षकदलाचे जहाज एकदम उजवीकडे वळले आणि वेग वाढवून हंपिंग गूजच्या पुढे जाऊ लागले. घामाने ओला झालेला शर्ट आणि निळी कॅप घातलेला हंपिंग गूजचा कॅप्टन पुढे जाणाऱ्या जहाजावरील अधिकाऱ्यांना हात हालवून, सुहास्य वदनाने, मोठ्या खुशीत निरोप देत होता. त्याकडे बहुतेक त्या अधिकाऱ्यांचे लक्ष नव्हते. ते जहाज उत्तर दिशेला निघून गेले.

ऑस्कर चॅनीने डोक्यावरची हॅट काढून खाली टाकून दिली आणि बोटीचे चाक दक्षिणेकडे वळवले. त्याला निराळ्या मार्गाने जायचे होते. तो कीस्टोनला जाणारच नव्हता, अन्य कोणत्याही सार्वजनिक बंदरावरही जाणार नव्हता. सगळीकडे नुकता घडलेलाच प्रकार कमी-अधिक प्रमाणात, या ना त्या स्वरूपात घडणार हे आता त्याच्या लक्षात येऊन चुकले होते. त्याने एकदा मागे वळून रक्ताचा पाट कुठपर्यंत वाहत आला आहे ते पाहिले. त्याने त्याच्या लांब आणि तीक्ष्ण चाकूने कॅप्टन नॅट हॉब्ज याची फक्त मानेजवळची आणि डोक्याला रक्तपुरवठा करणारी अशा दोन शीराच कापल्या नव्हत्या, तर त्याचा शिरच्छेदच केला होता.

पॅजेट बेट, वॉशिंग्टन राज्य

बेटावरची लहान-मोठी झाडे, सदाहरित असे नव्वद-नव्वद फुटी वृक्ष जळले होते. नासधूस झालेल्या गलबताच्या ताफ्यांच्या जशा शिडाविना नुसत्या डोलकाठ्या उरतात तशी झाडे पानांविना उघडीबोडकी बनली होती. दहा हजार फुटांवरून हॉविट्झरमधून मारा करण्यात आलेल्या गोळ्यांनी बऱ्याच वृक्षांच्या फांद्या तोडल्या होत्या. बऱ्याच झाडांचा वरचा पूर्ण पर्णसंभार नष्ट होऊन खालचा खोडांचा भागच तेवढा उरला होता. काही झाडे तर अजूनही धुमसत होती.

हॉविट्झरचे बरेचसे गोळे झाडांच्या गर्द झाडीत अडकून तिथेच फुटले होते, तरी जमिनीवर माणसांची खूपशी प्रेतेही पडलेली दिसत होती. परंतु हॉविट्झरसारखे भारी अस्त्र वापरण्यामागचा प्रचंड मानवी संहाराचा उद्देश मात्र झाडांमुळे अपेक्षेइतका सफल झाला नव्हता.

गिडियनचे हेलिकॉप्टर उतरवायला जो प्रदेश रिकामा करण्यात आला होता त्याच्या आसपासच्या पन्नास फुटांत गिडियनने स्वत: आठ प्रेते मोजली होती. हेलिकॉप्टर जमिनीवर टेकल्यावर फिरत्या पंख्यामुळे निर्माण होणाऱ्या वाऱ्याच्या प्रचंड झोताने माणसेही उडून जाण्याचा धोका असतो. त्या संकटापासून वाचण्यासाठी गिडियनला कर्नलच्या मागोमाग अगदी खाली वाकून, जवळजवळ गुडघ्यांवरच पळत पुरेसे लांब पळायला लागले होते.

हेलिकॉप्टर स्थिरस्थावर झाल्यावर कर्नल गिडियनला म्हणाला, "हे पहा, तुम्ही आता इथेच थांबा. मी माझा एक माणूस तुमच्या बरोबर ठेवतो. तो जे सांगेल ते कृपा करून ऐका. ठीक आहे?"

"कर्नल, मला वाटतं, आपण आधी बॉंब बेटावर असेल तर तो शोधावा."

"मला तुमची काळजी समजतीये. पण इथले सगळे दहशतवादी अजून जेरबंद झालेले नाहीत, बेटाच्या एका बाजूने अजून प्रतिकार चालू आहे. गोळीबाराचा धोका पूर्ण टळेपर्यंत तरी तुम्ही इथेच थांबा, प्लीज!"

"जोसलीन कोल यांचं काय करायचं?" गिडियनला स्वत:पेक्षा जोसलीनच्या सुरक्षिततेची जास्त काळजी वाटत होती.

"मी माझ्या माणसांना सांगून ठेवलं आहे, ते लक्ष ठेवतीलच. पण मला आत्ता तुमच्या काळजीचा भुंगा माझ्यामागे लागायला नको आहे, तेव्हा तुम्ही इथेच थांबाल का?" खरेतर तो प्रश्न नव्हताच, ती आज्ञाच होती.

ते ओळखून गिडियनने मान हालवून स्वीकृती दर्शवली.

पण तो तसे करेलच की नाही, याबद्दल कर्नलला खातरी वाटत नव्हती. त्याने

त्याच्या एका जवानाला जवळ बोलावले आणि सांगितले, ‘‘हे बघ, इथे थांबायचं आणि यांच्यावर लक्ष ठेवायचं. यांना काही झालं ना तर मी तुला जबाबदार धरेन, याद राख. हे तुझी वैयक्तिक जोखीम आहेत असं समज, कळलं?’’

‘‘येस सर,’’ जवानाने लष्करी शिस्तीत उत्तर दिलं.

‘‘चला, आता सरळ किनाऱ्याकडे कूच करू या.’’ कर्नल निघता-निघता म्हणाले, ‘‘अरे, माझा रेडिओधारी कुठाय?’’ तेवढ्यात आणखी एक हेलिकॉप्टर येऊन पोचले. त्यातून उतरलेल्या सशस्त्र जवानांपैकी एकाच्या पाठीवर संदेशयंत्रणा बांधलेली होती – रेडिओ आणि गुंडाळी केलेली अँटेना. तो चपळाईने कर्नलच्या उजव्या बाजूस आला आणि सर्व जवानांसह कर्नलसाहेबांचा काफिला चालू लागला. कर्नलनी लगेचच त्या जवानाकडून टेलिफोन रिसीव्हर घेतला आणि ते बोलू लागले. त्यांचे बोलणे गिडियनला ऐकू येत नव्हते, कारण उतरणाऱ्या आणि उड्डाण करणाऱ्या हेलिकॉप्टर्सच्या आवाजाने आसमंत दणाणून गेला होता. धुळीचे प्रचंड लोट उठत होते. गिडियन आणि त्याचा रक्षक जवान दोघेही हात डोळ्यांवर घेऊन त्या धुळीपासून दूर जाऊन उभे राहिले.

एक हेलिकॉप्टर उडाले, झाडांच्या वर गेले आणि समुद्राकडे निघून गेले. त्याचा आवाज विरतो न विरतो तोच दुसरे उतरण्यासाठी घिरट्या घालू लागले.

‘‘मला वाटतं, आपण इथून जरा लांब जाऊ या.’’

जवानालाही गिडियनचे हे म्हणणे पटले आणि तो गिडियनच्या मागे जाऊ लागला. गिडियन लगतच्या एका छोट्याशा टेकाडावर चढू लागला. टेकडीच्या चढावरची आणि वरच्या पठारावरचीही काही झाडे जळत होती. वर पोचल्यावर पलीकडे बेटाचा पश्चिमेकडचा भाग नजरेसमोर दिसू लागला. हेलिकॉप्टर्सचे आवाज सह्य पातळीवर पोचेपर्यंत गिडियन चालत राहिला. एक सपाट खडक पाहून तो थांबला, त्याने पाठीवरची त्याची साधनसामग्रीची पिशवी खाली काढून ठेवली आणि तो त्या खडकावर बसला. त्याने घड्याळाकडे नजर टाकली, दुपार टळून गेली होती. पोटात कावळे ओरडत होते. काल संध्याकाळी त्याने जोसलीनसमवेत तिच्या घरी जेवण केले होते, त्यानंतर काहीच खाल्ले नव्हते. पण रिकाम्या पोटापेक्षा जोसलीन कशी असेल, जिवंत असेल का या प्रश्नाने तो जास्त बेचैन होता.

हेलिकॉप्टरचे आवाज आता दूर गेले होते, त्यामुळे गोळीबाराचे आवाज स्पष्ट ऐकू येऊ लागले होते. काही छोट्या, मध्यम रायफलीचे, काही मोठ्या शक्तिशाली मशीनगन्सचे.

गिडियनबरोबरच्या जवानाने एकदम त्याची एम१६ सरसावली. त्याचा चेहराही सचिंत दिसू लागला. ‘‘काय झालं?’’ गिडियनने विचारले.

तो जवान एक तर उभा होता आणि तो टेकाडाच्या अगदी टोकाला होता, त्यामुळे त्याला खालचे जे दृश्य दिसत होते ते गिडियनला खडकावरून दिसत नव्हते.

“ही जागा बरोबर नाही. खालून ही जागा अगदी सरळ समोर स्वच्छ दिसतीय. कोणीही तिथून रायफलने सहज उडवून टाकतील आपल्याला,” तो असे म्हणाल्यावर गिडियन उठला आणि ‘तिथून’ म्हणजे कुठून ते पाहण्यासाठी त्याच्या जवळ जाऊन खाली पाहू लागला.

खाली, टेकाडाच्या उतरणीच्या अखेरीला एक भलीमोठी इमारत उभी होती. त्यांना दिसत होती ती तिची मागची बाजू होती. तिची काही दारे आणि खिडक्या जळत होत्या, काहीतून धूर निघत होता. सर्वत्र सामसूम होती. ना हालचाल ना काही चाहूल. इमारतीच्या पलीकडे लगेचच खाडी होती आणि बोटी उभ्या करण्याची सोय असलेला एक धक्का. त्याचाही काही भाग उद्‌ध्वस्त झालेला होता. त्याचे पाण्यात अर्धवट बुडालेले खांबही जळून काळे पडले होते.

“हीच इथली मुख्य इमारत आहे का?” गिडियनने विचारले.

“असावी,” जवान म्हणाला.

“तुझ्याकडे नकाशा आहे?”

जवानाने नकारार्थी मान हालवली.

गिडियन ज्या दिशेकडून गोळीबाराचे आवाज येत होते त्या दिशेला वळून पाहत म्हणाला, “मला असं वाटतंय की, या बेटावर प्रवेश करायला सर्वांत योग्य जो किनारा आहे त्याच्या विरुद्ध दिशेला आत्ता आपण आहोत. बरोबर?”

“मलाही तसंच वाटतंय.”

“मग आपण इथेच जास्त सुरक्षित आहोत,” असे म्हणून गिडियन मागे आला आणि त्याने त्याच्या पिशवीतून त्या क्षणी सर्वांत उपयुक्त ठरणारी एक वस्तू बाहेर काढली – एक लहान दुर्बीण. ती अगदी उत्तम नव्हती, पण कामचलाऊ आणि आत्ता त्यांची मदत करणारी होती. त्यातून फार लांबचे स्पष्ट दिसत नव्हते, पण सध्या इमारतीचे तपशील व्यवस्थित दिसत होते.

त्याने ती डोळ्यांना लावली आणि परत टेकाडाच्या टोकाला जाऊन तो त्या इमारतीचे अवलोकन करू लागला. इमारत निर्जीव वाटत होती, निर्मनुष्य. त्याने अगदी काळजीपूर्वक तपासणी केली, कुठे काही हालचाल, काही जिवंतपणाची लक्षणे, माणसे, प्राणी, काही नाही. फक्त काळ्या धुराचे वर उठणारे पुंजके.

“काही दिसतंय?” सावधपणे आसमंत न्याहाळणाऱ्या जवानाने विचारले.

“अंहं! तुला पाहायचंय?”

जवानाला हवं ते मिळाल्याने हसू आले. त्याने त्याचे शस्त्र खांद्यावर लटकवले

आणि गिडियनच्या हातातून दुर्बीण घेऊन डोळ्यांना लावली. इमारतीच्या खाडीच्या बाजूच्या टोकापासून सुरुवात करून तो इमारतीचे प्रत्येक दार, प्रत्येक खिडकी सूक्ष्मपणे पाहत होता. कुठे बंदुकीची नळी दिसते का, यावर त्याचे बारीक लक्ष होते. तो हळूहळू दुर्बिणीतून इमारतीच्या दुसऱ्या टोकापर्यंत पोचला.

"काही दिसतंय?" गिडियनने विचारले.

"नाही," जवानाने उत्तर दिले, पण तो अजूनही तणावमुक्त झाला नव्हता.

"आपण तिकडे खाली जाऊन बघू या का?" गिडियनने विचारले.

"छे. अशक्य!" जवान 'भलतंच काहीतरी!' या अर्थाचे हसला.

"काय हे? कुठे गेलं तुझं तरुण धाडस?" गिडियन त्याला टोचून, आव्हान देऊन खाली नेण्याचा प्रयत्न करीत होता.

"ते घरी ठेवून आलोय मी!" जवानाने समर्पक उत्तर दिले.

'तरुण आहे, पण अविचारी नाही, शहाणा आहे,' गिडियन मनात म्हणाला.

इतका वेळ कानात घुमणारा हेलिकॉप्टर्सचा आवाज पूर्णपणे थांबला होता. ती सगळीच्या सगळी हेलिकॉप्टर्स लांब, समुद्रावर निघून गेली होती. पण त्याऐवजी खालून कसलातरी प्रचंड कोलाहल ऐकू येऊ लागला. खूप माणसे बोलत होती, ओरडत होती. जवान त्या आवाजाच्या दिशेला वळून काय चालले आहे हे पाहू लागला. तेव्हा गिडियनने परत एकदा दुर्बीण इमारतीकडे वळवली. तो दुर्बीण डोळ्यांपासून दूर करत मागे वळला तर जवान फारच अस्वस्थ झालेला दिसला. तो इमारतीकडे पाठ करून विरुद्ध बाजूला पाहत होता.

"काय चाललंय?" गिडियनने विचारले.

"काही कळत नाही, पण काहीतरी घडलंय नक्की!!"

कोलाहलाबरोबर दुरून गोळीबारांचे आवाजही येत होते, त्या खेपेला गोळ्या मोठ्या तोफवजा गन्समधून सुटत असल्याचे जाणवत होते.

गिडियनचे लक्ष मात्र परत-परत त्या इमारतीकडेच वळत होते. त्याला राहून-राहून असे वाटत होते की, जोसलीन तेथे असणार. बेटावर आणखी काही इमारती होत्या की नाही, याची त्याला कल्पना नव्हती, पण ती त्याच्या समोरची इमारतच प्रमुख ठाणे असावी आणि बाँबही तिथेच असावा असा त्याचा अंदाज होता. जवान मात्र हेलिकॉप्टर जेथे उतरले होते त्या भागात उसळलेल्या गडबड-गोंधळात गुंतला होता. त्याला त्याविषयीच औत्सुक्य आणि काळजी वाटत होती. त्याला त्याच्या सैनिकी मनाने कौल दिला होता, तेथे निश्चित काहीतरी विशेष घडत होते.

"आपण तिकडे जाऊन काय चाललंय ते पाहिलं पाहिजे," तो म्हणाला.

गिडियनने त्याची पिशवी उचलून पाठीवर लावली आणि 'चल' असे म्हणून तो त्या जवानाच्या पाठोपाठ जाऊ लागला. किनाऱ्याच्या बाजूने सैनिक त्या

मोकळ्या आवारात जमत होते. चार-चार, पाच-पाचाच्या गटात येणाऱ्या प्रत्येकाच्या चेहऱ्यावर ते भांबावल्याचे, कशानेतरी सुन्न झाल्याचे दिसत होते. काही जण पळतही येत होते. पण त्या सगळ्यांच्या चेहऱ्यावर एक भाव मात्र समान होता आणि तोच सर्वांत स्पष्ट, उठून दिसत होता. तो होता भीतीचा. काहीतरी भयंकर दृश्य पाहिल्यावर मनात उद्भवणारी, मनाला गोठवणारी, डोळे विस्फारून टाकणारी भीती.

गिडियनच्या बरोबरच्या जवानाने एक-दोघांना थांबवून 'काय झालंय' असं विचारलंदेखील, पण ते भारल्यासारखे सरळ बघत निघून गेले. जवान वैतागला. ओरडला, "अरे, कुणी सांगेल का मला काय झालंय ते? बोला रे कोणीतरी, सांगा मला." कुणाचेच चित्त थाऱ्यावर नव्हते असे काहीतरी घडले होते, तरुण सैनिकांच्या मनात भीतीचे साम्राज्य पसरवणारे काहीतरी. हळूहळू तेथे येऊन पोचणाऱ्या सैनिकांची संख्याही वाढू लागली आणि गटही मोठे-मोठे होऊ लागले. लष्कराने संपूर्ण माघार घेतली असावी असेच त्या भीतियुक्त चेहऱ्याच्या सैनिकांच्या परतणाऱ्या लोंढ्यांवरून वाटत होते.

त्यांना धास्तीने, भयाने ग्रासून टाकले आहे हे गिडियनच्याही लक्षात आले. त्याने एकाचा हात धरून त्याला थांबवले. त्याच्या नजरेशी नजर भिडली तशी प्रथम त्या तरुणाने हातातली रायफल खाली टाकली आणि आपली भकास नजर गिडियनवर रोखली.

गिडियने आवाजात जरब आणून त्याला विचारले, "काय रे, काय झालंय? मला सांग बघू."

"ते – ते – त्यांचं डोकं – डोकं –" त्याच्या तोंडून शब्द फुटत नव्हता.

गिडियनने परत जोरात विचारले, "कुणाचं डोकं? काय झालं डोक्याला?"

"क – क – कर्नल सीमन्स –"

"त्यांचं काय? सांग सांग, घाबरू नकोस, सांग, कर्नलचं काय?"

"त्यांचं डोकं उडवलंय!"

"काय? काय बोलतोयस तू?"

"होय, कर्नल साहेबांचं डोकं उडवलंय त्यांनी. साहेब मेले, डोकं फुटलं त्यांचं, शकलं झालीत त्याची –" त्याने मनात भरलेली भीती भडाभडा ओकून टाकली.

"मग आता कोण बघतंय पुढे काय करायचं ते?"

"माहीत नाही," तो तरुण हरवलेल्या आवाजात म्हणाला. गिडियन विचार करू लागला तसा त्या तरुणाचा धरलेला हात त्याच्या हातातून सुटला. त्याला परत काहीतरी विचारण्यासाठी गिडियन त्याच्याकडे वळला तर तो हात सोडल्याबरोबरच

तेथून निघून गेला होता. त्याची रायफल तिथेच खाली पडली होती आणि त्याचा पत्ता नव्हता.

गिडियनने खाली वाकून ती रायफल उचलली. त्याच्यावर लक्ष ठेवण्यासाठी नेमलेला जवान या सगळ्या गडबडीत त्याच्यापासून दूर गेला होता, तो कुठे दिसतही नव्हता. काहीतरी विचित्र घडलं होतं खास. अजूनही किनाऱ्याच्या बाजूने गोळ्यांचे आवाज येतच होते.

''रेडिओ कुठे आहे?'' गिडियनने चार-पाच जणांना तोच प्रश्न विचारला. कोणी त्याच्याकडे लक्षही दिले नाही.

तो प्रत्येकाला तेच विचारीतच राहिला, ''रेडिओ कुठे आहे?''

डेन्व्हर आंतरराष्ट्रीय विमानतळ

स्कॉट टॅगार्टने विमानतळावर त्याचे घड्याळ पूर्वेच्या वेळेनुसार एक तास मागे केले. आता त्याचा फक्त एका तासाचा प्रवास उरला होता. तो मनातल्या मनात आकडेमोड करू लागला. थॉर्नला त्याने स्कॅगिट व्हॅली येथील आर्लिंग्टन या छोट्याशा खाजगी विमानतळावर सोडले त्याला किती वेळ झाला, हे त्याला पाहायचे होते. थॉर्न आत्ता काय करीत असेल, असा प्रश्न त्याच्या मनात आला, पण त्याने तो दाबून टाकला. त्याला हे चांगलेच माहीत होते की, त्याचाच काहीतरी स्वार्थी हेतू असल्याखेरीज थॉर्न त्याच्याबद्दलची कोणतीही माहिती कोणालाही कळू देत नसे. त्या क्षणी टॅगार्टला सोपवलेले काम होते ते होते, सी टॅकला जायचे, तेथून विमान पकडायचे आणि थेट पूर्व किनारा गाठायचा.

थॉर्नच्या सूचनेप्रमाणे त्याने विमातळावरील सार्वजनिक फोनबूथ गाठला आणि तेथून त्याला दिल्या गेलेल्या सेलफोन नंबरवर फोन केला. तिसऱ्या घंटेला फोन उचलला गेला.

"हॅलो," आवाज थॉर्नचा होता! त्याचा आवाज श्वास फुलल्यासारखा येत होता. शिवाय मागे कारखान्यात येतात तसे आवाज येत होते, वाहन मागे जात असतानाचा इशारा म्हणून वाजणाऱ्या कर्कश हॉर्नचा आवाजही सतत ऐकू येत होता.

"टॅगार्ट बोलतोय."

"मला काळजीच वाटायला लागली होती," थॉर्न म्हणाला.

"मी आत्ताच पोचलो. विमान दहा मिनिटं उशिरा आलं."

"हं, आता तुझ्याकडे फार वेळ नाही. तुझी ब्रीफकेस उघड. त्यात लाल रंगाने नंबर घातलेली एक किल्ली आहे. ती विमानतळावरच्या त्या नंबरच्या लॉकरला बरोबर लागेल. तो लॉकर शोध आणि उघड. पुढच्या कृतीसाठी तुला आवश्यक असणाऱ्या सगळ्या गोष्टी त्यात मिळतील आणि पुढे काय करायचं त्याबद्दलच्या सूचनाही. कळलं?"

"होय."

"सगळ्या सूचना तंतोतंत पाळ."

"मी तुमच्याशी संपर्क कसा साधू?"

"त्याची काही गरज नाही. सूचना पाळ, बस," टॅगार्ट पुढे काही बोलण्याआधीच पलीकडून फोन बंद झाला.

त्याने फोन हूकवर टांगला, फोनबूथमधल्या स्टेनलेस स्टीलचा पत्रा ठोकलेल्या फरशीवर त्याची ब्रीफकेस ठेवली आणि उघडली.

त्याला थॉर्नच्या सूचनेचे आश्चर्यच वाटत होते, कारण काल रात्री त्याने ती ब्रीफकेस भरल्यापासून ती जरासुद्धा त्याच्या नजरेपासून दूर गेलेली नव्हती, तर मग लाल रंगाच्या नंबरची किल्ली त्यात कुठून येणार होती? त्याने सामान वर-खाली केले. 'छे, किल्ली बिल्ली काही नाही' असे म्हणून तो ती बंद करणार तोच त्याचे लक्ष अगदी तळाला चमकणाऱ्या छोट्याशा पितळी किल्लीकडे गेले. त्यावर अगदी बारीक आकड्यात सी १४२ हा नंबर दिसत होता. याचा अर्थ थॉर्नने सकाळी बोटीवरच ही किल्ली ब्रीफकेसमध्ये टाकली असणार, पण केव्हा? एकदम त्याच्या लक्षात आले, जेव्हा त्याने टॅगार्टच्या हाती बोटीचे चक्र दिले, त्या वेळी टॅगार्टचे लक्ष बोट चालवण्यावर केंद्रित असताना.

त्याने किल्ली काढून हातात घट्ट धरली. ब्रीफकेस बंद करून दुसऱ्या हातात धरली आणि तो घाईघाईने लॉकर्सच्या शोधार्थ निघाला. एका ठिकाणी जी लॉकर्स होती त्यात त्या नंबरचा लॉकरच नव्हता. त्याने घड्याळात पाहिले, आणखी लॉकर्स शोधून तो उघडून त्यातील वस्तू आणि सूचना पाहून विमान गाठायला त्याच्याकडे मोजून अवघी अठरा मिनिटे होती.

पॅजेट बेट, वॉशिंग्टन राज्य

दोन हेलिकॉप्टर्स समुद्रावरून बेटावर त्यांना उतरण्यासाठी योग्य अशा मोकळ्या मैदानाकडे येत होती. पाण्यावरून अगदी कमी उंचीवरून जमिनीकडे वळताना

गिडियनला ती स्पष्ट दिसत होती. कर्नल सीमन्सच्या दलाला घेऊन आलेल्या हेलिकॉप्टर्ससारखी ती ह्यू कंपनीची, बेंगरूळ आणि ओझ्याने थकून गेल्यासारखी म्हातारी नव्हती, तर तरुण, बांधेसूद आणि तजेलदार काळ्या रंगाची होती. 'जेन्स डिफेन्स वीकली'च्या अंकात त्याचे फोटो पाहिल्याचे गिडियनला आठवले.

कोब्रा जातीची ती गनशिप्स आकाशात स्थिर झाली आणि वेगाने खाली उतरू लागली तसे खाली घोटाळणारे सैनिक भराभरा बाजूला सरकले, मागे हटले, गुडघ्यावर बसू लागले. ती हेलिकॉप्टर्स तेथे न उतरताच किनाऱ्याच्या बाजूला, जेथे गोळीबार चालला होता तिकडे झेपावली. याचा अर्थ कोणालातरी रेडिओ सापडून संदेशांची देवाणघेवाण झालेली होती.

आता पुढे काय होणार ते पाहायला गिडियन थांबणार नव्हता. त्याच्या मनाने दिलेला कौल मानून त्या इमारतीत शिरायला तीच योग्य वेळ होती. कर्नलने त्याची जबाबदारी दिलेला जवान त्याच्या सहकारी मित्रांकडून कर्नलच्या शिरच्छेदाची वर्णने ऐकण्यात मग्न झाला होता.

तरुण सैनिकाच्या हातातून गळून खाली पडलेली रायफल उचलून त्याने खांद्याला लटकावली, त्याची साधनसामग्रीची पिशवी पाठीवर चढवली आणि तो जळक्या झाडांमधून जाणाऱ्या एका पायवाटेने त्या इमारतीच्या दिशेने पळत सुटला.

मैदानावर इतकी पळापळ चालू होती की, गिडियनचे पलायन कोणाच्या लक्षात आले नाही. मिनिटभरात तो सगळ्यांपासून एकटा पडला आणि त्या सर्वांपासून लांब, वेगळ्या दिशेने जाऊ लागला.

त्याने एक वळण घेतले आणि त्याला दूरवर ती इमारत दिसू लागली. टेकाडावरून दुर्बिणीतून इमारतीची जी बाजू त्याला दिसलेली होती ती ही बाजू नव्हती, ही पुढची, दर्शनी बाजू होती. तो थांबला. त्याने दुर्बीण बाहेर काढली आणि तिथून त्या कोनातून इमारत न्याहाळू लागला.

टेकाडावरून मागच्या बाजूच्या खिडक्यांची जशी वाताहत झालेली दिसली होती तशीच अवस्था याही बाजूच्या जवळजवळ सगळ्या खिडक्यांची झालेली होती.

इमारतीच्या प्रवेशद्वारालगतच्या आणि तेथून दिसणाऱ्या इतर पांढऱ्या रंगाच्या भिंतींवर कसलीतरी गोळ्या-गोळ्यांची नक्षी काढलेली आहे, असे गिडियनला प्रथमदर्शनी वाटले, पण दुर्बिणीने त्याचा वेगळाच अर्थ सांगितला. बंदुकी, रायफल्स, मशीनगन्स यांच्या गोळ्यांनी त्या भिंतीला अगणित छिद्रे पडलेली होती.

याचा आणखी एक अर्थ असा होता की, त्या इमारतीवर प्रचंड प्रमाणावर गोळीबार झाला होता, तिच्या आसपास घमासान लढाई झाली असावी अशीच सर्व लक्षणे दिसत होती. गिडियनला या गोष्टीचे राहून-राहून आश्चर्य वाटत होते की

कर्नल सीमन्स यांनी त्या इमारतीला धक्का पोचवायचा नाही असा स्पष्ट आदेश दिला असूनही एवढा गोळीबार त्या इमारतीवर का झाला होता? आणि त्याला प्रश्न हा पडला होता की, तसे होण्यास कारण काय घडले असेल?

इमारतीच्या समोरच्या प्रदेशाचा आढावा घेताना त्याला वाळूच्या पिशव्या लावलेला खंदक दिसला, जो रिकामा होता. त्यावर एक पत्र्याचे छप्पर लावलेले असल्याने त्याला त्याच्या आतल्या भागाचे नीट निरीक्षण करता येत नव्हते.

त्याने दुर्बीण परत पिशवीत टाकली आणि तो पुढे चालू लागला.

तीस एक फुटांवर समुद्राचे पाणी आत घुसून एक अरुंदसा नाला तयार झाला होता. त्याच्या पलीकडे एकदम उतार होता. पाण्याचा प्रवाह ओलांडण्यासाठी त्याने त्यावरून उडी मारली. त्यानंतरचे त्याचे पडलेले पाऊल त्या उतारावर पडले. ते इतक्या भुसभुशीत अशा वाळूवर पडले की, गिडियन तोलच सांभाळू शकला नाही. हातातली रायफल वाळूत पडू नये याची काळजी घेता-घेता तोच एका खांद्यावर पडला आणि त्या उतारावर घरंगळत जाऊ लागला.

एका जागी तो उलटलाच आणि त्याच्या पिशवीतल्या वस्तू इकडेतिकडे विखुरल्या, त्याची रायफलीवरची पकड सुटली, पण ती खांद्यावरून मात्र निघाली नाही. या सगळ्या सर्कशीत रायफलचा घोडा दाबला गेला आणि एक गोळी सुटली. ती त्याला लागली नाही, पण तिचा आवाज त्याच्या डोक्याच्या अगदी जवळ झाला आणि त्याने त्याचे डोके बधिर करून टाकले. उताराच्या शेवटापर्यंत गडगडत जाता-जाता त्याने परत रायफलवर ताबा मिळवला, किंबहुना तिच्या आधारानेच त्याने स्वत:ला सावरले.

एका उथळशा खड्ड्याने अखेर त्याला थांबवले. जरा स्थिर होऊन त्याने श्वास घेतला आणि नि:श्वास टाकला तेव्हा त्याच्या हे लक्षात आले की, रायफलचा सेफ्टी कॅच त्याने तपासला नव्हता. जे घडले त्यावरून तो नेमका नको त्या स्थितीत होता. त्याच्या सुदैवाने तो वाचला होता, पण त्याच्या दुर्दैवाने त्या आवाजाने त्याच्या अस्तित्वाची, आगमनाची वार्ता मात्र त्या संपूर्ण परिसरात पसरली होती. या सर्व विचारांचे आवर्त संपेपर्यंत, स्वत:वर स्वत:चे नियंत्रण आल्याची जाणीव होईपर्यंत तो तेथेच पडून राहिला.

तो उठू लागला तेव्हा त्याला असे वाटले की, त्याच्या मांडीला काहीतरी भाजते आहे. वाकून पाहिले तर त्याची पँट फाटून त्याच्या मांडीला जखम झाली होती, मांस बाहेर दिसत होते. ज्या बाजूवर तो पडून सरपटला होता त्या बाजूच्या फक्त मांडीलाच नव्हे, तर हातालाही मनगटापासून कोपरापर्यंत खरचटले होते.

काही वेळ जखमांचे दु:ख तो कुरवाळत बसला. ज्या उताराने त्याची ही दयनीय अवस्था केली त्याकडे त्याने मागे वळून बघितले. त्याची पिशवी पाठीवर

तशीच होती, पण त्यातल्या वस्तू उतारावर अस्ताव्यस्त पडल्या होत्या. त्याने हलकेच पिशवी पाठीवरून काढून पुढे घेतली आणि त्यात डोकावून पाहिले. त्याचा गीगर काउंटर आत होता. फक्त या हादऱ्याने आणि आपटाआपटीने तो शाबूत राहिला असेल की नाही, काम बरोबर करेल की नाही याबद्दल मात्र त्याला खातरी नव्हती.

दुर्बीण आणि कंपास दोन्ही पडून गेले होते. ते गोळा करायला ना त्याच्याजवळ शक्ती शिल्लक उरली होती ना वेळ. त्याने केवळ दु:खिकष्टी नजरेने दूर राहिलेल्या त्या गोष्टींकडे पाहिले.

प्रथम त्याने रायफलचा सेफ्टी कॅच तपासला. त्याचा संशय खरा होता. त्याला अस्त्र-शस्त्र यांच्या मूळ रचनेविषयीचे चांगले ज्ञान होते, पण बंदुका, रायफली यांबद्दल त्याला इतकी माहिती नव्हती, अनुभवही नव्हता. त्याने तो खटका बऱ्याच वेळा पुढे-मागे करून त्याची कोणती स्थिती धोकादायक, याबद्दल स्वत:च निर्णय घेऊन त्यानुसार तो योग्य स्थितीत ठेवून दिला.

त्यानंतर त्याने रायफलीतील काडतुसे भरायची जागा शोधून काढली. त्यात भरपूर काडतुसे भरलेली दिसली.

त्याचे शस्त्रास्त्राचे ज्ञान त्याला स्वस्थ बसू देईना. त्यातील एक काडतूस त्याने बाहेर काढले.

ते ५.५६ मिलीमीटर व्यासाचे, नॉन ॲटलांटिक ट्रीटी ऑर्गनायझेशनची – 'नाटो'ची सेना वापरीत असलेले काडतूस होते. नेदर्लंड हा देश अमेरिकेप्रमाणेच नाटोच्या स्थापनेपासून सदस्य होता हे गिडियनला माहीत होते, पण नाटोच्या सेनेतील जवान बंदुकी, रायफली आणि त्यातली काडतुसे, गोळ्या वगैरे कुठल्या वापरतात ते त्याला फारसे ज्ञात नव्हते.

ते काडतूस गोल बाटलीच्या आकाराचे होते, त्यातील पुढे जाणारी गोळी ०.२२ इंच व्यासाची होती, पण चांगली जड आणि लांब होती. त्याचे वजन पन्नास ते साठ ग्रेन्सच्या दरम्यान असावे असा गिडियनचा अंदाज होता. त्याचे आवरण लोखंडाचे होते. ६०० फूट अंतरापर्यंतच्या लक्ष्याला अचूक टिपणारी ती रायफल होती, तीही वापरणारा चांगला नेमबाज असेल तर. आपण तसे नेमबाज वगैरे मुळीच नाही, आपली मजल फार तर ३०० फुटांपर्यंत, तेही सावज स्थिर आणि चांगलं लांब-रुंद असेल, आणि शिवाय दैवही आपल्या बाजूचे असेल तरच गोळी बरोबर लागण्याची शक्यता – या वास्तवाची गिडियनला चांगलीच जाणीव होती.

आणि तसेही त्याची अशी प्रामाणिक अपेक्षा होती की, त्याला त्या गनचा वापर करायलाच लागू नये. त्याने ठरवले होते की, इलाजच राहिला नाही, तर तो एका वेळी एकच गोळी मारेल, उगीचच गोळ्यांची फैर सोडणार नाही आणि

समोरचा त्याच्यावर गोळी झाडायला उद्युक्त होईल इतका त्याच्या जवळही जाणार नाही. आपल्या हातून कोणाचाही जीव जावा आणि आपल्यालाही मरण असे कोणीतरी मारलेल्या गोळीने यावे असे त्याला कदापि वाटत नव्हते.

बाहेर काढलेले काडतूस त्याने परत जागेवर ठेवले, रायफलचा सेफ्टी कॅच पुन्हा एकदा तपासला. रायफल पुनश्च खांद्यावर आणि पिशवी पाठीवर लटकवली आणि तो उठला.

पाय पुढे टाकताना लंगडायलाच होत होते. जखमेतले थेंब थेंब रक्त पँट भिजवतच होते. पण वेदनेची तीव्रता पाहता त्याला जखम खूप गंभीर आहे असे वाटत नव्हते, आणि असती तरी तिच्याकडे लक्ष द्यायला त्याच्याकडे सवड नव्हतीच. पहिली काही पावले वेदना तीव्र होत्या, पण नंतर काही पावले जरा लडखडत टाकल्यानंतर जखमी पाय तरी वेदनेसकट चालायला सरावला किंवा गिडियन त्या वेदनांना. त्या पायासकट चालायची लय त्याला सापडली आणि तो दीड-दोनशे फुटांवरील इमारतीच्या दिशेने फूटभर उंचीच्या पाणथळ वनस्पतींचा मार्ग तुडवत चालू लागला.

आणि एक बंदुकीची गोळी सणसणत गेली, तिचा 'सूं सूं' असा आवाज त्याच्या कानात, डोक्यात घुमला आणि गिडियन धाडकन खाली कोसळला!

डेन्व्हर आंतरराष्ट्रीय विमानतळ

टॅगार्ट वाघ मागे लागल्यासारखा दुसऱ्या, तिसऱ्या ठिकाणचे लॉकर्स शोधत राहिला. अखेर चौथ्या ठिकाणी हवा त्या नंबरचा लॉकर सापडला. त्याने किल्ली लावली, सावधपणे लॉकरचे दार इंचभरच उघडले, एकदा मागे वळून कोणी त्याच्याकडे पाहत नाही ना याची खातरी करून घेतली.

विमानतळ गजबजला होता, प्रवासी घाईत होते, कोणालाच लॉकर्स उघडणाऱ्या माणसाकडे पाहण्यात काडीचा रस दिसत नव्हता.

टॅगार्टने लॉकरच्या आत डोकावले. दारापासून काही इंचांवर एक कागद घडी करून ठेवलेला होता आणि त्याच्यावर, दाढीनंतर चेहऱ्याला लावायच्या जंतुनाशकांच्या सुबक शीशीसारखी एक काचेची बाटली ठेवलेली होती. शेजारी एक काडेपेटी होती.

एखादा स्फोट होईल अशा वायर्स, आत हात घातला की तो अडकूनच बसेल अशा सापळ्याच्या दोऱ्या, असे काही त्या लॉकरच्या जवळ नाही ना याची टॅगार्टने

खातरी करून घेतली.

त्याचा थॉर्नवर पहिल्या दिवसापासून अजिबात विश्वास नव्हता. तो माणूस बाँबबरोबर त्यांच्यावर लादला गेला होता. 'घेतला तर बाँब आणि तो, अन्यथा काही नाही' अशा विचित्र अटीमुळेच तो त्यांच्या गळ्यात पडलेला त्यांना स्वीकारायला लागला होता. त्या अटीमागील कारण टॅगार्टला कधीही कळू शकले नव्हते.

त्याला टॅगार्टच्या संस्थेने पैसेही जबरदस्त दिले होते. कल्पकतेने शोधून काढलेल्या, गुंतागुतीच्या निरनिराळ्या फसवणुकीच्या योजना, छोट्या-मोठ्या बँकातून लुटलेल्या रोख रकमा अशा वाममार्गांनी एकत्र केलेले पैसे त्याच्या घशात ओतले होते.

टॅगार्टला तर खातरीलायकरीत्या असे वाटत होते की, त्याच्या गटाने ज्या बाँबसाठी एवढा आटापिटा केला होता, अफाट पैसा खर्च केला होता तो बाँब चलाख थॉर्नने शासनाकडून काहीतरी गडबड सुरू झाल्याचा वास आल्याबरोबर पार समुद्राच्या तळाशी नेऊन दडवून, अगदी सुरक्षित असा, ठेवून दिला असेल. स्वत: टॅगार्टनेही तो बाँब त्याच्या डोळ्यांनी एकदाच पाहिला होता, तोही त्याच्या डोळ्यांवर पट्टी बांधून त्याला कुठल्यातरी अज्ञात स्थळी नेऊन दाखवण्यात आला होता तेव्हाच, तेही केवळ 'प्रत्यक्ष बाँब दाखवणे' ही पैशांचा एक हप्ता देण्याची एक अट म्हणून करारात मान्य करण्यात आली होती म्हणूनच.

परिस्थिती आणखी बिघडली तर थॉर्न आपल्यालाही संपवायचा घाट घालेल हेही टॅगार्टला चांगलेच माहीत होते. शासनाच्या हस्तक्षेपाची शंका आल्यावर थॉर्नसारखा उलट्या काळजाचा माणूस त्याला ओळखणाऱ्या कोणालाही जिवंत कसा राहू देईल? त्या वकीलीण बाईला नाही का त्याने याच कारणासाठी मारून टाकले?

वायर्स अथवा दोऱ्या कुठेच दिसल्या नाहीत. लॉकरच्या पुढच्या दारापासून आत शेवटापर्यंत जाऊन बाटलीपर्यंत आणलेली, एखादी मासे पकडायच्या गळासाठी वापरतात तशी अगदी बारीक तारही नजरेस पडली नाही.

आणखी एक शक्यता पडताळून पाहणे आवश्यक होते. बाटलीत नायट्रोसारखे एखादे स्फोटक द्रव्य भरून ठेवले असेल आणि फोटोसेलने त्याचा स्फोट होईल अशी व्यवस्था केली असेल तर? म्हणजे दार उघडले आणि प्रकाश आत पोचला की, तो फोटोसेल उद्दीपित होईल आणि मग धडाम्!

टॅगार्टने काळजीपूर्वक दार परत लावून टाकले. ते चुकून किंवा त्याच्या स्प्रिंगच्या दाबाने परत उघडू नये म्हणून त्याने त्याचा खांदा त्यावर दाबून धरला. खिशातून हातरुमाल काढून त्याने त्याच्या कपाळावर साठलेला घाम पुसला. हातातले घड्याळ विमान सुटायला फक्त आठ मिनिटे उरल्याचे दाखवीत होते.

त्याच्या ब्रीफकेसमध्ये साडेआठ इंच रुंद आणि अकरा इंच लांब अशा आकाराच्या कागदांची, स्पायरल बाइंडिंग केलेली एक वही होती. ती त्याने बाहेर काढली आणि त्यातल्या वीसेक कागदांचा गठ्ठा त्याने त्यातून ओढून, फाडून बाहेर काढला.

ब्रीफकेस हातातून खाली ठेवली, तो कागदांचा गठ्ठा लॉकरच्या दारासमोर असा धरला की, प्रकाश आत शिरणार नाही आणि मग हळूहळू दार उघडायला सुरुवात केली.

त्याला दरदरून घाम सुटला होता, ओठांपर्यंत घामाचे ओघळ पोचत होते. त्याने त्याच्या हाताचा अंगठा आणि तळहात यांमध्ये त्यातला एकच कागद धरला आणि तो हात जेमतेम लॉकरच्या आत जाईल एवढी दाराची फट निर्माण करून काळजीपूर्वक आत घातला. लगेच त्या हाताला टेकेपर्यंत दार लावून घेतले आणि तो स्वत:ही अशा रितीने दारासमोर उभा राहिला की, जराही प्रकाश आत जाणार नाही.

आंधळ्या माणसासारखा तो कागदासकटचा हात त्याने इंचा-इंचाने आत सरकवत बाटलीपर्यंत नेला, तिला धक्का लागणार नाही, ती पडणार नाही याची काळजी घेत त्याने हातातला कागद तिच्याभोवती लपेटला. बाटलीभोवती हलकेच कागदासकटचा हात फिरवून त्याने काचेला कुठे बारीकशी फोटोसेल चिकटवलेली नाही ना हेही तपासले. बाटली अगदी मऊ, गुळगुळीत होती. मग बाटली तशीच थोडी वर उचलून त्याने बाहेर काढली आणि नंतर तिच्या खालचा नीट घडी घालून ठेवलेला कागद हातात घेतला.

दोन्ही हात गुंतले होते आणि कागदाची घडी उघडायची होती. ती त्याने ओठात धरली आणि बोटांनी घडी उलगडून कागद हातात उघडून धरला. कागदावरील मजकूर व्यवस्थित टाइप केलेला आणि अगदी थोडा होता. वाचायला सुरुवात केली तेव्हा त्याच्या कपाळावर आठ्या होत्या. भुवया आकुंचित झाल्या होत्या, पण मजकूर वाचून झाला आणि तो नुसता सैलावलाच नाही, चक्क हसला. कितीही वाईट मत असले तरी त्या क्षणी त्याला थॉर्नच्या हुशारीचे कौतुक वाटले.

त्याला आता काही घात होण्याची भीती वाटत नव्हती, स्फोट होण्याची धास्ती उरली नव्हती. बाटलीभोवतीचा कागद त्याने काढून टाकला, तिचे बूच घट्ट बसलेले आहे याची खातरजमा करून घेतली आणि ती बाटली त्याच्या ब्रीफकेसच्या तळाशी अगदी निगुतीने, अशा रितीने ठेवून दिली की, ती गळणार किंवा फुटणार नाही.

कागदावरची शेवटची सूचनाही त्याने तंतोतंत पाळली. तो सूचनांचा कागद त्याने परत लॉकरमध्ये ठेवून दिला. एकदा चहूबाजूला बारीक नजर फिरवून कोणी

त्याच्या हालचाली टिपत नाही ना हे पाहून घेतले. मग लॉकरमध्ये ठेवलेली काड्याची पेटी हातात घेतली. आतल्या आत एक काडी काढून पेटवली आणि त्या कागदाच्या एका टोकावर धरली. धूर फार बाहेर येऊ नये यासाठी दार जास्तीत जास्त बंद करून ठेवले आणि दाराच्या छोट्याशा फटीतून तो कागद पूर्ण जळून त्याची राख होत असलेली तो बघत राहिला.

दार उघडून त्याने धुराचे एक हलके वलय हवेत मिसळू दिले. कोणाचे लक्ष न जाता कार्यभाग उरकला होता. हात आत घालून त्याने आतली राख बाहेर झटकली. ती जमिनीवर पडली तसे त्याने लॉकरचे दार लावून टाकले. घड्याळ पाहिले, पाच मिनिटेही राहिली नव्हती. ब्रीफकेस हातात घेऊन टॅगार्ट विमान ज्या गेटमधून सुटणार होते त्या गेटच्या दिशेने पळतच सुटला. थॉर्न वक्तशीरपणाबद्दलचे जास्तीचे पैसे मिळवणार हे उघड दिसू लागले होते!

पॅजेट बेट, वॉशिंग्टन राज्य

पहिल्या गोळीचा आवाज ऐकताच लपलेल्या जोसलीनला चैन पडेना. ती सावधपणे झाडीच्या कडेपर्यंत येऊन उभी राहिली. तसा गोळीबाराचा आवाज सकाळभर सतत येतच होता, पण तो बऱ्याच अंतरावरून आणि अधून-मधून येत होता. हा जो आवाज आला तो त्याहून निराळा होता. स्पष्ट, अगदी जवळून आल्यासारखा.

ती कानात प्राण आणून ऐकत होती. सर्व काही स्तब्ध, शांत होते. ती झाडीतून बाहेर पडली तेव्हा तिची स्थिती कान टवकारून, मान पटापट वळवीत सावज हेरणाऱ्या पारध्याची अथवा मोठ्या जनावराची चाहूल घेत वावरणाऱ्या अस्वस्थ हरणासारखी झाली होती. मरणाच्या दारातून वाचवणाऱ्या नेव्हीसील्हची घेतलेली गन तिने तिच्या हातात घट्ट धरून ठेवलेली होती. तिच्याजवळ आता गोळ्यांची शेवटची फक्त एक क्लिप उरली होती. हातबाँब, कंपास, आरसा या गोष्टी ज्या पिशवीत ठेवलेल्या होत्या त्यातच त्याने स्वसंरक्षणासाठी तिला दिलेली पिस्तूल घालून ती पिशवी तिने एका झाडाच्या ढोलीत ठेवून दिली होती. तिचा तो अखेरचा आधार होता.

तिने झाडीच्या बाहेर डोकावून पाहिले, चौफेर नजर फिरवली आणि – आणि तिला तो दिसला. तिच्यापासून सुमारे तीनशे फुटांवर, खाली बसलेला, स्वत:च्या पायाकडे पाहणारा, त्या पायावर वारंवार हात फिरवणारा. तीच तपकिरी रंगाची पँट आणि पांढरा शर्ट. आदल्या दिवशी तिला फ्रायडे हार्बरच्या गेटमध्ये उभी करून

आत धक्क्यावर जाताना त्याने तोच पोशाख घातला होता.

तो गिडियन होता – हो हो, तो गिडियनच होता. तो इथे, या बेटावर कसा पोचला हा विचार तिच्या मनात आला, पण तो तिने बाजूला सारला. कसा हे महत्त्वाचे नव्हतेच, तो तिच्या समोर होता हेच पुरेसे होते. तो तिच्यासाठीच आला होता. ती आता एकटी नव्हती, तो तिच्या सोबत होता.

तिने काहीही विचार न करता हातातली गन खाली टाकली आणि ती त्याच्याकडे धावत सुटली.

गिडियनला मात्र ती दिसली नव्हती. तो त्याचा जखमी पाय, त्याची सामानाची पिशवी यात गुंतला होता. त्याने पिशवी उचलली, पाय सावरला आणि पाणथळ वनस्पती तुडवत तो समोरच्या इमारतीच्या दिशेने चालू लागला.

मोठमोठे धोंडे, वाळूचे बनलेले खडक यांच्यामधून वाट काढीत, क्वचित त्यांवरून उड्या मारत त्याच्या दिशेने पळणाऱ्या जोसलीनच्या वाटेतही एक उतार आणि त्याच्या शेवटी समुद्राचे पाणी आत शिरल्याने तयार झालेला एक जरासा खोल आणि रुंद ओढा आला. ती उतारावरून पळू लागली तेव्हा काही वेळ तिला गिडियन दिसेनासा झाला. ओढ्यावरून उडी मारून जाणे शक्यच नव्हते. जोसलीनने त्यात पाय टाकला. पाणी अपेक्षेपेक्षा खूपच जास्त खोल होते. त्यातून बाहेर पडण्यासाठी ती वर चढू लागली, पण तिला ते जमेना, ती सारखी उलटी खाली येऊ लागली. पाण्यातल्या लव्हाळ्यांना हातांनी धरून तिने वर चढायचा केलेला प्रयत्नही यशस्वी होईना. वर चढायला सोयीस्कर जागा शोधण्याच्या उद्देशाने ती पाण्यातूनच आडवी पळत राहिली.

गिडियनच्या भेटीच्या आशेने तिला क्षण युगासारखे भासू लागले होते. कितीतरी वेळ आपण पळतोच आहोत असे तिला वाटत असले, तरी ती अगदी थोडेच अंतर पळाली होती. एके ठिकाणी तिला योग्य संधी मिळताच ती वर चढू लागली. तिचे डोके वर निघाले तसा तिला परत गिडियन दिसला – झाडाझुडपांतून वाट काढीत, लंगडत-लंगडत इमारतीकडे चाललेला गिडियन.

तिने एक हात उंचावला आणि ती त्याला जोरात हाक मारणार तेवढ्यात तिच्या कानशिलावर रायफलच्या दस्त्याचा एक जोरदार फटका बसला आणि ती त्या ओढ्यात पडली.

ती जेथून वर चढायचा प्रयत्न करीत होती तिथल्याच एका मोठ्या खडकाआड दडलेला एक माणूस तिला दिसला नव्हता. अकस्मात हल्ल्याच्या धक्क्याने कोसळताना तिला त्याचा चेहरा ओझरता दिसला. जळलेला, विद्रूप आणि त्यामुळे भयानक. ती एका खांद्यावर पडली. गिडियनला भेटण्याच्या आशेने तन-मनात संचारलेल्या उत्साहामुळे आणि बर्फासारख्या थंड पाण्याच्या चेहऱ्याला बसलेल्या

गार चटक्यामुळेच केवळ तिची शुद्ध कायम राहिली, नाहीतर तो धक्का इतका जबरदस्त होता की, ती एरवी बेशुद्धच पडली असती.

तिने तिच्या आशेवर आघात करणाऱ्या त्या नराधमाकडे जळत्या नजरेने पाहिले तेव्हा तो त्याची रायफल वर उचलून तिच्या दुर्बिणीला डोळा लावून नेम धरीत होता.

बक थॉम्पसन अव्वल नेमबाज होता, पण खंदकातल्या स्फोटात तो जेव्हा वर उडून कोसळला तेव्हा त्याच्या रायफललाही हानी पोचली होती. तरीही त्याने दुर्बिणीतून इमारतीकडे जाणाऱ्या माणसाच्या छातीचा अचूक नेम धरला आणि घोडा दाबला.

धक्क्यातून सावरून, वर उठून, गुडघ्यांवर चालत खोल ओढ्यातून परत वर येण्याची धडपड करणाऱ्या जोसलीनच्या कानावर तो आसमंत दुमदुमून टाकणारा आवाज पडला. तिचे डोळे क्षणभर मिटले. डोळे उघडले तर तो रायफलधारी बार उडवून तिच्यासमोर उभा ठाकला होता. त्याच्या रायफलची नळी जवळजवळ स्पर्श करीत तिच्या चेहऱ्याभोवती फिरत होती. त्याने ती तिच्या ठणकत्या कानशिलाला टेकवली. तिच्या थंड स्पर्शाने तिच्या शरीरात भीतीची लहर उठली.

रायफल तशीच ठेवून त्याने खटका पुढे-मागे करून त्यात नवी गोळी भरली.

"ओरडू नको..."

जोसलीनची भीती किंकाळीतून बाहेर पडतानाच तो गुरकावला. पण किंकाळी बाहेर पडलीच नाही.

"गप्प रहा," असे म्हणताना एक कोपरा जळून काळे पडलेले त्याचे ओठ आवळले गेले होते.

त्याचा एकंदर आविर्भाव आणि ज्या तयारीने त्याने गोळी झाडली गेली होती ती पाहता नेम बरोबर लागला असणार आणि गोळी हवी तशी वर्मी लागली असणार, याविषयी जोसलीनला खातरी वाटली. तिचा गिडियन मृत्युमुखी पडला असणार अशी तिची कल्पना झाली, पण ते वास्तव म्हणून तिला मान्य होणे शक्यच नव्हते.

इतका वेळ आत घुसमटून राहिलेल्या किंकाळ्या एकामागे एक तिच्या तोंडून बाहेर पडू लागल्या त्यातून ती तिचा विरोध प्रकट करीत होती. ती त्या माणसाच्या चेहऱ्यावरील नजर न हटवता किंचाळत होती. गेल्या चोवीस तासांतील सर्व अप्रिय, भयंकर घटनांचे प्रतिबिंबच जणू तिला त्या क्रूर, कुरूप चेहऱ्यात दिसत होते. भय, तिरस्कार, उद्वेग, क्रोध आणि मृत्यूची भयंकर कल्पना ही प्रत्येक भावना किंचाळ्यांचा आवाज तार स्वराला टेकवीत होती.

त्या माणसाच्या चेहऱ्याचा संपूर्ण उजवा भाग जळून काळा पडला होता,

वितळलेल्या मेणासारखे मांस लोंबत होते, उजवा डोळा जागेवरच उरला नव्हता.

पण तरीही जोसलीनने तो चेहरा ओळखला. हा चेहरा तिने आरशातून पाहिला होता. इमारतीच्या मागच्या दारासमोरच्या खंदकात तिच्या दिशेने गोळी झाडणाऱ्याचा तो चेहरा होता. वाळूच्या पोत्यांवरील तिच्या गोळीबाराने खंदकात उडालेल्या प्रचंड स्फोटातून तो जळक्या चेहऱ्याने, एक डोळा गमावून वाचलाच कसा होता ते जोसलीनला उमगत नव्हते.

तो त्याच्या शाबूत डोळ्याने किंचाळणाऱ्या जोसलीनकडे चिडून पाहत होता. त्याला त्याच्या सावजाचे काय झाले ते पाहायचे होते, पण जोसलीनजवळ उभा असताना त्याला वरचे काही नीट दिसत नव्हते. जोसलीनच्या किंकाळ्यांचा आवाज थेट त्याच्या डोक्यात जात होता. तिला गप्प करण्यासाठी त्याने हातातल्या रायफलचा दस्ता दोन-तीनदा तिच्या डोक्यावर आपटला.

तशी भयग्रस्त नजरेने त्याच्याकडे पाहत जोसलीन गप्प झाली.

त्याने रायफल मागे घेतली आणि दुसऱ्या हाताने जोसलीनचा खवाटा पकडून तिला उभे केले. तिला पुढे घालून मागून ढकलत-ढकलत तो पाण्याची खोली कमी होत असलेल्या बाजूला चालू लागला.

पाणी संपले आणि मैदान सुरू झाले. जोसलीन पुढे आणि तिच्या पाठीला रायफलची नळी टेकवून बक थॉम्पसन, असे दोघे जण इमारतीच्या एका बाजूकडे पोचले. तेथून बक थॉम्पसन जोसलीनच्या खांद्यावरून त्याच्या एका धड डोळ्याने त्याची पारध झाडा-गवतात कुठे पडलेली आहे, ते शोधत होता. फूटभर उंचीची झाडे, भरपूर गवत यांमुळे समोरील तीनशे फुटांच्या परिसरात त्याचे शोधकार्य अवघड होत होते. त्याला आणखी एक गोळी छाताडात घालून तो माणूस मेल्याची खातरी करून घ्यायची होती.

इमारतीच्या बाजूने चालताना तो जोसलीनला अगदी खेटून, ती तिचे चिलखत असल्यासारखा चालत होता.

त्याच्या शरीराला येणारा जळक्या मांसाचा वास जोसलीनच्या नाकाला आणि त्याच्या जलद श्वासोच्छ्वासाचा शिळेसारखा कर्णकटू आवाज तिच्या कानाला असह्य होत होता.

"जरा हळू चाल," त्याच्या स्वरात भय होते.

जोसलीनला याची जाणीव होती की, काहीही घडले, तो जास्त घाबरला तरी त्याची प्रतिक्रिया रायफलचा घोडा दाबण्यातच होईल आणि गोळी तिच्या शरीरात आरपार घुसेल.

ते इमारतीजवळ पोचले तसा तो एका कोपऱ्यात भिंतीला पाठ टेकवून उभा राहिला आणि जोसलीनला त्याने तो पूर्ण झाकला जाईल अशा रितीने त्याच्या

पुढ्यात उभे केले. ती त्याचे संरक्षक-कवच बनली होती.

"काय होतं त्यात?" त्याने तिला विचारले.

"कशात?"

"इमारतीमागच्या खंदकातल्या त्या वाळूच्या पिशवीत. काय भरलं होतं त्यात?"

"मी काही भरलं नव्हतं त्यात."

"स्फोटकं?"

जोसलीनने मान हालवली.

"कोणी भरली?"

"सगळे ज्याला थॉर्न म्हणतात, त्याने."

"थॉर्नने? छे, तो का तसं करेल?"

"कारण त्याला त्याच्या कुकर्माचे साक्षीदार सापडायला नको होते. तुमच्यापैकी कुणीच त्याला जिवंत राहायला नको होते."

"छे, मला नाही खरं वाटत."

"ती बघ वाळूची पोती पडलीयत तिथे, चालव गोळी त्यांच्यावर," तिने जमेल तेवढी मान उंचावून रचलेल्या पोत्यांकडे निर्देश केला. ती सुमारे तीस फुटांवर होती.

त्याच्या तिच्या खांद्यावरील त्याची पकड घट्ट होण्यातून आणि रायफलचे टोक तिच्या पाठीत घुसवण्यातून त्याची घालमेल दिसून येत होती.

"माझ्यावर विश्वास ठेवूच नकोस, स्वत: खातरी करून घे," जोसलीनने त्याला डिवचले.

"त्यापेक्षा असं करू. ते जास्त चांगलं होईल," असे म्हणून त्याने जोसलीनला रायफलच्या नळीने जोरात पुढे ढकलले आणि तो तिला म्हणाला, "तूच त्या पोत्यांपाशी जाऊन उभी राहा."

जोसलीन धक्क्यासरशी चार-पाच पावले पुढे ढकलली गेली आणि थांबली.

"जा, जा, पुढे जा," त्याचा आवाज घोगरा बनला होता. श्वास वेगाने चालू लागला होता, तो जवळजवळ धापाच टाकत होता.

त्याची स्थिती बिघडत चालली होती. त्याचे शरीर आणखी फार वेळ तग धरेल असे जोसलीनला वाटेना, तेव्हा तिने असा विचार केला की, वेळ काढत राहिले तर त्याचा जोर कमी-कमीच होत जाईल, तो बेशुद्ध तरी पडेलच. ती त्याच्या डोळ्यात डोळे घालून उसन्या अवसानाने म्हणाली,

"तुला मला मारून टाकायचंय का? आत्ता मार, उचल रायफल..."

"नाही, तू त्या तिथे, त्या पोत्यांजवळ जाऊन उभी राहा," त्याने रायफलची नळी खंदकाकडे वळवीत म्हटले.

"मी तुला खरं काय तेच सांगितलं आहे. माझा यात काहीही संबंध नाही."

"तू गोळ्या घातल्यास ना पण त्या पोत्यात..."

"कारण तुम्ही माझ्यावर गोळीबार करीत होतात, म्हणून..."

"चल, वेळ घालवू नकोस," तो चिडून म्हणाला. त्याचा राग त्याच्या होरपळलेल्या चेहऱ्यावर बाहेर डोकावणाऱ्या एका डोळ्यातून लोंबत होता.

जोसलीन त्याच्यावरून नजर न हटवता मागे-मागे सरकू लागली. ती तिचे हात हवेत उंचावून ती नि:शस्त्र असल्याचे दाखवीत होती. त्याच्या या मरणप्राय स्थितीला जबाबदार असणाऱ्या तिच्यावर सूड उगवण्याचे भूत त्याच्या डोक्यावर पूर्णपणे स्वार झाले होते. त्यामुळे तसल्या कशानेच त्याला फरक पडणार नव्हता. ती आणखी काही पावले मागे सरकली.

त्याने रायफल वर उचलीत तिला परत फर्मावले, "आणखी मागे..." रायफल त्याच्या हातात स्थिर राहेनाशी झाली होती. ती गोल-गोल फिरवीत तो तिला मागे सरकण्याच्या खुणा करीत होता.

तिने आणखी दोन पावले मागे जात खांद्यावरून मागे वळून पाहिले. पोती पाच फुटांवर आली होती.

"त्या पोत्यांशेजारी जाऊन उभी राहा," रायफलचा दस्ता खांद्याला टेकवून नेम धरण्यासाठी त्याने डोळा दुर्बिणीला लावला. त्याला एका डोळ्याने सगळेच धूसर दिसत होते, पण इतक्या थोड्या अंतरावर इतक्या पोत्यांवरचा नेम चुकण्याची शक्यता नव्हती.

त्याने त्याच्या डगमगत्या शरीराला भिंतीचा आधार दिला. स्फोट झालाच तर त्यापासून बचाव व्हावा म्हणून भिंतीच्या कोपऱ्याचा आडोसा घेतला.

जोसलीनच्या पायांना, पाठीला पोती लागली तशी ती त्यांना रेलून उभी राहिली आणि तिने मनोमन प्रार्थना केली. तेवढेच तिच्या हातात उरले होते. 'देवा, सोडव मला या सगळ्यातून!"

इमारतीच्या कोपऱ्यावरील लाकडाचा एक ढलपा त्याला दुर्बिणीतून मोठ्ठा दिसला आणि दुसऱ्या क्षणी गोळीच्या आवाजाने परिसर दणाणला. त्याच्या हातातली रायफल खाली झुकली आणि जमिनीवर गळून पडली. गुडघे शक्तिपात झाल्यासारखे वाकले. जोसलीनसमोरचा बक थॉम्पसन नावाचा रायफलधारी खाली कोसळला.

गोंधळलेल्या जोसलीनने मागे वळून पाहिले. एक उंच, सडसडीत देहयष्टीचा माणूस दोन्ही गुडघे खाली टेकून झाडा-गवतांच्या आणि रानटी फुलांच्या गर्दीत बसला होता आणि त्याच्या हातातल्या गनकडे अभिमानाने बघत होता.

गिडियनने आभाळाकडे दोन्ही हात फैलावून नेम बरोबर लागल्याबद्दल देवाचे आभार मानलेले जोसलीनला स्पष्ट दिसले.

पॅजेट बेट, वॉशिंग्टन राज्य

लष्कराच्या त्या जवानाने इमारतीच्या एका कोपऱ्याशी, खाली मातीत पडलेली रायफल उचलून तिच्यावरून नजर फिरवली. खंदकातील स्फोटात दुर्बिणीला जोराचा धक्का बसला होता. ती रायफलच्या नळीच्या अक्षाला समांतर राहिली नव्हती, थोडीशी वाकडी झाली होती. बक थॉम्पसनचा गिडियनवर धरलेला नेम त्यामुळेच काही इंचांनी चुकला होता.

सैनिकांची पलटण आणि त्यांच्या मागे गिडियन असा ताफा बेटावरील प्रत्येक छोट्या-मोठ्या बांधकामाच्या ठिकाणी जाऊन बॉंबचा तपास करीत फिरत होता. हा कार्यक्रम तीन तास चालला होता. गिडियनने गीगर काउंटरचा उपयोग केला. त्याने कुठेच किरणोत्सर्ग दाखवला नाही. नंतर एनईएसटीची टीमही बेटावर येऊन पोचली. त्यांनी शोधाचे काम हाती घेतले.

गिडियन आणि जोसलीन या दोघांना एका लष्करी हेलिकॉप्टरने व्हिडबे बेटावरील नौदलाच्या ठाण्यावर नेण्यात आले. तेथून त्या दोघांना भिन्न-भिन्न दिशांना घेऊन जाण्यात आले.

त्यांना लष्कराने का अडकवून ठेवले आहे, या जोसलीनच्या प्रश्नाला कोणीही उत्तर दिले नाही.

नौदलाच्या ठाण्यावर तिला स्वच्छ अंघोळ करता आली. तिच्यावर लक्ष ठेवण्यासाठी नेमलेली महिला सैनिक अंघोळ करतानाही तिच्यावर लक्ष ठेवून होती. जोसलीनच्या शरीरावर ठिकठिकाणी खरचटले होते, जखमा झाल्या होत्या, मुका

मार बसला होता. त्या सर्वांवर नंतर वैद्यकीय उपचारही करण्यात आले.

नौदलाच्या डॉक्टरांनी तिच्या मेंदूला इजा पोचली असण्याची शक्यता वर्तवली. फ्रायडे हार्बरच्या धक्क्यावर तिच्या डोक्याच्या मागच्या बाजूस मारला गेलेला जोरदार फटका आणि बक थॉम्पसनने रायफलने तिच्या कानशिलावर केलेला आघात या दोन्ही ठिकाणी चांगलीच सूज आली होती. तेथील त्वचाही काळीनिळी पडली होती. डॉक्टरांच्या मते त्या परिस्थितीत तिने प्रवास करणे श्रेयस्कर नव्हते.

एफबीआय एजंटने डॉक्टरांना विचारले, "जिवाला धोका आहे का?"

"तसं नाही मी म्हणणार, पण मी जबाबदारी घेऊ शकत नाही."

"ठीक आहे. त्या करतील प्रवास," एजंट म्हणाला.

जोसलीनला नौदलाचा एक निळा जंपसूट देण्यात आला. त्यामुळे तिला तिचे मळलेले, फाटलेले कपडे बदलता आले. ती तयार झाली तसे दोन एफबीआयचे एजंट तिला घेऊन एका लहान जेट विमानात चढले. ती आसनस्थ होतच होती; तोच तिच्यासारखाच निळा जंपसूट घातलेल्या गिडियनने कंबरेत पूर्ण वाकून त्याचा उंच देह त्याच जेटच्या अति बुटक्या दारातून आत रेटला. तिला समोर पाहताच त्याच्या चेहऱ्यावर हास्य झळकले. तोही दाढी, अंघोळ करून, त्याच्या जखमांना मलमपट्टी करून, ताजातवाना होऊन आलेला दिसत होता.

"वा, आपल्या दोघांना एकाच रंगाचे कपडे दिले आहेत की!" तो म्हणाला.

"बसा आणि पट्टा बांधा," त्याच्याबरोबरच्या एजंटने सूचना दिली.

गिडियन जोसलीनच्या शेजारच्या आसनावर बसला.

विमानाने उड्डाण भरले आणि त्यांच्या बोलण्यालाही वेग आला. किती सांगू आणि किती नको, असेच दोघांना झाले होते. जवळजवळ तासभर गप्पा झाल्या. उत्साहाचे कढ जिरले. शब्द हळूहळू विरले. जेटच्या एकसुरी आवाजात दोघांनाही गेल्या दोन दिवसांतील प्रचंड शारीरिक आणि मानसिक थकव्याने घेरले. डोळे कधी मिटले त्यांना कळलेही नाही. पाहता-पाहता दोघेही झोपी गेले. तिचे डोके विश्वासाने त्याच्या खांद्यावर आणि त्याचे प्रेमाने तिच्या डोक्यावर विसावले.

विमान खाली उतरू लागल्याची जाणीव होऊन गिडियनची झोप चाळवली. त्याने डोळे उघडले आणि सहजपणे त्याची नजर हातातल्या घड्याळाकडे गेली. हातात घड्याळ नव्हते. व्हिडबे बेटावरील नौदलाच्या ठाण्यावर कपडे बदलताना त्याने ते काढून ठेवलेले, तिथेच राहिले होते. त्याच्या हालचालीने जोसलीनलाही जाग आली. तिने बसल्या-बसल्याच शरीर तणावून आळस आणि पाठोपाठ एक मोठ्ठी जांभई दिली.

"मला वाटतं, खाली उतरायला लागलोय. किती वाजले काही कल्पना आहे?" गिडियनने विचारले.

तिने तिच्या रिकाम्या मनगटाकडे पाहत मान हालवली. तिने खिडकीतून बाहेर नजर टाकली, पण ढगांखेरीज काहीच दिसत नव्हते.

सुमारे दहा मिनिटांनी विमानाची चाके धावपट्टीवर टेकल्याचे त्यांना स्पष्ट जाणवले. काही अंतर विमान वेगाने, जोराने हालत, खडखडत जात राहिले आणि मग वेग कमी-कमी होत होत थांबले. बाहेर सगळीकडे केवळ लष्करी विमानांची गर्दी दिसत होती.

काही अंतरावर एका हँगरमध्ये पांढऱ्या आणि निळ्या रंगाचे आणि रुपेरी पंखांचे एक भलेमोठे विमान उभे होते. ते पाहायला गिडियनला त्याची उंच मान बुटक्या खिडकीजवळ नेण्यासाठी खूपच कष्ट पडले. त्या विमानाच्या शेपटीवर अमेरिकेचा ध्वज रंगवला होता आणि त्याच्या खाली २८०० हा आकडा. मधल्या भागात पांढऱ्या पार्श्वभूमीवर उठून दिसणाऱ्या काळ्या रंगात 'युनायटेड स्टेट्स ऑफ अमेरिका' ही अक्षरे लिहिलेली होती.

"हा बहुतेक हवाई दलाचा अँड्र्यूज इथला तळ आहे," गिडियन म्हणाला.

एक गडद निळ्या रंगाची सरकारी व्हॅन विमानाजवळ येऊन उभी राहिली. विमानाच्या दारातून बाहेर पडल्यावर बराच वेळ बुटक्या खुर्चीत बसल्याने अवघडलेले शरीर आणि विशेषतः आखडलेले पाय गिडियनला ताणून-ताणून मोकळे करावे लागत होते.

जोसलीन त्याच्या पुढे होती. दाराला लावलेल्या पायऱ्या उतरून जमिनीवर पाय टेकल्यावर तिला जरा तिच्यात शक्ती आल्यासारखे वाटू लागले. ती आत्मविश्वासपूर्वक ताठ उभी राहिली. तिच्या जवळ उभ्या असलेल्या एजंटकडे तिने मान वळवून पाहिले आणि विचारले, "तुम्ही कुठे घेऊन चालला आहात आम्हाला?"

"कळेलच," गडद निळ्या व्हॅनचा सरकता दरवाजा उघडत एजंटने एका शब्दात उत्तर दिले.

व्हॅनमध्ये चढायच्या केलेल्या इशाऱ्याकडे दुर्लक्ष करीत ती जागेवरच ठाम उभी राहिली, इतकेच नव्हे तर तिने गिडियनलाही थोपवले. "आम्हाला अटक करण्यात आली आहे का?" तिने विचारले.

एजंटने एकदा तिच्याकडे बघितले आणि मग त्याच्या सहकाऱ्यांकडे.

"आम्ही जर अटकेत असू तर मला वकिलाशी बोलायचे आहे आणि आमच्यावर आरोप काय आहे तेही जाणून घ्यायचे आहेत."

"ते सगळं नंतर," एजंटच्या या उत्तरावर तिने जोरात मान हालवून विरोध प्रदर्शित केला.

"नाही, नंतर नाही, आत्ता," ती म्हणाली. तिच्यावर हल्ले करण्यात आले होते, तिला जखमी केले गेले होते, तिच्यावर गोळी चालवली गेली होती, ती

स्फोटात सापडून जळायचीच राहिली होती. ती आता असे ऐकणार नव्हती. तिला उत्तर हवेच होते.

एजंटच्या चेहऱ्यावरील कडकपणा आणि त्या सर्वांचा आविर्भाव पाहून गिडियनने तिला चुचकारले, ''मला वाटतं कायद्याच्या तत्त्वांचा आग्रह धरण्याची ही वेळ नव्हे.'' त्याने नजरेने तिला शांत केले आणि तिचा हात धरून तिला व्हॅनमध्ये बसायला सांगितले.

''पण ते कुठे नेतायत आपल्याला?'' तिने त्याला विचारले.

''मलाही माहिती नाही,'' तो म्हणाला.

''मग मी नाही जाणार. मला माझ्या प्रश्नांची उत्तरं मिळेपर्यंत मी इथून हालणार नाही.''

''हे पहा, तुम्ही ऐकलं नाहीत तर ते बळजबरीने तुम्हाला व्हॅनमध्ये बसवतील.''

''या गृहस्थांचं ऐका जरा,'' एजंट तिला म्हणाला.

''मला कुणातरी वरिष्ठांशी बोलायचंय,'' जोसलीन म्हणाली.

''आम्ही त्यांच्याकडेच घेऊन चाललोय तुम्हाला. आमच्या प्रमुखांकडे,'' एजंटने सांगितले.

तिने गिडियनकडे पाहिले. हातांची घडी घालून, पाय जोरात आपटून तिचे असमाधान दर्शविले. ती जागची हालली नाही.

''तुम्ही जरा या तुमच्या डच राजदूतावर विश्वास ठेवा!'' गिडियनने विनोदाचा आसरा घेतला आणि तो उपाय लागू पडला.

जोसलीनचा रागावलेला, रुसलेला चेहरा त्या नर्म विनोदाने निवळला. ती खुदकन हासली. गिडियनने वेळ न घालवता तिचा हात धरून तिला व्हॅनमध्ये बसवले तेव्हा एजंट 'कठीण आहे' अशा अर्थाची मान हालवीत होता.

व्हॅन दाट गर्दीच्या रस्त्यातून जात होती. काही वेळानंतर त्यांना ओळखीच्या खुणा दिसू लागल्या. द लिंकन मेमोरियल, दुसऱ्या बाजूला जेफर्सनचा पुतळा, वॉशिंग्टन मॉन्यूमेंटचा शंक्वाकृती स्तंभ. जोसलीनने त्यापूर्वी कधीच वॉशिंग्टन डी.सी. पाहिले नव्हते, त्यामुळे ती व्हॅनच्या खिडक्यांच्या काळ्या काचातून सहलीला आलेल्या प्रवाशांच्या कुतूहलाने राजधानीतील ती प्रेक्षणीय स्थळे पाहत होती.

गिडियन शांत होता. आदल्या दिवशीचे धाडस, त्यामुळे उसळणारे रक्त, जखमा, त्यांमुळे गळलेले रक्त, मनाची प्रचंड उलाघाल, दमणूक हे सगळे संपल्यानंतर त्याच्या तनामनाला विश्रांती हवी होती. विमानात मिळालेल्या झोपेने समाधान झाले नव्हते. तो शांत, स्तब्ध राहून ती मिळवायचा प्रयत्न करीत होता. तेवढ्यात व्हॅनला गचका बसला तेव्हा तो एकदम भानावर आला. एका काळ्या लोखंडी गेटसमोर व्हॅन थांबली होती.

जोसलीन चकित नजरेने पाहत होती. 'मला जे वाटते आहे तेच हे आहे ना?' असा प्रश्न तिच्या चेहऱ्यावर उमटला होता.

गिडियन व्हॅनमध्ये पुढच्या बाजूला दोन एजंटांच्या मध्ये बसला होता. त्याला त्या नैर्ऋत्येकडच्या काळ्या लोखंडी गेटमधून खूप आत, प्रकाशमान अशी एक मेघडंबरी दिसत होती, ती व्हाइट हाउसची होती हे त्याच्या लक्षात आले होते. तिचे डोरीक स्थापत्यशैलीतले विराट खांब लांबूनही ओळखू येत होते.

एका एजंटने गेटवर त्याचे ओळखपत्र दाखवले. द्वाररक्षकाने आत फोन लावला. व्हॅन गेटमध्येच थांबली होती. काही क्षणांतच गेट उघडले गेले. व्हॅन वेस्ट एक्झिक्युटिव्ह अॅव्हेन्यूवरून उजवीकडे वळली आणि वेस्ट विंगच्या तळघरातल्या प्रवेशद्वारासमोर उभी राहिली.

दोन काळे सूट परिधान केलेले करड्या चेहऱ्याचे अधिकारी पुढे आले आणि त्यांनी व्हॅनचे मागील दार उघडून गिडियन आणि जोसलीन यांना खाली उतरवले.

दोन बाजूंना ते दोघे अधिकारी आणि त्यांच्यामध्ये जोसलीन आणि गिडियन यांची जोडी, असे ते एका द्वाररक्षकाला ओलांडून पुढे गेले, उजवीकडे वळले आणि एक छोटासा जिना उतरून खाली गेले. जोसलीनला खाण्याच्या पदार्थांचा वास आला. जिना संपला तेथे व्हाइट हाउसचा कॅफेटेरिया होता.

"इथे थांबा," असे सांगून दोघांपैकी एक अधिकारी काही अंतरावरील मोठ्या बंद दरवाजाजवळ गेला. एक शस्त्रधारी गणवेषातील रखवालदार दाराजवळ उभा होता. अधिकाऱ्याने दरवाजाजवळील पॅडवरची काही बटणे दाबताच दरवाजा उघडला आणि तो आत शिरून नाहीसा झाला.

कॅफेटेरिया बराच गजबजलेला होता. सैल केलेले नेकटाइज्, वर गुंडाळलेल्या शर्टांच्या बाह्या असे कामामधून विरंगुळा शोधायला आलेले तरुण आणि आखूड स्कर्ट्स घातलेल्या तरुणी आत-बाहेर करीत होत्या, जिन्यावरून वर-खाली येत-जात होत्या. प्रत्येकाच्या चेहऱ्यावर देशाच्या भल्याची जबाबदारी त्यांच्याच शिरावर असल्याचा गंभीर भाव होता.

आजूबाजूच्या भिंती गुळगुळीत, चकचकीत पांढऱ्या रंगात रंगवलेल्या होत्या. दारांवरच्या भिंतींना त्रिकोणी आकार दिले होते.

गिडियन आणि जोसलीन यांच्याकडे कोणाचेच लक्ष जात नव्हते. पण 'आपल्याला असे वाटेत उभे करून ठेवले आहे' या विचाराने जोसलीनची मात्र चिडचिड होत होती. कैद्यांना त्यांच्या गणवेषात तुरुंगाच्या ऑफिसच्या दारात उभे करून ठेवतात तसे तिला वाटत होते. आपले केस विसकटले असावेत, चेहरा घामाने चिकट झालेला दिसत असावा, आत्ता आपल्याकडे आरसा, कंगवा, लिपस्टिक, पावडर असायला हवी होती असे तिला वाटू लागले.

तेवढ्यात दार उघडले, आत गेलेला अधिकारीच बाहेर आला, पण तो एकटा नव्हता, त्याच्याबरोबर एक जरासा वयस्कर माणूस होता – शर्टाच्या बाह्या कोपरापर्यंत वर गुंडाळलेल्या, टायची सैल केलेली गाठ छातीच्याही खाली गेलेली, कपाळावर चढवून ठेवलेला बारीक काड्यांचा चश्मा.

त्या माणसाने चालता-चालता कपाळावरचा चश्मा काढून हातात घेतला.

''जोसलीन कोल आणि गिडियन व्हॅन रे. बरोबर?'' त्याने हात पुढे करून त्यांच्याशी हस्तांदोलन केले. ते करताना त्याच्या चेहऱ्यावर औपचारिक का होईना; पण स्मितहास्य होते. असे सुहास्य वदनाने झालेले स्वागत त्या दोघांनी प्रदीर्घ काळानंतर अनुभवले होते.

''माझं नाव हर्शबर्ग.''

गिडियनला ते नाव परिचित होते.

''मी राष्ट्राध्यक्षांचा अंतर्गत सुरक्षा सल्लागार आहे. आपण इथे आल्याबद्दल आपले आभार.''

''आमच्यासमोर अन्य पर्यायच नव्हता!'' जोसलीन जराशा फणकाऱ्याने म्हणाली.

तिच्या त्या खोचक शेऱ्याकडे त्याने दुर्लक्ष केले. तो म्हणाला, ''आपण काही घेणार? खायला किंवा काही पेय?''

''मी तहानेने व्याकूळ झाले आहे,'' जोसलीनच्या स्वरात चीड, वैताग होता.

''काय घ्याल तुम्ही?'' त्याने तिला विचारले.

''असला तर – क्लब सोडा घेईन मी.''

''जरूर. आणि तुम्ही? व्हॅन रे?''

''मीही तेच...''

''छान,'' हर्शबर्ग यांनी शेजारी उभ्या असलेल्या अधिकाऱ्याकडे कटाक्ष टाकताच तो तत्परतेने कॅफेटेरियाकडे वळला. ''आणि हे पहा, क्लब सोड्याबरोबरच थोडे सँडविचेसही बनवायला सांगा.''

''मांस नको हं, प्लीज्,'' जोसलीनने जाणाऱ्या अधिकाऱ्याला बजावले.

''आपण दोघं तोपर्यंत कृपया माझ्याबरोबर आत येता का? प्रश्न खूप आहेत आणि वेळ थोडा,'' असे म्हणून त्यांनी बंद दार उघडले आणि दोघांना आत नेले. समोर मीटिंग घेण्याची जागा होती आणि तिच्या भोवती दोन छोटी ऑफिसेस, काही संगणक ठेवलेली टेबल्स, मुख्यत्वेकरून संदेशवहनासाठी उपयुक्त अशी साधनसामग्री ठेवलेली उघडी कपाटे अशी भरमसाट गर्दी होती.

खोलीच्या एका भिंतीवर नकाशा लावलेला दिसत होता. पाहताक्षणीच ओळखता येईल असा, खूप मोठा केलेला सॅन वान बेटसमूहाच्या परिसराचा नकाशा.

मीटिंगच्या जागेत अरुंद अशी टेबल्स आयताकृती लावलेली होती. आयताच्या

मध्ये मोकळी जागा होती. दोन स्त्रिया आणि बाकीचे पुरुष टेबलांलगतच्या खुर्च्यांवर बसलेले होते, त्यातले काही लष्करी गणवेषात होते.

मीटिंग जोरात चालली होती. खालच्या आवाजात, पण संवादांच्या फैरी झडत होत्या. गिडियन आणि जोसलीन आत आल्यावर काही नजरा त्यांच्याकडे वळल्या, पण फारसे कोणाचे चित्त विचलित झालेले दिसले नाही.

दोन स्त्रियांपैकी एक स्त्री युनायटेड नेशन्समधली अमेरिकेची प्रतिनिधी शीला जोनस्टेड होती हे गिडियनने लगेच ओळखले.

जोसलीन मात्र एकटक खोलीच्या शेवटी बसलेल्या एका व्यक्तीकडे पाहत होती. तिची नजर मंद दिव्यांच्या प्रकाशातल्या अमेरिकेच्या राष्ट्राध्यक्षांवरून हालतच नव्हती.

राष्ट्राध्यक्षांनी स्मितही केले नाही, त्यांच्या आगमनाची दखलही घेतली नाही, खरेतर त्यांच्याकडे नजर वर करून पाहिलेही नाही. त्यांचे संपूर्ण लक्ष त्यांच्या समोर बसलेल्या, ज्याची पाठच फक्त जोसलीनला दिसत होती, त्या माणसाशी बोलण्यात होते.

"हे किती महत्त्वाचे आहे ते सांगायला माझ्याकडे शब्द नाहीत...'' राष्ट्राध्यक्षांचे बोलणे ऐकू येत होते.

"सर, मी समजू शकतो,'' तो पाठमोरा माणूस म्हणाला.

जोसलीनला त्याचा चेहरा दिसत नव्हता, पण त्याचा आवाज तिला खूप ओळखीचा वाटला – कदाचित टेलिव्हिजनवर मुलाखतीत ऐकलेला.

ते ज्या दारातून आत शिरले त्यालगतच्या भिंतीला लागून काही खुर्च्या ठेवलेल्या होत्या, त्यावर त्या दोघांना बसायला सांगितले गेले. खोली माणसांनी भरून वाहत होती. भिंतीला टेकून उभ्या असलेल्या तरुण-तरुणींच्या हातात पॅड्स होती. ते मधून-मधून त्यावर नोट्स लिहीत होते. आगीच्या आसपास धूर पसरलेला जितका स्पष्ट दिसतो तितका स्पष्ट, त्या खोलीत एक प्रकारचा विलक्षण ताण पसरलेला जाणवत होता.

"सर, पण कितीही महत्त्वाचं असलं तरी ग्रँड ज्यूरीसमोरचे पुरावे – उघड करणं म्हणजे...''

"अहो, संकट किती मोठं आहे कळत नाही का तुम्हाला?'' राष्ट्राध्यक्ष गरजले.

"कळतंय सर...''

आवाज नक्कीच ओळखीचा होता, जोसलीन कसोशीने आठवू लागली. वाकून वाकून त्याच्या चेहऱ्याचा थोडासा तरी भाग पाहण्याचा प्रयत्न करू लागली, पण तो काही तिला काही केल्या दिसेना.

''मग आम्हाला मदत करा. या केसमधले सगळे पुरावे तुम्हीच अभ्यासलेले आहेत किंवा मी असंच करतो ना – या देशाचा राष्ट्राध्यक्ष या अधिकाराने मी तुम्हाला आज्ञाच देतो की, या बाबतीत तुम्हाला जे-जे माहीत आहे ते सर्व मला सांगा.''

''क्षमा असावी, सर, आदरपूर्वक एक गोष्ट मी आपल्या लक्षात आणून देऊ इच्छितो की, फेडरल रुल्स ऑफ क्रिमिनल प्रोसीजर्समधल्या सहाव्या नियमात ग्रँड ज्यूरीसमोरील राष्ट्रीय सुरक्षेशी संबंधित कोणतीही माहिती कोणाही समोर उघड न करण्याला कोणताही अपवाद सांगितलेला नाही.''

जोसलीनच्या डोक्यात अचानक प्रकाश पडला – तो आवाज, राष्ट्राध्यक्षांसमोर बसलेला तो माणूस म्हणजे, थॉमस मॅक कॅली होते! सीॲटलच्या ग्रँड ज्यूरीच्या ऑफिसमधील वकील, असिस्टंट ॲटर्नी जनरल. बेल्डन नाहीसे झाल्यावर यांनाच वाट पाहत बसायला लावून जोसलीन तेथून बाहेर पडून बेल्डनच्या शोधार्थ धावली होती.

''कायद्याने तसा अपवाद करायला हवा...'' राष्ट्राध्यक्ष असे म्हणाल्यावर थॉमस मॅक कॅली म्हणाले, ''सर, हा प्रश्न तुम्ही आणि काँग्रेस यांच्या अखत्यारीतला आहे.''

जोसलीनची भुवई उंचावली गेली. वकीलमहोदय त्यांच्या बाणेदारपणाने स्वत:वर राजकीय संकट ओढवून घेत होते.

राष्ट्राध्यक्षांनी त्यांची प्रतिक्रिया हातातली पेन्सील हवेत भिरकावून व्यक्त केली. पेन्सील टेबलांच्यामध्ये कुठेतरी पडली.

''याला तुम्हीच समजवा...'' राष्ट्राध्यक्ष वैतागले होते, हताश झाले होते, काही करू शकत नव्हते. ते दोन खुर्च्या पलीकडे बसलेल्या मॅक कॅली यांच्या साहेबाकडे, ॲटर्नी जनरल एब चार्नेस यांच्याकडे पाहून म्हणाले.

एब चार्नेस धर्मसंकटात सापडले होते. ते त्यांच्या तत्त्वनिष्ठ असिस्टंटकडे पाहून कसनुसं हसले. अस्वस्थपणे आधीच विरळ झालेल्या केसातून हात फिरवू लागले. त्यांचा शर्ट दोन्ही काखांखाली घामाने ओला झालेला स्पष्ट दिसू लागला.

पण त्यांनी स्वत:ला सावरले. आपल्या आवाजात अधिकाराची जरब आणून त्या 'अधिकारवाणी'ने ते मॅक कॅली या त्यांच्या तरुण असिस्टंटला म्हणाले, ''हे बघ पोरा, ग्रँड ज्यूरींकडली लेखी कागदपत्रं तपासायला आता सवड नाही. एवढंच सांग की, आम्ही असं गृहीत धरू शकतो का की, अणूबाँब चोरून देशात आणला गेल्याच्या घटनेच्या संदर्भात काहीही जरी त्या चौकशीत सापडलं असतं तर तू सर्व संबंधित एजन्सींना – लष्कर, नॅशनल सिक्युरिटी कौन्सिल यांना – सावध केलं असतंस?''

मॅक कॅली यांनी होकार भरला.

"म्हणजे ज्या अर्थी तू तसं त्यांना कळवलं नाहीस त्याअर्थी तुला त्यात तसं काहीही सापडलं नाही असं आम्ही समजायचं का?"

"होय."

"ठीक आहे. आता राष्ट्राध्यक्षांचा एक साधा प्रश्न आहे. तो प्रश्न या शासनाच्या धोरणाशी संबंधित काही गोष्टींशी जाऊन भिडतो. आम्हाला फक्त एवढंच जाणून घ्यायचं आहे की, यातल्या कोणत्याही साक्षीदाराच्या विधानात व्हिक्टर कॉलिकॉफ या नावाचा कधी उल्लेख आला होता का?"

"ते मला तुम्हाला सांगता येणार नाही," मॅक कॅली म्हणाले.

चार्नेस यांनीही उद्वेगाने भुवया उंचावून छताकडे बघितले आणि संतापाने नाकातून जोरात उच्छ्‌वास सोडला. खोलीत बरेच कर्मचारी आणि लष्करातील लोक असताना त्यांना यापेक्षा जास्त तपशील उघड करून सांगायचा नव्हता. मंत्रिमंडळाच्या सदस्यांपैकी काहींना याबद्दल थोडीफार कल्पना होती, काहींना भानगडीचा वास लागला होता. जंग जंग पछाडूनही कॉलिकॉफ हे नाव कुठे आले आहे का नाही, याबद्दल राष्ट्राध्यक्षांना अजूनही नीट काहीच कळत नव्हते. उद्या जर का त्या वॉशिंग्टन राज्यातल्या दहशतवादी संघटनेवर आरोपपत्र जारी झाले आणि त्या चौकशीत त्या संघटनेला अणूबॉंब पुरवण्यात कॉलिकॉफ यांचा हात होता असे सिद्ध झाले, तर मग परिस्थिती निश्चितपणे त्यांच्या हाताबाहेर जाणार होती आणि त्यांना कोणीही वाचवू शकणार नव्हते.

कॉलिकॉफ हे नाव आले आहे असे आज जर खातरीलायकरीत्या कळले असते, तर तातडीने अत्यंत गुप्तपणे त्या बॉंबचा शोध घेण्याचे कार्य सुरू करता आले असते. जर तो सापडला असता तर मग गुपचुप प्रकरण संपवून टाकता आले असते, मग बॉंबच्या संदर्भात कॉलिकॉफ हे नाव गुलदस्त्यातच राहिले असते. त्याच्याकडून निवडणुकीला निधी घेतला होता ते प्रकरण त्यांनी यशस्वीपणे आटोक्यात ठेवलेलेच होते.

"म्हणजे तुला ते माहीत नाही असं तू म्हणतोयस का?" चार्नेस यांनी परत एकवार खडा टाकून पाहिला.

मॅक कॅली न बोलता गप्प राहिले.

"का ते नाव आलं की नाही ते तुला आठवत नाही असं म्हणायचंय तुला?"

"सर, मी तुम्हाला परत परत तेच सांगतो आहे की, ग्रॅंड ज्यूरीसमोरील जबानीतल्या कोणत्याही गोष्टीचा उल्लेख मी अशा ठिकाणी करूच शकत नाही जेथे त्या जाणून घेण्याचा ज्यांना अधिकार नाही अशा मंडळींची गर्दी आहे."

"ठीक आहे. तुझ्याजवळ या प्रकरणाची जेवढी माहिती आहे ती तू फक्त

ॲटर्नी जनरलनाच आणि तेही खाजगीत भेटून दिलीस तरीही चालेल,'' राष्ट्राध्यक्ष म्हणाले.

मॅक कॅली यांच्यावरील दबाव वाढत होता, पण त्यांना तत्त्वाशी प्रतारणा करायची नव्हती. त्यांनी एक दीर्घ श्वास घेऊन, मनाशी निश्चय केला आणि ते म्हणाले, ''मला जर असे आश्वासन दिलं गेलं की, मी सांगितलेली माहिती पुढे इतर कोणाहीपर्यंत पोचणार नाही आणि हे प्रकटन फक्त कायद्याच्या अंमलबजावणीच्या, गुन्ह्याच्या तपासाच्या आणि आरोपीवर खटला भरण्याच्या कामासाठीच वापरलं जाईल तरच मी ती देईन.''

अखेर काम झाले होते. राष्ट्राध्यक्ष ॲटर्नी जनरल एब चार्नेस यांच्याकडे बघून याच अर्थाचे हसू हसले. आता मॅक कॅली आणि चार्नेस यांना एका बंद खोलीत बसवले की, त्यांना हवी असलेली माहिती बाहेर येणारच होती. चार्नेसकडून मग ती त्यांच्यापर्यंत येणे काहीच अवघड नव्हते.

दुसऱ्याच्या खांद्यावर बंदूक ठेवण्याचा, कायदा मोडण्याचा गुन्हा जस्टिस डिपार्टमेंटकडून घडवून आणण्याचा राष्ट्राध्यक्षांचा हा डाव चार्नेस यांना अजिबात आवडला नव्हता. राष्ट्राध्यक्ष चार्नेस यांच्याकडून कॉलिकॉफ यात कितपत खोल बुडलेला आहे हे जाणून घेणार आणि त्यावरच पुढची पावले कोणती आणि कशी उचलायची, बाँबच्या शोधाच्या बाबतीत किती आक्रमक व्हायचे हे ठरवणार हे त्यांना स्पष्ट दिसत होते.

''चार्नेस, मी असं सुचवीन तुम्हाला की, तुम्ही आणि मॅक कॅली दोघंच एकत्र बसा आणि चर्चा करा. तिकडे छोट्या खोल्या आहेत त्यातली एक वापरा,'' त्यांनी हात लांब करून काही बंद खोल्यांकडे निर्देश केला.

मॅक कॅली खुर्चीवरून उठून मागे वळले तेव्हा त्यांनी जोसलीनला पाहिले, पण तिच्या नजरेला नजर मात्र भिडवली नाही. तिची ओळख पटली तसा त्यांनी एक आवंढा गिळल्याचे जोसलीनला स्पष्ट दिसले. दोन्ही वकिलांना हे समजून चुकले होते की, स्वार्थी राजकारणाच्या दबावाखाली कायदा वाकवला जाणार होता. चार्नेस काही तसे न वाकणाऱ्या तत्त्वनिष्ठांपैकी नव्हते. दोघांची मीटिंग संपताच गोपनीय माहिती राष्ट्राध्यक्षांना कळणार यात काहीच शंका नव्हती.

आपल्या तत्त्वांशी, कर्तव्याशी प्रामाणिक राहणाऱ्या, त्यासाठी झगडणाऱ्या मॅक कॅली यांच्यासारख्या अधिकाऱ्यांविषयी जोसलीनच्या मनात नव्याने आदर निर्माण झाला.

ती गिडियनच्या कानात कुजबुजली, ''हा कॉलिकॉफ कोण आहे?''

तिने प्रश्न विचारून त्याच्याकडे पाहिले तेव्हा त्याच्या चेहऱ्यावर एक रहस्यमय हास्य झळकले.

“शस्त्रास्त्रांचा व्यापारी आहे,” गिडियनच्या संस्थेतील अनेक अहवालांत आलेले हे नाव शस्त्रास्त्र खरेदी-विक्रीच्या प्रांतात बरेच प्रसिद्ध होते.

“अण्वस्त्रांचा पण?” जोसलीनने विचारले.

‘शक्य आहे’ – गिडियनने हातांच्या हालचालींनी उत्तर दिले.

“बरं, त्या दुसऱ्या वकिलाचं काय? ती कोणी बाई आहे ना? काय नाव तिचं?” एक अडचण मार्गी लावल्यावर राष्ट्राध्यक्षांनी हर्शबर्ग यांच्याकडे वळून विचारले.

“जोसलीन कोल,” हर्शबर्ग म्हणाले.

“हां, कोल. तिच्याकडून काही कळलं का कुणाला?”

“सर, त्या इथे आलेल्या आहेत.”

“अस्सं? कुठायत?” राष्ट्राध्यक्षांचा स्वर उल्लसित होता. त्यांनी खोलीभर नजर फिरवली. ती जोसलीनवरूनही फिरली, पण ते बहुधा वकिलांच्या औपचारिक पोशाखातील स्त्री शोधत असावेत, त्यामुळे तिच्यावर थांबली नाही.

मॅक कॅली यांच्याबरोबरचा संवाद ऐकलेला असल्याने तिला खरेतर यात पडायची जराही इच्छा होत नव्हती. त्यामुळे काय करावे, अशा संदेहात पडलेल्या जोसलीनने बसल्या-बसल्याच अर्धवट हात वर केला.

ती खूण राष्ट्राध्यक्षांना कळली. निळ्या जंपसूटमधील, चेहऱ्यावर सूज, काही जखमा अशा अवतारातल्या वकिलाकडे त्यांनी जराशा नवलाने, कुतूहलाने पाहिले. त्यांच्या उजवीकडे उभ्या असलेल्या एका माणसाकडे वळून त्यांनी त्याला काहीतरी मागितले. त्याने तत्परतेने एक कागदांचा लहान गठ्ठा आणि एक छोटी पेटी अशा दोन गोष्टी त्यांच्या हातात ठेवल्या आणि त्यांच्या कानाशी तोंड नेऊन त्यांना काहीतरी सांगितले. त्या वेळी तो माणूस जोसलीनकडे पाहत होता आणि राष्ट्राध्यक्ष मान डोलावत होते. ते दोघे तिच्याबद्दल बोलत होते हे न सांगताच कळत होते.

त्याचे बोलणे ऐकत असताना राष्ट्राध्यक्षांच्या भुवया उंचावल्या, कपाळाला आठ्या पडल्या आणि चेहऱ्यावर आश्चर्य प्रकट झाले. बोलणे संपवून तो माणूस ताठ उभा राहिला. राष्ट्राध्यक्षांनी खुर्ची टेबलाजवळ ओढली.

“या बाई, इकडे या. गेले दोन दिवस फार भयानक अशा प्रसंगांना तोंड द्यावं लागलं आहे तुम्हाला. अरे, त्यांना वाट द्या, इकडे या बाई, इथे बसा.”

जोसलीनसाठी वाट तयार झाली. ती उठून दोन पावले पुढे गेली आणि थबकून तिने गिडियनकडे पाहिले, त्याला बरोबर येण्याची खूण केली.

“ते तुमचे मित्र आहेत का?” तिच्या हालचाली पाहून राष्ट्राध्यक्षांनी विचारले.

“हे गिडियन व्हॅन रे. यांच्यामुळेच मी आज इथवर येऊ शकले आहे. हे नसते तर मी जिवंतच राहिले नसते,” जोसलीनने ठामपणे उत्तर दिले.

"अरे, तुम्ही पण या ना श्रीयुत रे. या या."

एकाने उठून खुर्ची रिकामी करून दिली. जोसलीन आणि गिडियन दोघेही राष्ट्राध्यक्षांसमोरच्या दोन खुर्च्यांवर बसले.

"तुम्हाला या एकंदर परिस्थितीचे गांभीर्य लक्षात आले असेलच," हर्शबर्ग यांनी थोडी प्रस्तावना केली.

"होय, पण आम्हाला पूर्ण माहिती नाही," जोसलीन म्हणाली.

"मी तर म्हणेन की, तुम्हाला आम्हा कोणापेक्षाही जास्त, प्रत्यक्ष जागेवरची माहिती आहे," राष्ट्राध्यक्षांच्या या वाक्याने खोलीत हलकीशी खसखस पिकली. "आणि म्हणूनच तुम्हाला आज इथे बोलावण्यात आलेलं आहे. आम्हाला तुमची मदत हवी आहे. मिस कोल, तुम्ही सीॲटलच्या ग्रँड ज्यूरींच्या ऑफिसमध्ये डीन बेल्डन यांच्या प्रतिनिधी म्हणून हजर होतात, बरोबर?"

"जर ते त्यांचं खरं नाव असेल तर, होय. मला असं कळलं आहे की, त्यांनी मला सांगितलेल्या बऱ्याच गोष्टी धादांत खोट्या होत्या."

"ते एका विमानाच्या स्फोटात मरण पावले असं तुम्ही समजून चालला होतात असं आम्हाला कळलंय."

"होय, बरोबर आहे ते."

"तशीच समजूत असिस्टंट ॲटर्नी जनरल यांचीही झाली म्हणे!"

"होय."

"पण ती चुकीची होती, ते मेलेलेच नव्हते, हो ना?" राष्ट्राध्यक्षांनी विचारले.

"हो. त्यांनी मुद्दाम माझ्या देखत स्वतःच्या मृत्यूचा बेमालूम देखावा अशा उद्देशाने निर्माण केला होता की, मी सर्व अधिकाऱ्यांना ते जिवंत नाहीत असं खातरीलायकरीत्या सांगावं. ते मेलेले आहेत, अशी नोंद एकदा झाली की, सर्व शासकीय खाती त्यांचा शोध थांबवतील आणि त्यांना त्यांचं काम निर्धोकपणे करता येईल अशी त्यांची योजना होती."

"कोणतं काम?" हर्शबर्ग यांनी विचारले.

"ते मला निश्चित माहिती नाही. त्यांनी मला मारायचे दोनदा प्रयत्न केले, पहिल्यांदा विमानाचा स्फोट झाला त्याच रात्री. माझी आता खातरीच आहे की, त्यांनीच माझी गाडी माझ्यासकट फेरीबोटीवरून समुद्रात ढकलून देण्याचा घाट घातला होता."

"आणि दुसऱ्यांदा?" परत हर्शबर्ग यांनीच विचारले.

"त्या बेटावर. मला मारून टाकायच्या सूचनाच दिल्या होत्या त्यांनी त्यांच्या माणसांना. एक नेव्ही सील्स आयत्या वेळी देवदूतासारखा आला. त्याने माझा जीव वाचवला, पण बिचारा स्वतःचे प्राण गमावून बसला. बेटावर खूप जण मेले

आहेत, सर. मी माझ्या डोळ्यांनी प्रेतं पडलेली पाहिली आहेत,'' जोसलीन थोडीशी भावविवश झाली होती.

''होय, कळलंय मला ते,'' राष्ट्राध्यक्ष म्हणाले, ''बिचारे त्या बेटावरचे लोक!'' त्यांच्या स्वरात जीवितहानीबद्दलची अस्वस्थता होती. ''त्या बेटावरच्या लोकांजवळ एक अणूबाँब असण्याची शक्यता होती हे माहिती आहे तुम्हाला?''

जोसलीनने फक्त मान डोलावली.

''तो तिथे कुठे असू शकेल याबद्दल काही कल्पना आहे तुम्हाला?''

''नाही,'' जोसलीन उत्तरली.

''तुम्हाला श्रीयुत रे?'' राष्ट्राध्यक्षांनी गिडियनकडे पाहत विचारले, ''तुम्ही कॅलिफोर्नियातल्या इन्स्टिट्यूट अगेन्स्ट मास डिस्ट्रक्शनमध्ये काम करता ना?''

''होय, प्रेसिडेंट.''

''तुमच्या मदतीबद्दल मला तुमचे आभार मानायचे आहेत. तुम्ही सतत तुमच्या संस्थेच्या डायरेक्टरांच्या संपर्कात राहिलात, त्यामुळे त्यांनीही खूप मदत केली आम्हाला. तुम्ही रशियात जाऊन बहुमूल्य माहिती मिळवून आणण्याचं जे काम केलंत ते खरोखरच स्पृहणीय आहे. ते या प्रकरणात खूपच उपयुक्त ठरलं आहे आणि या तुमच्या कामगिरीबद्दल तुमचे कितीही आभार मानले तरी कमीच आहेत.''

''सर, ते खऱ्या अर्थाने उपयुक्त नाही ठरलं!'' गिडियनच्या या वाक्याने राष्ट्राध्यक्ष प्रश्नार्थक नजरेने त्याच्याकडे पाहू लागले.

''या देशात येण्याआधी मी बाँब नाही रोखू शकलो!!''

''होय, तेही खरं आहे.''

हर्शबर्ग यांनी मध्येच जोसलीनला विचारले, ''मिस कोल, तुम्ही या लोकांबरोबर बेटावर होतात, त्यांनी तुम्हाला तिथे कैद करून ठेवलं होतं ना?''

''होय.''

''तुम्ही तिथे असताना काही पाहिलंत, ऐकलंत?''

''मी तिथे बेल्डनना पाहिलं, ते माझ्या खोलीत आले होते, मला भेटले. तिथे ते एका निराळ्याच नावाने वावरत होते.''

''होय? कुठल्या?''

''थॉर्न. तिथले सगळे जण त्यांना थॉर्नच म्हणत होते.''

हे संभाषण चालू असताना बाजूला उभे असलेले लोक भराभर त्यांच्या पॅड्सवर नोट्स घेत होते.

''थॉर्न हे तिथले प्रमुख होते, सगळे त्यांच्या आज्ञा पाळत होते.''

''आम्ही आत्ता बेटावरील मृतात त्यांचंही प्रेत सापडतंय का ते तपासतो आहोत,'' हर्शबर्ग म्हणाले.

"उगाच वेळ वाया घालवू नका," जोसलीन म्हणाली, "ते तुमचे लोक तिथे पोचण्याआधीच एका माणसाबरोबर तिथून बाहेर पडले आहेत."

खोलीतल्या लोकांच्यात नेत्रपल्लवी सुरू झाली, लोक एकमेकांत हलक्या आवाजात बोलू लागले, खाणाखुणा करू लागले, काही जण भराभरा पॅड्सवर लिहू लागले.

"तुम्ही ज्यांना बेल्डन म्हणून ओळखता, त्यांचा एक फोटो आहे आमच्याकडे. तो तुम्ही बघा आणि तो त्यांचाच आहे ना हे सांगा," राष्ट्राध्यक्ष असे म्हणताच एका माणसाने जोसलीनसमोर एक फाइल धरली. तिने फोटो पाहिला आणि ती म्हणाली, "हे तेच आहेत."

राष्ट्राध्यक्षांनी आज्ञा द्यायला सुरुवात केली, "हा फोटो ताबडतोब सगळ्या राज्यातल्या पोलीस, गुप्तहेर सगळ्यांकडे पाठवायची व्यवस्था करा. त्यांना म्हणावं, हा माणूस सापडायला हवा, त्याने..." ते अडले, ॲटर्नी जनरलच्या मोकळ्या खुर्चीकडे पाहू लागले.

एक माणूस त्यांच्या साहाय्याला धावला. तो म्हणाला, "अपहरण, शासकीय अधिकाऱ्याची हत्या, त्यांच्यावर प्राणघातक हल्ले आणि..."

"बस, बस. एवढे आरोप पुरे आहेत. त्यात अणूबाँबद्दल काहीही कळवू नका. निदान आत्ता तरी नको. आपल्याला लोकांच्यात घबराट उत्पन्न व्हायला नको आहे," राष्ट्राध्यक्षांनी बजावले.

हर्शबर्ग यांनी त्यात भर घातली. म्हणाले, "त्यांना याची नीट जाणीव द्या की, तो अत्यंत धोकादायक माणूस आहे, स्थानिक किंवा राज्य पातळीवरील अधिकाऱ्यांना सावध करा. म्हणावं, या माणसाचा सुगावा लागला, तो कुठे दिसला तर पकडायची किंवा इतर कोणतीही कारवाई करायची घाई न करता ताबडतोब एफबीआयला खबर द्या. ते योग्य रितीने हाताळतील त्याला."

"ठीक आहे, हे झालं? आता..." राष्ट्राध्यक्ष जोसलीनकडे वळून म्हणाले, "तुम्ही मघाशी म्हणालात की, हा कोण बेल्डन की थॉर्न बेटावरून पळाला तेव्हा त्याच्या बरोबर आणखी एक माणूस होता. त्याचं वर्णन करू शकाल?"

क्षण दोन क्षण विचार करून जोसलीन म्हणाली, "उंची फार नव्हती, पाच फूट पाच किंवा सहा इंच असेल. विरळ होत चाललेले तपकिरी केस, काळे डोळे, रंगही सावळाच आणि कसल्यातरी दु:खाची छाया पसरल्यासारखा चेहरा."

"आमच्या एफबीआयचे तंत्रज्ञ त्याचं एक चित्र संगणकावर तयार करतील, त्यांना तुम्ही मार्गदर्शन कराल?" टेबलाच्या उजव्या बाजूच्या टोकाला बसलेल्या एका उत्तेजित चेहऱ्याच्या माणसाने विचारले.

"मी नक्कीच प्रयत्न करीन."

"तुम्ही म्हणालात की, तो सावळा होता, दुसऱ्या देशाचा नागरिक असू शकेल?" हर्शबर्ग यांनी विचारले.

"त्याची भाषा, बोलण्याची पद्धत तरी आपलीच होती. परदेशी, वेगळी वाटत नव्हती."

"तुम्ही त्याला बोलताना ऐकलंत?" राष्ट्राध्यक्षांनी विचारले.

"हो, पण अगदी थोडंसं. मला ठेवलेल्या खोलीत बेल्डन आलेले असतानाच तो दारात आला, खूप घाईत दिसत होता. म्हणाला, 'चला, निघायला उशीर होतो आहे.' तेवढंच त्याचं बोलणं ऐकलंय मी."

"तुम्हाला बांधून ठेवलं होतं? तोंडात बोळा वगैरे..." एका वेगळ्याच माणसाने जोसलीनला विचारले.

"होय. पलंगावर बांधून ठेवलं होतं. चिकटपट्टी चिकटवली होती तोंडावर. बेल्डनने ती काढली. कारण त्यांना माझ्याकडून बरीच उत्तरं हवी होती."

"कसली? काय हवं होतं त्यांना?"

"मी विमान स्फोटाच्या दुर्घटनेविषयी अधिकाऱ्यांना काय-काय सांगितलं? व्हॅन रे ही व्यक्ती कोण आहे? ज्या रात्री मला त्यांनी पळवलं त्या रात्री त्याच्या लोकांनी गिडियनना फ्रायडे हार्बरच्या धक्क्यावर बोटींच्या बाजूला हिंडताना बघितलं होतं. तो सरकारचा माणूस असावा अशी त्यांची अटकळ होती."

"तुम्ही काय काय सांगितलंत त्यांना?"

"खरंतर काहीच नाही. माझ्यापाशी होतं काय सांगण्यासारखं? माझे जे आजारी पडलेले मासेमार अशील होते त्यांच्याबद्दलही त्यांना सगळी माहिती होती. आम्ही याचा शोध घेत होतो की, त्यांचा आजार हा त्यांच्या मासेमारीच्या उद्योगातून निर्माण झाला आहे का."

"मग? काय कारण सापडलं?" हर्शबर्ग यांनी विचारले.

उत्तर गिडियनने दिले, "किरणोत्सर्ग. लष्कराने हे वादातीतरीत्या सिद्ध केलं आहे की, तो धक्का आणि तिथल्या बोटी या दूषित झालेल्या आहेत."

"त्या कशामुळे?" राष्ट्राध्यक्षांनी विचारले.

"बॉंबमुळे. त्याचं बाह्यआवरण तुटलं, आतलं प्लुटोनियम सागरी वादळात सुटून बाहेर आलं, आणि कशाबरोबरतरी घासलं गेलं."

"म्हणजे काय?" हर्शबर्गनी विचारले.

"प्लुटोनियम हा फार मऊ धातू असतो. तो कोणत्याही कडक, कठीण पृष्ठभागावर लगेच घासला जातो आणि त्याची पूड बनते, एकदम सूक्ष्म कणांची पावडर. ती वातावरणात पसरते आणि फुप्फुसात गेली की, प्राणघातकच ठरते. पण माझं निरीक्षण मला असं सांगत होतं एवढंच कारण नसावं. ज्या प्रमाणात

प्रदूषण झालेलं सापडलं त्यावरून याहून अधिक काहीतरी किंवा वेगळं काहीतरी असलं पाहिजे.''

''मग, काय सापडलं?'' राष्ट्राध्यक्षांनी प्रश्न विचारला.

''ज्यांनी कुणी हा बाँब बनवला होता त्यांना तो जास्तीत जास्त घातक बनवायचा होता. म्हणूनच त्यांनी त्यात सेशियम १३७ मिसळलं होतं.''

''हे जरा आणखी स्पष्ट करून सांगा,'' हर्शबर्ग यांनी विनंती केली.

''सेशियम हे अत्यंत विषारी द्रव्य आहे. प्लुटोनियमच्या शुद्धीकरणाच्या प्रक्रियेत ते उत्पन्न होतं. ते फार मोठ्या प्रमाणावर गॅमा किरण बाहेर टाकतं. त्याच्या संपर्कात कोणी येऊ नये, यासाठी ते फार काळजीपूर्वक हाताळावं लागतं. नेहमीच्या तपमानाला ते द्रव स्थितीत असतं आणि दुसरे धातू अथवा द्रव्ये यांच्याबराबेरची त्याची प्रतिक्रिया फार तीव्र असते. ते पाण्यात विरघळतं. त्याची विल्हेवाट कशी लावायची हा फार मोठ्या चिंतेचा विषय असतो.''

''हा जो तुम्ही वर्णन करताय तसला आण्विक विभाजनाच्या प्रक्रियेत तयार होणारा पदार्थ कोणी बोटीवरून कशाला आणेल?'' एका लष्करी अधिकाऱ्याने हा प्रश्न विचारला.

''ती पर्यायी व्यवस्था होती. जर अणुविभाजनाला आवश्यक ते 'क्रिटिकल मास' बाँबमध्ये तयार होऊ शकलं नाही, तर विभाजनाच्या साखळी प्रक्रियेची सुरुवातच होत नाही. अपघाताने, दुर्दैवाने, काहीही कारणाने तसं घडलं तर प्लुटोनियम बेरिलियमच्या गाभ्याभोवती लावून ठेवलेली साधी स्फोटकं या सेशियमची वाफ बनवतील आणि ते तरी वातावरणात पसरेल अशी योजना आखण्यात आली होती. या सेशियमच्या वाफेतही फार मोठं नुकसान पोचविण्याची क्षमता असते. वाऱ्याबरोबर ती पसरू लागली की हजारो, लाखो लोक मृत्युमुखी पडू शकतात.''

यावर एक लष्करी अधिकारी न राहवून उद्गारला, ''बाकी काही नाही तरी त्यामुळे सद्दाम किंवा मुअम्मर गडाफी यांचा संदेश तरी नक्कीच सर्वत्र प्रसारित केला जाईल.''

''हो, जर तेच याच्या मागे असले तर...'' हर्शबर्ग म्हणाले.

आपणच आपल्याच कर्माने निर्माण केलेला अणूबाँबचा ब्रह्मराक्षस आता आपल्यालाच गिळायला आला आहे, हे विसरून या संकटाचे खापर फोडायला कोणा तिऱ्हाइताचे डोके शोधण्याच्या आटापिट्याकडे लक्ष न देता गिडियन त्याचे विधान पूर्ण करताना म्हणाला, ''त्या बोटीवर सेशियम असलं पाहिजे आणि त्यातलं काही बाहेर सांडलं असलं पाहिजे.''

''म्हणजे मला वाटतं हा 'डर्टी बाँब' असला पाहिजे,'' कोणीतरी लष्करी ज्ञानाचे प्रदर्शन केले.

“नाही,” गिडियन म्हणाला, “डर्टी बॉंबमध्ये स्फोट होत नाही, नुसतीच किरणोत्सर्गी धूळ बाहेर फेकली जाते. इथे स्फोट घडण्याचीही चोख व्यवस्था आहेच, शिवाय सेशियम आहे. म्हणजे नुकसान काही पटीने वाढावं याच दुर्हेतूनेच ते मिसळलेलं असलं पाहिजे. हा बॉंब जिथे फुटेल तिथला संपूर्ण परिसर विषारी बनेल आणि तो कित्येक दशकं तसाच राहील.”

खोलीत गंभीर शांतता पसरली. महाभयंकर सत्याच्या बोचऱ्या जाणिवेने लोक चरकले. राष्ट्राध्यक्षांच्या चेहऱ्यावर चिंतेचे जाळेच पसरले.

“बोटीवर ज्या प्रचंड प्रमाणात किरणोत्सर्ग झालेला होता त्याचं कारण हे असं होतं,” गिडियनने त्याचे म्हणणे पूर्ण केले.

“याचा संसर्ग किती अंतरापर्यंत पोचला असेल?”

“ते वाऱ्याची दिशा, वेग यांवर अवलंबून राहील. शिवाय पाऊसही बरेच बदल घडवू शकतो,” गिडियनने समजावून सांगितले.

“ही जी प्रदूषित झालेली बोट आहे ती सध्या कुठे आहे?” राष्ट्राध्यक्षांनी विचारले.

“ती आणि त्या धक्क्यावरील इतरही काही बोटी सध्या भर समुद्रात हलवून पूर्ण धक्क्याचे शुद्धीकरण चालू केले आहे. कदाचित त्या धक्क्याचा काही भाग कायमचा उखडून नष्ट करावा लागेल असा तज्ज्ञांचा अंदाज आहे.” एका लष्करी अधिकाऱ्याने माहिती पुरवली.

“मग त्यांनी त्या बोटीवर काय काय होतं ते प्रयोगशाळेत नेऊन त्यांचा तपास केला की नाही?” राष्ट्राध्यक्षांनी त्याला विचारले.

“मला माहीत नाही, सर.”

“चौकशी करून सांगा मला.”

“मिस कोल, त्या बेटावरच्या माणसांनी आणखी काही प्रश्न विचारले का तुम्हाला?”

जरा आठवून जोसलीन म्हणाली, “नाही, मला तरी आठवत नाही.”

“बेल्डन आणि त्यांच्या बरोबरचा माणूस, दोघं जण बेटावरून कसे बाहेर पडले ते माहितीये तुम्हाला?”

जोसलीनने लागलीच नकारार्थी मान हालवली, पण क्षणभर विचार करून ती एकदम म्हणाली, “बोट! बोटीने गेले असावेत. मला तो माणूस काहीतरी बोटीबद्दलच बोलल्याचं आठवतंय.” तिने तसे सांगितले खरे, पण तिला स्वत:लाच शंका येत होती की, तिने खरेच तसे काही ऐकले होते की तिला उगीचच तसे वाटत होते.

“बोटीचा आवाज ऐकलात तुम्ही?”

“नाही.”

"कुठे जाणार याबद्दल काही..."

ती विचार करू लागली. "नाही, फक्त खूप उशीर झाला आहे आणि लगेच निघायला हवं, एवढंच."

"आठवा, नीट आठवा, एखाद्या ठिकाणाचं, गावाचं नाव? इतर काही उल्लेख?" हर्शबर्ग तिला आग्रह करीत होते. ती आठवण्याचा प्रयत्न करीत होती. एकदम तिला आठवले, "पण खिडकीबाहेरची दोन माणसं? त्यांनी काहीतरी नाव घेतलं."

"कोण माणसं?" राष्ट्राध्यक्षांनी विचारले.

"ते नाही मला माहीत. मी फक्त आवाज ऐकले. गोळीबार सुरू झाला, त्यानंतर लगेच ती माणसं बोलत होती. त्यांनी एक नाव घेतलं होतं. काय बरं?" ती आठवू लागली, टेबलाकडे पाहत स्मरणशक्तीला ताण देऊ लागली, 'ऑलिव्हर? नाही, एडगर, नाही. हां, ऑस्कर.' तिने मान वर केली आणि ती जोरात म्हणाली, "ऑस्कर. ऑस्करने त्या सकाळीच बेट सोडलं असं म्हणत होते ते."

"म्हणजे तोही बेल्डन आणि त्या दुसऱ्या माणसाबरोबर..."

"नसावा..." तिला अचानक काहीतरी आठवलं. ती उद्‌गारली, "अरे देवा..."

"काय झालं?" राष्ट्राध्यक्षांनी चमकून विचारले.

"ते बाँबबद्दल बोलत होते," जोसलीन म्हणाली.

"काय? बाँबबद्दल? काय? काय बोलत होते?" राष्ट्राध्यक्षांनी चिंतायुक्त स्वरात विचारले.

"दोघे जण होते, खिडकीबाहेर उभे होते. गोळीबाराचे आवाज वाढू लागले होते, खूप गोंधळ सुरू झाला होता. पश्चिमेकडच्या खाडीच्या तोंडाशी एक बोट तयार ठेवलेली आहे असं ते म्हणत होते. त्यातून पळून जायच्या गोष्टी करीत होते. खंदकात वायर्स फिरवल्या आहेत, वाळूच्या पिशव्यांत स्फोटकं भरून ठेवली आहेत हे मला त्यांच्याच बोलण्यातून समजलं होतं. हे सगळं थॉर्नच्याच आज्ञेनुसार केलंय, असं त्यातला एक जण दुसऱ्याला सांगत होता. त्यांनीच या ऑस्करचा उल्लेख केला. तो सकाळीच निघाला आहे आणि बेटावर जर काही विपरीत घडलं तर त्या दोघांनाही खाडीतल्या बोटीत बसून पळून जायचं आहे असं बोलत होते. त्याचे शब्द आठवतात मला, 'ट्रक गाठायचा आणि 'माल' ट्रकमध्ये चढवून ठिकाणाकडे निघायचं.' "

"वाहनं चढवून न्यायची सोय असणारी फेरीबोट त्या बेटावर जात-येत होती का?" हर्शबर्ग यांनी टेबलावरील अधिकाऱ्यांना विचारले. ते एकमेकांकडे पाहू लागले, कोणी अभावितपणे डोके खाजवू लागले.

"नव्हती," निश्चित उत्तर गिडियनने दिले.

"तुम्हाला कसं माहीत?"

"कारण मी नौदलाच्या हेलिकॉप्टरमधून फ्रायडे हार्बरहून निघायच्या आधी ही चौकशी केली होती. बेटावर जाण्यामागे बाँबचा शोध घेणं हाच उद्देश होता, त्यामुळे तो एखाद्या वाहनं नेऊ शकणाऱ्या मोठ्या फेरीबोटीवर ठेवून बेटाच्या बाहेर गेला असणं शक्य आहे का हे मला पाहायचं होतं. त्या वेळी मला हे समजलं की, अशी कोणतीही बोट त्या बेटावर जात नाही."

"म्हणजे बाँब कधीच त्या बेटावर नव्हता!" राष्ट्राध्यक्षांनी निष्कर्ष काढला.

"नव्हता," गिडियनने त्याला दुजोरा दिला.

"आपल्या तटरक्षकदलाच्या जहाजांनी बेटाभोवती कडक गस्त चालू ठेवली होती. तेव्हा निदान आपला हल्ला सुरू झाल्यानंतर तर तिथून बाँब बाहेर नेणं अशक्यच होतं," हर्शबर्ग म्हणाले.

"पण, तो बेल्डन का कोण तो, तो त्याच्या बोटीवरून बाँब घेऊन गेला असला तर?"

"नाही, लहानसहान बोटीवरून तो घेऊन जाणं जमणारच नाही. आणि जर मोठं जहाज असतं तर उपग्रहावरून काढल्या जाणाऱ्या फोटोत ते नक्कीच हेरलं गेलं असतं. विशेषत: तो ट्रकमधून नेला असला, तर शंभर टक्के सापडला असता."

"म्हणजे या सर्वांतून एक शक्यता राहते," असे म्हणून राष्ट्राध्यक्षांनी त्यांच्या समोरची छोटी पेटी हातात घेतली आणि उघडली. जोसलीनने प्रथम हात वर करून जेव्हा तिची ओळख दिली, तेव्हा एका माणसाने राष्ट्राध्यक्षांच्या समोर काही कागद आणि ती पेटी ठेवली होती. त्याच पेटीतील वस्तू त्यांनी टेबलावर ओतल्या.

गिडियनने त्याचे घड्याळ लगेचच ओळखले. त्याच्याच शेजारी जोसलीनचेही घड्याळ होते. त्यांच्या जवळच्या सर्व वस्तू, पैशाची पाकिटे, काही कागदाचे चिटोरे, नाणी तेथे टेबलावर पडलेली दिसत होती. शिवाय कुणीतरी त्यांची पाकिटे उलटसुलट करून तपासून त्यातून बाहेर काढलेले त्यांची ड्रायव्हिंग लायसेन्स, क्रेडिट कार्ड्सही होती.

"सर, आम्ही सर्व तपासणी केलेली आहे," हर्शबर्ग यांनी राष्ट्राध्यक्षांना सांगितले. त्यानंतर ते गिडियन आणि जोसलीन यांच्याकडे पाहत म्हणाले, "आम्हाला त्यातल्या काही गोष्टींबद्दल जरा शंका आहेत. आपण जर सहकार्य केलंत तर..."

व्हिडबेच्या नौदलाच्या ठाण्यावर तिथल्या अधिकाऱ्यांनी गुपचुप त्यांचे कपडे, सामान यांची झडती घेतली हे लक्षात आल्याने जोसलीन चिडली. तिचा राग तिच्या पुढील वाक्यातून प्रकट झाला, "हे करण्याआधी आम्हाला विचारलं असतंत तर बरं झालं असतं."

“तेवढा वेळच नव्हता...” हर्शबर्ग यांनी सबब सांगण्याचा प्रयत्न केला.

“वेळ नव्हता? विमानातले चार तास पुरेसे नव्हते वाटतं!!” ती फणकारली.

“सॉरी, पण आम्हाला काही प्रश्न विचारायचेच आहेत.” हर्शबर्ग म्हणाले, “श्रीयुत रे, तुमच्या जवळच्या कागदावरील मजकुरात ग्रिगरी चेन्को हे एक नाव दिसतंय, ते काय आहे?”

“ते? मी स्वर्डलॉव्हस्कला असताना काही नोट्स काढल्या होत्या, त्यातलं आहे ते,” गिडियन म्हणाला.

“अरे, हेच नाव यांच्या संस्थेकडूनही आलेलं आहे ना?” हर्शबर्गनी त्यांच्या एका माणसाला विचारले. त्याने होकार दिला.

“मिस कोल, तुमच्या पाकिटात काही फोन नंबर्स मिळालेत.”

“ते माझ्या कॅलिफोर्नियातल्या मित्रमंडळींचे आहेत,” जोसलीन असे म्हणाल्यावर हर्शबर्ग यांनी तो कागद त्यांच्या माणसाच्या हातात दिला आणि त्याला म्हणाले, “हे जरा तपासून पहा.”

या माणसाचा आपल्यावर विश्वास नाही हे लक्षात येऊन जोसलीन आणिकच चिडली, तिची कानशिले गरम होऊ लागली.

“आणि हे?” हर्शबर्ग यांच्या हातात नेमके काय आहे हे जोसलीनला दुरून नीट दिसेना. तिच्या नजरेतला संदेह वाचून हर्शबर्ग म्हणाले, “हे एक बिझनेस कार्ड आहे. त्यावर लिहिले आहे, ‘पोर्ट अ जॉन सॅनिटरी सर्व्हिस, ओक हार्बर, वॉशिंग्टन.”

तिला काही अर्थबोध होईना. ती काही क्षण त्या कार्डाकडे पाहत राहिली आणि तिला एकदम आठवले, हे कार्ड बेल्डन तिच्या पलंगावर विसरून गेले होते आणि नेव्ही सील्सबरोबर खोलीबाहेर जाताना तिने, न जाणो कोणत्या अंत:प्रेरणेने, तिचा जीव धोक्यात घालून ते उचलून घेतले होते.

ती म्हणाली, “मी विसरलेच होते. हे कार्ड मला कैद करून ठेवलेल्या खोलीत बेल्डन विसरून गेले होते.”

ओक हार्बर, वॉशिंग्टन राज्य

जोसलीनच्या ब्लाउजच्या खिशात सापडलेले ते बिझनेस कार्ड एफबीआयच्या ताब्यात आल्याला सात तास होऊन गेले होते. त्यांनी त्याच्या आधारे तपासही सुरू केला होता.

दोन एजंट्स तातडीने व्हिडबे बेटावरील ओक हार्बर या छोट्याशा गावात रवाना झाले होते. तेथे जाऊन त्यांनी 'पोर्ट अ जॉन सॅनिटेशन सर्व्हिस' या कंपनीचा शोध घेतला होता, त्याच्या मालकाची भेटही घेतली होती. एफबीआयजवळ ऑर्कस बेटावरील डियर हार्बर येथे काढलेला एक ग्रुप फोटो होता, त्यातल्या बेल्डनला त्या मालकाने ओळखलेही होते. बांधकामाच्या ठिकाणी किंवा एखाद्या कार्यक्रमाच्या शामियान्याजवळ उभारतात त्या पद्धतीची एक तात्पुरती लॅट्रीन त्याने त्यांना पुरवली होती.

''हे गिऱ्हाईक माझ्या लक्षात राहिलंय, कारण तिथला अनुभव अगदी विचित्र होता,'' मालक एजंटना सांगू लागला.

''विचित्र म्हणजे?''

''तिथे एक सिमेंट कॉंक्रीटच्या फरशीवर उभी केलेली पत्र्याची मोठी शेड होती. सगळीकडे शुकशुकाट होता, येणं-जाणं नाही, काही हालचाल नाही. मी लॅट्रीन घेऊन त्यांना द्यायला तिथे गेलो. ट्रक उभा केला तर, माझ्या ट्रकचा आवाज ऐकूनच की काय, त्यांचा एक माणूस बरोबर एका बाजूच्या दारातून बाहेर आला. त्याने मला ती लॅट्रीन कुठे उभी करायची ते दाखवलं आणि तो अधिक काही न

बोलता, विचारता आत निघून गेला. मी लॅट्रीन त्याने दाखवल्या जागी लावली आणि परत निघालो. तेवढ्यात माझ्या लक्षात आलं की, मी चलनावर त्याची सही घ्यायला विसरलो आहे. म्हणून मी तो जिथून बाहेर आला गेला होता त्या दरवाजाजवळ गेलो आणि दरवाजा खडखडवला. बराच वेळ कोणी उत्तरच देईना. मला वाटलं, त्यांना ऐकू जात नसावं. दार ढकललं तर उघडंच होतं. मी आत शिरलो. आणि काय सांगू तुम्हाला, मी म्हटलं गेला आपला जीव!''

''म्हणजे? काय केलं त्यांनी?''

''मी आत शिरलो, इकडेतिकडे हिंडून कोणी दिसतं का ते पाहिलं, काय करावं हे न कळून सगळीकडे बघत उभा होतो, तर दोघं जण आली, उर्मटपणे काय पाहिजे विचारलं, चलन पुढे केल्यावर सही दिली आणि काय सांगू, माझ्या दोन्ही खवाटात हात घातले आणि मला जवळजवळ दाराबाहेर फेकूनच दिलं. दार लावून घेतलं. मला काही ते सगळं बरोबर वाटेना. एकदा वाटलं, हे असलं गिऱ्हाईक नकोच आपल्याला, लॅट्रीन उचलावं आणि ट्रकमध्ये घालून परत घेऊन जावं!''

''तुम्ही आत गेलात तिथं काय पाहिलंत?''

'काही फारसं नाही' असे भाव चेहऱ्यावर आणीत तो म्हणाला, ''कारखान्यात, गॅरेजमध्ये वापरतात तशी टूल्स जमिनीवर पडलेली होती. हां, आणि एक भारीपैकी वेल्डिंग टॉर्च होता. ते लोक ना मला जरा डेंजरच वाटले, काहीतरी भानगडवाले. तुम्ही का चौकशी करताय त्यांची?''

त्याच्या या प्रश्नाकडे दुर्लक्ष करून एजंटने त्याला विचारले, ''ते लोक तिथे काय करत होते ते पाहिलं का तुम्ही?''

''आत एक ट्रक उभा केला होता आणि त्याच्या मागे काहीतरी वेल्ड करण्याचं काम चाललं होतं.''

''कसला ट्रक होता?''

''आता मला ते लोक बाहेर ढकलत होते आणि तुम्ही मला ट्रक कसला होता विचारताय. टँक होता...''

''टँक म्हणजे लष्करी रणगाडा?''

''छे हो, रणगाडा नाही, रसायनं भरून ट्रकला मागे लावून नेतात नाही का? तसला पण जरा छोटा. हौद असतो ना तसा. आता आणखी काही विचारू नका, मी माझा जीव वाचवून तिथून पळून आलो बघा. अर्थात मी जरी माझी लॅट्रीन घेऊन आलो असतो ना तरी त्यांना काही फरक पडला नसता...''

''का?''

''कारण आत एक टॉयलेट होतंच की! अगदी दाराजवळच होतं. बाहेर पडलो तेव्हा मी चक्क फ्लशचा आवाजसुद्धा ऐकला.''

डियर हार्बर, ऑर्कस आयलंड, वॉशिंग्टन राज्य

त्यांच्या भारी रायफल्ससह 'स्कॅगिट काउंटी व्हायोलंट क्राइम्स टास्क फोर्स'चे कुशल नेमबाज, ऑर्कस बेटाच्या शेरिफच्या हाताखालील अधिकारी आणि एफबीआयचे एजंट्स या सर्वांनी त्या परिसराची जवळजवळ नाकेबंदीच केली होती.

सॅनिटेशन सर्व्हिसच्या मालकाने वर्णन केले होते तशीच पत्र्याची लांब-रुंद शेड समोर होती. तिला वेढा घातल्यावर टॅक्टिकल स्क्वॉडचे जवान पुढे सरसावले आणि त्यांनी बाजूच्या दारावर हातोड्याने आघात केले. काहीच उत्तर आले नाही तेव्हा ते दार तोडायला दोन गोळ्या पुरेशा ठरल्या. दारातून ते जवान त्यांच्या एम१६ सरसावून आत घुसले.

काही जण मोक्याच्या जागांवर तैनात झाले आणि त्यांच्यातला एक जण आत चौफेर फिरून कोणी आहे का ते पाहू लागला. एका मिनिटाच्या आतच त्याने 'आलबेल'चा इशारा दिला. हातातल्या रेडिओवरून लगेच ती वार्ता योग्य ठिकाणी पोचवण्यात आली.

एफबीआयचे एजंट्स आत आले आणि त्यांनी शेडची झडती घ्यायला सुरुवात केली. टॅक स्क्वॉडने शेडच्या बाहेर 'धोक्याचे, निषिद्ध क्षेत्र' असे दर्शविणाऱ्या पिवळ्या टेप्स मुख्य रस्त्यापर्यंत बांधून टाकल्या.

शेड निर्मनुष्य होती. काँक्रीटच्या फरशीवर काही पाने आणि एका हातात धरून काम करता येईल असा, बराच महागाईचा वेल्डिंग टॉर्च पडलेला होता. एका पत्र्याच्या भिंतीलगत गॅरेज, वर्कशॉप यांत असतात तशा प्रकारचे एक काम करण्याचे टेबल होते.

त्यांनी पटापट काही फोटो काढले. एकाने गीगर काउंटर आणून आत किरणोत्सर्ग झालेला आहे का ते तपासले. काउंटरवर किरणोत्सर्गाचे प्रमाण खूपच जास्त असल्याचे दिसले.

त्याबरोबर एका एफबीआयच्या एजंटने घोषणा केली, "सर्व जण ताबडतोब बाहेर जा." आणि त्याने त्यांच्यातल्या एकाला एनईएसटीच्या टीमला ताबडतोब पाचारण करायला सांगितले.

सगळे जण त्वरेने बाहेर पडू लागले. एका जवानाच्या पायाने एक पत्रा उडाला आणि आवाज करीत काही अंतरावर जाऊन पडला.

त्याने त्याच्या रायफलीच्या नळीने तो उलटून पाहिला. कंपन्यांच्या ट्रक्सना मागच्या बाजूला कंपनीचे नाव, कधीकधी पत्ताही लिहिलेला पत्र्याचा बोर्ड लोहचुंबकांच्या

साहाय्याने लावलेला असतो. तो पत्रा म्हणजे तसलाच एक बोर्ड होता. त्यावर लिहिले होते : ए वन सेप्टिक, डेन्व्हर, कोलोरॅडो, लक, सी झेड १४८६९.

वॉशिंग्टन डी.सी.

जोपर्यंत जोसलीन आणि गिडियन जस्टिस डिपार्टमेंटच्या कस्टडीत होते तोपर्यंत तरी त्यांच्या राहण्या-जेवण्याचा खर्च उचलण्याचे सौजन्य खात्याने दाखविले होते. व्हाइट हाउसजवळच असलेल्या 'हे ॲडम्स' नावाच्या हॉटेलमध्ये त्यांची राहण्याची सोय केली गेली होती. या वेळी त्यांना दिल्या गेलेल्या अंगरख्यांच्या पाठीवर एफबीआय ही अक्षरे लिहिलेली होती. नवे टूथब्रशेस, काही स्वच्छतासाधने आणि नवे कपडेही पुरवण्यात आले होते. त्यांच्या खोल्या शेजारी शेजारीच होत्या आणि दोन्ही खोल्यांच्या बाहेर एफबीआयचा एक माणूस पहारा देत होता.

"नजरकैदेतही सोयी चांगल्या दिल्या आहेत, नाही?" बाथरूमच्या दारावरील झगा ओढताना जोसलीन दोन्ही खोल्यांना जोडणाऱ्या एका बंद दारातून गिडियनशी बोलत होती. दोन्ही बाजूंनी कुलुपे लावून बंद केलेल्या त्या लाकडी दारातून आवाज व्यवस्थित ऐकू जातो असे त्यांच्या लक्षात आले होते. "मी आता मस्तपैकी अंघोळ करणार आणि हा तुरुंगातल्यासारखा जंपसूट बदलणार. इथनं कधी एकदा सुटून बाहेर पडतीये असं झालंय मला!"

"व्हाइट हाउस नाही आवडलं?" गिडियनने विचारले.

"व्हाइट हाउस छानच आहे, पण त्यातले लोक? छे! तेच, त्यांचीच सगळी घाण धुवून टाकायचीये मला, म्हणून तर खसखसून अंघोळ करणार आहे मी!!" असे म्हणून जोसलीन बाथरूममध्ये शिरली. कपडे काढून टाकले आणि शॉवर मोठा सोडून गरम गरम पाणी धबधब्यासारखे अंगावर कोसळू दिले.

नंतर शॉवर कमी करून दोन्ही डोळे मिटून घेऊन ती तिच्या जखमी झालेल्या चेहऱ्यावर पाण्याचा हलकासा शिडकावा घेऊ लागली, तसा गेल्या चोवीस तासांत घडलेल्या एकाहून एक भयाण, स्वप्नवत घटनांचा चित्रपट तिच्या बंद डोळ्यांसमोरून सरकू लागला. तिचा जीव वाचवताना स्वतःचे प्राण हकनाक गमावलेल्या त्या उपकारकर्त्या नेव्ही सीलसचा चेहरा तर तिच्या नजरेसमोरून हालेचना. वरून सुखदायक पाणी आणि आतून दुःखदायक विचार यांनी तिचे मन तळापासून ढवळून निघाले, तिला भावना अनावर झाल्या आणि ती हमसाहमशी रडू लागली.

कित्येक दिवसांनंतर तिला तिच्या भावनांना वाट करून द्यायला संधी गवसली होती. जे घडले होते त्याचा परिणाम आपल्या मनावर फार फार खोलवर झाला आहे, याची तिलाही कल्पना नव्हती. चित्रपटातील वाटावेत अशा चित्तथरारक

प्रसंगांना ती वास्तवात सामोरी गेली होती. ज्याच्यासमोर अख्खं आयुष्य जगण्यासाठी पडलं होतं असा एक उमदा तरुण तिला वाचवताना धारातीर्थी पडला होता. त्याच्या पत्नीच्या गळ्याभोवती त्याचे हात आता कधीच गुंफले जाणार नव्हते. त्याच्या आई-वडिलांच्या थकलेल्या डोळ्यांना जगण्याचे बळ देणारे त्याचे आश्वासक दर्शन कधीच घडणार नव्हते. आणि त्याला मुलं असल्यास ती पोरकी झाली होती. छे, जोसलीनला तो विचारही असह्य वाटत होता. जणू त्याने तिचा प्राण घेणारी गोळी स्वत:च्या छातीवर झेलली होती आणि पापणी लवायच्या आत स्वत:चे प्राण देऊन टाकले होते. तिला तिच्या अश्रूंची चव निराळी भासली. त्यात केवळ दु:ख नव्हते, त्यात अपराधीपणाची भावना होती, त्याच्या मृत्यूला, होय, त्याच्या मृत्यूला तीच जबाबदार होती. ती तिथे नसती तर तो त्या इमारतीत शिरलाच नसता, अजून जिवंत असता! तिच्यामुळेच त्याची बायको विधवा, त्याची मुले अनाथ झाली होती. ती अपराधी होती.

शॉवरमधून पडणाऱ्या पाण्याने शरीर मोकळे झाले, डोळ्यांतून घळाघळा ओघळलेल्या अश्रूंनी मन रिते झाले. पण भावनांच्या आवेगाने तिला दमवून टाकले. तिच्या अंगातले त्राणच गेल्यासारखे झाले. ती भिंतीचा आधार घेऊन तशीच कितीतरी वेळ उभी राहिली. मग तिने मनाला आवरले, शरीराला सावरले आणि वरून पडणारे पाणी बंद केले.

अंग कोरडे करून, स्वच्छ कपडे घालून, टॉवेलने केस बांधून ती खोलीत आली.

"कशा आहात?" गिडियन खोलीच्या दारात उभा राहून विचारीत होता.

"मस्त! अंघोळ केल्यावर कळलं अंग किती आंबून गेलं होतं."

"तुमचे डोळे – किती लाल झालेत!"

"ओह, नाही, कुठे..." तिने डोक्याला बांधलेल्या टॉवेलचे खाली लोंबणारे टोक उगीचच डोळ्यांवरून फिरवीत म्हटले, "साबण गेला असेल एखादे वेळी..."

ती रडत होती हे गिडियनच्या लक्षात आले, पण त्याबद्दल काहीही न बोलता त्याने विषय बदलला. म्हणाला, "भूक लागलीये?"

"अं, खरंतर नाही."

"तहान? खोलीतल्या मिनीबारवर धाड घालू शकतो आपण!" असे म्हणून त्याने बारवरच ठेवलेल्या किल्लीने शीतकपाट उघडले. "शेंगदाणे आहेत आणि चॉकलेट्स."

तिने नाक मुरडले.

"मग हे? वेदनाशामक? दु:खहारक?" त्याच्या हातात तीन छोट्या-छोट्या बाटल्या होत्या.

तिचा चेहरा खुलला. ''हे चालेल.''

''व्होडका, व्हिस्की का स्कॉच?''

''स्कॉच. सोडा असला तर थोडा सोडा.''

''थोडा का, भरपूर प्या,'' आतून क्लब सोड्याची बाटली काढीत तो म्हणाला, ''आपण ॲम्स्टरडॅममध्ये असतो तर मी स्कॉचपेक्षाही कडक असं काहीतरी दिलं असतं, तिथल्या 'ब्राउन कॅफे'त.''

''ब्राउन कॅफे म्हणजे?''

''म्हणजे, म्हटलं तर पब, म्हटलं तर गुत्ता, म्हटलं तर कॉफी हाउस. खरंतर तिन्ही एकत्र. ते शंभर-शंभर वर्षं जुने असतात. गावातल्या जुन्या भागात रस्त्यारस्त्यावर असतात. त्यांच्या आतल्या भिंती ना कधी स्वच्छ करतात, ना कधी रंगवतात. पण तिथली कॉफी! लाजवाब!! किती निरनिराळ्या चवी, कितीतरी अनोखी मिश्रणं! पण खरं आकर्षण – तिथं मिळणारी अफलातून अशी, थेट स्वर्गात पोचवणारी ड्रग्ज.''

जोसलीन हासली.

''का? विश्वास नाही बसत माझ्या बोलण्यावर?''

''नाही नाही, विश्वास आहे. पण तुम्ही त्या तसल्या कॉफी हाउसमध्ये बसून तसली ड्रग्ज – मी कल्पनाच करू शकत नाही.''

''अरे, असं म्हणू नका. त्या कॉफी हाउसमधे वेळ घालवणं हा डच संस्कृतीतला खास विरंगुळा आहे,'' गिडियन म्हणाला, ''हां, तुम्ही अमेरिकन त्यांना महापापी, वाया गेलेले असंच म्हणाल. पण ॲम्स्टरडॅममध्ये ही कॉफी हाउसेस एक करमणुकीचं सन्मान्य साधन मानली जातात.''

''आज ज्या महाभागांना भेटलो ना आपण, त्यांतल्या लोकांना घेऊन जा त्या कॅफेत!'' जोसलीन हसत-हसत म्हणाली.

''डच लोकांचं वेगळंच आहे. मुक्त सेक्स हा घटनेने दिलेला हक्क समजला जातो तिथे!''

''इथं वेगळं आहे. असले हक्क फक्त सरकारी अधिकाऱ्यांना बहाल केलेले असतात इथे!''

''अरे, हे रिकामंच आहे की...'' गिडियनने रिकामी आइस बकेट उचलली, खोलीचे दार उघडले आणि बाहेर डोके काढून पहाऱ्यावरील एकाचे लक्ष वेधून घेतले. तो उठून दारापाशी आला.

''तुमची काही हरकत नसेल तर आम्ही जरा दारूच्या नशेचा आनंद उपभोगावा म्हणतो आहोत, तेव्हा जरा यात बर्फ भरून आणून देऊ शकाल का?'' त्याच्या हातात ती बकेट देऊन गिडियनने दार लावून घेतले.

बंद दाराला पाठ लावून हाताची घडी घालून त्याने नाटकी थाटात प्रश्न विचारला, "आत्ता जो मोकळा वेळ आपल्या नशिबी आलेला आहे त्याचा विनियोग कसा करावा अशी आपली मनीषा आहे?"

"सॉरी, मी भयंकर कंटाळले आहे, तेव्हा तो विनियोग तुम्हाला डच घटनेने दिलेला हक्क बजावायला दुसऱ्या कोणाचीतरी सोबत शोधायला लागेल."

गिडियन हसला, जरासा लाजला. म्हणाला, "मी तुमच्या मनाचे उत्खनन करून तुमची सुप्त इच्छा..."

"म्हणजे माझं डोकं खातो, असंच ना?"

"होय."

"एरवी चाललं असतं, पण आज ते फारच अळणी लागेल."

"तुम्हाला नाही असं वाटत की, या लोकांचं डेन्व्हर हे लक्ष्य आहे?" हा विषयबदल अनपेक्षित होता.

ते व्हाइट हाउसमध्ये असतानाच डियर हार्बरमधल्या एफबीआयचा फोन आला होता.

"इतक्या उघड खुणा ठेवल्या असतील?" जोसलीनने विचारले.

"म्हणजे?"

"बेल्डन ही व्यक्ती अशा घोडचुका करणारी नक्कीच नाही. ठिकाणाचे नाव, पत्ता लिहिलेला बोर्ड असा उघड्यावर... शक्यच नाही."

"मला आठवतंय त्याप्रमाणे अंतर्गत दहशतवादाचा सर्वांत मोठा खटला डेन्व्हरमध्येच चालला होता."

"मग मी तुम्हाला सांगते, बेल्डननी त्याचाच फायदा घेऊन एफबीआयच्या डोळ्यात धूळ झोकायचं हे कारस्थान रचलेलं आहे. जो मुळात आहे की नाही, याची खातरी नाही ट्रक शोधण्यासाठी एफबीआय पूर्ण पश्चिम अमेरिका, त्यातला रस्तान्रस्ता पिंजून काढत बसतील."

"असं कसं? तो ट्रक ज्यांनी स्वत: डोळ्यांनी पाहिला आहे असे साक्षीदार आहेत त्यांच्याकडे."

"ट्रक पाहिलाय हो, पण त्यात आत काय आहे ते पाहिलंय का?"

"मैला वाहून नेणारा ट्रक – खरंच अफलातून कल्पना आहे. कोण मैल्याचा ट्रक तपासायला जाईल? बरं बॉंबमधून होणारा किरणोत्सर्ग टाळायचा उपायही केला असेल त्या हुशार लोकांनी – शिसं भरायचं सगळ्या बाजूंनी. कुठल्याही पद्धतीचा मीटर तपासणी नाक्यांवर असला तरी काही दाखवणार नाही."

जोसलीन काही वेळ काहीच बोलली नाही. मग म्हणाली, "मला खरं काय वाटतंय ते जाणून घ्यायचंय तुम्हाला?"

"अर्थातच!"

"या सगळ्या सरकारी शहाण्यांना वाटतात तेवढे बेल्डन मूर्ख किंवा बावळट मुळीच नाहीत. प्रथम माझ्या पलंगावर विसरलेलं बिझिनेस कार्ड, मग कुणालाही सहजी दिसेल असा नाव-पत्त्याचा बोर्ड. काय अर्थ असेल या कृतींचा?"

"कदाचित काहीच नसेल. घाईघाईत घडल्या असतील इतकंच!"

"नाही गिडियन, नाही. माझ्याकडून सगळी माहिती काढून घेताना, मला थोबाडीत मारताना काय त्यांच्या पँटच्या खिशातल्या गोष्टी त्रास देत होत्या त्यांना? नाही, ती योजनाबद्ध हालचाल होती. नंतर निघताना सगळ्या गोष्टी उचलून बरोबर खिशात गेल्या, तेवढं कार्डच कसं राहिलं हो? राहिलं नव्हतंच ते, ठेवलं होतं. मुद्दाम, हेतुपूर्वक."

"त्यांचं त्या कार्डाचं काम झालं असेल म्हणून परत खिशात ठेवलं नसेल."

"कार्डाचं नाही, पण त्यांचं माझ्याशी असलेलं काम मात्र झालं होतं. म्हणूनच तर मला जिवंत ठेवणार नव्हते ते."

"होय, तुम्ही त्यांना ओळखलं असतंत."

"तसंच तो तात्पुरती लॅट्रीन भाड्याने देणारा माणूस."

गिडियन जसजसा विचार करू लागला तसतसे त्यालाही जोसलीनच्या बोलण्यात तथ्य असलेले लक्षात येऊ लागले.

"एफबीआयने त्या माणसाच्या भेटीचा दिलेला वृत्तान्त जरा नीट, वेगळ्या दृष्टीने तपासा. तो माणूस लॅट्रीन घेऊन तिथे गेला तेव्हा एक माणूस लगेच बाहेर आला. त्याने जागा दाखवली आणि तो नाहीसा झाला. लॅट्रीन ट्रकमधून काढून तो जागेवर लावतो की नाही, त्याला काही हवंय-नकोय, कुठे सही हवीय, काही विचारलं नाही. त्याने दरवाजा ठोकला तर कुणी उत्तर दिलं नाही. तो आत आल्यावर त्याला आतलं दृश्य, विशेषत: तो ट्रक पाहायला पुरेसा वेळ दिला आणि मग प्रसंग त्याच्या विशेष लक्षात राहावा म्हणून त्याला उचलून बाहेर फेकला."

"मग, काय म्हणायचंय तुम्हाला?"

"मला असं म्हणायचंय की, बेल्डनना त्या माणसाने तो ट्रक पाहायलाच हवा होता. जसं ते विमानात असताना स्फोट झालेला मी पाहायला हवा होता. फार महत्त्वाचा हेतू साध्य करायचा होता त्यांना. मी 'बेल्डन मेले' असं सांगत फिरले. तो लॅट्रीनवाला ट्रक पाहिल्याचं सांगत सुटला. आग रामेश्वरी, बंब सोमेश्वरी! सगळे जण चुकीच्या जागी शोधत बसणार!!"

"फार धूर्तपणे विचार करता तुम्ही! नेहमी तुम्हाला असं प्रत्येक गोष्टीचा वेगळाच अर्थ, त्यात काहीतरी कपटकारस्थानच दिसतं का हो?"

"आधी नव्हतं दिसत, पण फेरीबोटीवरून समुद्रात ढकललं गेल्यावर, कोणीतरी

जीवघेणा हल्ला करून अपहरण केल्यावर, भरपूर मार खाल्ल्यावर आणि स्वत:च्या डोळ्यांनी स्वत:चं मरण बघितल्यावर...!''

''असं नाही ना की, राष्ट्राध्यक्षांनी बेल्डन आणि त्याच्या योजना यांबद्दल तुम्ही जे सांगितलंत त्याकडे दुर्लक्ष केलं, जवळजवळ ते सगळं फेटाळूनच लावलं म्हणून ही कटुता...''

''ते निर्भीड, प्रामाणिक मतांना आणि त्यातही बायकांच्या मतांना जराही महत्त्व देत नाहीत हे उघड दिसलंच,'' जोसलीनचे म्हणणे, तिची सत्यावर आधारलेली, प्रामाणिक मते कोणीही ऐकून घेतली नाहीत याबद्दल तिला मनापासून राग आला होता. त्यांना केवळ माहिती हवी होती. त्यावरून तिने बांधलेले अंदाज, काढलेली अनुमाने यांना त्यांच्या दृष्टीने काही किंमत नव्हती. ते काम त्यांचे, स्वत:ला अतिहुशार समजणाऱ्यांचे होते अशा पद्धतीने ते वर्तन करीत होते. पण ते हे विसरत होते की, त्या वेळी त्या खोलीत जोसलीन ही एकच व्यक्ती अशी होती की, जिने अगदी जवळून बेल्डन यांना पाहिले होते, काही भेटींतून त्यांना ओळखले होते. जोसलीनला तिच्या निष्कर्षांविषयी खातरी वाटत होती.

दारावर टकटक झाली. गिडियनने दार उघडले.

''थँक यू,'' असे म्हणून त्याने एजंटच्या हातून भरलेली आइसबकेट घेतली आणि परत दार बंद केले. तो बारजवळ गेला आणि त्याने मद्याचे दोन पेले तयार केले.

''थँक्स,'' जोसलीनने त्याच्या हातातून पेला घेता-घेता त्याचे आभार मानले आणि मद्याचा घोट घेतला. ती सगळे काही झटकून टाकल्यासारखे म्हणाली, ''जाऊ दे ना हे सगळं! उद्या काही मी इथं असणार नाही. ते आणि त्यांचे प्रश्न...''

भुवया उंचावून गिडियनने आश्चर्य व्यक्त केले. तो म्हणाला, ''आपल्या देशात एक अणूबाँब पोचला आहे आणि तुम्ही...''

''महाराज, ही अमेरिका आहे. इथे स्वत:च्या बुडाखाली आग लागली तरच आम्ही उठून बघतो. आपलं घर जळलं तर फायर ब्रिगेडला बोलवतो, शेजारच्याचं जळत असलं तर हालत पण नाही, नुसतं पाहतो, हळहळतो. पलीकडल्या गल्लीत पुराचं पाणी आलं तरीही आम्ही कोरडे ठणठणीतच राहतो.''

''खरंच? तुम्हीसुद्धा...''

''का? मी का निराळी राहू?''

''नाही, माझा नाही विश्वास बसत.''

''का?''

''कारण त्या नेव्ही सीलसविषयी बोलताना मी तुमचा चेहरा पाहिला आहे, तुमचे डोळे वाचले आहेत. आज व्हाइट हाउसमध्ये तुम्ही त्याच्या दु:खद बलिदानाचं

वर्णन करीत होतात, तेव्हा तुम्ही 'निराळ्या' होतात. आत्ता ज्या अमेरिकन प्रवृत्तीबद्दल सांगितलंत त्याचा अंशही त्यात नव्हता. अहो, मृत्यूची केवळ कल्पना करताना एक वेळ उदासीन राहता येईल, पण दोन किलोटन वजनाच्या, लाखो लोकांचे प्राण घेणाऱ्या ब्रह्मराक्षसाचं अस्तित्व हे सत्य म्हणून समोर येतं तेव्हा...'' क्षणभराने तो पुढे बोलू लागला, ''त्या बेटावर जे अनुभवलंत ते काहीच नव्हतं असा विनाश, असा विध्वंस, अशी प्राणहानी घडणार आहे, कुटुंबच्या कुटुंबं भयानक मृत्यूचे बळी होणार आहेत...''

गिडियन काही वेळ मान खाली घालून बसला. त्याने मद्याचा पूर्ण ग्लास एका घोटात रिचवला आणि तो परत बोलू लागला, ''हिरोशिमात अजूनही काही ठिकाणी फुटपाथवर आणि भिंतींवर माणसांच्या सावल्या वाटाव्यात अशा काळ्या आकृत्या कायमच्या उमटलेल्या दिसतात. तुम्हाला माहिती आहे त्या कुठून आल्यायेत? तिथे अमेरिकेने अणूबाँबचा स्फोट केला, त्या वेळी काही माणसं फुटपाथवर पडली, काही भिंतींचा आसरा घेऊन उभी राहिली, त्यांची शरीरं तिथंच, जागच्या जागी जळून खाक झाली, शरीरांचे काहीही अवशेष उरले नाहीत, उरले ते त्या राखेचे पूर्ण शरीराच्या आकाराचे कायमचे डाग. आज इतक्या वर्षांनंतरही ते तसेच राहिले आहेत. आज या काळ्या सावल्यांकडे जर कोणी अलिप्तपणे, केवळ इतिहासाच्या खुणा म्हणून बघून पुढे जात असेल तर त्यांना खरोखरच तुमच्या संस्कृतीचे प्रतिनिधी, 'कोरडे पाषाण'च म्हटलं पाहिजे!''

सीॲटल

त्या रस्त्याच्या शेवटी ट्रकमधील माल उतरवण्याची जागा होती. तिथे अगदी कडेला ट्रक भिंतीला धडकू नये याची काळजी घेणारी फूट दीड फूट उंचीच्या चौकोनी दगडांची रांग उभी केली होती. ऑस्कर चॅनीने त्याचा ट्रक त्या रांगेला जवळजवळ भिडवला आणि इंजीन बंद करून दिवे विझवले. तो काही वेळ तसाच त्याच्या जागेवर बसून राहिला. मागचे दृश्य दाखवणाऱ्या बाजूच्या आरशात पाहून त्याने कोणी रिकामटेकडे निशाचर किंवा चौकस उडाणटप्पू आसपास हिंडत नाहीत ना, हे बघून घेतले.

मध्यरात्र उलटून गेली होती. मागच्या निर्मनुष्य गल्लीत रस्ते स्वच्छ करणारा कर्मचारी एकटाच एक प्रखर दिवा लावून, मध्यरात्रीपर्यंत धंदा करून नुकत्याच बंद झालेल्या एका डोनटच्या स्टॉलची जागा साफ करीत होता. रस्त्याच्या तोंडाशी असलेल्या ट्रॅफिक सिग्नलचे फक्त लाल दिवेच आता नुसते उघडझाप करीत होते.

दोन रस्ते पलीकडे असलेल्या फेडरल कोर्टहाउसच्या पाच मजली इमारतीच्या वरच्या भागात लागलेले मंद दिवे चॅनीला तेथूनही दिसत होते. सेवकवर्ग रात्रीची कामे संपवून निघून गेल्याने तेथेही आता शांतता होती.

सीटवर बसल्या-बसल्याच तो जरा बाजूला सरकला आणि त्याने हातमोजे घातलेल्या हाताने ट्रकचे दुसऱ्या बाजूचे दार नीट बंद आहे ना, याची खातरी करून घेतली. मग त्याच्या बाजूचे दार उघडून, फुटबोर्डावर पाय ठेवून तो खाली उतरला. परत एकदा त्याने सर्व बाजूंना नजर फिरवून कोणी त्याला ट्रकजवळ वावरताना

पाहत नाही ना याची खातरी करून घेतली. त्याचा त्या ट्रकशी संबंध जोडणारा कोणताही पुरावा, कुठलाही साक्षीदार त्याला नको होता.

त्याने घड्याळ पाहिले. ट्रॅफिक पोलिसांची गस्त गर्दीच्या वेळेच्या जरा आधीपर्यंत काही सुरू होणार नव्हती. त्यामुळे त्याला बराच अवकाश होता. तो रस्ता एरवी चांगलाच रहदारीचा होता. माल उतरवण्याच्या भागात जरी उभा केलेला असला तरी टँक जोडलेल्या त्या ट्रकने लोकांचे लक्ष नक्कीच वेधून घेतले असते. चॅनीला तसे व्हायला नको होते. अतिक्रमण म्हणून ट्रॅफिक पोलिसांनी तो ट्रक त्याला तेथून हालवायला नको होता.

त्याने त्याच्या सीटच्या मागे ठेवलेले दोन बोर्ड्स बाहेर काढले. एफबीआयला डियर हार्बरमधल्या पत्र्याच्या शेडमध्ये जो एक बोर्ड सापडला होता त्याच्याच सारखे, लोहचुंबकाच्या साहाय्याने ट्रकला लावता येतील असे ते दोन बोर्ड्स होते. त्यात फरक होता तो पत्त्याचा. त्या दोन बोर्डांवर ए वन सेप्टिकचा पत्ता डेन्व्हरचा नसून 'बेलेव्हू, वॉशिंग्टन' असा होता. त्यातला एक बोर्ड त्याने ड्रायव्हर सीटच्या बाजूच्या दारावर लावला आणि ट्रकला पुढून वळसा घालून दुसरा बोर्ड दुसऱ्या दारावर लावला.

पत्र्याच्या शेडवर धाड पडली आहे ही बातमी चॅनीला समजलेलीच होती. निघताना शेडच्या आसपास टेहळणी करायला आणि योग्य त्या बातम्या त्याच्यापर्यंत पोचवायला ठेवलेल्या त्याच्या माणसाने चोख काम बजावले होते.

तो ट्रक बेवारशी ठरवून तेथून हालवण्यासाठी रहदारी पोलिसांनी अतिक्रमणदलाला बोलावले असते की, ताबडतोब त्या ट्रकचा नंबर, त्यावरील बोर्ड्सची माहिती संगणकाला दिली गेली असती आणि मग संगणकाच्या जाळ्यात ती अडकली असती. एफबीआयने पत्र्याच्या शेडमधून जप्त केलेल्या बोर्डवरचा तपशील त्याच्याशी जुळला असता आणि हवा तो ट्रक सापडला, हे लक्षात आल्यावर वॉशिंग्टन राज्य, कोलोरॅडो या भागातील सर्व रस्त्यांवरील वाहनांची तपासणी थांबवण्यात आली असती आणि सीॲटल हे सर्वांचे लक्ष्य बनले असते. मग त्या ट्रकभोवतालचा बराच भाग रहदारीस बंद केला गेला असता, त्याभोवती अडथळे निर्माण करून सर्वांना त्यापासून लांब ठेवण्यात आले असते. तज्ज्ञांना पाचारण करण्यात आले असते, त्यांनी किरणोत्सर्ग मोजला असता. आणि शेवटी बॉंब निकामी करण्यासाठी प्रयत्न सुरू झाले असते. हे सगळे होऊन त्यांची चूक त्यांच्या लक्षात येईपर्यंत पश्चिम किनाऱ्यावर भरदुपार झाली असती.

चॅनीचे आता तिथले काम आटपले होते. तो रस्ता ओलांडून कोपऱ्यावर गेला. जरा अंतर चालून गेल्यावर तो एका ठिकाणी उभा राहिला. तीन-चार टॅक्सीज् त्याने त्याच्या समोरून जाऊ दिल्या आणि त्यानंतर आलेल्या एका टॅक्सीला त्याने हात

केला. टॅक्सी थांबली, तो आत बसला आणि त्याने ड्रायव्हरला फर्मावले, "सी टॅक विमानतळ."

'हे अॅडम्स' हॉटेल, वॉशिंग्टन डी.सी.

खोलीच्या दारावर कोणीतरी टकटक करीत आहे अशी जोसलीनला जाणीव झाली, पण आवाज खूप लांबून आल्यासारखा वाटत होता. तिची गाढ झोप चाळवली गेली. काही माणसे कुठेतरी आपापसात बोलत असल्याचेही आवाज येत होते, पण ते खरे की स्वप्नात, हे तिला नीटसे कळत नव्हते. हॉटेलमधल्या तिच्या खोलीतल्या पलंगावर गडद अंधारात झोपलेली जोसलीन कुशीवर वळली आणि तिने शेजारच्या तिपाईवर ठेवलेल्या घड्याळाकडे पाहिले. ते दहा वाजून काही मिनिटे झाल्याचे दाखवीत होते. ते सकाळचे दहा असावेत असे तिला वाटले. खोलीच्या खिडक्यांवरचे जाड पडदे ओढून ठेवल्याने रात्रच आहे की सकाळ झाली आहे, हे तिला समजेना.

ती चटकन अंथरुणावर उठून बसली. आपण सूर्य डोक्यावर आला तरी झोपून राहिलो की काय, या संशयाने ती अस्वस्थ झाली. पांघरूणच अंगाभोवती लपेटून ती धडपडत उठली आणि खिडकीजवळ गेली. तिने पडदे बाजूला सारले, त्याबरोबर प्रखर प्रकाश आत आला आणि तिचे डोळे दिपले. ती पटकन मागे वळली आणि तिने हातांनी डोळे झाकून घेतले.

ती जागी झाली तशी तिला प्रकर्षाने जाणीव झाली ती तिचे डोके विलक्षण दुखत असल्याची. डोक्यात घण पडत होते. तिला दिल्या गेलेल्या सामानात अॅस्पिरीनची एखादी गोळी आहे का पाहावी म्हणून ती बाथरूममध्ये ठेवलेली पिशवी शोधायला गेली. आदल्या रात्री तिने दोन्ही खोल्यातील बारमधल्या स्कॉचच्या चारही बाटल्या संपवल्या होत्या. गिडियनने व्होडकाची विल्हेवाट लावली होती. पिशवीत डोकेदुखीपासून आराम मिळेल असे काहीही नव्हते. ती खोलीत आणखी कुठे काही मिळते का ते पाहत होती तेवढ्यात गिडियन आला.

"उठलात तुम्ही? त्या लोकांनी नाही ना उठवलं तुम्हाला?"

"कुणी?"

"या दारावरच्या पहारेकऱ्यांनी."

"तेच बोलत होते का? दारावर टकटकही केली वाटतं त्यांनी."

"हो, ते गेले. मी तुमचं आणि माझं पाकीट, पैसे, क्रेडिट आणि डेबिट कार्ड्स त्यांच्याकडून आठवणीने मागून घेतलीयत. आणि तुमच्या किल्ल्यापण."

''म्हणजे पहारा उठला आपल्यावरचा? आपण आता सुटलो का?''

''नाही. ते सांगेपर्यंत आपल्याला हे शहर नाही सोडता येणार. त्यांना कदाचित आपली गरज पडेल. पण मला वाटतं, तुम्ही सांगितलेल्या गोष्टींची त्यांनी शहानिशा केली असावी आणि तुमचं म्हणणं त्यांना पटलं असावं,'' गिडियन म्हणाला, ''आणि आणखी एक महत्त्वाची बातमी आहे. तो ट्रक सापडलाय त्यांना.''

तो हे सांगत असताना जोसलीन खाली वाकून गुडघ्यांवर बसून बारमध्ये डोकेदुखीवरचे औषध शोधीत होती. तिच्या अंगाभोवती फक्त पांघरूण लपेटलेले होते. ते सावरीत ती गिडियनकडे वळली. तिने विचारण्याआधीच तिच्या प्रश्नाचे गिडियनने उत्तर दिले, ''सीॲटलमध्ये.''

''सीॲटल?'' तिच्या स्वरात आश्चर्य होते. ''आणि बॉंब?''

''बॉंब आहे की नाही ते अजून तपासतायत. या एजंट्सना सगळे तपशील माहीत नव्हते किंवा ते त्यांना आपल्याला सांगायचे नव्हते. ते म्हणत होते की, त्यांना सापडलेल्या ट्रकजवळ गॅमा किरणांचा उत्सर्ग झालेला स्पष्ट दिसला आहे. पुढचं त्यांना काही माहीत नाही. मला वाटतं, तुम्ही काल म्हणत होतात ते चूक ठरणार असं दिसतंय.''

''तुमच्याकडे ॲस्पिरीन आहे का हो?'' जोसलीनने विचारले.

''नाही, पण मी चटकन जाऊन खालच्या दुकानातून आणू शकतो.''

''जा, जा. तोपर्यंत मी अशी जी पांघरूण गुंडाळून बसलीये, ती जरा नीट कपडे घालते, चेहरा जरा बरा करते, मेक अप वगैरे करते.''

''हो हो, आवरा तुम्ही. नंतर पाहिजे तर आपण बाहेर पडून थोडी खरेदी करू,'' गिडियन असे म्हणाला. पण त्याला हे जाणवत होते की, जोसलीनचे मन या असल्या गोष्टीत नव्हते, ती वेगळ्याच विचारात होती. म्हणूनच त्याने जाता-जाता एक प्रश्न विचारला, ''मला कळत नाही की, ते सगळं सोडून बॉंब सीॲटलला का आणतील?''

जोसलीनने तिचे झोपाळू डोळे एकदा घट्ट मिटून उघडले, भुवया वर चढवल्या आणि ती म्हणाली, ''म्हणजे आणला नसेल असंच ना! तिथं ट्रकभोवती जमलेले लोकही अशीच आशा करीत असतील!''

सिच्युएशन रूम, द व्हाइट हाउस

वातावरणात उत्साह होता, लोकांच्यात उल्लास. राष्ट्राध्यक्षांनी सिच्युएशन रूममध्ये प्रवेश केला तेव्हा जरा दबलेल्या टाळ्यांचाही आवाज आला.

"लगेच वाहवत जाऊ नका, अजून बरंच काही करायचं आहे," असे म्हणून राष्ट्राध्यक्षांनी समोरच्या अधिकाऱ्यांना विचारले, "प्रत्यक्ष जागेवरच्या टीमकडून ताजी बातमी काय आहे?"

"गॅमा किरणांचा उत्सर्ग नक्कीच आहे, पण त्याचं प्रमाण इतकं कमी आहे की, जाणाऱ्या-येणाऱ्यांना त्यापासून मुळीच धोका नाही. इतकंच नव्हे, तर अगदी ट्रकला हात लावला तरीही संसर्गाची शक्यता नाही. त्यांना असं वाटतंय की, बॉंबभोवती शिसाचं संरक्षक कवच चढवून तो त्या टँकमध्ये ठेवलेला असावा."

"तो निकामी करायला साधारण किती वेळ लागेल याबद्दल काही अंदाज?"

"सर, ते अजून बॉंबपर्यंत पोचलेले नाहीत. या क्षणी ते तिथला आजूबाजूचा सगळा भाग रिकामा करायचं काम करीत आहेत."

"त्यांनी काही जाहीर घोषणा वगैरे केलेली नाही ना?" राष्ट्राध्यक्षांनी जराशा काळजीच्या स्वरात विचारले.

"नाही नाही, लोकांना 'तिथे गॅस गळती झालीय' असं सांगितलंय. बॉंब निकामी करायच्या आधी बऱ्याच अंतरापर्यंतचा भाग रिकामा करायला हवा, त्यामुळे जरा वेळ लागतोय. आय ५ हा हमरस्ताही बंद केलाय आणि नागरी हवाई वाहतूक काही काळ दुसरीकडे वळवली आहे."

"ठीक आहे," राष्ट्राध्यक्षांनी आणखी एक इशारा दिला, "टीव्ही चॅनेलचे लोक, वार्ताहर यांना आसपास फिरकू देऊ नका, ते वरून हेलिकॉप्टर्समधूनही त्या ट्रकचे चित्रण करतील, जरा लक्ष ठेवा. तो ससेमिरा नकोय पाठीमागे."

राष्ट्राध्यक्ष तेथेच बंद दाराला पाठ लावून उभे राहिलेले पाहून ते काही लवकर तेथून हालणार नसावेत अशी भीती वाटून हर्शबर्ग त्यांना जरा खालच्या आवाजात म्हणाले, "प्रेसिडेंट, मला जरा आपल्याशी थोडं खाजगी, महत्त्वाचं बोलायचं होतं." ते सकाळपासून राष्ट्राध्यक्षांना ओव्हल ऑफिसमध्ये गाठण्याचा प्रयत्न करीत होते. राष्ट्राध्यक्ष मधूनमधून लष्करी अधिकाऱ्यांकडून सीॲटलमधल्या हालचालींचा आढावा घेत होते, पण त्याखेरीज ते दुसऱ्या कुणालाही भेटत नव्हते. कारण ते स्टेट ऑफ द युनियनच्या संध्याकाळच्या भाषणाची तयारी करण्यात व्यस्त होते. मंत्र्यांची रांग लागली होती, प्रत्येकाला स्वत:च्या फायद्याचा मुद्दा भाषणात यायला हवा होता आणि भाषणाच्या अखेरच्या मसुद्यापर्यंत तो गाळला जात नाही ना,

याचीही खातरी करून घ्यायची होती.

"हर्शबर्ग, नंतर भेटलो तर नाही का चालणार?"

"सर, मला वाटतं हे खरंच फार महत्त्वाचं आहे," हर्शबर्ग ते महत्त्व त्यांच्या स्वरातून पटवून द्यायचा कसोशीने प्रयत्न करीत होते.

"या प्रकरणाबद्दलच आहे का? असं काहीतरी जे मला माहीत नाही?"

"तसं नाही, पण त्याबद्दल आपण आत्ता, लवकरात लवकर बोललंच पाहिजे असं आहे."

राष्ट्राध्यक्षांनी घड्याळ पाहिले आणि ते मान हालवीत म्हणाले, "सॉरी, पण हर्शबर्ग, आत्ता नाही जमणार. मला अजून दोन मीटिंग्ज आहेत. या माथेफिरूंना पण अगदी हीच वेळ सापडलीये बॉंब घेऊन यायला. जरा काही दिवस थांबले असते तर इतकं कठीण गेलं नसतं! शिक्षण खात्याचे लोकही ऑफिसमध्ये थांबलेत. संध्याकाळच्या भाषणावर अजून अखेरचा हात फिरवायचाय, तेही लोक वाट बघतायत. या कामांना मला निदान दोन तास तरी लागणारच आहेत."

हर्शबर्ग यांचा उतरलेला चेहरा पाहून राष्ट्राध्यक्षांनी परत एकदा घड्याळावर नजर टाकली आणि ते म्हणाले, "मला पावणे पाचला थोडा वेळ मिळू शकेल."

आत्ता घाईघाईत भेटण्याऐवजी नंतर भेटण्याची सूचना हर्शबर्गना जास्त पसंत पडली, कारण आत्तापेक्षा त्या वेळी राष्ट्राध्यक्ष जास्त लक्ष देऊन आपले म्हणणे ऐकून घेतील असे त्यांना वाटले.

पण मान हालवून राष्ट्राध्यक्षांना होकार देताना हर्शबर्ग यांच्या मनात अशी एक शंका बळावत होती की, ज्या पद्धतीने हे बॉंब प्रकरण आकार घेत होते ते पाहता आपण जे सांगणार आहोत ते राष्ट्राध्यक्ष कानाबाहेर टाकतील की काय.

द नॅशनल मॉल, वॉशिंग्टन डी.सी.

नॅशनल मॉलच्या बाहेरून त्याला गोल वळसा घालणारा, लोकांना चालायचा किंवा पळायचा व्यायाम करायला योग्य ठरेल असा एक छान रस्ता तयार केलेला होता. त्याच्या कडेला अंतरा-अंतरावर बाक ठेवले होते. स्कॉट टॅगार्ट त्यातल्या एका बाकावर चालणाऱ्या, पळणाऱ्या तरुण स्त्री-पुरुषांकडे पाहत बसला होता. त्याच्यामागे हरशॉर्न म्युझियम होते आणि त्याच्या समोरच्या वळणदार रस्त्यावर संग्रहालये, संशोधन केंद्रे, प्राणिसंग्रहालये असा अफाट पसारा असणाऱ्या, ज्ञान संवर्धन आणि सांस्कृतिक वारशाची जपणूक हे उद्देश समोर ठेवून काम करीत असलेल्या शासनाच्या 'स्मिथसोनियन इन्स्टिट्यूट'चे प्रमुख कार्यालय होते.

जुन्या ग्रीक किल्ल्यांच्या प्रतिकृती वाटाव्यात अशी त्या इन्स्टिट्यूटची अगणित संग्रहालये त्या भागात सर्व दिशांना पसरली होती. मॉलच्या एका टोकाला भव्य घुमटाची यूएस कॅपिटॉल बिल्डिंग होती.

पश्चिमेकडे एका मैलापेक्षा कमी अंतरावर सभा-समारंभांना उपयुक्त असे हिरव्यागार बागांनी वेढलेले एलिप्स हे मोठे मैदान होते आणि त्याला लागूनच 'द व्हाइट हाउस'.

हातातले वर्तमानपत्र बाजूला करून टॅगार्टने घड्याळ बघितले. संग्रहालय उघडल्याला एक तासाहून अधिक वेळ होऊन गेला होता. तो उठला, त्याने खिशातून लेदरचे जाड हातमोजे काढले. ते दोन्ही हातांवर चढवले, दोन्ही हात कोटाच्या खिशात घातले आणि तो कॅपिटॉल बिल्डिंगच्या दिशेने चालू लागला.

जेफर्सन ड्राइव्ह आणि सातवा रस्ता जेथे मिळाले तेथे तो इन्डिपेन्डन्स ॲव्हेन्यूकडे वळला आणि लगेचच डाव्या हाताला वळून 'स्मिथसोनियन नॅशनल एअर ॲन्ड स्पेस म्युझियम'च्या इमारतीसमोर उभा राहिला. संपूर्ण दर्शनी भाग काचेचा असलेल्या त्या विराट संग्रहालयाच्या पायऱ्या चढून तो वर गेला आणि शैक्षणिक सहल म्हणून त्या संग्रहालयाला भेट देण्यासाठी आलेल्या एका शाळेच्या मुलांच्या रांगेच्या मागे उभा राहिला.

आत शिरला तेव्हा त्याच्यासमोर संग्रहालयाचा माहिती कक्ष होता आणि त्याच्याच मागच्या बाजूला 'माइलस्टोन्स ऑफ फ्लाइट' हा विभाग होता.

हिवाळ्याच्या मध्यावरील उत्साही हवामानात, त्या दिवशी संग्रहालयात बरीच गर्दी होती. सुट्ट्या काढून राजधानीच्या सफरीला आलेले प्रवासी, सहलीला आलेले विद्यार्थी, सेवानिवृत्तीनंतर मोकळा वेळ घालवायला आलेले स्थानिक ज्येष्ठ नागरिक सगळे जण एकत्रितपणे संग्रहालयातील प्रेक्षणीय गोष्टी पाहत हिंडत होते.

उजव्या बाजूचा 'स्पेस हॉल' आज प्रेक्षकांसाठी खुला नव्हता. तेथे रात्री एक मोठी पार्टी होती. टेबले, खुर्च्या लावल्या जात होत्या, एक मंचही उभारण्यात येत होता.

टॅगार्टच्या डोक्यावर दोन विमाने वायर्सच्या साहाय्याने टांगलेली होती. एक होते, राइट ब्रदर्सनी उत्तर कॅरोलिनामधील किटी हॉक या गावात उडवलेले जगातले पहिलेवहिले विमान, आणि दुसरे १९२७ साली लिंडबर्ग याने एकटा वैमानिक बसू शकेल अशा एकाच आसनाच्या छोट्या विमानातून न्यू यॉर्क ते पॅरिस हा प्रवास कोठेही न थांबता पूर्ण करण्याचा विक्रम करून त्या काळात २५,००० डॉलर्सचे बक्षीस मिळवले होते, ते 'स्पिरिट ऑफ सेंट ल्युईस' हे विमान होते.

पण आज टॅगार्टला माणसाच्या प्रगतीच्या त्या उज्ज्वल इतिहासात रस नव्हता. वायव्येला संग्रहालयापासून फक्त हजार फुटांवर असलेली प्रचंड इमारत आज होणाऱ्या अणूबाँबच्या स्फोटाच्या भक्ष्यस्थानी पडून कशी बेचिराख होऊन जाईल हाच विचार त्याच्या मनात होता. ती इमारत होती मॉलच्या समोर, म्युझियम ऑफ नॅचरल हिस्ट्री आणि जस्टिस डिपार्टमेंटचे मुख्यालय यांच्या मागे असलेली 'ऑफिसेस ऑफ इंटर्नल रेव्हेन्यू सर्व्हिसेस'ची. काही तासांतच या सगळ्याच इमारती नागासाकी आणि हिरोशिमातल्या अणूबाँबच्या स्फोटानंतरच्या इमारतींसारख्याच निव्वळ राखेचे ढीग बनणार होत्या.

बऱ्याच वेळा टॅगार्टच्या मनात झगडा निर्माण होत असे. त्या प्रत्येक वेळी तो स्वत:च्याच मनाला समजावत असे की, त्याचे काही त्या इमारतीत काम करणाऱ्यांशी, तेथे वावरणाऱ्यांशी, खरेतर कुठल्याच माणसाशी, अजिबात वैर नव्हते. त्याचे भांडण होते, त्याचा राग होता तो त्या इमारतीतल्या खात्यांशी, त्या खात्याच्या

कामाच्या क्रूर पद्धतींशी. म्हणून तर बाँबमध्ये सेशियम असणे त्याच्या दृष्टीने महत्त्वाचे होते. सेशियमने त्या खात्यांतील संगणकातील सर्व रेकॉर्ड्सचा क्षणात नाश होऊन जाणार होता. त्या रेकॉर्ड्सचे शस्त्र वापरून निरपराध्यांचे जीव घेणाऱ्या त्या राक्षसाचा वध करण्याचा हाच सर्वांत परिणामकारक मार्ग होता.

सरकार म्हणते, त्याचे हात घटनेने बांधले गेले आहेत. घटना बदलण्याचे काम काही लोक करू शकत नाहीत. पण तिचा उपयोग राजकारणी त्यांच्या स्वार्थासाठी, त्यांची सत्तेची तहान भागवण्यासाठी मात्र व्यवस्थित करून घेतात. घटनेचा अर्थ लावण्याची जबाबदारी ज्या न्यायाधीशांवर असते तेही शासनपद्धती नासवण्याच्या कामात सहभागी होतात. ती दिवसेंदिवस जास्त-जास्तच खराब होत चालली आहे आणि ती कीड अतिशय वेगाने शासनाच्या सगळ्याच खात्यात पसरते आहे.

टॅगार्टची खातरीच झाली होती की, अमेरिकेचे शासन अधोगतीच्या कड्याच्या टोकाला पोचलेलेच आहे. याच शासनाने त्याच्या लाडक्या क्रिस्टनचा बळी घेतला होता. याच शासनाने उर्मट, हेकट, उद्धट अधिकाऱ्यांची फौज पोसलेली आहे, त्या अधिकाऱ्यांना लाच खाऊन त्यांची पैशाची भूक भागवायची सवय लावलेली आहे. त्यांना जनतेची पर्वा नाही, त्यांच्या मनात तिच्याविषयी आदर तर सोडाच, कमालीची तुच्छता भरलेली आहे. या अपराधांची शिक्षा भोगण्याची वेळ आता आली आहे. शासनाला त्याच्या कुकर्मांची फळे भोगायलाच लागणार आहेत, त्यांची किंमत मोजावीच लागणार आहे.

टॅगार्ट माहितीकक्षाच्या मागच्या बाजूला उभा राहिला. कोटाच्या खिशातून त्याने एक लहानशी बाटली काढली. त्यातली एकच गोळी जाड हातमोजे घातलेल्या हातांनी काढण्याचे अवघड काम त्याने काळजीपूर्वक पार पाडले. ती गोळी त्याने दाढ आणि गाल यांच्यामधे नीट ठेवली, बाटली केराच्या डब्यात फेकून दिली आणि तो 'अर्ली फ्लाइट' आणि 'जेट ॲव्हिएशन' यांचा इतिहास दाखवणाऱ्या विभागातून पुढे चालत गेला.

शेकडो प्रवाशांना घेऊन हजारो मैलांची उड्डाणे भरणाऱ्या आजच्या महाकाय, वेगवान विमानांच्या युगात ज्यांचा जवळजवळ विसरच पडला आहे अशा 'प्राचीन' युगातील विमानांची तेथे गर्दी झाली होती. याच विमानांद्वारे अमेरिका तिच्या आजच्या 'जगातील महासत्ता' या स्थानापर्यंत पोचली होती. त्यातले एक-एक विमान म्हणजे माणसाने आकाशावर विजय मिळवल्याच्या इतिहासाचे एक-एक सुवर्णाक्षरी पान होते. पण आता तो ग्रंथ जुना झाला होता, मोडीत निघाला होता. त्या ऐतिहासिक विमानांना आजच्या जगात काही फारसे स्थान उरले नव्हते. एरवी ज्यांना जाहीरपणे शत्रू मानले जात होते अशा देशांकडूनसुद्धा निर्लज्जपणे पैसे

उकळणाऱ्या अधम राजकारण्यांना जसे टॅगार्टशी, त्याच्या देशबांधवांशी, त्यांच्या हिताशी काही देणे-घेणे नव्हते, तसेच त्या जुन्या-पुराण्या विमानांचीही त्यांना काडीइतकी किंमत नव्हती.

पण त्या वेळी टॅगार्टचे मन असल्या गोष्टींचा विचार करूच शकत नव्हते, त्याला वेध लागले होते वायुवेगाने त्याच्या लक्ष्यापर्यंत जाऊन पोचण्याचे. दोन्ही हात खिशात घालून तो भराभरा चालत होता. आजूबाजूचे लोक त्याला दिसत होते, पण तो त्यांच्याकडे पाहत नव्हता. मॉलच्या उत्तरेकडच्या इमारतीतील एका दूरवरच्या कोपऱ्यातल्या एका वस्तूकडे त्याचे लक्ष लागून राहिले होते.

तेथे थोड्या उंचीवर चकाकता पत्रा लावून एक मोठी शेड तयार केलेली होती, पत्र्याच्या आतल्या बाजूला ८२ हा नंबर लिहिलेला होता.

टॅगार्टचे दोन्ही डोळे शेडमध्ये ठेवलेल्या भल्यामोठ्या विमानाच्या सांगाड्याच्या खाली, पण स्पष्ट दिसेल अशा पद्धतीने ठेवलेल्या एका हिरव्या रंगाच्या लंबगोल आकाराच्या भल्यामोठ्या वस्तूकडे रोखलेले होते.

तो त्याच्या हातमोजा घातलेल्या हाताने खिशाच्या तळाशी ठेवलेली काचेची बाटली सारखी कुरवाळत होता. ती थॉर्नने डेन्व्हर विमानतळावरील लॉकरमध्ये ठेवलेली बाटली होती.

त्या बाटलीत लाल भडक रंग मिसळलेले जहाल हायड्रोक्लोरिक ॲसिड भरलेले होते. लोखंडाच्या पृष्ठभागावर पडले की, तो भाग जाळून, विद्रूप करून, हळूहळू त्याला खाऊन टाकणारे, त्याला भोके पाडणारे ते भयंकर विनाशक असे ॲसिड होते.

प्रेक्षक विमानाच्या सांगाड्याच्या अगदी जवळ पोचू नयेत म्हणून त्याच्यापासून काही अंतरावर साखळ्या बांधल्या होत्या. टॅगार्ट त्या साखळ्यांजवळ जाऊन उभा राहिला. त्याने आजूबाजूला नजर फिरवली, कोणी त्याच्यामध्ये येणार नाही अशी खातरी पटताच त्याने साखळ्यांवरून आत उडी मारली आणि तो विमानाच्या सांगाड्याकडे धावला.

बऱ्याच दूरवर, चाळीस फुटांपेक्षाही जास्त अंतरावर, इकडेतिकडे पाहत उभा असलेला एक रखवालदार एकदम चपापला आणि काय होते आहे ते लक्षात येऊन जोरात ओरडला.

तोपर्यंत टॅगार्ट सांगाड्याखालच्या हिरव्या रंगाच्या लंबगोल वस्तूजवळ पोचला होता. त्याने खिशातली बाटली काढून त्या वस्तूचा नेम धरून जोरात फेकली.

बाटली त्या वस्तूवर आपटून खळकन फुटली, काचा सर्वत्र विखुरल्या, आतले लाल भडक ॲसिड त्या वस्तूवर पडले, जमिनीवरही ओघळले. त्यातून गरम, विषारी वाफा येऊ लागल्या. त्यांपासून बचाव करण्यासाठी टॅगार्टने हातमोजे

घातलेल्या हातांनी चेहरा झाकून घेतला आणि तो मागे वळला.

"खुनी शासनाचा धिक्कार असो, अणूबॉंबने खून करणाऱ्यांचा निषेध असो," असे गळ्याच्या शिरा ताण-ताणून ओरडू लागला. प्रेक्षकांच्यात घबराट पसरली, खळबळ माजली, सगळे जण लांब पळू लागले. लांबून ओरडलेल्या रखवालादाराचे ओरडणे ऐकून आणखीही काही रक्षक टॅगार्टच्या दिशेला धावले. त्यांचे लक्ष टॅगार्टच्या हातात काही शस्त्र आहे का याकडे होते. ओरडताना हवेत फेकले जाणारे त्याचे दोन्ही हात रिकामे पाहून त्यांना जरा हायसे वाटले.

ॲसिडने त्याचे काम सुरू केले होते, वस्तूवरील आवरण जळू लागले होते, बारीकबारीक भोके पडू लागली होती.

"अमेरिका अण्वस्त्रांनी जीव घेणारा मारेकरी आहे," अशीही घोषणा तो देत होता. त्याने त्या लंबगोलाला पायाने एक सणसणीत लाथ मारली, तो खाली वाकला आणि हातमोज्यांच्या हातांनी ॲसिड त्या लंबगोलाला सगळीकडे फासू लागला.

तो बेभान झाला होता, पण ॲसिड लागलेल्या हातमोजांना भोके पडून ते ॲसिड त्याचे हात जाळतील याचे भान त्याला होते. त्याने दोन्ही हातमोजे ओरबाडून काढून तेथेच फेकून दिले.

तो त्या लंबगोलाला परत लाथ मारणार, तेवढ्यात दोन रखवालदार धावत आले आणि त्यांनी त्याला ताब्यात घेतले, ओढत बाहेर आणले. त्यातल्या एकाने त्याचे हात पाठीमागे धरले, आपल्या कंबरेच्या पट्ट्यातल्या बेड्या काढल्या आणि त्याच्या दोन्ही हातात त्या अडकवून टाकल्या.

रखवालदार त्याला तेथून घेऊन जातच होते, तोवर संग्रहालयाच्या व्यवस्थापनाचे लोकही तेथे पोचले. त्यांनी झालेल्या प्रकाराचा अंदाज घ्यायला सुरुवात केली. सुदैवाने संग्रहालयाचे भूषण मानला जाणारा विमानाचा चमकता सांगाडा सुरक्षित राहिला होता, ॲसिडचा परिणाम त्याच्यावर कुठेही झालेला दिसत नव्हता. पण त्याच्या खालचा तो लंबगोल मात्र विद्रूप झाला होता, त्यातून अजूनही डोळ्यांना झोंबणाऱ्या वाफा निघतच होत्या. संग्रहालयाच्या मेन्टेनन्स डिपार्टमेंटचे कर्मचारीही तेथे येऊन पोचले. त्यांनी योग्य ती खबरदारी घेऊन, ती लंबगोलाकार वस्तू विमानाच्या सांगाड्यापासून सोडवली आणि 'एनोला गे' नावाच्या त्या विमानाला पुढील नुकसानापासून वाचवले. ॲसिडमुळे ठिकठिकाणी डाग पडलेली, छोटी-मोठी भोके पडलेली, पूर्णपणे विद्रूप बनलेली जी लंबगोलाकार वस्तू घेऊन ते लोक एका दारातून आत जाऊ लागले, ती वस्तू म्हणजे अमेरिकेने दुसऱ्या महायुद्धात त्याच एनोला गे या विमानातून हिरोशिमावर टाकलेल्या, 'लिट्ल बॉय' या नावाने प्रसिद्ध असलेल्या, अणूबॉंबची प्रतिकृती होती!

ओव्हल ऑफिस, द व्हाइट हाउस

राष्ट्राध्यक्ष समोरील कागदांच्या गठ्ठ्यातील एक-एक कागद वाचीत होते. हातातील पेन्सिलीने त्यातले काही शब्द, वाक्ये खोडत होते. काही नवी लिहीत होते. मध्येच त्यांनी नजर वर उचलली तर त्यांना समोर हर्शबर्ग उभे दिसले.

पाच वाजून गेले होते. स्टेट ऑफ द युनियनच्या भाषणाला फक्त चार तास उरले होते. त्यांची बेचैनी वाढत होती, मनावरचा ताण वाढत होता, पोटात चक्क गोळा येत होता. तशा मन:स्थितीत हर्शबर्गना समोर पाहून ते वैतागले आणि एकदम जोरात म्हणाले, "काय आहे?" मग बहुतेक त्यांच्या हे लक्षात आले की, त्यांनीच हर्शबर्गना पावणेपाचची वेळ दिली होती. तेव्हा जरा सावरून घ्यायला म्हणाले, "मला खरंच फार वेळ नाही. सीॲटलहून काही नवीन बातमी?"

"अजून नाही. तपमान न वाढवता कोणत्या साधनाने, कोणत्या पद्धतीने ट्रकमागचा टँक कापून काढता येईल ते बघतायत. त्यांनी एक्स-रे वापरायचा प्रयत्न केला, पण शिसाच्या पलीकडचं काही दिसत नाही."

"तो ट्रकच तिथून कुठेतरी लांब नेऊ शकत नाहीत का ते? एका जहाजाला बांधा आणि सरळ समुद्रात घेऊन जा म्हणावं."

"नाही. त्यांना शंका आहे की, तो बाँब बूबी ट्रॅप केलेला असेल, म्हणजे कोणतीतरी विशिष्ट कृती, विवक्षित आवाज, कशाचातरी स्पर्श याने त्याचा स्फोट होईल अशी योजना केली असेल. म्हणून ते ट्रक तिथून हालवायचं टाळतायत."

राष्ट्राध्यक्षांनी प्रदीर्घ श्वास घेतला आणि सोडला. नजर वर छताकडे वळवून, दोनही हात वर करीत ते म्हणाले, "एका ठिकाणी अणूबाँब निकामी करण्याचं काम चालू असताना, अशा बिकट परिस्थितीत मी कसा काय वीस कोटी जनतेसमोर जाऊन देशाच्या परिस्थितीबद्दल बोलणार आहे, देवालाच ठाऊक!"

"त्यावरचाच उपाय मला तुम्हाला सुचवायचा होता, सर."

हर्शबर्ग असे म्हणाल्यावर राष्ट्राध्यक्ष त्यांच्याकडे भुवया उंचावून, डोळे मोठे करून बघू लागले.

"सर, मला वाटतं तुम्ही रात्रीचं भाषण रद्द करावं," हर्शबर्ग म्हणाले.

"काय?" राष्ट्राध्यक्ष ओरडलेच.

"म्हणजे, पुढे ढकलावं."

"छे, अशक्य! आत्ता, इतक्या आयत्या वेळेला? शक्यच नाही!! आता फार उशीर झाला. भाषणाच्या प्रती प्रेसला पोचल्यादेखील. आता जर भाषण रद्द केलं

किंवा पुढे ढकललं तर काय होईल, माहीत आहे? सर्व जण त्याचं कारण विचारतील आणि त्याचं त्यांना पटेल असं काहीतरी ठोस कारण द्यावं लागेल.''

''आपण सांगून टाकावं खरं कारण!''

हर्शबर्ग यांचे वाक्य पुरे होण्याआधीच राष्ट्राध्यक्ष गरजले, ''नाही! त्रिवार नाही!!'' आणि त्यांनी त्यांची खुर्ची अशी गर्रकन फिरवली की, खुर्चीच्या उंच पाठीने त्यांचा हट्टी आक्षेप हर्शबर्ग यांना ठामपणे सांगितला. ते म्हणाले, ''काहीही कारण नाही भाषण रद्द करायचं. तो बॉंब जर व्यवस्थितरीत्या निकामी केला गेला तर जनतेला त्याच्याबद्दल सांगून उगीचच घाबरवण्यात काय अर्थ आहे? आणि समजा तो नाही निकामी झाला तरी भाषण रद्द करून काय साध्य होणार आहे?''

''पण, सर, जर त्याचा... म्हणजे तसं होऊ नये, पण... जर भाषण सुरू असतानाच त्याचा स्फोट झाला तर...''

''तर? अशा आणीबाणीच्या, महान संकटाच्या वेळीही देशाचा राष्ट्राध्यक्ष देशाच्याच कारभाराची चिंता वाहत होता असं म्हणतील लोक!''

''सर, आणखी एक शक्यता निर्माण झालीय...''

''आता आणिक काय?''

''बॉंब सीॲटलमध्ये नसण्याची.''

''काय बोलताय तुम्ही?'' राष्ट्राध्यक्षांनी खुर्ची उलटी फिरवली आणि हर्शबर्ग यांच्याकडे जळजळीत नजरेने पाहत विचारले, ''तिथंच ट्रक सापडलाय ना त्यांना?''

''होय सर, पण अजून आतपर्यंत नाही पोचले ते.''

''त्यांना ट्रकपाशी स्पष्टपणे किरणोत्सर्ग झालेला दिसलाय...''

''ते खरं असलं तरी त्याचा अर्थ आत बॉंब असेलच असा नाही,'' त्यावर काहीतरी रागावून बोलू पाहणाऱ्या राष्ट्राध्यक्षांना हाताच्या खुणेने थोपवीत हर्शबर्ग म्हणाले, ''प्रेसिडेंट, आपल्या लक्षात असेल की, फ्रायडे हार्बरमधल्या बोटींवर – त्याच बोटी, ज्या आपण पॅसिफिक समुद्रात नेऊन बुडवून टाकल्या, त्याच्यावर गीगर काउंटरने ट्रकपेक्षा कितीतरी पटीने जास्त किरणोत्सर्ग दाखवला होता. त्यामुळे त्या बोटीसारखा ट्रकही फक्त बॉंब एके ठिकाणाहून दुसऱ्या ठिकाणी हालवण्यापुरताच वापरला असण्याची शक्यता नाकारता येत नाही. मध्येच कुठेतरी बॉंब काढून घेऊन मग रिकामा ट्रकही सीॲटलला आणून सोडून दिला असेल.''

''काय म्हणायचंय तुम्हाला?''

''एवढंच की, तो ट्रक तिथे आणून ठेवणं हा आपली दिशाभूल करण्याचा त्यांचा मार्ग असेल.''

''दिशाभूल? नाही नाही, मला वाटतं हा तुमच्याच मनाचा खेळ आहे! तिथे बॉंब आहे आणि ते तुम्हालाही चांगलंच माहीत आहे,'' राष्ट्राध्यक्ष म्हणाले, ''ते

लोक जर हुशार असते तर त्यांनी आपल्या हाती तो ट्रक लागण्याचा योगायोग घडून येण्याआधीच शहरातून ट्रकसकट पोबारा केला असता.''

''योगायोग? प्रेसिडेंट, हा योगायोग नाही, त्यांचा हलगर्जीपणा किंवा वेडेपणाही नाही. ती एक चाल आहे, तो एक सापळा आहे, प्रेसिडेंट, ज्यात त्यांना हवे होतो तसेच आपण अडकलो आहोत. सर, हे लोक फार मोठा विनाश घडवून आणण्याच्या मागे आहेत. घटना त्यांना हव्या तशा घडत राहिल्या तर पन्नास हजारांहूनही जास्त लोकांचे जीव जाऊ शकतात, कदाचित जास्तच, पण कमी नाही.''

''पण तुम्ही तिथला सगळा भाग पूर्ण रिकामा केला आहे ना?''

''होय, पण जर बॉंबचा स्फोट झाला तर आगीचा लोळ सीॲटलची संपूर्ण मध्यवस्ती बेचिराख करेल, सर. त्या स्फोटाच्या धक्क्याची लाट तीन सेकंदात बेनब्रिज बेटाच्या पूर्वेकडचा भागसुद्धा उद्‌ध्वस्त करेल. बेनब्रिज किती दाट लोकसंख्येचं बेट आहे हे आपण जाणताच. फार भयंकर प्रकार घडेल,'' हर्शबर्ग क्षणभर थांबले आणि नंतर म्हणाले, ''जर बॉंब तिथेच असेल तर!!''

''तिथे नसेल तर कुठे असेल?'' राष्ट्राध्यक्षांच्या स्वरात चिंता दिसत होती.

''सर, लक्षात घ्या, चार तासांनी कॉंग्रेसचे एकूणएक सदस्य, आपले मंत्रिमंडळ, सुप्रीम कोर्टाचे न्यायाधीश, लष्कराचे सगळे शाखाप्रमुख असे आपले संपूर्ण मध्यवर्ती शासनच आपल्यासह एकाच ठिकाणी जमणार आहे...''

''तुम्ही त्या वकील बाईशी बोलत होतात का?'' राष्ट्राध्यक्ष म्हणाले, ''काय तिचं नाव?''

''मिस कोल. नाही सर, काल सिच्युएशन रूममधून ती गेल्यापासून मी तिला पाहिलेलंही नाही. पण, एक गोष्ट मी आपल्याला सांगू इच्छितो सर, ती बाई त्या बेल्डन नावाच्या माणसाबद्दल जे बोलली ते ऐकल्यापासून मला चैन नाही. सांगा ना, तो ट्रक असा रहदारीच्या भागात, पोलिसांच्या सहज नजरेत येईल असा का ठेवला असेल त्यांनी?''

''सापडला सहज, पण आत शोधायला मात्र कठीण करून ठेवला आहे...'' राष्ट्राध्यक्ष म्हणाले.

''तेही अत्यंत विचारपूर्वक आखलेल्या योजनेचाच भाग असला पाहिजे. आपल्याला चुकीच्या जागी बराच वेळ गुंतवून ठेवण्याचा डाव असू शकतो त्यांचा,'' हर्शबर्ग म्हणाले.

काही वेळ दोघेही काही बोलले नाहीत. राष्ट्राध्यक्ष विचारात गढून गेले होते. काही क्षणांनंतर त्यांनी प्रश्न विचारला, ''तुम्हाला असं वाटतंय की, मी भाषण रद्द करावं?''

''होय, सर.''

"पण मग काँग्रेसला काय सांगायचं?"

"सांगा की, आपण ते पुढल्या आठवड्यात देणार आहात."

"आणि भाषण रद्द करून मी काय करू? शहर सोडून जाऊ?"

"मी तरी तसंच सुचवीन. आपण कँप डेव्हिडला जाऊन राहू शकता," हर्शबर्ग म्हणाले, "किंवा दुसऱ्या एखाद्या सुरक्षित लष्करी तळावर."

"हर्शबर्ग, तुम्ही याबद्दल सीक्रेट सर्व्हिसच्या कुणाशी काही बोलला नाहीत ना?"

"नाही."

"मग बरं आहे. नाहीतर त्या लोकांनी मला बांधून घातलं असतं आणि सगळीकडे ओढतच नेलं असतं." राष्ट्राध्यक्ष अगदी खोल विचारात बुडले होते. विचारांची लय आणि वेग त्यांच्या समोरच्या कागदावर आपटल्या जाणाऱ्या त्यांच्या हातातल्या पेन्सिलीतून दिसत होते. परिस्थिती चांगली नव्हती, सर्व बाजूंनी विचार केला तरी तिचंच पारडं जड होतं. काँग्रेसला काहीही स्पष्टीकरण न देता, कोणतीही सबब न सांगता ते जर राजधानी सोडून गेले आणि नंतर जर सत्य बाहेर आलं तर मग त्यांना राजकारणही सोडून जायची पाळी आली असती. विरोधी पक्ष तर सोडाच, त्यांच्या पक्षातल्यांनीही त्यांचे राजकीय जीवन असह्य बनवले असते. 'अणुशक्तीचे थैमान चालले असताना, संपूर्ण शासनाला तो प्रचंड मानवीसंहार पाहायला, अनुभवायला, निस्तरायला सोडून देऊन स्वत: आपला जीव वाचवून उंदरासारखे कँप डेव्हिडच्या बिळात दडून बसलेले भ्याड राष्ट्राध्यक्ष,' असा त्यांचा दुलौंकिक झाला असता. ते म्हणाले, "हर्शबर्ग, ही अशी शक्यता असल्याचं तुम्ही मला जरा आधी सांगायला हवं होतंत."

"प्रेसिडेंट, कालपर्यंत आपण अशा समजुतीत होतो की, बाँब जर असेलच तर तो त्या पॅजेट बेटावरच असेल. मग आपल्याला कळलं की, तो कधीच त्या बेटावर नव्हता. तो किती काळ आणि कुठे होता, याबद्दल आपल्याजवळ काहीही माहिती नव्हती. त्यामुळे तो हालवायला त्यांना भरपूर वेळ मिळाला."

"पण आणखीही एका शक्यतेबद्दल तुम्ही का नाही विचार करत? प्रत्यक्षात बाँब नसेलच! – तो प्रत्यक्ष कुणीच पाहिलेला नाही. पाहिलाय कुणी?"

हर्शबर्गनी नकारार्थी मान हालवली.

"त्या बाईनेही नाही, तिच्या त्या मित्रानेही नाही. काय नाव त्याचं?"

"व्हॅन रे."

"हां, व्हॅन रे. तुम्ही त्या दोघांशी आणखी एकदा बोलून का नाही पाहत? काहीतरी राहिलं असेल, कशाकडे दुर्लक्ष झालं असेल, काहीतरी नवीन समजेल, वेगळी दिशा मिळेल."

राष्ट्राध्यक्षांची ही सूचना आपल्याला कुठेतरी इतरत्र गुंतवून, स्वत:ची या क्षणी सुटका करून घेण्याचा, कोणताही निर्णय घेणे लांबणीवर टाकण्याचा उपाय आहे हे हर्शबर्ग यांच्या लगेच लक्षात आले.

"सर, आणखी एक पर्याय आहे. तुम्ही आयत्या वेळी आजारी पडू शकता."

"नाही," राष्ट्राध्यक्षांचा ठाम नकार त्यांनी हातातली पेन्सील टेबलावर फेकून देऊन दर्शविला. "तेवढंच राहिलं होतं. मला हृदयविकाराचा झटका आला आहे, मेंदूत रक्तस्राव झाला आहे अशा अफवा देशभर पसरतील! अहो, मी रशियाचा प्रेसिडेंट असतो ना तर मी लोकांना सांगू तरी शकलो असतो की, मला जरा दारू जास्त झाली आहे किंवा मी आयत्या वेळी भाषणाला उभा राहिलो नाही तर प्रेसने मी काही न सांगताही तोच निष्कर्ष काढला असता."

"नाही सर, हृदयविकाराच्या झटक्याचंच कारण पुढे केलं पाहिजे असं नाही."

"हर्शबर्ग, स्टेट ऑफ द युनियनचं भाषण सर्दी झाली म्हणून नाही रद्द करता येत! आता फार उशीर झाला आहे इतक्या महत्त्वाचं भाषण रद्द करायला."

"पण..."

"आता पणबिण काही नाही, हर्शबर्ग. माझा निर्णय झाला आहे आणि तो अंतिम आहे." राष्ट्राध्यक्षांनी विषय संपवलाच. घड्याळाकडे पाहत त्यांनी ते हर्शबर्गना कळावे म्हणून त्यांना विचारले, "अजून दुसरं काही बोलायचंय?"

हर्शबर्ग निराश आणि हताश होऊन मागे वळले आणि ओव्हल ऑफिसमधून बाहेर पडले.

राष्ट्राध्यक्षांची नजर परत समोरच्या कागदांकडे वळली, पण त्यांचे विचार मात्र त्या भाषणाकडे वळले नाहीत.

सिल्व्हर हिल, मेरीलँड

एक उड्डाण. एका विमानतळावर उतरायचे. परत उड्डाण, असे करीत करीत थॉर्नने त्याच्या कमी उंचीवरून कमी वेगाने उडणाऱ्या, खूप जुन्या, पण विश्वसनीय अशा डीसी३ जातीच्या विमानाने जवळजवळ चौदा तासांचा हवाई प्रवास केला होता.

आत्ताही त्याने डीसी३ विमान त्या धावपट्टीवर उतरवले आणि वेग कमी करीत विमाने ठेवण्यासाठी तयार केलेल्या अनेक शेड्ससमोरून तो जात राहिला. त्या जुन्या विमानाकडे विमानतळावरील कोणाचेच फारसे लक्ष गेले नाही, कारण तशी

जुनी, 'ऐतिहासिक' विमाने हा विषय तिथल्या लोकांसाठी कुतूहलाचा राहिला नव्हता. 'ऑशकॉश एअर शो'च्या खालोखाल त्याच विमानतळावर इतकी जुनी विमाने एकत्र दिसत असत.

तो विमानतळ सिल्व्हर हिलपासून जवळच होता. 'पॉल ई गार्बर रिस्टोरेशन, प्रिझर्वेशन अँड स्टोअरेज फॅसिलिटी' या कंपनीचे प्रमुख ऑफिस तेथे होते. एअर अँड स्पेस म्युझियममध्ये मांडण्यात येणाऱ्या वस्तूंची देखभाल, दुरुस्ती करण्याचे काम त्या कंपनीवर सोपवलेले होते. त्यांच्याकडील काही जास्तीच्या वस्तूंचा साठाही तेथे केलेला होता.

एकवीस एकरांच्या प्रशस्त आवारात त्या कंपनीने विमाने आणि हवाई प्रवास यांच्याशी संबंधित जवळजवळ चाळीस हजार विविध वैशिष्ट्यपूर्ण वस्तू सांभाळून ठेवलेल्या होत्या. कंपनीचा पगारी कर्मचारिवर्ग तर होताच, शिवाय त्या विषयात रस असणारे शिकाऊ, अभ्यासू आणि तज्ज्ञ, असे अनेक हौशी स्वयंसेवकही तेथे किटी हॉक या पहिल्या विमानापासून अत्याधुनिक स्पेस शटलपर्यंत सर्व काळातल्या, सर्व प्रकारच्या हवाई वाहतुकीच्या साधनांसंबंधीची कोणतीही कामे – नवी रचना, रचनेत बदल, साध्यापासून अत्यंत अवघड अशा सगळ्या प्रकारच्या दुरुस्त्या – करायला उत्साहाने हजर असायचे.

एअर अँड स्पेस म्युझियम आणि ही कंपनी यांच्यातील हा जरासा सैल असा करार आणि तेथे आपला मोकळा वेळ देऊन हौसेने कंपनीच्या लोकांना मदत करणाऱ्या लोकांच्या उत्साहाच्या भरात नियमांना बगल देण्याची तयारी यांच्यावर विसंबून राहून थॉर्नने त्याची पुढील योजना आखलेली होती.

त्याचे विमान अजून पूर्ण थांबलेही नव्हते, तोच एक भलामोठा ट्रक एका शेडच्या मागून पुढे आला. फर्निचर हालवायला सर्रास वापरला जाणारा तो तीस फूट लांबीचा ट्रक डीसी३च्या सामान ठेवण्याच्या जागेच्या दाराजवळ येऊन उभा राहिला.

थॉर्नने विमानाची इंजिने बंद केली. त्यांचा आवाज कमी कमी होत असतानाच ट्रकमधून ऑस्कर चॅनीने उडी मारली आणि विमानांच्या चाकांच्या पुढे लाकडाचे दोन अडसर टाकून दिले. थॉर्नने सामानाच्या जागेचे दार उघडले तेव्हा चॅनी त्याला समोरच उभा दिसला.

"अगदी वेळेवर पोचलात," चॅनी त्याला म्हणाला.

"हं, चल, घाई करायला हवी. खूप गोष्टी करायच्यायत," थॉर्न म्हणाला.

चॅनीने ट्रकच्या मागच्या सामान ठेवायच्या भागाची कड विमानाच्या सामान ठेवायच्या दारापाशी आणली, ट्रक आणखी थोडा मागे नेऊन तो थोडा विमानाच्या खाली जाऊ दिला. नंतर तो उघडलेल्या दारातून विमानात शिरला. विमानाच्या सामान ठेवायच्या जागेपासून ट्रकच्या पातळीवर बरोबर पोचेल असा, उंचीतील

फरकाची काळजी घेणारा एक लाकडी उतार त्यांनी आधीच मापाप्रमाणे तयार करून घेतलेला होता. तो चॅनीने थॉर्नच्या मदतीने सरकवून विमानाबाहेर आणून योग्य तऱ्हेने मांडला.

त्या उताराचा उपयोग करून त्या दोघांनी पाच मिनिटांत 'माल' ठेवलेली चाके लावलेली एक ट्रॉली विमानातून ट्रकवर उतरवली.

थॉर्नने निळ्या रंगाचा बॉयलर सूट चढवला, डोक्याला निळीच बेसबॉल कॅप घातली आणि विमानातून खाली सिमेंटच्या कडक पृष्ठभागावर उडी मारली. विमानाचे दार बंद करून ते लॉक केले.

काही क्षणात चॅनी ड्रायव्हरच्या सीटवर आणि गणवेषासारख्या दिसणाऱ्या निळ्या सुटातला थॉर्न शेजारच्या सीटवर असा ट्रक तेथून बाहेर पडणाऱ्या रस्त्याला लागला.

प्रमुख गेटजवळ चॅनीने ट्रक थांबवला. थॉर्न उतरून गेटसमोरच्या सार्वजनिक फोनबूथवर गेला, एकच मिनिट जेमतेम फोनवर बोलला आणि परत ट्रकमध्ये येऊन बसला. ट्रक चालू करताना चॅनीने रेडिओ लावला. निवेदक सांगत होता, 'तीन तासांनी राष्ट्राध्यक्ष काँग्रेस आणि संपूर्ण देशाला उद्देशून भाषण करतील. आज त्यांच्या भाषणात देशातील शिक्षणाला नवी दिशा देण्यासाठीच्या प्रयत्नांना जोराची चालना मिळावी यासाठी...'

मध्यान्ह ढळून बराच वेळ झाला होता. सूर्य पश्चिमेकडे झुकला होता. समोरच्या काचेवर पडणारे त्याचे किरण डोळे दिपवीत होते. पण तरीही ट्रक हमरस्त्यावर वेगाने पळू लागला होता. थोड्याच वेळात एका ठिकाणी चॅनीने ट्रक नैर्ऋत्येकडे जाणाऱ्या रस्त्याला वळवला, त्या वळणावरच्या पाटीवर बाण काढून खाली लिहिले होते, 'वॉशिंग्टन डी.सी.'

चॅनीने खिडकीबाहेर हात काढून बाकीच्या वाहनांना तो रस्त्याच्या उजव्या बाजूला जात असल्याच्या खुणा करीत ट्रकचा वेग वाढवला. त्याच हाताने त्याने त्याच्या बाजूच्या दारावर बाहेरून लावलेला बोर्ड व्यवस्थित जागेवर आहे की नाही, हे तपासले. त्या बोर्डावर नाव होते : 'पॉल ई गार्बर फॅसिलिटी, सिल्व्हर हिल, मेरीलँड.'

रात्रीच्या पार्टीसाठी लोक यायला सुरुवात होण्याच्या आधी ॲसिड पडलेला 'लिट्ल बॉय' संग्रहालयाच्या डायरेक्टरांना तिथून लांब हालवून हवा होता. हाउस ऑफ रिप्रेझेन्टेटिव्ह्जमधल्या वरच्या मजल्यावरच्या प्रेक्षकांच्या गॅलऱ्या भरल्या की, मग उरलेले माननीय निमंत्रित त्या संग्रहालयात येणार होते. त्यातले बरेचसे स्मिथसोनियनच्या कार्यात योगदान देणारे होते, काही त्यांच्या कार्याने वॉशिंग्टन

शहरात प्रसिद्धी पावलेले बहुचर्चित नागरिकही होते. कॅपिटॉल बिल्डिंगच्या घुमटाखाली बसण्याचा मान मिळणाऱ्यांच्या यादीतील नावे दरवर्षी वर-खाली सरकत असत. त्यातल्या ज्या महत्त्वाच्या लोकांची नावे काही कारणाने खाली सरकलेली असत त्यांना संग्रहालयातील प्रेक्षागृहात येऊन बसावे लागत असे.

संग्रहालयाच्या स्पेस हॉलमध्ये पार्टीची तयारी पूर्ण होत आली होती. एका बाजूला मोठा पडदा लावलेला होता. टेबल-खुर्च्यांवर बसून खाद्य-पेयांचा आस्वाद घेता घेता पाहुण्यांना पडद्यावर राष्ट्राध्यक्ष भाषण देताना दिसणार होते. भाषणानंतर व्हाइट हाउसमधील काही विशेष अधिकारी आणि इतरही काही राष्ट्राध्यक्षांचे खास पाहुणेही तेथे येऊन पार्टीत सामील होणार होते. स्वतः राष्ट्राध्यक्ष मात्र या वर्षी त्या पार्टीला हजर राहणार नव्हते. ते काही अन्य कार्यक्रमात व्यस्त राहणार होते.

"हे पहा, त्याचं काय करायचं ते तुम्ही बघा, पण मला हा लिट्ल बॉय इथून हालवून पाहिजे. हवं तर लष्कराला बोलवा आणि त्याला त्यांच्या स्वाधीन करा," डायरेक्टरांना घाई झाली होती. जेमतेम तीन तास उरले होते. येणाऱ्या हजारो लोकांची त्यांना काळजी वाहायची होती, जबाबदारी फार मोठी होती, आणि नेमके हे संकट उभे राहिले होते. म्हणूनच ते जातीने संकटस्थळी येऊन पाहणी करीत होते. जमिनीवर पडलेल्या लाल रंगाच्या डागांकडे चिंतायुक्त नजरेने पाहत त्यांनी विचारले,

"हे डाग निघू शकतील?"

"माहीत नाही," मेन्टेनन्सच्या माणसाने उत्तर दिले.

"मग ते काढायचा प्रयत्न करून ते उगाच वाढायचा धोका पत्करूच नका. सध्या काहीतरी करून, आजच्या रात्रीपुरते तरी ते कशानेतरी झाकून टाका. आणि तो जळलेला 'लिट्ल बॉय', तो आधी कुठेतरी लांब हालवून टाका."

"काय करू त्याचं?"

"काहीही करा, आधी तो इथून दूर न्या. तो रात्री येणाऱ्या कोणाच्याही दृष्टीला पडायला नकोय."

"तो कसा हालवायचा हाच प्रश्न आहे. त्यातून अजून ॲसिडच्या वाफा निघतायत."

"त्या विषारी असतात का?"

भोवताली जमलेले कर्मचारी एकमेकांकडे पाहू लागले. त्यांचे सुपरवायझर म्हणाले, "त्याला हात नाही लागला तर काही धोका नसतो."

"विमानाच्या सांगाड्याला काही नुकसान पोचलेले नाही ना?" डायरेक्टरांनी विचारले.

"नाही. फक्त हे जमिनीवर डाग पडलेत तेवढंच."

"ते मी तुम्हाला सांगितल्याप्रमाणे झाकून घ्या आणि या सगळ्या साखळ्या

होत्या तशा व्यवस्थित बसवून घ्या. पार्टीनंतर लोक संग्रहालयात हिंडतील आणि त्यांना हे 'एनोला गे' नक्की पाहायचे असेल.''

डायरेक्टर तेथून निघाले. त्यांना ऑफिसमध्ये परतायला हवे होते. अजून कितीतरी गोष्टी उरकायच्या होत्या. पडद्यावर दृश्य दिसण्यात काहीतरी वायरिंगचा दोष निर्माण झाला होता. एक ना दोन!

डायरेक्टरांची पाठ वळल्यावर कर्मचाऱ्यांच्यात चर्चा सुरू झाली.

''साहेब, कशानी झाकायचे हे डाग?'' एकाने सुपरवायझरना विचारले.

''मलाच विचारा! बघतो मी काही सापडतंय का,'' असे म्हणून तेही डायरेक्टरांच्या पाठोपाठ त्यांच्या ऑफिसकडे निघून गेले.

एकाने परत एकदा डागांवरून ओला कपडा फिरवून घेतला, पण काही परिणाम झाला नाही. बाँबची प्रतिकृती ॲसिडने जेवढी खराब झाली होती त्या मानाने ते डाग अगदीच क्षुल्लक होते, पण तरीही सहजी कोणाच्याही लक्षात येण्यासारखे होते.

''ए, त्याला नेमकं काय हवं होतं रे?''

''कुणाला? डायरेक्टरला''

''ए, थट्टा नको करू. तो रे, ज्याने ॲसिड फेकलं.''

''काय माहीत! नशीब स्वत:वर नाही उडवून घेतलं!!''

''च्यायला, लई भारी हं पण!'' घासून-घासून डाग साफ करणारा कर्मचारी म्हणाला.

''ए, सगळे इकडे या...'' त्यांचा सुपरवायझर काहीतरी गवसल्यासारखा धावत त्यांच्या बाजूलाच येत होता.

''काय झालं?''

''अरे, आपलं नशीब जोरावर आहे. कुणीतरी आपल्या गार्बर फॅसिलिटीला कळवलं होतं वाटतं या ॲसिडफेकीबद्दल. त्यांच्याकडे चक्क एक अगदी तसाच 'लिट्ल बॉय' आहे म्हणे!''

''काय सांगता?''

''आश्चर्य आहे. त्यांच्याकडे असला दुसरा कुठून आला?'' एकाने शंका काढली.

''माहीत नाही. पण त्याच्याशी आपल्याला काय करायचंय? मला एवढंच माहिती आहे की, तो ट्रकमध्ये टाकून कोणीतरी इकडे यायला निघालं आहे. आपल्या रॉबीने फोन घेतला होता त्यांचा. तो सांगत होता की, त्याचा हिरवा रंग कदाचित थोडा वेगळा दिसेल. मी म्हणतो दिसेना का थोडा निराळा. आपलं काम तर होईल.''

“डायरेक्टरना सांगितलंत?”

“त्यांना जे हवंय ते आपण करून देणार आहोत ना? मग? आत्ता त्यांच्या मागे सतराशे साठ लचांडं आहेत. नंतर सांगू. आत्ता आधी खाली जाऊन पार्किंग लॉटमध्ये त्या ट्रकला अशी जागा करू की, ते धूड सहजी इकडे आणता येईल. आणि हा जळलेला बॉंबही त्यांच्याच बरोबर त्याच ट्रकमधून तिकडे गार्बर फॅसिलिटीला पाठवता आला तर पाहू या. म्हणजे डायरेक्टरही खूश आणि व्यावसायिक सुरक्षा आणि आरोग्य खात्याचे लोकही इथे येऊन कटकट करणार नाहीत.”

एअर अँड स्पेस म्युझियमच्या मागच्या दारातल्या पार्किंग लॉटमध्ये त्या ट्रकला जेथे येऊन उभे राहायला सांगण्यात आले त्या जागेपासून दहा फुटांवर काळ्या प्लॅस्टिकखाली झाकून ठेवलेली एक भलीमोठी वस्तू पडलेली होती. त्याच्या बाजूने हलक्याशा वाफा निघत होत्या. ट्रकच्या स्वागताला दोन माणसे हसऱ्या चेहऱ्याने उभी होती, त्यातला एक मेन्टेनन्स सुपरवायझर होता.

त्या हसऱ्या आतुर स्वागताकडे पाहून थॉर्नने चॅनीला खूण केली. दोघेही हासले, त्यात समाधान होते.

“टॅगार्टने काम फत्ते केलेलं दिसतंय.” चॅनी हलक्या आवाजात म्हणाला, “आता तो स्वत: कुठाय कुणास ठाऊक!!”

“सच्चा कार्यकर्ता आहे, तत्त्वासाठी प्राण देणारा लढवय्या!” थॉर्न म्हणाला.

त्याने ट्रकमधून बाहेर उडी मारली आणि समोर उभ्या असलेल्या कर्मचाऱ्यांच्या हास्याला प्रसन्न प्रतिसाद दिला.

“काळजी संपली! तुम्हाला जे पाहिजे होतं ते घेऊन आलोय आम्ही!!” ट्रककडे बोट दाखवीत तो त्यांना म्हणाला. बोलताना तो च्युइंगगम खाल्ल्यासारखी तोंडाची हालचाल करीत होता. त्याने विचारले, “कुठे उतरवायचा ‘माल’?”

“तिकडे त्या धक्क्याला लावा ट्रक,” सुपरवायझर म्हणाला. कर्मचारी तिथला दरवाजा उघडायला गेला.

चॅनीने ट्रक दाखवलेल्या जागी नेऊन उभा केला.

“अरे, तुम्ही परत जाताना हा इथे पडलेला ‘माल’ घेऊन जाऊ शकाल का? तो गार्बर फॅसिलिटीलाच पोचवायचाय,” सुपरवायझरने विचारले.

थॉर्न आणि चॅनी यांनी एकमेकांकडे पाहिले. थॉर्न हसला आणि म्हणाला, “हो -हो, जरूर नेऊ की.”

ट्रकमधील ट्रॉली त्यावरील ‘माला’सकट बाहेर काढून धक्क्यावर ठेवताना चौघे जण घामाघूम झाले, तरी बरं टॉमी लिफ्ट होती. ट्रकमधून धक्क्यापर्यंत न्यायला व्यवस्थित उतारही होता.

"बाप रे! याने तर पिट्टाच पाडला की! एक टन तरी वजन असेल याचं! हा इतका जड कसा?" सुपरवायझरने कपाळावरील घाम निपटत विचारले.

"काय की! बहुतेक जाड पत्रा वापरला असेल," थॉर्नने स्पष्टीकरण दिले.

"आणि आत सिमेंट भरलं असेल!" चॅनीने विनोद केला आणि चौघेही हसले.

एकदा धक्क्याला टेकल्यावर चाकांची ट्रॉली सहजी हालवता येऊ लागली. ते काम पूर्ण झाल्यावर थॉर्न चॅनीकडे तिरक्या डोळ्यांनी पाहत सुपरवायझरला म्हणाला,

"मी काय म्हणतो, तुम्ही जरा आमच्या जॉर्जला मदत कराल का? तो ट्रक इथे आणेल आणि तुम्ही दोघं टॉमी लिफ्टनी ते धूड उचलून ट्रकच्या मागे ठेवून द्या. म्हणजे आम्ही असे या बाजूनेच बाहेर पडू शकू."

इतक्या सहजी ती विद्रूप ब्याद टळत असलेली पाहून सुपरवायझरने आनंदाने होकार भरला. चॅनी उर्फ जॉर्ज आणि सुपरवायझर त्या कामाला लागले तसे थॉर्न आणि दुसरा कर्मचारी चाकांची ट्रॉली ढकलत संग्रहालयातील 'लिट्ल बॉय'च्या जागेकडे निघाले. आता संग्रहालयाची वेळ संपत आली होती. बाहेर पडणाऱ्यांचीच गर्दी जास्त होती. त्यातले काही जण 'एनोला गे' या बी २९ जातीच्या बॉंबर विमानाच्या स्टॉलच्या दिशेने जाणाऱ्या त्या ट्रॉलीकडे कुतूहलाने पाहत होते.

संग्रहालयात सर्वत्र दृष्टी फिरवीत थॉर्न त्या कर्मचाऱ्याला म्हणाला, "काय माथेफिरू माणसं असतात नाही! तुम्ही इतके पैसे खर्चून इतकं छान संग्रहालय उभं करता, सजवता आणि कोणीतरी कवटी सरकलेला अशी नासधूस करून जातो! जगात कसे कसे लोक असतात, नाही?"

"अगदी बरोबर. आमचे डायरेक्टर तर असे वैतागले होते ना! तो वेडा त्यांच्या हातात सापडला असता ना, तर त्यांनी त्याचा गळाच दाबला असता!"

थॉर्न समोरची दृष्टी न हालवता हसला. ते 'एनोला गे'जवळ पोचले होते.

समोरच्या भव्य खिडकीतून थॉर्नला बाहेरचा नॅशनल मॉल दिसत होता. स्फोटाची जागा आणि स्फोटाचे लक्ष्य – 'एनोला गे'च्या खाली दडलेला 'लिट्ल बॉय' आणि घुमटवाली कॅपिटॉल बिल्डिंग – यांच्या मधला तो मॉल.

'स्फोट झाला की, आगीचा प्रचंड लोळ प्रकाशाच्या वेगाने मॉलमधून पलीकडे जाईल. दोनशे फुटांच्या परिसरातल्या सगळ्याची जळून नुसती राखच नाही तर वाफ होऊन जाईल. कॅपिटॉल बिल्डिंगच्या घुमटावरचा ब्राँझचा पुतळा वितळून जाईल. क्षणार्धात त्याच्या छतावरील तांब्याचे आवरण फाटून आतले सगळे ज्वालाग्राही पृष्ठभाग पेटतील. तेवढ्या वेळात तपमान दोन हजार अंशापर्यंत पोचेल.

त्यानंतर व्हाइट हाउसचा पाया हादरेल, जमिनीच्या आतल्या सुरक्षा खंदकातसुद्धा

भट्ट्या तयार होतील, सगळ्याचे भस्म होऊन जाईल.'

थॉर्नच्या मनात हे चित्र दिसत असतानाच एकदम स्कॉट टॅगार्टचा विचार आला – हा सर्वनाश घडावा म्हणून ज्याने हा सगळा आटापिटा केला होता, तो याचि देही याचि डोळा पाहण्याचे भाग्य त्याला लाभेल, का त्याला त्याच्या ब्रीफकेसमध्ये लॉकरच्या किल्लीबरोबरच टाकलेली लहानशी बाटली आणि त्यात ठेवलेली एकच सायनाइडची गोळी याआधीच सापडली असेल?

'हे अॅडम्स' हॉटेल, वॉशिंग्टन डी.सी.

गिडियन आणि जोसलीन या दोघांनी दुपार खरोखरच खरेदी करण्यात घालवली. थोडे कपडे, घरी जाईपर्यंत लागणाऱ्या काही गरजेच्या वस्तू यांची खरेदी उरकल्यावर त्यांनी एक सिनेमाही पाहिला. सिनेमागृहाच्या थंड वातावरणात त्यांनी मने जरा हलकी करून घेतली. तेथे त्यांना कोणाच्या प्रश्नांची उत्तरे द्यायला लागत नव्हती, सतत मागे वळून एफबीआय आपल्यावर पाळत ठेवून तर नाही ना याची चिंताही करावी लागत नव्हती.

सीअॅटलला जायचे विमानाचे भाडे हे सरकारी खात्याचे लोक देतील की नाही, का तो भुर्दंड आपल्याच माथी येणार आहे, याची जोसलीनला काळजी लागली होती. तिचे स्पष्टच मत होते की, ते त्यांनीच द्यायला हवे, तेच न्यायाला धरून होईल. कारण जोसलीन काही आपण होऊन तेथे आली नव्हती, त्यांनीच तिला आणले होते.

मजेत दिवस घालवून ते हॉटेलवर परतले तेव्हा रात्रीचे आठ वाजत आले होते. हातातल्या पिशव्या जोसलीनने पलंगावर टाकल्या आणि आधी पायाला चावणारे नवे बूट पायातून काढून दूर फेकले.

तेवढ्यात गिडियनने दारावर टकटक केली. तो तिला म्हणाला, "मी आता अंघोळ करणार आहे. त्यानंतर मी बाहेर पडायचं म्हणतोय. तुम्ही येणार का जेवायला माझ्याबरोबर?"

"नको, मी खूप दमलीये. मी खोलीतच काहीतरी मागवीन आणि लवकर

झोपून जाईन, म्हणते.''

''मग खोलीत मागवणार असाल तर माझ्यासाठीही काहीतरी मागवा.''

''कुठे जेवायचं? तुमच्या खोलीत की माझ्या?''

''कुठेही चालेल,'' असे म्हणून तो निघून गेला.

तिने काही वेळ मेन्यूकार्ड वाचण्यात घालवला. मग जेवणाची ऑर्डर दिली.

जोसलीन विचार करीत होती. सीअॅटलच्या आसपास वाहतुकीवर घातलेल्या बंधनांमुळे तिला सकाळी सीअॅटलला जाता येईल की नाही? विमान मिळेल की नाही? ती गिडियनशीही त्या बाबतीत बोलली होती. एफबीआयच्या एका एजंटने गिडियनला सांगितले होते की, सीअॅटलमध्ये बाँब निकामी करण्याचे काम पूर्ण होईपर्यंत सीअॅटलच्या सी टॅक विमानतळावरील सर्व येणाऱ्या-जाणाऱ्या विमानांची कसून तपासणी केली जात आहे, त्यामुळे उड्डाणांना विलंब लागतो आहे. त्यासाठी काही विमाने अन्य विमातळावर उतरवली जात आहेत. या विलंबाचे कारण प्रवाशांना 'एक धावपट्टी निकामी झाली आहे' असे सांगितले जात आहे.

जोसलीनला गिडियनच्या बाथरूममधून शॉवरमधून पडणाऱ्या पाण्याचा आवाज काही अगदी स्पष्ट ऐकू येत नव्हता, परंतु गिडियनने जेव्हा गायला सुरुवात केली तेव्हा गाण्याच्या लकेरी मात्र छान ऐकू येऊ लागल्या. त्या ऐकताना जोसलीनला असे लक्षात आले की, त्याचा आवाज चांगला होता, पण फार वरच्या पट्टीत मात्र तो जरा बेसूर होत होता.

जोसलीनला गिडियनच्या या गुणदर्शनाने हसू आले. ती आरामात पलंगावर लवंडली. तिने टेलिव्हिजनचा रिमोट हातात घेतला आणि ती कुठला चांगला चित्रपट आहे का ते शोधू लागली. तिची निराशाच झाली. मग ती चॅनेल बदलत राहिली. जागतिक बातम्या, हवामान, स्थानिक बातम्या. जवळच्या गावात गोळीबार झाला होता, शहराच्या महानगरपालिकेची आर्थिक स्थिती फार हलाखीची बनली होती. शहरात राजकीय घडामोडींना त्यामुळे जोर आला होता.

शहराच्या सध्याच्या मेयरने परत निवडणुकीला उभे राहू नये, यासाठी त्याला एका विद्यापीठात सहा आकडी पगाराची नोकरी देऊ करण्यात आली होती. तो सगळा प्रकार पाहून 'आपण एका शांत बेटावर राहतो ते किती बरं आहे', असा सुखदायी विचार जोसलीनच्या मनात आला.

ती चॅनल बदलणार तेवढ्यात एक निवेदक बोलू लागला, 'एअर अँड स्पेस म्युझियममध्ये आज एक सनसनाटी घटना घडली. त्याची समग्र कथा ऐकू या चार्लीन विल्यम्स यांच्याकडून. त्या घटनास्थळीच हजर आहेत.'

एक आकर्षक तरुणी एका हातात मायक्रोफोन आणि दुसऱ्या हातात एक पॅड अशी पडद्यावर दिसू लागली. ती एका भव्य इमारतीच्या दर्शनी भागातील पायऱ्यांवर

उभी होती. तिच्या मागे इमारतीवरील ठळक मोठी अक्षरे दिसत होती – 'नॅशनल एअर अँड स्पेस म्युझियम'. ती बोलू लागली –

'आज येथे खरोखरच एक सनसनाटी घटना घडली. संग्रहालयातील एका प्रदर्शनीय वस्तूवर एका माथेफिरूने ॲसिड फेकले. पोलिसांनी त्याला अटक केली आहे.

'कोणीही जखमी झाल्याचे वृत्त नाही. परंतु 'लिट्ल बॉय' या नावाने प्रसिद्ध असलेल्या, अमेरिकेने दुसऱ्या महायुद्धात जपानवर टाकलेल्या पहिल्या अणूबाँबची प्रतिकृती या संग्रहालयात ठेवलेली होती, तिचे नुकसान झाले आहे. नुकसानीचे प्रमाण कळू शकलेले नाही. 'लिट्ल बॉय' ज्या 'एनोला गे' नावाच्या बी२९ जातीच्या बाँबर विमानातून टाकण्यात आला होता ते विमानही संग्रहालयात जतन करून ठेवलेले आहे. त्याच्याच खालच्या बाजूला ठेवण्यात आलेल्या 'लिट्ल बॉय'च्या प्रतिकृतीवर ॲसिड फेकले गेलेले आहे. ॲसिडच्या विषारी वाफा आणि बाँबचे झालेले नुकसान यांमुळे ती प्रतिकृती सध्या संग्रहालयातून हालवण्यात आली आहे.

'ही भयंकर घटना घडली तेव्हा त्या ठिकाणी उपस्थित असलेल्या एका महिलेने मोठ्या धाडसाने तिच्या हातातील कॅमेऱ्याचा वापर करून ती घटना टिपलेली आहे. ॲसिड फेकणाऱ्या व्यक्तीला रखवालदारांनी धरून बेड्या घातल्यापासून त्याला तेथून घेऊन जाईपर्यंतची त्या कॅमेऱ्यातील दृश्ये आम्ही आता दाखवीत आहोत.'

डोक्यात जेवणाचा विचार करीत, उशीवर डोके ठेवून पडलेली जोसलीन टेलिव्हिजनकडे पाहत होती, निवेदिकेचा आवाजही तिच्या कानावर पडत होता. सुरुवातीला खूप रेघांचे जाळे दिसले आणि मग स्पष्ट दृश्ये दिसू लागली. गुन्हेगाराचा चेहरा पडद्यावर दिसला मात्र, जोसलीन खडबडून उठली, तिचे डोळे विस्फारले गेले, तिचा तिच्या डोळ्यांवर विश्वास बसेना!

बेड्या अडकवून नेताना फार तर एक सेकंद दोन सेकंदच त्याचा चेहरा दिसला होता, पण तो जोसलीनने लगेच ओळखला. कारण तो तिच्या डोक्यात पक्का कोरला गेलेला चेहरा होता. पॅजेट बेटावर तिच्या खोलीच्या दारात उभा राहून बेल्डनशी बोलणाऱ्या, त्यांना निघण्याची घाई करणाऱ्या माणसाचा तो चेहरा होता. त्याचे वर्णन तिने राष्ट्राध्यक्षांसमोरही केले होते आणि नंतर एफबीआयच्या तंत्रज्ञाबरोबर तो चेहरा संगणकावर तयार करायला मदतही केली होती.

तिने आवाज वाढवला आणि ती लक्षपूर्वक ऐकू लागली.

'या घटनेचे रहस्य वाढतेच आहे. आत्ताच पोलीस-सूत्रांकडून अशी माहिती मिळाली आहे की, त्या माणसाचे नाव स्कॉट इव्हान टॅगार्ट असे असून त्याला

पोलिसांनी ताब्यात घेतल्यानंतर काही वेळातच त्याचे निधन झाले आहे, त्याला हृदयविकाराचा झटका आला असावा असे समजते. पोलीस 'अधिक तपास चालू आहे' याहून जास्त काही सांगायला नकार देत आहेत.'

चॅनलच्या निवेदकाने प्रश्न विचारला, ''चार्लीन, त्या माणसाने जे कृत्य केलं ते त्यांनी का केलं असावं, यावर पोलीस काही प्रकाश टाकू शकले आहेत का?''

''नाही. अजून तरी नाही. 'मालमत्तेची नासधूस करणे' या कलमाखाली शहर पोलिसांनी गुन्हा नोंदविलेला आहे. प्रेक्षकांच्या लक्षात असेल की, तीन महिन्यांपूर्वी 'नॅशनल म्युझियम ऑफ आर्ट'मध्येही काहीसा असाच प्रकार घडला होता. आज अणूबाँबच्या प्रतिकृतीवर ॲसिड फेकणाऱ्या माणसाला आधीपासूनच हृदयविकाराचा त्रास होता का, याचा पोलीस शोध घेत आहेत. याहून कोणतीही अधिक माहिती पोलीस-सूत्रांकडून मिळू शकलेली नाही.''

जोसलीन आतून पार हादरून गेली, तिचा श्वासोच्छ्वास जलद गतीने होऊ लागला. हृदयाचे ठोके वाढले, विचारांची गर्दी डोक्यात मावेनाशी झाली.

ती सतत ''अरे देवा! मी आता काय करू?'' असे स्वत:शीच बोलू लागली. तिला अंथरुणावर बसवेना. ती खोलीत येरझारे घालू लागली. छताकडे पाहू लागली, भिंतींना हात लावू लागली. ती घाबरली होती, धास्तावली होती, तिला काय करावे सुचत नव्हते. शेजारच्या खोलीतल्या बाथरूममधून येणारा पाण्याचा आणि गिडियनच्या गाण्याचा आवाज तिला स्वत:ला काहीसा काबूत ठेवायला मदत करीत होता.

तिला राहावेना. ती पळत पळत तिच्या खोलीतून गिडियनच्या खोलीत शिरली, सरळ बाथरूमकडे गेली. तिने दार ठोकले, त्याला कडी नव्हती, ते उघडले, ती आत गेली आणि तिने त्याच आवेगात बाथटबसमोरचा पडदा बाजूला केला.

गिडियनचे गाणे थांबले. त्याच्या हातात साबण होता, डोके फेसाने माखले होते. अशी अचानक जोसलीनला समोर पाहून तो स्तंभित झाला, निश्चल झाला, अचंबित नजरेने जोसलीनकडे पाहू लागला.

''बाहेर व्हा, बाहेर व्हा आधी...'' तो जोरात ओरडला.

पण जोसलीन मागे सरकली नाही. तिने दांडीवरचा टॉवेल काढून त्याच्या अंगावर फेकला आणि ती ओरडली, ''तुम्ही आधी बाहेर या.''

त्याने टॉवेल झेलला हे पाहिल्याबरोबर जोसलीन बाथरूमच्या बाहेर येऊन त्याच्याच खोलीत जोरजोरात फेऱ्या मारू लागली.

''मला प्लीज जरा माझी अंडरवेअर देता?'' टॉवेल गुंडाळलेला गिडियन बाथरूमचे दार किलकिले करून बाहेर डोकावीत तिला विनंती करीत होता. तिने

पलंगावर पडलेल्या नवीन अंडरवेअर्सच्या गठ्ठ्यातून एक बाहेर उपसली आणि त्याच्या हातात कोंबली.

"काय झालंय काय?" गिडियनने आतूनच तिला विचारले.

"तो... तो माणूस... तो पॅजेट बेटावर माझ्या खोलीच्या दारात आलेला... त्याला मी आत्ता टेलिव्हिजनवर पाहिला."

"त्याला पकडलाय का पोलिसांनी?"

"हो, इथे... इथे, वॉशिंग्टनमध्ये..."

बाथरूमचे दार सताड उघडले आणि अंडरवेअरवर टॉवेल लपेटलेला गिडियन बाहेर येत ओरडला, "इथे? काय सांगताय काय?"

"होय, त्यालाच दाखवला आत्ता टीव्हीवर. त्याला त्या म्युझियममध्ये, कुठल्या त्या... हां, एअर अँड स्पेस म्युझियममध्ये पकडलाय."

"तिथे काय करत होता तो?"

"अणूबाँबच्या प्रतिकृतीवर ॲसिड फेकत होता!"

गिडियन चरकला, चपापला, दचकला!

"तो नक्की तोच होता?"

"शंभर टक्के!!"

गिडियनने भराभरा पँट चढवली, मोजे न घालताच बुटात पाय घातले. त्याच्या केसातून अजून पाणी ठिबकत होते, चेहऱ्यावरून ओघळून मानेवर, छातीवरच्या केसात त्याचे थेंब अडकत होते.

"आणि महत्त्वाचं म्हणजे... तो मेलाय," जोसलीन त्याला सांगत राहिली. "हृदयविकाराचा झटका आला त्याला असं सांगतायत. कुठे आहे हे म्युझियम?"

"ते ना? त्या नॅशनल मॉलसमोर, कॅपिटॉल बिल्डिंगच्या शेजारी..." गिडियनचे वाक्य अर्धवटच राहिले. त्या दोघांनी एकमेकांकडे पाहिले, दोघांनाही अर्थ उमगू लागला होता. गिडियन फोनकडे धावला. "कुणाला कळवू या?" त्याने विचारले.

"नऊ एक एक." जोसलीन म्हणाली, "पण, नको, तो पोलिसांचा आहे. त्यांना सगळं समजावून सांगता सांगता तास जाईल." तिने घड्याळाकडे पाहिले. राष्ट्राध्यक्षांचे भाषण सुरू व्हायला फक्त चाळीस मिनिटे उरली होती. "तेवढा वेळ नाही आपल्याकडे."

स्टेट ऑफ द युनियनच्या भाषणाची वेळ त्यांना चांगलीच माहिती होती, कारण गेले काही दिवस दर पंधरा-पंधरा मिनिटांनी रेडिओ, टीव्हीवर त्याबद्दल बोलले जात होते, त्यातले मुद्दे चघळले जात होते, त्यावर टीका केली जात होती, त्यांची टर उडवली जात होती.

जोसलीन वाऱ्याच्या वेगाने तिच्या खोलीत गेली, एका पिशवीत तिने तिचा

निळा जंपसूट कोंबून ठेवला होता, तो तिने बाहेर काढला आणि एका मागोमाग त्याचे सगळे खिसे धुंडाळायला सुरुवात केली. एका खिशातून तिने एक बिझनेस कार्ड काढले. सिच्युएशन रूममध्ये हर्शबर्ग यांनी ते तिला दिले होते. म्हणाले होते, 'जर काही आणखी आठवलं, सांगावंसं वाटलं तर हे कार्ड राहू द्या तुमच्याकडे.'

ती अशी पळत सुटली तसा गिडियनही तिच्यामागे धावत तिच्या खोलीत आला. त्याने अंगात एक शर्ट चढवला होता, टॉवेल अजून हातात तसाच धरलेला होता.

तिने फोन उचलून हर्शबर्ग यांचा व्हाइट हाउसमधला नंबर फिरवला. दुसऱ्या घंटेला एका स्त्रीचा आवाज आला, ''एनएससी.''

''हर्शबर्ग यांच्याशी बोलायचं होतं.''

''कोण बोलतंय?''

''माझं नाव जोसलीन कोल. मी काल व्हाइट हाउसमध्ये आले होते, हर्शबर्गना आणि राष्ट्राध्यक्षांनाही भेटले होते. अगदी तातडीचं आणि अत्यंत महत्त्वाचं काम आहे त्यांच्याकडे.''

''एक मिनिट हं.''

जोसलीन वाट पाहू लागली. तिचे लक्ष घड्याळाकडे होते.

''आहेत का हर्शबर्ग?'' गिडियनने तिला विचारले.

''अजून कळलं नाही.''

''त्यांना सांगा की, बॉब वॉशिंग्टनमध्ये आहे. आणि म्हणावं तो बहुतेक करून एअर अँड स्पेस म्युझियममध्ये आहे.''

ती स्त्री परत फोनवर आली. ''सॉरी, ते ऑफिसमधून बाहेर पडले आहेत.''

''पण मला त्यांना कुठल्याही परिस्थितीत गाठलंच पाहिजे. आणीबाणी आहे असंच समजा,'' जोसलीन घायकुतीला आली होती.

''काय नाव म्हणालात तुमचं?''

''जोसलीन कोल. आणखी कोणी आहे का ऑफिसमध्ये, ज्यांच्याशी मी बोलू शकेन?''

''थांबा हं.''

''परत थांबा!'' जोसलीनची चिडचिड वाढत होती. हातातला फोन टेबलावरच्या काचेवर आदळावा असे वाटत होते. तिचा राग ओळखून गिडियन पुढे झाला आणि म्हणाला, ''इकडे द्या, मी बघतो.''

जोसलीनने त्याच्या हातात फोन देऊन टाकला. पलंगावर बसून पायात बूट घातले.

''हॅलो,'' फोन कोणी पुरुषाने घेतला होता.

"कोण बोलतंय?" गिडियनने विचारले.

"आपण कोण बोलताय?" उलट प्रश्न विचारला गेला.

"मी गिडियन व्हॅन रे. मी कॅलिफोर्नियातल्या सँटा क्रिस्टा इथल्या इन्स्टिट्यूट अगेन्स्ट मास डिस्ट्रक्शनमध्ये काम करतो. काल मी सिच्युएशन रूममध्ये हर्शबर्ग आणि राष्ट्राध्यक्षांना भेटलो होतो. मला अशी खातरीलायक बातमी मिळाली आहे की, वॉशिंग्टन डी.सी.मध्ये कॅपिटॉल बिल्डिंगच्या जवळपास एक अणूबाँब ठेवलेला आहे."

"काय?... कोण बोलताय म्हणालात तुम्ही?"

"हर्शबर्ग कुठे आहेत?"

"ते आणि राष्ट्राध्यक्ष दोघे कॅपिटॉल बिल्डिंगकडेच जायला निघाले आहेत."

छे! एकेका क्षणाने उशीर होत होता. कुणीतरी योग्य अधिकारी भेटून जोसलीन आणि गिडियनचे म्हणणे समजून घेईपर्यंत वॉशिंग्टन जळून खाक झाले असते.

"प्लीज, एक काम करा. कागद-पेन घ्या आणि मी काय सांगतो ते लिहून घ्या."

दोन क्षणातच फोनवरचा माणूस म्हणाला, "सांगा."

"हे पहा मी सांगतो ते नीट लिहून घेऊन तो कागद लवकरात लवकर हर्शबर्ग यांच्या हातात पडेल असं पहा."

यावर तिकडून काहीच ऐकू आले नाही. गिडियन बोलू लागला,

"त्यांना म्हणावं, जोसलीन कोल आणि गिडियन व्हॅन रे या दोघांचा फोन आला होता."

"प्लीज, जरा नावं परत, जरा सावकाश सांगता?"

गिडियनने एकेक अक्षर सांगितले.

"घेतली लिहून नावं नीट? त्यांना कळवा की, आम्ही दोघं एअर अँड स्पेस म्युझियममध्ये जायला निघालो आहोत. आमची नावं वाचली की, ते लगेच ओळखतील. त्यांना सांगा की, बाँब सीॲटलमध्ये नाही, तो त्या म्युझियममध्ये असावा असा आमचा कयास आहे. आणि म्हणावं, राष्ट्राध्यक्षांचं भाषण रद्द करा... हो-हो रद्द करा. कळलं व्यवस्थित?"

"असं वाटतंय."

जोसलीन टेलिव्हिजन पाहत होती. प्रत्यक्ष जागेवरून प्रक्षेपण सुरू झाले होते. दिव्यांच्या झगझगाटात वार्ताहर काँग्रेस सदस्य, राजकारणातील तज्ज्ञ यांच्या मुलाखती घेत होते.

"सांगितलेलं सगळं लिहून घेतलंत ना?" गिडियनने परत विचारले.

"होय," उत्तर आले.

"ठीक आहे, मग आता हा सगळाच्या सगळा निरोप हर्शबर्ग यांच्यापर्यंत तातडीने पोचवा," असे म्हणून गिडियनने फोन ठेवून दिला. त्याने जोसलीनच्या हाताला धरून तिला उठवले आणि ती दोघे दाराकडे पळत सुटली. दार उघडले तर समोर वेटर एका ट्रॉलीवर त्यांनी मागवलेले जेवण घेऊन आलेला होता.

"बाजूला हो, बाजूला हो," असे म्हणत ती ट्रॉली आणि त्या वेटरलाही भिंतीकडे ढकलत गिडियन त्यांना वाट करून घेऊ लागला. वेटर त्या प्रकाराने भांबावला, ओरडू लागला.

"तिथे दारापाशी ठेव जेवण आणि तू जा," गिडियन त्याच्यावर ओरडला.

"अहो, अहो, हे... हे बिल... कोण सही करणार?" हातातले बिल वर धरून फडकवीत त्याने पळत जाणाऱ्या दोघांना विचारले.

"सरकार भरेल," जोसलीन मागे वळून वेटरकडे पाहून म्हणाली. गिडियनने तिला ओढले आणि दोघे लिफ्टकडे धावले.

गिडियनने कोपरापर्यंत हात दारामध्ये घालून खाली जाणारी लिफ्ट थांबवली. लिफ्टचे दार परत हळूहळू उघडले. लिफ्टमधील नखशिखान्त नटलेल्या वयस्कर जोडप्याने या आगाऊ जोडीकडे डोळे वटारून बघितले. त्यात रागही होता आणि आश्चर्यही होते. गिडियनचे केस अस्ताव्यस्त होते, जोसलीन घरच्या कपड्यांतच होती, तिच्या डोळ्यांतले भावही विचित्र होते.

"हात तुटला असता आत्ता!" तो माणूस म्हणाला.

"हातावर भागलं तर मी सुदैवी समजेन स्वत:ला!!" गिडियनच्या या वाक्यावर त्या जोडप्याने एकमेकांकडे पाहून गप्पच राहणे पसंत केले.

लिफ्ट खाली पोचेपर्यंत करायला काहीच नव्हते. गिडियनने केसात हात फिरवून त्यांची स्थिती शक्य तेवढी सुधारली. खिशातले पाकीट काढून त्यात किती पैसे आहेत ते बघून घेतले. टॅक्सीपुरते तीस डॉलर्स होते.

लिफ्टचे दार उघडते न उघडते तोच गिडियन बाहेर धावला. लिफ्टसमोर उभ्या असलेल्या दोघांना धडक मारून त्याने जोसलीनला बाहेर काढले आणि दोघे हॉटेलच्या लॉबीतून सुसाट पळत निघाले. वाटेत एका बाकावरून तर गिडियनने उडीच मारली. त्यांच्या सर्कसकडे लॉबीतील गर्दीचे लक्ष जाण्याआधीच ते दोघे बाहेर पळालेदेखील.

दारातही बरीच गर्दी होती. शहरात जागोजागी आज भाषण ऐकण्याच्या निमित्ताने लोकांचे जमाव एकत्र होत होते. त्यातून वाट काढणे कठीण जात होते. ते कसेबसे रस्त्यावर आले तर टॅक्सीसाठीही मोठी रांग होती. गिडियन रांगेत घुसू लागला तसा तेथील कर्मचारी त्याला अडवीत म्हणाला, "सर, थांबावं लागेल तुम्हाला तुमचा नंबर येईपर्यंत."

''अरे, वेळ नाही आम्हाला. फार घाई आहे.''

''एवढी कसली घाई?'' त्याला काहीच घाई नव्हती.

गिडियनने एक क्षण विचार केला. ''माझी बायको,'' जोसलीनकडे इशारा करीत म्हणाला, ''आजारी आहे.'' तिच्या खांद्याभोवती हात टाकून तिला जवळ घेत म्हणाला, ''मला वाटतं तिला अन्नातून विषबाधा झालीय. इथल्याच, याच हॉटेलच्या अन्नातून...''

तो कर्मचारी विरघळला. लोकही जोसलीनकडे सहानुभूतीने पाहू लागले. तिनेही तोंड वाकडे करून हाताने पोट आवळायला सुरुवात केली.

खरे-खोटे करण्यात इतक्या लोकांच्या देखत हॉटेलची इज्जत जाण्याचा धोका होता. त्या कर्मचाऱ्याने शिट्टी वाजवली, एक टॅक्सी पुढे आली. गिडियन आणि जोसलीन यांना कर्मचाऱ्याने त्यात मागे बसवले आणि दार धडकून बंद केले.

''एअर अँड स्पेस म्युझियम,'' टॅक्सी जरा पुढे गेल्यावर गिडियनने ड्रायव्हरला उतरायचे ठिकाण सांगितले आणि त्याच्या खांद्यावर हाताने थोपटत तो म्हणाला, ''जर तीन मिनिटांत नेलंत तर मीटरपेक्षा वीस डालर्स जास्त देईन.''

''तीन नाही जमणार, पण पाच मिनिटांच्या आत नक्की,'' ड्रायव्हर म्हणाला.

''मग वीस डॉलर्स तुमचे,'' जोसलीन म्हणाली.

ड्रायव्हरने ॲक्सिलरेटरवर पाय असा दाबला की, ते दोघे सीटमध्ये मागे पडलेच. मध्यवस्तीतल्या तोबा गर्दीच्या, काही एकमार्गी वाहतुकीच्या रस्त्यांवरचा उलट दिशेचा तो वीस डॉलर्सचा 'मोह'मय प्रवास चित्तथरारक होता. गिडियनला घड्याळ बघायचे होते. त्याला ते त्याच्या पाकिटाबरोबर परतही मिळाले होते, पण या सगळ्या गडबडीत तो ते हातात बांधायलाच विसरला होता.

''किती वाजले?'' त्याने जोसलीनला विचारले.

''आठ चाळीस. वेळेवर पोचू आपण?''

''काय माहीत?''

''तिथं गेल्यावर काय करायचं आपण?''

''आधी आत शिरायला मिळालं पाहिजे. वेळ पडली तर मी म्युझियमच्या काचेवर दगडसुद्धा भिरकवायला तयार आहे.''

''म्हणजे पोलीस मागे लागतील.''

''आता बघू काय काय होतंय ते. हर्शबर्ग वगैरे लोकांच्या आधी पोचलं पाहिजे हे तर नक्कीच. निदान त्यांना आपण बाँबपर्यंत नेऊ तरी शकू. तो त्यांनी एकदा पाहिला की तरी ते काहीतरी करतील, योग्य पावलं उचलतील अशी अपेक्षा करू या. अर्थात तोपर्यंत उशीर झाला असला तर...''

एच् स्ट्रीट मागे पडला, सतराव्या रस्त्याला टॅक्सी वळली. जुन्या एक्झिक्युटिव्ह

ऑफिस बिल्डिंगवरून पुढे एलिप्स मैदान आणि तिथून टायडल बेसिन. टॅक्सी भरधाव धावत होती.

जोसलीनला डावीकडे जॉर्ज वॉशिंग्टनचा पुतळा दिसला. त्याच्यावरचा लाल दिवा अंधारात चमकत होता. पुतळ्याला वळसा घालून सील्व्हान थिएटरवरून इन्डिपेन्डन्स अॅव्हेन्यूमधून जाताना रस्त्याच्या दोन्ही बाजूंना संग्रहालये, कलादालने यांची रांग दिसत होती. स्मिथनोसियन कॅसलच्या मागल्या बाजूने टॅक्सी सातव्या रस्त्यावरील ट्रान्सपोर्टेशन बिल्डिंगजवळ पोचली. तेथे गाड्यांची लांबच लांब रांग ठप्प उभी होती. त्यांच्या मागच्या लाल दिव्यांची रांगोळी चमचमत होती. पण एकही गाडी हालत नव्हती.

"काय झालंय?" गिडियनने ड्रायव्हरला विचारले.

"मला तरी काय माहीत? काहीतरी झालंय हे नक्की..."

टॅक्सी तसूभर हालायचं नाव घेईना. गर्दी तर मी म्हणत होती. रंगीबेरंगी, झगमगत्या पायघोळ झग्यातल्या बायका, कडक सुटातले पुरुष बाजूच्या फुटपाथवरून ऐटीत जात येत होते.

"इथून म्युझियम किती लांब आहे?" गिडियनने ड्रायव्हरला विचारले.

"हे काय, इथून पलीकडे," त्याने हाताने दिशा दाखवली.

गिडियनने मीटरकडे पाहिले. आठ डॉलर्स झाले होते. त्याने खिशातून पाकीट काढले, त्यातल्या दहा दहा डॉलर्सच्या तिन्ही नोटा ड्रायव्हरच्या खांद्यावरून त्याच्या हातात कोंबल्या आणि तो दार उघडून बाहेर पडला. जोसलीनही त्याच्या पाठोपाठ उतरली.

सुटाबुटातील, त्यातले काही लष्करी गणवेषातील, पुरुष आणि तीन-तीन इंच उंचीच्या टोकदार टाचांवर तोल सांभाळण्यासाठी आपल्या नाजूक हातमोजे चढवलेल्या हाताने त्या पुरुषांच्या बाहूचा आधार घेत झोकात चालणाऱ्या त्यांच्या सहचारिणी यांच्या फुटपाथवरच्या गर्दीतून वाट काढीत ती दोघे म्युझियमच्या दिशेने जाऊ लागली. वाट काढणे अवघड जात होते, कारण सगळी गर्दी पाठमोरीच होती. सगळे त्याच म्युझियममधील स्पेस हॉलमध्ये भाषण ऐकायला-पाहायलाच चालले होते.

"ही एवढी गर्दी बघितल्यावर काचेवर दगड टाकायला लागेलसं काही वाटत नाही," गिडियन म्हणाला.

"पण आत कसं शिरणार?" जोसलीनने शंका विचारली.

"पाहू." गिडियनलाही ते माहीत नव्हते.

म्युझियमची इमारत ख्रिसमसचा सण असल्यासारखी सप्तरंगी दिव्यांच्या रोषणाईत उजळून उठली होती. एका प्रखर दिव्याचा आकाशात सोडलेला झोत सर्व

दिशांना फिरत होता.

दारात आतल्या जागेचा नकाशा असलेल्या माहितीपत्रिका प्रत्येकाच्या हातात ठेवण्यात येत होत्या. गिडियनच्या पुढच्या एकाने त्याला मिळालेली पत्रिका लगेच चुरगळून बाजूच्या कचरापेटीत फेकली. गिडियनने चटकन कचरापेटीत हात घालून ती बाहेर काढली. पत्रिका देणारा त्याच्याकडे पाहतच राहिला.

"काय करताय तुम्ही?" जोसलीननेही विचारले.

"एकदा आत प्रवेश मिळाला की, मग ती नेमकी जागा शोधायला वेळ नाही मिळणार आपल्याला. यात नकाशा आहे. त्या माणसाने ज्याच्यावर ॲसिड फेकले त्याचं नाव लक्षात आहे?"

तिने काही वेळ आठवण्याचा प्रयत्न केला, पण ती हताश होऊन म्हणाली, "माझं नव्हतं नीट लक्ष त्या वेळी."

"जरा आठवा, प्रयत्न तर करा," गिडियनने आग्रह केला.

"अं... बॉय... काहीतरी बॉय..."

"लिट्ल बॉय?" गिडियनने विचारले.

"बरोबर. लिट्ल बॉय."

गिडियनच्या शोधक नजरेला नकाशात 'एनोला गे' हे शब्द लगेच सापडले. इमारतीच्या तळमजल्यावरच वायव्येकडच्या टोकाला तो स्टॉल होता. आत शिरणाऱ्या पाहुण्यांच्या गर्दीत मध्येच पायऱ्यांवर उभा राहून त्याने समोर नकाशा धरून त्या स्टॉलची जागा नीट समजावून घेतली.

"आता काय करायचं?" गिडियन विचार करीत म्हणाला. "दारावरच्या माणसाला सांगायचं की, आत अणूबॉंब आहे, आम्हाला जरा आत सोड?"

"आधीच क्षणभंगुर असलेल्या आयुष्यातले उरलेले दिवसही चक्की पिसत घालवायचे असले तर..." जोसलीन म्हणाली.

एकदम तिला काहीतरी दिसले. ती गिडियनला म्हणाली, "माझ्यामागे या." तिने त्याचा हात घट्ट हातात धरला आणि ती पायऱ्या चढून आत जाणाऱ्यांच्या गर्दीत सामील झाली. आपल्या सहा फूट पाच इंच उंचीमुळे, नुसती शर्ट-पँट या तेथे विशोभित दिसणाऱ्या पोशाखामुळे आणि विसकटलेल्या केसांमुळे कुणाचे लक्ष आपल्याकडे वेधले जाऊ नये यासाठी मुद्दाम प्रयत्न करीत, खालमानेने गिडियन तिच्या बरोबर चालत होता.

बरेच लोक त्या विचित्र जोडीकडे पाहत होतेच, पण जोसलीन मात्र त्या कोणाकडेही पाहत नव्हती. तिचे संपूर्ण लक्ष तिच्यापुढच्या एका माणसाकडे आणि त्याच्या रुबाबदार लोकरी ओव्हरकोटाच्या खिशातून बाहेर डोकावणाऱ्या मोठ्या पाकिटावर केंद्रित झाले होते.

मिंक या प्राण्याच्या मौल्यवान लोकरीचा कोट परिधान केलेली, हिऱ्याची कर्णफुले कानात घातलेली एक उच्चभ्रू स्त्री त्यांच्याकडे, त्यांच्या एकंदर अवताराकडे शिष्ठ, तुच्छ कटाक्ष टाकत होती. काही वेळ ते झेलल्यावर गिडियनला राहवेना. तिच्याकडे पाहून त्याने छानसे स्मित केले आणि तिच्या मिंक कोटाकडे पाहत तो तिला म्हणाला, ''तुमच्याकडे पाहिलं की तुम्ही प्राणिप्रेमी आहात हे न सांगता कळतं!''

तो झोंबणारा शेरा ऐकल्यावर त्या विशाल महिलेने नजर फिरवली आणि खाली मान घालून ती तिच्या बरोबरच्या माणसाशी बोलण्यात दंग असल्यासारखे दाखवीत राहिली.

पायऱ्या संपल्या. दार समोर दिसू लागले. शेवटची पायरी आणि दार यांमधील जागेत तोबा गर्दी उसळली होती. लोक दाटीवाटीने, कसेबसे उभे राहून, हातातली, खिशातली निमंत्रणाची मोठी पाकिटे सांभाळत, कुणी ती गर्दीच्या वर धरत, लवकरात लवकर पुढे सरकून आत प्रवेश मिळवण्याच्या घाईत होते. दाराच्या दोन बाजूला दोन स्वयंसेवक उभे होते. मोठ्या पाकिटातील प्रत्येकाचे निमंत्रण पाहून लोकांना आत सोडत होते. एक सुरक्षा अधिकारी जरासा बाजूला उभा राहून देखरेख करीत होता.

वेळ संपत चालली होती, जोसलीनने तिच्या पुढच्या लोकरी ओव्हरकोटाच्या खिशाकडे हात नेला, थोडी ढकलाढकली झाली, तिने हात मागे घेतला. काम झाले होते. गर्दी इंचाइंचाने पुढे सरकत होती. त्यांच्या पुढचा माणूस आणि त्याची सोबतीण दारापाशी पोचले. तो माणूस एकदम चपापला, खिशात निमंत्रणपत्र नव्हते. तो खिसे चाचपू लागला. कोटाची बटणे काढून आत तपासू लागला. त्याची सोबतीण त्याच्याकडे पाहू लागली.

''मी नक्की घेतलं होतं बरोबर, याच वरच्या खिशात ठेवलं होतं.'' शोधता-शोधता गोंधळून गेलेला तो माणूस त्याची चूक नसल्याचे त्याच्या सहचारिणीला आणि दारावरच्यांना पटवून देत होता. त्या गडबडीत जोसलीन पुढे झाली, तिने गिडियनला हाताला धरून तिच्या बरोबर खेचले आणि हातातले निमंत्रण तेथील स्वयंसेवकाच्या समोर धरले. त्याने त्या दोघांकडे जरा संशयित नजरेने पाहत निमंत्रण हातात घेतले.

तो म्हणाला, ''हा असा पोशाख नाही चालणार. कोट, टाय....''

''आम्ही मागे बसू,'' जोसलीन त्याला म्हणाली.

तो पुढे काही बोलण्याच्या आत ती दोघे त्याला ओलांडून गेली आणि जवळजवळ पळतच पुढे निघून गेली. गिडियनने हळूच वळून बघितले तेव्हा तो द्वारपाल तिथल्या रक्षकाशी काहीतरी बोलत-बोलत त्यांच्याकडेच निर्देश करीत होता.

"ही हातचलाखी कशी जमवली ते मला जाणून घ्यायचंय, पण नंतर. आत्ता त्यासाठी सवड नाही," गिडियन पळता-पळता जोसलीनला म्हणाला. ती हसली.

दार दिसेनासे होताना निमंत्रण गमावलेला तो लोकरीचा ओव्हरकोटवाला माणूस अजूनही दारातच वाद घालीत उभा असलेला गिडियनला दिसला.

शॅम्पेनचे ग्लास हातात धरून गप्पा मारणाऱ्या लोकांमधून मुश्किलीने वाट काढीत, बऱ्याच जणांना धडक मारताना 'सॉरी' म्हणत ते दोघे पुढे जात होते. गिडियन अजूनही गुडघे जरासे वाकवून त्याची उंची झाकायचा प्रयत्न करीत होता.

त्याच्या लांब पायांनी साठ फुटांचे अंतर फारच लवकर पार केले. माहितीकक्ष ओलांडताना मात्र तेथील एका स्त्री-कर्मचाऱ्याचे लक्ष त्याच्याकडे आणि त्याच्या ढांगांशी जुळवून घेण्यासाठी त्याच्या मागे-मागे पळणाऱ्या जोसलीनकडे गेलेच. ही विचित्र पोशाखातील विजोड जोडी उपद्रवकारक ठरू शकते असे बहुधा वाटून तिने टेबलावरील फोन उचलून नंबरांची बटणे दाबायला सुरुवात केली, हे गिडियनच्या नजरेने टिपले.

जोसलीनच्या नव्या बुटाचे सोल्स संगमरवरी फरशीवर घसरत होते, बूट चावतही होते, पण ती तशीच पळत होती. 'माइलस्टोन्स ऑफ फ्लाइट' हा विभाग ओलांडून ते वर जाणारे जिने टाळून पुढे निघून गेले.

मागे काही अंतरावर काहीतरी गडबड झाल्याची चाहूल लागताच गिडियनने मागे वळून पाहिले. ज्याची भीती होती तेच घडले होते. माहितीकक्षातील फोनने सुरक्षाव्यवस्थेला सावध केले होते. तीन सुरक्षारक्षक गर्दीची पर्वा न करता वेगाने त्यांच्याच दिशेने येत होते. गिडियन बघत असतानाच आणखी एक जणही त्यांच्यात सामील झाला. त्यांच्यातल्या एकाने कंबरेच्या पिस्तुलाला हात घातल्याचेही गिडियनच्या नजरेतून सुटले नाही.

पार्टीची जागा ओलांडून ते पलीकडे गेले तशी मग गर्दी संपली. तो भाग अगदी शांत होता, तेथे शुकशुकाटच होता आणि त्या मोकळ्या हॉलमध्ये फक्त ती दोघेच होती.

पाठलाग होत आहे हे लक्षात आल्याने गिडियनने पळण्याचा वेग वाढवला. जोसलीनही ऊर धपापत त्याच्यामागे धावत होती. स्पेस हॉलमधील काही सामान हालवून त्या रिकाम्या जागेत तात्पुरते एकत्र ठेवलेले होते; त्याला वळसा घालून त्यांनी इमारतीच्या उत्तरेकडे त्यांचा मोर्चा वळवला.

काही वेळ दृष्टिआड झालेले सुरक्षारक्षक अचानक जिन्यांच्या दुसऱ्या बाजूने पुढे येताना दिसले. त्यातला एक जण त्याच्या गणवेषाच्या शर्टाला जोडलेल्या मायक्रोफोनमधून बोलत होता. दुसऱ्याने पिस्तूल बाहेरही काढले होते आणि तो त्याचा खटका ओढून ती गोळीबारासाठी तयार ठेवीत होता. पुढल्या क्षणी त्याने

खटका ओढला, दोन्ही हातात ते गोळीबारासाठी सज्ज झालेले पिस्तूल घट्ट धरून, पिस्तुलाची नळी जमिनीकडे वळवून ठेवीत तो त्यांच्या दिशेनेच पळत राहिला.

गिडियनने मागे पडणाऱ्या जोसलीनला हाताला धरून पुढे आणली आणि तिला त्याच्या पुढेच ठेवून तो 'एनोला गे'च्या दिशेने जाऊ लागला. इमारतीच्या मध्यभागातून वर जाणाऱ्या दोन जिन्यांमधून जाऊन तो उजवीकडे वळला.

एक लांबच लांब पार्टिशन होते, ते पार केले आणि त्यांच्या समोर बी २९ बॉंबर विमानाचा सांगाडा उभा ठाकला. जागेच्या अभावी त्याचे पंख काढून ठेवायला लागले होते. पुढचे चाक जरासे वळवून ठेवलेले ते बिनपंखांचे चंदेरी चमचमते धूड धावपट्टीवर येऊन त्याच्या हँगरमध्ये जाण्यासाठी वळत असल्यासारखे दिसत होते. त्याच्या डोक्यावर लावलेल्या प्रखर दिव्याचे किरण त्याच्या वैमानिकाच्या केबिनच्या काचेतून परावर्तित होत होते.

आणि... त्या 'एनोला गे'च्या सांगाड्याच्या खालून, जराशा शेपटीच्या बाजूकडून तो अमंगळ, अभद्र, विनाशक, हिरव्या रंगाचा, मोठ्या नाकाचा, चौकोनी शेपटाचा गलेलठ्ठ, लंबगोलाकृती, संहारक अणुयुगाचा प्रतीक असा 'लिट्ल बॉय' डोकावत होता!

गिडियन आणि जोसलीन, दोघेही काही क्षण त्या राक्षसाकडे एकटक पाहत राहिले. आपण या क्षणी जे पाहतो आहोत ती प्रतिकृती नसून तो खरा, जिवंत बॉंब आहे या जाणिवेने त्यांच्या अंगावर सर्रकन काटा आला. ते अवाक झाले होते, त्यांच्या तोंडातून शब्द फुटत नव्हता. दोन किलोटन वजनाचा, किरणोत्सर्गाच्या अग्निअस्त्राने लाखो सजीवांचे प्राण घेणारा, देशाची राजधानी बेचिराख करून टाकणारा, जमिनीपासून नऊ मैल वरपर्यंतचा वातावरणाचा पट्टा विषारी बनवून टाकणारा भयंकर दानव प्रत्यक्ष त्यांच्या डोळ्यांसमोर कुंभकर्णासारखा निद्रिस्त पडला होता.

काही अंतरावरून येऊ लागलेल्या फरशीवर वाजणाऱ्या बुटांच्या खडखडाटाने त्यांना भानावर आणले.

"आता काय करायचं?" जोसलीनचा स्वर घाबरा झाला होता.

गिडियनने क्षणभर विचार केला. जोसलीनला म्हणाला, "चला, पटकन इकडे या."

ते दोघे साखळ्यांवरून उड्या मारून आत शिरले आणि 'लिट्ल बॉय'ला जराही धक्का न लागेल याची काळजी घेत, पण त्याच्याच अगदी नजीक असे त्या विशाल विमानाच्या सांगाड्याच्या खाली लपले.

जराही वेळ न गमावता गिडियनने बॉंबच्या बाह्य आवरणावर स्क्रू किंवा रिव्हेट्सने बसवलेले, ज्यातून बॉंबच्या आत पाहता येईल असे एखादे कव्हर दिसते

का याचा शोध सुरू केला.

अर्थात तसे कव्हर सापडलेच तरी ते तो कसे उघडणार होता हे त्याला माहीत नव्हते. त्याच्याकडे काहीच साधने नव्हती.

बुटांचा आवाज अगदी जवळ आला. त्यातला एक जण पार्टिशनमधून आत डोकावत असलेला जोसलीनला दिसलाही. दोघे जण पार्टिशनच्या आत आले. हातात विमानाच्या दिशेने रोखलेल्या पिस्तुली घेऊन पार्टिशनच्या दोन टोकांना उभे राहिले.

''बाहेर या... निमूटपणे दोन्ही हात वर धरून बाहेर या,'' त्यातल्या एकाने हुकूम फर्मावला.

गिडियनने त्याच्या जागेवरूनच सांगितले, ''आमच्याकडे कोणतेही हत्यार नाही. नि:शस्त्र आहोत आम्ही.'' एवढे अंतर धावत आल्याने गिडियन धापा टाकीत होता हे त्याच्या बोलण्यावरून कळत होते.

विमानाच्या मागे जो पडदा सोडलेला होता त्यावर समोर रक्षकांच्या चाललेल्या हालचालींच्या सावल्या पडत होत्या. त्यातून हे स्पष्ट दिसत होते की, रक्षकांची कुमक वाढत होती आणि ते त्या दोघांच्या दिशेने सावधपणे पुढे सरकत होते. त्यांना एकदा का त्या रक्षकांनी पकडले की, मग जी धक्काबुक्की होईल त्या गडबडीत त्याचे म्हणणे कोणीही ऐकून घेणार नाही हे तो ओळखून होता.

स्पेस हॉलमध्ये सुरू झालेल्या कार्यक्रमातील टेलिव्हिजनच्या निवेदकाचा आवाज ऐकू येऊ लागला,

''आता कोणत्याही क्षणी राष्ट्राध्यक्षांच्या विधानसभेतील आगमनाची घोषणा होईल. वरिष्ठ नेते येऊन स्थानापन्न होत आहेत. हे पहा, परराष्ट्रसचिव नोलँड येताना दिसत आहेत. त्यांच्या पोठोपाठ ॲटर्नी जनरल...''

''मी काय सांगतो आहे ते नीट ऐका,'' गिडियनने खणखणीत आवाजात त्या रक्षकांशी बोलायला सुरुवात केली, ''आज सकाळी ज्या माणसाने 'लिट्ल बॉय'च्या प्रतिकृतीवर ॲसिड फेकले तो एका दहशतवादी गटाचा सदस्य होता. नासधूस झालेल्या बाँबच्या जागी नंतर आणून बसवलेली प्रतिकृती नसून खरोखरीचा अणूबाँब आहे. तुम्ही कृपा करून राष्ट्राध्यक्षांचे सुरक्षा सल्लागार हर्शबर्ग म्हणून आहेत त्यांना येथे बोलवा. त्यांना सांगा की, गिडियन व्हॅन रे म्युझियममध्ये येऊन पोचलेला आहे. ते मला ओळखतात.''

सुरक्षारक्षकांच्यात आपापसात चर्चा सुरू झाली, त्यांच्या हालचालीही वाढल्या. विमानाच्या शेपटीकडे, बाँबच्या बाजूला त्यांच्या बोलण्याचे आवाज वाढत असलेले कळत होते.

टेलिव्हिजनचा आवाज येतच होता, ''टॉम, परराष्ट्रसचिव दिसले, पण

हर्शबर्ग कुठे दिसत नाहीत ते? तेच, राष्ट्राध्यक्षांचे सुरक्षा सल्लागार. अशा महत्त्वपूर्ण भाषणाच्या वेळी त्यांच्या अनुपस्थितीचा काय अर्थ काढायचा? लगेच अफवांना ऊत येईल. आधीच सकाळी जे घडलंय...''

दोन सुरक्षारक्षक विमानाच्या सांगाड्याच्या मागच्या बाजूने अचानक खाली घुसले आणि त्यांनी गिडियनवर हल्ला चढवला. तो विमानाच्या खालीच काही अंतर गडगडत गेला.

तिसऱ्याने जोसलीनला मागून धक्का देऊन पालथे पाडले. तिच्या पाठीवर त्याने इतक्या जोराने गुडघा रोवला की, तिला वाटले बहुतेक तिचा पाठीचा कणा मोडलाच. त्या वेदनेने तिच्या डोळ्यांसमोर काळोख पसरला.

गिडियनलाही दोघांनी पालथे पाडून ठेवले होते. आणखी दोन रक्षक साखळ्यांवरून उड्या मारून त्या तिघांच्या मदतीला आले.

पालथा पडला असताना गिडियनची मान एका बाजूला वळलेली होती. तो निपचित पडून पुढे काय होते त्याची वाट पाहत होता. तेवढ्यात त्याच्या डोळ्यांना तो जे इतका वेळ शोधत होता तेच नेमके दिसले – बॉंबच्या आवरणावरील कव्हर. सहा स्क्रूंच्या साहाय्याने बसवलेले कव्हर. ते अशा ठिकाणी होते की, जे असे पालथे पडून खालून पाहिल्याशिवाय दिसलेच नसते.

गिडियन मुळातच तगडा होता. ते कव्हर पाहिल्यावर त्याला आपोआपच चेव चढला आणि तो सुटायची धडपड करू लागला. त्याबरोबर रक्षकांनी त्याचे दोन्ही हात जोराने मागे ओढून धरले आणि एकाने त्याच्या हातांना आढी घातली. गिडियन कळवळला. त्याने दोन्ही डोळे घट्ट मिटून घेतले तेव्हा असह्य यातनांनी त्यातून पाणी ओघळले. पण त्याची नजर काही केल्या त्या कव्हरवरून हालेना. जणू तो मन:शक्तीने त्याचे स्क्रू काढून ते उघडणार होता.

''सोडा त्या दोघांना,'' काही अंतरावरून अधिकारवाणीने उच्चारलेले शब्द कानावर पडले. ''ऐकू नाही आलं? सोडा त्यांना.''

गिडियनने आवाजाच्या दिशेने मान उंचावली. हर्शबर्ग उभे होते. आपले वृद्धत्व विसरून साखळ्यांवरून तोल सांभाळत आधी एक पाय आणि नंतर दुसरा पाय टाकून पुढे येणाऱ्या सडसडीत बांध्याच्या हर्शबर्ग यांच्या हालचालीत आज, कालच्यापेक्षा जास्त चापल्य दिसत होते. ते सरळ गिडियनजवळ आले आणि त्यांनी गिडियनला धरून ठेवणाऱ्या एका रक्षकाच्या खांद्यावर जरबेने हात ठेवला.

रक्षकांनी हर्शबर्ग यांच्याकडे लक्ष दिले नाही. ते त्यांच्या बरोबर आलेल्या सुटाबुटातल्या उंच माणसाकडे पाहत होते.

म्युझियमच्या डायरेक्टरांनीही मान हालवली तसे सर्व रक्षक लगेच दूर झाले. जोसलीनच्या पाठीवरील गुडघा निघाला. त्या रक्षकाने तिला हात देऊन उभी

करण्याची तयारी दर्शवली, पण तिच्यात तेवढाही जीव उरला नव्हता.

गिडियन मात्र उठून उभा राहिला. एकदा मनगटे चाचपून त्याने ती मोडली नाहीत ना याची खातरी करून घेतली. त्याने जोसलीनकडे पाहिले. तिला मदतीची गरज आहे हे त्याला कळले, पण त्यासाठी त्याच्याकडे वेळ नव्हता.

''मला स्क्रू-ड्रायव्हर हवाय,'' तो बाँबजवळ वाकत म्हणाला, ''फिलिप्स हेड.'' त्याने त्या कव्हरची जागा नीट बघितली आणि ते काढण्यासाठी तो जमिनीवर उताणा पडून बरोबर कव्हरच्या खाली सरकला.

रक्षकांपैकी कोणीच हालेना.

''कसली वाट बघताय तुम्ही?'' प्रश्नार्थक चेहऱ्याने उभ्या राहिलेल्या सगळ्यांकडे पाहत हर्शबर्ग यांनी विचारले, ''ताबडतोब आणा ते काय मागतायत ते.''

डायरेक्टरांकडे पाहत दोघे जण पळत सुटले.

जोसलीन मोठ्या कष्टाने उठून गुडघ्यांवर बसली. तिने एका हाताने पोट दाबून धरले होते आणि ती दीर्घ श्वास घेऊन फुप्फुसात हवा भरून घेण्याचा प्रयत्न करीत होती. त्याच स्थितीत ती गुडघ्यांवर रांगत-रांगत गिडियनजवळ गेली.

हर्शबर्गही पुढे झाले आणि त्या दोघांच्या जवळ एक गुडघा टेकून बसले.

''किती वेळ आहे आपल्या जवळ?'' त्यांनी गिडियनला विचारले.

''राष्ट्राध्यक्ष कुठे आहेत?'' गिडियनने उलट प्रश्न विचारला.

''भाषणासाठी तयार होतायत.''

''तेवढाच वेळ आहे आपल्या जवळ!'' गिडियन म्हणाला. त्यांचा प्रश्नार्थक चेहरा पाहून तो पुढे बोलू लागला, ''माझा होरा जर बरोबर असेल तर राष्ट्राध्यक्षांच्या भाषणाच्या रेडिओ सिग्नलनेच या बाँबचा स्फोट घडवला जाणार असावा.''

हर्शबर्ग यांनी त्यांच्यामागे उभ्या असलेल्या त्यांच्या असिस्टंटला विचारले, ''राष्ट्राध्यक्षांच्या सुरक्षारक्षकांजवळच्या रेडिओंच्या ध्वनिलहरींशी तुमच्या रेडिओच्या लहरी जुळू शकतात का? त्यांच्याशी रेडिओसंपर्क शक्य होईल का?''

''नाही, सर.'' त्याने उत्तर दिले.

या भागात जी गडबड चालू होती त्याची चाहूल लागून काही तुरळक पाहुणे कुतूहलाने तेथे काय चालले आहे ते पाहण्याच्या उद्देशाने त्या बाजूला येऊ लागले होते. एक उंच माणूस 'लिट्ल बॉय'च्या खाली निजला आहे, शेजारी एक बाई, एक वयस्कर गृहस्थ आणि भोवताली रक्षक आणि काही इतर लोक उभे आहेत या दृश्याने ते तेथेच थबकून राहत होते.

''मग असं करा, व्हाइट हाउसशी संपर्क साधा,'' हर्शबर्ग त्यांच्या असिस्टंटला सांगू लागले, ''त्यांना म्हणावं, राष्ट्राध्यक्षांना विधिमंडळात जाऊ देऊ नका. त्यांना म्हणावं त्यासाठी काय करायचं ते तुम्ही ठरवा, पण ते भाषणाला उभे राहता कामा

नयेत. नाही तर असं करा, सांगून टाका व्हाइट हाउसच्या सुरक्षेला की, कॅपिटॉल बिल्डिंगजवळ एका बाँबचा स्फोट होणार आहे.''

हे वाक्य ज्या लोकांनी, प्रेक्षकांनी ऐकले त्यांच्या पायाखालची जमीनच सरकली, त्यांना जोराचा धक्का बसला, हृदयाची धडधड वाढली. लोकांच्यात जोरदार चर्चा सुरू झाली,

''काय म्हणाले ते? बाँब?''

''हो, बाँब फुटणार आहे म्हणे!''

लोकांच्यात पळापळ सुरू झाली. पळणाऱ्यांबरोबर ती कुवार्ताही सर्वत्र पसरू लागली. स्पेस हॉलच्या आणि म्युझियमच्या बाहेर पडण्यासाठी एकच गर्दी उसळली. काही जण बाहेर पडले, रस्त्यावर पोचले, बाँबची वार्ताही रस्त्यारस्त्यावर पोचून वायुवेगाने पसरू लागली.

जोसलीन पाहत होती, हर्शबर्ग यांचा असिस्टंट फोनवर नंबर दाबत होता.

एक सुरक्षारक्षक हातात एक लांबट पेटी घेऊन आला आणि त्याने ती गिडियनजवळ ठेवली. त्यातून गिडियन आणि जोसलीन यांनी मिळून योग्य तो स्क्रू-ड्रायव्हर शोधून काढला.

दुखऱ्या मनगटावर फार भार पडणार नाही, या बेताने गिडियनने तो स्क्रू-ड्रायव्हर बोटात पकडून कव्हरचे स्क्रू काढायला सुरुवात केली. वेळ महत्त्वाचा होता, कामातली सफाई कोणी बघणार नव्हते. तो झपाट्याने एकामागे एक स्क्रू सैल करून काढू लागला. मनातल्या मनात तो प्रार्थना करीत होता की, बेल्डन आणि कंपनीने त्या कव्हरच्या आत एखादी अशी वायर घालून ठेवलेली असू नये की, ज्यामुळे कव्हर काढले गेले की लगेच स्फोट व्हावा. अर्थात त्याचे ज्ञान त्याला हेही सांगत होते की, जर बाँब बरेच अंतर प्रवास करणार असेल तर तशी योजना फारच धोकादायक ठरू शकते. त्यामुळे कोणीही शहाणा माणूस तसे करणार नाही. एक अगदी अंधूक शक्यता अशी होती की, तो बाँब इथे आणून ठेवल्यावर ती वायर घातली असेल. पण येथे, या म्युझियममध्ये आल्यावर चार लोकांच्या देखत तसे काही करण्याची चूकही ते लोक करणार नाहीत या विचाराने तीही त्याच्या मनाने फेटाळून लावली.

श्वास रोखून धरून त्याने शेवटचा स्क्रू काढला. कव्हर आणि आवरण यांच्या मध्ये नख घातले. कव्हर बरेच जड होते. पण ते एकदम सुटून त्याच्या हातात पडले. गिडियन एकदम घाबरला, त्याने डोळे घट्ट मिटून घेतले. क्षणभराने उघडले तेव्हा सर्व काही जागच्या जागीच होते. तोही जिवंत होता.

गिडियनला असे बाँब हाताळताना, प्रत्यक्ष मृत्यूशीच खेळताना पाहून जोसलीनला तिच्या हृदयाची धडधड स्पष्ट ऐकू येत होती.

गिडियनने हातातील कव्हर जमिनीवर टाकले आणि त्या उघड्या भागातून आत डोकावून पाहिले. भिन्न दिशांनी येणाऱ्या-जाणाऱ्या रंगीबेरंगी वायर्सचा एकच गुंता आत दिसत होता.

कोणीतरी त्याच्या हातात एक बॅटरी सरकवली. त्याने तिचा झोत आत सोडला आणि तो सर्व बाजूंना काळजीपूर्वक फिरवत राहिला. तो काहीतरी शोधत होता.

"छे!" त्याचा स्वर चिंतित, वैतागलेला होता.

"काय झालं?" जोसलीनने विचारले.

"रिसीव्हरच दिसत नाही इथे! एक लहान बॉक्स असायला हवी, बॅटरीपॅकची." तो एकेक वायर डोळ्यांनी एका टोकापासून दुसऱ्या टोकापर्यंत न्याहाळत होता. "आत क्लॉकही दिसत नाही आणि टायमरही. काय घोळ आहे काही कळत नाही." त्याच्या मनावरील दबाव त्याला श्वासोच्छ्श्वास करायला आडकाठी करीत होता.

"याच्या स्फोटाचं नियंत्रण कुठूनतरी दुरून केलं जाण्याची योजना दिसतीये." तो मान वर करून हर्शबर्ग यांच्याकडे पाहत सांगू लागला. "स्फोट करणारा त्यांना कुणाच्या हाती सापडायला नकोय आणि स्फोटात अडकायलाही नकोय," गिडियनला बोलताना दम लागतो आहे हे कळत होते. त्याचा घाम कपाळावरून गळत होता. जे आत नव्हतेच, तेच शोधायचा तो वेड्यासारखा प्रयत्न करीत होता.

बॅटरीच्या झोतात त्याला बाँबच्या पुढच्या बाजूला, खूप आत, गोलाकार लावलेले प्लुटोनियमचे फळाच्या फोडींसारखे तुकडे दिसत होते. त्याचा व्यास बाहेरच्या आवरणाच्या व्यासाच्या मानाने खूपच लहान होता. महायुद्धानंतरच्या वीस वर्षांत माणसाने तंत्रज्ञानात केलेल्या अविश्वसनीय प्रगतीचे ते एक उत्तम उदाहरण होते. बाँबचा बाह्याकार ही केवळ फसवणूक होती, 'लिट्ल बॉय'ची प्रतीकृती वाटावी यासाठीच केवळ केलेला आटापिटा होता.

बाँबची ने-आण करताना तो आतला गोल प्रवासातील हादऱ्यांपासून, एकाचवेळी व्हाव्या लागणाऱ्या अनेक स्फोटांच्या धोक्यापासून सुरक्षित राहण्यासाठी नरम आणि हादरे शोषून घेणाऱ्या स्टायरोफोममध्ये अलगद ठेवलेला होता.

पण एक गोष्ट अगदीच वेगळी, कधी न पाहिलेली दिसत होती. तो गोल गाभा आणि बाह्यावरण यांच्यामध्ये, बोटींवर जे छोटे फायर एक्स्टिंग्विशर वापरतात त्याप्रमाणे धातूच्या लहान-लहान नळ्या लावलेल्या होत्या. गिडियनला त्या मोजता आल्या, त्या नऊ होत्या.

कपाळावरचा घाम आता त्याच्या डोळ्यांत जाऊ लागला होता. तो पालथ्या हाताने पुसत त्याने आतले निरीक्षण चालूच ठेवले.

एकदा त्याला वाटले की, तो बाँब थर्मोन्यूक्लियर असावा. म्हणजे त्याची

क्षमता दोन किलोटनऐवजी पाच मेगाटन इतकी प्रचंड असते. म्हणजे वॉशिंग्टन शहराबरोबर सबंध कोलंबिया जिल्हा, शेजारचे मेरीलँड आणि व्हर्जिनिया हे दोन्ही जिल्हेही त्याने नेस्तनाबूत केले असते.

पण त्याचे ते मत मुळीच बरोबर नाही असे त्याचे त्याच्याच लक्षात आले. बॉंब थर्मोन्यूक्लियर नव्हता, त्या धातूच्या नळ्यात सेशियम भरलेले होते. सेशियम – एक अत्यंत जहाल किरणोत्सर्गी पदार्थ.

''सर्वांना इथून बाहेर जायला सांगा, ताबडतोब...'' गिडियन हर्शबर्ग यांना म्हणाला.

''आता जर त्याचा स्फोट झाला तर खूप उशीर झालेला असेल, काहीही करता येणार नाही.'' त्याच्या जवळ बसलेले हर्शबर्ग त्याला म्हणाले.

''मी सांगतो तसं करा. स्फोट झाला नाही तरीसुद्धा उशीरच झालेला आहे. या लोकांना इथून जायला सांगा.''

हर्शबर्ग उठून उभे राहिले. मागे वळले आणि तेथे जमलेल्यांना म्हणाले, ''चला, इथे थांबू नका. निघा, ताबडतोब...''

सुरक्षारक्षक लगेच सरसावले आणि त्यांनी उरलेल्या बघ्यांनाही बाहेर घालवले.

''तुम्हीही जा बाहेर,'' हर्शबर्ग जोसलीनला म्हणाले.

''नाही, मी इथून हालणार नाही,'' ती निश्चयपूर्वक म्हणाली.

''त्यांचं ऐकू नका, न्या त्यांना बाहेर,'' गिडियनही तितक्याच ठामपणे म्हणाला.

तिला हाताला धरून नेणाऱ्या रक्षकांशी ती झगडू लागली, हर्शबर्गनाही ती दाद देईना, स्वत:ला सोडवून घेऊन ती परत-परत 'एनोला गे'च्या खाली, गिडियनजवळ येऊ लागली. अखेर रक्षकांनी तिला विमानाखालून उचलली आणि जबरदस्तीने साखळ्यांच्या पलीकडे नेली. हर्शबर्ग तिच्या जवळ गेले आणि त्यांनी तिला प्रयत्नपूर्वक शांत केली. ती सारखी वळून-वळून पाठीवर खाली पडून बॅटरीच्या प्रकाशात काम करणाऱ्या गिडियनकडे पाहत होती, बॉंबच्या बरोबर खाली लपलेला त्याचा चेहराही तिला नीट दिसत नव्हता.

''मी नाही जाणार इथून,'' ती हर्शबर्गना काकुळतीने सांगत होती.

''तुम्हाला गेलंच पाहिजे,'' हर्शबर्ग तिला समजावीत होते.

''नाही, मी नाही जाणार...'' तिच्या डोळ्यांतून अश्रूंच्या धारा वाहू लागल्या.

''सर,'' हर्शबर्ग यांच्या असिस्टंटने त्यांचे लक्ष वेधून घेतले. ''फोन लागत नाहीत. व्हाइट हाउसच्या सगळ्या लाइन्स जाम झाल्यात.''

''जाम झाल्यात म्हणजे?'' हर्शबर्गनी विचारले.

''म्हणजे सगळ्या बिझी आहेत.''

''अरे, तिथे दोनशे लाइन्स आहेत, माहितीये ना?''

"होय सर, पूर्ण सर्किटच जाम झालंय."

एकीकडे बॉंबचा स्फोट कसा होणार आहे हे त्या वायर्सच्या जंजाळात शोधीत असलेल्या गिडियनकडे पाहता-पाहता जोसलीन त्यांचे हे संभाषणही ऐकत होती, आणि एकदम तिच्या डोक्यातले जंजाळ काही जुन्या आठवणींवर आपटून फिटले – सेल्युलर फोनवरून व्हाइट हाउसला फोन करण्याचा प्रयत्न करणारा असिस्टंट आणि दोनशे फोन्सची जाम झालेली सर्किट्स.

"गिडियन, त्यात रेडिओ रिसीव्हर नसणार!" ती ओरडून आणि त्याच्याकडे जाऊ लागली. रक्षकांनी तिला थांबवले. "गिडियन, संदेश फोनमधून येणार आहे, सेलफोनवरून..." ती ओरडून-ओरडून सांगत राहिली. रक्षकांनी तिला उचलली, तिच्या विरोधाकडे, तिच्या आवेगपूर्ण धडपडीकडे लक्ष न देता ते तिला बाहेर नेऊ लागले.

तिचे ते वाक्य गिडियनला ऐकू गेले. तो चमकला, त्याने तिच्याकडे पाहिले. ती बेभान झाली होती, ती त्याला जिवाच्या आकांताने सांगत होती, "गिडियन, त्यात सेलफोन असणार. तोच बेल्डनचा धंदा होता. आवाज ओळखणारी चिप बनवण्याचा. सेलफोन असेल बघा त्यात, सेलफोन असेल..." ती तिला खांद्यावर टाकून घेऊन जाणाऱ्या रक्षकाच्या पाठीत त्वेषाने, आवेशाने गुद्दे घालत होती, लाथा झाडत होती आणि 'सेलफोन पाहा...' हे तिचे म्हणणे गिडियनपर्यंत पोचविण्याचा आटापिटा करीत होती. ती दिसेनाशी झाली.

जोसलीन गिडियनला सेलफोनचा पर्याय सुचवीत होती, त्याच वेळी गिडियनला फोन नाही, पण फोन जोडण्यासाठी वापरली जाणारी खास करड्या रंगाची, गोल नव्हे, तर लंबगोलाकृती आणि नेहमीच्या वायर्सहून जरा जास्त जाडीची एक वायर नजरेस पडली. तिची एक बाजू आतल्या गोलाकार गाभ्याच्या पलीकडे जाऊन स्टायरोफोमच्या तिकडे टेकलेली दिसत होती आणि दुसरी बॉंबच्या चौरस आकाराच्या शेपटीच्या बाजूला एका पांढऱ्या रंगाच्या कापडासारख्या दिसणाऱ्या पडद्यामागे गेलेली होती.

गिडियन विचार करीत होता. त्याने जमिनीवर पडलेले कव्हर उचलून त्याची आतील बाजू न्याहाळली, तिच्यावर शिसाचा बारीक थर होता. त्याने बॅटरीचा झोत आत टाकून बाह्यावरणाच्या आतील भागावर नखाने खरवडून बघितले, तेथेही शिसाचा थर होता. ज्या कोणी त्या बॉंबला हाताळले असेल त्याचा सेशियमच्या किरणोत्सर्गापासून बचाव होईल याची चांगली खबरदारी घेतलेली होती.

त्या परिसरात आता तो एकटाच होता. मृत एनोला गे, जिवंत 'लिट्ल बॉय' आणि कधीही मृत्युमुखी पडू शकेल असा तो. अजूनही रक्षकाच्या खांद्यावरून बाहेरच्या दरवाजाकडे नेल्या जाणाऱ्या जोसलीनचा आकांत त्याच्या

कानावर पडत होता आणि टेलिव्हिजनवर चालू असलेल्या निवेदनाचा आवाजही ऐकू येत होता.

गिडियनने मनाचा निर्धार केला, एक प्रदीर्घ श्वास घेतला आणि आपला एक हात कव्हरखालच्या भोकातून 'लिट्ल बॉय'च्या आत घातला. हात सरळ खांद्यापर्यंत आत गेला. त्याच्या हाताला शेपटीच्या बाजूचा पांढऱ्या रंगाचा पडदा लागला आणि ती करडी वायरही लागली. त्याने तो पडदा हाताने दाबायला सुरुवात केली. तो सहज दाबला जात नव्हता, पण अगदी घट्टही नव्हता. त्याचा स्पर्श कॅनव्हाससारखा होता. एका शिसाच्या डब्याला ते कॅनव्हास झाकणासारखे लावलेले होते. त्याने हाताची मूठ वळून त्यावर आघात करायला सुरुवात केली. तिसऱ्या आघाताला त्या झाकणाला लावलेल्या चिकटपट्ट्या सैल पडल्या आणि ते झाकण निघून आत पडले.

त्याने हात बाहेर काढला आणि बॅटरीचा झोत सरळ त्या दिशेने आत सोडला – तो तिथे होता, त्या शिसाच्या डब्यात. एक लहानसा सेलफोन! करड्या जाड वायरचे टोक त्या फोनलाच जोडलेले होते. बाँबच्या स्फोटकांच्या गाभ्यापासून ती वायर या फोनपर्यंत येऊन पोचली होती. फोन आणि स्फोटके एकमेकांना जोडलेले होते! आता फोन बाहेर काढण्यावाचून गत्यंतरच नव्हते.

आत्तापर्यंतच्या निरीक्षणावरून गिडियनने स्फोट कसा होईल याबद्दल असा कयास बांधला होता : स्फोटकांच्या टोकाला अशी एक चिप असणार जिच्या आत आधीच नोंदवून ठेवलेल्या एका विशिष्ट आवाजात उच्चारल्या गेलेल्या परवलीच्या शब्दाने ती कृतिशील होईल. आता हा जो आत सेलफोन दिसतो आहे त्याला कोणीतरी, बाहेरून, लांब अंतरावरून फोन करून तो 'कोड' ऐकवेल, तो ऐकताच ती चिप कार्यान्वित होईल, वीजप्रवाह निर्माण करेल, तो प्लुटोनियमच्या गोलाभोवतीच्या स्फोटकापर्यंत वाहत जाईल आणि मग त्यांचा स्फोट होईल!

आता त्याला सेशियमच्या नळ्यांची भीती वाटत नव्हती. त्याने आत्मविश्वासाने हात सेलफोनपर्यंत नेला. फोन हातात धरून त्याने तो बाहेर ओढला, पण तो जागेवरून हालेना. त्यालाही चिकटपट्ट्या लावलेल्या होत्या. त्या कापून काढायला त्याला चाकू हवा होता.

त्याने मोकळ्या हाताने टूलबॉक्स जवळ ओढली आणि हात आत घालून तो स्पर्शानेच चाकू शोधू लागला. हाताला काहीतरी धारदार लागले, त्याने ते उचलले, पाहिले तर तो चाकू नव्हता, टोकदार स्क्रू ड्रायव्हर होता. त्याने बाँबमधला हात बाहेर काढला, तो स्क्रू ड्रायव्हर हातात धरला आणि परत हात आत घातला. बेल्डनने टेप फारच घट्ट बसवली होती, ती सहजी तुटत नव्हती.

तेवढ्यात बुटांचा आवाज जवळजवळ ऐकू येऊ लागला. एकच कोणीतरी

पळत येत असावे. त्याने मान बाहेर काढून पाहिले तर जोसलीन धावत-धावत येत होती. तिने रक्षकांच्या हातून कशी सुटका करून घेतली होती कोण जाणे! तिने साखळ्यांवरून उडी मारली. ती गुडघ्यावर पडली. ती उठलीही नाही, तशीच गुडघ्यांवर घसरत सरळ त्याच्यापर्यंत पोचली, तिचे डोके त्याच्या छातीवर टेकले तेव्हाच ती घसरायची थांबली. आपले डोके त्याच्या छातीवर टेकून ठेवून शांतपणे त्याच्या सान्निध्यात ती काही क्षण पडून राहिली. खरेतर तिला तसेच ते सुख अनुभवत राहायचे होते, पण...

"कशाला आलात तुम्ही इथे? प्लीज, जा तुम्ही इथून..." गिडियन तिला आर्जवपूर्वक सांगू लागला.

"नाही, गिडियन, मी तुम्हाला सोडून कुठेही जाणार नाही. मी इथेच थांबणार तुमच्याबरोबर."

"का समजून घेत नाही तुम्ही? इथे धोका आहे..."

"मग तर त्यात तुम्हाला एकट्याला सोडून मी नक्कीच जाणार नाही."

ती ऐकणार नाही हे गिडियनच्या लक्षात आले. शिवाय तिला पटवून देत बसायला त्याच्याकडे वेळही नव्हता. त्याने तिला निग्रहाने जरासे बाजूला केले आणि तो परत फोन सोडवायचे काम करू लागला. ती त्याला खेटून बसून लक्ष देऊन त्याचे काम बघू लागली. दोन-तीन वेळा ते तीक्ष्ण टोक टेपमध्ये घुसवल्यानंतर टेप तुटली आणि फोन टेपच्या एका तुकड्याला लोंबू लागला.

तो हातात धरून गिडियन जोसलीनला म्हणाला, "आता थोडा वेळ माझ्यापासून जरा लांब, त्या बाजूला जाऊन उभ्या रहा." ती तेथेच थांबणार हे आता निश्चितपणे दिसत होते. बॉंब उघडा होता, किरणोत्सर्गाचा दुष्परिणाम त्याच्यावर काही प्रमाणात व्हायला सुरुवात झाली असणार याची गिडियनला जाणीव होती. तेव्हा निदान जोसलीनला शक्य तितक्या जास्त अंतरावर राहायला सांगून तिला त्यापासून वाचवावे या हेतूने त्याने तिला त्याच्या जवळून उठायला भाग पाडले.

ती जरा दूर गेली, पण तिचे डोळे त्याच्यावरच खिळलेले होते. ते त्याला सांगत होते, 'बस, याहून अधिक दूर नाही जाणार मी!'

त्याने फोन धरलेला हात बाहेर काढला. एकदा त्याला वाटले की, फोनला जोडलेली स्फोटकांच्या बाजूला गेलेली वायर कापून टाकावी, पण कदाचित त्यामुळेही स्फोट होण्याच्या शक्यतेचा विचार करून तो थबकला. स्फोट फोनवरून येणाऱ्या आवाजाने होणार होता हे खरे असले, तरी बेल्डनने जर डोके वापरून त्यात कोणी काही बिघाड घडवून आणला तर सेशियमच्या वाफा निर्माण करण्यासाठी एखादी पर्यायी, स्वतंत्र यंत्रणा तयार करून ठेवणे अशक्य नव्हते.

जोसलीन गिडियनच्या हातातील सेलफोनकडे विस्फारलेल्या नजरेने पाहत होती.

'लोकहो, अमेरिकेचे राष्ट्राध्यक्ष भाषणासाठी तयार आहेत...'

टेलिव्हिजनवरील कार्यक्रमात या वाक्यानंतर टाळ्यांचा प्रचंड कडकडाट झालेला ऐकू आला. पण ते ऐकायला म्युझियमच्या स्पेस हॉलमध्ये मात्र कोणीच उरले नव्हते. सूट-बूट, जाकीट घातलेले पुरुष, पायघोळ झगे घातलेल्या बायका हजारोंच्या संख्येने तेथून बाहेर पडून बाँबपासून जास्तीत जास्त लांब जाण्यासाठी जीव घेऊन पळत होते.

स्त्रिया बुटांच्या उंच, टोकदार टाचांमुळे पायऱ्या उतरताना अडखळत होत्या, तोल जाऊन पडत होत्या. त्यांच्या हातातल्या सुबक, सजवलेल्या, नक्षीदार पर्सेसचीही त्यांना शुद्ध नव्हती, त्या रस्त्यावर इथे-तिथे पडत होत्या, लोकांच्या पायाखाली तुडवल्या जात होत्या. सगळे जण घाबरले होते, काही वर्षांपूर्वीच ओकलाहोमामध्ये झालेल्या बाँबस्फोटातील हाहाकाराच्या ज्वलंत आठवणी त्यांच्या मनात जाग्या झाल्या होत्या. तरी त्यांना हा बाँब अणूबाँब आहे हे अजून माहीत झालेले नव्हते!

* * *

एनोला गेच्या विराट सांगाड्याच्या खाली गिडियन हातात फोन धरून पुढे काय करावे याचा विचार करीत असतानाच फोनचा स्क्रीन अचानक उजळला आणि... आणि फोनची घंटा वाजली! बाहेरून फोन आला होता!!

त्या आवाजाने एक क्षण गिडियनच्या हृदयाचा ठोका चुकला, तो दचकला, पण डगमगला नाही. आता वेळ आली होती. त्याने स्थिर हातांनी फोनच्या दोन्ही बाजूंच्या क्लिप्स दाबल्या, त्या बरोबर त्याला जोडलेली वायर गळून पडली. फोनचा बाँबशी संबंध आता तुटला होता, आता केवळ सुटा फोनच त्याच्या हातात होता.

परत घंटा वाजली. त्याने एकदा जोसलीनकडे पाहिले, ती एकटक 'लिटल बॉय'कडे पाहत होती. फोनची घंटा वाजलेली ऐकल्यावर तिच्या हृदयाचे तर पाणी पाणीच झाले होते. घंटा वाजली तसा दोघांच्या मनात बहुतेक एकच प्रश्न उभा राहिला होता, बाँबच्या आत, इतक्या खोलवर चिकटवून ठेवलेला फोन कोण घेणार होते आणि बोलणार होते?

त्याचे उत्तर त्यांना तिसऱ्या घंटेनंतर मिळाले. कुठलेही बटण न दाबता, कोणीही फोन न घेताही, तो जोडला जाऊन चालू झाल्याचा आवाज आला. फोन आपोआप जोडला जावा अशीच सोय केलेली होती, त्यात 'आन्सरिंग चिप' बसवलेली होती.

बेल्डन यांच्या आवाजात, अत्यंत स्वच्छ आवाजात, स्पष्टपणे उच्चारलेले केवळ दोनच शब्द ऐकू आले – "क्रिटिकल मास."

क्षण दोन क्षण गिडियन फोनकडे पाहत राहिला. नंतर त्याने फोन तोंडाजवळ धरला आणि –

"सॉरी, रॉंग नंबर आहे!!"

असे म्हणून त्याने फोनवरील 'एन्ड' हे बटण पूर्ण जोर लावून दाबून टाकले!!

बसेज्डा, मेरीलँड

बसेज्डा नेव्हल हॉस्पिटल जवळजवळ रिकामेच होते. त्या वॉर्डमध्येही नीरव शांतता होती. वॉर्डभोवतालचा भाग 'निषिद्ध क्षेत्र' म्हणून घोषित करण्यात आला होता. काही मोजके डॉक्टर्स आणि खास प्रशिक्षित अशा नर्सेस यांनाच फक्त त्या वॉर्डमध्ये जाण्याची मुभा होती.

जोसलीन गेले तीनही दिवस रोज तेथे, निषिद्ध क्षेत्राच्या सीमेवर ठाण मांडून बसून राहत होती, पण तरीही तिला कोणी आत जाऊन त्याला भेटण्याची परवानगी दिली नव्हती. ती रोज तेथील डॉक्टर, नर्सेस यांच्याशी वाद घालीत होती. त्या दिवशी हर्शबर्गही तेथे होते.

"तुम्ही मला त्यांना का भेटू देत नाही?"

डॉक्टर ठामपणे नकार देत होते.

"पण का नाही?"

"कारण ते खूप जास्त आजारी आहेत," हर्शबर्गही तिला समजावून सांगत होते.

हर्शबर्ग आणि डॉक्टर यांच्या एकमेकातल्या नजरानजरेतून जोसलीनला असे जाणवत होते की, त्याच्या स्थितीबद्दल तिला जे काही सांगितले जात होते त्याहून त्याची शारीरिक अवस्था खूप जास्त बिघडलेली असावी आणि तिला त्याला भेटू न देण्यात सुरक्षिततेचा भाग जास्त असावा. त्याने पूर्ण केलेल्या महत्त्वपूर्ण कार्यानंतर, ते त्याच्याकडून त्याबद्दलचा प्रत्येक लहानसहान तपशीलही मिळवीत असावेत.

“त्यांच्या जिवाला धोका नाही ना?”

या तिच्या प्रश्नावर त्या दोघांनी एकमेकांकडे पाहिले, पण तिला उत्तर मात्र दिले नाही.

अखेरीस हर्शबर्ग पुढे आले. तिच्या खांद्यावर आश्वासक हात ठेवत ते तिला म्हणाले, “त्यांच्यावर किरणोत्सर्गाचा खूपच परिणाम झाला आहे.”

“आपण सगळे जण तिथे होतो, मग...”

“त्यांचे हात बाँबच्या आत बराच वेळ राहिले होते,” डॉक्टर म्हणाले.

“त्यावर तुम्ही उपचार करतच असाल, हो ना?” तिच्या डोळ्यांत काळजी, माया होती, अश्रू होते.

डॉक्टरांनी मान हलवून तिला दिलासा दिला. हर्शबर्ग यांनी तिच्या खांद्यावरील हात काढून घेतला आणि ते मागे वळले.

“मला त्यांना भेटायचंय, प्लीज! आत्ता!! मला भेटू द्या त्यांना...”

“नाही, मिस कोल, ते योग्य ठरणार नाही,” हर्शबर्ग म्हणाले.

“मी जाणार त्यांच्याकडे...” असे म्हणून जोसलीन त्याच्या खोलीकडे धावली. तेथील रखवालदार तिला आडवायला पुढे झाला.

पण हर्शबर्ग यांनी त्याला इशाऱ्यानेच अडवले. “जाऊ दे त्यांना,” त्यांनी डॉक्टरांकडे पाहिले.

“ठीक आहे, पण मग आपण मध्ये एक पडदा ठेवू या, दक्षता म्हणून. आणि अगदी दोनच मिनिटं...” डॉक्टर म्हणाले.

खिडकीला लावतात तसा पडदा लावलेला एक चाकाचा स्टँड एका कर्मचाऱ्याने खोलीत नेला. तो कर्मचारी बाहेर येईपर्यंत जोसलीन थांबली.

“दोनच मिनिटं, जास्त नाही,” डॉक्टरांनी बजावले, “मी त्या बूथमधून पाहतो आहे, आत्ता नेऊन ठेवलेल्या पडद्याच्या मागेच उभं राहायचं, लक्षात ठेवा. आणि काहीही झालं तरी त्यांना स्पर्श करायचा नाही.”

रखवालदाराने खोलीचे दार उघडून धरले आणि जोसलीनने आत डोकावून बघितले. खोलीत अंधार होता. खोलीला एकही खिडकी नव्हती. ती हॉस्पिटलची एक्स-रे रूम होती. सध्या ती खास त्याच्यासाठी वापरण्यात येत होती. एक्स रे घेताना तंत्रज्ञ एक्स-रे मशीन ठेवलेल्या स्वतंत्र भागात उभा राहतो तसे डॉक्टर एका वेगळ्या दारातून जाऊन खोलीलगतच्या भागात जाऊन उभे राहिले. तेथून त्यांना काचेतून खोलीतले सर्व दिसत होते.

जोसलीन खोलीत शिरली. दार बंद झाले. खोलीच्या मध्यभागी एक्स-रेचे टेबल होते. टोकाच्या भिंतीला लागून त्याचे बेड होते. त्याची उंच आकृती एका पांढऱ्या पांघरुणाखाली त्या बेडवर पडलेली दिसत होती आणि त्याच्या श्वासोच्छ्वासाची

खरखर ऐकू येत होती. त्याच्या पायाच्या बाजूला बेडपासून काही अंतरावर तो पडद्याचा स्टँड ठेवलेला होता.

"त्या पडद्याआड उभ्या रहा," डॉक्टरांनी काचेतून पाहत तिला सूचना दिली.

ती पडद्याजवळ जाऊन उभी राहिली. तेथून त्याच्याकडे पाहताना तिच्या डोळ्यांना अश्रूंची धार लागली होती. त्याचे हात पांघरुणाच्या बाहेर काढून त्याच्या अंगाजवळच ठेवलेले होते. त्यातून जागोजागी रक्त वाहत होते आणि हातांवर टरटरून फोड आलेले होते. त्यावर मलम चोपडलेले दिसत होते.

तिने डॉक्टरांकडे पाहून विचारले, "त्यांच्या हाताला काही करणार नाही तुम्ही?"

"असे मलम लावून उघडे ठेवण्यानेच त्यांना सर्वांत जास्त आराम मिळेल," डॉक्टरांनी सांगितले.

इतक्या जवळून आलेल्या तिच्या आवाजाच्या चाहुलीने गिडियन चाळवला. त्याने डोळे उघडून तिच्याकडे बघितले. त्याचा संपूर्ण चेहरा एका काचेच्या पारदर्शक संरक्षक आवरणाखाली होता.

"हेलो..." तो तिच्याकडे पाहत असल्याचे जाणवून जोसलीन चेहऱ्यावर हासू आणून म्हणाली.

"हॅलो..." त्याचा चेहराही हातांसारखाच जखमा आणि फोडांनी भरला होता, त्याचे ओठही फुटल्यासारखे दिसत होते.

त्याला त्या स्थितीत पाहताना जोसलीनला भडभडून येत होते. पुढे जाऊन त्याला हात देऊन उठवावे, या भयानक तुरुंगातून त्याची सुटका करून, बाहेर लख्ख सूर्यप्रकाशात न्यावे आणि गेले काही दिवस आयुष्यातून पुसून टाकून छानशा नव्या, सुखी, शांत जीवनाला प्रारंभ करावा, असे तिला प्रकर्षाने वाटत होते. त्या विचारांच्या आवर्तात सापडून तिने अभावितपणे पाऊल पुढे टाकले आणि तो पडद्याचा स्टँड जोरात हालला. ती भानावर आली. त्याच्याकडे पाहण्याखेरीज ती काहीही करू शकत नव्हती.

"कसं वाटतंय आता?" तिने काहीतरी विचारायचे म्हणून हा निरर्थक प्रश्न विचारला.

तो काहीतरी उत्तर देऊ इच्छित होता, पण तो बोलू शकला नाही. त्याचा जोरात चाललेला श्वासोच्छ्वास आणि बोलण्याच्या प्रयत्नांमुळे आलेला जोराचा खोकलाच काय तो जोसलीनला ऐकू आला. त्याची छाती जोरजोरात वर-खाली होत होती. त्याला श्वासोच्छ्वासाला अतिशय त्रास पडत होता. त्याच्या ओठांच्या कडांवर फेस साठला होता.

त्याच्या फिकट सोनेरी केसांची चकाकी नाहीशी होऊन ते राठ झाले होते,

त्याच्या डोक्यात आणि कपाळावरही फोड आले होते.

तिने मोठ्या प्रयत्नपूर्वक हुंदके आवरले होते. त्याने आपल्याला रडताना पाहू नये अशी तिची इच्छा होती. तिने हाताने डोळे पुसले आणि ती म्हणाली, ''मला तुम्हाला भेटल्यावाचून राहवतच नव्हतं.''

''तुम्ही सांगितलंत तेच बरोबर होतं,'' त्याने मोठ्या कष्टाने बोलायला सुरुवात केली. ''तुम्ही फोनबद्दल सांगितलं नसतंत तर मी तो शोधायच्या मागे कधी लागलोच नसतो आणि मग बाँबने आपल्या सगळ्यांचाच बळी घेतला असता.''

आता मात्र तिला रडू आवरणे कठीण झाले. ती छताकडे पाहू लागली, जणू डोळ्यांतून खाली गळणारे अश्रू ती परतवत होती.

''अहो, त्यात कोणाचाच दोष नसता, मरण्यावाचून आपल्याला दुसरा कुठला पर्यायच नव्हता,'' तिला रडताना पाहून तो म्हणाला.

''आपण तिथून दूर कुठेतरी पळून गेलो असतो...''

''नाही, तेही शक्य नव्हतं,'' तो तिच्याकडे पाहत म्हणाला. काचेच्या आवरणातून त्याचे निळे डोळे तिच्याकडे पाहून हसत होते. तिला मोह पाडणारे ते हसरे, मनात आत शिरणारे निळे डोळे मात्र या सगळ्यातून बचावले होते. तिच्या भावना उचंबळून वर आल्या आणि 'ते' भावपूर्ण शब्द तिच्या तोंडून कधी आणि कसे बाहेर पडले हे तिचे तिलाही कळले नाही :

''गिडियन, गिड, आय लव्ह यू!''

तिच्या या उत्स्फूर्त अशा भाव-अभिव्यक्तीला त्याचा प्रतिसाद हा केवळ त्याच्या चेहऱ्यावर पसरलेल्या हास्याचाच होता.

''हे हास्य मला गमवायचं नाही...'' तिने मान फिरवून त्याच्यापासून अश्रू लपवले. तिचे तन-मन उत्तेजित झाले होते, तिला त्याच्या जवळ जायचे होते, त्याला जवळ घ्यायचे होते, त्याला या क्लेशातून बाहेर काढून बरोबर घेऊन जायचे होते. तो सगळ्या जगापासून दूर, तिच्यापासून दूर, यातना-वेदना सहन करीत तेथे अगदी एकटा पडला होता आणि ती त्याच्या जवळ जाऊ शकत नव्हती!

''असं म्हणू नका...'' त्याचा श्वास अधिकच जलद चालू लागला. त्याला श्वासोच्छ्वास करायला खूप त्रास पडत होता, त्याची अस्वस्थता वाढत होती. त्याला हे कळू लागले होते की, त्याच्याकडे फारसा वेळ उरलेला नाही.

''असा जीव लावू नका... जो अल्पसा सहवास घडला तो खूप सुख देऊन गेला... आपण खूप चांगलं, फार मोठं काम केलं आहे...''

त्याची धापा टाकीत उच्चारलेली ती हृदयाला पीळ पाडणारी वाक्ये ऐकून जोसलीन परत मागे वळली आणि त्याच्या चेहऱ्याकडे पाहू लागली. फोडा-

जखमांनी भरलेल्या त्याच्या चेहऱ्यावरही एक असीम समाधान, एक आगळी तृप्ती पसरली होती. तिने टेलिव्हिजनवर त्या माणसाचा चेहरा दिसल्याचे सांगितले, म्युझियममध्ये बॉंब असल्याचे सांगितले, त्याला तेथे, बॉंबजवळ नेले याच गोष्टी त्याच्या या मरणप्राय स्थितीला जबाबदार आहेत असेच जोसलीनला सतत वाटत होते. पण त्या क्षणी त्याच्या शांत हसतमुख चेहऱ्याकडे पाहताना जोसलीनला असे जाणवले की, तसे काही नव्हते. काही गोष्टींवरची त्याची जी अतूट श्रद्धा होती तिनेच त्याला हे साहस करायला लावले होते. हिरोशिमातील भिंतीवरच्या सावल्यांनी त्याला लांब, अलिप्त राहूच दिले नसते. तिच्या तोंडून त्याच्याच शब्दांचा प्रतिध्वनी बाहेर पडला, "होय, आपण खूप चांगलं, फार मोठं काम केलं आहे."

ती त्याच्या चेहऱ्याकडे एकटक पाहत होती. त्यावर एक मिस्कीलसे हास्य विलसले आणि तो म्हणाला, "आपल्याला आपल्या राज्यघटनेने दिलेले अधिकार बजावायची संधीच मिळाली नाही, हो की नाही?"

अश्रूंनी डबडबलेल्या तिच्या चेहऱ्यावरही त्याच्या त्या नर्म विनोदाने हासू उमटले.

तेच त्याचे अखेरचे वाक्य ठरले. त्यानंतर त्याच्या शारीरिक अवस्थेचे सतत विश्लेषण करीत असलेल्या त्याच्या बेडजवळ ठेवलेल्या मॉनिटरने जोरात आवाज करून काहीतरी फार बिघडल्याचा इशारा दिला. त्याच्या हृदयाच्या प्रत्येक ठोक्याबरोबर वर उडी मारून परत खाली येणारी स्क्रीनवरील हिरव्या रंगाची रेष उड्या मारायची थांबली, नुसतीच सरळ पुढे जाऊ लागली.

मॉनिटरने दिलेल्या सूचनेने सावध झालेले डॉक्टर्स आणि नर्सेस तातडीने खोलीत धावले. बंद पडलेले हृदय कृत्रिमरीत्या सुरू करण्याची सर्व साधनसामग्री असणारी ट्रॉलीही दोन कर्मचाऱ्यांनी पाठोपाठ खोलीत ढकलत आणली.

ते काही करणार त्याआधीच जोसलीनवर लक्ष ठेवीत खोलीत काचेमागे उभ्या असलेल्या डॉक्टरांनी 'सर्व संपले आहे' अशी खूण केली. धावत आलेले सर्व जण एक-एक करून जड पावलांनी खोलीबाहेर निघून गेले. त्यांनी जोसलीनला खोलीत एकटीला राहू दिली. जोसलीन गिडियनकडे थिजलेल्या नजरेने बघत होती. त्याचे निळे डोळे निष्प्राण झाले होते, पण चेहऱ्यावर उमललेले हासू मात्र तसेच टिकून राहिले होते.

अँड्र्यूज एअर फोर्स बेस

गिडियनचे पार्थिव लष्करी इतमामाने, सन्मानपूर्वक एका हवाई दलाच्या खास विमानाने ॲमस्टरडॅम येथे त्याच्या घरी पाठविण्याची सर्व व्यवस्था हर्शबर्ग यांनी केली.

राष्ट्रध्वजाने आच्छादलेली, फुला-माळांनी सजवलेली त्याची शवपेटिका विमानतळावर आणण्यात आली तेव्हा जोसलीन तेथे उपस्थित होती.

अमेरिकन सरकारने डच शासनाशी संपर्क साधून तेथेही गिडियनचे अंत्यसंस्कार देशाच्या हितासाठी प्राणार्पण करणाऱ्या देशभक्ताला शोभेलसे केले जातील याची खबरदारी घेतली होती. या शाही व्यवस्थेत त्याचे मृत शरीर मात्र गिडियनच्या आई-वडिलांच्या इच्छेनुसार अगदी साध्या, लाकडाच्या शवपेटीतच ठेवले गेले होते.

जोसलीन गिडियनच्या आई-वडिलांना कधीच भेटली नव्हती, पण तिला त्यांना भेटायची अतिशय तीव्र इच्छा होती. गिडियनच्या मृत्यूच्या दुसऱ्याच दिवशी ती त्यांच्याशी फोनवर बोलली आणि त्यांनी त्या वर्षीच्या उन्हाळ्यात भेटायचेही ठरवले. अगदी अल्पशा सहवासात त्यांच्या मुलाने तिचे आयुष्य तिला कसे परत मिळवून दिले आणि तिच्या मनात कशी एक नाजूक जागा मिळवली, याबद्दल तिला त्यांना खूप-खूप सांगायचे होते. त्यांच्याकडून त्याच्या बालपणापासूनच्या गोष्टीही ऐकायच्या होत्या.

हर्शबर्ग यांनी जोसलीनला सीॲटलला पाठवण्याचीही उत्तम व्यवस्था करून दिली. गिडियनची शवपेटिका लष्कराच्या शिस्तीत विमानात चढवली जात असताना

तेही विमानतळावर तिच्या जवळच उभे होते. देशासाठी धारातीर्थी पडलेल्या जवानांच्या अंत्यसंस्काराच्या वेळी राष्ट्रध्वजाची घडी घालण्याचा जो रिवाज पाळला जातो, त्यात डच आणि अमेरिकन अशा दोन्ही राष्ट्रध्वजांचा समावेश केला गेला होता.

देशावरील एक फार मोठे संकट टाळण्याच्या कामी योगदान दिल्याबद्दल जोसलीनचाही लष्करी सन्मान करण्यात आला, तिला 'स्टार्स ॲन्ड स्ट्राइप्स' प्रदान करण्यात आले. ते तिने स्वीकारले, पण हर्शबर्ग यांना विनंती केली की, त्या ताऱ्यांनी गिडियनच्या आईला सन्मानित करण्यात यावे. गिडियनची शवपेटिका विमानात चढवताना जोसलीनला अश्रू आवरेनात.

त्या वेळी हर्शबर्ग यांनाही त्यांच्या भावना आवरेनात. त्यांचा घसा दाटून आला. ते त्या वेळी जोसलीनकडे वळून कापऱ्या आवाजात म्हणाले, ''याचा शेवट हा असा व्हायला नको होता.''

''असा झाला नसता, जर...!'' जोसलीनच्या स्वरात दु:खाबरोबर चीड होती, राग होता.

तो ओळखून हर्शबर्ग तिला म्हणाले, ''माहीत आहे मला, तुम्ही रागावला आहात, चिडला आहात आणि ते अगदी रास्तच आहे. मी खरोखरच क्षमा मागतो तुमची...''

''माझं सोडा, खरा राग तर त्यांना आला असेल,'' शवपेटी आत ठेवल्यानंतर बंद होत असलेल्या विमानाच्या दाराकडे इशारा करून ती म्हणाली, ''क्षमा मागायचीच असेल तर ती त्यांची मागा. तुम्हाला खरंच पश्चात्ताप होत असेल तर ते त्यांना सांगा.''

हर्शबर्ग काहीही न बोलता खाली मान घालून उभे राहिले.

''एअर ॲंड स्पेस म्युझियममध्ये घडलेल्या घटनेबद्दल मी वर्तमानपत्रात वाचलं,'' असे म्हणून जोसलीन काही क्षण त्यांच्याकडे रोखून पाहत त्या वाक्याचा अर्थ त्यांच्या लक्षात येतो की नाही, याचा अंदाज घेत थांबली. नंतर म्हणाली, ''त्यात अणूबाँबचाही उल्लेख नव्हता, बेल्डन आणि टॅगार्टविषयीही काही लिहिलं नव्हतं. फक्त पकडलेली व्यक्ती हृदयविकाराचा झटका येऊन मेली एवढंच त्यात म्हटलं होतं.''

''त्याने सायनाइडची गोळी खाल्ली होती,'' हर्शबर्ग यांनी कबुली दिली.

''आणि बेल्डन? त्याला पकडलंत तुम्ही?''

''नाही अजून.''

'क्रिटिमल मास' हे शब्द ऐकल्यानंतर गिडियनने फोन बंद करून टाकल्याने गोंधळलेल्या बेल्डनने आणखी दोन वेळा तसेच फोन करून तेच दोन शब्द

उच्चारले होते. राष्ट्रीय सुरक्षायंत्रणेने ते फोन कुठून केले गेले याचा शोध घेतला होता. जॉर्जिया राज्यातल्या ऑगस्टा या गावातून एका सार्वजनिक फोनबूथवरून ते केले गेल्याचे उघडकीला आले होते. पोलिसांनी प्रयत्न करूनही तेथे बेल्डनचा ठावठिकाणा लागला नव्हता.

"मिस कोल, हा फार गुंतागुतीचा मामला आहे. तुम्हाला नाही कळणार. अशा बाबतीत अनेक उच्चस्तरीय धोरणात्मक प्रश्न अडकलेले असतात."

"अगदी बरोबर आहे तुमचं. नाहीच कळणार मला. पण मला एवढंच कळतं की, या दुष्टाने हजारो लोकांचा बळी घ्यायची, संपूर्ण शासन उद्ध्वस्त करण्याची योजना आखली, त्या बेटावर अनेक निरपराध्यांचे जीव घेतले आणि..." तिचा गळा इतका दाटून आला की, पुढे काही न बोलता ती गिडियनचे शव आपल्या पोटात घेणाऱ्या समोरील महाकाय विमानाकडे झरत्या डोळ्यांनी पाहत राहिली.

काही वेळाने ती म्हणाली, "मला हे कळूच शकत नाही की, अशा या नराधमाला तुम्ही मोकळा सोडूच कसा शकता?"

"आम्ही त्याला सोडणार नाही," हर्शबर्ग म्हणाले, "तो आत्ताच मेल्यात जमा आहे."

"खरंच? कसा?" जोसलीनने त्यांच्याकडे पूर्ण अविश्वासाच्या नजरेने पाहत उपहासाने विचारले, "वार्धक्याने?

विमान जागेवरून हालले. त्याने धावपट्टीवर वेग घेतला तसा गार वाऱ्याचा एक प्रचंड झोत जोसलीन आणि हर्शबर्ग यांना हालवून गेला. विमानाच्या आवाजानेही वरची पट्टी गाठली आणि विमान आकाशात झेपावले.

विमान दूरवर गेले तसे जोसलीनने तिचे अर्धवट राहिलेले प्रश्न विचारण्यास सुरुवात केली, "त्या बेल्डनचं नाव वर्तमानपत्रात का नाही झळकलं? त्याचा एखादा फोटो? तुमच्याकडे आहे ना त्याचा फोटो? का राष्ट्राध्यक्षांच्या हातून तो गहाळ झाला?"

हर्शबर्ग एक खोल श्वास घेऊन गप्प राहिले. ते तिच्या नजरेला नजर देऊ शकत नव्हते, तिच्या प्रश्नांना उत्तरेही.

"एक बेल्डन या नावाचा की थॉर्न या नावाचा की आणखी कोणत्या डझनभर नावांचा – एकच कोणीतरी माणूस होता आणि तो सीॲटलमध्ये एका विमानाच्या स्फोटात मेला..." जोसलीनकडे न पाहता हर्शबर्ग म्हणाले.

त्या दोघांच्यातला ताण वाढत होता. ती जळत्या नजरेने त्यांच्याकडे पाहत होती, ते ती नजर चुकवत होते, दुसरीकडे पाहत ती टाळत होते. त्यांची नजर कुठेतरी शून्यात लागली होती. ती म्हणाली, "खरंच, मला तुमचं आश्चर्य वाटतं! तुम्ही लोक केवळ अशक्य आहात!!"

"जोसलीन, बऱ्याच गोष्टी तुम्हाला माहीत नाहीत, त्या समजून घेणं गरजेचं आहे. हे पहा, ज्यांचं हे कारस्थान होतं त्या पॅजेट बेटावरच्या लोकांनी बेल्डन यांना त्यांच्या कामाचे पैसे दिले होते, पण हे काम त्यांनी बेल्डनना दिलेलं नव्हतं."

अपेक्षेप्रमाणे जोसलीनने कपाळाला आठ्या घालून अर्थ न समजल्याचे दर्शवले. ते पुढे म्हणाले, "हे पहा, अशा लोकांना काही स्फोटकं, एखादा रासायनिक बाँब खरेदी करणं परवडू शकतं, पण एक अणूबाँब – शक्यच नाही. त्याला लागणारे प्रचंड पैसे उभे करणं त्यांना जमणं सर्वथा अशक्य असतं. त्यात परत नुसता बाँब आणून भागत नाही, तो व्यवस्थित काम करेल यासाठीचं खास ज्ञान, तज्ज्ञ यांसाठीही पैसे खर्च करावे लागतात आणि त्यासाठी आपण कल्पनाही करू शकणार नाही अशी प्रचंड रक्कम लागते. गिडियनना या सर्व गोष्टी चांगल्या माहीत होत्या."

"मग हे पैसे कुणी दिले?"

"याच प्रश्नाचं उत्तर कोणीच देत नाही किंवा ते द्यायची कोणाची तयारी नाही, इच्छा नाही," हर्शबर्ग म्हणाले.

"म्हणजे? मी नाही समजले."

"अमेरिकन सरकारने असं धोरण जाहीरपणे मांडलं आहे की, कुठल्याही देशाच्या शासनाने जर अमेरिकेच्या भूमीवर कोणत्याही प्रकारच्या अस्त्राचा वापर करून किंवा तसे करण्यास हातभार लावून मोठ्या प्रमाणावर मानवी संहार घडवून आणला किंवा तसा प्रयत्न जरी केला, तरी अमेरिकन सरकार त्याचं उत्तर त्या देशाविरुद्ध सर्वंकष असे युद्ध पुकारूनच देईल," हर्शबर्ग सांगू लागले,

"तुमच्या लक्षात आलं आहे ते बरोबरच आहे, आम्ही बेल्डन यांना शोधून काढण्यास फारसे उत्सुक नाही. निदान सरकारी यंत्रणा वापरून तर नाहीच. कारण त्या प्रकारे त्यांचा शोध घेताना त्यांच्या दोऱ्या ज्यांच्या हातात आहेत, ते ज्यांच्यासाठी काम करीत आहेत तेही प्रकाशात येण्याचा फार मोठा धोका आहे.

"आणि मग जर अमेरिकन शासनाने हे जाहीरपणे कबूल केलं की, या बाँबस्फोटाच्या कटामागे कोणाचा हात आहे, बेल्डन यांचा 'करविता' धनी कोण आहे तर मग शासनाला जाहीर केलेल्या धोरणानुसार त्या सूत्रधारांविरुद्ध शस्त्र उपसावं लागेल."

हे ऐकल्यावर जोसलीनने भडकून विचारले, "जर बाँबचा स्फोट झाला असता तर? खरंच मोठ्या प्रमाणावर प्राणहानी झाली असती तर? तरीसुद्धा तुमचं शासन असंच निष्क्रिय राहिलं असतं का?"

"बाँबस्फोट झाला असता तर काय झालं असतं हा प्रश्न सोडवायला आपण कुणीच जिवंत नसतो, तो दुसऱ्याच कुणालातरी सोडवावा लागला असता."

''थोडक्यात काय, आपण धोरण तर मोठ्या जोरात जाहीर केलं आहे, पण त्याप्रमाणे कारवाई करायची वेळ आली तर मात्र आपण घाबरतो आहोत, कचरतो आहोत.''

''मिस कोल, त्या कारवाईचे आपल्या देशावर आणि संपूर्ण जगावर जे परिणाम होतील त्यांची कल्पना करणंसुद्धा फार फार भयानक आहे,'' हर्शबर्ग म्हणाले, ''त्यापेक्षा अज्ञानात जास्त सुख आहे!''

''म्हणजे करून सवरून बेल्डन मोकळाच हिंडणार!'' जोसलीनच्या स्वरात राग आणि निराशा मिसळलेले होते.

''नाही, त्याची परिस्थिती फारच बिकट झाली आहे. ज्यांनी त्याला या कामाची जबाबदारी दिली होती, त्याच्या घशात पैसे ओतले होते त्यांच्या दृष्टीने त्याचं हे अपयश हा फार मोठा अपराध आहे. अब्जावधी डॉलर्स जेथे पणाला लागलेले असतात अशा अण्वस्त्रांच्या बाजारातलं तो एक धोकादायक प्यादं बनला आहे. तो एका मोठ्या गुन्ह्याचा शिक्का त्याच्या कपाळावर घेऊन मोकळा फिरतो आहे. तो कधीही कायद्याच्या कचाट्यात सापडू शकतो, त्याचं तोंड उघडू शकतं आणि तो जे सत्य सांगेल ते इतकं स्वच्छ, स्पष्ट असेल की ते त्यांनाही कोणत्याही पद्धतीने नाकारता येणार नाही...''

हर्शबर्ग यांच्या कपाळावरच्या आठ्या बघूनच ते पुढे काय सांगणार ते कळत होते. ते म्हणाले, ''तेव्हा तो मोकळा हिंडलेला त्यांनाच चालणार नाही, परवडणार नाही. त्याच्या दोऱ्या ज्यांच्या हातात आहेत, तेच त्या त्याच्या गळ्याभोवती आवळतील. मी विमा एजंट असतो ना तर मी बेल्डन यांचा विमा या वेळी नक्कीच उतरवला नसता!!''

◆

उपसंहार

चियापास, मेक्सिको

रस्त्याच्या कडेच्या त्या छोट्याशा हॉटेलची तीन टेबले बाहेर, दारालगत मांडलेली होती. दोन गल्ल्यांपलीकडच्या कॅथॉलिक चर्चमध्ये नुकतेच एक लग्न पार पडल्याची सुवार्ता तेथून ऐकू येणाऱ्या मारियाची संगीताचे सूर सर्वत्र पसरवीत होते.

तिनापैकी एका टेबलावर बसलेल्या माणसाची दाढी वाढलेली होती, बऱ्याच दिवसात तेल-पाणी, कंगवा न लागलेले त्याचे केस पिंजारलेले होते. मध्ये भोक पाडून त्यातून डोके आत घालून त्याने दोन्ही खांद्यांवर एक जुनाट मेक्सिकन ब्लँकेट पांघरले होते.

गेल्या एका महिन्यात त्याने त्याच्यावर झालेल्या तीन प्राणघातक हल्ल्यांना तोंड दिले होते. एका हल्लेखोराला त्याने चाकूने मारून टाकले होते, दुसऱ्या मारेकऱ्याचा सामना त्याने नुसत्या दोन हातांनी केला होता. त्याचा जीव घ्यायचा तिसरा प्रयत्न त्याच्या गाडीत ड्रायव्हर सीटच्या खाली बाँब ठेवून करण्यात आला होता, परंतु तो बाँब फुटायच्या आधीच तो त्याच्या हाती लागला आणि त्याने तो निकामी करून टाकला.

आत्ताही त्याच्या कंबरेच्या पट्ट्यात पिस्तूल होते. त्याची सावध नजरही फार वेळ एका जागी स्थिर राहत नव्हती, धोक्याचा वेध घेत सतत घारीसारखी भिरभिरत होती.

त्याला मित्र होते, पण तेही आता त्याच्या बरोबर वाहनातून प्रवास करणे

टाळत असत किंवा रात्री त्याची सोबत करायलाही कचरत असत.

अमेरिकनांची चिकाटी विलक्षण होती. तो जाईल तेथे त्याच्यावर ते पाळत ठेवून होते. त्याचे बोलणे त्यांच्या कानावर पडल्यावाचून आणि त्याची हालचाल त्यांना दिसल्यावाचून राहत नव्हती. मध्यपूर्वेतील काही देशांबरोबर त्यांनी कोणत्याही प्रकारचे राजनैतिक संबंध ठेवलेले नव्हते, पण त्या देशातल्या कोणालाही त्याच्याबद्दलची कोणतीही माहिती द्यायला मात्र ते सर्वांत पुढे होते.

त्याला आता हे कळून चुकले होते की, त्याला मेक्सिकोतही फार दिवस राहता येणार नव्हते. त्याच्याजवळची पुंजीही संपत आली होती. मेक्सिकोतील स्थानिक टोळीवाल्यांच्या आश्रयाखालीही तो फार दिवस लपून राहू शकणार नव्हता, ते त्याला फार काळ आसरा द्यायला राजी नव्हते. त्याची युरोपमधल्या बँकेतील गुप्त खातीही गोठवण्यात आली होती. या सगळ्या कारवायांच्या मागे अमेरिकन परराष्ट्रखात्याचा हात आहे हे त्याला स्पष्टच दिसत होते.

खरेतर सगळे काही योजनेबरहुकूम घडले असते तर तो आज बाली बेटावरील एखाद्या खाजगी बीचवर पहुडून आरामात मद्याचे प्याले रिचवीत असता, बँकेत त्याच्या पैशांवर व्याज चढत राहिले असते. पण आज ती मोहक स्वप्ने पूर्ण विरून गेली नसली तरी त्याच्यापासून दूर दूर निघून गेली होती. आज त्याच्या मागे लांडगे लागले होते आणि तो जीव बचावीत पळत होता.

त्याने 'सँटा क्रिस्टा हेराल्ड' नावाच्या अमेरिकन वर्तमानपत्राचा तीन महिने जुना पिवळा पडलेला अंक बाहेर काढला. मेक्सिकोतील प्रमुख खाद्य 'टॉर्टिला' बांधण्यासाठी वापरलेल्या त्या वर्तमानपत्राच्या कागदाला जागोजागी तेलाचे डाग पडलेले होते. त्यात सगळी पाने तर नव्हतीच, पण होती त्यातलीही काही आता फाटून गेली होती. पण तरीही त्याने तो अंक टाकून दिला नव्हता, जपून ठेवला होता.

समोरच्या टेबलावर तो अंक पसरून त्याच्या आतल्या तिसऱ्या पानावर छापलेला दोन कॉलम लांबीचा एक ग्रुप फोटो तो परत एकदा निरखून पाहू लागला. एका स्पॅनिश वास्तुशैलीत बांधलेल्या बंगल्याच्या दर्शनी भिंतीवरील बसवलेल्या कांस्य धातूच्या कोनशिलेसमोर चाललेल्या एका समारंभाचा, त्यासाठी जमलेल्या काही मोजक्याच लोकांचा तो फोटो होता. त्याच्या खालची बातमी छोटी, अवघ्या चार इंचात लिहिलेली होती.

तो बंगला आणि ती कोनशिला हे 'इन्स्टिट्यूट अगेन्स्ट मास डिस्ट्रक्शन' नावाच्या संस्थेने गिडियन व्हॅन रे नावाच्या डच माणसाचे उभारलेले स्मारक होते.

पण तो त्या बंगल्याकडे किंवा त्या कोनशिलेकडेही पाहत नव्हता, त्याचे लक्ष खुर्चीवर उभे राहून त्या कोनशिलेचे अनावरण करणाऱ्या स्त्रीकडे एकवटलेले होते.

फोटोतला तिचा चेहरा त्याच्या बोटाच्या नखाएवढाही मोठा नव्हता. ती मान

वळवून कॅमेऱ्याकडे पाहत होती. मान वळवताना तिचे खांद्यापर्यंत रुळणारे केस जरासे उडालेले दिसत होते. आपला फोटो काढला जात आहे याचे आश्चर्य तिच्या डोळ्यांत उमटलेले होते.

सगळेच अस्पष्ट होते, पण तरीही ती बाई म्हणजे जोसलीन कोल आहे याविषयी थॉर्नच्या मनात जराही शंका नव्हती!

ती मेली अशी थॉर्नने दोन वेळा खातरी करून घेतली होती आणि ती दोन्ही वेळा जिवंत राहिली होती, त्याचा शोध घेत त्याच्या मागे आली होती. दुसऱ्या वेळी पॅजेट बेटावर ती मेली असेच तो गृहीत धरून चालला होता. पण नाही, ती जिवंत होती. ती प्राण वाचवून त्या बेटावरून कशी बाहेर पडली हे त्याच्या दृष्टीने गूढच होते आणि गूढच राहणार होते.

तिचा फोटो पाहताना क्रोधाची अशी काही आग त्याच्या डोळ्यांतून बाहेर पडत होती की, तो फोटो त्या आगीत जळूनच गेला असता. तिने त्याचे दोन कोटी डॉलर्सचे नुकसान केले होते आणि त्याचे सुखाचे, चैनीचे जीवन त्याच्यापासून हिरावून घेतले होते. आता त्याला परत शून्यातून सगळे उभे करायला लागणार होते आणि तेही सतत त्याच्या मागे लागलेल्या पोलिसांच्या, कायद्याच्या लांब हातांच्या ससेमिऱ्याला चुकवीत!

पण तो ते करणार होता; परत सुरुवात करणार होता. तसा मनाशी निश्चय करीत त्या फोटोकडे पाहताना त्याच्या मनात विचार आला की, 'त्याचा चेहरा परत कधी कुठेतरी या वकिलीणबाईच्या दृष्टीस पडला तर तिचा चेहरा कसा होईल?'

◆